பண்பாட்டு ஆய்வியல்

(பண்பாட்டியல் குறித்த முழுதளாவிய பார்வை)

முனைவர் சி.மகேசுவரன்

(மேனாள் இயக்குநர் பழங்குடி ஆய்வு நடுவம் தமிழ்நாடு அரசு
மற்றும்
முதுநிலை ஆய்வுத் தகைஞர், இந்தியச் சமூக அறிவியல்கள் ஆய்வுக் குழு)

பாரதி புத்தகாலயம்

Panpaattu Aayyviyal **(Panpaattiyal Kuriththa Muzhuthalaaviya Paarvai)** (in Tamil)

Dr. C. Maheswaran

First Published: May, 2023

Published by:

BHARATHI PUTHAKALAYAM

7, Elango Salai, Teynampet, Chennai - 600 018

Email: bharathiputhakalayam@gmail.com / www.thamizhbooks.com

பண்பாட்டு ஆய்வியல் (பண்பாட்டியல் குறித்த முழுதளாவிய பார்வை)

முனைவர் சி.மகேசுவரன்

முதல் பதிப்பு: மே, 2023

வெளியீடு:

பாரதி புத்தகாலயம்

7, இளங்கோ சாலை, தேனாம்பேட்டை, சென்னை - 600 018.

தொலைபேசி : 044-24332424, 24330024 | விற்பனை : 24332924

விற்பனை நிலையங்கள்

அருப்புக்கோட்டை: *கதவுஎண் 49 A/4 மெயின் ரோடு, தெற்கு தெரு - 9994173551*

ஈரோடு: *39: 39 ஸ்டேட் பாங்க் சாலை - 9245448353*

கரூர்: *நாரத கானசபா அருகில் (TNGEA OFFICE)- 9442706676*

காரைக்குடி : *12, 2 வது தெரு, கம்பன் மணிமண்டபம் பின்புறம் - 9443406150*

கும்பகோணம்: *352, ரயில் நிலையம் எதிரில் - 9443995061*

கோவை: *77, மசக்காளிபாளையம் ரோடு, பீளமேடு - 8903707294*

சிதம்பரம்: *22A / 18B தேரடி கடைத் தெரு, கீழவீதி அருகில் - 9994399347*

செங்கல்பட்டு: *1 D ஜி.எஸ்.டி சாலை - 044 27426964*

சேலம்: *15, வித்யாலயா சாலை - 0427 2335952*

தஞ்சாவூர்: *காந்திஜி வணிக வளாகம் காந்திஜி சாலை - 9655542400*

திண்டுக்கல்: *பேருந்து நிலையம் - 9942331105, 9976053719*

திருச்சி: *வெண்மணி இல்லம், கரூர் புறவழிச்சாலை - 9994289492*

திருநெல்வேலி: *25A, ராஜேந்திரநகர் - 9442149981*

திருப்பூர்: *447, அவினாசி சாலை - 9486105018*

திருவண்ணாமலை: *முத்தம்மாள் நகர்*

திருவல்லிக்கேணி: *48, தேரடி தெரு - 9444428358*

திருவாரூர்: *35, நேதாஜி சாலை - 9442540543*

நாகர்கோவில்: *699 கே.பி.ரோடு R.V.புரம் - 9443450111*

நெய்வேலி: *பேருந்து நிலையம் அருகில், - 9443659147*

பழனி: *பேருந்து நிலையம் அருகில் - 9442883696*

பாண்டிச்சேரி : *கிழக்கு கடற்கரைச்சாலை, இலாசுப்பேட்டை, 9486102777*

பெரம்பூர்: *52, கூக்ஸ் ரோடு - 9444373716*

மதுரை: *37A, பெரியார் பேருந்து நிலையம் - 045 22324674 & சர்வோதயா மெயின்ரோடு*

வடபழனி: *பேருந்து நிலையம் எதிரில் அடையார் ஆனந்தபவன் மாடியில் - 9444476967*

விருதுநகர்: *131, கச்சேரி சாலை - 0456 2245300*

வேலூர்: *பேஸ் III, சத்துவாச்சாரி - 9442553893*

நினைத்த நூல்கள்... நினைத்த நேரத்தில்...

BharathiTV | www.bookday.in

thamizhbooks.com

8778073949

ரூ. 480/-

அச்சு : பிரிண்டெக், சென்னை - 600 005.

முன்னுரை

'பண்பாடு' (Culture) என்னும் கருப்பொருளைப் பின்புலமாகக்கொண்டு 'சமூக அறிவியல்களுள்' (Social Sciences) தனித்ததோர் அறிவுசார் புலமாகவும் கல்விசார் களமாகவும் இன்று 'ஆல மரம்' போலத் தன் கிளைகளைப் பரப்பியும் விழுதுகளை ஊன்றியும் வளர்ந்தோங்கி வருவது 'பண்பாட்டு ஆய்வியல்' (Cultural Studies). ஆகும். இதனுள், 'தொல்வரலாறு' (Prehistory) 'மானிடவியல்' (Anthropology), 'மொழியியல்' (Linguistics), 'பழங்குடி ஆய்வியல்' (Tribal Studies), 'நாட்டுப்புறவியல்' (Folkloristics), 'மரபுச்செல்வ மேலாண்மை' (Heritage Management) என ஒன்றுக்கொன்று நெருங்கிய தொடர்புறவு உடைய பல் துறைப் புலங்கள் அடங்கியுள்ளன. மேலும், 'பண்பாட்டு எச்சங்கள்' (Cultural Survivals), 'பண்பாட்டுப் பரப்பு' (Culture Area), 'பண்பாட்டு சூழலியல்' (Cultural Ecology) என்று பண்பாட்டை அடித்தளமாகக்கொண்ட இன்னோரன்ன பல்வேறு ஆய்வு அணுகுமுறைகளும் (Research Approaches) இப்பண்பாட்டு ஆய்வியலில் அடங்கியுள்ளன. இன்றைய காலகட்டத்தில், 'இரு துறைசார் ஆய்வுகள்' (Inter-disciplinary Studies), (Malt disciplinary Studies), 'பல் துறைசார் ஆய்வுகள்' 'ஊடு துறைசார் ஆய்வுகள்' (Trans-disciplinary Studies) என்று பல் வேறு வகை ஆய்வுப் போக்குகள் வளர்ந்தும் வருகின்றன.

எனவே, மேற்குறித்துள்ள ஒவ்வொரு புலத்தையும் சார்ந்தோர் ஏதேனும் ஒரு வகையில் பண்பாட்டு ஆய்வியலின் 'பரப்பை'யும் (Scope), 'பாடு பொருளை'யும் (Subject-matter) ஆழக் கற்றுணர்ந்து கைக்கொள்ள வேண்டியுள்ளது. 'சமூக அறிவியல் ஆராய்ச்சிகளுக்கான இந்தியக் குழு'வானது (Indian Council of Social Science Research) தனது சமூக அறிவியல் ஆய்வுப் புலங்களுள் ஒன்றாகப் 'பண்பாட்டு ஆய்வியலை' அறிந்தேற்பும் செய்துள்ளது.

இருப்பினும், 'பண்பாட்டு ஆய்வியல்' என்கிற இவ்வறிவுசார் ஆய்வுப் புலம் பற்றிய தனித்ததோர் 'அடிப்படை நூலோ'

(Basic Book), 'நோக்கீட்டு ஏடோ' (Reference Work) இதுவரை தமிழில் இனங்கண்டறியப்படவில்லை. இந்நிலையைக் கருத்தில் கொண்டு, கடந்த பத்தாண்டுகளுக்கும் மேலாக 'அருங்காட்சியக மலர்', 'புது விசை', 'சமூக விஞ்ஞானம்', 'குறிஞ்சிக் குரல்', 'புதிய ஆராய்ச்சி', 'உங்கள் நூலகம்', எனப் பல் வேறுபட்ட பருவ இதழ்களில் 'பண்பாட்டு ஆய்வியல்' தொடர்பாக நான் தொடர்ந்து எழுதி வெளியிட்ட கட்டுரைகளை எல்லாம் ஒரு தொகுப்பாக வெளிக்கொணர வேண்டும் என்று பெரு விருப்பு கொண்டேன். அவ்விருப்பின் வெளிப்பாடே இப்போது வெளிவந்துள்ள "பண்பாட்டு ஆய்வியல் (பண்பாட்டியல் குறித்த முழுதளாவிய பார்வை)" எனும் இந்நூல்.

எனது முந்தைய நூல்களைப் போன்றே இந்நூலையும் தமிழ்கூறு நல் உலகம் விரும்பி வரவேற்கும் என்று உறுதியாக நம்புகிறேன்.

இடம் : கோயம்புத்தூர் – 641 022   (சி. மகேசுவரன்)
நாள்: 01–10–2022

பொருளடக்கம்

நன்றியுரை

➤ முதற்கண் இந்நூலினை நன்முறையில் நூலாக்கம் செய்து வெளியிட்டுள்ள 'பாரதி புத்தகாலய'த்தின் நிருவாகிகள் அனைவர்க்கும் (சிறப்பாகத் 'தோழர் நாகராஜன்' - அவர்களுக்கு) எனது நெஞ்சார்ந்த நன்றியை அன்புடன் தெரிவித்துக்கொள்கிறேன்.

➤ கடந்த பத்தாண்டுகளுக்கும் மேலாகப் பல்வேறு பருவ இதழ்களில் 'பண்பாட்டு ஆய்வியல்' தொடர்பாக எழுதி வெளியிட்டுள்ள என்னுடைய கட்டுரைகளையெல்லாம் ஒரே நூலாகத் தொகுத்து வெளியிட வேண்டும் என்று தொடர்ந்து என்னை உரிமையுடன் பணித்து வரும் என் இணையர் திருமதி. சுசீலா ராணி - அவர்களுக்கு என் அன்பார்ந்த நன்றியை இங்கே பதிவு செய்திட விரும்புகிறேன்.

இந்நூல்

உடல் / உள்ளம் சோர்வுற்றபோதெல்லாம்
தங்களுடைய ‘குறுஞ்சிரிப்புகளா’ல்
மறுவுயிர்ப்பிக்கும் மழலைச் செல்வங்கள்
மகள்வழிப் பெயரன் ‘சிருஷ்’
மகன்வழிப் பெயர்த்தி ‘மகிழினி’

–இருவர்க்கும்.

தொதவர் வாழ்விடத்தில் பெருங்கற்காலச் சின்னங்கள்

பணியர் பெண்கள் 'ஏறு மாடம்'

கோத்தர் பூசாரியின் மரபார்ந்த தோற்றம்

பிரிவு-1
பண்பாட்டு ஆய்வியல் : பொதுவியல்

தொதவர் அரை பீப்பாய் வடிவக் கோவில்

தொதவர் கூம்பு வடிவக் கோவில்

இயல் வழிபாட்டு மரபும் அயல் வழிபாட்டு மரபும்

முன்னுரை

சடங்கியல் மரபிலேயே ஓர் இனக்குழுவின் பண்பாட்டுக் கூறுகள் தெளிவாக வெளிப்படுகின்றன என்பர் மாந்தவியலாளர். குறிப்பாக, சடங்கியல் மரபின் முகாமையான கூறாகிய வழிபாட்டு மரபில்தான் இனக்குழுவின் பண்பாடு செறிவாக அமைந்துள்ளது என்பதை இனக்குழுவியல்சார் தனிவரைவுகள் எடுத்துக்காட்டுகின்றன.

பொதுவாக, வழிபாட்டு மரபில் எழுதப்படாத நடத்தை விதிகளின் அடிப்படையில் அமையும் மண்ணிற்கு இயல்பான மரபு, எழுதப்பட்ட நடத்தை விதிகளின் அடிப்படையில் அமையும் மண்ணிற்கு அயலான மரபு என இரு வேறு மரபுகள் கலந்து, ஒன்றோடொன்று பிரித்தறிய இயலாத நிலையில் பின்னிப் பிணைந்துள்ளமையைப் பண்பாட்டு ஆய்வுகள் பதிவு செய்துள்ளன.[1] இந்த இருமை எதிர்வை (*Binary Opposition*) விரிவாகக் காட்டுவதே இக்கட்டுரைக் களம்.

இயல் வழிபாட்டு மரபு, அயல் வழிபாட்டு மரபு தொடர்பான சொல்லாட்சிகள்

மாந்தவியல், நாட்டுப்புற வழக்காற்றியல், சமூகவியல் உள்ளிட்ட துறைகளில் பயின்று வரும் *Little Tradition Vs. Great Tradition* என்னும் இருமை எதிர்வுக்கு இணையான கலைச் சொல்லாட்சிகளாகச் 'சிறு மரபு x பெரு மரபு', 'சிறுநிலை மரபு x பெருநிலை மரபு', 'தனி மரபு X பொது மரபு' 'இயல் மரபு X அயல் மரபு' என்பன பல்வேறு அறிவர்களால் பயன்படுத்தப்படுகின்றன.[2]

மண்ணிற்கு இயல்பான வழிபாட்டு மரபைச் 'சிறு மரபு' அல்லது 'சிறுநிலை மரபு' எனவும் அயலான வழிபாட்டு மரபைப் 'பெரு மரபு' அல்லது 'பெருநிலை மரபு' எனவும் குறிப்பது ஏற்புடையதா என எண்ணிப் பார்க்கும்போது, அவற்றை முறையே 'இயல் மரபு', 'அயல் மரபு' எனக் குறிப்பதே சரியான சொல்லாட்சிகள் என்பது சொல்லாமலே விளங்கும். மேலும், இன்றைய வழிபாட்டு மரபிற்குள் இந்த இரு வேறு மரபுகளும் கலந்தே காணப்படுவதால், இந்த இருமை எதிர்வைத் தனி மரபு X பொது மரபு என்று அடையாளப்படுத்துவதும் முறையான சொல்லாட்சியாக

அமையாது. எனவே, இந்த வழிபாட்டு மரபுகளுக்குள் உழைக்கும் மக்களை உள்ளடக்கிய மண்ணிற்கு இயல்பான தெய்வத்தைச் ‘சிறு தெய்வம்’ எனவும் உழைக்கும் மக்களைச் சார்ந்து, சுரண்டி வாழும் அயல் மக்களுக்கான தெய்வத்தைப் ‘பெருந் தெய்வம்’ எனவும் சுட்டுதல் எள்ளளவும் ஏற்புடையதாகாது. இந்நிலையில், அவற்றை முறையே ‘இயல் தெய்வம்’, ‘அயல் தெய்வம்’ எனக் குறிப்பதே பொருத்தமான சொல்லாட்சிகளாக அமையும்.

இயல் வழிபாட்டு மரபையும் அயல் வழிபாட்டு மரபையும் பிரித்தறிதல்

வழிபாட்டு மரபுகளுள் இயல் (வழிபாட்டு) மரபும் அயல் (வழிபாட்டு) மரபும் பல்வேறு நிலைகளில் காலம் காலமாக ஒன்றோடொன்று பின்னிப் பிணைந்து ஊடாடி வருகின்றன என்பதை முன்னரே கண்டோம். எனவே, பொதுவாக வழி பாட்டு மரபிற்குள் கலந்து காணப்படும் மரபுகளுள் எவை எவை இயல் மரபின, எவை எவை அயல் மரபின எனப் பிரித்தறிந்து அடையாளம் காணுதல் என்பது அத்துனை அளவிற்கு எளிதாகப் பண்பாட்டியல் ஆய்வர்க்கு இயல்வதில்லை. சான்றாக, மேற்குத் தமிழகத்தின் பெரும் பகுதியாக விளங்கும் கோயம்புத்தூரின் பல்வேறு வட்டாரங்களில் நடத்தப்படும் ‘கூத்தாண்டெ நோம்பி’ எனும் கோவில் விழாவில் ‘கூத்தாண்டை வழிபாடு’ என்கிற இயல் (வழிபாட்டு) மரபும் ‘அரவான் பண்டிகை’ என்கிற அயல் (வழிபாட்டு) மரபும் எளிதில் பிரித்தறியவியலாத நிலையில் கலந்தே காணப்படுவதைப் பண்பாட்டியல் ஆய்வுகள் புலப்படுத்துகின்றன. இவ்வழிபாட்டு மரபின்போது பாடப்படும்-

“நாடு செழிக்கோணும்
நல்ல மழெ பெய்யோணும்
ஊரு செழிக்கோணும்
உத்த மழெ பெய்யோணும்
ஊருக்கொரு கூத்தாண்டெ
செய்யோணும்
களத்துக்கொரு மல்லாண்டெ
செய்யோணும்
ஆணு போன பக்கொம்
அரச பட்டொம் ஆளோணும்
பொண்ணு போன பக்கொம்
பெத்துப் பெருகோணும்’’

என்னும் நாட்டுப்புறப் பாடல் வரிகளில் பயின்று வரும் 'கூத்தாண்டெ' என்பது ஊர் செழிக்கவும் 'மல்லாண்டெ'[3] என்பது களம் செழிக்கவும் என இரு வேறு இயல் தெய்வங்களாக வழிபடப்படுவதை எடுத்துக்காட்டி, 'கூத்தாண்டை நோம்பி' இயல் (வழிபாட்டு) மரபைச் சார்ந்தது என்னும் முடிவிற்கு நம்மை இட்டுச் சென்றிடக் காணலாம். இதிலிருந்து, மேற்குத் தமிழக வளமை வழிபாட்டுப் பண்பாட்டுத் தலைவனான 'கூத்தாண்டெ' எனும் இயல் (வழிபாட்டு) மரபுக் கூறானது, மகாபாரதக் கதை மாந்தனான 'அரவான்' எனும் அயல் (வழிபாட்டு) மரபுக்கூறுடன் இணைக்கப்பட்டு இங்கு ஒரு சேரக் காட்டப்படுகிறது என ஒருவாறு உய்த்துணரலாம்.

கோயம்புத்தூர் வட்டாரப் பகுதிகளில் நடத்தப்படும் இந்தக் கூத்தாண்டெ நோம்பியின்போது கூத்தாண்டையைக் களப்பலி கொடுக்கப்படுவதாக இடம்பெற்றாலும், தமிழ்நாட்டின் ஏனைய பகுதிகளில் உள்ளது போன்று கூத்தாண்டை உருவாரத்தில் தலை நீக்கம் மேற்கொள்ளப்படாமல், பூசாரியின் இரு கைப் பெருவிரல்களால் கூத்தாண்டை உருவாரத்தின் முகமானது சீரழிக்கப்படும் சடங்குக் கூறாக 'முகம் அழித்தல்' இங்கு மேற்கொள்ளப்படுகிறது. இத்தகைய முகம் அழித்தல் சடங்குக் கூறு நடத்தப்படும்போது கிடைத்திடும் களி மண்ணானது ஊர் மக்களால் எடுத்துச்செல்லப்பட்டு, வளமைக்கென அவரவர் வீடுகளில் சேர்க்கப்படுகிறது. இத்தகைய வழிபாட்டு மரபுகளின்வாயிலாகக் கூத்தாண்டை நோம்பியின்போது மேற்கொள்ளப்படும் முகம் அழித்தல் வளமை வழிபாட்டின்பாற்பட்ட இயல் (வழிபாட்டு) மரபுக் கூறுடன் இணைக்கப்பட்டுள்ளது என்பதும் உறுதியாகிறது.[4]

இயல் மரபையும் அயல் மரபையும் பிரித்தறிதற்கான பண்பாட்டுக் காரணிகள்

மேற்குறித்துள்ளது போன்ற இயல் (வழிபாட்டு) மரபுடன் அயல் (வழிபாட்டு) மரபானது இணைந்துள்ள கலப்புச் சூழல்களில் இவ்விரு வழிபாட்டு மரபுகளையும் பிரித்தறிந்திடுவதற்குத் தொல் சமயக் கூறுகளுள் ஒன்றான மந்திரம்[5] சார்ந்த பண்பாட்டுக் காரணிகள் சில உதவிடக் காணலாம்.

1. வழிபடு உருவாரங்களுக்கு ஆற்றல் ஏற்றுதல்

இயல் (வழிபாட்டு) மரபிலும் அயல் (வழிபாட்டு) மரபிலும் உருவாக்கப்பட்ட வழிபடு உருவாரங்களுக்கு 'ஆற்றல் ஏற்றுதல்' என்பது பொதுவான வழக்கம் என்றாலும், ஆற்றல் ஏற்றப்பட்ட வழிபடு உருவாரம் சற்றுச் சிதைவுற்றாலும் அவ்வுருவாரத்திலிருந்து ஆற்றல் வெளியேறிவிடும் என்றும் அதனால் அது ஆற்றல் அற்றதாகி, வழிபாட்டிற்குத் தகுதியற்றதாகிவிடும் என்றும் அயல் (வழிபாட்டு) மரபு கருதி, அதை வழிபாட்டிலிருந்து முற்றிலுமாக அகற்றி விடுகிறது. இதற்கு மாறாக, இயல் (வழிபாட்டு) மரபில் ஆற்றல் ஏற்றப்பட்ட வழிபடு உருவாரம் உருக்குலைந்து, துண்டு துண்டாக ஆகிவிட்டாலும் அதன் ஆற்றல் அவ்வழிபடு உருவாரத்திலேயே நிலைத்து நிற்கிறது என்ற நம்பிக்கையின் அடிப்படையில், அவ்வாறு சிதைவுற்ற உருவாரமும் தொடர்ந்து வழிபடப்படுகிறது.

இத்தகைய நம்பிக்கைக்குச் சான்றாகக் கோயம்புத்தூர் வட்டாரப் பகுதிகளில் காணலாகும் மதுரை வீரன் (உடனமர் பொம்மி, வெள்ளையம்மா) வழிபாட்டு மரபைச் சுட்டலாம். 'பட்டத்தரசியம்மன் நோம்பி' எனக் குறிக்கப்படும் இந்த இயல் (வழிபாட்டு) மரபிற்கென ஆண்டுதோறும் புதிது புதிதாகச் சுடுமண் உருவாரங்களாக மேற்படி வழிபடு உருவாரமானது உருவாக்கப்பட்டு வழிபடப்படுகிறது. ஓராண்டிற்குள் இச்சுடுமண் உருவாரமானது மெல்ல மெல்லச் சிதிலமடைந்து, உருக்குலைந்து போனாலும் தொடர்ந்து வழிபடப்படுகிறது. மறு ஆண்டு புதிதாகச் சுடுமண் உருவாரம் உருவாக்கப்பட்டாலும், முந்தைய ஆண்டுகளைச் சார்ந்த சிதிலமான பழைய உருவாரங்களும் ஆற்றல் உள்ளனவாகவே கருதப்பட்டுத் தொடர்ந்து வழிபடப்படுகின்றன.

தங்கள் குல தெய்வத்தைத் தமது தற்போதைய வாழிடங்களிலிருந்து நெடுந்தொலைவு சென்று வழிபட இயலாதோரும் அத்தெய்வ உருவாரம் நிலைத்துள்ள இடத்திலிருந்து பிடி மண் கொணர்ந்து, அதைக்கொண்டு தம் வாழிடத்திற்கு அருகிலேயே உருவாரம் அமைத்து வழிபடும் இயல் (வழிபாட்டு) மரபை இங்கு ஒப்பிட்டு நோக்கலாம். அதாவது, 'ஒருமுறை தொடர்புடையது எப்போதும் தொடர்புடையதாகவே இருக்கும்' என்கிற 'தொத்து மந்திரம்' அல்லது 'தொடு மந்திரத்'தை இங்கு இயல் (வழிபாட்டு) மரபினர் நம்புகின்றனர்; இதற்கு மாறாக, அயல் (வழிபாட்டு) மரபிலோ இத்தகைய தொடர்புறவு நம்பப்படுதில்லை என்பது இங்குக் கருத்தில்கொள்ளத் தக்கது.

மேலும், இயல் (வழிபாட்டு) மரபில் உருவாரங்களுக்கு வழிபாடு இயற்றுதல் மிக எளிய சடங்கு முறைமையில் நிறைவுற்றிட, அயல் (வழிபாட்டு) மரபிலோ இது மிகப் பெரியதொரு சடங்குத் தொகுதியாகக் கடைப்பிடிக்கப்படுகிறது என்பதும் இங்குக் கவனம் கொள்ளத்தக்கது.

2. ஆற்றல் நிலை நிறுத்தப்பட்ட வழிபடு உருவாரங்களுக்கு மறு உயிர்ப்பு அளித்தல்

பொதுவாக, இயல் (வழிபாட்டு) மரபிலும் அயல் (வழிபாட்டு) மரபிலும் வழிபடு உருவாரங்களில் ஆற்றலை நிலை நிறுத்துதல் என்பது கடைப்பிடிக்கப்பட்டாலும், குறிப்பிட்ட கால இடைவெளியில் (சான்றாக, ஆண்டிற்கு ஒரு முறை அல்லது மூன்று ஆண்டுகளுக்கு ஒரு முறை) மேற்படி வழிபடு உருவாரத்தில் ஏற்கெனவே நிலைநிறுத்தப்பட்ட ஆற்றலைத் தூண்டி, அவ்வுருவாரத்திற்கு மறு உயிர்ப்பு அளித்தல் எனும் வகையில் மறு உயிர்ப்பு அளித்திடும் சடங்கை மேற்கொள்வது இயல் (வழிபாட்டு) மரபில் மட்டுமே கைக்கொள்ளப்படுகிறது.

சான்றாக, நீலகிரி மாவட்டம், கோத்தகிரி வட்டம், வெள்ளரிக்கொம்பை சிற்றூரைத் தமது வாழிடமாகக்கொண்டுள்ள ஆலு குறுமர் பழங்குடியினரின் பூசாரி ஆண்டுதோறும் குறிப்பிட்ட ஒரு நாளன்று, தமது வீட்டுச் சுவர்மீது ஏற்கெனவே வரையப்பட்டு, வெள்ளை பூசி மறைக்கப்பட்ட, தன் இனக்குழுத் தெய்வ உருவத்தை அதன் வரைகோட்டின் மேலேயே மீண்டும் தீட்டி, அதன்வாயிலாக அந்த வரையோவியத்தில் வதியும் அத்தெய்வத்தின் ஆவியை மறு உயிர்ப்பு அடையச் செய்வதைச் சுட்டலாம். மேற்படி மறு உயிர்ப்புச் சடங்கு நிறைவுற்ற மறு நாள் ஆலு குறுமர் பழங்குடியினப் பூசாரி முன்போலவே மீண்டும் வெள்ளை பூசி அத் தெய்வ உருவத்தை மறைத்து விடுகிறார். இதனால், அத்தெய்வத்தின் மீயியற்கை ஆற்றல் தேவையின்றி வீணாகாமல் காக்கப்படுவதுடன், வேண்டும்போது திரும்ப முழுப் பயன்பாட்டிற்கும் தடையின்றிக் காலம் காலமாக, அதாவது, தலைமுறை தலைமுறையாக ஆலு குறுமர் பழங்குடிச் சமுதாயத்திற்குக் கிடைப்பது உறுதி செய்யப்படுகிறது.

இவ்வாறு, வழிபடு உருவத்தில் உறைந்துள்ள ஆற்றலை மறுஉயிர்ப்பு அடையச் செய்வதற்குப் ஆலு குறுமர் பழங்குடியினப் பூசாரி மறு தீட்டலில் ஈடுபட்டு மந்திர உச்சாடனம் செய்யும்போது, அவ்வுரு மறு உயிர்ப்புப் பெறுகிறது என்பதையும் வெள்ளை

பூசி மறைக்கப்படும்போது அதன் ஆற்றலும் மறைக்கப்பட்டுக் காக்கப்படுகிறது என்பதையும் ஒத்த மந்திரம் அல்லது பாவனை மந்திரத்தின் கீழ்க் கொணரலாம். அதாவது, 'ஒத்தது ஒத்ததைச் செய்யும்' என்கிற 'ஒத்த மந்திரம்' அல்லது 'பாவனை மந்திரத்'தை இயல் (வழிபாட்டு) மரபினர் நம்புகின்றனர். இத்தகைய சடங்கு முறைகள் அயல் (வழிபாட்டு) மரபிற்கு அயலானவை.

3. மறு உயிர்ப்பிற்குக் குருதியைப் பயன்படுத்தல்

உயிரற்ற பொருள்கள்மீது ஆவி குடியேறுவதால் அவற்றிற்குச் சிறப்பு ஆற்றல்கள் வாய்க்கப்பெறுவதாகவும் இடைவிடாத் தொடர் பயன்பாட்டால் அவை காலப்போக்கில் தமது ஆற்றல்களை இழக்க நேரிடுவதாகவும் அவற்றின் சிறப்பு ஆற்றல்களை மீளக் கொணர அவை மறு உயிர்ப்புச் செய்யப்படுவதற்குக் குருதி தேவைப்படுவதாகவும் இயல் (வழிபாட்டு) மரபில் கருதப்படுகிறது.

சான்றாக, ஆந்திர மாநிலச் சவோரர் பழங்குடியினர் வேட்டைக்குச் செல்வதற்கு முன்னர், இடைவிடாத் தொடர் பயன்பாட்டால் ஆற்றல் இழப்பிற்கு உள்ளானதாகத் தாம் கருதும் தமது அம்புகளுக்கு மறு உயிர்ப்பு உண்டாக்குவதற்கு, பெண்டிர் வந்து சென்றிடும் நீர் நிலைக்கான வழித் தடங்களில் அவற்றைப் போட்டுவைக்கின்றனர். இதனால், அந்நீர் நிலைக்கு வந்து செல்லும் பெண்டிருள் வீட்டு விலக்காகியுள்ள பெண்டிரின் குருதி பட்டு, அதனால் மேற்படி அம்புகளில் குடியேறியுள்ள ஆவிகள் மறு உயிர்ப்புப் பெற்று, எதிர் வரும் வேட்டையின்போது அந்த அம்புகள் சிறப்பான ஆற்றல்களுடன் மீண்டும் பெரும் பயன் நல்குவதாக நம்புவதைக் குறிப்பிடலாம்.

வழிபடு உருவாரங்களுக்கு மறு உயிர்ப்பு உண்டாக்கிடவே குறிப்பிட்ட கால இடைவெளியில் இயல் (வழிபாட்டு) மரபில் 'குருதிப் படையல்' மேற்கொள்ளப்படுகிறது என்பதும் இங்கு ஒப்பு நோக்கற்பாலது.

இத்தகைய சடங்கு நிகழ்வு முறைகளுக்கு நேர் மாறாக, ஒட்டு மொத்தமாக வழிபாட்டுச் சடங்குகளில் குருதி இடம் பெறுதல் புறந்தள்ளி விலக்கப்படுவதை, அதிலும் குறிப்பாக, குருதி வெளிப்படும் வீட்டு விலக்கைத் தூய்மையற்றதாகவும் அவ்வாறு வீட்டு விலக்காகும் பெண்டிரைத் தூய்மையற்றோராகவும் கருதி விலக்குவதையும் அயல் (வழிபாட்டு) மரபு தனது இயல்பாகக் கொண்டுள்ளமையும் இங்கு ஒப்புநோக்கத் தக்கது.

முடிவுரை

மேலே சுட்டிக்காட்டியுள்ள பல்வேறு பண்பாட்டியல் ஆய்வுகளும் அவற்றின்வாயிலாகப் பெறப்பட்ட பல்வகைப் பண்பாட்டுத் தரவுகளும் 'வழிபடு உருவாரங்களுக்கு ஆற்றல் ஏற்றுதல்', 'ஆற்றல். நிலைநிறுத்தப்பட்ட வழிபடு உருவாரங் களுக்கு மறுஉயிர்ப்பு அளித்தல்', 'மறு உயிர்ப்பிற்குக் குருதியைப் பயன்படுத்துதல்' உள்ளிட்ட பண்பாட்டுக் காரணிகளில் இயல் (வழிபாட்டு) மரபானது தனித்ததொரு நிலைபாட்டையும் அயல் (வழிபாட்டு) மரபானது அதிலிருந்து வேறுபட்டதொரு நிலைபாட்டையும் கொண்டுள்ளமையைத் தெளிவாகப் புலப்படுத்துகின்றன.

அடிக் குறிப்புகள்

1 மில்டன் சிங்கர் எனும் மேனாட்டு மாந்தவியலாளரது மாணவரான மிக்கிம் மாரெட்டு, 1955 காலகட்டத்தின்போது, வட இந்தியா வில் உள்ள கிசண்கார் என்னும் சிற்றூரில் பின்பற்றப்படும் சமுதாயப் போக்குகள் குறித்துத் தாம் மேற்கொண்ட ''சிறு சமுதாயங்களும் மண்ணின் மரபார்ந்த நாகரிகமும்'' என்ற பொருண்மையிலான தனது ஆய்வின்வாயிலாக, இந்தியாவில் வழங்கலாகும் இவ்விரு வேறுபட்ட வழிபாட்டு மரபுகளை இனங்கண்டறிந்து ஆய்வுலகிற்கு அறிமுகப்படுத்தினார்.

2 மாரெட்டு (1955) அறிமுகப்படுத்திய Little Tradition Vs Great Tradition என்னும் கலைச் சொல்லாட்சிக்கு ஈடாகத் தமிழ்நாட்டில் ஏற்கெனவே 'சிறு மரபு X பெரு மரபு' (திருநாவுக்கரசு, க.த. : 1984) எனவும் 'சிறுநெறி மரபு X பெருநெறி மரபு' (சுப்பிர மணியன், பெ. 2000) எனவும் 'தனி மரபு X பொது மரபு' (பாரதி, பக்தவத்சல: 1990) எனவும் 'இயல் மரபு X அயல் மரபு' (மகேசுவரன், சி.:1996) எனவும் மாறுபட்ட கலைச் சொல்லாட்சிகள் புழக்கத்தில் உள்ளன.

3 'மல்லாண்டை வழிபாடு' தொடர்பான விரிவான தகவல்களுக்குக் காண்க: மகேசுவரன், சி.1996.

4 இது தொடர்பான விரிவான தகவல்களுக்குக் காண்க: Maheswaran, C. 1997.

5 தொல் சமயம்சார் மந்திரம் குறித்து மேலும் விரிவான தகவல்களுக்குக் காண்க: சிவசுப்பிரமணியன், ஆ. (1988), முத்தய்யா, இ (1988) மற்றும் ஞானசேகரன், தே. (1992).

நோக்கீட்டு ஏடுகள்

(தமிழில்)

சிவசுப்பிரமணியன். ஆ. 1988, மந்திரம் சடங்குகள். சென்னை: நியூ செஞ்சுரி புக் ஹவுஸ்.

செல்வராசு, சிலம்பு நா. மற்றும் சண்முக விட்டுணுதாசன் (பதிப்பர்). 1992. நாடு தோறும் நாட்டுப்புற மரபுகள். இருளக்குப்பம்: சவிதா வெளியீட்டகம்.

ஞானசேகரன், தே. 1992. நாட்டார் சமயம்: தோற்றமும் வளர்ச்சியும். மதுரை: கியூரி பதிப்பகத்தார்.

பாரதி, பக்தவத்சல, 1990, பண்பாட்டு மானிடவியல். சிதம்பரம்: மெய்யப்பன் பதிப்பகம்,

மகேசுவரன், சி. 1996. ''கொங்கு நாட்டில் மல்லாண்டை -ஓர் அறிமுகம்'' தமிழர் வரலாறு -1, (பதிப்பர்) குருசாமி சித்தன் மற்றும் தே.ஞானசேகரன். கோயம்புத்தூர்: தமிழர் பண்பாட்டுச் சமூக ஆய்வு மன்றம்.

முத்தய்யா, இ. 1988. நாட்டுப்புற மருத்துவ மந்திரச் சடங்குகள். மதுரை: சர்வோதய இலக்கியப் பண்ணை:

.... 1984. சமத்கிருதவாக்கம். வேப்பேரி: பெரியார் சுயமரியாதை வெளியீட்டகம்.

(ஆங்கிலத்தில்)

Maheswaran, C. 1997. ''Koothandai Thiruvizha: A Study in Cultural Pluralism in Tamil Folklore'' (Mimeo.) Paper presented at the Indian Folklore Congress held at Thiruvanandapuram.

Maheswaran, C. 2001. ''Contribution ofTribal Nilgiris in the Preservation of Our Art & Cultural Heritage.'' Proceedings of the Seminar on 'Our Role in Protecting Cultural Heritage.' Chennai: Government Museum.

.... 1987. The Encyclopaedia of Religion, Vol. 9. New York: Mcmillan Publishing House.

நன்றியுரை: இக்கட்டுரைக்கான கருவை என் எண்ணத்தில் விதைத்தவரும் என் நினைவில் என்றும் நீங்காமல் வாழ்பவருமான எனது பெரு விழுமியத்திற்குரிய பேரா.முனைவர் உமா சரண் மொகந்தி - அவர்களுக்கு (சென்னைப் பல்கலைக்கழக மாந்தவியல் துறைத் தலைவர்) நெஞ்சார்ந்த நன்றி இங்கு படையலாக்கப்படுகிறது.

பண்பாட்டு ஆய்வில் பயின்றுவரும் சில வளமைக் குறியீடுகள்: ஒரு சமூகப் - பண்பாட்டு மானிடவியல் பார்வை

முன்னுரை

தனது இனத்தைப் பெருக்கிக்கொள்வதே உயிரினங்களின் முகாமையான வாழ்வியற் கடமையாகிறது. விலங்கின உலகின் உயர்படிமலர்ச்சி நிலையாக விளங்கும் மனிதரிடையேயும் இதுவே தலையாய கடமையாக அமைகிறது. எனவே, ஆதிகாலம் தொடங்கி மனித இனக்குழுக்களால் இனப்பெருக்கத்தைப் போற்றிப் பேணும் வகையில் பல்வேறு வளமைச் சடங்குகள் உலகம் முழுதும் மேற்கொள்ளப்படுகின்றன. உணவு தேடும் சமூகம் என்ற நிலையிலிருந்து மனிதச் சமூகமானது உணவு உற்பத்திச் சமூகமாக மாறிப் பயிர்த் தொழிலில் ஈடுபட்டபோது இனப்பெருக்கம் தொடர்பான வளமைச் சடங்குகளைப் பயிர்த் தொழிலிலும் கடைப்பிடிக்கத் தொடங்கியது.[1]

வளமைச் சடங்குகளின் தாக்கத்தினால் மனிதச் சமூகத்தில் வளமை வழிபாடானது வளர்ச்சியுற்ற நிலையில், வளமையைக் குறிக்கும் பல்வேறுபட்ட வளமைக் குறியீடுகள் மனிதர் பண்பாட்டின் பல் வேறு களங்களிலும் இடம்பெறலாயின. இத்தகைய பின்புலத்தில் பண்பாட்டு ஆய்வில் பயின்றுவரும் சில வளமைக் குறியீடுகள் குறித்துச் சமூகப்- பண்பாட்டு மானிடவியல் பார்வையில் காண்பதே இக்கட்டுரைக் களமாகிறது.

வளமைக் குறியீடுகள்- தன்மையும் வகைபாடும்

வயிறு பெருத்து வருதல், பிள்ளையைப் பெற்றெடுத்தல் உள்ளிட்ட நிகழ்வுகள் வெளிப்படையாகத் தெரிவதால் மனித இனப்பெருக்கத்திற்குப் பெண்ணே முழு முதற் காரணி என்ற புரிதலின் அடிப்படையில், பெண்ணின் பிறப்புறுப்பும் மார்பகமும் வளமைக் குறியீடுகளாகக் கருதப்படலாயின. ஆண்-பெண் இணைவே இனப்பெருக்கத்திற்குக் காரணி என்று பின்னர் தெளிவு ஏற்பட்டபோது, அப்புரிதலை உணர்த்தும் வளமைக் குறியீடுகளும் மனிதர் பண்பாட்டில் இடம்பெறத் தொடங்கின.

ஆணின் வீரியத்திற்கும் இனப்பெருக்கத்திற்கும் தொடர்பு உண்டென அது தொடர்பான வளமைக் குறியீடுகளும் மனிதர் பண்பாட்டுக் களங்களில் இடம் பெறலாயின. விலங்கினங்களுள் சில குறுகிய காலங்களுக்குள்ளேயே பல்கிப் பெருகுவதைக் கண்ணுற்ற நிலையில், அவ்விலங்கினங்களும் வளமைக் குறியீடுகளாகக் குறிக்கப்பட்டன. இவை தவிர, ஆற்றலை ஒரு புள்ளியில் ஒருங்கிணைத்தல் மற்றும் இறந்தோரை மறுவுயிர்ப்பிக்கும் மனித முயற்சிகளும் வளமைக் குறியீடுகளுக்கு வழிகோலின.

மேற்குறிப்பிட்ட வளமைக் குறியீடுகளைக் கீழ்க்காணும் ஐந்து பண்பாட்டுக் களங்களுக்குள் ஒருவாறு அடக்கலாம்:

1. பெண், ஆண் பாலுறுப்புகள் மற்றும் ஆண்-பெண் இணைவு.
2. ஆண்மை வீரியம்.
3. தன்னினத்தைப் பல்கிப் பெருக்குதல்.
4. இயங்குநிலை ஆற்றலை ஒரு புள்ளியில் ஒருங்கிணைத்தல்.
5. இறந்தோரை மறுவுயிர்ப்பித்தல்.

பெண், ஆண் பிறப்புறுப்புகள். மற்றும் ஆண்-பெண் இணைவு தொடர்பான வளமைக் குறியீடுகள்

பெண்ணின் புறப் பாலுறுப்பான யோனி ஆவுடையாகவும் கருவைச் சுமக்கும் கருப்பை ஈமத் தாழியாகவும், ஆண் புறப் பாலுறுப்பான ஆண் குறியானது இலிங்கமாகவும் ஆண்-பெண் இணைவு ஆவுடையுடன் இணைந்த மகாலிங்கமாகவும் குறிக்கப்பட்டன. கலயத்தைப் பெண் உடலாகவும் அதைத் தாங்கும் பிரிமனையை ஆண் உடலாகவும் கலை வரலாற்றியலாளரான பூபுல் ஜயகர் குறிப்பிடுகிறார்.[2] சென்னை அரசு அருங்காட்சியக மானிடவியல் பிரிவின் காட்சிக்கூடங்களுள் ஒன்றான வரலாற்றுமுன்நிலைக்காலக் காட்சிக்கூடத்தில் அழகுறக் காட்சிப்படுத்தப்பட்டுள்ள பெருங்கற்கால நீலகிரியின் சிறு ஈமப் பாண்டம் ஒன்றில் மார்பக முகிழ்ப்புகள் காட்டப்பட்டுள்ளமை பெண் உடலாகக் கலயம் கருதப்படுவதை உறுதிப்படுத்தும். இதே காட்சிக்கூடத்தில் காட்சிப்படுத்தப்பட்டுள்ள பெருங்கற்கால ஆதிச்சநல்லூர் ஈமத் தாழிகள் அகன்ற, கருப்பை வடிவத்தில் உருவாக்கப்பட்டுள்ளமையும் இங்குக் குறிக்கத் தக்கது; இவற்றுள் பெரும்பாலான தாழிகளின் கழுத்துப் பகுதியில் காட்டப்பட்டுள்ள தொப்புள் கொடி வடிவமைப்பானது ஈமத் தாழிகள் வளர் கருவைச் சுமக்கும் கருப்பை என்பதை மீண்டும் வலியுறுத்தும்.[3] தென்

தமிழ்நாட்டின் 'சுழவுகள்' எனும் பெரிய முறங்களும் வீட்டுப் பூசை விளக்குகளும் அகன்ற கருப்பை வடிவிலேயே வடிவமைக்கப் பட்டுள்ளமை வளமைக் குறியீட்டாக்கமே ஆகும்.[4]

ஆண்-பெண் இணைவு என்பது வளமைக்கான வழி என்ற நிலையில், பயிர் செய் நிலத்திலேயே ஆண்-பெண் பாலுறவு நிகழ்த்தப்பட்டது. மேற்குத் தமிழகத்து வயல்களில் ஆண்-பெண் இணைவு நிலைப் பதுமைகளை நிலைநிறுத்தும் மரபானது மேற்குறித்த வளமைச் சடங்கின் பண்பாட்டு எச்சமே எனலாம்.[5] தமிழகம் முழுவதும் பெண்களால் மட்டும் ஒரு வகை இரகசியச் சடங்காக மேற்கொள்ளப்படும் 'செவ்வாப் பிள்ளையார்' என்கிற அவ்வை நோன்பின்போது படைக்கப்படும் ஆண் புறப்பாலுறுப்பு, பெண் புறப்பாலுறுப்பு வடிவிலான உப்பில்லாக் கொழுக்கட்டைகளும் வளமைக் குறியீடுகளே.

ஆண்மை வீரியம் தொடர்பான வளமைக் குறியீடுகள்

சிந்துவெளி நாகரிகக் காலமான செம்பு- கற்காலம் தொடங்கி எருமையும் ஆரியர் வருகைக்குப் பின் குதிரையும் ஆண்மை வீரியத்தின் குறியீடாகக் குறிக்கப்படுகின்றன. பெருங்கற்கால ஆதிச்சநல்லூர் வெண்கலச் சாம்பிராணித் தூபத் தாங்கிகளின்[6] சித்தரிப்பு உருவங்களாக அமையும் விலங்குகளுள் எருமைச் சிறுவுருவங்கள் ஒரு தாங்கியின் வட்ட அமைப்பில் நிறுவப்பட்டுள்ளமையும் பெருங்கற்கால நீலகிரிச் சுடுமண் ஈமப் பாண்ட மூடிகளின் அலங்கரிப்பாக அமையும் உருவாரங்களுள் எருமையானது பெருமளவில் காட்டப்பட்டுள்ளமையும் இங்குக் கருத்தில் கொள்ளத் தக்கது.[7] கருநாடக மாநிலத் தென் கனரா மாவட்டத்தில் அமைந்துள்ள பூதக் கோவிலின் வெண்கலச் சிறுவுருவாரங்களிலும் மரச் சிற்பங்களிலும் எருமை உருவாரம் இடம்பெறுதலும் தமிழ் நாட்டு நாட்டுப்புற இயல் தெய்வக் கோவில்களில் சுடுமண் குதிரைச் சிற்பங்கள் முகாமையாக அமைந்துள்ளமையும் இங்கு நினைவில் கொள்ளத் தக்கவை.[8]

வீட்டு விலங்குகளாக்கப்பட்டவற்றுள் எருமையும் குதிரையும் மதர்த்த உடற்கட்டுடன் திகழ்வதால் ஆண்மை வீரியத்தின் குறியீடாக இவை குறிக்கப்பட்டிருக்கலாம்.[9]

தாழ்நிலை முதுகெலும்பிகளுள் பாம்பும் ஆண் வீரியத்தின் குறியீடாகக் கருதப்படுகிறது.[10] இதன் தொடர்ச்சியாகப், பின்னிப் பிணைந்த இணைப் பாம்புகள் ஆண்-பெண் இணைவைக் காட்டும் குறியீடாகக் காலவோட்டத்தில் கருதப்படலாயின. அதனாலேயே,

குழந்தைப் பேறு வேண்டி நேர்ந்து கொண்டோர் தமக்குக் குழந்தைப் பேறு கிடைத்த பின்னர் நேர்ச்சைக் கடனாக இத்தகைய இணைப் பாம்பு உருவாரங்களை மரத்தடியில் நிலைநிறுத்தும் வழக்கம் ஏற்பட்டது. இந்நாட்டுப்புறப் பண்பாட்டு நடத்தையானது காலப் போக்கில் இந்து சமயத் தாக்கத்தினால் நாகதோஷ நிவர்த்திக்கு இணைப் பாம்பு உருவாரங்களை நேர்த்திக் கடனாக நிறுவும் போக்கிற்கு இட்டுச் சென்றுள்ளது.[11]

தன்னினத்தைப் பல்கிப் பெருக்குதல் தொடர்பான வளமைக் குறியீடுகள்

ஒவ்வொரு இனப்பெருக்கக் காலத்தின்போதும் நூற்றுக்கணக்கில் தன் இனத்தைப் பல்கிப் பெருக்கும் தன்மையுடையன என்ற அடிப்படையில் மனிதச் சமூகமானது மீனையும் ஆமையையும் வளமைக் குறியீடாகக் குறித்தது. இவை போன்று பல்கிப் பெருகும் பல்வேறு உயிரினங்கள் இருப்பினும் தமக்கு உணவாக அமையும் விலங்குகளுள் பல்கிப் பெருகும் விலங்குகளான மீனும் ஆமையுமே மனிதரது பார்வைக்கு வளமைக் குறியீடுகளாகத் தென்பட்டமை வியப்பிற்குரியது அல்ல. தென் இந்தியக் கோவில்களில் மீனும் ஆமையும் வளமைக் குறியீடுகளாகத் தவறாமல் காட்டப்பட்டுள்ளமை இக்கருத்திற்கு அரணாக அமைகிறது. இருப்பினும். காலம் செல்லச் செல்ல ஆமையைப் பற்றி எதிர்மறையான பண்பாட்டு விழுமியங்கள் ஏற்பட, ஏற்பட வளமைக்கான குறியீட்டாக்கம் என்பது மீனுக்கு மட்டுமே நின்று நிலைத்துவிட்டது.[12]

இயங்குநிலை ஆற்றலை ஒரு புள்ளியில் ஒருங்கிணைத்தல் தொடர்பான வளமைக் குறியீடு

நிலத்தில் இயங்குநிலை ஆற்றல் பரவியுள்ளதாகவும் அதை ஒரு புள்ளியில் ஒருங்கிணைப்பதாலேயே அது அந்த இடத்திலேயே நிலைகொண்டு பயன்படு ஆற்றலாகி உதவிடும் எனவும் மனிதர் கருதினர். இந்த முயற்சியில், ஒரே மையப் புள்ளியில் வட்டத்திற்குள் வட்டமாக வரைந்து பயன்கொள்ளும் முறை உருவானது. இவ்வாறு வளையத்திற்குள் வளையமாக அமையும்போது அம் மையப் புள்ளியிலேயே ஆற்றல் நிலைபெறுகிறது என்று மனிதச் சமூகம் உறுதியாக நம்புகிறது.[13]

இத்தகைய வட்டத்திற்குள் வட்டம் அல்லது வளையத்திற்குள் வளையமானது கால வெள்ளத்தில் வளமைக் குறியீடாக வளர்ச்சி யுற்றது. எனினும், இவ்வளமைக் குறியீடு பரவலாகப் பயன்பாட்டில் இல்லை. இது மேலாய்விற்குரியது.

இறந்தோரை மறுவுயிர்ப்பித்தல் தொடர்பான வளமைக் குறியீடுகள்

வேட்டையின்போது அடிபட்ட விலங்கானது இரத்தம் சிந்துவதன் வாயிலாக உயிரிழப்பதைக் கண்ணுற்ற வேட்டையாடி உணவு திரட்டிய தொல் சமூக மக்கள் இரத்த இழப்பானது உயிர் இழப்பை ஏற்படுத்தும் என்று உணர்ந்த நிலையில், இரத்தமே உயிர்மைப் பொருள் எனக் கண்டு தெளிந்தனர்; இதனைத் தொடர்ந்து, இறந்தோர் மீது இரத்தத்தைச் சேர்ப்பதன்வழியே அவர்க்கு மீண்டும் உயிர்ப்பு அளிக்கவியலும் என்றும் உறுதியாக நம்பினர். அதாவது, இறந்தோரை மறுவுயிர்ப்பிப்பதற்கும் இரத்தமே காரணம் என்று கருதினர். இதனால், இரத்தப் படையலில் தொடங்கி, உயிர்ப் பலி வரை மறுவுயிர்ப்பிக்கும் சடங்கியல் மரபானது மனிதச் சமூகத்தால் தொடர்ந்து நிகழ்த்தப்படலாயிற்று. காலம் செல்லச் செல்ல, ஒரு பக்கம் - இரத்தத்தின் செந்நிறமே மறுவுயிர்ப்பிக்கும் தன்மை கொண்டது என்கிற நம்பிக்கையில் செந்நிறம் கொண்ட பொருள்கள் அனைத்துமே உயிர்மைப் பொருள்களாகக் கருதப்படலாயின.

இவ்வகையில், செந்தூரம், செந்நிறமி, செந்நிறத் துகில், செஞ்சுடர் தீ என்பனவும் மறுபக்கம் மாதவிலக்கு இரத்தம், உமிழ்நீர், சிறுநீர் என்பனவும் உயிர்மைப் பொருள்களாகக் கருதப்படுகின்றன. உயிரற்ற பயன்பாட்டுக் கருவிகளுக்குச் செந்தூரம் இடுவதும் புனிதப் பொருள்களைச் செந்நிறத் துகிலில் பொதிந்து வைப்பதும் இயல் தெய்வத்திற்கென மேற்கொள்ளும் இரகசியச் சடங்கின்போது அதன் வரையோவிய உருவிற்குச் செஞ்சாந்து பூசுவதும் இறந்தோர் உடலைச் செஞ்சுடர் தீயில் இடுவதும் மங்கல நிகழ்வுகளின்போது மஞ்சளும் சுண்ணாம்பும் கலந்த செந்நிற 'ஆலத்தி' எடுத்தலும் சவோரர் பழங்குடியினர் தமது அம்பு முனையில் உறைந்து வாழும் மீயியல் ஆற்றலான 'மனா' தொடர் பயன்பாட்டினால் தனது ஆற்றலை இழக்க நேரிடுவதாகக் கருதி, அதனை மறுவுயிர்ப்பிக்க மகளிரின் மாத விலக்கு இரத்தம் படும் வகையில் அவர்கள் வந்து போகும் நீர்நிலைக்கான பாதை வழிகளில் தம் அம்புகளைப் போட்டு வைத்தலும் வேனல் கட்டி உள்ளிட்டவற்றிற்கு உமிழ்நீர் அல்லது சிறுநீர் பூசுவதுமான இன்னோரன்ன செயற்பாடுகளை மேற்குறித்தவற்றிற்குத் தக்க சான்றுகளாகச் சுட்டலாம்.[14]

நிறைவுரை

வளமைக் குறியீடுகள் பற்றிய முறையான புரிதலானது வள்மைச் சடங்கின் முகாமையை உணர்த்தும். இதனை ஒட்டியே வளமைச்

சடங்கியல் மரபு மற்றும் வளமை வழிபாட்டின் முதன்மையும் முகாமையும் நமக்குப் புரிபடத் தொடங்கும்.

வளமைக் குறியீடுகள் சார்ந்த வளமை வழிபாடே பிற்காலத்தில் தாந்திரீக வழிபாடாகப் படிமலர்ச்சி அடைந்துள்ளமையால், வளமைக் குறியீடுகள் குறித்த புரிதல் அடிப்படைத் தேவை என்பது சொல்லாமலேயே விளங்கும்.

மனிதச் சமூகம் முழுதும் விரவிக் காணப்படும் வளமையைக் குறித்த முழுதளாவிய பார்வைக்கும் வளமைக் குறியீடுகள் குறித்த இத்தகைய சரியான புரிதல்களே பேருதவியாய் விளங்கும் என்பது திண்ணம்.

அடிக் குறிப்புகள்

1 பெண்ணின் பிறப்புறுப்பிலிருந்து பயிரொன்று முளைத்துக் கிளைத்து வருவதுபோலச் சிந்துவெளி முத்திரையொன்றில் சித்தரிக்கப்பட்டுள்ளதன்வாயிலாக மனித வளமைக்கும் பயிர் வளமைக்கும் இடையே தொடர்பு இருப்பதாக மனிதச் சமூகம் கருதுவது பெறப்படும்.

2 விரிவான தகவல்களுக்குக் காண்க: Jayakar, Pupul, 1980.

3 குறுமுனி அகத்தியன் கலயத்தில் பிறந்தான் எனவும் காந்தாரியின் கருப் பிண்டங்கள் பாண்டங்களில் இடப்பட்டுக் கௌரவர் பிறப்பு ஏற்பட்டது எனவும் கூறும் தொன்மக் கதைக்கூறன்களும் பின்னாளில் இக்கருத்தையே குறித்தன.

இறந்த மனிதர் மீண்டும் தாயின் கருப்பையினுள் மறுபிறப்பு அடைவதாகப் பெருங்கற்கால மக்கள் கருதியதன் அடிப்படையிலேயே, அக்கால ஈமத் தாழிகள் அகன்ற கருப்பை வடிவிலேயே உருவாக்கப்பட்டன என்பர் தொல்லியல்சார் மானிடவியலாளர். இக்கருதுதல்களின் தொடர்ச்சியே இன்றும் நிலவிடும் 'பூரண கலசம்.'

4 தென் தமிழ்நாட்டில் மட்டுமே சுழவுகளும் பூசை விளக்குகளும் அகன்ற கருப்பை வடிவில் அமைந்துள்ளமை மேலாய்விற்குரியது.

5 ஒடிஸா மாநிலப் பழங்குடிக் குழுக்களுள் ஒன்றான கந்தர் பழங்குடியினரிடையே ஆண் - பெண் புணர்நிலைச் சிறு படிமங்கள் டோக்ரா கலை வடிவங்களாக உருவாக்கப்பட்டு வழக்கில் உள்ளன. இத்தகைய படிமங்களுள் இரண்டு, சென்னை அரசு அருங்காட்சியக மானிடவியல் பிரிவின் இனக்குழு வொப்பாய்வியல் காட்சிக்கூடத்தில் இடம்பெற்றுள்ளன.

6 சென்னை அரசு அருங்காட்சியக மானிடவியல் பிரிவின் வரலாற்று முன்நிலைக் காட்சிக்கூடத்தில் இக்குறிப்பிட்ட அரும்பொருளானது காட்சிக்கு இடப்பட்டுள்ளது.

7 மேற்படிச் சுடுமண் அரும்பொருள்களும் சென்னை அரசு அருங்காட்சியக மானிடவியல் பிரிவின் வரலாற்று முன்நிலைக் காட்சிக்கூடத்திலேயே காட்சிப்படுத்தப்பட்டுள்ளன. விரிவான தகவல்களுக்குக் காண்க: *Maheswaran, C. 2014.*

8 'புரவி எடுப்பு' எனும் சடங்கியல் மரபின் பெயரில் புதிதாகச் செய்யப்பட்ட சுடுமண்ணாலான குதிரை உருவாரங்கள் தமிழ்நாட்டின் பல்வேறு மாவட்டங்களில் நேர்ச்சைப் பொருள்களாக ஆண்டுதோறும் பக்தர்களால் காணிக்கையாகப் படைக்கப்படுகின்றன.

9 இவற்றிற்குச் சரியான சான்றுகளாகக் கருநாடகத்தில் ஆண்டிற்கு ஒரு முறை எருமைகளைக்கொண்டு நடத்தப்படும் 'எருமை ஓட்டம்' என்கிற நாட்டுப்புறப் போட்டியையும் தமிழ்நாட்டில் பரவலாக மேற்கொள்ளப்படும் 'புரவி எடுப்பு' என்னும் நாட்டுப்புற வழிபாட்டு மரபையும் குறிப்பிடலாம்.

10 கனவுகள் குறித்த ஃப்ராய்டின் உளவியல் பகுப்பாய்விலும் பாம்பு என்பது பாலுறுப்பின் குறியீடாகவே கொள்ளப்படுவதை இங்கு ஒப்பு நோக்கலாம்.

11 மனிதச் சமூகத்தில் பாம்பு வழிபாடானது மிகத் தொன்மைக் காலம் முதற்கொண்டே வழக்கத்தில் உள்ளமை நாம் அனைவரும் அறிந்தவொன்றே. பழங்குடிச் சமய மரபு, நாட்டுப்புறச் சமய மரபு மட்டுமல்லாமல் வைதிகச் சமயத்திற்கு முற்பட்ட புத்த, சமண சமயங்களிலும் இப்பாம்பு வழிபாடு விரவியே காணப்படுகிறது. மரம்மீதான வாழ்க்கை மேற்கொண்ட காலம் தொடங்கித் தொல்பழங்கால மாந்தரது பாம்பு பற்றிய அச்ச உணர்வின் வெளிப்பாடான 'பாம்பு வழிபாடு' இன்றும் தொடர்ந்து வருதல் ஆர்வமூட்டும் செய்தியாகும்.

12 'ஆமை புகுந்த வீடும் அமீனா புகுந்த வீடும் உருப்படாது' எனப் பழமொழி உருவான நிலைக்கு ஆமையின் நிலைமை இன்றைக்கு மிகவும் மோசமானது வருத்தம் அளிக்கிறது.

13 மனித உடலில் ஆற்றலானது குறிப்பிட்ட புள்ளிகளில் மையம் கொண்டுள்ளது எனவும் அவற்றை உள ஒருங்கிணைப்பின் வாயிலாகத் தூண்டுவதால் அந்த ஆற்றலானது வீறுகொண்ட ஆற்றலாக வெளிப்படும் எனவும் இந்திய யோக மரபு (Yogic Tradition of India) கூறுவது இங்கு ஒப்பு நோக்கத் தக்கது.

14 மேலும் விரிவான தகவல்களுக்குக் காண்க: மகேசுவரன்,
சி.1985 ஆ.

நோக்கீட்டு ஏடுகள்

மகேசுவரன், சி. 1985 அ. ஆதிக்குடிகளின் ஈமச் சடங்குகள்.
வாழ்வியற் களஞ்சியம், தஞ்சாவூர்: தமிழ்ப் பல்கலைக்கழகம்.
மகேசுவரன், சி. 1985 ஆ. உயிர்ப்பலி, வாழ்வியற் களஞ்சியம்.
தஞ்சாவூர்: தமிழ்ப் பல்கலைக்கழகம்.
Jayakar, Pupul. 1980. The Earthern Drum, New Delhi: National
Museum.
Maheswaran, D. 2014, The Decorated Pottery Lids of Megalithic
Nilgiris: Chennai. Government Museum,

நன்றியுரை : பரந்துபட்ட பண்பாட்டு ஆய்வுக் களங்களை
எனக்கு அறிமுகப்படுத்திய எனது தாய்த் துறையாகிய தமிழ்நாடு
அருங்காட்சியகத் துறைக்கும் மானிடவியல் ஆய்வாளனாக என்னை
உருவாக்கி, வளர்த்து ஆளாக்கிய சென்னை அரசு அருங்காட்சியகத்
திற்கும், குறிப்பாக அதன் மானிடவியல் பிரிவிற்கும் என்
நெஞ்சார்ந்த நன்றி இங்கே படைக்கப்படுகிறது.

மானிடவியல் பார்வையில்
'தொப்புள் கொடி உறவு'

முன்னுரை

தொப்புள் கொடி என்பது கருவுற்ற தாயையும் அத்தாயின் கருப்பையினுள் வளர்ந்து வரும் சேயையும் இணைக்கும் ஓர் உறுப்பாகத் திகழ்கிறது. இத்தொப்புள் கொடிவாயிலாகவே கருவுற்ற தாயின் கருப்பை வளர் சேய்க்கான ஊட்டப் பொருள் தாயிடமிருந்து குழந்தைப் பேறு காலம் வரை பெறப்படுகிறது. இருப்பினும், குழந்தைப் பேற்றின்போது பனிக்குடம் உடைந்து, தாயின் பிறப்புறுப்பு வழியே குழந்தை வெளியேறிய உடனேயே இத்தொப்புள் கொடியானது அறுக்கப்பட்டுத் தாயிடமிருந்து சேய் தனி உயிரியாகப் பிரிக்கப்படுகிறது. அவ்வாறு அறுக்கப்பட்ட தொப்புள் கொடியின் எச்சமானது நாளாவட்டத்தில் சுருங்கிக் குழந்தையின் தொப்புளாக உருப்பெறுகிறது.

குழந்தைப் பேற்றுக்குப் பின்னர் தொப்புள் கொடியோடு தொடர்புடைய எச்சங்கள் தாயின் கருப்பையிலிருந்து வெளியேற்றப்பட வேண்டிய 'நஞ்சு' என்றே கருதப்படுகிறது. இந்த நஞ்சானது தாயிடமிருந்து இயற்கை உந்துதல்வாயிலாக வெளியேற்றப்படாமல் கருப்பையிலேயே தங்கிவிட நேர்ந்தால், அது அத்தாயின் உயிருக்கே ஊறு விளைவிப்பதாகவும் அமைந்து விடும். பிந்தைப் பேறு கால மருத்துவத்தில் இத்தகைய நஞ்சு நீக்கமானது முதன்மை பெறுகிறது.[1]

இத்தகைய தொப்புள் கொடி உறவு குறித்து மானிடவியல் நோக்கில் விரிவாகக் காண்பதே இக்கட்டுரைக் களமாகிறது.

1. தொப்புள் கொடி குறித்த மானிடவியல்சார் தொல்லியல் சான்றுகள்

வரலாற்று முகிழ்ப்புக் காலமான (Protohistoric Period) சிந்து சமவெளிக் காலத்தைய முத்திரையொன்றில் தாயின் பிறப்புறுப்பி லிருந்து பயிர் முளைத்துக் கிளைத்து வெளிப்படுவதாகக் காட்டப்பட்டுள்ளமை இங்குச் சுட்டத் தக்கது. சிந்து சமவெளிக் கால மக்களின் வளமை வழிபாட்டுக் குறியீடாக இம் முத்திரைச் சித்தரிப்பு எடுத்துரைக்கப்படுதல் இங்குக் கருத்தில் கொள்ளப்படவேண்டிய செய்தியாகும்.[2]

பெருங்கற்காலம் எனப்படும் இரும்புக் கால ஈமத் தாழிகளை அகன்ற கருப்பை வடிவத்தில் அமைத்து, அவற்றின் கழுத்துப் பகுதியில் தொப்புள் கொடியைக் குறியீடாகக் காட்டியுள்ளமை இறந்தோரின் ஆவியானது மீண்டும் தாயின் கருப்பையினுள் நுழைந்து, மறு பிறப்பு எடுப்பதாகக் கருதும் வெளிப்பாட்டின் எதிரொளிப்பே ஆகும்.[3]

2. பழங்குடி, நாட்டுப்புறச் சமூகங்களிடையே தொப்புள் கொடி பற்றிய கருத்தாக்கங்கள்

அந்தமான் பழங்குடிகளுள் ஒன்றான ஜாரவா பழங்குடியினர் தம் பிறப்புறுப்பை மறைத்தலைவிட, தொப்புள் பகுதியை மறைத்தற்கே முதன்மையிடம் அளிக்கின்றனர். அகன்ற மூங்கிலாலான தொப்புள் பட்டையைக்கொண்டு தொப்புள் பகுதியை ஜாரவா பழங்குடியினர் தவறாமல் மறைத்துக்கொள்கின்றனர். ஒருவரது தொப்புள் பகுதி என்பது அவருடைய குருதிவழி நெருக்கவுறவினர் மட்டுமே பார்க்கப்பட அனுமதிக்கப்பட்டது என இப்பழங்குடியினர் கருதுதலே இதற்குக் காரணமாகும். அவ்வாறு தொப்புள் பகுதியை மறைக்காமல் விட்டுவிட்டால், வெளி மாந்தரால் தம்மீது தீவினை மந்திரம் ஏவப்பட ஏதுவாகும் என்று ஜாரவா பழங்குடியினர் உறுதியாக நம்புகின்றனர்.

தொப்புள் கொடியோடு தொடர்புடைய நஞ்சுக் கொடியை வைக்கோலால் சுற்றிப் பாதுகாப்பாக உயர்ந்த மரக் கிளைகளில் கட்டித் தொங்கவிடப்பட வேண்டும் என்றே பல்வேறு இந்தியப் பழங்குடியினரும் நாட்டுப்புற மாந்தரும் கருதுகின்றனர். குழந்தைப் பேற்றோடு தொடர்புடைய இந் நஞ்சுக் கொடியைக்கொண்டு பிறந்த சேய்க்கோ அதன் தாய்க்கோ தீவினை ஆற்றிடும் மந்திர ஆற்றலை ஏவி, ஊறு செய்திட நேர்தலைத் தவிர்த்தற்காகவே இத்தகைய பண்பாட்டு ஒழுகலாறு கடைப்பிடிக்கப்படுகிறது. தொன்மை மந்திரத்தின் ஒரு பிரிவான 'ஒரு முறை தொடர்புடையது எப்போதும் தொடர்புடையதாகவே இருக்கும்' *(Once in contact is always in contact)* என்னும் தொடு மந்திரம் அல்லது தொற்று மந்திரம் இங்கு அடிப்படையாக அமைகிறது[4].

தொன்மைப் பழங்குடிக் குழுக்கள் என்று அறியப்பட்ட குறிப்பிடத்தக்க அழிநிலைப் பழங்குடிக் குழுக்கள் மூங்கிலாலான கத்தியையே தொப்புள் கொடியை அறுக்கப் பயன்படுத்துகின்றனர்[5]. இருப்பினும், காலவோட்டத்தில் இவர்தம் புழங்குபொருள்சார்

பண்பாட்டில் ஏற்பட்ட படிமலர்ச்சி மாற்றம் உலோகக் கத்தியை, குறிப்பாக இரும்புக் கத்தியை மாற்றாகக் கொண்டுள்ளது.

ஒடிஸா மாநிலக் கொந்தர் பழங்குடியினரின் சாமியாடி தம் அம்பு முனையால் நோயுற்றோரின் தொப்புளைத் தொட்டு மருத்துவம் பார்த்தலை இங்கு ஒப்பு நோக்கலாம்.

3. தொப்புள் கொடி மற்றும் தொப்புள் தொடர்புடைய சில நாட்டுப்புற நம்பிக்கைகள்

குழந்தை பிறப்பின்போது, சேயின் உடல்மீது தொப்புள் கொடி சுற்றிய நிலையில் இருந்தால், அக்குழந்தையின் தாய் மாமனுக்கு ஆகாது என்றொரு நம்பிக்கையானது தமிழக நாட்டுப்புற மக்களிடையே நிலவுகிறது. இதனை, "மாலை சுற்றிப் பிறந்தால் மாமனுக்கு ஆகாது' என்கிற சொல் வழக்கால் குறிப்பர். இங்கே, சுற்றிய நிலையிலுள்ள தொப்புள் கொடியானது 'மாலை' எனக் குறிப்பிடப்படுதல் குறிக்கத் தக்கது.

அடிவயிற்றுச் சூட்டினால் வயிற்று வலி ஏற்படுமானால், அதனைச் சீராக்கத் தொப்புள் குழிக்குள் ஆமணக்கு எண்ணெய்யைத் தடவுதல் மரபார்ந்த மருத்துவ முறையாகப் பின்பற்றப்படுகிறது.

4. தொப்புள் கொடியும் வித்து/ முகிழ் உயிரணுக்கள் கருத்தாக்கமும்

தொப்புள் கொடியோடு தொடர்புடைய நஞ்சுக் கொடியைக் கொண்டு ஒருவர்க்குத் தீவினைகளை உருவாக்கவியலும் என்ற தொன்மைசான்ற நம்பிக்கையின் அடிப்படையிலேயே முற்காலத்தில் நஞ்சுக் கொடியானது பாதுகாப்பாக அப்புறப்படுத்தப்பட்டது. அதற்கு மாறாக, அண்மைக் கால மருத்துவ அறிவியல் கண்டுபிடிப்போ மேற்படி நஞ்சுக் கொடியை உயிர் காக்கும் அரிய 'வித்து உயிரணுக்கள்' (*Stem cells*) கொண்ட கொள்கலனாக அடையாளம் காட்டியுள்ளது.

வெட்டி எடுத்துப் பாதுகாப்பாக அப்புறப்படுத்தப்பட வேண்டியது என்று ஒரு காலத்தில் கருதப்பட்ட நஞ்சுக் கொடியானது மனித குலத்தின் உயிர் காக்கும் முகிழ் உயிரணுக்களின் கொள்கலன் என அண்மையில் முறையாக அறிந்தேற்பு செய்யப்பட்டுள்ள நிலையில், குருதி மற்றும் முகாமை உறுப்புகள் போன்று நஞ்சுக் கொடியும் மேம்பட்ட எதிர்கால மருத்துவச் சிகிச்சைக்கான முறையாகப் பாதுகாக்கப்படவேண்டிய ஒன்றாகும் என மாந்தர் இனம் கண்டுணர்ந்துள்ளமை ஆர்வமூட்டும் செய்தி.

5. நிறைவுரை

தொப்புள் பகுதியை முகாமையானதொரு பாலுணர்ச்சித் தூண்டல் பகுதியாக மரபார்ந்த மண்ணின் மைந்தரான பழங்குடியினர் கருதுதலும் இந்திய மரபார்ந்த மருத்துவ முறையானது மாந்தர் உடலின் முகாமையானதொரு நரம்புத் திரட்சியாகத் தொப்புளைக் கொள்ளலும் மாந்தர் பண்பாட்டு ஒழுகலாற்றில் தொப்புள் கொடி, தொப்புள் மற்றும் தொப்புள் பகுதி பெறும் சிறப்பிடத்தை உயர்த்திக் காட்டும்.

இவ்வாறு, தொன்மைக்கும் மரபுவழிக்கும் உறவுப் பாலமாக அமைவதுடன் அண்மைக் கால மருத்துவ அறிவியலிலும் முகாமையானதொரு இடத்தைத் தொப்புள் கொடி பிடித்துள்ளமையி லிருந்து மாந்தர் சமூகப் பண்பாட்டு வாழ்வியலில் தொப்புள் கொடி உறவின் பெருமையைப் பறைசாற்றக் காண்கிறோம்:

அடிக் குறிப்புகள்

1 ‘பூழ்’, ‘கொப்பூழ்’ என்பன ‘தொப்புளை’க் குறிக்கும் பிற பழந் தமிழ்ச் சொற்களாகும். இவற்றின் வேர்ச் சொல்லான ‘பூழ்’ என்பதன் அடிப்படையிலேயே கூயி உள்ளிட்ட நடுத் திராவிட மொழிகள் ‘பூடேஞ்ஜி’ என்றே தொப்புளைக் குறிப்பிடக் காணலாம்.

2 பிற்காலத் தொன்மக் குறிப்பில் திருமாலின் உந்திக் கமலத்தில் உதித்தவராகப் ‘பிரமன்’ சுட்டப்படுதலை மேற்படி சிந்துச்சமவெளிக் காலத்தைய முத்திரைச் சித்தரிப்பின் கால நீட்சியே எனக் கருத வேண்டியுள்ளது.

3 ஈமப் பாண்டங்களைப் பெண்ணின் குறியீடாகவும் அவற்றின் தாங்கிகளாக அமையும் பிரிமனைகளை (Ring stands) ஆணின் குறியீடாகவும் காட்டுகிறார் கலை வரலாற்றியலாளரான பூப்புள் ஜெயகர் அம்மையார் (விரிவான செய்திகளுக்குக் காண்க: Jayakar, Pupul, 1985).

4 தொன்மை மந்திரத்தின் மற்றொரு பிரிவானது “ஒத்தது ஒத்ததை உருவாக்கும்” (Like produces like) என்பதை அடிப்படையாகக் கொண்ட ‘பாவனை மந்திரம்’ அல்லது ‘ஒத்த மந்திரம்’ ஆகும்.

5 சோலைநாயக்கன் உள்ளிட்ட பழங்குடியினர் இன்றும் முகம் மழிக்கும் கத்தியாக மூங்கில் பத்தையையே பயன்படுத்துதலும்

புலயன் உள்ளிட்ட இனக்குழுவினர் தேனடைகளை அறுத்தெடுக்க மூங்கிலாலான கத்தியையே பயன்கொள்ளலும் இங்கு ஒப்பு நோக்கத் தக்கது.

நோக்கீட்டு ஏடுகள்

Jayakar, Pupul. 1985. The Earthen Drum. New Delhi: National Museum.

Maheswaran, C. 2011. Certain Choice Exhibits of Anthropology at the Government Museum. Chennai: Chennai Covernment Museum.

நன்றியுரை: இக்கட்டுரை எழுதுதற்கு எனக்குத் தூண்டுகோலாக அமைந்திட்ட தொல்லியல் அறிஞர் முனைவர் அர. பூங்குன்றன் - அவர்களுக்கு என் நெஞ்சார்ந்த நன்றி இங்கே படைக்கப்படுகிறது.

புழங்கு பொருள்சார் ஆய்வு தொடர்பான புதிய போக்குகளும் நோக்குகளும்

1. முன்னுரை

'பண்படு' என்னும் வினைச் சொல்லின் அடிப்படையில் உருவான பெயர்ச் சொல்லே 'பண்பாடு' எனத் தமிழில் வழங்கப் பெறுகிறது. இது 'Culture' என்கிற ஆங்கிலச் சொல்லாட்சிக்கு உரிய தமிழ்க் கலைச் சொல் ஆகும். "மானிடவியலின் அனைத்து ஆய்வுப் பரப்புகளும் 'பண்பாடு' எனும் அடித்தளத்தின் மீதே கட்டமைக்கப்பட்டுள்ளன" என்பார் ஃபிரான்சு போவாசு என்கிற மானிடவியலாளர்; மேலும், "கணிதத்தில் 'சுழியம்' என்னும் கருத்தாக்கம் எந்த அளவிற்கு முழுமையானதோ அந்த அளவிற்கு மானிடவியலில் 'பண்பாடு' பற்றிய கருத்தாக்கம் முதன்மை பெறுகிறது" என்று எடுத்துரைப்பார் போவாசு.

பண்பாடு குறித்த வரையறைகள், கருத்துப் பள்ளிகள், பகுப்புகள், பண்பாட்டு ஆய்வில் பயின்று வரும் சில முகாமைப் பொருண்மைகள் உள்ளிட்டவை இங்கு அறிமுகப்படுத்தப்படுவதுடன், புழங்கு பொருள் பண்பாட்டு ஆய்வின் புதிய போக்குகளும் விரிவாக எடுத்துரைக்கப்படலாகின்றன.

2. 'பண்பாடு' பற்றிய வரையறைகள் - ஒரு சிறு அறிமுகம்

பண்பாடு பற்றிப் பல வரையறைகள் மானிடவியலாளரால் அளிக்கப்பெற்றுள்ளன. இருப்பினும், காலச் சுருக்கம் கருதி, அவற்றுள் சான்றிற்கு இரண்டினை மட்டும் இங்குக் காண்போம்.

வரையறை - 1

'தலைமுறை, தலைமுறையாகக் குழுவாகச் சேர்ந்து செயலாற்றி, மாந்தர் கற்ற நடத்தை முறைகள், மரபுகள், பழக்கங்கள் மற்றும் இவற்றின் விளைவாக மாந்தரால் உருவாக்கப்பெற்ற புழங்கு பொருள்கள் உள்ளிட்டவை கொண்ட ஒரு தொகுதியே 'பண்பாடு' ஆகும்.'

வரையறை - 2

ஒரு சமூகத்தின் உறுப்பினனாக இருந்து கற்றுணரும் திறமைகளும் பழக்கங்களும் அடங்கிய முகாமைத் தொகுதியே 'பண்பாடு' என்பார் மானிடவியலார் ஈ.பி. டைலர்.

எனவே, அனைவராலும் பகிர்ந்துகொள்ளப்பட்டதும் கற்றுணரப்பட்டதுமே 'பண்பாடு' என்று சுருங்கச் சொல்லலாம்.

3. 'பண்பாடு' பற்றிய இரு வேறு கருத்துப் பள்ளிகள்

'பண்பாடனது உற்றுநோக்கக் கூடியது' என ஒரு கருத்துப் பள்ளியும் 'பண்பாடானது உய்த்துணரக் கூடியது' என்று மற்றொரு கருத்துப் பள்ளியும் இரு வேறுபட்ட கருத்துக்களை முன்வைக்கின்றன. இவற்றுள், முந்தையது 'உண்மையியல் வகைமை'யாகவும் பிந்தையது 'கருத்தியல் வகைமை'யாகவும் அமைகின்றன; அதாவது, 'உண்மையியலாளர்' தாம் நேரிடையாக உற்றுநோக்குதல்வாயிலாக அறியப்பெறும் நடத்தை முறைகளையும் அவற்றால் உருவாக்கப் பெற்ற புழங்குபொருள்களையும்கொண்டு பண்பாட்டை விளக்க முற்படுகின்றனர்; இதற்கு மாறாக, கருத்தியலாளரோ பண்பாடு என்பது செய்பொருள்களை மட்டும் சார்ந்தது அல்ல. - அவற்றைக் குறித்த மாந்தர் தம் கருத்துக்களுமே என்கின்றனர்.

ஆக, 'உண்மையியல் சார்ந்தது' 'கருத்தியல் சார்ந்தது' எனப் பண்பாடு பற்றி வழங்கப்பெறும் வரையறைகளை இரு வகைப்படுத்தலாம்.

4. பண்பாட்டின் இருமைப் பகுப்புகள்

தம் அன்றாட வாழ்வியல் தேவைகளுக்கென மாந்தர் படைத்து வழங்கும் தொட்டுணர் பண்பாட்டுப் பொருள்களான 'பொருள் வடிவங்களு'டன் வெளிப்படுத்தப்பெறும் கருத்துணர் பண்பாட்டு வெளிப்பாடுகளையும் 'மன வடிவங்களை'யும் ஒரு சேரக் கொண்டிலங்குவதே மாந்தர் பண்பாடு. எனவே, மாந்தர் பண்பாட்டைப் '(புழங்கு) பொருள்(சார்) பண்பாடு', '(புழங்கு) பொருள்சாராப் பண்பாடு'. என இரு பெரும் பகுப்புகளாக - அதாவது, 'இருமைப் பகுப்புகளாக' வகைபாடு செய்வர்.

இவை முறையே 'புறப் பண்பாடு', 'அகப் பண்பாடு' எனவும் 'வெளிப்படைப் பண்பாடு', 'உள்ளார்ந்த பண்பாடு' எனவும் மாற்றுச் சொல்லாட்சிகளாலும் குறிக்கப்பெறுகின்றன.

ஒரு பண்பாட்டின் புழக்கத்தில் உள்ள அனைத்துச் செய்பொருள்களையும்கொண்டு அப்பண்பாட்டைச் சார்ந்த மாந்தரின் புழங்குபொருள் பண்பாட்டை அறிந்துகொள்ள இயலும். அதனாலேயே, பண்பாட்டு ஆய்வில் புழங்குபொருள்சார் பண்பாட்டை அறிந்துகொள்வது தேவையாகிறது. இதுபோலவே, ஒரு பண்பாட்டில் இனங்காணப்பெறும் எல்லா நடத்தை முறைகளையும்கொண்டு அப்பண்பாட்டைச் சார்ந்த மாந்தர்தம் புழங்குபொருள் பண்பாட்டைப் புரிந்துகொள்வது தேவையாகிறது. ஆக, ஒரு பண்பாட்டை முழுதளாவிய நிலையில் புரிந்துகொள்ள 'புழங்குபொருள்சார் பண்பாட்டை'யும் 'புழங்குபொருள்சாராப் பண்பாட்டை'யும் ஒரு சேர உற்று நோக்கியும் உய்த்துணர்ந்தும் அறிந்து கொள்ள வேண்டியுள்ளது.

5. புழங்கு பொருள்சார் பண்பாட்டிற்கும் புழங்குபொருள் சாராப் பண்பாட்டிற்கும் இடையேயான தொடர்புறவுகள்

புழங்குபொருள்சார் பண்பாடானது தொட்டு உணரக்கூடிய 'பொருள் வடிவங்களா'ல் கட்டமைக்கப்பெறுகிறது ; இதற்கு மாறாகப், புழங்குபொருள்சாராப் பண்பாடோ கருத்தால் உணரக்கூடிய 'மனவடிவங்களா'ல் நிறுவப்பெறுகிறது. சான்றாக,

'இசைக்கருவி' வெளிப்படுத்தும் 'கருவியிசை'; 'பாவை'யால் நிகழ்த்தப்பெறும் 'பாவைக் கூத்து'; ஓவியம் தீட்டப்பெறும் 'ஓவிய மரபு'; 'மண்பாண்டம்' வனையப்பெறும் 'மட்கல உருவாக்கம்'; 'வீடு' கட்டப்பெறும் 'கட்டுமானக் கலை' உள்ளிட்டவற்றைக் குறிப்பிடலாம். இவற்றுள், முந்தையவை 'புழங்குபொருள்சார் பண்பாட்டை'யும் பிந்தையவை 'புழங்குபொருள்சாராப் பண்பாட்டை'யும் சுட்டி நிற்கின்றன.

ஓர் இனக்குழுவினரின் பண்பாடு சார்ந்த அனைத்துப் புழங்கு பொருள்களையும்கொண்டு அவ்வினக்குழுவினரது பண்பாட்டின் ஒரு பகுதி அமையும்; ஒவ்வொரு புழங்குபொருளுக்குப்பின் அதற்கு உரிய புழங்குபொருள்சாராப் பண்பாடும் உடன் சார்ந்தே அமையும். ஆக, ஓர் இனக்குழுவினரிடையே புழக்கத்தில் உள்ள பொருள் வடிவங்கள்வாயிலாக ஒரு 'பகுதிப் பண்பாடு'ம் புழங்கு பொருள்சாரா மன வடிவங்கள் வாயிலாக 'மீதிப் பகுதிப் பண்பாடு'ம் கட்டமைக்கப்பெறுகின்றன.

6. பண்பாட்டுக் கூறுகள்

ஒரு பண்பாட்டின் மிகச் சிறிய அடிப்படை அலகு 'பண்பாட்டுக் கூறு' ஆகும். இதனாலேயே, "கற்றுணர்ந்த நடத்தைமுறையானாலும் சரி, உருவாக்கப்பெற்ற புழங்குபொருளானாலும் சரி, அதை எந்த அளவிற்கு அடிப்படை அலகாகக் குறைத்துக் காண இயலுமோ அந்த அளவிற்குக் குறைத்துக் காணக்கூடிய ஒன்றே பண்பாட்டுக் கூறு" என்பார் ஹோபல் என்கிற மானிடவியலாளர். ஆக, ஒரு பண்பாட்டில் எண்ணிறந்த பண்பாட்டுக் கூறுகள் அமைந்து, அது ஒரு பண்பாட்டுத் தொகுதியாகத் திகழ்கிறது.

இத்தகைய பண்பாட்டுக் கூறுகளின் தன்மைகளைத் தொகுத்துக் கூறும்போது, அவை அனைத்தையும் கீழ்க்காணும் மூன்று வகைமைகளாகக் காண்பர் மானிடவியலாளர்:

● பொருள்சார் கூறுகள்;
● அறிதல்சார் கூறுகள்; மற்றும்
● நெறியியல்சார் கூறுகள்.

7. பண்பாட்டுத் தொடர்பும் பண்பாட்டுப்பேறும் : ஒரு பொதுப் பார்வை

மாந்தர் தம் தேவைகளுக்கெனப் படைக்கப்பெறும் புழங்கு பொருள்கள் அவற்றிற்கான பொருண்மையையும் பயன்பாட்டையும் நிலைக்களன்களாகக்கொண்டு அம்மாந்தர் பண்பாட்டில் நிலைபெற்றிருக்கும் இரு வேறு பண்பாட்டுக் குழுக்கள் ஒன்றுடன் ஒன்று தொடர்புறவு கொள்வது 'பண்பாட்டுத் தொடர்பு' எனக் குறிக்கப்பெறுகிறது. இத்தகு பண்பாட்டுத் தொடர்பினால் ஒரு பண்பாட்டின் கூறானது மற்றொரு பண்பாட்டின் கூறுகளுடன் கலக்க நேர்வதைப் 'பண்பாட்டுவயமாக்கம்' என்பர். பண்பாட்டுத் தொடர்பினால் ஒரு பண்பாடானது மற்றொரு பண்பாட்டின் கூறுகளை ஏற்றுத் தமது சொந்தப் பண்பாட்டுக் கூறுகளை இழக்கத் தொடங்குவது 'இடைநிலைப் பண்பாட்டுமயமாக்கம்' என அழைக்கப்பெறுகிறது. ஒரு பண்பாடானது மற்றொரு பண்பாட்டுடன் மேற்கொள்ளும் இடைவிடாத, நெருக்கமான பண்பாட்டுத் தொடர்பால், அந்த அயல் பண்பாட்டின் கூறுகளை ஏற்று, முழுமைபாகப் பண்பாட்டு மாற்றம் அடைதலானது 'பண் பாட்டுப்பேறு' என்று இனங்கண்டுணரப்பெறுகிறது. சமுதாயப் - பண்பாட்டு அழுத்தங்களால் பண்பாட்டு மாற்றம் ஏற்பட்டு, அதன் விளைவாகச் சில குறிப்பிட்ட தேவைகள் அற்றுப் போகுமானால், அவற்றிற்கு உரிய புழங்கு பொருள்களும் அற்றுப் போய்விடும்.

9.புழங்குபொருளின் வகைமைகள்

பொதுவாகப், புழங்குபொருள்களைக் 'கலைப்பொருள்கள்', 'கைவினைப் பொருள்கள்' எனும் இருமைப் பகுப்பு வகைமைகளாகவே வகைபாடு செய்வர்.

இவற்றுள், அன்றாடப் பயன்பாட்டிற்கென அமையும் புழங்குபொருள்களைப் 'பயன்பாட்டுப் புழங்குபொருள்கள்' எனவும் சடங்கு நிகழ்வுகளில் பயன்படுத்தப்பெறும் புழங்கு பொருள்களைச் 'சடங்கியல்சார் புழங்குபொருள்கள்' எனவும் மேலும் வகைப்படுத்தம் செய்வர்.

9. புழங்குபொருள்கள் தமக்குள் உள்ளுறையாகக் கொண்டுள்ள பண்பாட்டு முகாமை

மேற்குறிப்பிட்டதுபோலப், புழங்குபொருள்கள் வெறும் அன்றாடப் பயன்பாட்டுப் பொருள்களாகவோ சடங்கியல்சார் பயன் பாட்டுப் பொருள்களாகவோ நின்றுவிடுவது இல்லை; மாறாக, இவை தாம் சார்ந்த பண்பாட்டின் முகாமையைக்-குறிப்பாகக் கருத்துணர் பண்பாட்டை உள்ளுறையாகக்கொண்டு, குறிப்பால் பொருள் உணர்த்துவனவாக அமைகின்றன.

(எ.கா.)

காடர் – 'புகாரி' சீப்பு :

காடர் ஆடவன் தனது காதல் பரிசாக அளித்த மூங்கிலாலான சீப்பைக் காடர் பெண் தனது தலைமுடிக் கற்றையில் செருகியிருத்தல் (தனக்கு விருப்பமான காடர் ஆடவனுடன் மேற்படிக் காடர் பெண் இணை சேர்ந்து வாழ்ந்து வருதலைக் குறித்தல்).

இருளர் – 'கொக்கி தடி':

இருளர் வீட்டின் முகப்பில் 'கொக்கி தடி' என்னும் சிறு தடி சார்த்தி வைக்கப்பட்டிருப்பின், அவ்வீட்டில் மணப் பருவத்தில் உள்ள பெண் ஏற்கெனவே மணம் பேசி உறுதி செய்யப் பட்டமையை உணர்த்துதல் (கொக்கி தடி இங்கு மணம் பேசியுள்ள மாப்பிள்ளையைக் குறிக்கும்).

காணி – பின்னப்பெற்ற தலைப் பட்டை:

அம்மன் வழிபாட்டின்போது காணி தமது தலையைச் சுற்றி அணியும் மூங்கிலாலான பின்னப்பெற்ற தலைப் பட்டை, மருள்

வருவதற்கு உதவுதல் (தெய்வமேறுவதற்கு மூங்கில் தலைப் பட்டை முகாமையாக விளங்குதல்).

புலயன் – 'மருளிக்கா' சாட்டை:

மருளிக்காய் செடியின் நடுவில் காணப்படும் நீண்டு, வளைந்த பூங்கொத்தின் தண்டை நீரில் ஊற வைத்து, அடித்து உருவாக்கிய சாட்டையானது ஆவி ஏறியோரிடமிருந்து தீய ஆவிகளை விரட்டப் பயன்படல் (மருளிக்கா சாட்டை ஆவியோட்டுவதில் முகாமையான இடம் வகித்தல்).

தொதவர் - புத்குளி போர்வை:

தடிமனான புத்குளியானது கருப்ப இணைப்புச் சடங்கிலும் பாம்புக் குறியீடு இடப்பெற்ற புத்குளி 'பச்சைச் சாவுச் சடங்கின்'போது இறந்தோர் உடலைப் போர்த்தவும் பயன்படுத்தப் பெறுதல் (அனைத்து வாழ்க்கைச் சுழற்சிச் சடங்குகளிலும் புத்குளி பெறும் முகாமை கருதத் தக்கது).

கோத்தர் - 'மண்டூக் - கொண்டை வளை':

நிழலில் உலர்த்திய மண்டூக் தாவரத்தின் நறுமணம் வாய்ந்த இலைகளைக்கொண்டு உருவாக்கிய வளையை மணமான கோத்தர் பெண்டிர் தமது கூந்தலில் பிறை வடிவக் கொண்டை வளையாக அலங்கரித்துக்கொள்ளல்; மாத விலக்குக் காலத்தின்போது, மண்டூக் அணிவதிலிருந்து விலக்குதல் (மண்டூக் அணியாத மனைவியைக் கண்ணுறும் கோத்த ஆடவன், அவள் மாத விலக்காகி உள்ளமையை உணர்ந்துகொள்ளல்).

இலம்பாடி - கை வளையல்கள்:

இலம்பாடி பெண்டிர் தமது மேற்கை முதல் முழங்கை வரை கை வளையல்களை அடுக்கமாக அணிந்திருப்பின் மணமாகா நிலையும் மேற்கை முதல் மணிக்கட்டு வரை கை வளையல்களை அடுக்கி அணிந்திருப்பின் மணமான நிலையும் குறிப்பால் உணர்த்தப்படல் (திருமணம் ஆனமை; திருமணம் ஆகாமை எனும் வேறுபாட்டைக் கை வளையல்கள் அடுக்கத்தின்வாயிலாக உணரும் நிலை).

கல்வராயன் மலையாளி – ‘எச்சரிக்கைக் குச்சி’:

கல்வராயன் மலையாளியர் இடையே மணம் பேசச் செல்லும் மாப்பிள்ளை ஊர் ‘ஜாத்தி’ தனது கையில் பிடித்துள்ள சிடுக்குக் குச்சியைக் காற்றில் அசைத்து வீசி ஒரு விதமான ஒலியை எழுப்பியவாறு மாப்பிள்ளை வீட்டாருடன் ஊர்வலமாகப் பெண் வீட்டை அடைந்ததும் அவ்வீட்டின் கூரையில் மேற்படிக் குச்சியைச் செருகி காத்திருத்தல்; பெண் கொடுக்க இசைவு இருப்பின் பெண் வீட்டார் மாப்பிள்ளை வீட்டாரை வீட்டிற்குள் அழைத்து அமரவைத்துப் பேசுவர்; மணம் பேசி உறுதி செய்யப்பட்டமையை உணர்த்த, மாப்பிள்ளை வீட்டார் அந்த எச்சரிக்கைக் குச்சியைப் பெண் வீட்டுக் கூரையிலேயே விட்டு விட்டுத் திரும்புவர். அடுத்து, அதே வீட்டிற்குப் பெண் கேட்டு வருவோர், மேற்படி எச்சரிக்கைக் குச்சியைப் பெண் வீட்டின் கூரையில் பார்க்க நேரிடும்போது மணம் பேச முயற்சிக்காமல் வந்த வழியே திரும்பிச் சென்று விடுவார்;. மாறாக, பெண் கொடுக்க விருப்பம் இல்லை என்றால், வீட்டுக் கூரையில் செருகப்பெற்ற குச்சியைப் பெண் வீட்டார் பிடுங்கி எறிந்து விடுவர்; மாப்பிள்ளை வீட்டாரும் பெண் வீட்டாரின் இசைவின்மையை உணர்ந்து, ஒன்றும் பேசாமல் திரும்பி விடுவர் (மணம் பேசிட முனைவதற்கான முதற்கட்டப் பணியை எச்சரிக்கைக் குச்சி மேற்கொள்ளல்).

10. பண்பாட்டுச் சூழலை விட்டு விலகும் புழங்குபொருள்களின் நிலைமை

எண்ணிறந்த பண்பாட்டுத் தரவுகளைத் தமக்குள் கொண்டுள்ள புழங்குபொருள்கள் தாம் சார்ந்த பண்பாட்டுச் சூழலைவிட்டு விலகும்போது, அவை ‘பேசாமடந்தைகளா’கி விடுகின்றன; மேலும், தமக்கு உரிய பண்பாட்டு அசைவியக்கம் நின்றுபோன நிலையில் இத்தகைய புழங்குபொருள்கள் ‘பொருளற்றன’வாகவும் 'முகாமையற்றன'வாகவும் ஆகிவிடுகின்றன.

இனக்குழுசார் புழங்குபொருள்களைப் பொதுமக்கள் பார்வையிடுவதற்கென, அருங்காட்சியகக் காட்சிக்கூடங்களில் காட்சிப்படுத்தும்போது, பல காட்சிப்படுத்த உத்திகள் துணையுடன் அவற்றிற்கு உரிய மூலப் பண்பாட்டுச் சூழலைச் செயற்கையான முறையில் அருங்காட்சியகவியலாளர் மீண்டும் உருவாக்கிப், பேசாமடந்தைகளாகிப் பொருளற்றும் முகாமையற்றும் விளங்கும் புழங்குபொருள்களைப் பேச வல்லனவாகவும் பொருள் பொதிந்தன வாகவும் முகாமை கொண்டனவாகவும் ஆக்குகின்றனர்.

11. நிறைவுரை

புழங்குபொருள்கள் என்பன மாந்தர் பண்பாட்டு நிலைக்களன்களில் வெறும் தொட்டுணர் பண்பாட்டுப் பொருள்களாக மட்டும் அமையாமல், தொடர்புடைய பண்பாட்டுக் குழுவினரது கருத்துணர் பண்பாட்டை வெளிக்கொணரும் மரபார்ந்த பொருள்வடிவங்களாகவும் அமைந்துள்ளமைக் காண்கிறோம்.

அகப் பண்பாட்டு மாற்றங்களால் அவற்றோடு நேரிடைத் தொடர்புடைய புறப் பண்பாட்டுப் பொருள்களான புழங்கு பொருள்களில் மாற்றம் ஏற்படுதலும் புறப் பண்பாட்டு மாற்றங்களால் அவற்றோடு நேரிடைத் தொடர்புடைய அகப் பண்பாட்டில் மாற்றம் ஏற்படுதலும் இயல்பாக நிகழ்ந்துவிடுகின்றன; இதனால், புழங்கு பொருள்களுக்கும் அகப் பண்பாட்டிற்கும் இடையேயான சார்பும் தொடர்பும் பண்பாட்டு ஆய்வுகளில் முகாமையான ஓர் இடத்தை வகித்திடக் காணலாம்.

எனவே, புழங்குபொருள்களைப் பற்றி ஆய்வை மேற்கொள்ளும்போது அவற்றின் அகப் பண்பாடு குறித்த தரவுகளையும் உடனுக்குடன் ஆவணப்படுத்திட வேண்டும்; ஏனெனில், புழங்குபொருள்கள் பற்றிய தரவுகள் மட்டும் எந்தவொரு பண்பாட்டு ஆய்விற்கும் போதுமானவை அல்ல.

இவ்வாறான ஆவணமாக்கத்தின்போது புழங்குபொருள்கள் தொடர்பான தரவுகளையும் புழங்குபொருள்கள் தமக்குள் உள்ளுறையாகக்கொண்டுள்ள பண்பாட்டு முகாமையையும் கூடவே பதிவு செய்திட வேண்டும்; ஏனென்றால், புழங்குபொருள்களின் பண்பாட்டு முகாமை உணரப்படாவிட்டால் பண்பாட்டு ஆய்வானது முழுமை பெறாது.

ஒரு பண்பாட்டில் இனங்காணப்பெற்ற புழங்குபொருளானது அப்பண்பாட்டிலிருந்து மறைய நேரிடும்போது, அது சார்ந்த உள்ளார்ந்த பண்பாடும் மறைந்தொழிய நேரிட்டு, முழுதளாவிய 'பண்பாட்டு இழப்பி'ற்கு இட்டுச் சென்றுவிடும்; இவ்வுண்மையை நன்கு உணர்ந்திட்ட 'யுனெஸ்கோ' நிறுவனமானது புழங்கு பொருள்களுடன் தொடர்புடைய கருத்துணர் பண்பாட்டுத் தரவுகளையும் உள்ளிணைக்க வேண்டும் என அறிவுறுத்தியுள்ளது.

நோக்கீட்டு ஏடுகள்

இரவிச்சந்திரன், சி.மா. (முதன்மைப் பதிப்பாசிரியர்) 2018. கொங்கு நாட்டுப்புற வாழ்வியலும் புழங்குபொருள் பண்பாடும் கோயம்புத்தூர்: தமிழ்த் துறை, பாரதியார் பல்கலைக்கழகம்.

சுந்தரபாலு, சா.2015. தொழிற்கருவிகள்: ஒரு மொழியியல் நோக்கு. சென்னை: சீதை பதிப்பகம்.

மகேசுவரன், சி. 1997. ''புகிரி: நீலமலை ஆதிக்குடிச் சமுதாயத்தினரது மரபார்ந்த துளை இசைக்கருவி''. 40-45. அருங்காட்சியக மலர் 1:1. சென்னை: அரசு அருங்காட்சியகம்.

மகேசுவரன், சி. 2010. அருங்காட்சியகவியல் கலைச்சொற்கள் களஞ்சியம் (ஆங்கிலம்-தமிழ்). சென்னை: அரசு அருங்காட்சியகம்.

மகேசுவரன், சி. 2011. கொங்குநாட்டுப்புறப் பண்பாட்டு வேர்கள் 56-66. (இரவிச்சந்திரன், சி.மா.2011).

மகேசுவரன், சி. 2012. ''குறிப்பால் பொருள் உணர்த்தும் தமிழ்நாட்டுப் பழங்குடிகள்.'' 56-58. சமூக விஞ்ஞானம் 9:36 (சூலை- ஆகஸ்டு - செப்படம்பர்; 2012).

மகேசுவரன், சி. 2018. பழங்குடியினரது வழக்காறுகள்வாயிலாக வெளிப்படும் மொழி பண்பாட்டுத் தொடர்புறவுகள். 42-47. சமூக விஞ்ஞானம் 15:58 (சனவரி-பிப்ரவரி - மார்ச் 2018).

மீயியல் ஆற்றல் வெளிப்பாடு தொடர்பான நம்பிக்கைகள்

ஒரு சமூகப் பண்பாட்டு மானிடவியல் பார்வை

பொது மனித சமூகமானது தன்னை நிலைநிறுத்திக்கொள்ள மூன்று நிலைகளில் தகவமைத்துக்கொள்ள முயல்கிறது. அதாவது, ஒட்டுமொத்த மனித சமூகத்தின் செயல்பாடுகளை 'மனிதருக்கும் மனிதருக்கும் இடையேயான தகவமைப்புகள்' (*Man - Man Adjustments*), 'மனிதருக்கும் இயற்கைக்கும் இடையேயான தகவமைப்புகள்' (*Man - Nature Adjustments*) மற்றும் 'மனிதருக்கும் மீயியற்கைக்கும் இடையேயான தகவமைப்புகள்' (*Man - Supernature Adjustments*) என அடையாளம் காணலாம்.[1]

மனிதருக்கும் மனிதருக்கும் இடையேயான தகவமைப்புகள் சமூகப் - பண்பாட்டு அசைவியக்கங்களைக் (*Socio - cultural Mobilities*) கட்டமைப்பதுபோலவே, எஞ்சியுள்ள இரு வேறு தகவமைப்புகளும் தத்தம் போக்கில் சமூகப் பண்பாட்டு அசைவியக்கங்களைக் கட்டமைக்கக் காண்கிறோம். இவற்றுள், மனிதருக்கும் இயற்கைக்கும் இடையேயான தகவமைப்புகளை இயன்றவரை மனிதர் கட்டுப்படுத்த முயல்வதாகவும் அவ்வாறு கட்டுப்படுத்த இயலாமல் போகும்போது தமக்கு உற்ற துணையாக உதவிடுமாறு இயற்கையை இறைஞ்சுவதுமாக அமைந்திட, கருத்துணர் நிலையில் மட்டுமே அறிந்துகொள்ள இயலும் மீயியல் ஆற்றல்களைக் (*Supernatural Proess*) கட்டுப்படுத்தி, வேண்டும் போது அவற்றை மீண்டும் வெளிப்படுத்தித் தன் இருத்தலுக்கென (*Existence*) தகவமைத்துக்கொள்ள முயலும் போக்கும் மனித சமூகத்தில் இனங்கண்டறியப்பட்டுள்ளது[2].

மீயியல் ஆற்றல்கள் குறித்தும் அவற்றின் வெளிப்பாடு (*Revelation / Emergence*) தொடர்பாக மனித சமூகத்தில் நிலவிடும் நம்பிக்கைகள் குறித்தும் சமூகப் - பண்பாட்டு மானிடவியல் பார்வையில் எடுத்துக்காட்டுவதே இக்கட்டுரைக் களமாகிறது.

1. மீயியல் ஆற்றல்கள் - ஒரு பருந்துப் பார்வை

இயற்கையின் ஆற்றல்களைக்கண்டு, உணர்ந்து, தெளிந்த மனித சமூகமானது தன்னால் காண இயலாததும் இன்னது என்று விளக்க இயலாததும் தெளிந்துகொள்ள இயலாததுமான சில ஆற்றல்களும் இருப்பதாக நம்பியதுடன், அவற்றை வழிபட்டுத் தனது வளம் (Prosperity) மற்றும் பாதுகாப்பிற்குத் (Security) துணையாகக் கைக்கொண்டது. இத்தகைய சிறப்புத் தகமைகள் உடைய ஆற்றல்களே 'மீயியல் ஆற்றல்கள்' எனக் குறிக்கப்படுகின்றன.[3]

மலைகள், நீர்நிலைகள், தாவரங்கள், விலங்குகள் உள்ளிட்ட இயற்கை வளங்களில் இம்மீயியல் ஆற்றல்கள் உறைவதாகவும் அவற்றின் வெளிப்பாடானது மனித சமூகத்தின் வளமை மற்றும் பாதுகாப்பிற்கு உதவுவதாகவும் நம்பிக்கைகொள்ளும் இனக்குழுக்கள், அத்தகைய அரிய ஆற்றல்களைக் கட்டுப்படுத்தி வைத்துக்கொண்டு, தேவைப்படும்போது அவற்றை மீண்டும் வெளிப்படுத்திப் பயன்கொள்ள இயலும் என்றும் உறுதியாக நம்புகின்றனர்.

சான்றாக, ஒடிஸா மாநிலக் கொந்தர் பழங்குடியினர் (Khond Tribes of Odisha State) தம் தெய்வவரிசையினுள் (Pantheon) 'சோரு பேனு' (மலையுறை தெய்வம்), 'சிரு பேனு' (நீர்நிலையுறை தெய்வம்), 'குலியா மார்னு பேனு' (நெல்லுறை தெய்வம்) உள்ளிட்ட தெய்வங்களையும் கொண்டுள்ளமையைக் கூறலாம்.[4]

இது போலவே, நீலகிரி மாவட்டக் குன்னூர், கோத்தகிரி வட்டங்களில் வாழ்ந்து வரும் பழங்குடியினரான ஆலு குறுமர் (Alu Kurumbas) பழங்குடியினச் சாமியாடி (Tribal Shaman) தமது குடிலின் சுவர்மீது தீட்டப்பட்டுள்ள தெய்வ உருவை வெள்ளை பூசி மூடி மறைப்பதும் ஆண்டிற்கு ஒரு முறை அத்தெய்வ உருவை மீளத் தீட்டி வெளிப்படுத்தி, அதன்வாயிலாக அதனுடைய மீயியல் ஆற்றலை வெளிப்படுத்திப் பயன்கொள்வதையும் இங்குக் குறிப்பிடலாம்.[5]

கருத்துணர் நிலையில் உள்ள இத்தகைய மீயியல் ஆற்றலானது வழிபாட்டு மரபுகளில் சில குறியீடுகள்வாயிலாகவே குறிக்கப்படுகிறது. பொதுவாக, மீயியல் ஆற்றலானது ஒரு புள்ளியில் (Locus) குவிக்கப்படுகிறது என்பது வட்டத்திற்குள் வட்டமாகவும் (Concentric Circles) தெய்வ உருவங்களின் விரிசடையானது மீயியல் ஆற்றல் வெளிப்பாடாகவும் நன்கு திருத்தமாக வாரி முடியப்பெற்ற தலைமுடியானது மீயியல் ஆற்றல் குவிப்பாகவும்

- அதாவது, கட்டுப்படுத்தப்பட்ட மீயியல் ஆற்றலாகவும் - படைக்கருவிகளின் குத்து முனை அல்லது வெட்டுமுனையான கூர்முனை எலுமிச்சம்பழத்தால் மூடப்பட்டுள்ளமையானது மீயியல் ஆற்றல் வெளிப்பாட்டிற்கான தடையாகவும் குறியீட்டாக்கம் (Symbolization) செய்யப்படுவது உள்ளிட்டவற்றை இதற்குச் சில சான்றுகளாகக் காட்டலாம்.

புத்தப் படிமவரைவியலில் (Buddhist Iconography) தலைமுடிச் சுருளானது வட்டத்திற்குள் வட்டமாக அமைக்கப்பட்டுள்ளமை, கொங்கு நாட்டுப்புற வழிபாட்டு மரபில் பேச்சியம்மன் உருவமானது விரி சடையுடனும் வேலாத்தம்மன் உருவமானது வாரி முடித்த தலைமுடியுடனும் காட்டப்பட்டுள்ளமை, வழிபடு உருவங்களின் படைக் கருவிகளான சூலம், வேல், அரிவாள் உள்ளிட்டவற்றின் கூர் முனையில் எலுமிச்சம்பழத்தைக் குத்தி வைத்தல் உள்ளிட்ட வழிபாட்டு மரபுகளில் மீயியல் ஆற்றலைக் குறிக்கும் குறீயீடுகள் நடைமுறையில் உள்ளமையை உறுதி செய்யும்.

2. தொல் சமயங்களில் மீயியல் ஆற்றல் பெறும் இடம்

ஆவியியம் (*Animism*), ஆவியேறுபொருளியம் (*Animatism*)[6] குலக்குறியியம் (*Totemism*) என்னும் மூன்று வகைத் தொல் சமயங்களிலும் (*Primitive Religions*) மீயியல் ஆற்றலானது முகாமையான இடத்தைப் பெற்றுள்ளது.

அதாவது, தொல் சமயங்களுள் ஒன்றான ஆவியியத்தில் மீயியல் ஆற்றல்கள்கொண்ட ஆவிகள் உண்டு என நம்பப்படுகிறது; மற்றொரு தொல் சமய வகைமையான ஆவியேறுபொருளியத்திலோ, மிகச் சாதாரண பொருள்களில் ஆவி குடியேறும்பொழுது அவை மீயியல் ஆற்றல் உடையனவாக உருமாறும் எனக் கருதப்படுகிறது; தாவரம், விலங்கு அல்லது இயற்கைப்பொருள் என ஏதேனும் ஒன்றைத் தமது கருதுநிலை முன்னோரை (*Hypothetical Ancestor*) குறிக்கும் குலக்குறியாகக் (*Totem*) கொண்டுள்ள தொல் சமயமான குலக்குறியியத்திலோ அதன் குலக்குறிகள் மீயியல் ஆற்றல் பெற்றனவாகக் கொள்ளப்படுகின்றன. இதனால், மேற்குறித்த மூன்று தொல் சமய வகைமைகளிலும் மீயியல் ஆற்றலானது முகாமையான இடத்தைப் பெறக் காண்கிறோம்.[7]

3. மீயியல் ஆற்றலை ஏற்றுதல்

இயல்பாக ஆற்றல் ஏதும் இல்லாத மிகச் சாதாரணப் பொருள்கள் அல்லது உருவங்களுக்கு மீயியல் ஆற்றலை ஏற்ற இயலும் எனவும்

அதன்வாயிலாக அச்சாதாரணப் பொருள்களும் உருவங்களும் கூட மீயியல் ஆற்றல் உடையனவாக மாறும் எனவும் உலகம் முழுமையும் பல்வேறுபட்ட இனக்குழுக்களுக்கு இடையே நம்பிக்கை நிலவுகிறது.[8]

தாயத்து (Amulet), எந்திரத் தகடு (Magical Plate), உருவாரங்கள் (Icons) உள்ளிட்டவை மந்திர உச்சாடனத்தால் (Magical Chant) மீயியல் ஆற்றல் உடையனவாக மாறுவதுடன் அதிர்ஷ்டப் பொருள்களாக (Fetishes) கருதப்படுவதை இதற்குத் தக்க சான்றுகளாகக் குறிப்பிடலாம்.

நாட்டுப்புற வழிபாட்டு மரபில், கன்னிமையுடன் இறந்த பெண்ணின் ஆவியை வீட்டிற்குள் வரவழைத்து அதனை வழிகாட்டு ஆவியாக்கி (Guiding Spirit) வழிபட விரும்பும் அப்பெண்ணின் குடும்பத்தினர் மேற்கொள்ளும் பின்-இறப்புச் சடங்கில் (Post-Funerary Rite) மீயியல் ஆற்றலை ஏற்றி நிலைப்படுத்துவது குறித்துக் காண்போம்[9]. இடுகாட்டிலிருந்து திரும்பும் குடும்பத்தினர் தமது வீட்டின் வாயிற்படி நடுவே வைக்கப்பட்டுள்ள நீர் நிரம்பிய பூரண கும்பத்தில் ஒரு நூல் இழையினை இணைத்து, அந்நூல் இழையானது அவ்வீட்டின் பூசை அறை வரை வருமாறு அமைத்து, இறந்த அக்கன்னிப் பெண்ணை நினைத்து, மனம் உருகி வழிபட, இறந்த பெண்ணின் ஆவியானது அப்பூரண கலசத்திலிருந்து அந்நூல் இழைவழியாக அவ்வீட்டிற்குள் - அதாவது அவ்வீட்டின் பூசை அறைக்குள் - குடி புகுவதாலும் அது முதற்கொண்டு கன்னிமையுடன் இறந்த அப்பெண் அக்குடும்பத்தினரின் காவல் தெய்வமாகத் திகழத் தொடங்குவதாகவும் நம்பப்படுவதை மீயியல் ஆற்றல் ஏற்றப்படுவதற்குச் சீரிய சான்றாகக் கூறலாம்.

இது போலவே, அயல் வழிபாட்டு மரபான சமத்கிருத மரபில் (Sanskritic Tradition), ஸ்தபதியால் (சிற்பியால்) உருவாக்கப்பட்டுத் திருக்கோவிலின் கருவறையில் நிலைநிறுத்தப்படும் கடவுள் உருவங் களுக்கும் நூல் இழைவாயிலாகவே ஆற்றல் ஏற்றப்படுவதை மற்றொரு சான்றாகச் சுட்டலாம். ஆகம சாத்திரத்தில் இச்சடங்கு ஆற்றுகையானது (Ritual Observance) 'ஆவாஹணம்' எனக் குறிக்கப்படுகிறது. இவ்வாறு நிலைநிறுத்தப்பட்ட கடவுள் உருவங்களுக்கு ஏதேனும் சிறு சிதைவு ஏற்பட்டாலும் ஏற்கெனவே ஏற்றப்பட்ட மீயியல் ஆற்றலானது அச்சிதைவு வழியே வெளியேறி, அதனால் அக்கடவுள் உருவங்கள் மீயியல் ஆற்றல் இல்லாத சாதாரண உருவங்களாக மாறிவிடும் என்று கருதப்படுகிறது.[10] இதனைத் தொடர்ந்து, அவ்வாறு மூளியான கடவுள் உருவங்கள்

வழிபாட்டிலிருந்து நீக்கப்பட்டுத், திருக்கோவிலின் வெளிப் பிரகாரத்தில் (சுற்று வெளியில்) நிலைநிறுத்தப்படுகின்றன அல்லது நீர்நிலைகளில் போடப்படுகின்றன.

பொதுவாக, மீயியல் ஆற்றல் நிரம்பியிருப்பதனாலேயே பல்வேறு பட்ட பயன்பாட்டுக் கருவிகளும் உதவிகரமாக விளங்குகின்றன எனவும் தொடர் பயன்பாட்டால் அக்கருவிகளுடைய மீயியல் ஆற்றலின் இழப்பு ஏற்படுகிறது எனவும் நம்பிக்கை கொண்டுள்ள மனித சமூகமானது தம் பயன்பாட்டுக் கருவிகளுக்கு மீயியல் ஆற்றலை மீள ஏற்றும் சடங்கினை வழக்கமாக மேற்கொள்கிறது. இதற்குச் சான்றாக, ஆந்திர மாநிலச் சவோரர் பழங்குடியினரின் (Saora Tribes of Andhra Pradesh) சடங்கு ஆற்றுகையைக் குறிப்பிடலாம். தம் அம்பு முனைகள்மீது ஏற்றப்பட்டுள்ள மீயியல் ஆற்றலே வேட்டையின்போது வெற்றிக்கு வழிவகுக்கிறது எனவும் தொடர் பயன்பாட்டால் அந்த அம்பு முனைகளின் மீயியல் ஆற்றலானது இழந்து போய்விட்டது எனவும் அதனை வீட்டு விலக்காகியுள்ள பெண்களின் மாதவிலக்கு இரத்தமானது மீள ஏற்றும் எனவும் கருதுகின்ற சவோரர் பழங்குடியினர் தம் வேட்டை அம்புகளைப் பெண்கள் வழக்கமாக வந்து செல்லும் நீர்நிலை வழித்தடங்களில் போட்டுவைத்துக் காத்திருந்து, பின்னர் திரும்ப எடுத்து அவற்றைப் பயன்படுத்தும் பழக்கத்தைக் கொண்டுள்ளமையைக் குறிப்பிடலாம்.

தென் இந்திய வழிபாட்டு மரபில், ஆண்டிற்கு ஒரு முறை வீட்டுப் பயன்பாட்டுக் கருவிகளுக்குச் சிறப்புப் படையல் இடுகின்ற 'ஆயுத பூசையானது' இத்தகைய நம்பிக்கை மரபின் நீட்சியே எனத் துணிந்து கூறலாம்.[11]

4. சமூகப்- பண்பாட்டுத் தளங்களில் மீயியல் ஆற்றல் வெளிப்பாடு குறித்த நம்பிக்கைகள்

உலகின் பல்வேறு பகுதிகளில் காணலாகும் பல்வேறுபட்ட இனக் குழுக்களின் சமூகப் - பண்பாட்டுத் தளங்களில் (Socio - Cultural Domains) மீயியல் ஆற்றல் வெளிப்பாடு குறித்த நம்பிக்கைகள் நீக்கமற நிறைந்துள்ளமையைக் கீழே கொடுக்கப்பட்டுள்ள சில எடுத்துக்காட்டுகள்வாயிலாகச் சுட்டலாம்:

சோளப் பயிர்களில் உறையும் ஆவிகளின் மீயியல் ஆற்றலைக் குரவையிடுவதன்வழியே வெளிப்படுத்திச் சோளப் பயிர்களின் வளமையை உறுதி செய்யலாம் என மெக்சிகோ நாட்டின் இன்கா பழங்குடியினர் (Inca Tribes of Mexico) மேற்கொள்ளும் 'சோள ஆவி (Corn Spirit) வழிபாடு' காட்டும். இதற்கு இணையாகத்,

தென் தமிழ்நாட்டு நாட்டுப்புற வழிபாட்டு மரபில் இடம் பெறும் 'முளைப்பாரிப் பண்டிகை'யின்போது குரவையிடுவதையும் அதனால் முளையிட்டு வளர்ந்துள்ள பயிர்களில் உறையும் மீயியல் ஆற்றலானது தூண்டப்பட்டு, வெளிப்பட்டு, வளமைக்கான வாய்ப்பு உறுதி பெறும் என்று நம்பிக்கை கொண்டுள்ளமையைக் குறிப்பிடலாம்.

தம் இனக்குழுத் தலைவனின் மீயியல் ஆற்றலானது தங்கள் இனக்குழுவிற்கே மீண்டும் வந்து சேரும் என்ற நம்பிக்கையில் மேற்கொள்ளப்பட்ட சடங்கியல்சார் தன்னின உண்ணலின் (Ceremonial Cannibalism) வேற்று வடிவமே ஆண்டிற்கு ஒரு முறை மட்டும் தமது குலக்குறி விலங்கை வேட்டையாடி உண்ணும் ஆஸ்திரேலிய ஆதிக்குடிகளின் (Australian Aborigines) 'இன்டிச்சியுமா சடங்கு' (Intichiuma Ceremony) ஆகும். தமிழகத்தில் பரவலாக நடத்தப்படும் 'மயானக் கொள்ளை'யும் இத்தகையதொரு இணையான பண்பாட்டு நடத்தையே. பலியிடும் விலங்கைப் பள்ளயம் இட்டுப் பின்னர் அதனைச் சடங்கு உணவாகக்கொள்ளும் நாட்டுப்புற வழிபாட்டு மரபும் இத்தன்மையதே.

பேய் பிடித்தல் (Sprit Possession), பேய் ஓட்டுதல் (Exorcism), செய்வினை, ஏவல் உள்ளிட்ட தீய மந்திரச் (Evil Magic) செயல்பாடுகள், சாமியாடி மீது தெய்வம் இறங்குதல் (Divination), அதன்வாயிலாக வருவதை முன்பாகவே உரைக்கும் குறி சொல்லல் (Oracle), குல தெய்வம் குடிகொண்டுள்ள புனித இடத்தின் பிடி மண்ணைக் கொணர்ந்து தாம் வந்தேறிக் குடியமர்ந்துள்ள ஊரில் புதிதாகக் கோவில் அமைத்தல் - என மேலும் பல்வேறு சமூகப்-பண்பாட்டுத் தளங்களிலும் மீயியல் ஆற்றல் வெளிப்பாடு பற்றிய நம்பிக்கைகள் பரவலாக இடம்பெறுவதைக் காண்கிறோம்.

நிறைவுரை

இயற்கை ஆற்றல்களைத் தேக்கி வைத்துக்கொண்டு, தேவைப்படும்போது அவற்றைப் பயன்படுத்திக் கொள்வதைப்போலவே, மீயியல் ஆற்றல்களையும் பாதுகாத்து வைத்துக்கொண்டு, வேண்டும் போதெல்லாம் அவற்றைப் பயன் கொள்ளலாம் என மனித சமூகம் கருதியதன் அடிப்படையிலேயே, மீயியல் ஆற்றல் வெளிப்பாடு தொடர்பான பல்வேறுபட்ட நம்பிக்கைகளும் மனித சமூகத்துள் உருப்பெற்று நிலைபெற்றன.

இம்மீயியல் ஆற்றல் வெளிப்பாடு தொடர்பான நம்பிக்கைகள் இனக்குழுக்களின் சமூகப்-பண்பாட்டுத் தளங்களில் - மந்திரம்சார்

சமயச் செயல்பாடுகளாக *(Magico-religious Activities)* - விரவிக் காணப்படுவதால், அவற்றை அறிந்துகொள்வது மனித குலத்தின் சமூகப் -பண்பாட்டு அசைவியக்கங்களைச் சரிவரப் புரிந்துகொள்ளப் பேருதவியாக அமையும்.

அடிக் குறிப்புகள்

1 மேலும் விரிவான தகவல்களுக்குக் காண்க: Majumdar, D.N. & T.N.Madan. 1987.

2 அதாவது மனிதருக்கும் மனிதருக்கும் இடையேயான தகவமைப்புகள் 'சமூக அமைப்பொழுங்கையும்' *(Social Organization)* மனிதருக்கும் இயற்கைக்கும் இடையேயான தகவமைப்புகள் 'பொருளியல் அமைப்பொழுங்கையும்' *(Economic Organization)* மனிதருக்கும் மீயியற்கைக்கும் இடையேயான தகவமைப்புகள் 'மந்திரம்சார் சமய அமைப்பொழுங்கையும்' *(Magico- Religious Organization)* கட்டமைக்கக் காணலாம்.

3 இத்தகைய ஆற்றல்கள் *'Occult Powers'* என்னும் சொல்லாட்சியாலும் குறிக்கப்படுகின்றன. இருப்பினும், இயற்கை அல்லாததும் இயற்கைக்கு மீறியதுமான இந்த ஆற்றல்களை *(Supernatural Powers)* எனக் குறிப்பதே பொருத்தமாக அமையும் என்பது இக்கட்டுரை ஆசிரியரின் கருத்து ஆகும்.

4 விரிவுக்குக் காண்க : Maheswaran, C. 2001.

5 மேலும் விரிவான செய்திகளுக்குக் காண்க. Maheswaran, C. 2012.

6 இது, பாலினேஷியாவில் 'மானாயிசம்' *(Manaism)* எனவும் நடு இந்தியப் பகுதிகளில் 'போங்காயிசம்' *(Bongaism)* எனவும் அதிர்ஷ்டப் பொருள்களை உள்ளடக்கிய தொல் சமயம் என்பதால் 'ஃபெட்டிஷிசம்' *(Fetishism)* எனவும் பலவாறாக அழைக்கப்படுகிறது.

7 தொல் சமயங்கள் குறித்த விரிவான தகவல்களுக்குக் காண்க: சிவசுப்பிரமணியன், ஆ. 1998.

8 'ஆவியேறுபொருளியம்' என்கிற தொல் சமய வகைமையின் நீட்சியே இது என்பது இக்கட்டுரை ஆசிரியரின் கருத்து ஆகும்.

9 இதற்கு மாறாக, இறந்த அனைத்து உறவினர்களின் ஆவிகளையும் வழிகாட்டு ஆவிகளாக மாற்றிப் பயன்கொள்ளும் 'சந்து விக்ரது' என்னும் சடங்கியல்சார் நடைமுறையானது பின் - இறப்புச் சடங்காகத் திருச்சிராப்பள்ளி மாவட்டம், துறையூர் வட்டத்தைச் சார்ந்த பச்சைமலை மலையாளிப் பழங்குடியினரிடையே

நடைமுறையில் உள்ளது. மேலும் இது தொடர்பாக விரிவான செய்திகளுக்குக் காண்க : மகேசுவரன், சி. 2012 (அ).

10 இந்நிலைபாட்டிற்கு நேர் எதிரிடையாக நாட்டுப்புற வழிபாட்டு மரபான 'இயல் வழிபாட்டு மரபிலோ' வழிபடு உருவங்களில் மீயியல் ஆற்றலானது தானாகவே ஏறிக்கொள்ளும் என்றும் அவ்வழிபடு உருவங்களுக்குச் சிதைவு ஏற்பட்டாலும் அந்த மீயியல் ஆற்றலில் இழப்பு ஏற்படுவதில்லை என்றும் அம்மீயியல் ஆற்றலானது அக்குறிப்பிட பொருளிலேயே அதாவது, அந்த இடத்திலேயே தொடர்ந்து நிலவுகிறது என்றும் கருதப்படுகிறது. விரிவான தகவல்களுக்குக் காண்க: மகேஸ்வரன், சி. 2012 (ஆ).

11 மீயியல் ஆற்றல் குடியேறிய இத்தகைய கருவிகளே காலப்போக்கில் 'அஸ்த்ர தேவர்', 'சூலப் பிடாரி' உள்ளிட்ட 'அஸ்த்ர தேவதையர்' எனும் சமத்கிருத மரபின்பாற்பட்ட கருத்தாக்கத்திற்கும் அடிப்படையாக அமைந்தன என்பது இக்கட்டுரை ஆசிரியரின் கருத்து ஆகும்.

நோக்கீட்டு ஏடுகள்
(தமிழில்)

சிவசுப்பிரமணியன், ஆ 1998. மந்திரம் -சடங்குகள். சென்னை: நியூ செஞ்சுரி புக் ஹவுஸ்.

மகேசுவரன், சி.2012 (அ). ''சந்து விக்ரது: பச்சைமலைப் பழங்குடியினரின் இறந்தோர் ஆவியை நிலைப்படுத்தும் சடங்கு. 34-36. சமூக- விஞ்ஞானம் (9:34).

மகேசுவரன், சி.2012 (ஆ). ''இயல் வழிபாட்டு மரபும் அயல் வழிபாட்டு மரபும்''. 46-50, சமூக விஞ்ஞானம் (10:37).

(ஆங்கிலத்தில்)

Maheswaran, C. 2001. ''The indispensability of Intangible Cultural Heritage in Unraveling the Tangible Cultural Heritage (A Case Study of the Tribal Pantheon of Kui-Khond Tribes of Odisha State.'' (Mimeo.) 'Paper presented at the ICOM Annual Conference' held at New Delhi.

Maheswaran, C.2012. ''The Graphic Art Tradition of Alu Kurumbas of Tribal Nilgiris (Mimeo)''. Paper presented at the 'National Seminar on the Tribel Cultural Heritage of Southern

India' organized by the Kannada University, Hampi held at H.D.Kotte, Karnataka.

Majumdar, D.N. & T.N. Madan.1957. An Introduction to Social Anthropology (Second National Edition). New Delhi: National Publishing House.

நன்றியுரை: சமயம்சார் மானிடவியல் (Anthropology of Religion) எனும் மானிடவியல் பிரிவை எனக்குப் பயிற்றுவித்த என் பேரன்பிற்கு உரிய சமூக மானிடவியல் பேராசிரியர் முனைவர் எம். சூர்யநாராயணா - அவர்களுக்கு என் நெஞ்சுநிறை நன்றியை இங்கே படைத்து மகிழ்கிறேன்.

வெள்ளரிக்கொம்பை - 'எழுத்து பரெ'

வெள்ளரிக்கொம்பை - 'எழுத்து பரெ' தொல்பழங்கால ஓவியங்கள்

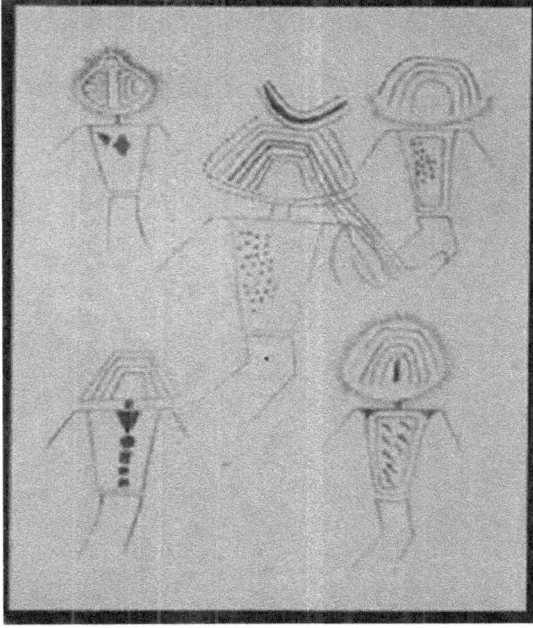

வெள்ளரிக்கொம்பை - 'எழுத்து பரெ'யில் தெய்வ உருவங்கள்

பிரிவு-2
தொல்பழங்காலப் பண்பாட்டு ஆய்வியல்

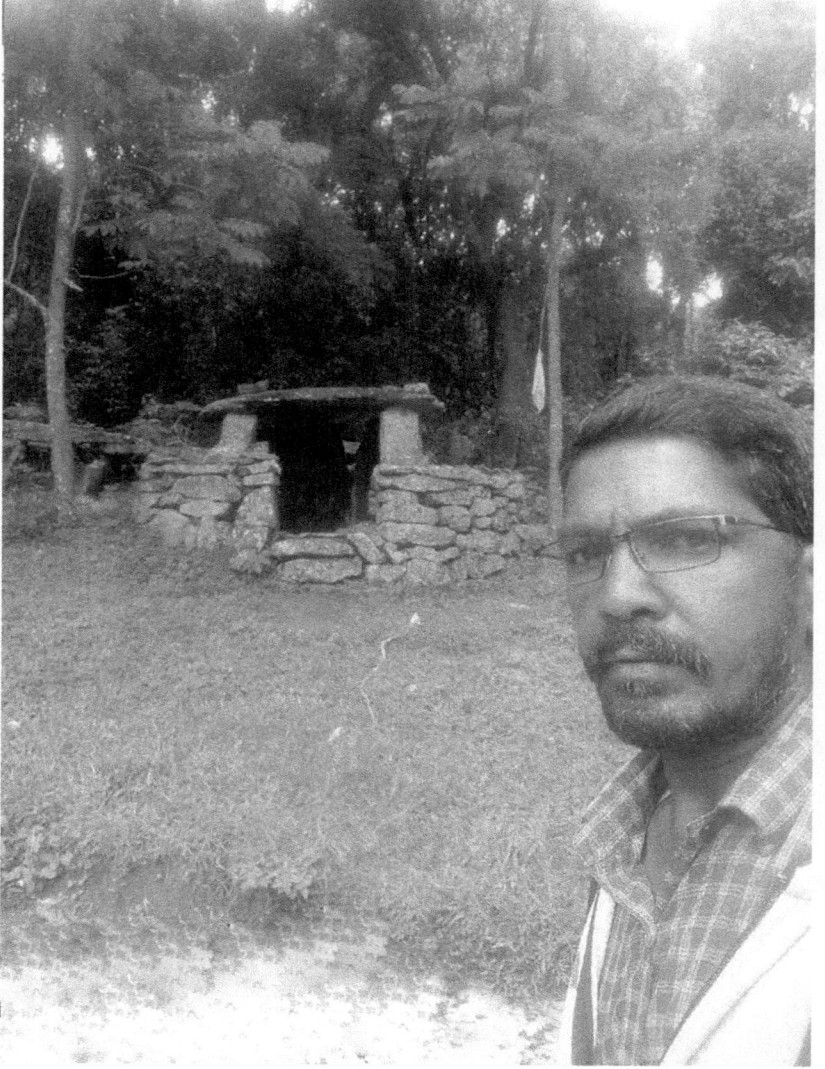

'நாளு பாடி' எனும் 'கொவ மனெ' முன்னால் ஆலு குறும இளைஞர்

தொல்பழங்காலப் பாறை ஓவியங்களும் தொல்முதுபழங்குடியினர் தொடர்புறவுகளும்

முன்னுரை

தொல் பழங்கால மக்கள் (Prehistoric People) உணவு தேடிகளாகக் (Food gatherers) கூட்டம் கூட்டமாகச் (Hords) சுற்றித்திரிந்தபோது, அடை மழை, கடுங் குளிர், கொடிய வெயில் உள்ளிட்ட இயற்கை இடர்ப்பாடுகளிலிருந்து தம்மைக் காத்துக்கொள்ள உதவிடும் தற்காலிக ஒதுங்கிடங்களாக நெடிதுயர்ந்த பாறைகளையும் பாறை இடைவெளிகளால் உருவான குகைகளையும் பயன்படுத்திக் கொண்டனர்.

இத்தகைய பாறை ஒதுங்கிடங்களில் (Rock Shelters) தங்கிட நேர்ந்தபோதெல்லாம், தாம் கண்டுணர்ந்த பட்டறிவுகளையும் (Experiences) தம் வாழ்வியற்பாங்குகளையும் (Lifestyles) கீறல் ஓவியங்களாகவும் வரை ஓவியங்களாகவும் சுற்றிலுமுள்ள பாறை மேற்பரப்புகளையே (Rock Surfaces) படைப்புப் பரப்பாகக் (Creative Canvas) கொண்டு பதிவு செய்துள்ளனர் தொல்பழங்கால மக்கள். எழுத்தறிவிற்கு முந்தைய காலமான (Preliterate Period) இக்குறிப்பிட்ட காலகட்டமே மனிதகுல வரலாற்றில் (History of Humankind) தொல்பழங்காலம் அல்லது வரலாற்று முன்நிலைக்காலம் (Prehistory / Prehistoric Period) எனப்படுகிறது.[1]

பொதுவாக, மண்ணின் மைந்தராக (Autothones/ Autothonus People) விளங்கும் தொல்முதுபழங்குடியினர் (Aborigines/ Aboriginal Tribes) எளிதில் அணுகவியலா அடர்ந்த வனம்சார் மலைப் பகுதிகளில் தமது மரபார்ந்த வாழிடங்களை (Traditional Habitats) கொண்டுள்ளமையால், அவற்றிற்கு அருகிலுள்ள பாறை ஒதுங்கிடங்களில் அமைந்த பாறைக் கீறல் ஓவியங்கள் (Petroglyphs/ Rock Engravings) மற்றும் பாறை வரை ஓவியங்களான (Petrographs/ Rock Paintings) பாறைக் கலைப் படைப்புகளைத் (Rock Art) தம் மூதாதையரோடு நேரிடைத் தொடர்புறவுகள் கொண்டனவாகவே கருதுகின்றனர்.

இத்தகைய மரபுசான்ற தொல்பழங்காலப் பாறை ஓவியங்களுக்கும் தொல்முதுபழங்குடியினர்க்குமிடையே நிலவிடும் தொடர்புறவுகளை எடுத்துரைத்தலே இக்கட்டுரைக் களம்.

1. நீலகிரி மலையும் அதன் மரபார்ந்த தொல்முதுபழங்குடியினரும்:

நீலகிரி மலையினுடைய மண்ணின் மைந்தரான தொதவர் (Toda), கோத்தர் (Kota), குறுமர் (Kurumbas), பணியன் (Paniyan), இருளர் (Irular), காட்டுநாயகன் (Kattunayakan) என்கிற மரபார்ந்த ஆறு வகைத் தொல்முதுபழங்குடியினரும்[2] தமது இருப்பிடம், வாழ்வாதாரம் (Livelihood) உள்பட அனைத்தையும் நாளும் நல்கிடும் நீலகிரி மலைப் பகுதிகளைத் தத், தம் புனித இடங்களாக (Sacred Sites), புனித வெளிகளாக (Sacred Spaces), புனிதச் சிகரங்களாக (Sacred Peaks), புனித வைப்பிடங்களாகக் (Sacred Repositories) கருதிப் போற்றிப் பாதுகாத்து வருகின்றனர்.[3] சான்றாக, நீலகிரி மலையின் ஒரு பகுதியான மேல் சீமெயிலுள்ள (Mel Seeme) தலைமலைச் சிகரம் (Thalaimalai Peak), மற்றொரு பகுதியான அட்டபாடியிலுள்ள (Attapady) மல்லேஸ்வரன் முடி (Malleswaran Mudi) முறையே 'கொட்ரு போலி' (Kotru Boli), 'குவாட்டெய்ன்' (Kwatteihnn) என்னும் புனித இடங்களாகத் தொதவர் பழங்குடியினராலும் குன்னூர் - கோத்தகிரி இடையேயுள்ள ரங்கசாமித் தூண் பாறை (Rangasamy Pillar), 'கொட்டேர் விக்கீன்' (Kotter Vikeen) என்ற ஒரு புனிதச் சிகரமாகக் கோத்தர் பழங்குடியினராலும் குன்னூர் பகுதியிலுள்ள கேத்தரீன் அருவியானது (Catherine Falls) 'உளிமண்டெ' (Uli Mande) எனும் ஒரு புனித வெளியாகவும் கோத்தகிரி - குன்னூர் இடையிலுள்ள எருமைப் பலி இடமானது (Buffalo Sarificial Site) 'கோண உந்தொ பரெ' (Kona Undho Bare) என்னும் ஒரு புனித இடமாகவும் ஆறு குறுமர்பழங்குடியினராலும் கோத்தகிரி - குன்னூர் இடையிலான ரங்கசாமிச் சிகரம் (Rangasamy Peak) 'கிரி பெட்டு' (Giri Bettu) எனும் ஒரு புனித வெளியாக இருளர் பழங்குடியினராலும் கருதப்படுதலைக் குறிப்பிடலாம்.

நீலகிரி தொல்முதுபழங்குடியினருள் ஆலு குறுமர் பழங்குடியினரிடையே வழிபாட்டிற்குரிய புனிதப் பானைகளைப் (Sacred Pots) பாதுகாப்பாக இட்டு வைக்கும் 'கொவெ மனெ' (Gove Mane) எனப்படும் புனித வைப்பிடங்களாகத் தொல் பழங்காலப் பாறை ஒதுங்கிடங்கள் (Prehistoric Rock Shelters) கருதப்படுகின்றன. நீலகிரியின் இருளர் பழங்குடியினரும் இத்தகைய பாறை ஒதுக்கிடங்களைத் தம் வழிபாட்டிற்குரிய புனிதப் பானைகளையும் காட்டாற்று வெள்ளப்போக்கினால் வழவழப்பாக்கப்பட்ட கற்களான 'தெவகொட்ட கல்லு' (Deva

Kotta Kallu) எனப்படும் புனிதக் கற்களையும் *(Sacred Stones)* பாதுகாக்கும் புனித வைப்பிடங்களாகப் பேணிக் காக்கின்றனர்.

இவைபோன்றே, கோயம்புத்தூர்-கோத்தகிரி சாலையிலுள்ள மாமரம் என்னும் ஊருக்கு அருகே சுண்டப்பட்டி என்கிற இருளர் பழங்குடியினர் வாழிடத்தை அடுத்துள்ள வெள்ளரிக்கொம்பை எனும் ஆலு குறுமர் பழங்குடியினர் வாழிடத்தை ஒட்டியுள்ள 'எழுத்து பரெ' *(Ezhuththu Bare)* என்று அழைக்கப்படும் தொல்பழங்காலப் பாறை ஒதுங்கிடமானது ஆலு குறுமர் பழங்குடியினராலும் கோத்தகிரிக்கு மிக அருகிலுள்ள கொணவக்கரை எனும் ஊரில் அமைந்திட்ட தொல்பழங்காலப் பாறை ஒதுங்கிடமானது இருளர் பழங்குடியினராலும் கோத்தகிரியை அடுத்துள்ள பிக்குபதி மந்து என்கிற தொதவர் பழங்குடியினரது மரபார்ந்த வாழிடத்திற்கு அருகிலுள்ள 'தொதவன் பாறெ' *(Thodhavan Paare)* என்னும் இடுகட்டித் தொல்பழங்காலப் பாறை ஒதுங்கிடமானது தொதவர் பழங்குடியினராலும் புனித இடங்களாகக் கருதப்படுதலையும் கூடுதல் சான்றுகளாகச் சுட்டலாம்.[4]

2. நீலகிரித் தொல்பழங்காலப் பாறைக் கலைப் படைப்புகள் : ஓர் அறிமுகம் : -

நெடிதுயர்ந்த பாறைப் பரப்புகள்மீது மேற்பூச்சாக வரையப்பட்ட பாறை வரை ஓவியங்களையும் கீறித் தீட்டப்பட்ட பாறைக் கீறல் ஓவியங்களையும் உள்ளடக்கிய பாறைக் கலைப் படைப்பு அமைவிடங்கள் *(Rock Art Sites)* நீலகிரியின் தொல்பழங்காலத் தொன்மரபுச் சின்னங்களுள் *(Prehistoric Manuments)* மிகவும் முதன்மையானவை ஆகும்.[5]

நீலகிரிப் பாறைக் கலைப் படைப்புகளுள் பெரும்பாலானவை வெள்ளை நிறமியாலும்[6] *(White Ochre)* ஒரு சிலவே செந்நிறமியாலும்[7] *(Red Ochre)* தீட்டப்பட்டுள்ளன. ஒரே ஓர் இடத்தில் மட்டுமே பாறைக் கீறல் ஓவியங்கள் இனங்கண்டறியப்பட்டுள்ளன.

மனிதர், விலங்குகள், தாவரங்கள், மீயியல்கள் *(Supernaturals)* உள்ளிட்ட உருவங்களும் வேட்டை, குழு நடனம், போர் உள்ளிட்ட சித்தரிப்புகளுமே பொதுவாக நீலகிரித் தொல்பழங்காலப் பாறைக் கலைப் படைப்புகளில் இடம்பெற்றுள்ளன. ஒரேயொரு தொல்பழங்காலப் பாறைக் கலைப் படைப்பில் மட்டுமே செவ்வகம், சதுரம், வட்டம் உள்ளிட்ட ஜியோமிதி வடிவங்களும் *(Geometric Forms)* காணக் கிடைக்கின்றன.

இத்தொல்பழங்காலப் பாறை ஓவியச் சித்தரிப்புகளிலிருந்து அக்கால மக்களின் வாழ்க்கை முறை, தொழில்நுட்ப அறிவு, வழிபாட்டு மரபு உள்ளிட்ட வாழ்வியல் கூறுகள் நமக்குத் தெரியவருகின்றன. எனவே, மனித குலத்தின் கலைப் பாங்கு, அறிவுக் கூர்மை, பண்பாட்டுத் திறம் உள்ளிட்டவை பற்றிய சான்றாதாரங்களின் பெருந் தொகுப்புகளாக இவை விளங்குகின்றன எனலாம்.

நீலகிரிப் பகுதிகளில் இதுவரை கண்டுபிடிக்கப்பட்டுள்ள சீகூர், கொணவக்கரை, இடுகட்டி, வெள்ளரிக்கொம்பை, தொங்குமரகடா, கரிக்கையூர் என்னும் தொல்பழங்காலப் பாறைக் கலைப் படைப்பு அமைவிடங்கள் ஆறில் (சீகூர், தெங்குமரகடா தவிர) பெரும்பான்மையானவை கோத்தகிரி வட்டத்தினுள் அமைந்துள்ளமை மேலாய்விற்குரிய ஆர்வமூட்டும் தகவல் ஆகும்.

3.நீலகிரித் தொல்பழங்காலப் பாறைக் கலைப் படைப்பு அமைவிடங்கள்:

மேற்குறித்துள்ள நீலகிரித் தொல்பழங்காலப் பாறைக் கலைப் படைப்பு அமைவிடங்கள் குறித்ததொரு பருந்துப் பார்வையை இனிக் காண்போம்.

(1) சீகூர் :

உதகமண்டலத்திலிருந்து மேற்கே 15 கி.மீ. தொலைவில் நீலகிரியின் பீடபூமிப் பகுதியில் அமைந்துள்ளது சீகூர். இங்குள்ள தொல்பழங்காலப் பாறைக் கலைப் படைப்பு அமைவிடத்தில் வெள்ளை நிறமியால் தீட்டப்பட்ட பாறை வரை ஓவியங்கள் உள்ளமை 1983 ஜனவரி காலகட்டத்தின்போது உதகை அரசுக் கலைக் கல்லூரிப் பேராசிரியர் ம.பசவலிங்கம் என்பாரால் கண்டறிந்து வெளிப்படுத்தப்பட்டது. தொல்பழங்கால மனிதர் வன விலங்குகளை வேட்டையாடுதல், தம் எதிரிகளுடன் போர் புரிதல் உள்ளிட்டவை இங்கே அழகுறச் சித்தரிக்கப்பட்டுள்ளன.

(2) கொணவக்கரை :

கோத்தகிரியிலிருந்து 5 கி.மீ. தொலைவில் கொணவக்கரை அமைந்துள்ளது. இங்குள்ள தொல்பழங்காலப் பாறைக் கலைப் படைப்பு அமைவிடமும் பேரா.ம.பசவலிங்கம் - அவர்களால் மார்ச்சு 1983-இல் கண்டுபிடிக்கப்பட்டது. பாறைக் கீறல் ஓவியங்கள் இனங்கண்டறியப்பட்டுள்ள ஒரேயொரு தொல்பழங்காலப் பாறைக் கலைப் படைப்பு அமைவிடமும் இதுவே.

இப்பாறைக் கீறல் ஓவியங்கள் செந்நிறமியால் தீட்டப்பட்டிருப்பினும் மழை, குளிர், வெயில் உள்ளிட்ட இயற்கை ஆற்றல்களின் தொடர் தாக்கத்தினாலும் அருகே வாழும் இருளர் பழங்குடியினரால் ஆண்டுதோறும் மீளத் தீற்றப்படுதலாலும் இப்பாறை படைப்புகள் வெளிரிப் போயுள்ளன.

ஒரு கையில் கேடயமும் மற்றொரு கையில் உயர்த்திப் பிடித்த வாளும் தாங்கிய வீரர் வரிசை மட்டுமல்லாமல், குறியீடுசார் மற்றும் தாவரம்சார் குறியீட்டு அலகுகளும் (*Motifs*) இப்பாறைக் கீறல் ஓவியங்களில் காட்டப்பட்டுள்ளன.

(3) இடுகட்டி :

உதகமண்டலம் - கோத்தகிரி சாலையில் 15 கி.மீ. தொலைவில் அமைந்துள்ள இடுகட்டி என்னும் ஊரில் மார்ச்சு 1985 காலகட்டத்தின்போது பேரா. பசவலிங்கம் அவர்களால் ஒரு தொல்பழங்காலப் பாறைக் கலைப் படைப்பு அமைவிடமானது கண்டறிந்து வெளிப்படுத்தப்பட்டது. பிக்குபதி மந்து என்னும் தொதவர் பழங்குடியினரது மரபார்ந்த வாழிடத்திற்கு மிக அருகில் இது அமைந்துள்ளமையால் 'தொதவன் பாறெ' என்றே பொருளுடன் குறிக்கப்படுகிறது.

இங்குத் தீட்டப்பட்டுள்ள பாறை வரை ஓவியங்களில் செவ்வகம், சதுரம், வட்டம் உள்ளிட்ட ஜியோமிதி வடிவங்களும் சிவப்பு, வெள்ளை என இரு வேறு நிறமிகளில் சிந்துவெளி எழுத்துகளை ஒத்த குறியீடுகளும் (*Symbols Analogous to the Indus Scripts*) இடம் பெற்றுள்ளமையைச் சிறப்புகளாகக் குறிப்பிடலாம்.

(4) வெள்ளரிக்கொம்பை :

பேரா.பசவலிங்கம் அவர்களால் இத்தொல் பழங்காலப்பாறைக் கலைப் படைப்பு அமைவிடமானது அக்டோபர் 1986-இல் கண்டறியப்பட்டது. நீலகிரி மாவட்டம், கோத்தகிரி வட்டம், மாமரம் என்னும் ஊரருகே, சுண்டப்பட்டி என்கிற இருளர் பழங்குடியினரது வாழிடத்தை ஒட்டியுள்ள வெள்ளரிக்கொம்பை என்னும் ஊரானது ஆலு குறுமர் பழங்குடியினரின் மரபார்ந்த வாழிடமாகும். இதன் புற எல்லையில் அமைந்துள்ள தொல்பழங்காலப் பாறை ஒதுங்கிடமானது 'எழுத்துப் பாறெ', 'எழுத்து வரெ', 'எழுத்து பெரே' எனப் பலவாறாகப் பல்வேறு உள்ளூர் இனக்குழுக்களால் அழைக்கப்படுகிறது. இதன்மீது செந்நிறமிகொண்டு தீட்டப்பட்ட பாறை வரை ஓவியங்களில் படுக்கை வாட்டத்தில் கிடக்கும் தலையற்ற மனித உடலும் (*Human Torso*) அதற்குச் சற்று

மேற்புறமாக இனக்குழுத் தலைவன் (Cult Hero) / தெய்வ உருவும் (Image of Deity) அழகாகச் சித்தரிக்கப்பட்டுள்ளன. இதன் கீழ்ப்புறமாக, + என்றொரு சிந்துவெளி எழுத்தை ஒத்தக் குறியீடும் காட்டப்பட்டுள்ளமை இதன் முக்கியத்துவத்தைக் கூட்டுகிறது.

(5) தெங்குமரகடா :

அமெரிக்காவின் மேற்கு மிக்சிகன் பல்கலைக்கழகத்தைச் (West Michigen Univesity of USA) சார்ந்த ஆலன் ஸாகரல் (Allen Zagarell) என்னும் மானிடவியல் பேராசிரியரால் 1990 காலகட்டத்தின்போது நீலகிரியின் தெங்குமரகடா வனப் பகுதியில் ஒரு தொல்பழங்காலப் பாறைக் கலைப் படைப்பு அமைவிடமானது கண்டுபிடித்து வெளிப்படுத்தப்பட்டது. இங்குள்ள வெள்ளை நிறமியால் தீட்டப்பட்ட பாறை வரை ஓவியங்களில் யானை மீதமர் மனித உருவம் சித்தரிக்கப்பட்டுள்ளமை நமது ஆர்வத்தைத் தூண்டுகிறது. தொல்பழங்காலத்திலேயே மனிதரால் யானை பழக்கி வசப்படுத்தப்பட்டுள்ளமையை இது காட்டுகிறது.[8]

(6) கரிக்கையூர் :

நீலகிரி மாவட்டம், கோத்தகிரி வட்டத்தில் அமைந்துள்ள இருளர் பழங்குடியினரது பாரம்பரிய வாழிடமான கரிக்கையூர் அருகே அமைந்துள்ள ஒரு தொல்பழங்காலப் பாறைக் கலைப் படைப்பு அமைவிடமானது பேரா. ஆலன் ஸாகரல் - அவர்களால் 2000 காலகட்டத்தின்போது கண்டுபிடிக்கப்பட்டது.[9]

வெள்ளை நிறமியால் தீட்டப்பட்டுள்ள இப்பாறை வரை ஓவியங்களில் விலங்கினங்கள், மனித உருவங்கள், சிந்துவெளி எழுத்துகளை ஒத்தக் குறியீடுகள் உள்ளிட்டவை இனங் கண்டறியப்பட்டுள்ளன.

4. நீலகிரித் தொல்முதுபழங்குடியினர்க்கும் தொல்பழங்காலப் பாறை ஓவியங்களுக்குமான தொடர்புறவுகள்

பொதுவாக, தொல்முதுபழங்குடியினரது வாழிடங்களை ஒட்டிய பகுதிகளில் காணலாகும் தொல்பழங்காலப் பாறை ஓவியங்கள் (Prehistoric Rock Paintings) அனைத்துமே தொல்முதுபழங்குடியினர் ஓவியங்கள் (Aboriginal Paintings) என்றே பாமரரால் கருதப்படுகின்றன. மண்ணின் மைந்தரான பழங்குடியினரும் தத்தம் வாழிடங்களை ஒட்டிய பகுதிகளில் காணப்படும் தொல்பழங்காலப் பாறை வரை ஓவியங்களையும் பாறைக் கீறல் ஓவியங்களையும் தமது மூதாதையரோடு தொடர்புபடுத்தியே காண்கின்றனர்.

இதற்குச் சான்றாக, பிக்குபதி மந்து தொதவர் பாரம்பரிய வாழிடம், கொணவக்கரை இருளர் மரபார்ந்த வாழிடம், வெள்ளரிக்கொம்பை ஆலு குறுமர்பூர்வீக வாழிடம் உள்ளிட்டவற்றின் சுற்றுவட்டாரப் பகுதிகளில் அமைந்துள்ள தொல்பழங்காலப் பாறைக் கலைப் படைப்புகள் அந்தந்தப் பழங்குடிக் குழுக்களின் பண்பாட்டோடு ஏதேனும் ஒரு வகையில் தொடர்புபடுத்தப்படுதலைச் சுட்டலாம்.

(1) பிக்குமதி பந்து இடுகட்டிப் பாறை வரை ஓவியங்களும் தொதவர் தொடர்புறவும் :

தொதவர் பழங்குடியினரது மரபார்ந்த வாழிடமானது 'மந்து'[10] *(Mund)* எனக் குறிக்கப்படுகிறது. இத்தகைய மந்துகளுள் ஒன்றே கோத்தகிரி வட்டம், இடுகட்டியை அடுத்துள்ள பிக்குபதி மந்து. இம்மந்தினை ஒட்டி ஒரு தொல்பழங்காலப் பாறை ஒதுங்கிடம் உள்ளது. இதனைத் 'தொதவன் பாறெ' என்றே உள்ளூர் படுக சாதிக் குழு *(Baduga Caste Group)* குறிப்பிடுகிறது. தம் உறவினரது இறுதி ஊர்வலத்தின்போது எடுத்துச் செல்லும் பிணத்தை இப்பாறையின் அருகே இறக்கி வைத்துச் சிறிது இளைப்பாறுதலுக்குப் பின்னர் மீண்டும் சுமந்து செல்லும் வழக்கத்தினராகத் தொதவர் திகழ்தலால் இது காரணப் பெயராக உருவாகியிருக்கக்கூடும் என்றே தோன்றுகிறது.

தம் மூதாதையரோடு தொடர்புடையதாக இத் தொல்பழங்காலப் **பாறை ஒதுங்கிடத்தையும் இதில் தீட்டப்பட்டுள்ள பாறை வரை ஓவியங்களையும் தொதவர் பழங்குடியினர் கருதும் போக்கு இதன் மேற்படி வழங்கு பெயரைப் பொருளுடையதாக ஆக்குகிறது.**

(2) கொணவக்கரைப் பாறைக் கீறல் ஓவியங்களும் இருளர் தொடர்புறவும்:

நீலகிரி மாவட்டத்தில் கொணவக்கரையில் மட்டுமே தொல் பழங்காலப் பாறைக் கீறல் ஓவியங்கள் காணக் கிடைக்கின்றன. இப்பாறைக் கீறல் ஓவியங்களின் உள்வெட்டுப் பரப்புகளின் மீதாகப் பூசப்பட்ட செந்நிறமியானது தட்பவெப்ப மாறுபாடுகள் உள்ளிட்ட காரணிகளால் தற்போது வெளிரிய நிலையில் *(Bleached Condition)* உள்ளது.

இக் கொணவக்கரைத் தொல்பழங்காலப் பாறைக் கலைப் படைப்பு அமைவிடத்திற்கு அருகே வாழ்ந்து வரும் இருளர் பழங்குடியினர் மற்ற இனக்குழுவினர் எவரும் அறியாதவாறு ஆண்டிற்கு ஒரு முறை இங்குள்ள பாறைக் கீறல் ஓவியங்கள்

மீதாக மீளத் தீற்றுதலைத் (Re-touching / Re-drawing) தம் மந்திர-சமயம்சார் சடங்கியல் மரபாக (Magic-religious Ritual Tradition) மேற்கொள்கின்றனர். இதுபோலப் பாறை ஓவியங்கள் மீளத் தீற்றப்படும் மரபானது இந்தியாவில் வேறு எங்கும் இனங்கண்டறியப்படவில்லை என்பது ஆர்வமூட்டும் மற்றொரு தகவலாகும். இது ஓர் இரகசியச் சடங்காக (Secret Ceremony) மேற்கொள்ளப்படுதலால், மேலும் விரிநிலை ஆய்விற்கும் உரியது[11] எனக் கருதப்படுகிறது.

(3) வெள்ளரிக்கொம்பைப் பாறை வரை ஓவியங்களும் ஆலு குறுமர் தொடர்புறவும் :

நீலகிரி மாவட்டம், கோத்தகிரி வட்டத்திலுள்ள வெள்ளரிக் கொம்பை எனும் ஆலு குறுமர்மரபார்ந்த வாழிடத்தின் புற வெளியை ஒட்டி நெடிதுயர்ந்த பாறையொன்று அமைந்துள்ளது. அருகேயுள்ள உள்ளூர் தலித் மக்களால் 'எழுத்துப் பாறெ' எனவும் சுண்டப்பட்டி இருளர் இனக்குழுவினரால் 'எழுத்து வரெ' எனவும் வெள்ளரிக்கொம்பை ஆலு குறுமர்பழங்குடியினரால் 'எழுத்து பரெ'[12] எனவும் பலவாறாக இப்பெரும் பாறைப் பரப்பானது அழைக்கலாகிறது.

இப்பாறை வரை ஓவியத்தில் வதியும் தமது இனக்குழுத் தெய்வத்தை மிகப் புனிதமானதாகவும் மீயியல் ஆற்றலுடையதாகவும் ஆலு குறுமர்கருதுகின்றனர். ஆண்டுதோறும்-இரகசியச் சடங்காக -ஒரு வகையான மந்திர-சமயம்சார் சடங்கியல் மரபின் வாயிலாகத் தூண்டப்படும் இதன் மீயியல் ஆற்றல் வெளிப்பட்டுத், தம் ஒட்டுமொத்த இனக்குழுவிற்கும் வளமை மற்றும் பாதுகாப்பு உறுதி செய்யப்படுவதாக ஆலு குறுமர்நம்புகின்றனர். இதற்கென முதலில் இவர்தம் இனக்குழுச் சாமியாடி (Shaman) தம் குடிலின் சுவரில் வெள்ளை பூசி மறைத்து வைத்துள்ள தெய்வ உருவை ஒவ்வோர் ஆண்டும் குறிப்பிட்ட நாளன்று[13] மீளத் தீற்றிய பின்னர் அதன்மீது மந்திர உச்சாடணம் செய்தலின்வழியே அதனை மறு உயிர்ப்பு (Revitalization/ Rejuvenation) அடையச் செய்கிறார். இவ்வாறு மறு உயிர்ப்பு பெறும் அத்தெய்வ உருவமானது பறந்து சென்று, வெள்ளரிக்கொம்பைப் பாறை ஒதுங்கிடத்தில் தீட்டப்பட்டுள்ள பாறை வரை ஓவியங்களுள் ஒன்றான தெய்வ உருவை மீள உயிர்ப்பிக்கும் என்றும் மீள உயிர்ப்பிக்கப்பட்ட அத்தெய்வ உருவின் மீயியல் ஆற்றலால் ஆண்டு முழுவதும் தம் இனக்குழுவினர்

அனைவரும் முழுதளாவிய நிலையில் வளமையும் பாதுகாப்பும் பெறுகின்றனர் என்றும் ஆலு குறுமர்பழங்குடியினர் உறுதியாக நம்புகின்றனர்.[14]

நீலகிரியின் தொல்பழங்கால நிலைமையை அறிந்துகொள்ள நீலகிரி மாவட்டத்தில் இதுவரை கண்டறியப்பட்டுள்ள மேற்குறித்த தொல்பழங்காலப் பாறைக் கலைப் படைப்பு அமைவிடங்கள் ஆறும் துணைபுரிகின்றன. மனிதகுலப் பண்பாடு நீலகிரியில் தொடங்கிய காலம் முதல் அதன் எண்ண வெளிப்பாடாகவும் தகவல் புலப்படுத்தவாயிலாகவும் இத் தொல்பழங்காலப் பாறைக் கலைப் படைப்புகள் விளங்குகின்றன. மேலும், மனிதக் குலத்தின் ஒட்டுமொத்த நினைவுப் பதிவாகவும் நிலையான கலைக் கருவூலமாகவும் இவை திகழ்கின்றன.

எளிதில் அணுகவியலாத தொல்பழங்காலப் பாறை ஒதுங்கிடங்களில் அமைந்துள்ள இப்பாறைக் கலைப் படைப்புகளைத் தம் பண்பாட்டின் முகாமைக் கூறாகக் கருதி, நீலகிரியின் தொல்முதுபழங்குடியினர் போற்றிப் பாதுகாத்து வருகின்றனர்.

இந்நீலகிரிப் பாறைக் கலைப் படைப்புகளுள் சிலவற்றில் சிந்துவெளி எழுத்துக்களை ஒத்த குறியீடுகள் இடம் பெற்றுள்ளமையும் மேற்படிப் பாறைக் கலைப் படைப்பு அமைவிடங்களுக்கு அருகே வாழும் தொல்முதுபழங்குடியினர் அவற்றைத் நம் மூதாதையரால் உருவாக்கப்பட்டவை எனப் பண்பாட்டுத் தொடர்புறவு கொண்டாடுதலும் நீலகிரித் தொல்பழங்காலப் பாறைக் கலைப் படைப்புகளின் முக்கியத்துவத்தைப் பறைசாற்றும்.

அடிக் குறிப்புகள்

1. ஆங்கிலக் கலைச் சொல்லான ‘Prehistory’ என்பதற்குத் தமிழ்நாடு அரசின் தொல்லியல் துறை ‘தொல்பழங்காலம்’ எனவும் அருங்காட்சியகத் துறை ‘வரலாற்று முன்நிலைக் காலம்’ எனவும் சொல்லாட்சியைப் பயன்படுத்துகின்றன. எளிமை கருதி, முந்தைய சொல்லாட்சியே இக்கட்டுரை முழுதும் ஆளப்படுகிறது.
2. தொடக்க காலத்தில், இத்தகைய தொல்முதுபழங்குடியினரைத் ‘தொன்மைப் பழங்குடிக் குழுக்கள்’ (*Primitive Tribal Groups*) எனக் குறிப்பிட்ட இந்திய நடுவண் அரசு, தற்போது ‘குறிப்பிடத்தக்க அழிநிலைப் பழங்குடிக் குழுக்கள்’ (*Particularly Vulnerable Tribal Groups*) என்ற மாற்றுச் சொல்லாட்சியை அறிமுகப்படுத்தியுள்ளது.

3. இவ்வாறான உளப்பாங்கு ஓர்மை (Phychic Unity) அனைத்துப் பழங்குடியினரிடையேயும் இனங்கண்டறியப்பட்டுள்ளன. சான்றாகக் கொடைக்கானல் மலைப் பகுதிகளில் வாழும் மண்ணின் மைந்தரான புலயன் இனக்குழுவினர் தமது மரபார்ந்த ஒட்டுமொத்த மலைப் பகுதிகளையும் தம் பன்னிரு மூதாதையரோடு தொடர்புபடுத்திப் 'பன்னண்டு மலெ', 'பன்னண்டு நாட்டுச் செறப்பு' எனும் சொல்லாட்சிகளால் புனித இடங்களாகக் கருதிக் குறிப்பிடும் போக்கைக் காட்டலாம்.
4. பாறைக் கலைப் படைப்பு அமைவிடங்கள் போன்றே, பெருங்கற்காலத் தொன்மரபுச் சின்னங்கள் (Megalithic Monuments) தொல்முது பழங்குடியினரால் புனித இடங்களாகக் கருதப்படுகின்றன. இதற்குத் தக்க எடுத்துக்காட்டுகளாகப் பெருங்கற்காலக் கல்திட்டைகளை (Megalithic Dolmens) வழிபாட்டிற்குரிய பொருள்கள் (Ritual Paraphernalia) இட்டுப் பாதுகாத்திடும் புனித வைப்பிடமாக ஆலு குறுமர்மற்றும் இருளர் பழங்குடிக் குழுக்கள் கருதுதலையும் பெருங்கற்காலக் கிணறு வடிவக் கல் வட்டங்களை (Megalithic Draw Well Cairns) "உலோகங்கள் அடங்கிய மேடு" என்று பொருள்படப் 'பொன் திட்' (Pon Thit) என்னும் புனித இடங்களாகத் தொதவர் பழங்குடியினர் கருதுதலையும் சுட்டலாம்.
5. இயற்கையாக அல்லது தட்பவெப்ப மாற்றத்தால் ஏறக்குறைய பட்டையான பரப்பாக அமையும் பாறைகளின் மேலேயே ஓவியங்களைத் தீற்றிட இயலும்; இதற்கு மாறாகக் கரடுமுரடான பாறைப் பரப்புகள்மீது கீறல்களையே உருவாக்கிட முடியும். இந்நுட்பமான பாகுபாட்டு அடிப்படையிலேயே, இத்தகைய இரு வேறு பாறைக் கலைப் படைப்பு வகைமைகள் உருவாக்கப்பட்டன. இவை தவிர, பாறைக் குழிவுகள் (Rock Cupules) என்கிற மூன்றாம் வகைமையும் பாறைக் கலைப் படைப்பு ஆய்வறிஞரால் குறிப்பிடப்படுகின்றன. இவற்றுள், பாறைக் கீறல் ஓவியங்களையும் பாறை வரை ஓவியங்களையும் விடப் பாறைக் குழிவுகளே மிகத் தொன்மையானவை எனக் கருதப்படுகின்றன.
6. களிமண்ணில் அடங்கியுள்ள கேயோலின் (Kayoline) என்னும் வேதியியற் பொருளுடன் நீர்மம் சேரும்போது வெள்ளை நிறம் உருவாகிறது. இதுவே வெள்ளை நிறமி (white Ochre) எனப்படுகிறது.

7. இரும்புத் தாதுவான ஹேமடைட் (Haematite) அடங்கிய பாறைக் கற்களைத் தூளாக்கி நீர் சேர்த்திடும்போது செந்நிறம் உண்டாகிறது. இதுவே செந் நிறமி ஆகும்.
8. இன்றும் யானையைப் பழக்கி வசப்படுத்துவோராக மலசர் (Malasar), பெட்ட குறுமர்(Betta Kurumbas) உள்ளிட்ட பழங்குடியினர் வாழ்தல் இங்கே கருதத் தக்கது.
9. நீலகிரி மலைப் பகுதிகளில் மிக அண்மையில் கண்டுபிடிக்கப்பட்ட தொல்பழங்காலப் பாறைக் கலைப் படைப்பு அமைவிடமும் இதுவே ஆகும்.
10. தொதவர் மொழியில் இது 'மொத்' (Mod) என்றே உச்சரிக்கப்படுகிறது. 'மன்று' எனும் வேர் சொல்லிலிருந்தே இச்சொல் உருப் பெற்றுள்ளது என்பது இங்கு நினைவில் கொள்ளத் தக்கது.
11. இத்தகைய தொல் பழங்காலப் பாறை வரை ஓவியங்கள் மீளத் தீற்றப்படும் மந்திர சமயம்சார் சடங்கியல் மரபானது ஆஸ்திரேலியத் தொல்முது பழங்குடியினரிடையேதான் (Australian Aborigines) முதன் முதலில் விரிவாக ஆராய்ந்து வெளிப்படுத்தப்பட்டுள்ளது.
12. 'எழுத்து பரெ' என்னும் பெயரிலுள்ள 'எழுத்து' என்பது 'ஓவியத்தை'யே குறித்தல் இங்குக் கருத்தில் கொள்ளத்தக்கது (ஒப்பு நோக்குக: கேரள நாட்டுப்புற வழக்காற்றியல் மரபில் இடம்பெறும் 'களம் எழுத்து').
13. இம்மந்திர-சமயம்சார் சடங்கியல் மரபானது இரகசியச் சடங்கின்பாற்பட்டதால், இது நடத்தப்படும் குறிப்பிட்ட அந்நாளினை ஆலு குறுமர்வெளியிட மறுக்கின்றனர்.
14. ஆலு குறுமர்பழங்குடியினரது வேண்டுகோளின்படி, அருகேயுள்ள கோத்தர் பழங்குடியினரால் கல் உருவமாக (Stone image) இந்த இனக்குழுத் தெய்வம் உருவாக்கப்படுவதாகவும் சாமியாடியின் மந்திர உச்சாடனத்தினால் உயிர்ப்புப் பெறும் அத்தெய்வமே வெள்ளரிக்கொம்பைப் பாறை வரை ஓவியத்தில் உறையும் தெய்வ உருவினை மீள உயிர்ப்பிப்பதாகவும் சுண்டப்பட்டி இருளர் பழங்குடியினர் இக்கட்டுரை ஆசிரியரிடம் களப்பணி ஆய்வின்போது மந்தணமாகத் தெரிவித்தனர்.

நோக்கீட்டு ஏடுகள்

Maheswaran, C. 1995. "The Nilgiris : From Prehistoric Period to The Present-II". 17-18. The Downstown Chronicle (A Weekly News Magazine of the Nilgiris) 1 : 7.

Maheswaran, C. 2007. "Indus Scripts attested in the Nilgiris. of Tamilnadu (Mimeo)". Paper presented at the International Symporium on Indus Civilization and Tamil Language held at Chennai.

Maheswaran, C. 2010. "Contribution of Tribal Nilgiris in the Preservation of Our Art and Cultural Heritage". 8-13. Tribal and Folk Culture Studies. Chennai : Government Museum.

Maheswaran, C. 2013. Blue Mountains : The Land of Indigenous Tribes. Udhagamandalam : Tribal Research Centre.

Zagarell, Allen 1997 "Tradition, Community and Nilgiri Rock Art". In : John E. Robb (Ed.) Economy in Prehistory (Centre for Archaeological Investigations, Occasional Paper No.25), South Illinois : South Illinois University.

நன்றியுரை:

இந்த ஆய்வுக் கட்டுரையை எழுதுதற்குரிய ஊற்றுக்கண்ணாய் விளங்கிய நீலகிரி மண்ணிற்கும் அம்மண்ணின் மைந்தர்க்கும் என் நெஞ்சார்ந்த நன்றி இங்குப் படையலாக்கப்படுகிறது.

கோவை மருதமலை மூங்கில் தூரு பகுதியிலுள்ள தொல்பழங்காலப் பாறை ஓவிய இடங்கள்

முன்னுரை

'பாறை ஒதுங்கிடங்களில்' ('Rock Shelters') காணலாகும் பாறை ஓவியங்களும்' (Rock Paintings or Petrographs) 'பாறைக் கீறல்களும்' ('Rock Engravings' or 'Petroglyphs') 'பாறைக் கலைப்படைப்புகள்' (Rock Arts) என அழைக்கப்பெறுகின்றன. இத்தகைய பாறை ஓவியங்களையும் பாறைக் கீறல்களையும் தன்னகத்தே கொண்ட 'பாறை (ஓவிய/கீறல்) ஒதுங்கிடங்கள்' ('Rock Art Shelters) உலக முழுமையும் காணக் கிடைக்கலாகின்றன. இவை பொதுவாக 'உயிரியல் -பண்பாட்டுப் படிமலர்ச்சியின் தொடர் வளர்ச்சி நிலைகளைப் (Successive chapters of bio-cultural, evolution) பழங்கற்காலம் தொடங்கி முந்தை வரலாற்றுக் காலங்கள் வரை (from palaeolithic to early historic times) காட்டுகின்றன.

இத்தகைய பாறைக் கலைப்படைப்புகளின் முகாமை தனித் தன்மை வாய்ந்தது. மாந்தர்க்கும் இயற்கைக்கும் இடையே நிலவு தொடர்உறவு நிலைகளை அறிய விரும்பிடும் வரலாற்றியலாளர்க்கு இத்தகைய பாறைக் கலைப்படைப்புகள் முழுமையான வரலாற்றுத் தடயங்களைத் தருகின்றன; மாந்தரியலாளர்க்கோ இவை வெறும் கலை வடிவங்களாக மட்டும் அமையாமல், மாந்தர்ப் பண்பாட்டுத் தகவல் தொடர்பியலின் கலைப் படைப்புகளாகவும் விளங்குகின்றன. அதாவது, பாறைக் கலைப்படைப்புகள் அவை சார்ந்த காலத்தின் பண்பாட்டை விளக்கிடும் 'புழங்கு பொருள்களையும்' (Artefacts) அவற்றின்வாயிலாக அவர் தம் 'புழங்கு பொருள்கள் பண்பாட்டையும், (Material Culture) குறித்த 'தகவல் பெட்டகம்' (Information Centre) என்ற நிலையில் பண்பாடு பற்றிய செய்திகளைக் கொண்டுள்ளன. சுருங்கக் கூறிடின், அந்நாளில் வாழ்ந்த மாந்தரது வாழ்வியல் முறைகளைக் (LifeWays)காட்டிடும் 'வரைகலைச் சாளரங்களே' (Graphic Windows) இப் பாறைக் கலைப்படைப்புகள் எனலாம்.

இந்தியாவில் சற்றேறக்குறைய 200 பாறை ஒதுங்கிடங்களும் அவற்றுள் 2000-க்கும் மேற்பட்ட பாறைக் கலைப்படைப்புகளும் அவற்றின்கண் பல்லாயிரக்கணக்கான பாறை ஓவியங்களும் பாறைக்

கீறல்களும் காணக் கிடைக்கின்றன. ஆழ்ந்து நோக்கும்போது, ஒவ்வொரு பாறை ஓவிய/கீறல் இடமும் தனக்கே உரிய பண்புகளைக் கொண்டிருப்பதை உணரலாம். இத்தகைய தனித்தன்மைகளையும் கடந்து, அனைத்துப் பாறை ஓவிய/கீறல் இடங்களில் காணலாகும் பொதுப் பண்புகள் ஒரு குறிப்பிட்ட பகுதியில், ஒரு குறிப்பிட்ட காலத்தில், பொதுவானதொரு மரபு விளங்கியிருந்தமையை நமக்கு உணர்த்திடக் காணலாம்.

தமிழகப் பாறை ஓவிய/கீறல் இடங்களில் கோவை மாவட்ட நிலை

தென்னிந்தியாவில், அதிலும் குறிப்பாகத் தமிழகத்திலும் இத்தகைய பாறை ஓவிய/கீறல் இடங்கள் பெருமளவில் காணப்பெறுகின்றன. 1970-1990 காலகட்டத்தில் கோவை மாவட்டத்தின்கண் மூன்று பாறை ஓவிய இடங்கள் தமிழ்நாடு தொல்லியல் துறையினரால் கண்டுபிடிக்கப்பெற்றுள்ளன. 1992-இல் தமிழ்நாடு அருங்காட்சியகத் துறையினரால் கண்டுபிடிக்கப் பெற்று வெளியுலகிற்கு வெளிப்படுத்தப்பெற்ற மருதமலையின் 'மூங்கில் தூரு' பாறை ஓவிய இடம் இவ்வரிசையில் நான்காம் இடத்தைப் பிடிக்கிறது.

'மூங்கில் தூரு' பாறை ஓவிய இடம் முதன் முதலில் கோவை மாவட்டக் கோட்டத் தீயணைப்பு அலுவலகத்தைச் சார்ந்த திரு.கணேசன் மற்றும் அவரது உதவியாளர் திரு. மருதாசலம் ஆகியோரால் கண்டறியப்பெற்றது. கட்டுரையாளரின் பார்வைக்கு இத்தகவல் கொணரப்பட்டபோது, திருவாளர்கள். கணேசன், மருதாசலம், பத்மநாபன், ஆறுமுகம், காளிதாசு, பிலவேந்திரன், இராசகுமார் உள்ளிட்ட நண்பர் குழுவினரோடு அவர் மருதமலையின் மூங்கில் துரு பகுதிக்குச் சென்று, அங்கு விரிவான ஆராய்ச்சியினை மேற்கொண்டு, அவ்விடத்திற்குச் சற்று அருகிலேயே மேலும் இரு பாறை ஓவிய/கீறல் இடங்களைக் கண்டுபிடித்தார். இதனைத் தொடர்ந்து, இப்பகுதிகளில் கட்டுரையாளர் மேற்கொண்ட ஒவ்வோர் ஆராய்ச்சிப் பயணத்தின்போதும் காளிதாசு, அவைநாயகன், இராசன், அன்பு மணிமாறன் உள்ளிட்ட நண்பர் துணை நின்றனர்.

மருதமலையின் 'மூங்கில் தூரு' பகுதியில் கண்டறியப்பெற்ற மூன்று பாறை ஓவிய இடங்களுள் ஒன்றில் மட்டும் பாறை ஓவியங்கள் தெளிவாகக் காணப்படுகின்றன; எஞ்சியுள்ள இரு பாறை ஓவிய இடங்களில் காணப்பெறும் பாறை ஓவியங்கள் மிகவும் தெளிவற்ற நிலையிலேயே உள்ளன. இருப்பினும், இம்மூன்று இடங்களிலும் காணலாகும் பாறை ஓவியங்கள் 'உள்வெட்டுகளாகத்'

('Ingravings') திகழ்கின்றன என்பது குறிப்பிடத்தக்கதாகும். இப்பாறை ஓவியங்கள் பல்வேறு வரிசைகளில் வரையப்பெற்றுள்ளன. இவை தவிர, பாறை ஒதுங்கிடங்களின் பக்கச் சுவர்களிலும் உள்புறச் சுவர்களிலும் ஒரு சில ஒற்றை ஓவியங்களும் காணக் கிடைக்கின்றன.

தெளிவாகக் காணப்பெறும் 'மூங்கில் தூரு' பாறை இடத்தின் மேற்புற வரிசையில், இடது கையில் உயர்த்திய கேடயத்துடனும் வலது கையில் உயர்த்திய வாளுடனும் போர் வீரர் உருவங்கள் தீட்டப் பெற்றுள்ளன. இதையடுத்துக், கீழ் வரிசையில் கைகளைக் கோர்த்தவாறு பெண்கள் 'குழு நடனத்தில்' ('Group dance') ஈடுபட்டுள்ளதைக் காணலாம். இவ்வரிசைக்குக் கீழே 'கொம்புடைத் தலைப்பாகையை' (Hormed head-gear) அணிந்துள்ள மூவர் நீண்டதொரு மத்தளத்தை இசைப்பது காட்டப் பெற்றுள்ளது இதற்குக் கீழான வரிசையில் T எனும் வடிவில் 'விலங்கின் தலை' (எருதின் தலை) காட்டப்பெற்றுள்ளது. அதனருகில், விலங்கின் அமர்ந்த நிலையில் ஓர் 'இனக்குழுத் தலைவன்' (Culture Hero) அல்லது 'சிறு தெய்வம்' (Deity) காட்டப்பெற்றுள்ளது. அதற்கு அடுத்த வரிசையில் ↑ எனும் மேல் நோக்கிய அம்பு வடிவக் குறியீடும் அதன் அருகிலேயே மற்றொரு குறியீடும் தீட்டப்பெற்றுள்ளன. இவை இலிங்க-யோனி வடிவைக் குறிப்பிடுவனவாகக் கொள்ளப் பெறுகின்றன. இவ்வடிப்படையில், இவை 'வளமை வழிபாட்டு குறியீடுகளாகக்' (Symbols of fertility cult) கருதப் பெறுகின்றன. கடைசி வரிசையில் 'ஞாயிறு' அல்லது 'விண்மீன்' (Sun or Star) போன்ற ஒரு வடிவம் வரையப்பெற்றுள்ளது. இவ்வோவியங்கள் அனைத்தும் 'உண்மை வடிவில்' (Realistic form) அமையாமல் 'கருப்பொருள் வடிவிலேயே (Abstract form) தீட்டப்பெற்றுள்ளன.

தற்போது, இப்பாறை ஓவியங்களுள் பெரும்பான்மையானவை வெண்மை நிறத்தில் காணப்பெற்றாலும் சில இடங்களில் பல பாறை ஓவியங்கள் மஞ்சள் நிறத்திலும் காணப்பெறுவதால், 'செம்மைக் குழம்பில்' ('Red ochre paste') தீட்டப்பெற்ற இவ்வோவியங்கள் காலப்போக்கில் மஞ்சளாக ஆகியுள்ளன எனும் கருத்து உறுதி பெறுகிறது.

பாறை ஓவியங்களின் காலக்கணக்கீட்டு முறையும் மூங்கில் தூரு பாறை ஓவியங்களின் காலமும்

பாறை ஓவியங்களின் காலத்தை அறுதியிடுதற்கு 'எச்சரிக்கை விகிதக் காலக் கணக்கீட்டு முறை' (Caution-Ratio Dating Method) எனும் அறிவியல்சார் முறை பயன்படுத்தப்பெறுகிறது. இம்முறையில்

முதற்கண் பாறை ஓவியங்கள் தீட்டப்பெற்றுள்ள பாறைப் பரப்புகளில் படர்ந்துள்ள 'படலத்தில்' (Patina) காணப்பெறும் 'நுண்ணுயிரிகளான (Microbes) பாசி முதலியன சுரண்டி எடுக்கப்பெற்று அவற்றின் காலங்கள் கார்பன் 14 காலக் கணக்கீட்டு முறையில் (Carbon Dating Method) கண்டுபிடிக்கப்பெறுகின்றன. இவ்வகையில், பாறைப் படலத்தில் காணலாகும் நுண்ணுயிரிகளின் காலம் குறித்த அளவீடுகள் பலவாறாகக் கிடைக்கப்பெறுகின்றன. இவ்வாறு கிடைத்திடும் பல்வேறு கால அளவீடுகளும் ஒரு 'வரைபட'த்தில் (Graph) குறிக்கப்பெறுகின்றன. பின்னர், இதிலிருந்து பெறப்படும் 'பொதுக் கணக்கீடு' (Mode) பாறை ஓவியத்தின் 'சரியான காலமாக'க் (Appropriate Date) கணக்கில் கொள்ளப்பெறும்.

மூங்கில் தூரு பாறை ஓவிய இடங்களில் 'எச்சரிக்கை விழுக்காடு காலக் கணக்கீட்டு முறை' மேற்கொள்ளப்படா நிலையிலும் அவற்றை ஒட்டிய 'பாறை ஓதுங்கிடத் தளங்களில் (Floors of Rock Shelters) 'தொடர்புடைப் பொருள்கள்' (Associated finds) கிடைக்கின்றனவா என்று ஆராய்ந்திடா நிலையிலும் இப்பாறை ஓவிய இடங்களில் காணலாகும் ஓவியங்களின் பாங்கு (Style) 'குறியீடுகள்' (Symbols) உள்ளிட்டவற்றினை இந்தியாவில் காணப்பெறும் ஏனைய பாறை ஓவியங்களின் 'பாங்கு', 'குறியீடுகள்' ஆகியவற்றோடு ஒப்பிட்டுப் பார்க்கும்போது, இவை சிந்து சமவெளி நாகரிகக் காலமான 'செம்பு -கல் காலம்' (Chalcolithic Period) சார்ந்தனவாக இருக்கலாம் எனக் கொள்ள வேண்டியுள்ளது. அதாவது, மூங்கில் தூரு பாறை ஓவியங்கள் கி.மு.3000-க்கும் கி.மு.1000-க்கும் இடைப்பட்ட காலத்தன எனக் கருத வேண்டியுள்ளது.

பொதுவாகப் பாறை ஓவியங்களில் காணலாகும் பொதுப் பண்பாக மூங்கில் தூரு பாறை ஓவியங்களிலும் 'பழைய அடுக்கு ஓவிய'ங்களும் (Painting of old layer) 'பிந்தைய அடுக்கு ஓவியங்களும் (Paintings of late layer) ஒன்றுடன் ஒன்று 'பிணைந்த நிலைகளில்' (Superimposing) காணப்பெறுகின்றன.

கோவை மருதமலை மூங்கில் தூரு பாறை ஓவிய இடங்களின் முகாமை :

கோவை மாவட்டத்தில் தமிழ்நாடு தொல்லியல் துறையினரால் இதுவரை கண்டுபிடிக்கப்பெற்றுள்ள (வெள்ளெருக்கம்பாளையம், குமுட்டிபதி, பாலமலை) பாறை ஓவிய இடங்களிலிருந்து தமிழ்நாடு அருங்காட்சியகத் துறையினரால் கண்டுபிடிக்கப்பட்ட மருதமலை மூங்கில் தூரு பாறை ஓவிய இடங்கள் கீழ்க்காணும் தன்மைகளில் சிறப்புற்று விளங்குகின்றன:

- செம்பு-கல் காலப் பாங்கு ஓவியங்கள் மூங்கில் தூரு பாறை ஓவிய இடங்களிலேயே காணக் கிடைக்கின்றன;
- மூங்கில் தூரு பாறை ஓவிய இடத்தில் காணப்பெறும் கொம்புடைய தலைப்பாகை அணிந்து மத்தளம் இசைப்போர் உருவமான 'பசுபதி' என்றும் 'சிவனின் தொன்மை வடிவம்' என்றும் முந்தை அறிஞர்களால் குறிப்பிடப்பெறும் சிந்துசமவெளி முத்திரையில் 'இனக்குழுத் தலைவன்' வடிவை ஒத்திருக்கிறது.
- 'குழு நடனம்', 'விலங்கு மீதமர்ந்த இனக்குழுத் தலைவன், போர் வீரர், 'ஞாயிறு'. அல்லது 'விண்மீன்' உள்ளிட்ட வடிவங்கள் மூங்கில் தூரு பாறை ஓவிய இடத்திலேயே ஒரு சேரக் காணலாகின்றன;
- இவை தவிர, மூங்கில் தூரு பாறை ஓவிய இருப்பிடம் உள்ளிட்டவை குறியீட்டு வெளிப்பாடுகள்வாயிலாகக் குறிப்பால் உணர்த்தப்பெறுவதையும் காண இயல்கிறது.

முடிவுரை :-

தமிழகத்தின் பிற இடங்களில் (அதாவது, 'கீழ்வாலை', 'செத்தவரை', 'குளிர்சுனை', 'சித்தர்வரை' 'ஆலம்பாடி', 'நெகர்பட்டி', 'இடுகட்டி' உள்ளிட்ட ஊர்களில்) ஏற்கெனவே சிந்து சமவெளி காலத்தைய பாறை ஓவிய இடங்கள் கண்டுபிடிக்கப் பெற்றுள்ளதைக் கருத்தில்கொண்டு நோக்கும்போது, கோவை மருதமலையின் 'மூங்கில் தூரு' பாறை ஓவிய இடங்கள் தமிழகத்தின் தொல்பழங்கால வரலாற்றை மீட்டுருவாக்கம் செய்தலில் பெறும் முகாமையான இடம் புலப்பட்டிடக் காணலாம்.

எனவே, மூங்கில் தூரு பாறை ஓவிய இடங்களில் சிந்து சமவெளி காலத்தைய எழுத்துப் பொறிப்புகள் ஏதும் காணப்பெறுகின்றனவா என மேலாய்வு செய்திடுதல் காலத்தின் கட்டாயமாகும்.

நன்றியுரை:

கோவை மருதமலை மூங்கில் தூரு பாறை ஓவியங்களின் ஒளிப்படங்கள் துணைகொண்டு, அவற்றின் 'பாங்கு', 'குறியீடுகள்' உள்ளிட்டவற்றை நுணுகி ஆராய்ந்து அவை சிந்து சமவெளி நாகரிகக் காலத்தையன எனக் கருத்துரை நல்கிய திருமிகு டி.பி. சர்மா, காப்பாளர், தேசிய அருங்காட்சியகம், புதுதில்லி அவர்களது செவ்விய புலமைக்கு என் நெஞ்சார்ந்த நன்றி இங்கு படையலாக்கப்பெறுகிறது.

நோக்கீட்டு ஏடுகள்
(தமிழில்)

காந்தி, ம. 1998. தமிழ்நாட்டில் பாறை ஓவியங்கள். வேலூர்: (அருங்காட்சியகத் துண்டு வெளியீடு.)

பவுன்துரை, இரா. 1988 - தமிழகப் பாறையோவியங்கள் சென்னை: சேகர் பதிப்பகம்.

(ஆங்கிலத்தில்)

Mathivanan, R. 1955 – Indus Script Among Dravidian Speakers, Chennai International Society for the Investigation of Ancient Civilizations.

Verma, R.C. 1993. Contribution of Tribal India in the Decipherment of Indus Scripts (Mimeo).

-1990. Rock Art (Aboriginal Australia - Culture and Society (Series) Canberra; Commonwealth of Australia.

-1994 Rock Art in India and the World (Folder), National Museum, New Delhi.

கந்து வழிபாடு : '(பண்பாட்டு) எச்சங்கள் கோட்பாட்டு அணுகுமுறை' யின்வழி ஓர் ஆய்வு

முன்னுரை

தொல் சமயங்களுள் 'ஆவியியம்' (Animism) "எல்லாவற்றிற்கும் 'உயிர்ப்பாற்றல்' (அதாவது, 'ஆவி') உள்ளது"[1] என்றும் 'ஆவியேறுபொருளியம்' (Animatism) "உயிரற்ற பொருள்கள்மீது உயிர்ப்பாற்றல் ஏறுவதனால் அவ்வுயிரற்ற பொருள்கள் சிறப்பான ஆற்றல் பெறும்" என்றும் குறிப்பிடக் காண்கிறோம்[2]. உயிர்ப்பாற்றல் கொண்ட மரத்தை வழிபட்ட நிலையை அடுத்து[3], அது மரத் தூணாக மாறிய நிலையிலும் சிறப்பான ஆற்றல் உடையதே எனத் தொல் மாந்தர் நம்பி, அதனை வழிபடத் தொடங்கியமையே 'கந்து வழிபாடு' என்று வழிபாட்டு மரபில் அறிந்தேற்கப்பட்டது; 'கந்தம்' விட்டுக் கடவுள் நீங்கியமை குறித்துப் புறநானூறு, 'கலிகெழு கடவுள் கந்தம் கைவிடப் பலிகண் மாறிட" (புறம்: 52) என்று பதிவு செய்துள்ளது.

மரத் தூணாகிய 'கந்து' / 'கந்தத்தி'ல் செதுக்கப்பட்ட சிற்பமானது 'கந்திற் பாவை' என வழிபடப்பட்டமையை மணிமேகலைக் காப்பியம் காட்டுகிறது. காலப் போக்கில், கந்து வழிபாட்டு மரபில் 'மரத் தூண்கள்' என்பன 'கற் தூண்களா'க மாற்றம் அடைந்தன. இதனாலேயே, "பிறங்கு நிலை நெடுங் கற்களா"ன 'பெருங்கற்காலக் கற்குத்துகளை' (Megalithic Menhirs) நீத்தார் நினைவாக நிலை நிறுத்தப்பட்ட 'கந்துகளா'கக் கருத வேண்டியுள்ளது.

பழந் தமிழ் இலக்கியங்கள் பரக்கப் பேசும் கந்து வழிபாட்டின் எச்சங்கள் 'பண்பாட்டுத் தொடர்ச்சி'யாக (Cultural Succession) மக்கள் வழக்காறுகளில் உயிர்ப்புடன் இன்றும் இடம் பெற்றுள்ளமையை('ப் 'பண்பாட்டு) எச்சங்கள் கோட்பாட்டு அணுகுமுறை'யின்வழி எடுத்துக்காட்டுவதே இக்கட்டுரையின் நோக்கமாகும்.

I. '(பண்பாட்டு)' எச்சங்கள் கோட்பாடு : ஓர் அறிமுகம்

'பண்பாட்டுப் படிமலர்ச்சி ஆய்வுகளில் (Studies on Cultural Evolution) தூக்கலாக இனங்காணப்படும் மூன்று கூறுகளுள் 'எச்சங்கள்' / 'பண்பாட்டு எச்சங்கள்' (Survivals / Cultural Survivals) ஒன்றாகும்.[4] 'கடந்த காலச் சமூகங்களைப்' (Past Societies) படிமலர்ச்சி மீட்டுருவாக்கத்திற்கு உள்படுத்தத் தலைப்பட்டபோது,

ஈ.பி. டைலர் (E.B. Tylor) எனும் மானிடவியலாளர் 'எச்சங்கள் கோட்பாடு' / 'பண்பாட்டு எச்சங்கள் கோட்பாடு' (Theory of Survivals / Theory of Cultural Survivals) என்பதை உருவாக்கிப் பயன்படுத்தினார்.

செயலிறந்துபோன 'வழக்கடிகளும்' (Customs) 'நிறுவனங்களும்' (Institutions) 'அழுத்தம்' அல்லது 'வழக்கம்' காரணமாகச் சமூகத்தின் பிந்தைய கால கட்டத்திற்குக் கொண்டுசெல்லப்படுவதையே 'எச்சங்கள்' / 'பண்பாட்டு எச்சங்கள்' என்று டைலர் குறிப்பிடுவதாக மானிடவியலாளர் எம்.எஸ். கார்பாரினோ (M.S. Garbarino) அம்மையார் பதிவு செய்கிறார்.

டைலரை அடியொற்றிப் பின்னர் மானிடவியலாளர் எல். எச். மார்கன் (L.H Morgan) ''தந்தைவழி முறைமை'க்கு (Patrilineality) முந்தையது 'தாய்வழி முறைமை' (Matrilineality)'' என்கிற தமது கருத்திற்கு ஆதரவாக, இக்கோட்பாட்டைத் தன்னுடைய 'உறவுமுறைச் சொற்கோவை' (Kinship Terminology) குறித்த ஆய்விற்குப் பயன்படுத்திக்கொண்டார்.

'(பண்பாட்டு) எச்சங்கள் கோட்பாட்டு ஆய்வு அணுகுமுறை'யானது, பண்பாட்டுப் படிமலர்ச்சி பற்றிய ஆய்வில் 'தோற்றுவாய்களை' மீட்டுருவாக்கம் செய்வதோடு அல்லாமல், அவற்றின் 'எச்சங்களை'யும் இனங்கண்டறிந்து வெளிப்படுத்திடும் அரும்பெரும் பங்கு, பணிகளையும் மேற்கொள்கிறது[5].

II. பழங்குடிப் பண்பாட்டில் கந்து வழிபாட்டின் எச்சங்கள்

கந்து வழிபாட்டின் எச்சக் கூறுகள் பழங்குடிப் பண்பாட்டில் காணப்படுவதைக் கீழ்க்காணும் சில சான்றுகள்வாயிலாக அறியலாம்:

2.1 நடு இந்தியப் பழங்குடிக் குழுக்களிடையே நீத்தார் நினைவாக 'நினைவுத் தூண்கள்' (Memorial Pillars) நிறுவும் பண்பாட்டு வழக்காறு இன்று வரை தொடர்ந்து வருகிறது. சான்றாக, மத்தியப்பிரதேசப் பழங்குடிக் குழுவினருள் ஒருவரான 'ராத்தோர் பழங்குடியினரி'டையே (Rathod Tribes) இறந்தோர்க்கென நிறுவிடும் 'நினைவுப் பலகைகளில் (Memorial Planks) அவர்தம் வீரம் செறிந்த மரபானது 'அரைப் புடைப்புருவங்க'ளாக (Bas-Relief Images) செதுக்கப்படுவதைக் கந்து வழிபாட்டின் பண்பாட்டுத் தொடர்ச்சி எனலாம்.[6]

2.2 மத்தியப்பிரதேசத்தின் முகாமை இனக்குழுவினரான 'கோண்டு பழங்குடியினர்' (Gond Tribes) 'ஸ்தம்பேஸ்வரி' என்கிற பெயரில் கல் தூண்களை நிறுவி வழிபடும்

மரபினராக இனங்காணப்படுகின்றனர். இம்மரபானது கந்து வழிபாட்டின்பாற்பட்டதே அன்றி வேறில்லை.

2.3 ஒடிஸா மாநிலத்துக் 'கந்தமால் பகுதி'யைச் (Kandhamal / Khondmal) சார்ந்த 'கூயி கொந்தர் பழங்குடியினர்'து (Kui-Kondh Tribes) ஒவ்வொரு குடியிருப்பின் முகப்பிலும் 'புவித் தெய்வம்'ான (Earth Deity) 'தார்னி பேனு' / 'பிரா? பேனு' / 'சீதா பேனு'விற்குரிய உருவாரத்தை மரச் செதுக்கலாக 'உருவமற்ற உருவில் (Amorphic Image) அமைத்து வழிபடுகின்றனர்; இவ்வழிபாட்டு மரபானது கந்து வழிபாட்டின் மற்றொரு நிலைத்த சான்றாகும்.[7]

2.4 நீலகிரிப் படுகரது வேண்டுகோளுக்கு இணங்கக், 'கோத்தப் பழங்குடியின'ரால் (Kota Tribes) கோத்தகிரியில் நிறுவப்பட்டுள்ள 'நீலி குரும' (Neeli-Kuruma) ஓரிணைக் கருங்கல்லாலான நினைவுத் தூண்கள் கந்து வழிபாட்டு மரபின் பண்பாட்டுத் தொடர்ச்சியேயாகும்.[8]

III. நாட்டுப்புறப் பண்பாட்டில் கந்து வழிபாட்டின் எச்சங்கள்

கந்து வழிபாட்டின் எச்சக் கூறுகள் நாட்டுப்புறப் பண்பாட்டில் காணப்படுவதைக் கீழ்க் குறித்த சில சான்றுகள்வழி அறியலாம்:

3.1 பால் வடியும் மரங்களில் கொற்றவை உள்ளிட்ட ஆற்றல்மிகு தெய்வங்கள் உறைவதான நம்பிக்கையின் அடிப்படையில், அத்தெய்வங்களுக்கான உருவாரங்களை அத்தகைய மரங்களின் கட்டைகளிலிருந்தே செதுக்கி உருவாக்குதல் நாட்டுப்புறப் பண்பாட்டு மரபாகத் திகழ்கிறது.[9]

3.2 அரியலூர் மாவட்டத்துக் கலியபெருமாள் திருக்கோவிலில் நிலை நிறுத்தப்பட்டுள்ள நெடிய மரத் தூண் கந்து வழிபாட்டின் வகைப்பட்டதே என்பது உள்ளூர் மக்கள் அம்மரத்தூணிற்குப் படைத்திடும் அறுவடைத் தானியங்களிலிருந்து புலப்படும்.

3.3 திருமணச் சடங்கின்போது நடப்படும் 'அரசாணிக் கால்' கந்து வழிபாட்டின் மாறுபட்டதொரு நாட்டுப்புறப் பண்பாட்டு எச்சமேயாகும்.

3.4 தொடக்க காலத்தில் மரத்தூண் அல்லது மரக்கொம்பாக நிறுவி வழிபடப்பட்ட நடைமுறையானது, காலவோட்டத்தில் 'கல் தூணா'க மாற்றம் கண்டது. இதற்குச் சான்றாக, நீலகிரிப் படுகர் தங்களது குடியிருப்புகளின் முகப்பில் அமைத்திட்ட தலைகீழ்ப் 'ப' வடிவ 'அக்க பக்க மரத் தூண்' அமைப்பானது 'அக்க பக்க கல் தூணா'க இன்று மாற்றம் பெற்றுள்ளமையைச் சுட்டலாம்[10].

IV. கொங்கு நாட்டில் கந்து வழிபாட்டின் எச்சங்கள் :-

பண்டைய தமிழகத்தின் 'மண்டலங்கள் ஐந்தனு'ள் ஒன்றாக அமைந்திட்ட 'கொங்கு மண்டலம்' எனும் 'கொங்கு நாடா'னது மேற்குத் தமிழ்நாட்டு நிலப் பரப்பாகத், தனித்ததொரு 'பண்பாட்டுப் பரப்பா'க (Culture Area) அமைவதனால், இப்பகுதியில் இனங்காணப்படும் கந்து வழிபாட்டின் எச்சங்களுள் சில இங்கே எடுத்துக்காட்டப்படுகின்றன:

4.1 பொதுவாகக், கொங்கு நாட்டுத் திருக்கோவில்களுக்கு முன்பாக நிலை நிறுத்தப்பட்டுள்ள கருங்கல்லாலான விளக்குத் தூண்கள் 'கருடக் கம்பங்கள்' என்று குறிப்பிடப்படுவதும் கோவிலுக்கு வருவோர் தமது முதல் வழிபடுபொருளாக இக்கருடக் கம்பங்களையே வழிபடுவதும் கந்து வழிபாட்டின் நாட்டுப்புறப் பண்பாட்டு மரபுத் தொடர்ச்சியே.

4.2 கொங்கு நாட்டு அம்மன் திருக்கோவில்களில் கோடை விழாக்களின்போது, கோவில் முகப்பில் அமைக்கும் 'கம்பம்' என்கிற முக்கொம்புடைய மரக் கவைமீது தீச்சட்டியை இருத்தி, அதற்கு முன்பாகக் கொட்டு முழக்கி நிகழ்த்தும் 'கம்பம் சுத்தி ஆட்றது' என்கிற நிகழ்வானது கந்து வழிபாட்டின் நாட்டுப்புற மரபு சார்ந்ததே.

4.3 கொங்கு நாட்டில் மேற்கொள்ளப்படும் 'அறவான் பண்டிகை' என்னும் 'கூத்தாண்டெ நோம்பி'யின்போது உருவாக்கப்படும் 'கூத்தாண்டை உருவாரத்'திற்கு 'உயிர்ப்பு' கொடுக்கக், குறிப்பிட்ட அசைவு காட்டிய இலைகளுடன்கூடிய ஆத்தி மரச் சிறு கிளையை ஒடித்து அதனை அவ்வுருவாரத்தினுள் சேர்ப்பது நாட்டுப்புற வழிபாட்டு மரபில் கந்து வழிபாடு இன்றும் தொடர்ந்து வருவதைச் சுட்டிக்காட்டும்.

4.4 கோயம்புத்தூரை அடுத்துள்ள சர்க்கார் சாமக்குளம்' (என்கிற 'கோவில்பாளையம்') அருகே அமைந்திருக்கும் கவைய காளியம்மன் திருக்கோவிலின் அண்மையாக முச்சந்தியில் நிலை நிறுத்தப்பட்டுள்ள 'வாதப் பிள்ளையார்' எனும் வழிபடு கல்லும் கந்து வழிபாட்டின் பாற்பட்டதே[11].

நிறைவுரை

இதுவரை பகிரப்பட்ட பல்வேறு பண்பாட்டுத் தரவுகளிலிருந்து, கந்து வழிபாடானது ஆவியியத்தின் வகைமைகளுள் ஒன்றான 'மர வழிபாட்டின்' (Tree Worship) நீட்சியாகவும் ஆவியேறுபொருளியத்தின் வகைப்பட்டதாகவும் அமைகிறது என்பது பெறப்படும்.

மேலே காட்டப்பட்ட பண்பாட்டுத் தரவுகளின் அடிப்படையில், சங்க காலத்துக் கந்து வழிபாடானது பழங்குடிப் பண்பாட்டு மரபிலும் அதனையடுத்து, நாட்டுப்புறப் பண்பாட்டு மரபிலும் எச்ச நிலையில் இன்றும் தொடர்ந்து வந்து, 'அறுபடாப் பண்பாட்டுத் தொடர்ச்சி'யாக நம் தமிழ் மண்ணில் நிலவி வருகிறது என்று துணிந்து கூறலாம்.

இந்நிலையில், "பிற்காலத்தில் தோன்றிய நரசிம்மர் வழிபாட்டிற்குத் தூண் வழிபாடுதான் மூலம்" என்று வரலாற்றியல் அறிஞர் ஜெய்ஸ்வால் அம்மையார் கூறுவது மேலும் முகாமை பெறக் காண்கிறோம்.

அடிக் குறிப்புகள்

1. இதற்குச் சான்றாக, ஒடிஸா மாநிலப் பழங்குடியினரான கூயி-கொந்தர் 'குலியா மார்னு பேனு' ("நெற் பயிர்க் கடவுள்"), 'கொக்ரா மார்னு பேனு' ("துவரைப் பயிர்க் கடவுள்"), 'மா? அம்ரானு பேனு' ("மா மரக் கடவுள்"), 'சோரு பேனு' ("குன்றுக் கடவுள்"), 'டாஞ்ஜூ பேனு' ("நிலாக் கடவுள்"), வேளா பேனு' ("சூரியக் கடவுள்") என இயற்கை சார்ந்த தெய்வங்கள் உறைவதாகக் கருதுவதைக் குறிப்பிடலாம்.
2. ஆந்திர மாநிலத்துச் 'சவோரா பழங்குடியினர்' (Saora Tribes) தமது அம்பு முனையில் உறையும் தெய்வ ஆற்றலானது தொடர் பயன்பாட்டினால் குன்றுவதாகவும் அத்தகைய அம்பு முனைகளின் ஆற்றலை மறுவுயிர்ப்பின்வழி மீளப் பெறுவதற்கென, வீட்டு விலக்கான பெண்டிரது குருதிபடும் வகையில் தங்களது அம்புகளைப் பெண்டிர் நீர் எடுக்க வந்து செல்லும் நீர்நிலைக்கு அருகில் உள்ள பாதையில் போட்டுக் காத்திருப்பர்.
"....மறவன் கையில் ஏந்திப்.......போகுங் காலைக்..... கொள்ளும் கொடியெடுத்துக் கொற்றவையும் கொடுமர முன் செல்லும்....." என்கிற சிலப்பதிகார வேட்டுவ வரி (14) இங்கு ஒப்பு நோக்கத் தக்கது.
3. மரத்தில் 'ஆவி' உறையும் என்ற நம்பிக்கையானது சிந்துவெளிக் காலப் பழைமையின் நீட்சியாகும். சிந்துவெளி நாகரிகக் காலத்து முத்திரையொன்றில் மரம்மீது உறையும் தெய்வ உரு காட்டப்பட்டுள்ளமை இங்கு நினைக்கற்பாலது; இது கந்து வழிபாட்டு மரபிற்கான தோற்றுவாயாக இருக்கலாம் என்று இக்கட்டுரை ஆசிரியர் கருதுகிறார்.

4. இது தவிர, 'மாந்தர்குல உளப்பாட்டு ஒற்றுமை' (Psychic Unity of Humankind), ஒப்பீட்டு முறை' (Comparative Method). என்னும் இவ்விரண்டும் மீதமுள்ள கூறுகளாகும்.

5. '(பண்பாட்டு) எச்சங்கள் கோட்பாடு'ம் கடுமையான திறனாய்விற்கு உள்ளானது. சான்றாகச், 'செயற்பாட்டியலாளரா'ன (Functionalist) மலினோவ்ஸ்கி (Malinowsky), 'பண்பாட்டில் செயலிறந்த கூறுகள்' (Non- Functional Aspects of Culture) என்பனவற்றிற்கு இடமே இல்லை; பண்பாட்டு ஆய்வுகளில் 'தோற்றுவாய்கள் தேடலும்' (Search of Origins) 'வரலாற்று மீட்டுருவாக்கங்க'ளும் (Historical Reconstructions) பயனற்றவை; சம காலத்தில் பண்பாட்டின் போக்குகள் எவ்வாறு செயல்படுகின்றன என்பதுதான் முகாமையானதாகும்; 'கடந்த கால வடிவங்களை (Past Forms) அறிந்துகொள்வதனால் எந்தப் பயனும் இல்லை எனப் பலவாறாகக் கடுமையான கருத்துக்களை இக்கோட்பாட்டிற்கு எதிராக முன்வைத்தார்.

6. போபால், சியாம்ளா குன்றுகள் பகுதியில் நிறுவப்பட்டுள்ள 'இந்திரா காந்தி தேசிய மாந்தர் அருங்காட்சியகத்தில் (Indhira Gandhi Rashtriya Manav Sanghrahalaya) இத்தகைய அரைப் - புடைப்புருவங்கள் செதுக்கப்பட்டுள்ள மரப் பலகைகள் 'திறந்தவெளிக் காட்சிப்படுத்தத்'தில் (Open-air Presentation) பொதுமக்கள் பார்வைக்கென வைக்கப்பட்டுள்ளன.

7. அமெரிக்க இந்தியப் பழங்குடியினர் நிலத்தில் நிறுவிடும் 'குலக்குறியியத் தூண்கள்' (Totem Poles) அயல் நாடுகளிலும் கந்து வழிபாடு நிலவுவதற்கான நிலைத்த சான்றுகளாகத் திகழ்கின்றன.

8. விரிவான தகவல்களுக்குக் காண்க : Maheswaran, C. 2010 b. (14-17).

9. இதற்குத் தக்க சான்றாக, 'ஏழிலைப் பாலை'யின் மரத்துண்டையே காளி உருவாரம் செய்வதற்குத் தெரிவு செய்யும் 'நாட்டுப்புற மரபை' (Folk Tradition) இங்குக் குறிப்பிடலாம்; இதன் மற்றொரு பண்பாட்டுத் தொடர்ச்சியாகவே குட முழுக்கிற்கு முன்னர் திருக்கோவில்களில் அமைத்திடும் 'பாலாலயங்களில்' (Transit Shrines) தெய்வ உருவாரங்களை அத்தி மரத்துண்டுகளாலேயே மரச் சிற்பங்களாக வடித்து வழிபாட்டிற்குப் பயன்படுத்தும் 'செவ்வியல் மரபை'ச் (Classical Tradition) சுட்டலாம்.

10. இத்தகைய 'அக்க பக்க மரத் தூணி'ன் ஒரு சிதைந்த பகுதியானது இக்கட்டுரை ஆசிரியரால் 2007 காலகட்டத்தில் நேரிடைக் களப்பணி ஆய்வின்போது திரட்டப்பட்டு, உதகமண்டலத்தில் உள்ள (நீலகிரி மாவட்ட) அரசு அருங்காட்சியக இருப்புத் தொகுப்பில் வைத்துப் பாதுகாத்து வரப்படுகிறது.

11. மேலும் விரிவான தகவல்களுக்குக் காண்க: Maheswaran, C. 2006 (34-41).

நோக்கீட்டு ஏடுகள்
(தமிழில்)

மகேசுவரன், சி. 2006. "கொங்கு நாட்டில் காணலாகும் 'வாதப் பிள்ளையார் வழிபாடு' " எனும் 'சந்தி வழிபாடு'. 183-188. *Museum's Journal (October 2003-September 2004). Chennai : Government Museum.*

மகேசுவரன், சி. 2010. "கந்து வழிபாடு". 42 தமிழினி (கலை இதழ்) 3:25 (டிசம்பர் 2009-ஜனவரி 2010). சென்னை.

(ஆங்கிலத்தில்)

Maheswaran, C. 2010 a. "The Bison Dance: A Study in Cultural Survivals". 1-7. Tribal and Folk Culture Studies. Chennai : Government Museum.

Maheswaran, C. 2010 b. "Kurumba Memorial Pillars at The Nilgiris: A Study in Cultural Pespectives". 14-17. Tribal and Folk Culture Studies. Chennai : Government Museum.

Maheswaran, C. 2010 c. "Kooththaandai Naombi: A Case for Cultural Pluralism in Tamil Nadu". 34-41. Tribal and Folk Culture Studies. Chennai: Government Museum.

நன்றியுரை: இக்கட்டுரைக்கான வரைவினை விரிவுபடுத்தி எழுதுதற்கு எனக்கு உந்து ஆற்றலாக விளங்கிய காந்திகிராம (நிகர்நிலை) ப் பல்கலைக்கழகத் தமிழ்த் துறைப் பேராசிரியர் (முனைவர்) ஒ.முத்தய்யா - அவர்களுக்கு எனது நெஞ்சார்ந்த நன்றியை இங்குப் பதிவு செய்ய விரும்புகிறேன்.

ஆகெழு கொங்கின் பண்பாட்டு எச்சங்கள்

1 முன்னுரை :-

பழந் தமிழகத்தின் ஐந்து மண்டலங்களுள் ஒன்றான 'கொங்கு மண்டலம்' பண்டைய இலக்கியங்களில் 'ஆகெழு கொங்கு' எனச் சிறப்பாகக் குறிக்கப்படுகிறது. காடும் காடு சார்ந்த புவிப் பரப்பினையும் உள்ளடக்கிக் கால்நடை மேய்ச்சலுக்குரிய 'ஆயர் வாழ்க்கை'யை இம்முல்லை நிலத்திற்குரிய மக்கள் தமது முதன்மைப் பொருளியலாகக் கொண்டிருந்ததே இதற்கு அடிப்படை ஆகும். 'காடு கொன்று நாடாக்கி'ய பின்னர் இந்நிலவியல் பரப்பு கொங்கு நாடு எனக் குறிக்கப்பட்டது. இன்றைய பொள்ளாச்சி அன்றைய காலக் கல்வெட்டுகளில் (பொழில்வாய் எரிச்சில்[1] ''வாய்ச்சி கொண்டு பொழில் அழிக்கப்பட்டு, எரித்து உருவாக்கப்பட்ட ஊர்'') எனக் குறிக்கப்படுவதை இங்கு ஒப்பு நோக்கலாம்.

ஒரு கால கட்டத்தில், குறிப்பிட்ட ஒரு சமூகத்தினுள் முழு வீச்சுடன் செயல்பட்டு வந்த சில பண்பாட்டுக் கூறுகள் காலவோட்டத்தில் தம் செயல்பாட்டின் வீச்சு குறைந்து எச்சங்களாக நின்று நிலவி வர நேரிட்டுவிடும்; இத்தகைய எச்ச வடிவங்களான பண்பாட்டுக் கூறுகளே பண்பாட்டு எச்சங்கள் என அடையாளப்படுத் தப்படுகின்றன.[2]

ஆகெழு கொங்கினை நமக்கு அடையாளம் காட்டிடும் பண்பாட்டு எச்சங்களுள் சிலவற்றை அறிமுகப்படுத்துவதே இக்கட்டுரையின் நோக்கமும் களமும் ஆகும்.

ஆகெழு கொங்கின் பண்பாட்டு எச்சங்கள் :

1. புதுக் கற்காலச் சாம்பல் மேடுகளைச் சுட்டி நிற்கும் சாம்பல் குளம்

காட்டு விலங்கினங்களைப் பழக்கி, உழு தொழில் உள்ளிட்டவற்றிற்கு உரியனவாக அவற்றை மாற்றிய தொல்பழங்கால காலகட்டமே புதுக் கற்காலம். இப்புதுக் கற்காலத்தின்போது பெருகிய கால்நடைகளின் சாணக் குவியலை எளிதில் அப்புறப்படுத்த எரித்ததனால் சாம்பல் மேடுகள்[3] உருவாகின. இவை போன்ற சாம்பல் மேடுகள் நிரம்பிக் குளமான ஒரு சாம்பல் குளம் நாளடைவில் சாமக்குளம் என மருவி, இன்று சர்க்கார் சாமக்குளம் என அழைக்கப்படுகிறது.

2. பெருங்கற்காலப் பாறை ஓவியங்கள் காட்டும் தக்காண எருதுகள் :

தக்காணப் புவிப் பரப்பில் பெருந் திமில் கொண்ட எருதுகள் நிலவின; அவை அங்கு இங்கு எனாதபடி நீக்கமற அனைத்துப் பெருங்கற்காலப் பாறை ஓவியங்களிலும் காட்டப்பட்டுள்ளன. கொங்கு நாட்டின் பாறை ஓவியங்களில் தவறாமல் இடம் பெறும் இத்தக்காண எருதுகள் ஆகெழு கொங்கின் பண்பாட்டுப் பதிவுகளே.[4]

3. கற்சிற்பங்களில் தாய்-சேய் உருவாரத்துடன் அமையும் இணை மாடுகள்:

கோயம்புத்தூர் மாவட்டத்தில் பேரூர், கவையம்புத்தூர், தேவனாம்பாளையம் உள்ளிட்ட ஊர்களிலும் ஈரோடு மாவட்டத்தில் காளிங்கராயன்பாளையம், பவானி கூடுதுறை, தோரணவாவி உள்ளிட்ட ஊர்களிலும் நின்ற கோலத்தில் சேயைத் தனது இடுப்பில் சுமந்துள்ள தாய் உருவாரத்துடன் இணை மாடுகள் எதிர், எதிராக நின்ற நிலையிலான அரைப் - புடைப்புக் கற்சிற்பங்கள் அண்மைக் காலத்தில் அடையாளம் காட்டப்பட்டுள்ளன. இக்கற்சிற்பங்கள், கோயம்புத்தூர் மாவட்டத்தில் 'வேலாத்தம்மன்' என்ற பெயரிலும் ஈரோடு மாவட்டத்தில் 'தொட்டிச்சியம்மன்' என்ற பெயரிலும் அறியப்படுகின்றன.[5] குழந்தைப் பேறு வேண்டுவோரும் பிறந்த குழந்தைக்குப் போதிய தாய்ப்பால் இல்லாதோரும் கன்று ஈன்ற மாடுகளுக்கு உரிய பால் சுரப்பு விரும்புவோரும் இச்சிற்ப வகையை வணங்கி, வழிபடுவது களப்பணி ஆய்வுகளின்போது உறுதி செய்யப்பட்டது. இதனால், வளமை வழிபாட்டுடன் தொடர்புடையதாக இவ்வகைச் சிற்பங்கள் இனங்கண்டறிப்பட்டுள்ளன.[6]

4. இக்கரைப் போளுவாம்பட்டியில் இணை எருதுகளின் உலோகச் சிறுவுரு :

கோயம்புத்தூரை அடுத்துள்ள இக்கரைப் போளுவாம்பட்டியில் புதையல் பொருளாகச் சிறு சதுர வடிவக் கல் அமைப்பிற்குள் நுகத்தடி பூட்டிய இணை எருதுகளின் உலோகச் சிறுவுரு வெளிப் பட்டது. தமிழ்நாடு அரசு தொல்லியல் துறையின் கீழுள்ள கோவை அகழ்வைப்பகத்தின் இருப்புத் தொகுப்பில் இடம் பிடித்துள்ள இச்சிறுவுரு கொங்கின் ஆகெழு பண்பாட்டை நமக்கு எடுத்துக் காட்டும் நல்லதொரு சான்றாக அமைகிறது.[7]

5 பொள்ளாச்சியில் மாடுமீது அமர்ந்த கோலத்தில் பெற்ற நாச்சியம்மன் :

மாடு மீது அமர்ந்த நிலையில் 'பெற்ற நாச்சியம்மன்'[8] என்ற பெயரால் ஒரு தாய்த் தெய்வம் பொள்ளாச்சியை அடுத்துள்ள கோவில் ஒன்றில் அணி செய்கிறது. இத் தெய்வத்தின் பெயரில் உள்ள 'பெற்றம்' என்பது 'மாடு' எனப் பொருள்படுவதைத் தமிழ் இலக்கியம் சுட்டும். பொள்ளாச்சியை அடுத்துள்ள கோட்டூர் மலையாண்டிப்பட்டிணத்திலிருந்து புதையல்வாயிலாகப் பெறப்பட்ட மாடுமீது அமர்ந்த கோலத்தில் தாய்த் தெய்வத்தின் கற்சிற்பம் ஒன்று தமிழ்நாடு அரசு அருங்காட்சியகங்கள் துறையின் கீழுள்ள கோயம்புத்தூர் மாவட்ட அரசு அருங்காட்சியகத்தில் காட்சிப்படுத்தி வைக்கப்பட்டுள்ளது இங்கு ஒப்புநோக்கத் தக்கது.

கொங்கு நாட்டுத் தேவாங்கர் சாதிக் குழுவினரது தாய்த் தெய்வமான சௌடேசுவரி அம்மன் மாடுமீது அமர்ந்தவாறு விளங்குவதையும் இங்கு ஒப்புநோக்கலாம். இறைவன். இறைவியை மாடுமீது அமர்ந்த கோலத்தில் காட்டும் பிந்தைய சைவ சமய வழிபாட்டு மரபிற்குக் கொங்கு மண்டலத்தில் காணலாகும் மாடுமீது அமர்ந்த அம்மன் கோலம் அடிப்படையோ எனக் கருத வேண்டியுள்ளது.[9]

6. காரைக் கவை தாங்கிய கவையம்பதி கவைய காளியம்மன் :

கோயம்புத்தூரை அடுத்துள்ள கவையம்புத்தூர்[10] என்னும் சர்க்கார் சாமக்குளத்தில் உள்ள காளியம்மன் கோவிலில் உள்ள கற்சிற்பம் காரை மரக் கவை தாங்கியவாறு அமைந்து, அதனால், கவைய காளியம்மன் எனக் காரணப் பெயர் சுட்டப்படுகிறது. கால்நடைகளுக்கு இலை, தழைகளைப் பறிக்க உதவும் காரை மரக் கவை இக்காளியம்மனுடைய படைக்கலமாகக் காட்டப்பட்டுள்ளது ஆகெழு கொங்கின் அடையாளம் காட்டும் ஒரு பண்பாட்டு எச்சமே.

7. நேர்ச்சைப் பொருள்களாகப் படைக்கப்படும் சுடுமண் கால்நடை உருவாரங்கள்

கோயம்புத்தூர் மாவட்டம், கிணத்துக்கடவு ஊரை அடுத்துள்ள தேவனாம்பாளையம் மாலையம்மன் கோவில் மரத்தடி, ஈரோடு மாவட்டம், கொடுமுடி அம்மன் கோவிலின் புறவெளி உள்ளிட்ட கொங்கு மண்டலத்தின் பல்வேறு பகுதிகளில் சுடுமண்ணாலான கால்நடை உருவாரங்கள் நேர்ச்சைப் பொருள்களாகப்

படையலாக்கப்படுகின்றன.[11] கால்நடைச் செல்வங்களுக்கு ஏற்படும் நோய் நொடி நீங்க வேண்டிக்கொண்டு, நோய் நீங்கிய பின் அதற்கு நன்றிக் கடனாக கால்நடைகளின் சுடுமண் உருவாரங்கள் நேர்ச்சைப் பொருள்களாகப் படைத்து வழிபடப்படுகின்றன. இப்பண்பாட்டு எச்சமும் ஆகெழு கொங்கினை நன்றாக அடையாளம் காட்டிடும்.

8. ஏழூர் தாய்த்தெய்வங்களுக்கு நேர்ந்துவிடப்படும் கூளி எருதுகள் :

கோயம்புத்தூரை அடுத்துள்ள இடிகரை உள்ளிட்ட ஏழு சிற்றூர்களின் தெய்வங்களான அம்மன் குடிகொண்டுள்ள கோவில்களுக்கென[12] 'ஊருக்கு ஒன்று' என்ற அடிப்படையில் மொத்தம் ஏழு கூளி எருதுகள் நேர்ந்துவிடப்படுகின்றன. இறந்தவரின் ஆவிக்குரிய தீமைகளை எருதின்மீது ஏற்றி, அதைப் பின் ஊருக்குள் நேர்ந்துவிடும் சடங்கு நடத்தையே[13] காலவோட்டத்தில் இறந்தோர் ஆவி அமைதியடையாமல் 'கூளி'யாக (பேய்) மாறி அலைய நேரிடுவதைத் தவிர்க்க எருதுகளை ஊரில் உள்ள அம்மன் கோவிலுக்கு நேர்ந்துவிடும் சடங்கியல் நடத்தையாகப் படிமலர்ச்சி அடைந்துள்ளது. இதையே, கொங்கு மண்டலத்து இடிகரை உள்ளிட்ட ஏழூர் தாய்த்தெய்வங்களுக்கு இன்றும் நேர்ந்து விடப்படும் கூளி எருதுகள்[14] நமக்குக் காட்டுகின்றன.

II. நிறைவுரை

இதுவரை, தொகுத்தும் வகுத்தும் காட்டப்பட்டுள்ள கொங்கு மண்டலத்துப் பண்பாட்டு எச்சங்கள் ஆகெழு கொங்காக இப்புவிப் பரப்பு அமைந்திருந்ததை நமக்கு நன்கு படம்பிடித்துக் காட்டும். இப்பண்பாட்டு எச்சங்களை அறிந்திடாமல் கொங்கு நாட்டு வரலாற்றை முழுதளாவிய அளவில் நம்மால் புரிந்துகொள்ள இயலாது.

அடிக் குறிப்புகள்

1. இருப்பினும், கல்வெட்டுகளில் இது 'எரிச்சில் பொழில்வாய்ச்சி' என்றே பதிவு செய்யப்படுகிறது என்பது ஆர்வமூட்டும் செய்தி ஆகும். 'செலக்கரச்சல்' (‹சிலாக்கெரிச்சல் ‹சிலாக்கு + எரிச்சில்), 'கருவலூர்' (‹ கருகலூர் ‹ கருகல் + ஊர்) உள்ளிட்ட கொங்கின் ஊர்ப் பெயர்கள் 'காடு கொன்று நாடாக்கி' முல்லை நிலமாகிய கொங்கு மண்டலம் வளம் கொழிக்கும் ஊர்களாக மாற்றப்பட்ட வரலாற்றுச் செய்திகளைத் தம்முள் பொதிந்து வைத்துள்ளன

என்பது மற்றுமோர் ஆர்வமூட்டும் செய்தி ஆகும்.

2. வரலாற்று நோக்கில் மனித சமூகங்களை அதன் பல்வேறு நிறுவனங்களை மீட்டுருவாக்கம் செய்வதன்வாயிலாக முழுதளாவிய நிலையில் மீட்டுருவாக்கம் செய்திடுவதற்கு ஈ.பி. டைலர் என்னும் மேனாட்டு மாந்தவியலாளர் எச்சக் 'கோட்பாடு / பண்பாட்டு எச்சக் கோட்பாடு' என்பதை ஆய்வுலகிற்கு அறிமுகப்படுத்தினார்.
3. இது தொடர்பான விரிவான செய்திகளுக்குக் காண்க: Allchin, F.R., 1963.
4. ஏனைய விலங்கின உருவங்களைக் காட்டிலும் பெருந் திமில் எருதுகளான தக்காண எருதுகளே கொங்கு மண்டலத்து வரலாற்று முன்நிலைக் காலப் பாறை ஓவியங்களில் பெரிதும் காட்டப்பட்டுள்ளமை இக்கூற்றிற்கு அரணாக அமையக் காணலாம்.
5. கோயம்புத்தூர் அரசுக் கலைக் கல்லூரி வரலாற்றுத் துறையின் அருங்காட்சியகத் தொகுப்பிலும் ஈரோடு அரசு அருங்காட்சியகத் தொகுப்பிலும் இத்தகைய கற்சிற்பங்கள் இடம் பெற்றுள்ளன.
6. இக்கட்டுரை ஆசிரியரது களப்பணி ஆய்வுகளின்போது இத்தரவுகள் நேரிடையாகப் பதிவு செய்யப்பட்டன.
7. பொன்னேர் பூட்டும் சடங்கியலின் ஒரு பண்பாட்டுக் கூறாக இத்தகைய உலோகச் சிறுவுரு அமைக்கப்பட்டிருக்கலாம் எனக் கருதப்படுகிறது. மிகவும் பாதுகாப்பாகச் சிறு பேழை போலச் சதுரக் கல் அடைப்பிற்குள் மேற்படி உலோகச் சிறுவுரு அமைக்கப்பட்டிருந்தது இக்கருத்திற்கு அரணாக அமைகிறது.
8. 'பெற்றம்' என்ற சொல் இலக்கிய வழக்கில் மட்டுமே காணப்படுவதாலும் இத் தெய்வம் பேச்சு வழக்கில் 'பெத்தம்மன்', 'பெத்த நாச்சி', 'பெத்தநாச்சியம்மன்' எனப் பலவாறாக அழைக்கப்படுவதாலும் பொதுவாக அம்மன் என்பது தாய்த் தெய்வமாக அமைவதாலும் 'பேறு' என்ற சொல்லின் அடிப்படையாகவே இத்தாய்த் தெய்வம் பாமர மக்களால் பார்க்கப்படுகிறது.
9. சுடலை மாடன் என்னும் இயல் (வழிபாட்டு மரபுத்) தெய்வத்திலிருந்தே 'சிவன்' என்னும் அயல் (வழிபாட்டு மரபுத்) தெய்வமும் 'விருமாண்டி' என்னும் இயல் (வழிபாட்டு மரபுத்) தெய்வத்திலிருந்தே 'பிரமன்' என்னும் அயல் (வழிபாட்டு மரபுத் தெய்வமும்) உருவானதாக நாட்டுப்புற வழக்காற்றியல்

ஆய்வறிஞர் கருதுவது இங்கு ஒப்புநோக்கத் தக்கது.

10. கொங்கு மண்டலத்துக் கோயம்புத்தூர் இருளர் இனக்குழுத் தலைவன் 'கோவன்' உருவாக்கிய 'புத்தூர்' (புதிய ஊர்) என்ற அடிப்படையில், 'கவையன்' என்பவன் பெயரில் உருவான, புத்தூராக இக் கவையம்புத்தூர் இருக்கலாமோ எனக் கருதவும் இடம் உள்ளது.

11. ஐந்து தமிழ் மண்டலங்களுள் சேர, சோழ, பாண்டிய, தொண்டை எனும் ஏனைய புவிப் பரப்புகளைக் காட்டிலும், கொங்கு மண்டலத்திலேயே கால்நடை உருவாரங்கள் பெருமளவில் நேர்ச்சைப் பொருள்களாக விளங்குகின்றன என்பது தமிழகம் முழுவதும் நிகழ்த்தப்பட்ட பல்வேறு களப்பணிகள் வாயிலாக இக்கட்டுரை ஆசிரியரால் உறுதி செய்யப்பட்டுள்ளது.

12. ஏழூர் அம்மன்களையும் உடன்பிறந்தவராகக் காட்டும் தொன்ம மரபு கொங்கு மண்டலம் முழுதும் நிலவுகிறது. சான்றாக, நீலகிரி மாவட்டத்தில் சிறியூர், ஆனைகட்டி, மசினிகுடி, பொக்காபுரம், காந்தள், உதகமண்டலம் உள்ளிட்ட ஏழு ஊர்களில் உள்ள முதன்மை அம்மன்கள் அனைவரும் உடன் பிறந்தவராகவே கருதப்படுவதையும் எல்லோருக்கும் மூத்தவரான சிறியூர் அம்மன் தொடங்கி, நிறைவாக அனைவருக்கும் இளையவரான உதகமண்டலம் மாரியம்மனுக்கு வழிபாடு இயற்றும் மரபினை நீலகிரி மாவட்ட மண்ணின் மைந்தர் இன்றும் கைக்கொள்வதையும் இங்கு எடுத்துக்காட்டலாம்.

13. நீலகிரி மாவட்ட மண்ணின் மைந்தருள் ஒருவரான படுகர் இனக்குழுவினரிடையே காணலாகும் 'கருஹரசுவது' (கன்று விடுதல்) என்னும் சாவுச் சடங்கியல் முறையை இதற்குச் சான்றாகச் சுட்டலாம்.

14. மேலும் விரிவான தகவல்களுக்குக் காண்க: Burrow, T. & M.B. Emeneau, 1984.

நோக்கீட்டு நூல்கள்

ஆல்துரை, இரா.கு., 2007. படகர் தேர் திருப்பத்தி, நீலமலை: நெலிகோலு வெளியீட்டகம்.

Allchin, F.R. 1963. Neolithic Cattle Keepers of South India, Cambridge Cambridge University Press.

Burrow, T. & M.B. Emeneau 1984. A Dravidian Etymological Dictionary (Second Revised Edition), New York: Clarendon Press.

Garbarino, M.S., 1977, Socio-cultural Theory in Anthropology: A Short History, New York, Holt, Rinehart & Winston.

Maheswaran, C. (n.d.), Field Notes (Mimeo.) Ooty, The Nilgiris.

நன்றியுரை: இக்கட்டுரை எழுதுவதற்கு ஊற்றுக்கண்ணாய் விளங்கியவரும் கொங்கு நாட்டியல் ஆய்வில் என் முன்னோடியுமான முதுபெரும் தொல்லியலாளர் முனைவர் அர. பூங்குன்றன் அவர்களுக்கு இங்கு என் நெஞ்சார்ந்த நன்றியைப் பதிவு செய்திட விரும்புகிறேன்.

அரும்பொருள்கள் வாயிலாக வெளிப்படும் தொல் தமிழர் சமூகம்

நெடுங் காலமாக, முற்கால வரலாற்று நிலையை உணர்த்திடப் பெரும்பாலான தொல்லியல் ஆய்வுகள் சங்க இலக்கிய வெளிப்பாடுகளை மெய்ப்பிப்பனவாக அமைந்து வந்தன (இராசன், கா. 2001: 229). தற்போது, இந்நிலைக்கு மாறாக, அகழாய்வுகள்வழி வெளிப்பட்ட தொல்லியல் அரும்பொருள்களின் அடிப்படையில், சங்க காலத் தொல்தமிழர் சமூகத்தை மீட்டுருவாக்கம் செய்திடும் ஆய்வுப் போக்கு மிக அண்மைக் காலமாக உருப்பெற்றுள்ளது (மகேசுவரன், 2009 மற்றும் 2010).

அறிவியல் அடிப்படையிலான அகழாய்வுகள் நடைமுறைப்படுத்தப் படுவதற்கு முன்னரே, இந்தியாவை ஆண்ட ஆங்கிலேய ஆட்சி யாளரால் தமிழ்நாட்டில் பல்வேறு பகுதிகளில் தோண்டுதல் வாயிலாகத் தொல்லியல் அரும்பொருள்கள் அகழ்ந்தெடுக்கப்பெற்று, அந்நாளில் சென்னை மாநிலத் தலைமை அருங்காட்சியகமாகத் திகழ்ந்த (இன்றைய) சென்னை அரசு அருட்காட்சியகத் தொகுப்பில் சேர்க்கப்பெற்றுள்ளன.

மண்ணடுக்குசார் அகழாய்வுகளே அகழ்ந்தெடுக்கப்பெறும் அரும்பொருள்களின் கால வரிசையைச் மிகச் சரியாகக் காட்டும்; மண்ணடுக்குகளுக்கு இடமளிக்காமல் அகழ்ந்தெடுக்கப்பெறும் அரும்பொருள்களின் காலக் கணக்கீடு நம்பகத் தன்மையற்றது என்னும் தொல்லியலாளர் கருத்தோட்டத்தின்படி, சென்னை அரசு அருட்காட்சியகத் தொகுப்புகளுள் அடங்கும் தொல்லியல் அரும்பொருள்கள், மாந்தர் பண்பாட்டை மீட்டுருவாக்கம் செய்யப்பெறுதலில் கணக்கில் எடுத்துக்கொள்ளப் பெறுவதே இல்லை.

சென்னை அரசு அருட்காட்சியகத் தொகுப்பில் இடம்பெறும் நீலகிரி மற்றும் ஆதிச்சநல்லூர் பெருங்கற்கால அரும்பொருள்கள் வாயிலாகத் தொல்தமிழர் சமூகத்தை மீட்டுருவாக்கம் செய்தலே இக் கட்டுரைக் களமாக அமைகிறது.

1. பெருங்கற்காலச் சமூகம் குறித்த முந்தைக் கருத்துருவும் அண்மைக் கருத்துருவும் :-

வாழ்விடப் பகுதிகளுடன் இனங்கண்டறியப்பெறாமல், ஈமப் புதைவிடங்கள் மட்டுமே முன்னர் கண்டுபிடிக்கப்பெற்றமையால்,

பெருங்கற்கால மாந்தர் நாடோடிய அல்லது அரை-நாடோடிய சமூகமாகவே வாழ்ந்திருக்கவேண்டும் என்ற எடுகோளைத் தொல்லியலார் முன்பு கொண்டிருந்தனர்.

பின்னாளில், (அதாவது, அண்மைக் காலத்தில்) தமிழகத்தின் வடக்கு மற்றும் மேற்குப் பகுதிகளில் வாழ்விடப் பகுதிகளும் புதைவிடப் பகுதிகளும் ஒருசேரக் கண்டுபிடிக்கப்பட்டதன் அடிப்படையில் பெருங் கற்காலப் பண்பாட்டைக் கடைப்பிடித்த தொல்தமிழர் 'நிலைக்குடிச் சமூகமாக'வே வாழ்ந்தமை உறுதியாகியுள்ளது.

2.நீலகிரி மற்றும்ஆதிச்சநல்லூர் பெருங்கற்கால ஆய்வுகளின் வரலாற்றுப் பின்புலம் :-

சிந்து வெளியில் அகழாய்வுகள் (1922) மேற்கொள்ளப் பெறுவதற்குப் பல்லாண்டுகளுக்கு முன்பே, மேற்குத் தமிழகத்தின் நீலகிரிப் பகுதிகளிலும் (1872-1876-இல்) தென் தமிழகத்து ஆதிச்சநல்லூர் பகுதிகளிலும் (1876, 1899-1904 மற்றும் 1915) மேலை நாட்டினரால் அகழாய்வுகள் மேற்கொள்ளப்பெற்றுப் பெருங்கற்காலப் பண்பாடுசார் தொல்லியல் அரும்பொருள்கள் திரட்டப்பெற்றன.

கொல்கத்தாவின் இந்திய அருட்காட்சியக அறக்கட்டளையினரது வேண்டுகோளின் அடிப்படையில், நீலகிரியின் பலவிடங்களில் (58 பெருங்கற்கால ஈமப் புதைவிடங்களில்) நீலகிரி மாவட்ட முதல் ஆணையாளரான ஜேம்ஸ் வில்கின்சன் பிரீக்ஸ் அவர்களால் அகழாய்வுகள் மேற்கொள்ளப்பெற்றுத் தொல்லியல் அரும்பொருள்கள் திரட்டப்பெற்று, அவற்றுள் ஒரு பகுதி சென்னை அரசு அருட்காட்சியகத்திற்கும் மற்றொரு பகுதி கொல்கத்தா இந்திய அருங்காட்சியகத்திற்கும் வழங்கப்பெற்றன.

ஜெர்மனி மாந்தவியலாளரான எஃப். ஜாகோர், 1876-இல் தமிழ்நாட்டிற்கு வந்திருந்து, நீலகிரி, ஆதிச்சநல்லூர் உள்ளிட்ட பகுதிகளில் களப்பணிகள் மேற்கொண்டு, பெருங்கற்கால ஈமப் புதைவிடங்களிலிருந்து மிகுதியான தொல்லியல் அரும்பொருள்களைத் திரட்டிப் பெர்லின் தேசிய நாட்டுப்புறவியல் அருங்காட்சியகத்தில் சேர்ப்பித்தார்[2].

இதைத் தொடர்ந்தே,[3] அந்நாளில் இந்திய நிலவியல் துறையின் உயரலுவலரான அலெக்சாண்டர் ரீ 1899 முதல் 1904 வரை தொடர்ச்சியாக ஆறு ஆண்டுகள் (கோடைக் காலத்தின்போது)

ஆதிச்சநல்லூர் மற்றும் அதைச் சுற்றியுள்ள சிற்றூர்களில் (மொத்தம் 114 ஏக்கர் பரப்பிலான 'தாழிக் காடுகளில்') அகழாய்வுகள்வாயிலாகப் பல நூறு பெருங்கற்கால அரும்பொருள்களைத் திரட்டினார். அந்நாளில் இந்தியத் தொல்லியல் துறையினரால் மேற்படித் தொல்லியல் அரும்பொருள்கள் அனைத்தும் சென்னை அரசு அருட்காட்சியகத்திற்கு மாறுதல்வாயிலாகச் சேர்க்கப்பெற்றன. பின்னர், 1915-இல் அந்நாளைய சென்னை அரசு அருங்காட்சிக் கண்காணிப்பாளர் ஹண்டர்ஸன் ஆதிச்சநல்லூர் மற்றும் அதைச் சுற்றிலுமுள்ள பகுதிகளில் தானும் நேரிடையாக அகழாய்வில் ஈடுபட்டு, மேலும் பல நூறு அரும்பொருள்களைத் திரட்டிக் கொணர்ந்தார்.

3.அரும்பொருள்கள்வாயிலாகத் தொல்தமிழர் சமூகத்தை மீட்டுருவாக்கம் செய்தல் :-

நீலகிரி அரும்பொருள்களாக அமையும் பொன்னாலான மணிகள், கணையாழிகள், காதணிகள், பொத்தான் அல்லது குமிழ்; வெண்கலத்தாலான அணிகலன்கள், வீட்டுப் பயன்பாட்டுப் பொருள்கள்; இரும்பாலான கருவிகள், அணிகலன்கள்; சுடுமண்ணாலான் ஈமப் பானைகள்,[5] அவற்றின் சிறு உருக்கள் தாங்கிய மூடிகள்[6] மற்றும் குறைமதிப்புடைய பல வகை மணிக் கற்கள், சாம்பிராணி; பட்டு மற்றும் பருத்தித் துணித் துண்டுகள் உள்ளிட்ட புழங்குபொருள்களையும் ஆதிச்சநல்லூர் அரும்பொருள்களாக அமையும் மாந்தர் மண்டையோடுகள்; பொன்னாலான நெற்றிப் பட்டங்கள்[7], வெண்கலத்தாலான தாய்த் தெய்வச் சிறு உரு, கவின்கலைப் பொருள்கள், இரும்பாலான வேளாண் கருவிகள், போர்க் கருவிகள்; சுடுமண்ணாலான ஈமத் தாழிகள், பல் வகை மட்கலன்கள் உள்ளிட்ட புழங்குபொருள்களையும் முழுதளாவிய நிலையில் ஆய்வுக்கு உட்படுத்தி, அதன்வாயிலாக அக்காலத்தைச் சார்ந்த தொல்தமிழர் சமூகத்தை மீட்டுருவாக்கம் செய்யலாம்.

4. மீட்டுருவாக்கம் செய்யப்பெறும் தொல்தமிழர் சமூகம் இனக்குழு வகைமை :-

அலெக்சாண்டர் ரீ திரட்டிய ஆதிச்சநல்லூர் அரும்பொருள்களும் மாந்தர் மண்டை யோடுகள் 12-க்கும் மேற்பட்டவை அடங்கும். அவற்றை ஆராய்ந்து மண்டையோட்டு அளவீட்டு எண்ணின் அடிப்படையில், இம்மக்கள் 'தொல்-ஆஸ்திரேலிய' இனக்குழு வகையினர் என வகைபாடு செய்யப் பெறுகின்றனர் (சாட்டர்ஜி மற்றும் குப்தா, 1963)[8].

சமூக அமைப்பு:

நீலகிரி அரும்பொருள்களுள் ஈமப் பானை மூடிகளில் தாவர, விலங்கினச் சிறு உருவங்கள் காட்டப்பெற்றுள்ளமையால், அவை குலக் குறியீடுகளே என ஒரு சாராரால் கருதப்பெறுகின்றன.[9] ஈமப் பானைகளின் மீது காட்டப் பெற்றுள்ள கீறல் குறியீடுகள் பெருங்கற்கால மாந்தர் குழுவினரது குலப் பிரிவுகளைக் குறிப்பதாகவே தொல்லியல் அறிஞரிடையே ஒரு கருத்து உண்டு. கருதுகோள்களின் அடிப்படையில், தொல்தமிழர் சமூகமானது குல அடிப்படையினாலானதாக முகிழ்த்திருந்தது எனக் கருதலாகிறது.

தாது மற்றும் கனிம வளம் குறித்த அறிவு மற்றும் சிறப்புத் தகமை

நீலகிரியிலும் ஆதிச்சநல்லூரிலும் பொன், வெண்கலம், இரும்பாலான பல்வேறு அரும்பொருள்கள் இனங்கண்டறியப் பெற்றுள்ளன. பொன், வெண்கலம் உள்ளிட்டவை மிக மெல்லிய தகடாக்கப்பெற்றுப் பயன்படுத்தப்பெற்றுள்ளமை உலோகவியல் தொழில்நுட்ப அறிவில் தொல்தமிழர் பெற்றுள்ள மரபார்ந்த அறிவு வியப்பின் எல்லைக்கே இட்டுச் செல்லும்.

தாள் திண்மையில் உருவாக்கப்பெற்றுள்ள ஆதிச்சநல்லூர் பொன் பட்டங்களும் அவற்றின் மீது புள்ளிகளால் அழகுபடுத்தி யுள்ளமையும் தொல்தமிழர்தம் உலோகவியல் தொழில்நுட்ப அறிவுக்குத் தக்க சான்றாகச் சுட்டலாம். ஆதிச்சநல்லூர் அரும் பொருள் வகைமைகளுள் ஒன்றான 'சல்லடைக் கிண்ணங்களும்,[10] தாள் திண்மையில் உருவாக்கப்பெற்றுள்ளமையும் அவற்றின்மீது வட்டத்திற்குள் வட்டமாகச் சிறு பிசிறுகூட இல்லாமல் துளைகள் இடப்பெற்று பூ வடிவம் உருவாக்கப்பெற்றுள்ளமையும் தொல் தமிழரது உலோகவியல் தொழில்நுட்ப மரபார்ந்த அறிவுக்கு மற்றொரு சான்று எனலாம்.[11]

நீலகிரியில் கண்டெடுக்கப்பெற்ற வெண்கல கலனில் கூர்முனைக் கருவிகொண்டு கீறல் முறையில் 'தாமரைப் பூ உரு' உருவாக்கப் பெற்றுள்ளமையைத் தொல்தமிழரது உலோகவியல்சார் மரபார்ந்த அறிவுத் திறனுக்குப் பிறிதொரு சான்றாகக் காட்டலாம்.

தமிழகத்தில் கிடைத்திடும் இரும்புத் தாது மிகைக் கரியைத் தன்னுள் கொண்டுள்ளமையால், ''கரிமமற்ற முறையிலேயே இங்கு எஃகு உருவாக்கப் பெற்றுள்ளது'' என அண்மைக் கால உலோகவியல் அறிஞர் கண்டுபிடித்து வெளிப்படுத்தியுள்ளனர்.[12]

இந்த எஃகு உருவாக்க முறையானது தொல்தமிழர் உலோகவியல் அறிவுத் திறனுக்கு இன்னுமொரு சான்று.

குறை-மதிப்புடைய மணிக் கற்களைக்கொண்டு கல்மணிகள் உருவாக்குதல்:

நீலகிரி அரும்பொருள்களுள் பொன்னாலான மணிகள் போன்று குறைமதிப்புக் கற்களாலான மணிகளும் கிடைத்துள்ளன. குறை மதிப்புக் கற்களைக்கொண்டு, கல் மணிகள் உருவாக்கும் திறனைத் தொல்தமிழர் கொண்டிருந்தமை அங்கு கிடைத்திட்ட பல்வேறு பட்ட கல்மணிகளிலிருந்து உறுதிப்படுகிறது.

5. தாய்வழிச் சமூகமாக விளங்கியமை:

ஆதிச்சநல்லூர் அரும்பொருள்களும் அரிதாகக் கிடைத்திட்ட வெண்கலத்தாலான தாய்த் தெய்வச் சிறு உரு, தொல் தமிழர் சமூக மானது தாய்வழிச் சமூகமாக விளங்கியதை உறுதிப்படுத்துகிறது.

நீலகிரி அரும்பொருள்களுள் ஒன்றான சுடுமண்ணாலான சீற்றம் கொண்ட பெண் தெய்வ உருவும் இக்கருத்திற்கு அரணாக அமைகிறது.[13]

ஈழத் தாழிகள் 'அகன்ற கருப்பை' வடிவத்துடன், கழுத்துப் பகுதிகளில் 'தொப்புள் கொடி' அமைப்புகள் உருவாக்கப் பெற்றுள்ள மையாலும் இறந்தோர் உடலின் எச்சங்களை இத்தகு தாழிகளில் இடுவதால் மறுபிறப்பெடுக்கத் தாயின் கருப்பையில் இறந்தோர் மீளவும் உள்புகுவதாகக் கருதப்பெறுவதாலும் தொல் தமிழர் தாய்வழிச் சமூகத்தினராக விளங்கியமை மேலும் உறுதிபெறுகிறது.[14]

5. நிறைவுரை :-

இதுகாறும் தொகுத்தும் வகுத்தும் கூறியவற்றிலிருந்து, பெருங்கற்காலத்தைய தொல் தமிழர் சமூகமானது -

1. குல அடிப்படையினதாக முகிழ்த்தது.

2. தாது மற்றும் கனிம வளங்களைப் பயன்கொள்வதிலும் உலோகவியல் தொழில்நுட்ப அறிவிலும் மேம்பட்டுச் சிறப்புற்றிருந்தது.

3. உலோகவியல், நெசவு, கல் மணிகள் உருவாக்கம் எனப் பல்வேறு தொழில் செயற்பாடுகளில் தீவிரமடைந்திருந்தது.

4. கைவினைத் திறன்களிலும் மேலோங்கித் திகழ்ந்தது.

5. தாய்வழிச் சமூகமாக விளங்கியது
   - என்பது பெறப்படுகிறது.

அடிக் குறிப்புகள்

1 பிரீக்ஸ் அவர்களால் நீலகிரிப் பெருங்கற்கால ஈமப் புதைவிடங்களிலிருந்து மிகுதியான அரும்பொருள்கள் திரட்டப் பெற்ற செய்தியே ஜாகோர் - அவர்களைத் தென் இந்தியாவில் களப்பணிகள் மேற்கொள்ளத் தூண்டியது என்பர்.

2 இன்றும் இவ்விரு அரும்பொருள் தொகுப்புகளும் 'ஜாகோர் தொகுப்புகள்' என்னும் பெயரில் பெர்லினிலுள்ள தேசிய நாட்டுப் புறவியல் அருங்காட்சியகத்தில் இடம்பெற்றுள்ளமையும் கொரினா என்கிற அம்மையார் இவை குறித்து இரு வேறு ஆய்வுக் கட்டுரைகளைப் படைத்துள்ளமையும் கருத்தில் கொள்ளத் தக்கன (விரிவான தகவல்களுக்கு நோக்கீட்டு ஏடுகள் பகுதியைக் காண்க).

3 ஜாகோர் தமது அரும்பொருள் தொகுப்புகளைப் பெர்லினுக்குக் கொண்டு சென்றுவிட்டமையாலேயே, அலெக்ஸாண்டர் ரீ - அவர்களால் ஆதிச்சநல்லூரில் தொடர்ந்து அகழாய்வு மேற்கொள்ளப் பெற முடிவெடுக்கப்பெற்றது.

4 அரும்பொருள்களை அவற்றின் அளவு அடிப்படையில் 'பெருநிலை அரும்பொருள்கள்', 'சிறுநிலை அரும்பொருள்கள்' என வகைபாடு செய்யும் மரபு காணப்பெற்றாலும், இத்தகு வகைப்பாட்டில் 'அளவு' குறித்துத் தெளிவானதொரு பார்வை இன்மையால், 'மாந்தர்சார் எச்சங்கள்', 'மாந்தர் உருவாக்கிய 'அரும்பொருள் எச்சங்கள்' எனத் தொல்லியல் அரும்பொருள்களை வகைபாடு செய்யும் போக்கே பொருத்தமானதாக கருதலாகிறது.

5 பொதுவாக, நீலகிரிப் பெருங்கற்காலச் சுடுமண் ஈமப் பானைகளை, 'அடுக்கமைத் தோற்றமுடைய பானைகள்' என்றே குறிப்பிடும் போக்கு காணப்பெற்றாலும், இவற்றுள் 'ஒற்றை நிலை'ப் பானைகளும் இனங்கண்டறியப்பெற்றுள்ளன.

6 இத்தகு சிறு உரு தாங்கிய நீலகிரிப் பெருங்கற்கால ஈமப் பானை மூடிகள் பற்றிய விரிவான செய்திகளுக்குக் காண்க: மகேசுவரன், சி., 2012.

7 இக்கருத்திற்கு மாறாக, இவற்றை 'வாய் மூடிகள்' எனப் பாலகிருஷ்ணன் நாயர் கருத்துத் தெரிவிக்கிறார் (விரிவான தகவல்களுக்குக் காண்க. பாலகிருஷ்ணன் நாயர், டி., 1963).

8 ஆதிச்சநல்லூர் மண்டையோடுகளுள் இரண்டை மட்டுமே சக்கர்மேன் 1930-இல் ஆய்வு செய்து வெளியிட்டார். இருப்பினும்,

1909-லேயே எட்கர் தர்ஸ்ட்டன், இவ்வனைத்து மண்டையோடுகள் பற்றிய சிறு குறிப்பை அளவீடுகளுடன் தமது ‘தென்னிந்தியச் சாதிகளும் பழங்குடிகளும்’ எனும் நூலில் பதிவு செய்துள்ளார்.

9 இருப்பினும், இவை குறித்து வேறு பல கருதுகோள்களும் அறிஞரிடையே நிலவுகின்றன (காண்க: மகேசுவரன்,சி, 2012).

10 கொடுமணலிலும் இவை போன்ற ‘சல்லடைக் கிண்ணம்’ அகழாய்வின்போது கண்டெடுக்கப்பெற்றுத் தற்போது தமிழ்நாடு, அரசு தொல்லியல் துறையினரது தொகுப்பில் இடம்பெறுகிறது. இதில் காணப்பெறும் நெருப்புக் கோழி உருவங்களின் அடிப்படையில் இந்த அரும்பொருளானது ‘சல்லடைக் கிண்ணம்’ அல்ல 'சாம்பிராணி மூடி'யே என வெளிப்படுத்தப் பெற்றுள்ளது (காண்க: மகேசுவரன் மற்றும் ஸ்ரீகுமார், 2010).

11 இவ்வாறு தகரம் மிகையாகச் சேர்த்துத் திண்மையான, அதே நேரம் தாள் திண்மையில், அரும்பொருள் உருவாக்கம் செய்தல் ‘அரப்பாத் தொழில்நுட்பம்’ என அண்மைக்கால உலோகவியல் அறிஞர்களால் கண்டு வெளிப்படுத்தப்பெற்றுள்ளது.

12 கூம்பு வடிவ முனையில் இரும்பையும் உருக்குக் குழாயில் எஃகையும் உருவாக்கியுள்ளமையை கா.இராசன் (2010) பதிவு செய்துள்ளார்.

13. இவை போன்ற அரிய பல சிறு உருக்கள் பெர்லினிலுள்ள தேசிய நாட்டுப்புறவியல் அருட்காட்சியகத்தில் இடம் பெற்றுள்ளன.

14 கலை வரலாற்றியலாளரான திருமதி. பூபுல் ஜயகர் - அவர்கள் தமது நூலில் பானையைப் பெண்ணின் குறியீடாகவும் பிரிமனையை ஆணின் குறியீடாகவும் எடுத்துரைப்பர். நீலகிரிப் பெருங்கற்கால அரும்பொருள்களுள் ஒன்றான சிறு சுடுமண் பானையில் ‘மார்பக முகிழ்ப்புகள்’ காட்டப்பெற்றுள்ளமை இக்கருத்திற்கு அரணாக அமையக் காணலாம்.

நோக்கீட்டு ஏடுகள்

(தமிழில்)

மகேசுவரன், சி. 2009. ‘ஆதிச்சநல்லூர் ஆய்வுகள்: சிறப்புகளும் எதிர்காலத் திட்டங்களும்’. 11-14. தமிழ்நாட்டுத் தொல்லியல் ஆய்வுகள்: ஆதிச்சநல்லூர்ச் சிறப்பும் எதிர்காலத் திட்டங்களும் தேசியக் கருத்தரங்கக் கட்டுரைச் சுருக்கங்கள்-சென்னை: செம்மொழித் தமிழாய்வு மத்திய நிறுவனம் மற்றும் பெரியார் ஈ.வெ. இராமசாமி நாகம்மை கல்வி, ஆராய்ச்சி அறக்கட்டளை.

மகேசுவரன், சி. 2010. ''மாந்தரியல் பார்வையில் ஆதிச்சநல்லூர் அகழாய்வு''. 43-45. தமிழ்நாட்டுத் தொல்லியல் ஆய்வுகள்: ஆதிச்சநல்லூர்ச் சிறப்பும் எதிர்காலத் திட்டங்களும். தேசியக் கருத்தரங்கக் கட்டுரைச் சுருக்கங்கள். சென்னை: செம்மொழித் தமிழாய்வு மத்திய நிறுவனம் மற்றும் பெரியார் ஈ.வெ. இராமசாமி நாகம்மை கல்வி, ஆராய்ச்சி அறக்கட்டளை.

(ஆங்கிலத்தில்)

Balakrishnan Nayar, T. 1963. "Where did the Dravidian come from?" 121-133. The Sunday Standard (January 13,1963.)

Breeks, James Wilkinson. 1873. An Account of the Primitive Tribes and Monuments of the Nilgiris. London. Indian Museum. (Also reprinted in 1998. Chennai; Tamilnadu Archives).

Chatterjee. B.K. & Gupta, 1963. Report on the Adichanallur Skulls. Delhi: The Manager of Publications, Civil Lines.

Corina, Dessels Mevissen 1991. "Adichanallur Reconsidered - A Typologics Study of South Indian Megalithic Pottery" 15-026. Corinna, Wessesls - Mevissen "The Creative Legacy of Terracott Offerings at the Nilgiris Hills" Marg.

Maheswaran, C. 2012. The Decorated Pottery Lids of the Megalithic Nilgiris. Chennai: Government Museum.

Maheswaran, c. 2014, ''The Megalithic Nilgiris: An Overview.'' (Mimeo). Lecture delivered at the Department of History, Provice College for Women, Coonoor, The Nilgiris.

Maheswaran, C. & S. Sreekumar 2010 "On Re-assessing the Utilitarian Value of Antiquities" 29-33. Kalvettu.82.

Rajan, K. 2001. "Recent Advances in Early History Archaeology of Tamilnadu" 229-2 : In Rajagopal, S. (Ed.) Kaveri: Shidies in Epigraphy, Archaeology and Heritage (Professor Y. Subbarayalu Feliciation Volume). Chennai: Panpaattu Veliyeettakam.

Rea, Alexzander. 1915. Catalogue of the Prehistoric Antiquities Madras: Government Museum (Also Reprinted in 1998).

12. *Reich, David et. al. 2009. "Reconstruction of Indian Population History". 489-495 Nature. 461 (24 September, 2009).*

13. *Zuckerman, S. 1930. The Adichanallur Skulls (Bulletin of the Madras Government Museum): Madras: Goverment Museum*

மரபார்ந்த ஆடை அணிகலன்களுடன்

ஆலு குறுமர் - 'கும்ப தெவரு அப்ப' சடங்கு ஆற்றுகை

பிரிவு-3
பழங்குடிப் பண்பாட்டு ஆய்வியல்

பணியர் மூதாட்டி கூட்டு வேளாண்மை விதைப்பாடின்போது வழிபடுதல்

மீன் பிடி கருவிகளுடன் முள்ளு குறுமர் பெண்கள்

பழங்குடி மக்கள் வழக்காறுகளும் சேகரிப்பு முறைகளும்

முன்னுரை

நாட்டுப்புறவியல் ஆய்விற்கான அடிப்படைத் தரவுகளாக அமையும் 'வழக்காறுகள்' (Lore) அவை வழங்கப்பெறும் மக்கள் வகைமையைப் பொறுத்துப், 'பழங்குடி மக்கள் வழக்காறுகள்' (Tribal Lore), 'நாட்டுப்புற மக்கள் வழக்காறுகள்' (Folk Lore), 'நகர்ப்புற மக்கள் வழக்காறுகள்' (Urban Lore) என வகைபாடு செய்யப்பெறும். இவற்றுள், பழங்குடி மக்களிடையே வழங்கப் பெறும் வழக்காறுகள் மூலப் பண்பாட்டின் கூறுகளைத் தமக்குள் பெறும்பாலும் அப்படியே தக்க வைத்துக்கொண்டுள்ள தன்மையால் 'ஒப்பீட்டு ஆய்வி'ற்கும் (Comparative Study), 'பண்பாட்டிடை ஆய்வி'ற்கும் (Cross-cultural Study), 'மீட்டுவருவாக்க ஆய்விற்கும், (Reconstruction Study) அவை பெரிதும் துணை புரியக் காண்கிறோம். பழங்குடி மக்கள் வழக்காறுகளின் தன்மையையும் முகாமையையும் எடுத்துக்காட்டுவதுடன், அவற்றைச் சேகரிக்கும் முறைகளையும் சமகால நிலையில் அவற்றைச் சேகரிப்பதில் எதிர்ப்படும் சிக்கல்களையும் அவற்றைக் களைவதற்கான தீர்வுகளையும் சுருங்கச் சுட்டுவதே இக்கட்டுரையின் நோக்கமாகும்.

I. பழங்குடி மக்கள் யார்?

முன்னதாகப், பழங்குடி மக்கள் யார் என்பதை வரையறை செய்யவும் புரிந்துகொள்ளவும் வேண்டுவது இன்றியமையாமையாகும்.

'பழங்குடி மக்கள்' என்பதற்கான வரையறைகள் பல உள்ளன. இருப்பினும், "தமக்கெனக் குறிப்பிட்ட வாழ்விடப் பரப்பையும் பண்பாட்டையும் பேசு மொழியையும் கொண்ட ஒருபடித்தான எளிய சமூகத்தினரே பழங்குடி மக்கள்" எனும் வரையறைக்குள் ஏனைய அனைத்து வரையறைகளும் உள்ளடக்கம் பெற்றதாகி விடுகின்றன.

இதையே, இந்திய நடுவண் அரசின் 'லோக்கூர் குழு'வானது (Lokur Committee) பழங்குடிக்கான 5 'பாண்பாட்டுப் பண்புக் கூறுகள்' (Culture Traits) எனக் கீழ்க்கண்டவற்றை அறிவுறுத்தும்:

(i) தொன்மைக் கூறுகள் (Primitive Traits);

(ii) தனித்துவமான பண்பாடு *(Distincitve Culture)*;

(iii) புவிப் பரப்பில் தனித்திருத்தல் *(Georgraphical Isolation)*;

(iv) பிற இனக்குழுவினருடன் பழகத் தயக்கம் காட்டுதல் *(Shyness of contact with people at large)*; மற்றும்

(v) பிற்பட்டுள்ளமை - சமூகம் / பொருளியல் நிலையில் *(Bacwardness - Social / Economical)*.

இருப்பினும், இன்றைக்கும் பழங்குடி மக்கள் 'Ideal Tribal' என்னும் புள்ளியிலிருந்து 'Idea Folk' என்னும் புள்ளியை நோக்கி நகரும் தன்மையுடனேயே பண்பாட்டு மாற்றத்தால் 'சமூக அசைவியக்க'த்தில் *(Social Mobility)* இயங்கி வருகின்றனர் என்பதை நாம் கருத்தில் கொள்ள வேண்டும். பொதுச் சமூகத்தின் கவனத்திற்கு வராத மக்களே 'பழங்குடி மக்கள்' எனச் சுருங்கக் கூறலாம்.

II. வழக்காறுகளின் இருமை எதிர்வு நிலை

மக்களால் வழங்கப்பெறும் வாய்மொழி இலக்கிய வகைமைகளான பாடல், கதை, கதைப்பாடல், பழமரபுக்கதை, தொன்மம், பழமொழி, விடுகதை மட்டுமல்லாமல், பண்பாட்டில் கண்டுணரப்படும் வாழ்வியல் சடங்குகள், வழிபாட்டு மரபுகள், நிகழ்த்துக் கலைகள், மக்கள் உருவாக்கிடும் புழங்குபொருள்கள், கலை, கைவினைப்பொருள்கள் உள்ளிட்டவையும் 'வழக்காறுகள்' என இனங்காணப்பெறுகின்றன; இவற்றுள், முந்தையனவற்றை 'வாய்மொழி வழக்காறுகள்' எனவும் பிந்தையனவற்றை 'வாய்மொழிசாரா வழக்காறுகள்' எனவும் 'இருமை எதிர்வு நிலை'யாகக் *(Binary Opposition)* காண்பது நாட்டுப்புற வழக்காற்றியலின் அணுகுமுறையாகும்.

III. பழங்குடி மக்கள் வழக்காறுகள்: தன்மையும் முகாமையும் பழங்குடி மக்கள் வழக்காறுகள்

* தேவைகேற்ப அவ்வப்போது உருவாக்கப் பெறும்;
* எப்போதும் சூழல் சார்ந்தனவாகவே அமையும்;
* எல்லோருக்குமானது (அதாவது, பழங்குடிச் சமூகத்தில் அனைவரும் வல்லுநரே; அனைவரும் படைப்பாளிகளே);
* 'காலம்,' 'வெளி' என ஒன்றோடொன்று தொடர்புடையன/ தொடர்புறவுடையன.

எனவே, பழங்குடி மக்கள் வழக்காறுகளை அறிந்துகொள்ளவும் புரிந்துகொள்ளவும் தற்போதைய 'ஆய்வுக் கட்டமைப்பு' *(Research*

Frame work) எதுவும் உதவாது. பழங்குடி மக்களின் பண்பாட்டு நிகழ்வுகளில் இயன்றவரை ஈடுபாட்டுடன் ஆய்வர் 'பங்கேற்று உற்றுநோக்குதலே' (Participant observation)[2] பழங்குடி மக்கள் வழக்காறுகளைக் கற்றுணர்வதற்கான பொருத்தமான 'ஆய்வு நெறிமுறை' (Research Method) எனலாம். மேலும், ஆய்வர்க்குத் தான் ஆராயும் பழங்குடியினரது 'திணைசார் மொழியானது (Indigenous Language) தெரிந்திருக்க வேண்டும்' (அப்போதுதான், பழங்குடி மக்கள் வழக்காறுகளின் 'உள்ளுறைகளை (Nuances) ஆய்வர் புரிந்துகொள்ள ஏதுவாக இருக்கும்). அது மட்டுமல்லாமல், தொடர்புடைய ஆய்வர்க்குப் பழங்குடி மக்கள்மீது 'பரிவு' (Sympathy) தேவையில்லை; தேவைப்படுவதெல்லாம் 'சரியான புரிதலே' (Empathy) ஆகும்.

IV. பழங்குடி மக்கள் வழக்காறுகளைச் சேகரிக்கும் முறைகள்

பழங்குடி மக்கள் வழக்காறுகளைச் சேகரிக்க முற்படும் ஆய்வர்க்கு அப்பழங்குடி மக்களின் திணைசார் மொழியானது தெரிந்திருக்க வேண்டும் என முன்னரே கண்டோம். இதற்குத் தொடர்புடைய பழங்குடி மக்கள் வாழ்விடத்தில் அவர்களுடனேயே தங்கியிருந்து, அவர்தம் அனைத்துப் பண்பாட்டு நிகழ்வுகளிலும் உடனிருந்து, பங்கேற்று - உற்றுநோக்கி, ஈடுபாட்டுடன் செயல்பட வேண்டும் எனவும் ஏற்கெனவே சுட்டிக்காட்டினோம் ; இதுவே, தொடர்புடைய பழங்குடி மக்களுக்கும் ஆய்வர்க்கும் இடையே ஒரு வித 'நெருக்கவுறவை'யும் (Rapport) ஏற்படுத்த ஏதுவாகும். இதற்குப், பழங்குடி மக்கள் 'வசிப்பிடத்'திற்கு (Habitat) ஆய்வர் நாள்தோறும் பயணித்துப், பழகித், திரும்பும் 'களப் பயணம்' (Field Visit) உதவாது; மாறாகப், பழங்குடி மக்கள் வாழிடங்களுக்கு நேரிடையாக ஆய்வர் சென்று, அப்பழங்குடி மக்களுடனேயே தங்கியிருந்து வாழ முற்படும் முழுதளாவிய ஆய்வுசெய்முறையான 'களப்பணி' (Fieldwork) எனப்படும் 'களப்பணி சார்ந்த ஆய்வுகளே' பழங்குடி மக்கள் வழக்காறுகளைச் சேகரிக்கப் பெருந் துணை புரியும்.

V.பழங்குடி மக்கள் வழக்காறுகள்: சேகரிப்பு, காட்சிப்படுத்தம் மற்றும் ஆவணமாக்கம்

நேரிடையாகக் களப்பணி ஆய்வு மேற்கொண்டு, உரிய 'பண்பாட்டுச் சூழலி'லேயே (Cultural Context) பழங்குடி மக்கள் வழக்காறுகளை ஆய்வர் சேகரிக்க வேண்டும். இதற்கு மாறாகச், 'செயற்கைச் சூழலி'ல் (Induced Context) பழங்குடி மக்கள்

வழக்காறுகளைச் சேகரிக்க முற்படும்போது அவற்றின் தன்மையும் உள்ளடக்கமும் மாறுபட நேர்கிறது.

பழங்குடி மக்கள் வழக்காற்றின் படைப்புகளான புழங்கு பொருள்களைப் பொதுமக்கள் பார்வையிடுவதற்கெனக் காட்சிப்படுத்தும்போது, அவற்றின் 'மூலப் பண்பாட்டுச் சூழலை' (Original Cultural Context) மீண்டும் செயற்கையாக நாம் உருவாக்க வேண்டியுள்ளது என்பதை மறுப்பதற்கில்லை; ஏனெனில், அப்போதுதான் தொடர்புடைய புழங்குபொருளின் தன்மை, பயன்பாடு உள்ளிட்டவற்றை முறையாக வெளிப்படுத்தவியலும். இத்தகைய 'காட்சிப்படுத்தத்'தில் (Curation) காப்பாட்சியரது முதன்மைப் பணியும் முகாமைப் பணியும் பொருத்தமான 'காட்சிப் படுத்த உத்திகளை' (Exhibition Techniques) மேற்கொள்வதே ஆகும். 'தொட்டுணர் பண்பாட்டு மரபுச் செல்வங்களா'ன (Tangible Cultural Heritage) புழங்குபொருள்களின் உருவாக்கம், உருவாக்கப் பட்ட புழங்குபொருள்களின் பண்பாட்டு முகாமை, பயன்பாடு உள்ளிட்ட 'கருத்துணர் பண்பாட்டு மரபுச் செல்வங்களை' (Intangible Cultural Heritage) ஒருங்கே உரிய 'காணொலிகளா'கச் (Audio - Visuals) சேகரித்து, ஆவணமாக்கி, அவற்றை முறையாக உரிய 'ஆவணக்காப்பகத்'திலும் (Archives) பாதுகாத்திட வேண்டும்.

VI. பழங்குடி மக்கள் வழக்காறுகளைச் சேகரிக்கும்போது எதிர்ப்படும் சம காலச் சிக்கல்கள்

சம காலச் சூழலில், பழங்குடி மக்கள் வழக்காறுகளைச் சேகரிக்கும்போது எதிர்ப்படும் சிக்கல்கள் சில வருமாறு:

(i) எல்லாப் பழங்குடி மக்கள் வழக்காறுகளையும் அவ்வவற்றின் பண்பாட்டுச் சூழலிலேயே சேகரிக்கத் தலைப்படும்போது பெருமளவில் கால இழப்பு ஏற்படுகிறது.

(எ.கா.)

1. கோத்தரது 'வற சாவு' எனப்படும் 'பின் இறப்புச் சடங்கு' (Post Funerary Rite) தொடர்பான வழக்காறுகளைச் சேகரிக்க இரு ஆண்டுகள் காத்திருக்க வேண்டும்.

2. செயற்கைச் சூழலில் 'சாமியாடுதல்', 'குறி சொல்லல்' உள்ளிட்டவை குறித்த வழக்காறுகளைச் சேகரிக்கவியலாது என்பதால், ஆண்டிற்கு ஒரு முறை மாசி மக முழு நிலவு நாளன்று மட்டுமே சமவெளி இருளரிடையே மாமல்லபுரக் கடற்கரையில் களப்பணி ஆய்வை மேற்கொள்ள வேண்டியுள்ளது.

(ii) பழங்குடி மக்கள் வழக்காறுகளுள், வழிபாடு மரபுகளை

- அதிலும் குறிப்பாக - கமுக்கச் சடங்கை' (*Secret Ceremony*) ஆய்வு செய்து உரிய வழக்காறுகளைச் சேகரிக்க இயல்வதில்லை.

(எ.கா.) ஆலு குறும்பாஸ் 'கும்ப தெவரு' வழிபாட்டுச் சடங்கு.

(iii) பழங்குடிச் சமூகத்தின் வாய்மொழிசாரா வழக்காறுகளைக் கண்டு தெளிவதும் எளிதாக வாய்ப்பதில்லை.

(எ.கா.) பளியர் தேனடைக் குறியீடுகள் (+, -, X) மற்றும் தேனடை இருப்பிடக் குறியீடுகள் ('வெள்ளெ', 'தொப்பெ').

(iv) பழங்குடிப் பண்பாட்டில் இடம்பெறும் அரிதான மற்றும் முகாமையான புழங்குபொருள்களைச் சேகரிப்பதில் சிக்கல் உள்ளது.

(எ.கா.) முள்ளு குறுமர் இறப்புச் சடங்கின்போது 'அம்பு முனை' / 'அம்பு' இறந்தோரது உடலுடன் புதைக்கப்பட வேண்டியுள்ளதால், 'முள்ளு' எனப்படும் அம்பு அரியதாகக் கருதப்பெறுகிறது (மாறாக, 'மொட்டு' எனப்படும் 'மொட்டம்பு' எளிதாகச் சேகரிக்கக் கிடைக்கிறது).

(v) பழங்குடி மக்களிடையே பண்பாட்டு மாற்றத்தால் அற்றுப்போகும் புழங்குபொருள் பற்றிய வாய்மொழி வழக்காறுகளும் அற்றுப்போகின்றன.

(எ.கா.) 'காணி' எனப்படும் 'காணிக்காரர்' இடையே தகவல் தொடர்பிற்கான 'வல்லி முடிச்சு' அற்றுப்போவதால் அது பற்றிய 'வாய்ப்பொருளு'ம் அற்றுப்போக வாய்ப்புள்ளமை.

VII. பழங்குடி மக்கள் வழக்காறுகளின் சேகரிப்பில் நிலவிடும் சம காலச் சிக்கல்களுக்கான தீர்வுகள்

பழங்குடி மக்கள் வழக்காறுகளின் சேகரிப்பில் நிலவிடும் சம காலச் சிக்கல்களுக்குக் கீழ்க் குறித்த தீர்வுகள் முன்வைக்கப் பெறுகின்றன:

(i) குறிப்பிட்ட 'காலம்' / 'பருவம்' / 'கால இடைவெளி'யில் நிகழும் பழங்குடி மக்கள் வழக்காறுகளைத் 'துணைமைத் தரவுகள்'வாயிலாக ஆய்வர் எடுத்தாளலாம்.

(எ.கா) ஏற்கெனவே, முந்தைய நிகழ்வுகளில் எடுக்கப்பெற்ற காணொலிப் பதிவுகளைத் துணைமைச் சான்றாதாரங்களாகக் கொள்ளல்.

(ii) செயற்கைப் பண்பாட்டுச் சூழலுக்கு மாற்றாகக், கருத்தாடல் வழியே இயல்பாகப் பழங்குடி மக்கள் வழக்காறுகளைச் சேகரித்தல். (எ.கா.) மூப்பன் - சாமியாடி கருத்தாடல்: மூப்பன் வாயிலாக மீயியற்கைசார் வழக்காறு குறித்துத் தெரிந்துகொள்ளல்.

(ii) பழங்குடி மக்களின் கமுக்கச் சடங்கு தொடர்பான

வழக்காறுகளை மாற்று ஆய்வு நெறிமுறையில் சேகரித்தல்.

(எ.கா.) 1. ஆலு குறும்பாஸ் 'கும்ப தெவரு' கமுக்க வழிபாட்டுச் சடங்கை அவர்தம் ஓவிய மரபுவாயிலாக இனங்கண்டறிதல்.

2. 'கம்பட்ராயன் வழிபாட்டு மரபி'னைக் காணொலிப் பதிவாக்கிடக் கோத்தர் ஒருவருக்குப் பயிற்சி அளித்த முறைமை.

(iv) களப்பணி இடங்களுக்குச் சென்று திரும்புவதைத் தவிர்த்துப், பழங்குடியினர் வாழிடத்திலேயே உடன் தங்கியிருந்து, நெருக்கவுறவை ஏற்படுத்திக்கொண்டு, களப்பணி ஆய்வை மேற்கொண்டு, சமூக - சமய நிகழ்வுகளில் பங்கேற்று - உற்று நோக்கித், திணைசார் மொழியையே ஆய்வுக் கருவியாகக்கொண்டு, 'முறையாக வழக்காறுகளைச் சேகரித்தல்.'

VIII. நிறைவுரை

பழங்குடி மக்கள் வழக்காறுகளுள் 'வாய்மொழி வழக்காறுகள் சேகரிப்பா'னது மிக எளிதாக அமைந்து விடும். மாறாகச், சரியான. மற்றும் முறையான 'நெருக்கவுறவை' (Rapport) பழங்குடியினருடன் ஆய்வர் ஏற்படுத்திக்கொள்ளும்போதுதான் வாய்மொழிசாரா வழக்காறுகளைச் சேகரிக்கவியலும்; காட்சிப்படுத்தமும் ஆவணமாக்கமும் வசப்படும்.

பழங்குடி மக்களது 'உலகியல் பார்வை'யை (World View) ஆய்வர் நன்குணர்ந்துகொள்ளும்போதுதான் அவர்தம் வழக்காறுகள் சேகரிப்பும் எளிதாகும்.

அடிக் குறிப்புகள்

1 டிரோபிரியாண்டு தீவினரிடையே மானிடவியலாளர் மலினோவ்சுகி களப்பணி ஆய்வை மேற்கொண்டபோதுதான் 'திணைசார் மொழியே உற்ற ஆய்வுக் கருவி' (Language as the Tool) எனக் கண்டுணர்ந்து வெளிப்படுத்தினார்.

2 இதுவே, தற்போது 'பங்குபெறு அணுகுமுறை' (Participatory Approach) எனவும் 'விரைவு ஆய்வு நெறிமுறை' (Rapid Research Method) எனவும் வளர்ச்சியடைந்துள்ளது.

நோக்கீட்டு ஏடுகள்

(தமிழில்)

மகேசுவரன், சி. 1997. ''புகிறி: நீலமலை ஆதிக்குடிச் சமூகத்தினரது மரபார்ந்த துளை இசைக்கருவி.'' 40-45. அருங்காட்சியக மலர் 1:1. சென்னை: அரசு அருங்காட்சியகம்.
மகேசுவரன், சி., 2011. ''கொங்குநாட்டுப் பண்பாட்டு வேர்கள்''. 156-166: கொங்குநாட்டுப்புற வாழ்வியலும் புழங்குபொருள் பண்பாடும். கோயம்புத்தூர் : தமிழ்த் துறை, பாரதியார் பல்கலைக்கழகம்.
மகேசுவரன், சி. 2012. ''குறிப்பால் பொருள் உணர்த்தும் தமிழ் நாட்டுப் பழங்குடிகள்.'' 55-58. சமூக விஞ்ஞானம் 9 : 36 (சூலை - ஆக - செப் 2012).
மகேசுவரன், சி. 2018. ''பழங்குடியினர் வழக்காறுகள்வாயிலாக வெளிப்படும் மொழி - பண்பாட்டுத் தொடர்புறவுகள்.'' 42-49. சமூக விஞ்ஞானம் 15 : 58 (சன்-பிப்-மார்ச் 2018).
மகேசுவரன்,சி. 2020. ''புழங்குபொருள் பண்பாட்டு ஆய்வின் புதிய போக்குகள்.'' நாட்டுப்புறவியல் ஆய்வின் புதிய போக்குகள் - கருத்தரங்கம். சென்னை : து.கோ. வைணவக் கல்லூரி.

(ஆங்கிலத்தில்)

Maheswarab, C. 1998. Exhibition Techniques for Ethonographic Materials. M.Palada, Udhagamandalam: Tribal Research Centre.
Maheswaran, C. 2002. "The Indispensability of Intangible Cultural Heritage in Unravelling the Tangible Cultural Heritage (A Case Study of the Tribal Pantheon of Kui-Kondh Tribes of Orissa State (Mimeo.)". Paper presented at the 'National Seminar-cum-All India Museum Camp'. Bhubanneshwar: Orissa State Museum.
Maheswaran, C. 2004. "Present Trends in Museology in Recreating of Cultural Contexts to the Ethnographic Exhibits." 101-108. Present Trends in Museology. Chennai: Government Museum.
Maheswaran, C. 2006. "Idenitification of the Ethnic Indicators in Authenticating the Ethnographic Artefacts of a Culture Area." Authenticity of Art. Chennai: Government Museum.
Maheswaran, C.(fc). "Museumization of Tribal Heri

tage : Certain Challenges & Prospects (As exemplified through Presentation at the Ethnology Gallery of Government Museum, Chennai) (Mimeo.)."

நன்றியுரை : இக்கட்டுரை எழுதுவதற்கான நல் வாய்ப்பை எனக்கு நல்கிய காந்திகிராமப் பல்கலைக்கழகத் தமிழ்த் துறைப் பேராசிரியர் முனைவர் ஒ. முத்தையா - அவர்களுக்கு என் நெஞ்சார்ந்த நன்றியை இங்குப் படைத்து மகிழ்கிறேன்.

பழங்குடியினர் வழக்காறுகள்வாயிலாக வெளிப்படும் மொழி-பண்பாட்டுத் தொடர்புறவுகள்

முன்னுரை

பொதுவாகப் பழங்குடியினரின் மொழி வழக்காறுகளும், பண்பாட்டு வழக்காறுகளும் அவர்தம் தொன்மையை வெளிப்படுத்துவனவாக அமைகின்றன. இந்த இரு வகை வழக்காறுகளையும் மொழி - பண்பாட்டு வழக்காறுகள் எனச் சுருக்கமாகச் சுட்டலாம். மொழிக்கும் பண்பாட்டிற்கும் இடையே நிலவிடும் தொடர்புறவுகளை இனக்குழுசார்மொழியியல் ஆய்வுகள் (Ethnolinguistic Studies) புலப்படுத்தக் காண்கிறோம். இத்தகைய பின்புலத்தில், தமிழ்நாட்டுப் பழங்குடியினரது சில அரிய மொழி, பண்பாட்டு வழக்காறுகள் வழியே வெளிப்படும் மொழி பண்பாட்டுத் தொடர்புறவுகளைக் காட்டுவதே இக்கட்டுரைக் களம்.

1.தமிழ்நாட்டுப் பழங்குடியினரின் சில அரிய மொழி பண்பாட்டு வழக்காறுகள்: ஓர் அறிமுகம்

தமிழ்நாட்டின் மேற்குத் தொடர்ச்சி மலை மற்றும் கிழக்குத் தொடர்ச்சி மலைப் பகுதிகளில் பன்னெடுங்காலமாக வாழ்ந்து வரும் சில பழங்குடிக்குழூக்களிடையே நிகழ்த்தப்பட்ட களப்பணி ஆய்வுகளின்வாயிலாக நமக்குத் தெரியவந்துள்ள 'புத்தரி', 'பூங்கட்டி', 'எழுத்து பெரெ', 'சந்து', 'புகிரி' என்கிற சில அரிய மொழி - பண்பாட்டு வழக்காறுகள் வெளிப்படுத்தும் மொழிக்கும் பண்பாட்டிற்கும் இடையே நிலவிடும் தொடர்புறவுகள் பின்வருமாறு:

1.1. புத்தரி

நீலகிரி மாவட்டப் பழங்குடியினராகத் தொதவர், கோத்தர், குறுமர், இருளர், பணியர், காட்டுநாயகர் என்னும் ஆறு வகைமையினர் இனங்கண்டறியப்பட்டுள்ளனர்.[1] இவர்களுடைய பண்பாட்டுத் தளங்களில் நிலவிடும் சில சமூகப்-பண்பாட்டுப் பொருளியல் காரணிகளின் அடிப்படையில் ஏனைய பழங்குடிக் குழூக்களிடமிருந்து இந்த இனக்குழுவினர் வேறுபடுவதால்

தொன்மைப் பழங்குடிக் குழுக்கள் (Primitive Tribal Groups) என இவை அறிந்தேற்பு செய்யப்படுகின்றன².

மேற்குறித்துள்ள நீலகிரிப் பழங்குடி வகைமையினருள் பணியர், காட்டுநாயகர், 'குறுமருள்' பெட்ட குறுமர், முள்ளு குறுமர் என்கிற பழங்குடிக் குழுக்கள் நீலகிரி மாவட்டத்தின் கூடலூர் வட்டம் மற்றும் பந்தலூர் வட்டத்தில் தம் மரபார்ந்த வாழ்விடங்களைக் கொண்டுள்ளனர். ஆண்டுதோறும் துலாம் (ஐப்பசி) மாதம் 10- ஆம் நாளன்று³ இப்பழங்குடிக் குழுக்கள் ஆடிப்பெருக்கின்போது தாம் பயிரிட்ட நெற்பயிரைக் குறுங்கால அறுவடை செய்கின்றன⁴. இத்தகைய குறுங்கால அறுவடையின்போது திரட்டப்படும் நெற்பயிர் தாள்களைப் 'புத்தரி' எனக் குறிப்பிடுவதோடு அவற்றைக் களத்துமேட்டிலோ அருகேயுள்ள 'அம்பலம்' என்னும் தெய்வ இருப்பிடத்திலோ வைத்துப் படையலாக இட்டு, அவற்றைச் சுற்றி ஆடிப் பாடிக் கொண்டாடிய பிறகே இந்த அறுவடையின் ஒரு பகுதியைத் தம் வீட்டிற்குக் கொண்டு செல்லும் வழக்கத்தைக் கடைப்பிடிக்கின்றனர். இவ்வாறு, அறுவடை செய்த நெற்பயிர்த் தாள்களை முதல் படையலாக வைப்பதை இப்பழங்குடிக் குழுக்கள் 'புத்தரிச் சடங்கு' எனக் குறிப்பிடுகின்றனர். இச்சொல்லாட்சியில் பயின்று வரும் 'புத்தரி' என்பது "புது அரி" (அதாவது, "புதிய அறுவடைத் தாள்'') எனப் பொருள்படும்⁵.

தொடக்க காலத்தில் பணியர் பழங்குடியினர்க்கு மட்டுமே உரிய பண்பாட்டு நடத்தையாக (Cultural Practice) விளங்கிய இப் புத்தரித் திருவிழாவானது காலப்போக்கில் காட்டுநாயகர், முள்ளு குறுமர் மற்றும் பெட்ட குறுமர் பழங்குடிக் குழுக்களாலும் மேற்கொள்ளப்படுவதாக விரிவடைந்தது. பழங்குடியினரல்லாத புற இனக்குழுவினரது நில ஆக்கிரமிப்பால் நிலமற்றோராகித் தம் சொந்த மண்ணிலேயே வேளாண் கூலிகளாக உழலும் நிலைக்குத் தள்ளப்பட்ட பிறகும் இந்த ஆதிக்குடிச் சமுதாயங்கள் நன்றி பாராட்டும் சடங்காகப் (Thanks Giving Ceremony) புத்தரித் திருவிழாவைத் தொடர்ந்து மேற்கொள்கின்றனர் என்பது ஆர்வமூட்டும் தகவல் ஆகும்⁶.

1. 2 பூங்கட்டி

மரம்சாராக் காடுபடு விளைபொருள்களைத் (Non - timebr Forest Produce) திரட்டுவதில் தம்மை ஈடுபடுத்திக்கொண்டு வாழ்ந்துவரும் பழங்குடிக் குழுக்களுக்குத் தேன் எடுத்தல் (Honey Harvesting/

Honey Collection) என்பது முழுமையானதொரு பேணத் தகுந்த பொருளியல் செயல்பாடாக[7] *(Sustainable Economic Activity)* அமைகிறது. பாறை உச்சி, மரக் கிளை, குற்று மரம், பாறை இடுக்கு, மரப் பொந்து, புற்று எனப் பல்வேறு இடங்களில் தேனீக்கள் தம் தேனடைகளைக் கட்டி, அதனுள் பூக்களிலிருந்து திரட்டிய மது - *(Nector)*, மகரந்தத் தூள் *(Pollen grains)* உள்ளிட்டவற்றைச் சேமித்து. வைக்கும். இவ்வாறு மலர்களிலிருந்து தேனீக்களால் திரட்டப்படும் மதுவானது தேனடையின் ஒரு புறமுள்ள சிறு, சிறு அறைகளில் அவற்றால் மீண்டும் கக்கப்பட்டு நீர்ம நிலையிலும் மகரந்தத் தூளானது தேனடையின் மறுபுறமுள்ள சிறு, சிறு அறைகளில் திட நிலையிலும் சேமிக்கப்படுகின்றன. நாளடைவில் இவை இரண்டும் இறுகி, இறுகி முறையே கெட்டித் தேனாகவும் மஞ்சள் நிறக் கட்டி யாகவும் மாற்றம் அடைகின்றன[8]. தேனடையின் இன்னொரு புறம் வளர்ந்துவரும் இளங் குஞ்சுத் தேனீக்களுக்கு இவையே உரிய சேமிப்பு உணவுப் பொருள்களாகவும் அமைகின்றன[9].

கொடைக்கானல் அருகிலுள்ள பழனி மலைப் பகுதிவாழ் புலயன் பழங்குடியினர் இத்தகைய மஞ்சள் நிறக் கட்டியைத் தம் பேச்சு மொழியில் ‘பூங்கட்டி’ என்று குறிப்பிடுகின்றனர். சங்க இலக்கியங்களுள் ஒன்றான குறுந்தொகையின் ஒரு பாடலிலும் இச்சொல் இடம் பெறுவது இங்குக் கருத்தில் கொள்ளத் தக்கது. தலைவியைவிட்டுப் பிரிந்து செல்லும் மன நிலையிலிருக்கும் தலைவனைப் பார்த்துத் தோழி கூறுவதாக அமைந்துள்ள அப்பாடலில்-

> ***“தலைவியோடு மகிழ்ந்திருந்தபோது அவள்***
> ***அளித்த வேப்பங்களியும்***
> ***இனித்ததாகக் கூறிய நீ, இப்போது அவள்***
> ***கொடுக்கும் 'பூங்கட்டி'யும்,***
> ***கசப்பதாகக் கூறுகிறாயே”***

எனத் தோழி தலைவனை இடித்துரைப்பாள்.

புலயன் இழுக்குழுவினரது பேச்சு மொழி[10] தவிர தற்காலத் தமிழின் வேறு எந்த வட்டார வழக்கிலும் இச் சொல்லாட்சி இடம்பெறவில்லை என்பது இங்குக் குறிக்கத் தக்கது.

1.3 எழுத்து பரெ

நீலகிரி மாவட்டம், கோத்தகிரி வட்டம், மாமரம் எனும் ஊரின் அருகே அமைந்துள்ள வெள்ளரிக்கோம்பை என்கிற ஆலு குறுமரது

மரபார்ந்த வாழ்விடத்தை ஒட்டியுள்ள வரலாற்று முன்நிலைக் காலப் பாறைக் கலைப் படைப்பு அமைவிடத்தை (Prehistoric Rock Art Site) 'எழுத்து பரெ' என ஆலு குறும்பர், குறிப்பிடுவதுடன் அதில் செந்நிறமியால் (Red Ochre) தீட்டப்பட்டுள்ள பாறை வரை ஓவியங்களுள் (Petrographs | Rock Paintings) ஒன்றினைத் தமது மீயியல் தெய்வ உரு (Supernatural Cult Figure) எனவும் உறுதியாக நம்புகின்றனர்.

மேலும், இந்த இனக்குழுத் தெய்வத்தினைப் புனிதம் மிக்கதாகவும் மீயியல் ஆற்றல் உடையதாகவும் கருதும் ஆலு குறுமர், ஆண்டிற்கு ஒரு முறை குறிப்பிட்டதொரு நாளில் இரகசியச் சடங்காக ஒரு வகையான மந்திர சமயம்சார் சடங்கியல் மரபின்வாயிலாக (Magico - religious Ritual Tradition) அதன் மீயியல் ஆற்றலானது (Supernatural Power) தூண்டி வெளிப்படுத்தப்பட்டு, அதனால் அவர்தம் ஒட்டுமொத்த இனக்குழுவிற்கும் வளமை மற்றும் பாதுகாப்பு உறுதி செய்யப்படுவதாக நம்புகின்றனர். இம்மந்திர மந்திர சமயம்சார் சடங்கு ஆற்றுகைக்குப்பின் ஆலு குறுமரது சாமியாடியால் (Shaman) அவரது வீட்டுச் சுவரிலுள்ள தெய்வ உருவானது மீண்டும் சுண்ணாம்பு பூசி மறைக்கப்படுவதன்வழியே அத் தெய்வத்தின் மீயியல் ஆற்றலானது எதிர்வரும் காலத்திற்கெனப் பாதுகாக்கப்படுவதாகவும் ஆலு குறுமர் நம்பிக்கை கொண்டுள்ளனர்.

ஆலு குறுமரால் 'எழுத்து பரெ' எனக் குறிப்பிடப்படும் இவ்வெள்ளரிக்கோம்பை பாறைக் கலைப் படைப்பு அமைவிடமானது 'எழுத்துப் பாறை' என்று அருகில் வாழும் தலித் மக்களாலும் 'எழுத்து வரெ' என அருகேயுள்ள சுண்டப்பட்டி இருளர் பழங்குடியினராலும் சுட்டப்படுகிறது. இம்மூன்று பெயர்களிலும் 'எழுத்து' எனும் சொல்லானது ''ஓவியம்'' என்கிற பொருளிலேயே இடம் பெறுகிறது என்பது கருத்தில் இருத்தப்பட வேண்டியதாகும்.[12] கேரள நாட்டுப்புற நிகழ்த்து கலைகளுள் ஒன்றான 'களம் எழுத்து' என்ற பயின்று வரும் சொல் வழக்கும் 'எழுத்து' என்பது "ஓவியம்" என்கிற பொருளிலேயே இடம் பெறுவது இங்கு ஒப்பு நோக்கத் தக்கது.

1.4 சந்து

கிழக்கு தொடர்ச்சி மலைப் பகுதியில் அமைந்துள்ள, கல்வராயன் மலை, பச்சை மலை, கொல்லி மலை உள்ளிட்டவற்றில் வாழும் பழங்குடியினர் 'மலையாளி' எனக் குறிப்பிடப்படுகின்றனர்.

தங்களுள் இறந்தோரது ஆவியைச் 'சந்து' என்று இப்பழங்குடியினர் சுட்டுகின்றனர். பொதுவாக, வாழ்விடத்தைச் சுற்றியே இச் சந்துகள் அமைதியற்று அலைந்து கொண்டிருக்கும் என்றும் 'சந்து விக்ரது' (அதாவது 'சந்து வைக்கிறது') எனும் மந்திர சமயம்சார் சடங்குவாயிலாக அவற்றை அமைதிப்படுத்தும் வரை பல்வேறு நோய்களைத் தமது இனக்குழுவினர்க்கு அவை ஏற்படுத்தும் என்றும் 'சந்து விக்ரது' என்கிற முறையான பின் ஈமச் சடங்கை[13] *(Post Funerary Rite)* நடத்தி, மந்திர உச்சாடனத்தால் அமைதிப்படுத்தி, உருவாரம் அல்லது வெறும் கல்லில் அவற்றை ஏற்றிப் 'பதுவெ' *(Image)* ஆக்கி, நிலைப்படுத்தி, வணங்கி வழிபடுவதால் மட்டுமே தமது சமுதாயத்திற்கான வழிகாட்டும் ஆவிகளாக *(Guiding Spirits)* மாற்றிப் பயன்கொள்ளலாம் எனப் பச்சை மலையில் வாழும் மலையாளிப் பழங்குடியினர் நம்புகின்றனர்.

இச் சடங்குசார் மரபைக் *(Ritual Tradition)* கடைப்பிடிக்கும்போது, சந்து, என்னும் இறந்தோர் ஆவியானது முதலில் அதனுடைய முந்தைய இருப்பிடமான மலையாளிப் பழங்குடிச் சமுதாயத்திலிருந்து பிரிக்கப்பட்டு *(Act of Separartion)*, அதை அடுத்து சிறிது காலம் இடைநிலையில் வைக்கப்பட்டு *(Act of Transition)* நிறைவாக மீண்டும் முந்தை உறைவிடமான சமுதாயத்துடனேயே உள்ளிணைப்பு *(Act of Inclusion)* செய்யப்படுகிறது.[14]

கல்வராயன் மலையாளிப் பழங்குடியினரிடையேயும் இறந்தோர் ஆவிகளான சந்துகள் பற்றி விரிவான நம்பிக்கைகள் நிலவுகின்றன என்பார் புதுவைப் பல்கலைக்கழக மானிடவியல் துறைப் பேராசிரியர் முனைவர் ஆ.செல்லபெருமாள். இருப்பினும், இத்தகைய சந்துகளை நிலைப்படுத்துவதற்கான எத்தகைய சடங்குசார் மரபும் கல்வராயன் மலையாளிப் பழங்குடியினரால் கடைப்பிடிக்கப் படுவதில்லை என்பது இங்குக் கருத்தில்கொள்ளத் தக்கது.[15]

1.5 புகிரி

நீலகிரியின் சில குறிப்பிட்ட மண்ணின் மைந்தரான தொதவர், ஆலு குறுமர், இருளர், படுகர் உள்ளிட்டோரிடையே ஒரு வகை மூங்கிலாலான மரபார்ந்த நீண்ட புல்லாங்குழல் வழக்கில் உள்ளது. இம்மரபார்ந்த துளை இசைக்கருவியே 'புகிரி' எனப்படுகிறது."

பொதுவாக, எதிர் எதிராக இடையீட்டுக் கணு நீட்சிகள் கொண்ட நீண்டதொரு மூங்கில் தண்டுகொண்டு புகிரியானது உருவாக்கப் படுகிறது. எனினும், தமக்குரிய புகிரியை வடிவமைப்பதில் மேற்

குறித்த நீலகிரி மண்ணின் மைந்தர் ஒருவருக்கு ஒருவர் பல வகைகளில் வேறுபடுகின்றனர். சான்றாக. மேலே ஒரு கணு நீட்சியையும் அதற்குச் சற்றுக் கீழ் எதிரே ஒரு கணு நீட்சியையும் சரிவான கீழ்நோக்கு நீட்சிகளாக *(Downword Projections)*. அமையுமாறு ஆலு குறுமர் வெட்டி அமைக்கின்றனர். இதற்கு மாறாக, இத்தகைய இடையீட்டுக் கணு நீட்சிகள் இரண்டையும் நீலகிரியின் ஏனைய இனக்குழுவினரான தொதவர், இருளர், படுகர் பிறை வடிவிலான வளை நீட்சிகளாக *(Lunately curved projections)* அமையுமாறு வெட்டி உருவாக்குகின்றனர்.[18] புகிரியின் வெளிப்புறத்தை மெருகேற்ற எருமை வெண்ணெயைத் தொதவர் பழங்குடியினர் பயன்படுத்திட, நீலகிரியின் மற்ற இனக்குழுவினரோ எண்ணெயை மெருகூட்டப் பயன்படுத்துகின்றனர். நீலகிரியின் பிற இனக்குழுவினரிடமிருந்து முற்றிலும் மாறுபட்டுத் தொதவர் பழங்குடியினர் மட்டும் தமது புகிரியை வடிவமைக்கும்போது புகிரியின் பருமனைவிடச் சற்று அகன்ற 'ஹொசார்' என்னும் கூம்பு வடிவ உள்கூடான சிறு மூங்கில் பகுதியை இணைத்துப் பயன்படுத்துவதைக் காணலாம். படுகரோ பக்கவாட்டில் அமைக்கப்பட்டுள்ள ஆறு துளைகளுள் மேற்புறமுள்ள முதல் துளையைத் தேன் மெழுகு அல்லது சுண்ணாம்பால் மூடிட, ஏனைய நீலகிரிப் பழங்குடியினரான தொதவர், ஆலு குறுமர் மற்றும் இருளர் இம்மேற்புற முதல் துளையை ஒரு விரலால் நிரந்தரமாக மறைத்துக்கொண்டு, மீதியுள்ள ஐந்து துளைகளை இரு கைகளின் பிற விரல்களால் மாற்றி, மாற்றி மூடியும் திறந்தும் புகிரியை இசைக்கின்றனர்.

தம் மந்தை எருமைகளையும் காட்டுவிலங்குகளையும் வசியப்படுத்தும் வகையில் ஐம்பதுக்கும் மேற்பட்ட மெட்டுகளை இசைக்க வல்லவராகத் தொதவர் பழங்குடியினர் முன்பு விளங்கினர்; தற்போது, படுகர் இனக்குழுவினரைத் தவிர நீலகிரியின் பிற மரபார்ந்த இனக்குழுக்களுள் ஒரு சில தனியரே இம்மரபார்ந்த துளை இசைக்கருவியை இசைக்கும் திறன் உடையோராகத் திகழ்கின்றனர். இக்கருவி இசைப்பதற்குத் தம்மை அணியப்படுத்திக்கொள்வதற்கு முன்பாக இருளர் பழங்குடியினர் (புகிரியைவிட) எளிய துளை இசைக்கருவியான 'நாக சொரெ'யில் இசைத்து மூச்சை அடக்கப் பழகிக்கொள்கின்றனர்.[19] இதிலிருந்து, புகிரியை இசைப்பதற்குச் சீரிய பயிற்சியும் நுட்பமும் திறனும் தேவை என்பது புலப்படும்; ஏனெனில் வாயின்கீழ் இதழோரமாகப் புகிரியைக் கவ்விப் பிடித்து வாயறைக் காற்றோட்டத்தைச் *(Buccal Air stream)* சிறிது சிறிதாகக்

குழலின் உள்புறம் கசிய விடுமாறு புகிரியை இசைப்போர் செயல்பட வேண்டும்.

இத்தகைய புகிரி இசைப்பின்போது வெளிப்படும் கருவி இசையின் தன்மையானது விவரிக்க இயலாதவொன்று. இருப்பினும் தீப்பற்றி எரியும்போது ஏற்படும் மேலெழும்பு ஓசை அல்லது பம்பரம் சுழலும்போது உண்டாகும் சீறல் ஓசை அல்லது தொடர்ந்து சங்கு ஊதும்போது உருவாகும் மென்மையான ஓசையுடன் புகிரி வாசிப்பின்போது வெளிப்படும் இசையை ஒருவாறாக ஒப்பிடலாம். மனத்தை வசப்படுத்தும் இவ்வாறான புகிரி இசையானது நீலகிரி மண்ணின் மைந்தர் செவிகளுக்கு மட்டுமல்லாமல் பிற இனக்குழு மக்களின் செவிப் புலனுக்கும் சீரிய விருந்தாக அமைகிறது எனலாம்.

குழலைக் குறிக்கும் 'வயிரி' எனும் பழந் தமிழ்ச் சொல்லின் அடிப்படையிலேயே 'புகிரி' என்கிற சொல் வழக்கானது உருவாயிற்று என்பது ஆர்வமூட்டும் செய்தியாகும்.[20]

2. நிறைவுரை

இது வரை தொகுத்தும் வகுத்தும் கூறியவற்றிலிருந்து, எளிய சமுதாயங்களைத் (*Simple Societies*) தன்னகத்தே கொண்டுள்ள மண்ணின் மைந்தரான பழங்குடிகளின் மொழி வழக்காறுகளும் பண்பாட்டு வழக்காறுகளுமே மொழிக்கும் பண்பாட்டிற்கும் இடையே காணலாகும் தொடர்புறவுகளுக்கான நிலைக் கண்ணாடியாகத் திகழ்கின்றன என்பது பெறப்படும். இதனாலேயே, மொழி வழக்காறுகளின் மூல வடிவத்தையும் (*Proto Form*) பண்பாட்டு வழக்காறுகளின் மூல வடிவத்தையும் மீட்டுருவாக்கம் செய்ய முனையும் ஆராய்ச்சியாளர்களுக்கு எளிய சமுதாயங்களைக் கொண்டிலங்கும் ஆதிக்குடிகளான பழங்குடியினரது மொழியும் பண்பாடும் தக்க ஆய்வுப் புலங்களாக அமைகின்றன.

அடிக் குறிப்புகள்

1 பொதுமைப்படுத்தும் வகையில், இவர்தம் இனக்குழுப் பெயர்களை (*Ethnonyms*) - அர் விகுதியுடன் இக்கட்டுரையில் குறிப்பிட்டாலும் தற்போதைய மாநிலப் பழங்குடிப் பட்டியலில் இவர்கள் முறையே *Toda, Kota, Kurumbas, Irular Paniyan, Kattunayakan* என்றே அமைகின்றன என்பதை நாம் கவனத்தில் கொள்ள வேண்டும்.

2 பிற பண்பாட்டுக் குழுக்களின் (*Cultural Groups*) சமூகப் பண்பாட்டுப் பொருளியல் அழுத்தங்களிலிருந்து (*Socio - cultural-*

economic Pressures) தாக்குப்பிடிக்க இயலாமல் அழிநிலைச் சமூகங்களாக (Vulnerable Societies) இவை விளங்குவதால், 'குறிப்பிடத்தக்க அழிநிலை பழங்குடிக் குழுக்கள்' (Particularly Vulnerable Trible Groups) என்கிற மாற்றுச் சொல்லாட்சியால் அண்மைக் காலமாகக் குறிக்கப்படுகின்றன.

3 தமிழ் ஆண்டுக் குறியீட்டு முறையில் (Tamil Calender System) இது ஐப்பசி 11-ஆம் நாளாக அமைகிறது என்பது இங்கே குறிக்கத் தக்கது.

4 முதல் கட்டமாக, மொத்த விளைச்சலில் ஒரு பகுதி மட்டும் அறுவடை செய்யப்படுகிறது; எஞ்சிய பெரும் பகுதி விளைச்சலானது சுரவம் (தை) மாதத்தின்போதே இரண்டாம் கட்டமாக அறுவடை செய்யப்படுகிறது என்பதை இங்குக் கருத்தில் கொள்ள வேண்டும்.

5 "புதிதாக அரியப்பட்ட தாள்" எனப் பொருள்படும் இச் சொல்லைப் "புது அரிசி" எனவும் கொள்ள வாய்ப்பு உள்ளது. காண்க: தமிழ், மலையாளம்: அரிசி; கன்னடம்: அக்கி (மூலத் திராவிடம்* அரிக்கி).

6 நிலவுடைமையாளரான மவுன்டாடன் செட்டி (Mountadan Chetty) என்கிற உள்ளூர் ஆதிக்க சாதிக் குழுவும் நீலகிரி மாவட்டக் கூடலூர் மற்றும் பந்தலூர் வட்டங்களில் வாழும் பழங்குடிக் குழுக்களுடன் இணைந்து இப்புத்தரித் திருவிழாவில் கலந்துகொள்வதை வழக்கமாகக் கொண்டுள்ளமை ஆர்வமூட்டும் செய்தியாகும்.

7 தேனடைகளை இயன்ற அளவிற்குச் சேதப்படுத்தாமலும் அப்படியும் எதிர்பாராத வகையில் தேனடையானது சிறிதளவு பாதிப்பிற்கு உள்ளாக நேரிடும்போது வெகு விரைவிலேயே சேதமடைந்த அச்சிறு பகுதியையும் தேனீக்கள் குறுகிய காலத்திற்குள் எளிதாக மீட்டுருவாக்கிடும் வகையிலும் பழங்குடியினரது தேன் சேகரிப்பு உத்திகளும் செயல்பாடுகளும் அமைவதாலேயே இது 'பேணத் தகுந்த பொருளியற் செயல்பாடு' என்று குறிக்கப்படுகிறது.

8 தேனின் தன்மை அல்லது அமைவிடத்தின் அடிப்படையில் 'பெருந் தேன்', 'நுரைத் தேன்', 'வரெத் தேன்', 'அடுக்குத் தேன்', 'கொம்புத் தேன்' எனத் தேனானது பல வகைப்படும். இந்த அடிப்படைக்கு மாறாகத் தேனீ வகைகளுள் ஒன்றான "கொசுத் தேனீ" என்பதன் அடிப்படையில் மட்டும் 'கொசுத்

தேன்' எனும் தேன் வகையானது அடையாளம் காட்டப்படுகிறது.

9 காடர், புலயன் உள்ளிட்ட பல்வேறு திணைக் குடிகளும் இத்தகைய பூங்கட்டியை உணவுப் பொருளாகவே துய்க்கின்றன. மேலை நாடுகளில் இது ஆண்மை வீரியத்திற்கான (Virility) அருமருந்தாகவும் பயன்கொள்ளப்படுகிறது என்பது கூடுதல் செய்தியாகும்.

10 மொழி நிலையிலும் (Language Level) பண்பாட்டு நிலையிலும் (Cultural Level) சங்கத் தமிழ்ப் பேழையாகப் புலயன் இனக்குழுவினரது வாழ்வியல் அமைந்துள்ளது. விரிவான தகவல்களுக்குக் காண்க: மகேசுவரன்,சி.2014.

11 நீலகிரிப் பழங்குடிக் குழுக்களுள் ஆலு குறுமர் மட்டும் மந்திர ஆற்றலுடையோர் என ஏனைய நீலகிரி இனக்குழுவினர் கருதுவதால், அக்குறிப்பிட்ட இனக்குழுவினர் குறித்து ஒரு வகையான இனம்புரியாத அச்ச உணர்வே பிற நீலகிரி மண்ணின் மைந்தரிடையே மேலோங்கி நிற்கிறது.

12 படவெழுத்துகளிலிருந்தே (Pictographs) கருத்தெழுத்துகள் (Ideographs) வளர்ச்சியடைந்தன என்னும் வரியெழுத்துகளுடைய படிமலர்ச்சியின் (Evolution of scripts) அடிப்படையானது இங்கு எண்ணத் தக்கது.

13 சங்கம் மருவிய காலப் பெருங் காப்பியங்களுள் ஒன்றான சிலப்பதிகாரத்தின் கதைத் தலைவியான கண்ணகியுடைய மறைவிற்குப்பின் அவளுக்கெனச் 'சந்துவித்தல்' என்னும் சடங்கு நிகழ்த்தப்பட்டதாக முனைவர் இரா. மதிவாணன் (மேனாள் இயக்குநர், செந்தமிழ்ச் சொற்பிறப்பு அகரமுதலித் திட்ட இயக்ககம், தமிழ்நாடு அரசு) குறிப்பிடுவார்.

14 வாழ்க்கைச் சுழற்சிச் சடங்குகளின்போது (Rites of passage) மக்கள் சமூகம் இவ்வாறான மூன்று கட்டச் சடங்கு நிலைகளுக்கு உள்படுத்தப்பட்டதாக வான் ஜென்னப் எனும் மேலை நாட்டு நாட்டுப்புற வழக்காற்றியலாளர் (Folklorist) பதிவு செய்கிறார்.

15 மேலும் விரிவான தகவல்களுக்குக் காண்க: மகேசுவரன், சி. 2012.

16 இத்தகைய நீண்ட மூங்கிலாலான குழல்களை 'நெடுங்குழல்', 'ஆயர் நெடுங்குழல்' எனச் சங்க இலக்கியங்கள் சுட்டுகின்றன என்பதை இங்கு ஒப்பு நோக்குக.

17 கோத்தர் பழங்குடியினரது பேச்சு மொழியில் புகிரியைக் குறிக்கும் சொல்லானது காணப்பட்டாலும் அவர்தம் தொட்டுணர்

பண்பாட்டு மரபான *(Tangible Cultural Heritage)* புழங்கு பொருள்சார் பண்பாட்டில் *(Material Culture)* 'புகிரி' என்பது ஒரு புழங்குபொருளாக *(Artefact)* இதுவரை இனங்கண்டறியப்பட வில்லை; இது மேலாய்விற்குரியது.

18 நீலகிரி மண்ணின் மைந்தருள் பழங்குடியினரல்லாத இனக்குழுவினராக *(Non-tribal Ethnic People)* விளங்கிடும் படுகர் சாதிக் குழுவினர் தமது தாய்த் தெய்வமாகிய 'ஹெத்தெ அம்மனு'க்குரிய புனித எருமையின் குறியீட்டு வடிவமாகப் *(Symbolic Form)* புகிரியின் இவ்வளை நீட்சிகளைக் கருதுகின்றனர்.

19 கோயம்புத்தூர் மாவட்ட இருளர் பழங்குடியினர் புகிரியைப் போன்றதொரு காற்றிசைக் கருவியை *(Aerophone)* 'மங்கெ' என்று குறிப்பிடுகின்றனர். ஆனால், முழுதளாவிய நிலையில் கணு நீட்சிகள் நீக்கப்பட்ட நெடுங்குழலாகவே இது உருவாக்கிப் பயன்படுத்தப்படுகிறது. இந்நிலையில், இருளர் பழங்குடியினரது இடப்பெயர்வு வரலாறானது *(Migrational History)* நீலகிரி இருளர் பழங்குடியினர் கோயம்புத்தூர் பகுதியிலிருந்து புலம் பெயர்ந்ததாக உறுதிப்படுத்துவதால், 'மங்கெ'க்கும் 'புகிரி'க்குமான தொடர்புறவு இன்னும் மேலாய்விற்குரியது.

20 இச்சொல் குறித்து மின்னஞ்சல்வாயிலாகத் தக்க கருத்துரை நல்கிய ஆய்வறிஞர் முனைவர் இரா.கு. ஆல்துரை அவர்களுக்கு நன்றி உரித்தாகுக.

நோக்கீட்டு ஏடுகள்

மகேசுவரன், சி. 1997. "புகிரி: நீலமலை ஆதிக்குடிச் சமுதாயத்தினரது மரபார்ந்த துளை இசைக்கருவி" 40-45 அருங்காட்சியக மலர் 1:1.

மகேசுவரன், சி. 2012. "சந்து விக்ரது: பச்சைமலைப் பழங்குடியினரின் இறந்தோர் ஆவியை நிலைப்படுத்தும் சடங்கு" 34-36. சமூக விஞ்ஞானம் 9:3.

மகேசுவரன், சி. 2014. "சங்க கால வாழ்வியலைக் காட்டும் புலயன் இனக்குழுவரைவியல் (கைப் படி)". சங்க இலக்கிய இலக்கண அமைதிகளும் தொல்காப்பிய இலக்கண விதிகளும்: ஓர் ஒப்பீடு (கருத்தரங்கம்). திருவாரூர்: தமிழ்நாடு மத்தியப் பல்கலைக்கழகம்.

மகேசுவரன், சி. 2015 அ. "தொல்பழங்காலப் பாறை ஓவியங்களும் தொல்முதுபழங்குடித் தொடர்புறவுகளும்". 234- 241. ஒன்பதாம் உலகத் தமிழ் ஆராய்ச்சி மாநாடு சிறப்பு மலர். கோலாம்பூர்; பன்னாட்டுத் தமிழ் ஆராய்ச்சிக் கழகம்.

மகேசுவரன், சி. 2015 ஆ. "நீலகிரிப் பழங்குடிக் குழுக்களின் புத்தரித் திருவிழா: ஒரு சமூகப் பண்பாட்டு மானிடவியல் பார்வை". 31-34. சமூக விஞ்ஞானம் 13:5.

நன்றியுரை: மொழி-பண்பாட்டு வழக்காறுகள் ஆய்வின் வழியே மொழிக்கும் பண்பாட்டிற்கும் இடையே நிலவிடும் தொடர்புறவுகளை அறுதியிடும் இந்தக் கட்டுரையை எழுதுவதற்கு என்னை ஊக்கப்படுத்திய தொல்லியல் மூதறிஞர் முனைவர் அர. பூங்குன்றன் - அவர்களுக்கு என் நெஞ்சார்ந்த நன்றியை இங்குப் படைத்து மகிழ்கிறேன்.

தமிழ்நாட்டுப் பழங்குடிக் குழுக்களின் இனக்குழுப்பெயர்மை : புறப்பெயரும் அகப்பெயரும்

முன்னுரை :

ஒவ்வோர் 'இனக்குழு'வையும் (Ethnos) பெயரிட்டு அழைக்கும் நடைமுறையானது 'இனக்குழுப்பெயர்மை' (Ethnonymy) எனப்படுகிறது. இந்நடைமுறையின் கீழ் ஓர் இனக்குழுவிற்கு இடப்படும் பெயரே 'இனக்குழுப்பெயர்' (Ethnonym) ஆகும். இனக்குழுப்பெயர் இருமை எதிர்வாகப் (Binary Opposition) 'புறப்பெயர்' (Exonym) எனவும் 'அகப்பெயர்' (Endonym) எனவும் அமைந்திடக் காண்கிறோம் ; அதாவது, ஓர் இனக்குழுவை அயலவர் அழைக்கும் பெயரானது புறப்பெயராகவும் அவ்வினக்குழுவைச் சார்ந்த அகத்தார் தம்மைத் தாமே குறிப்பிட்டுக்கொள்ளும் 'பெயரானது அகப்பெயராகவும் அமைகின்றன. தமிழ்நாட்டுப் 'பட்டியல் பழங்குடி'களிடம் இனங்காணப்படும் இனக்குழுப்பெயர்மையானது புறப்பெயர் மற்றும் அகப்பெயருடன் குறிப்பிடப்படுவதையும்[1] இத்தகைய இனக்குழுப்பெயர்மையின் முகாமைமையயும் எடுத்துக்காட்டுவதே இக் கட்டுரைக் களம்.

1. தமிழ்நாட்டுப் பட்டியல் பழங்குடிக் குழுக்கள் – ஒரு மீள்பார்வை :

தமிழ்நாட்டின் மாநிலப் பழங்குடிப் பட்டியலில் 'அடியன்' முதல் 'ஊராளி' வரை அகர வரிசையில் 36 பட்டியல் பழங்குடிக் குழுக்கள் குறிப்பிடப்பட்டுள்ளன.[2] இவற்றுள், கிழக்குத் தொடர்ச்சி மலைப் பகுதிகளைத் தமது வாழ்விடப் பரப்பாகக்கொண்டு வாழ்ந்து வரும் 'மலையாளிப் பழங்குடியினரை, தவிர்த்து, ஏனைய 35 பழங்குடி குழுக்களும் மேற்குத் தொடர்ச்சி மலைப் பரப்புகளில் இனங்காணப்படுகின்றன. தமிழ்நாட்டின் மொத்தப் பழங்குடிக் குழுக்களுள், 'இருளர்' மட்டுமே மலை, மலையடிவாரம், சமவெளி, உப்பங்கழி, கடலோரம் எனப் பல்வேறுபட்ட சூழல்களில் பரந்துபட்ட நிலையில் வாழ்ந்து வருவதனால், அம்மக்களைப் 'பரவல் பழங்குடி' (Disbursed Tribe) என்கிறோம். மொத்தம் உள்ள 36 பழங்குடிக் குழுக்களுள் தொதவர், கோத்தர், குறுமர், இருளர்,

பணியன் மற்றும் காட்டுநாயகன் எனும் 6 வகைமைகள் மட்டுமே அருகிவரும் தொல் பழங்குடிகள் என்கிற நிலையில் 'குறிப்பிடத்தக்க அழிநிலைப் பழங்குடிக் குழுக்கள்' (Particulary Vulnerable Tribal Groups) என்று அறியப்பட, எஞ்சியுள்ள 30 வகைமைகள் 'பொதுப் பழங்குடிக் குழுக்களாக' (General Tribal Groups) அமைகின்றன. இவ்விரு பிரிவுகளுள், பொதுப் பழங்குடிக் குழுக்களுக்கான மேம்பாட்டிற்கெனப் பழங்குடித் துணைத் திட்டமும்' (Tribal Sub-Plan) குறிப்பிடத்தக்க அழிநிலைப் பழங்குடிக் குழுக்களுக்கான மேம்பாட்டிற்கெனப் 'பாதுகாப்பு மற்றும் மேம்பாட்டுத் திட்டமும்' (Conservation - cum- Development Plan) மேற்கொள்ளப்படுகின்றன. 'சென்னை மாநிலமாயிருந்து (Madras Presidency) தமிழ்நாடு, கேரளம், கருநாடகம், ஆந்திரம் என 4 மொழிவழி மாநிலங்களாகப் (Longuistic States) பிரிக்கப்பட்ட பின்னரும் தமிழ்நாட்டின் 'அண்டை மாநில எல்லைப் புறங்களில், (Inter-State Boundaries) வாழ்ந்து வரும் பழங்குடிக் குழுக்களுக்கும் பட்டியல் பழங்குடிக்களுக்கான முன்னுரிமையானது தொடர்ந்து கிடைத்திட வேண்டும்' என்கிற உயர்ந்த எண்ணத்தின் அடிப்படையில், முன்னைச் சென்னை மாநிலத்தில் (Erstshile Madras Presidency) இடம்பெற்றிருந்த அனைத்துப் பழங்குடிக் குழுக்களுக்கும் தமிழ்நாட்டின் மாநிலப் பழங்குடிப் பட்டியலில் இடையறாது இடம் அளிக்கும் வகையில் மாநிலப் பழங்குடியினரது பட்டியல் அமைந்துள்ளது.

ஒரே இனக்குழுவானது, மூன்று வேறு, வேறு பழங்குடிக் குழுக்களாக அல்லது இரு வேறு பழங்குடிக்குழுக்களாகக் காட்டப் பட்டுள்ளமை; தவறான உச்சரிப்பு வருமாறு எழுத்துகளினால் குறிக்கப்படுதல்; குறிப்பிட்ட வாழிடப் பரப்பு உள்ளமை, குறிப்பிட்ட வாழிடப் பரப்பு இல்லாமை என வேறுபடுத்தி காட்டப்பட்டுள்ளமையால் நேர்ந்துள்ள தவறுகள் - என்று தற்போது நடைமுறையில் உள்ள தமிழ்நாட்டிற்கான மாநிலப் பழங்குடியினர் பட்டியலானது முறையாகச் சரிசெய்யப்பட வேண்டிய நிலையில் இருப்பதை நமக்கு நினைவூட்டிக்கொண்டே உள்ளது.

II. தமிழ்நாட்டுப் பழங்குடிக் குழுக்களுடைய இனக்குழுப்பெயர்மையில் இனங்காணலாகும் புறப்பெயரும் அகப்பெயரும் :

நீலகிரி மாவட்டத்தில் காணலாகும் 6 தொல் பழங்குடிக் குழுக்களுள் ஒன்றாகிய 'கோத்தர்' தம்மை "மலை மக்கள்" என்று பொருள்படக் 'கோவ்' என்றும் தமது 'திணைசார் மொழி'யைக் (Indigenous Language) 'கோவ் மாந்த்' என்றும் குறிப்பிடுவது கருத்தில்கொள்ளத் தக்கது; இதற்கு மாறாகத், தங்களைக் 'கோத்தர்'

என்று அழைக்கும்போது, "பசுவைக் கொல்வோர்" எனப் பொருள் தரும் வகையில் (கோ- ஹத்தர்) 'தங்கள் அழைபெயரா'னது (Call Name) 'இழி பொருளி'ல் (Derogatory Sense) அமைவதாக இப்பழங்குடி மக்கள் கருதி, அத்தகைய பெயரால் தாங்கள் அழைக்கப்படுவதை முற்றாக வெறுக்கின்றனர்.

'குறும்பாஸ்' என்னும் பொதுப் பெயரால் குறிப்பிடப்படும் நீலகிரியின் 'திணைசார் குடிகளான' (Indigenous Peoples) (i) 'பாலு குறுமர்' / 'ஆலுகுறுமர்', (ii) 'பெட்ட குறுமர்'/ 'ஊராளி குறுமர்', மற்றும் (iii) 'முள்ளு குறுமர்' / 'குறுமன்ஸ்' எனும் 3 உள் பிரிவுகளாகக் கருதப்பட்டாலும் மொழியியல் அளவிலும் (Linguistic Level) இனக்குழூப்பண்பாட்டு அளவிலும் (Ethno - Cultural Level) உண்மையில் 3 வேறுபட்ட இனக்குழுக்களாகவே இனங்காணப்படுகின்றனர். 'குறும்பு' ("மலை" / "குன்று") என்கிற வேர்ச் சொல்லைத் தமது புறப்பெயரில் கொண்டுள்ள மேற்குறித்த 3 பழங்குடிக் குழுக்களைச் சேர்ந்தோர் 'குரும' என்றே தங்களைக் குறிப்பிட்டுக் கொள்கின்றனர். எனவே, 'பாலு குரும' / 'ஆலு குரும', 'பெட்ட குரும' / 'ஊராளி குரும', 'முள்ளு குரும',/குருமன்ஸ்' என அழைக்கப்படுவதையே இப்பழங்குடிக் குழுவினர் விரும்புகின்றனர்; அதிலும் குறிப்பாக, முள்ளு குருமப் பழங்குடியினர் தம்மைக் 'குருமன்ஸ்' என்கிற அகப்பெயராலேயே குறிப்பிட்டுக்கொள்கின்றனர். கேரளத்தில் 'ஊராளி குருமன்'[3] என்றும் கருநாடகத்தில் 'பெட்ட குருபா' என்றும் தமிழ்நாட்டில் 'பெட்ட குறும்பாஸ்' என்றும் புறப்பெயர்களைக்கொண்டுள்ள மற்றொரு பழங்குடியினரோ தங்களை ஒரே சீர்மையில் 'பெட்ட குரும' என்னும் அகப்பெயரால் அழைத்துக்கொள்கின்றனர்; கருநாடகம் வாழ் பெட்ட குருபப் பழங்குடியினரோ இன்று வரை அம்மாநில அரசால் "காடு குருபா" என்று குறிக்கப்படுவதைப் பெரிதும் வெறுக்கின்றனர். இதற்கெல்லாம் ஒரு படி மேலாகப் 'பாலு குருமப்' பழங்குடியினர் தம்மைக் 'குரும' என்றும் தமது பேசுமொழியைக் 'குரும பாஷெ' என்றும் குறிப்பிடவே விரும்புகின்றனர்.

மேற்குத் தமிழகத்தின் கோயம்புத்தூர், நீலகிரி, கிருஷ்ணகிரி; வட தமிழ்நாட்டின் காஞ்சிபுரம், திருவள்ளூர், சென்னை; நடுத் தமிழகத்தின் பெரம்பலூர், விழுப்புரம், கடலூர் - என 20க்கும் மேற்பட்ட தமிழ்நாட்டு மாவட்டங்களில் பரவல் பழங்குடிக் குழுவாக விளங்கும் 'இருளர்'க்கோ, 'இருளர்', 'வில்லியன்', 'இருளிகா', 'ஏனாதி', 'செஞ்சு'[4] என எண்ணற்ற புறப்பெயர்கள். ஆனாலும், 'எர்ள'க்[5] கிழங்கைத் தமது 'முதன்மை உணவாகக்'

(Staple Food) கொள்ளும் 'இருளர்' பழங்குடியினரோ தம்மை 'எர்ளா' எனும் அகப்பெயராலேயே அழைத்துக் கொள்கின்றனர். 'ஊரில் புதிதாகக் குடியேறியோர்.' என்கிற பொருள்பட நீலகிரி மாவட்ட இருளர் பழங்குடிக் குழுவினரை 'ஊரவி' என்கிற புறப்பெயராலேயே தொதவர் பழங்குடியினர் குறிப்பிடுகின்றனர்.[7]

இவற்றைப்போன்றே, மிக அதிகமான அழை பெயர்களைக் கொண்ட பிறிதொரு பழங்குடிக் குழுவானது 'காட்டுநாயகன்'[6] ஆகும். 'காடு நாயகரு', 'ஜேனு நாயகரு' 'ஜேனு கொய்ய நாயகரு', 'தேனு குரும' என்கிற அகப்பெயர்களால் அழைக்கப்படுவதையே விரும்புகின்றனர் இப்பழங்குடியினர்.[8]

'மலெக்குறவன்' (Maleakkuravan) பழங்குடியினர் தம்மைக் 'குர்ரு'[8] (Kurru) என்னும் அகப்பெயராலேயே குறிப்பிட்டுக் கொள்கின்றனர்; இதன் அடிப்படையில், தமது பேசு மொழியைக் 'குர்ரு வாத்தா' என்றே குறிப்பிடுகின்றனர். "குர்ரு வாத்தா நங்கெ கொல வாத்தா" (அதாவது, "குர்ரு பேசு மொழியானது எங்கள் குல மரபுசார்ந்த பேசுமொழி") என்பது இம் மக்களின் பெருமிதமான உரிமை முழக்கம் ஆகும். இருப்பினும், குர்ரு மக்களுள் 'மலெக்குறவன்' என்று அறியப்படும் குழுவினர் மட்டுமே பட்டியல் பழங்குடியினராக வருவாய் துறையினரால் அறிந்தேற்பு செய்யப்படும் அவல நிலையே உள்ளது.

'மலை வேடன்' என்னும் புறப்பெயரால் அறியப்படும் பட்டியல் பழங்குடியினர் தங்களை 'வேட நாயக்கர்' என்கிற அகப்பெயரால் அழைத்துக்கொள்வதால், இவர்கள் தமக்கான 'பட்டியல் பழங்குடிச் சான்று' பெறுவதில் இடர்பாடு ஏற்பட்டு வருகிறது. 'மலைக் குறவன் பழங்குடியினர்போன்றே, இப்பழங்குடிக் குழுவினரும் மலை வேடன்' என்னும் புறப்பெயரில் 'பட்டியல் பழங்குடி'யாகவும் 'வேடன்'/ 'வேட்டுவன்' என்னும் புறப்பெயரில் 'பட்டியல் சாதி'யாகவும் 'வேட்டுவக் கவுண்டர்[10] என்ற புறப்பெயரில் மிகவும் பிறப்படுத்தப்பட்ட வகுப்பாகவும் சீர்மரபினராகவும் வேறு புறப்பெயரில் 'பிற்படுத்தப்பட்ட வகுப்பாகவும்' வேறு, வேறாக அடையாளப்படுத்தப்படுகின்றனர். தமிழ்நாட்டின் மேற்குத் தொடர்ச்சி மலைப் பகுதி பரவியுள்ள பல்வேறு சமவெளி மாவட்டங்களில் பன்னெடுங்காலமாகப் பரவி வாழ்ந்து வரும் இம்மக்களை 'முன்னைத் திருவிதாங்கூர் பகுதி'யாக (Erstwhile Travuancore Provine) விளங்கிப் பிறகு தமிழ்நாட்டுடன் சேர்க்கப்பட்ட 'செங்கோட்டைப் பகுதியில் மட்டும் வாழ்வோராகவும் அதனால் மலையாளத்தைத் தமது பேசு மொழியைக் கொண்டோராகவும்[11]

இன்று வரை வருவாய் துறையினரால் தொடர்ந்து தவறாகவே கருதப்பட்டு வருவது மிகவும் வருந்தத் தக்கது மட்டும் அல்லாமல், வன்மையாகக் கண்டிக்கத் தக்கதும் ஆகும்.

கோயம்புத்தூர் மாவட்டம், உடுமலைப்பேட்டை வட்டம், அமராவதி பகுதியை ஒட்டியுள்ள மலைப் பரப்புகளில் நெடுங் காலமாக வாழ்ந்து வருகின்ற ‘எரவள்ளான்’ பழங்குடியினர் தம்மைக் 'கருவினாளு' என்கிற அகப்பெயரால் அழைக்கப்படுவதையே பெரிதும் விரும்புகின்றனர். இப்பழங்குடி மக்கள் ‘அம்பு வேடன்’, ‘வில்லம்பு வேடன்’ என்னும் புறப்பெயர்களாலும் அறியப்படுகின்றனர். இதே இனக்குழுவினர் ‘எரவள்ளார்’ என்று குறிப்பிடப்படும்போது ‘பிற்பட்ட வகுப்பினராகக்’, கருதப்படும் போக்கும் நிலவுகிறது.

கோயம்புத்தூர் மாவட்டம், பொள்ளாச்சி வட்டம், ஆனைமலை வனப் பகுதியில் வாழும் பழங்குடிக் குழுக்களுள் தலைமைப் பண்பு மிக்கதாக ‘முதுகர்’, ‘முதுவர்’, ‘முத்துவன்’ எனும் புறப்பெயர்களால் அறியப்படும் பழங்குடி திகழ்கிறது. இப்பழங்குடியின மக்கள் இம்மூன்று புறப்பெயர்களைவிடத் ‘தகப்பன்மார்’ என்கிற தம் அகப்பெயரால் அழைக்கப்படுவதையே விரும்புகின்றனர். முற்காலத்தில், பாண்டிய நாட்டிலிருந்து முதலில் சேர நாட்டிற்கும் பின்னர் அதை ஒட்டிய கொங்கு நாட்டிற்கும் குடியேறியுள்ள முன்னைச் சமவெளி மக்களே இன்றைய முதுகர் பழங்குடியினர். சேலைத் தலைப்பைச் சிறு தொட்டில்போல் ஆக்கி, முதுகில் தம் குழந்தையைச் சுமக்கும் வழக்கம் உடையோர் என்பதால் ‘முதுகர்’ என்பது இப்பழங்குடி மக்களுக்குக் காரணப் பெயர் ஆயிற்று என்று ஆய்வறிஞர்களுள் ஒரு சாராரும் மதுரையை விட்டு வெளியேறியபோது, தமது விருப்ப தெய்வமான மீனாட்சி உருவாரத்தைத் தமது முதுகில் சுமந்துகொண்டு வந்தமையால் இம்மக்கள் ‘முதுகர்’ எனப்பட்டனர் என ஆய்வறிஞர்களுள் மற்றொரு சாராரும் குறிப்பிட்டாலும் இவர்தம் புறப்பெயர்கள் இவர்களைப் “பழைமையான மரபினர்” (அதாவது, ‘தொன்மையான மரபினர்’) என்னும் பொருளிலேயே குறிக்கப்படலாயிற்று என்று கொள்வதே பொருத்தமாகத் தோன்றுகிறது. இப்பழங்குடியினர்க்கான பிறிதொரு புறப் பெயரான ‘முத்துவன்’ என்பது இவர்கள் “மூத்த குடியினர்” என்பதை இன்னும் சற்றுத் தெளிவாகப் பறைசாற்றும்; இதனாலேயே, இம்மக்கள் தமது வாழ்விடப் பரப்பிற்குள் வாழும் ஏனைய பழங்குடிக் குழுக்களுக்குத் தாங்கள் ‘தகப்பன்மார்’ (அதாவது, “பாதுகாவலர்” எனக் கருதுகின்றனர் என்று ஊகிக்கலாம். மேலும்,

இப்பழங்குடியினர் தமது பேசு மொழியைப் 'பாண்டி நாட்டுப் பாஷெ' என்றே குறிப்பிடுதல் இவர்தம் புலம்பெயர்வையும் புலப்பெயர் வரலாற்றையும் ஒரு சேர உறுதிப்படுத்தக் காண்கிறோம். தங்களைக் "கண்ணகியின். வழித்தோன்றல்கள்" என்று முதுவர் குறிப்பதை இதற்கு மற்றுமொரு மெய்ப்பாகக் கருதலாம்.

'பள்ளேயன்', 'பள்ளியன்' மற்றும் 'பள்ளியர்' என மூன்று வேறு, வேறு புறப்பெயர்களால் மூன்று வேறுபட்ட பழங்குடிக் குழுக்கள் என்பதுபோலத் தமிழ்நாட்டின் மாநிலப் பழங்குடியினர் பட்டியலில் குறிப்பிடப்படும் இம்மக்கள் உண்மையில் ஒரே இனக்குழுவினரே; இவர்களுடைய அகப்பெயரும் புறப்பெயரும் 'பளியர்' என்னும் ஒற்றைப் பெயரே.

III. தமிழ்நாட்டுப் பழங்குடிக் குழுக்கள் சிலவற்றின் புறப்பெயர்களுள் நிலவிடும் வேறுபாடுகளும் சிலவற்றின் அகப்பெயரே அறியப்படாத நிலையும் :

தமிழ்நாட்டின் பழங்குடிக் குழுக்கள் சிலவற்றின் புறப்பெயர்களில் வேறுபாடுகள் நிலவுவதையும் சில பழங்குடிக் குழுக்களுள் அகப்பெயரே அறியப்படாத நிலை உள்ளதையும் நம்மால் இனங்காண இயல்கிறது.

சில பழங்குடிக் குழுக்களுக்கான அழை பெயர்களாக அமையும் புறப்பெயர்கள் பற்றி இரு வேறு கருத்துகள் நிலவுகின்றன. எடுத்துக் காட்டாக, 'மலை அரையர்' (அதாவது, 'மலை அரசர்') என்பதன் சுருக்க வடிவமே 'மலசர்' என ஒரு கருத்து நிலவுகிறது. இதற்கு மாறாக, "மலைக்கு உரியோர்" என்கிற பொருளில் 'மலையர்' (மலை - ய் - அர்) எனப்பட்ட மக்களுடைய புறப்பெயரே காலப் போக்கில் 'மலசர்' என்று மாறியது என்கிற மாற்றுக் கருத்தும் நிலவுகிறது. மலசர் பழங்குடியினரைவிடத் தம்மை உயர்ந்தோர் எனக் கூறிக்கொள்ளும் 'மகா மலசர்' பழங்குடியினைக் 'காடு வாழ் மலசர்' எனும் பொருளில் 'காடு மலசர்' என்றே பிறர் அழைக்கின்றனர்; இம்மகா மலசர் மலையடிவாரத்தில் வாழும் மலசர் பழங்குடியினரை "ஊரில் குடியமர்ந்தோர்" என்று பொருள்படப் 'பதி மலசர்' என்றே குறிப்பிடுகின்றனர் ; இருப்பினும், இவ்விரு இனக்குழுக்களும் ஒரே பழங்குடிக் குழுவா அல்லது வேறு, வேறு பழங்குடிக் குழுக்களா என்பது இன்று வரை மேலாய்விற்கு உரியதாகவே உள்ளது.

தமிழ்நாட்டின் தென் மாவட்டங்களான கன்னியாகுமரி, திருநெல்வேலி மற்றும் தூத்துக்குடி உள்ளிட்டவற்றில் வாழும் பழங்குடியினரான 'கணியன்' சற்று மாறுபட்ட ஒலிப்பு / எழுத்து

மாற்றத்துடன் ‘கண்யான்’ என்றும் குறிப்பிடப்படுகின்றனர். இப்பழங்குடியினர் சோதிடக் கணிப்பில் வல்லவராகத் திகழ்ந்தமையால், “கணிப்பவன்” எனும்பொருளில் ‘கணியான்’ (Kaniyan) அல்லது ‘கணிசான்’ (Ganisan) எனவும் களரி பயிற்றுநராகவும் களரிக் கலையில் வல்லவராகவும் அன்றைய சேர நாட்டுப் (பரப்பான இன்றைய கேரளப்) பகுதியில் விளங்கியமையால்’ ‘களரிப் பணிக்கர்’ மற்றும் ‘ஆசான்’ எனவும் புறப்பெயர்களைக் கொண்டிருப்பினும் இன்று வரை தங்களுக்கெனத் தனிப்பட்ட சொந்தப் பெயர் (அதாவது, ‘அகப்பெயர்’) எதையும் இப்பழங்குடியினர் கொண்டுள்ளதாக அறியப்படவில்லை.

நீலகிரி மாவட்டத்தின் மிகத் தொன்மைப் பழங்குடியினரான ‘தொதவர்’க்கான அழை பெயரானது அத்திணைசார் தாவரமான ‘துதா’ என்பதன் அடிப்படையில் அமைந்தது என ஆய்வறிஞருள் ஒரு சாராரும் இவர்தம் பண்பாட்டின் நடு அச்சாகத் திகழும் ‘எருமை மந்தை’யின் அடிப்படையில் ‘தொழுவர்’ என்பதிலிருந்து உருவானது என ஆய்வறிஞருள் மற்றொரு சாராரும் கருதுகின்றனர். இருப்பினும், இப்பழங்குடியினரது ஆங்கில அழை பெயரான ‘Toda’ என்பதன் அடியாகத் ‘தோடர்’ எனும் புறப்பெயராலேயே பெருவாரியாக இம்மக்கள் சுட்டப்படுகின்றனர்; இப்பழங்குடியினர்க்கான அகப்பெயர் எதுவும் புழக்கத்தில் இன்று வரை இனங்காணப்படவில்லை.

கோயம்புத்தூர் மாவட்டம், பொள்ளாச்சி வட்டம், ஆனைமலை வனப் பகுதியில் வாழும் பிறிதொரு பட்டியல் பழங்குடியினராக “கல்லிலிருந்து பிறந்தவன் காடன்” என்கிற முழக்கத்தின்வழியாகத் தம்முடைய வந்தவழி இது எனக் குறிப்பிட்டாலும் இம்மக்களுடைய வாய்மொழி வரலாற்றில் இடம்பெறும் ‘ஈப்பி’ என்கிற சொல்லானது, கேரளக் கடற்கரைப் பகுதியில் இவர்கள் பயணித்த கப்பல் தரை தட்டியபோது உயிர் பிழைத்து, அருகில் அமைந்துள்ள ஈப்பி மலைப் பகுதியில் தஞ்சம் அடைந்த மக்களின்வழித் தோன்றல்களே இம்மக்கள் என்கிறது. “காட்டின் மக்கள்” எனப் பொருள்படக் ‘காடர்’ எனப் புறப்பெயர் பெற்றுள்ள இப்பழங்குடியினர்க்கென எந்தவொரு அகப்பெயரும் அறியப்படவில்லை.

IV. பழங்குடிக் குழுக்களை அடையாளம் காண்பதில் புறப்பெயர்கள் மற்றும் அகப்பெயர்கள் பெறும் முகாமை :

இந்திய ஒன்றிய அரசால் 1965-இல் அமைக்கப்பட்ட ‘லோக்கூர் குழு’வானது (Lokur Committee) ஒரு பழங்குடிக் குழுவிற்கான அனைத்து அழை பெயர்களையும் அதன் முதன்மைப் பெயரை

அடுத்து அடைப்புக்குறிக்குள் தவறாமல் குறிப்பிடப்பட வேண்டும் என்று வலியுறுத்தியுள்ளது. இதன்வாயிலாகக் குறிப்பிட்ட பழங்குடிக்குழுவிற்கான அடையாளம் உறுதிசெய்யப்படும் என்பது லோக்கூர் குழுவின் எதிர்பார்ப்பு; அவ்வாறு அமையாத வரை அழை பெயர்களாக அமையும் புறப்பெயர்களின் பன்மைத் தன்மையால் 'போலி' / 'பொய்யான பழங்குடி உரிமை கோரல்கள்' (*Fake/ Bogus Claims of Tribal Status*) ஏற்படுவதைத் தவிர்க்க இயலாது என்பதை நாம் மனம்கொள்ள வேண்டும்; இதற்குச் சான்றாகப், பளியர் பழங்குடியினர்க்கான 'பள்ளியன்' மற்றும் 'பள்ளியர்' எனும் புறப்பெயர்களின் அடிப்படையில், 'பள்ளி' என்கிற வன்னிய சாதியின் ஓர் உள் பிரிவினைச் சார்ந்தோர் 'பட்டியல் பழங்குடிச் சமுதாயச் சான்றுகளை'ச் (*Community Certificates of Scheduled Tribe*) சில வட்டாரங்களில் பெற்றுள்ளமையைக் குறிப்பிடலாம். இதுபோலவே, 'குறுமன்ஸ்' என்னும் பட்டியல் பழங்குடிக்கான புறப்பெயரை மிகவும் பிற்படுத்தப்பட்ட வகுப்பினரான 'குறும்பா' என்போரும் 'குறிச்சியா' என்கிற பட்டியல் பழங்குடியினர்க்கான புறப்பெயரைப் பிற்படுத்தப்பட்ட வகுப்பினரான 'குஞ்சிடிகர்' என்போரும் 'போலி' / 'பொய்யான பழங்குடி உரிமை கோரல்கள்' வழியே பெற்றுவருவதையும் குறிப்பிடலாம். மேலும், நீலகிரி மாவட்டத்திற்கே உரிய 'காட்டுநாயகன்' என்கிற பழங்குடிப் பெயரை ஒன்பதுக்கும் மேற்பட்ட சமவெளிச் சாதிக் குழுக்கள்[9] 'போலி' / 'பொய்யான பழங்குடி உரிமை கோரல்கள்'வாயிலாகப் பெற நேர்ந்துள்ளமைக்கு இனக்குழுப்பெயர்மையில் புறப்பெயர்களாக அமையும் பல்வேறு அழை பெயர்களே காரணமாக அமையக் காண்கிறோம்.

V. நிறைவுரை:

பழங்குடியினர் நலம் மற்றும் மேம்பாடு கருதிச் செயலாற்றி வரும் ஆய்வறிஞர், பழங்குடி நல அலுவலர், வருவாய் துறையினர் உள்ளிட்டோர் இனக்குழுப்பெயர்மையில் இடம்பெறும் புறப்பெயர்கள் மற்றும் அகப்பெயர்கள் பற்றிப் பரந்துபட்ட அறிவைப் பெற்றிருக்க வேண்டும்; அப்போதுதான், உண்மையான பட்டியல் பழங்குடி மக்களுக்கான சமூக நீதியை முறையாகவும் உரியவாறும் பெற்று வழங்கிட இயலும்.

"பெயரில் என்ன இருக்கிறது?" என அதிகாரத் தளத்தினர் அலட்சியமாகக் கேட்கும்போது, "பெயரில்தான் எல்லாமே அடங்கி இருக்கிறது" என்று அழுத்தம் திருத்தமாகப் பட்டியல் பழங்குடிக்

குழுக்கள் பதிவு செய்வதைப் புறந்தள்ளிவிட்டு யாராலும் அவ்வளவு எளிதாகக் கடந்து சென்றிட இயலாது.

அடிக் குறிப்புகள்

1 தமிழ்நாட்டின் எல்லாப் பழங்குடிக் குழுக்களுக்கும் 'அழை பெயரா'கக் (Call Name) புறப்பெயர்(கள்) இனங்காணப் பட்டாலும், 'அகப்பெயர்' என்பது அனைத்துப் பழங்குடியினர் இடையேயும் முறையாக அறியப்படவில்லை என்பது இங்குக் கருத்தில்கொள்ளத் தக்கது.

2 'நரிக்குறவன், குருவிக்காரன்' எனும் ... சமுதாயத்தினர் மிக அண்மையில் தமிழ்நாட்டுப் பழங்குடிப் பட்டியலில் சேர்க்கப்பட்டுள்ள நிலையில் இது 37 என்றாகிறது.

3 "ஊரில் (புதிதாகக்) குடியேறியோர்" என்கிற பொருளில் உள்ளூர் கேரள மக்களால் 'ஊராளி குறுமன்ஸ்' என அழைக்கப்படும் இப்பழங்குடியினர் அண்டை மாநிலங்களான தமிழ்நாடு மற்றும் கருநாடகத்தில் உள்ளதுபோலப் 'பெட்ட' எனும் அடைமொழியுடன் தாம் அழைக்கப்படுவதையே பெரிதும் விரும்புகின்றனர்.

4 'காடு குருபா' என்கிற இனக்குழூப்பெயரின் உள்ளேயே உண்மையில் 'பெட்ட குருபா'வும் 'ஜேனு குருபா'வும் இரு வேறு உள் பிரிவுகளாக இனங்காணப்படுவதாக அ. அய்யப்பன் (1948) குறிப்பிடுவதை இங்கு ஒப்பு நோக்கலாம்.

5 'ஏனாதி' என்று இருளர் பழங்குடியினர் குறிப்பிடப்படுவதைக்கூட ஏற்கும் ஆய்வறிஞர்கள் 'செஞ்சு' என்கிற புறப்பெயரானது இருளர்க்கு வழங்கப்படுவதை ஏற்க மறுக்கின்றனர்; ஆனாலும் தர்ஸ்டன் (1909) தமது "தென்னிந்தியச் சாதிகளும் பழங்குடிகளும்" என்கிற நூலில் 'செஞ்சு' என்கிற புறப்பெயராலும் இருளர் அறியப்படுகின்றனர் எனப் பதிவிட்டுள்ளார். செக்கோசுலேவேகியா நாட்டு மொழியியலாளர் கமில் சுவலபில்

6 தமது இருள மொழி குறித்த நூலிற்கு 'எர்ளா மொழி' என்றே பெயரிட்டுள்ளமை இங்கே ஒப்பு நோக்கத் தக்கது.

7 மலை மாவட்டமான நீலகிரி தவிர தமிழ்நாட்டின் பல்வேறு சமவெளி மாவட்டங்களிலும் வாழ்வோராக இந்தியக் குடித்தொகைக் கணக்கீட்டு அறிக்கைகளில் 'காட்டுநாயகன்' தொடர்ந்து காட்டப்படுவதன் அடிப்படையில், ஆய்வறிஞருள் பெரும்பாலோர் இக்கருத்தை ஏற்றுக்கொண்டோராகவே

அமைந்தாலும் பழங் கன்னட மொழியின் அடித்தளத்தையே தமது பேசு மொழியாகக் கொண்டுள்ள நீலகிரிக் காட்டுநாயகன் பழங்குடிக் குழுவைப்பிற திராவிட மொழிகளாகிய 'தெலுங்கு', 'குர்ரு' மற்றும் இந்தோ-ஆரியப் பேசுமொழியான 'கணிக்கர் கோட்டி' உள்ளிட்டவற்றைப் பேசும் வேற்று இனக்குழுக்களை எல்லாம் 'காட்டுநாயகன் பழங்குடி' என்று குறிப்பிடுவதை ஏற்கவே இயலாது.

8 கேரளப் பகுதிகளில் மட்டுமே 'தேனு குரும' என்கிற அகப்பெயரால் அறியப்படும் இப் பழங்குடிக்குழுவை, உள்ளூர் மக்கள் "காட்டிற்குத் தலைவன்" என்னும் பொருள்படச் 'சோலெ நாயகன்' என்றே குறிப்பிடுகின்றனர். எனினும், 'சோலெ நாயகன்' என்போர் தேனு குருமன் என்பதிலிருந்து முற்றிலும் மாறுபட்டோர் என்கிறார் மொழியியலாளர் பேரா.இரா.முரளிதரன்.

9 'குர்ரு' மக்கள் தமிழ்நாட்டில் 'மலெக்குறவன்' என்கிற புறப்பெயரில் 'பட்டியல் சாதியாகவும் (27 உள்பிரிவுகளுடன்) 'கொறவர்' என்னும் புறப்பெயரில் 'மிகவும் பிற்படுத்தப்பட்ட வகுப்பாகவும் சீர்மரபினராகவும்' *(Most Backward Class & Denotified Community)* 'எருக்குலா' என்கிற புறப்பெயரில் 'பிற்படுத்தப்பட்ட வகுப்பாகவும் *(Backward Class)* இனங் காணப்படுதல் சமூக நீதிக்குப் புறம்பானது ஆகும்.

10 (இன்றைய மேற்குத் தமிழ்நாடான) அன்றைய கொங்கு நாட்டின் தொல் குடிகளாகக் குறிக்கப்படும் 'பூவலியர்', 'காவலியர்', 'மாவலியர்', 'வேடன்', 'வேட்டுவன்' என்னும் இனக்குழுக்கள் அனைத்துமே 'மலை வேடரை'க் குறிப்பன ஆகும்; அம்மக்களே இன்று 'வேட்டுவக் கவுண்டர்' என மேற்குத் தமிழகத்தில் நிலைத்துவிட்டனர் எனக் கருதப்படுகிறது. இப்பினும், அருகே உள்ள கேரள மாநிலத்தில் 'மாவிலன்' என இனங்காணப்படும் பழங்குடிகள் மலை வேடர் உள் பிரிவினரான 'மாவலியராக' இருக்கலாமோ என்று இக்கட்டுரை ஆசிரியர் ஐயுறுகிறார்.

10. 1977 - 79 காலகட்டத்தின்போது அண்ணாமலைப் பல்கலைக்கழக மொழியியல் உயராய்வு நடுவத்தில் முதுகலை மாணவராக இருந்த திரு. எஸ்.ராதாகிருஷ்ணன்- என்பார் திருநெல்வேலி மாவட்டம், செங்கோட்டை வட்டம், சாம்பவர் வடகரை என்கிற சிற்றூரின் புறத்தே வாழ்ந்து வந்த 'மலை வேடன்' மக்களுடைய பேசு மொழியைத் தமிழின் ஓர் 'உள் கிளைமொழி' *(Pathois)* என இனங்கண்டறிந்து வெளிப்படுத்தியுள்ளார் எனும் தகவல் இங்கே கருத்தில்கொள்ளத் தக்கது.

நோக்கீட்டு ஏடுகள்

Aiyyappan, A. 1948.   Report n the Socio-economic Conditions of the Aboriginal Tribes of Madras Presidency. Madras: Government

Maheswaran, C. 2015.   Ethnic Identity Vs. Linguistic Indentity press of the Kurumbas of Tribal Nilgiris (Mimeo.)." Paper Presented at the 'All India Conference of Regional Languages, Jalandhar: Punjabi Basha Academic & Punjabi Academy of Social Sciences, Literature and Culture.

Maheswaran, C. 2016.   Unravelling the Ethiciity of Native Speakers: A Pre-requisite in Studying the Minority Minor Languages (A Case Study of 'Kurru' & Their 'Kurru Vaaththa (Mimeo.)." Paper presented at the 'National Seminar on Documentation of Minority/Minor Languages'. Kuppam: Dravidian University.

Radhakrishnan, S. 1979.   A Descriptive Study of Tamil Pathois spoken by the Malai Vedan of Sambavarvadakarai, Shencottah Taluk, Thirunelveli District (Unpublished M.A., Thesis). Annamalai Nagar: Annamalai University.

Thurston, Edgar 1909.   Castes and Tribes of Southern India (7 Vols.). Madras: Government Press.

நன்றியுரை: இக்கட்டுரைக்கான ஊற்றுக் கண்ணை எனக்குள் திறந்துவிட்ட 'குர்ரு' மக்களுக்கு எனது நெஞ்சார்ந்த நன்றிதனைப் படைத்து மகிழ்கிறேன்.

தமிழகப் பழங்குடிக் குழுக்களிடையே இனங்கண்டறியப்பட்டுள்ள 'புனித வெளி' பற்றிய பண்பாட்டு விழுமியங்கள்

I. முன்னுரை:

'திணைசார் குடிகளா'ன *(Indigenous Peoples)* பழங்குடிக் குழுக்களுக்கு அவர்தம் 'வாழிடப் பரப்பு'களாக *(Habitation Sites)* விளங்கும் மலைகளும் அம்மலைப் பகுதிகளில் இயற்கையாக அமைந்திடும் காடுகளுமே அவர்களுக்கான 'வாழ்வாதாரத்'திற்குரிய *(Livelihood)* உணவு, இருப்பிடம், நீர், இயற்கை மருத்துவப் பொருள்கள் உள்ளிட்ட 'அடிப்படைத் தேவைகளை' *(Basic Amenities)* நிறைவு செய்வனவாக அமைகின்றன. இதனாலேயே, 'காடுறைப் பட்டியல் பழங்குடியினரு'ம் *(Forest Dwelling Scheduled Tribes)* 'பிற மரபார்ந்த வனம் வாழுநரு'ம் *(Other Traditional Forest Dwellers)* தாம் வாழும் மலை மற்றும் நாட்டின் சில குறிப்பிட்ட பகுதிகளைப் 'புனிதச் சிகரங்கள்' *(Sacred Peaks)*, 'புனித இடங்கள்' *(Sacred Sites)*, 'புனித வைப்பிடங்கள்' *(Sacred Repositories)* எனப் 'புனித வெளிகளா'கக் *(Sacred Spaces)* கருதி, அவற்றின் மீது அளவில்லாத 'பண்பாட்டு விழுமியங்களை' *(Cultural Values)* வெளிப்படுத்துகின்றனர்[1].

நமது இந்திய நாட்டின் இமயமலைத் தொடரிலுள்ள 'கஞ்ஜன்ஜங்கா'வைச் சிக்கிம் மாநிலப் பழங்குடி மக்கள் வெறும் மலைச் சிகரமாகப் பார்க்காமல், தங்கள் தெய்வமாகவே வணங்கி வழிபடுவதையும்"[2] ஒடிஸா மாநிலத்து 'டொங்கிரியா கொந்தர் பழக்குடியினர்' *(Dongria Kondhar Tribes)* தாங்கள் வாழும் 'நீமகிரி மலை'யையே *(Neemagiri Hills)* தமது இனக்குழுத் தெய்வமாக கருதி வழிபாடு மேற்கொள்வதையும்[3] இதற்குத் தக்க சான்றுகளாகச் சுட்டலாம்.

'பழங்குடித் தமிழகத்'திலும் *(Tribal Tamil Nadu)* தாங்கள் வாழ்கின்ற மலைகளையும் அவற்றிலுள்ள வனங்களையும் 'புனிதச் சிகரங்கள்', 'புனித இடங்கள், 'புனித வைப்பிடங்கள்' உள்ளிட்ட புனித வெளிகளாகக் கருதிப் பழங்குடிக் குழுக்கள் அவற்றின்மீது அளப்பரிய பண்பாட்டு விழுமியங்களைக் கொண்டுள்ளமையை எடுத்துக்காட்டுவதே இக்கட்டுரையின் நோக்கமாகும்.

II. மலைப் பகுதியை மரபார்ந்த வாழிடப் பரப்புகளாகக் காணும் பழங்குடியினர் பார்வை :

கிழக்குத் தொடர்ச்சி மலையைத் தமது தாயகமாகக்கொண்ட 'மலையாளிப் பழங்குடியினரின் (Malaiyali Tribes) ஓர் உள் பிரிவினரான 'பச்சைமலை மலையாளிப் பழங்குடியினர், தமது மரபார்ந்த வாழிடப் பரப்பாகிய ஒட்டுமொத்தப் பச்சைமலையையும் 'வண்ணாடு', 'தெம்பொறநாடு', 'ஆத்திநாடு' எனப் பல 'புவியியல் பகுதிகளாக'க் (Geographical Zones) பகுத்துக் காண்கின்றனர்.

இது போலவே, மேற்குத் தொடர்ச்சி மலையின் முகாமைப் பகுதியான 'நீலகிரி உயிரிச் சூழலின்' (Nilgiri Biosphere Reserve) ஒரு பெரும் பரப்பான 'முதுமலை'யைத் (Mudumalai) தங்களது வாழ்விடப் பரப்பாகக்கொண்டுள்ள 'காட்டுநாயகன் பழங்குடியினர்' (Kattunayakan Tribes) இதை 'நார்தி' (Naardhi) என்றுதான் குறிப்பிடுகின்றனர் என்பது இங்குக் குறிக்கத் தக்கது. மேலும், இப்பழங்குடி மக்கள் தமது 'வாய்மொழி வழக்காற்றில்' (Oral Narrative),

- நீரள்ளா (Neeralla) [அதாவது, "நீர்ப் பள்ளம்"]
- தொட்டள்ளா (Doddalla) [அதாவது, "பெரும் பள்ளம்"]
- சிக்கள்ளா (Chikkalla) [அதாவது, "சிறு பள்ளம்"]
- சம்ப்ரள்ளா (Chambralla) [அதாவது, "சம்பர் பள்ளம்"]
- கக்கனள்ளா (Kakkanalla) [அதாவது, "கக்கன் பள்ளம்"] மற்றும்
- மாவனள்ளா (Mavanalla) [அதாவது, "மாவன் பள்ளம்"]

- என முதுமலையைப் பல பகுதிகளாகப் பகுத்துரைப்பதையும் காணலாம்.

மேற்குத் தொடர்ச்சி மலையின் மற்றொரு பகுதியான 'மேல் பழனி மலைக் குன்றுகளி'ல் (Uper Palani Hills) தொன்று தொட்டு வாழ்ந்து வரும் 'பளியர் பழங்குடியினரோ' (Paliyar Tribes) முற்காலத்தில் இம்மலைப் பகுதியிலுள்ள 'கல் அளைகளை'யே தமது 'வசிப்பிடங்களா'கக் (Habitats) கொண்டிருந்தனர் என்கிறது இவர்தம் 'வாய்மொழி வரலாறு' (Oral History).

பளியர் பழங்குடியினர் 'வாய்மொழி மரபில்' (Oral Tradition) இவர்தம் வாழிடப் பரப்பின் எல்லைகளாக,

"குடவனாத்துக்கு வடக்கு
பேரியூருக்குத் தெக்கு
நேருமலைக்கு மேக்கு
கள்ளக்கெணத்துக்குக் கௌக்கு"

எனக் குறிப்பிடப்படுவது இங்கு ஒப்புநோக்கத் தக்கது.[5]

III. மலைப் பகுதியை முன்னோர் வாழிடங்களாகக் காணும் பழங்குடியினர் வாய்மொழி மரபு :

மேல் பழனி மலைக்குன்றுகளில் வாழும் பளியர் பழங்குடியினர் தொடக்க காலத்தில் கல் அளைகளிலேயே வாழ்ந்து வந்ததான வாய்மொழி வழக்காற்றை உறுதிப்படுத்தும் வகையில், இவர்தம் 'பண்டைய வாழிடங்களா'க (Ancient Habitats) இனங்காணப்படும் ஒவ்வொரு கல் அளைக்கும் உரியோராகப் பளிய முன்னோரைக் குறிப்பிடும் வாய்மொழி மரபானது உறுதிப்படுத்தக் காண்கிறோம். காண்க:

அளை	தொடர்புடைய பளிய முன்னோர்
ஆண்டி அளை	ஆண்டிப் பளியன்
ஆனைக் குண்டு	வீரன் பளியன்
இஞ்சிக்காட்டு அளை	வைரவன் பளியன்
கட்டில் அளை	நாகக் கிழவி-நாகக் கிழவன்
கடுக்காய்மரத்து அளை	நாக மலைச்சி
சோளக்காட்டு அளை	ஏகாப் கிழவன்
சங்குவசிர அளை	பெரிய பொன்னன்-பொன்னி
தூவான அளை	நாட்டாமைக் கிழவி
பட்டிகெ அளை	பெரிய சடையன்
பளியர் காட்டுத்தேரி	சின்ன நீலன்
பலாவடித்துறை	நடுப் பளியன்-நடுப் பளிச்சி
புளி அளை	கரியமுத்துப் பளியன்
புளியமரத்து அளை	வெள்ளையக் கிழவன்
பேத்தரக்காட்டு அளை	சின்ன பளியன்
வஞ்சிரமரத்து அளை	பெரிய நீலன்
வண்ணாந்துறை அளை	கண்ணிக் கிழவி-காடக் கிழவன்
வீட்டி பந்தம்	காக்கைப் பளியன்

பளியர் பழங்குடியினரைப் போன்றே நீலகிரியின் காட்டுநாயகன் பழங்குடியினரும் தங்களது மரபார்ந்த பண்டைய

வாழிடப் பரப்புகளுக்குரிய முன்னோர்களாக 'எத்தன்'[6] எனும் "பாட்டன்மாரை"க் குறிப்பிடுகின்றனர் காண்க:

(ஒட்டுமொத்த) முதுமலை	நார்தி எத்தன்
நீரள்ளா	நீரள்ளா எத்தன்
தொட்டள்ளா	தொட்டள்ளா எத்தன்
சிக்கள்ளா	சிக்கள்ளா எத்தன்
சம்ப்ரள்ளா	சம்ப்ரள்ளா எத்தன்
கக்கனள்ளா	கக்கனள்ளா எத்தன்
மாவனள்ளா	மாவனள்ளா எத்தன்

(இவர்கள் அனைரையும் ஒரு சேரக் 'குன்று எத்தன்' எனும் பொதுச் சொல்லால் தமது 'தெய்வவரிசை'க்குள் (*Pantheon*) காட்டுநாயகன் பழங்குடியினர் அடக்குகின்றனர்)

IV. மலைப் பரப்புகளில் இனங்காணப்படும் பழங்குடியினரது பண்டைய வாழிடங்கள்

நீலகிரியின் காட்டுநாயகன் பழங்குடியினரது மரபார்ந்த பண்டைய வாழிடங்களாக,

பெண்ணே (*Benne*),
கூளிமூலெ (*Koolimoole*),
முண்டகமனெ (*Mundagamane*),
கத்தய்மேடு (*Kaththtaymaedu*),
நாயம்பள்ளி (*Naayampalli*),
கீளக்கோடு (*Keelakkaodu*),
தர்ப்பெகொல்லி (*Tharppakolli*)
நார்தி (*Naardhi*),
புதூர்மனெ (*pudhoormane*),
பெள்ளோதிகொல்லி (*Bellothikolli*),
ஹாவுகஜ்ஜெ (*Havugajje*)
- உள்ளிட்டவை கூறப்படுகின்றன.

மேற்குறித்த பண்டைய குடியிருப்புகளுள் 'நார்தி'யில் தற்போது காட்டுநாயகன் பழங்குடியினர் காணப்படவே இல்லை ; 'புதூர்மனெ' குடியிருப்பிலோ இப்போது, பணியன் பழங்குடியினர் மட்டுமே வாழ்ந்து வருகின்றனர் ; இந்நிலைக்கு மாறாக, 'பெள்ளோதிகொல்லி'

மற்றும் 'ஹாவுகஜ்ஜெ' குடியிருப்புகள் இன்றைக்கு முறையே 'வெள்ளரங்கொல்லி' (*Vellarankollai*), 'பாம்புவயல்' (*Paambuvayal*) எனப் புதுப் பெயர்களில் அழைக்கப்படுகின்றன. அந்நாளைய 'பெண்ணே' குடியிருப்போ தற்போது 'கேளப்பள்ளி' (*Kaelappalli*), 'கய்தக் கட்டு' (*Kaydhakkattu*), 'சேலப்பள்ளி' (*Saelappalli*), மற்றும் 'பெண்ணெமூலெ' (*Bennemoole*) என்று 4 சிற்றூர்களை உள்ளடக்கியதாக அறியப்படுகிறது.

V.மலைப் பரப்புகளில் இனங்காணப்படும் பழங்குடியினரது புனித வெளிகள் :

நீலகிரியின் தொல்முதுபழங்குடியினரான தொதவர், கோத்தர், குறுமர், இருளர், பணியன், காட்டுநாயகன் எனும் தமிழகப் பண்டைய பழங்குடிக் குழுக்கள் ஆறும் தங்கள் வாழ் வாதாரத்திற்கான உணவு, நீர், இருப்பிடம், இயற்கை மருத்துவப் பொருள்கள் உள்ளிட்ட அனைத்து அடிப்படைத் தேவைகளை நாளும் நல்கிடும் நீலகிரி மலைப் பகுதிகளைத் தத் தம் புனிதச் சிகரங்கள், புனித இடங்கள், புனித வைப்பிடங்கள் போன்ற புனித வெளிகளாகக் கருதிப் போற்றிப் பாதுகாத்து வருகின்றனர். சான்றாக, நீலகிரியின் ஒரு பகுதியான 'மேல்சீமெ' யிலுள்ள (*Mael Seeme*) 'தலைமலைச் சிகரமு'ம் (*Thalaimalai Peak*) மற்றொரு பகுதியான 'அட்டபாடி'யிலுள்ள (*Attapadi*) 'மல்லேஸ்வரன் முடி'யும் (*Malleswaran Peak*) முறையே 'கொட்ரு போலி' (*Kotru Baoli*), 'குவாட்டெய்ன்' (*Kwateeihn*) என்னும் புனிதச் சிகரங்களாகத் தொதவப் பழங்குடியினராலும் குன்னூர், கோத்தகிரிக்கு இடையேயுள்ள 'ரங்கசாமி தூண்' (*Rangaswamy Pillar*) 'கொட்டெர் விக்கீன்' (*Kotter Vickeen*) எனும் புனிதச் சிகரமாகக் கோத்தப் பழங்குடியினராலும் குன்னூர் பகுதியிலுள்ள 'கேத்தரீன் அருவி' (*Catherine Water Falls*) 'உளிமண்டெ' (*Uli Made*) என்கிற புனித இடமாகவும் குன்னூர், கோத்தகிரிக்கு இடையிலுள்ள 'எருமை பலி இடமா'னது (*Buffalo Sacrificial Site*) 'கோணெ உந்தொ பரெ' (*Kaone Undho Bare*) எனும் புனித இடமாக ஆலு குறுமர் பழங்குடியினராலும் குன்னூர், கோத்தகிரிக்கு இடையே இனங்காணலாகும் 'ரங்கசாமி சிகரம்' (*Rangaswamy Peak*) 'கிரி பெட்டு' என்கிற புனித இடமாக இருளர் பழங்குடி யினராலும் கருதப்படுவதைக் குறிப்பிடலாம்.

VI. பழங்குடியினரின் குடியிருப்புப் பகுதிகளில் இனங்காணலாகும் புனித வெளிகள்:

நீலகிரியின் பந்தலூர் வட்டத்தில் வாழ்ந்து வரும் முள்ளு குறுமர் பழங்குடியினரின் ஒவ்வொரு குடியிருப்பிலும் ஏனைய வீடுகளுக்கு நடுவே 'தெய்வப் பெறை' என்னும் பெயரில் ஒரு குடிலானது இனங்காணப்படுகிறது; இது, இப்பழங்குடி மக்களின் 'தெய்வ வீடு' என்று கருதப்பட்டுப் புனித வெளியாக மட்டும் அல்லாமல், புனித இடமாகவும் புனித வைப்பிடமாகவும் மிகுந்த பண்பாட்டு விழுமியத்துடன் போற்றிப் பாதுகாத்து வரப்படுகிறது; அறுவடையின்போது கிடைத்திடும் முதல் தானியக் கதிர்களின் திரட்டு இத்தெய்வப் பெறெயில் கிடைமட்டமாக நிலை நிறுத்தப்பட்டுள்ள மூங்கில் கொம்பில் கட்டிவைக்கப்படுகின்றன; மேலும், இறந்தோரின் 'எலும்பு மிச்சங்களைத் *(Bone Relic)* திரட்டி, ஒரு பழந் துணியில் பொதிந்து இம்மூங்கில் கொம்பிலேயே பிணைத்து வைக்கின்றனர்; குடியிருப்பில் திருமணமான இணையர் முதன் முதலாகக் கூடுமிடமாகவும் இந்த தெய்வப் பெறெயே திகழ்கிறது.

உதகமண்டலம், குந்தா, குன்னூர், கோத்தகிரி ஆகிய 4 வட்டங்களில் 'கோக்கால்' *(Kaokkaal)* எனும் மரபார்ந்த 7 குடியிருப்புகளில் வாழும் கோத்தப் பழங்குடியினர் தமது ஒவ்வொரு கோகாலிலும் தங்களுடைய இனக்குழுத் தெய்வ இணையரான 'அய்னோர்', 'அம்னோர்க்'கெனத் தனித் தனிக் 'குட்ய்' எனும் 'கோவிலை'க் கொண்டுள்ளனர். இவற்றிக்குக், குறிப்பிட்ட கால இடைவெளியில் புத்தாக்கப் பணிகளில் *(Renovation Works)* ஈடுபடும்போது, அங்குள்ள 'வழிபாட்டுப் பொருள்களைப் *(Ritual Paraphernalia)* பாதுகாப்பாக அருகே இணையாக இனங்காணப்படும் பெருங்கற்காலக் கல் திட்டைகளில் இட்டு வைக்கின்றனர். அவ்வகையில், 'இடையீட்டுக் கோவில்களாக *(Transit Shrines)* இந்தக் கல் திட்டைகள் பயன்கொள்ளப்படுகின்றன. எனவே, 'அய்னோர் குட்' மற்றும் 'அம்னோர் குட்ய்க்கு'க் காட்டக்கூடிய பண்பாட்டு விழுமியத்தை இப்பெருங்கற்காலக் கல் திட்டைகளுக்கும் கோத்தப் பழங்குடியினர் வெளிக்காட்டுகின்றனர்.

ஆலு குறுமர் பழங்குடியினரோ, தமது ஒவ்வொரு குடியிருப்பிற்கு வெளியே 'திணைசார் தாவர, விலங்கினங்கள்' *(Endemic Flora & Fauna)* செழித்து வளர்ந்துள்ள 'பசுமைப் பரப்பைப் *(Green Cover)* புனித வெளியாகத் கருதி அதைக் "கடவுள் காடு" எனப் பொருள்படத் 'தெவ சோலெ' *(Dheva Saole)* என்று பண்பாட்டு

விழுமியத்துடன் குறிப்பிட்டுத், தமது சமயம்சார் வழிபாட்டிற்கான தேவைகளின்போது மட்டுமே இங்குள்ள 'தாவர வளங்களை' (*Plant Resources*) பயன்கொள்கின்றனர்; அவ்வகையில், இந்தத் தெவ சோலைகள் 'திணைசார் மரபணுப் பூங்காக்களா'கத் (*Indigenous Genomic Pools*) திகழ்கின்றன என்று உறுதிபட உரைக்கலாம்.

VII. பழங்குடியினரின் குடியிருப்புப் பகுதிகளுக்குப் புறத்தே இனங்காணப்படும் புனித வெளிகள் :

பொதுவாகத், தொல்முதுபழங்குடியினரது மரபார்ந்த வாழிடங்களை ஒட்டிய பகுதிகளில் காணலாகும் வரலாற்று முன்நிலைப் பாறை ஓதுங்கிடங்கள் (*Prehistoric Rock Shelters*) அந்தப் பழங்குடிக் குழுக்களால் புனிதச் சிகரங்கள், புனித இடங்கள், புனித வைப்பிடங்கள் எனப் புனித வெளிகளாகவே கருதப்பட்டு, மிகுந்த பண்பாட்டு விழுமியத்துடன் போற்றப்படுகின்றன. இத்தகைய பாறை ஓதுங்கிடங்களில் வரையப்பட்டுள்ள 'பாறை வரையோவியங்களும்' (*Petrographs*) 'பாறைக் கீறலோவியங்களும்' (*Petroglyphs*) இப்பழங்குடி மக்களால் அவர்தம் 'முன்னோரது படைப்பு'களாகத் (*Ancestral Creativities*) தொடர்புபடுத்தப்பட்டு, உரிய 'மந்திர-சமயம்சார் சடங்குகளும் (*Magico - religious Rites*) மேற்கொள்ளப்படலாகின்றன. சான்றாக, நீலகிரி மாவட்டம், கோத்தகிரி வட்டம், பிக்குபதிமந்து தொதவப் பழங்குடியினரது குடியிருப்பை அடுத்துள்ள 'தொதவன் பாறெ' (*Thodhavan Paare*) எனப் பிற இனக்குழுவினரால் குறிப்பிடப்படும் 'இடுகட்டி'ப் (*Iduthatti*) பாறை ஓதுங்கிடமானது தொதவப் பழங்குடியினரால் புனித இடமாகக் கருதப்படுவதைக் குறிப்பிடலாம். தொதவப் பழங்குடியினர் இறந்தோர் உடலை இடுகாட்டிற்குக்கொண்டு செல்லும்போது, சற்று நேரம் இப்பாறை ஓதுங்கிடத்தில் கிடத்திய பின்னரே திரும்பச் சுமந்து சென்று புதைக்கும் வழக்கத்தைக் கொண்டுள்ளமை இதனை உறுதிப்படுத்தும்.

கோத்தகிரிக்கு அருகிலுள்ள 'கொணவக்கரை' (*Konavakkarai*) என்னும் இடத்திலுள்ள பாறை ஓதுங்கிடத்தில் காணலாகும் பாறைக் கீறலோவியத்தை ஆண்டிற்கு ஒரு முறை அருகே வாழும் இருளர் பழங்குடியினர் 'மீளத் தீட்டும்' (*Re-touching / Re-drawing*) மந்திர - சமயம்சார் சடங்கை இரகசியமாக மேற்கொள்கின்றனர். இவ்வகையில், இந்தப் பாறை ஓதுங்கிடமானது இருளர் பழங்குடியினரால் புனித இடமாகக் கருதப்படுவதை உணரலாம்.

இவை மட்டும் அல்லாமல், நீலகிரிப் பழங்குடிக் குழுக்களுள் ஆலு குறுமர் தங்களது வழிபாட்டிற்குரிய 'கும்ப தெவரு' (*Kumba Dhevaru*) எனும் சுடுமண் பானைகளைப் பாதுகாப்பாக இடும் புனித வைப்பிடமாக ஒவ்வொரு மரபார்ந்த குடியிருப்பின் புறவெளி'யில் (*Outstrits*) அமைந்துள்ள குகையைக் கருதுவதுடன், இறந்தோர் ஆவி ஒட்டிக்கொண்டுள்ளதாக சாமியாடியால் அடையாளம் காட்டப்பட்ட 'ஆவியேறிய கற்களைப்' (*Spirit Stones*) பாதுகாப்பாக இட்டு வைத்திடும் 'கொவெ மனெ'யாக (*Gove Mane*) விளங்கிடும் பெருங்கற்காலக் கல் திட்டைகள், 'கல் வட்டங்கள்' (*Caim Circles*), 'கற் குத்துகள்' (*Menhirs*) உள்ளிட்டவற்றையும் புனித வைப்பிடங்களாகக் கருதுவதையும் கூடுதல் சான்றுகளாகச் சுட்டலாம்.[8]

VIII. நிறைவுரை:

பழங்குடி மக்கள் தம் வாழ்விடப் பரப்புகளாகிய மலைகள், வனங்கள் மற்றும் வனம்சார் நிலங்கள் குறித்துக் கீழ்க்காணும் உரிமை முறையீடுகளை முன்னெடுக்கின்றனர்:

i. "எம் மரபார்ந்த வாழிடப் பரப்புகளாகிய மலை, அதிலுள்ள வனம் மற்றும் வனம்சார் நிலங்கள் மீதான முழுமையான அதிகாரங்கள் எமக்கே உரியதாக்கப்பட வேண்டும்."

ii. "மனிதர்க்கும் இயற்கைக்கும் இடையேயான நிலையான, இன்றியமையா உறவை எம் மரபார்ந்த வாழிடப் பரப்புகளே முழுமைப்படுத்துகின்றன."

iii. "எம் முன்னோரது வாழ்வியல் பட்டறிவுகளோடு எம்மை இணைப்பதும் பிணைப்பதும் இம்மரபார்ந்த வாழிடப் பரப்புகளே."

iv "நாங்கள் பண்படுத்தும் வனம்சார் நிலங்கள், பயன்படுத்தும் வனம்சார் நிலங்கள் மட்டும் அல்லாமல், எம்மிடமிருந்து பறிக்கப்பட்ட வனம்சார் நிலங்களும் எமக்கு உரிமையானவையே."

v. "எம் மரபார்ந்த வாழிடப் பரப்புகளிலுள்ள மண், காற்று, நீர்நிலை உள்ளிட்ட அனைத்துமே எமது தற்சார்பை, பண்பாட்டு மேம்பாட்டை, வருங்காலச் சந்ததியினரின் நல் வாழ்வை உறுதிப்படுத்துவதால், இம்மரபார்ந்த வாழிடப் பரப்புகளை எமது வாழ்க்கையிலிருந்து பிரித்துப் பார்ப்பது என்பதை எங்களால் நினைத்துக்கூடப் பார்க்க இயலாது."

'எழுத்து ஆவணங்கள்' (*writtern Documents*) இல்லாத திணைசார் குடிகளுக்கு 'வன உரிமைகள் (அறிந்தேற்புச்) சட்டத்தி'ன்படி (*Forest Rights (Recongnition) Act*) அவர்தம் வனங்கள் மற்றும்

வனம்சார் நிலங்கள்மீதான உரிமைகளை அறிந்தேற்பு செய்வதற்கான மாற்றுச் சான்றாதாரங்களாக (Alternate Evidences) அமைகின்றன. மலைப் பரப்புகளில் இனங்காணப்படும் பழங்குடியினரது பல்வேறு புனித வெளிகளைப் பற்றிய இத்தகைய வாய்மொழி வழக்காறுகளையே கணக்கில் எடுத்துக்கொள்ள வேண்டும் எனத் தொடர்புடைய அரசு அதிகாரிகளுக்குத் தக்கவாறு ஆட்சியாளர்கள் 'வழிகாட்டு நெறிமுறைகளை' (Guidelines) வகுத்தளிப்பதே சமூக நீதியை உறுதிப்படுத்துவதற்கான உரிய வழிமுறையாக அமையும்; அப்போதுதான், தங்களுடைய வாழிடப் பரப்புகளிலுள்ள வனங்கள் மற்றும் வனம்சார் நிலங்கள்மீது வனம் வாழ் பட்டியல் பழங்குடியினர்க்கும் பிற மரபார்ந்த வனம் வாழுநருக்கும் உள்ள மரபார்ந்த உரிமைகளை முறையாக அறிந்தேற்பு செய்வது சாத்தியப்படும்.

அடிக் குறிப்புகள்

1 ஒரு வாழிடப் பரப்பை மக்கள் வாழும் 'பொது வெளி' (Secular Space) என்றும் 'இயற்கை ஆற்றல்கள்' (Supernatural Prowess) இடம்பெறும் 'புனித வெளி' (Sacred Space) என்றும் இரு பகுப்புகளாகக் காண்பது 'வெளிக் கோட்பாடு' (Space Theory) ஆகும்.

2 சிக்கிம் பழங்குடிக் குழுக்கள் முகமுடி அணிந்து நிகழ்த்தும் தமது மரபார்ந்த நிகழ்த்து கலையின்போது 'மனித வடிவிலான தெய்வ'மாகவே (Anthropomorphic Devity) கஞ்ஜன்ஜங்காவைக் காட்டுகின்றனர் என்பது இங்குக் குறிக்கத் தக்கது.

3 இதனாலேயே, வேதாந்தா நிறுவனமானது அலுமினியத் தாதுவான 'பாக்ஸைட்' (Bauxite) கனிம வளத்திற்கென நீமகிரி மலையைத் தோண்டியெடுக்கச் சுரங்கம் அமைக்க முற்பட்டபோது, தமது ஒட்டுமொத்தக் கிராம சபைகளின் தீர்மானங்களின்வாயிலாக அந்நிறுவனத்தையே தங்கள் மண்ணிலிருந்து விரட்டியடித்தனர் ஒடிஸா மாநிலத்து டொங்கிரியா கொந்தர் பழங்குடியினர்.

4 "கல் குகைகள்" எனப் பொருள்படும் இக்கல் அளைகள் உண்மையில் 'பெருங்கற்காலக் கல் திட்டைகளே' (Megalithic Dolments) ஆகும் ; இருப்பினும், இவற்றை 'நீர்வழிப் பாதைகள்' என்று பளியர் பழங்குடியினர் அடையாளப்படுத்துவது மேலாய்விற்குரியது.

5 இதே பகுதியில் பன்னெடுங்காலமாக வாழும் 'புலயன்' என்னும் 'மலைப் புலயன்' இனக்குழுவினர் இதே மேல்பழனி மலைக்

குன்றுகளைப் ‘பன்னெண்டு மலெ’ / ‘பன்னெண்டு நாடு’ எனக் காட்டுவது இங்குக் குறித்தத் தக்கது. தற்போது 'காப்புக் காட்டுப் பகுதி'யாகத் *(Reserve Forest Area)* திகழும் பகுதியில் காணப்படும் ஒரு பாறையின் மேற்பரப்பில் பன்னிரண்டு கட்டங்கள் பாறைக் கீறல்களாகச் செதுக்கப்பட்டுள்ளமை தங்களது பண்டைய வாழ்விடப் பரப்பாகிய ‘பன்னெண்டு நாடு’/ ‘பன்னெண்டு மலை’யைக் குறிப்பதாகவும் புலயன் மக்கள் குறிப்பிடுவதைப் புறந் தள்ளுவதற்கில்லை.

6 முன்னோர் ஆவிகளைக் காட்டுநாயகன் பழங்குடியினர் ‘ஹெஜ்ஜி-ஹெஜ்ஜன்’ என்னும் சொற்றொடரால் குறிப்பிடுவதிலிருந்து ‘எத்தன்’ எனும் இச்சொற்கோவையின் முந்தைய வடிவம் ‘ஹெஜ்ஜன்’ என உய்த்துணரப்படுகிறது; ‘எத்தி-எத்தன்’ என்பதிருந்து தற்போது ‘எத்தி’ என்பது இழக்கப்பட்டிருக்கும் என்று மேலும் உய்த்துணரப்படுகிறது.

7 பொதுவாகத், தொதவர் குடியிருப்பானது ‘மந்து’ *(Mund)* என்று மானிடவியலாளரால் குறிக்கப்பட்டாலும் தொதவப் பழங்குடியினர் தமது திணைசார் பேச்சு மொழியில் ‘மொத்’ *(Mod)* என்றே இதைக் குறிக்கின்றனர்.

8. தமது குடியிருப்பின் ‘மண்ணுக்காரன்’, ‘பூஜாரி’ உள்ளிட்டோருடன் ஆலு குறுமர் 5 பேர் இணைந்து மொத்தம் 7 பேராக, 7 நாள்கள் தமது உற்றார் - உறவினர்க்குக்கூடத் தெரிவிக்காமல் காட்டினுள் வாழ்ந்திருந்து, இயற்கையில் கிடைத்திடும் காடுபடு பொருள்களை மட்டும் உண்டு வாழ்ந்திருந்து, நிறைவு நாளான 7-ஆம் நாள் காட்டில் திரட்டிய தேன், காய், கனி, கிழங்கு, தானியக் கதிர்கள் உள்ளிட்டவற்றைப் படையலிட்டுப் பின் ஊர் திரும்பும் கமுக்கச் சடங்கினை *(Secret Ceremony)* மேற்கொள்கின்றனர். இதனால், தமது ஒட்டுமொத்த பழங்குடிச் சமூகத்தின் பாதுகாப்பும் வளமும் உறுதிப்படுத்தப்படும் என்று இம்மக்கள் உறுதியாக நம்புகின்றனர்.

நோக்கீட்டு ஏடுகள்
(தமிழில்)

மகேசுவரன், சி.   2015.   "தொல்பழங்காலப்   பாறை
ஓவியங்களும்   தொல்முதுபழங்
குடியினர்   தொடர்புறவுகளும்."
231- 241, ஒன்பதாவது உலகத் தமிழ்
ஆராய்ச்சி மாநாடு-சிறப்பு மலர் -
2015. கோலாலம்பூர்: மலேசியா.

மகேசுவரன், சி.   2016.   "காட்டுநாயகன் பழங்குடியினர் :
ஓர் இனக்குழுவரைவியல் பதிவு."
32-37. சமூக விஞ்ஞானம் 14:53 (அக்
- நவ-திசம்பர் 2016).

மகேசுவரன், சி.   2017.   "பளியர் பழங்குடியினர்." 27-38.
சமூக விஞ்ஞானம் 14:54 (சன-பிப்
- மார்ச் 2017).

(ஆங்கிலத்தில்)

Hockings, (Ed.)   1985.   Blue Moountains (The Ethnography
Paul E.   and the Biogeography of the Nilgiri
                           Hills). New York: Oxford University
                           Press.

Hockings, E.   1977.   Blue Mountains-Revisted cultural
(Ed.) Paul   Studies on the Nilgiri Hills) New
                           York: Oxford University Press.

Jebadhas,   2000.   "Spirit stones and Related Funerary,
William   Practices in the Nilgiris," 413- 132.

Philip K. Mulley 2000.   In: Noble: Allen G.et.l (Eds).
& Willian A.
Noble

Kapp, Dieter B. 1985. 'The Kurumbas' Relationship the Megalithic Cult of the Nilgiri Hills (South India)." In: Paul E. Hockings (Ed.) 1982.

Maheswaran, C. 2001. "Contribution of Tribal Nilgiris in the Preservation of Our Art and Cultural Heritage." 74-79. In: Proceedings of the Seminar on 'our Role in Protecting Cultural Heritage.' Chennai: Government Museum.

Maheswaran. C. 2012. "The Graphic Art Tradition of Alu Kurumbas of Tribal Nilgiris (Mimeo)" Paper Presented at the 'National Seminaor on Intangible Cultural. 'Heritage of South India.' H.D. Kotte: Kannada University, Hampi.

Maheswaran, C. 2013. Blue Mountains: The Land of Indigenous Tribes. M.Palada, Udhagamandalam: Tribal Research Centre.

Maheswaran, C. 2019. On Safeguarding the Intangible Cultural Heritage of a Particulady Vulnerable Tribal Group of The Nilgirs (A Case Study of the Graphic Art Tradition of the Alu Kurumbas) (Final Report). New Delhi: Sangeet Natak Akademi.

Maheswaran, C. & Kumaravelu, M. 1977. "A Unique Hero-Stone of Anaikatti in the Nilgiris." In: The Downstown Chronicle (Aweekly News Magazine of the Nilgiris).

Noble, Allen G. et al.(Eds.) 2000. *Geographical and Planning Research Schemes for the New Millenium (Felicitations in Honour of Prof. Ashok K. Dutt). New Delhi: Vikas Publishing House Pvt. Ltd.*

Noble, William A. 1976. *"Nilgiri Dolmens (South India)" Anthopos* 71.

Noble, William A. 1985. *"Nilgiri Prehistoric Remains." In: Paul E. Hockings (Ed.)* 1985.

Robb, John E., (Ed.) 1997. *Economy in Prehistory (Centre for Archaeological Investigations. Occusional Paper No.* 25*). South Illinois: South Illinois University.*

Zagasell. Allen 1997. *"Tradition, Community and Nilgiri, Rock Art." In: John E. Robb (Ed.)* 1997.

தமிழ்நாட்டுப் பழங்குடிக் குழுக்களிடையே காணலாகும் வரைகலை மரபு

முன்னுரை:

'வடஇந்தியாவைக் காட்டிலும் தென் இந்தியாவில் மிக அரிதாகவே வரைகலை மரபானது (Graphic Art Tradition) பழங்குடியினரிடையே காணப்படுகிறது; அதிலும், தமிழ்நாட்டில் வரைகலை மரபானது பழங்குடிக் குழுக்களிடையே முற்றாகக் காணப்படவில்லை' என்னும் தவறான கருத்தாக்கமே (Misconception) கலை வரலாற்றியலாளரிடம் (Art Historians) பரவலாக நிலவுகிறது. இந்நிலையில், தமிழ்நாட்டுப் பழங்குடியினரிடையேயும் வரை கலை மரபானது பல்வேறு வகைமைகளாகப் (Types) பரந்துபட்ட நிலையில் இனங்காணலாகிறது என்பதைத் தக்க சான்றுகளுடன் நிறுவுவதே இக்கட்டுரையின் நோக்கமாகும்.

1. 'கலை', 'தனியர்' மற்றும் 'சமூகத்'திற்கு இடையேயான தொடர்பு:

'கலை' யானது ஒரு சமூகச் செயல்பாடாகும்; 'சமூகம்' எனும் வளையத்திற்குள்ளே தனியரான கலைஞன் பணியாற்றுகிறான்; இதனால், சமூகத்தில் தொடக்கம்பெறும் கலையானது அதனுள்ளேயே நிறைவெய்துகிறது. இருப்பினும், தகைசால் கலைஞன் ஒருவன் கலைப் படைப்பாக்கத்தில் (Art Creativity) உண்மையில் ஈடுபடும்போது, சமூகத்தில் தொடங்கும் கலையானது, அந்த (ஆண்/பெண்) கலைஞர் ஊடாகக் கடந்து, நிறைவாகச் சமூகத்தையே சென்றடைகிறது. எனவே, சமூகமானது தனக்கு வழங்கியதை மாற்றுவதும் வேறு வடிவத்திற்குக் கொணர்வதும் அதைத் தொடர்ந்து, அழகியல் உருவாக்கம் (Aesthetic Formation) மற்றும் போற்றுதலுக்கான (Appreciation) புது ரசனைகளையும் (Tastes) விழுமியங்களையும் (Values) உருவாக்குவதே இத்தகைய தகைசால் கலைஞர்க்குரிய தலையாய கடமையாகும். தான் சார்ந்துள்ள சமூகத்தில் ஒரு நுண்துகளாக (Miniscule) விளங்கும் தனியான கலைஞர் (Individual Artist as a Miniscule) கலைப் படைப்பாக்கத்தில் ஈடுபடும்போது அச்சமூகத்தைவிட்டுத் தன்னைச் சிறிது காலம் விடுவித்துக்கொள்கிறார். இருப்பினும்,

தனது படைப்பாக்க முயற்சிகளுக்காகவும் சாதனைகளுக்குமான அறிந்தேற்பை ஏற்பதற்கு ஒரு கலைஞர் தமது சமூகத்திற்குத் திரும்ப வேண்டியுள்ளதால், அப்படைப்பாக்கக் கலைஞரால் (*Creative Artist*) தன்னை அச்சமூகத்திலிருந்து முற்றாகவோ, முழுவதுமாகவோ விட்டு விலகவியலாது என்பதை நாம் மனதில்கொள்ள வேண்டும்.

2. கலைகளை வகைபாடு செய்தல்:

ஃப்ரான்ஸ் போவாஸ் (*Franz BonGrs, 1972*) எனும் மேலைநாட்டு மானிடவியலாளர் 'தொன்மைசான்ற கலை' (*Primitive Art*) என்கிற தமது நூலில் 'வெளிசார் கலை' (*Art of Space*) மற்றும் 'காலம்சார் கலை' (*Art of Time*) என்கிற இரு பெரும் பிரிவுகளுள் கலையை அடக்குவார். இவற்றுள், முதல் வகைமையை (அதாவது, 'வெளிசார் கலை'யை) 'வரை கலை' (*Graphic Art*), 'கூழ்மக் கலை' (*Plastic Art*) என்றும் இரண்டாம் வகைமையை (அதாவது, 'காலம்சார் கலையை) 'இசை' (*Music*) மற்றும் 'ஆட்டம்' (*Dance*) என்றும் பகுத்துக் கூறுவார் போவாஸ்.'

போவாஸ் வகைபாடு செய்வதுபோல, 'அளவு' (*Proportion*), 'நிகழ்த்துதல்' (*Performance*), 'பொறிகள்' (*Senses*), 'பேசுதல்' (*Verbality*), 'பரிமாணம்' (*Dimension*), 'நோக்கம்' (*Purpose*), 'யதார்த்தம்' (*Reality*), 'சடங்கியம்' (*Ritualism*), 'தொன்மை' (*Primitiveness*), 'பண்பாட்டு நிலை' (*Cultural Level*), 'கால வரிசை' (*Chronology*) எனப்பட்ட பல்வேறு காரணிகளின் (*Criteria*) அடிப்படையில், கலைகளைப் பின்வருமாறு வகைப்படுத்தலாம்.[4]

1. அளவின் அடிப்படையில் - 'பெருங் கலை' (*Major Art*) X 'சிறு கலை' (*Minor Art*).
2. நிகழ்த்துதலின் அடிப்படையில் 'நிகழ்த்துக் கலை' (*Performing Art*) X 'நிகழ்த்தாக் கலை' (*Non-Performing Art*).
3. பொறிகளின் அடிப்படையில் - 'வாய்மொழிக் கலை' (*Oral Art*) X 'காட்சிசார் கலை' (*Visual Art*).
4. பேச்சின் அடிப்படையில்-'பேச்சுசார் கலை' (*Verbal Art*) X 'பேச்சுசாராக் கலை' (*Non-Verbal Art*).
5. பரிமாணத்தின் அடிப்படையில் 'வரை கலை' (*Graphic Art*) X 'கூழ்மக் கலை' (*Plastic Art*).
6. நோக்கத்தின் அடிப்படையில் - 'பயன்பாட்டுக் கலை' (*Utilitarian Art*) X 'அலங்கரிப்புக் கலை' (*Decsrative Art*).

7. யதார்த்தத்தின் அடிப்படையில் 'யதார்த்தக் கலை' (Realistic Art) X 'கருப்பொருள் கலை' (Abstract Art).
8. சடங்கியத்தின் அடிப்படையில் - 'சடங்குசார் கலை' (Ritual Art) X 'சடங்குசாராக் கலை' (Secular Art).
9. தொன்மையின் அடிப்படையில் - 'தொன்மைசார் கலை' (Primitive Art) X 'வளர்நிலைக் கலை' (Developed Art).
10. பண்பாட்டு நிலையின் அடிப்படையில் - 'பழங்குடிக் கலை' (Tribal Art) X 'நாட்டுப்புறக் கலை' (Folk Art).
11. காலவரிசையின் அடிப்படையில் - 'வரலாற்றுமுன்நிலைக் காலக் கலை' X 'சமகாலக் கலை.'

இருப்பினும், 'நுண் கலை' (Fine Art), 'பழங்குடிக் கலை' (Tribal Art) என்கிற சில குறிப்பிட்ட வெகுசனக் கலை வகைமைகள் (Popular Art Forms) மேற்குறித்துள்ள வகைபாடுகளில் காட்டப்பட்டுள்ள கலை வகைமைகளின் ஒரு பொருள் கிளவியாகவோ (Synonym), உள்வகைமையாகவோ (Sub-type) அமைந்துவிடும் என்பதை நாம் நினைவில்கொள்ள வேண்டும். எடுத்துக்காட்டாக, 'நுண் கலை'யும் 'பழங்குடிக் கலை'யும் முறையே 'சிறு கலை' (Minor Art), 'தொன்மைசார் கலையின் (Primitive Art) ஒருபொருள் கிளவிகளே; மாறாக, 'பாறைக் கலை'யும் (Rock Art) 'நாட்டுப்புறக் கலை'யும் (Folk Art) 'தொன்மைசார் கலை'யின் உள்வகைமைகளேயாகும்.

3. வரைகலை ஓர் வரையறை :

ஏதேனும் ஓர் ஊடகத்தின் (Medium) மீது தீட்டியோ, கீறியோ, பூப்பின்னலிட்டோ இரு பரிமாணக் கலைப் படைப்புகளை (2-Dimensional Art Creativities) உருவாக்கும் கலையே 'வரை கலை' என வரையறுக்கலாம்.

இதனால், ஏதேனும் ஓர் ஊடகத்தின்மீது குறியீட்டையோ (Motif), உருவத்தையோ (Figure), இரு பரிமாணங்களில் தீட்டுதல் (Painting), வரைதல் (Drawing), கீறுதல் (Engraving) அல்லது பூப்பின்னலிடல் (Embroidering) உள்ளிட்டவற்றை 'வரைகலை' என்பதன்கீழ் அடக்கலாம்.

4. வரைகலை வகைமைகளும் எடுத்துக்காட்டுகளும்:

'கருப்பொருள் கலை' (Abstract Art), 'வெளிப்பாட்டுப் பிரதிநிதித்துவக் கலை' (Representational - Expressionistic Art), 'யதார்த்தப் பிரதிநிதித்துவக் கலை' (Representational-

Naturalistic Art) என மூன்று வகைமைகளாக 'வரைகலை'யானது இனங்காணப்படுகிறது (Parthasarathy, Jakka: 1999).

4.1 கருப்பொருள் கலை

கோடு, முக்கோணம், சதுரம், வட்டம் உள்ளிட்ட வடிவ அலகுகளையும் (Formal Elements) இந்த அலகுகளைக்கொண்டு உருவான 'சீர்மை' (Symmetry), 'திரும்பவரல்' (Repetition), 'சமன்பாடு' (Balance), 'ஒத்திசைவு' (Rhythm) எனும் அமைவுகளையும் (Patterns) இவ்வரை கலை வகைமையானது சார்ந்துள்ளது.[7]

பார்த்துப்பார்த்து அலகுகளை அடுக்குவதன் அடிப்படையில் அமைவானது உருவாக்கப்பட்டாலும் திரும்பத் திரும்பக் குறியீடுகள் வருவதாலே 'எளிய அமைவு' (Simple Pattern) அதுவும் பெரும்பான்மையாக 'ஜியோமிதி அமைவு' (Geometric Pattern) உருவாகிறது.

இத்தகைய கருப்பொருள் கலையில், பொருண்மையானது (Meaning) தனி அலகுகளிலேயே (Individual Elements) இணைக்கப்பட்டுள்ளது; ஒட்டுமொத்த அமைவில் (Overall Pattern) அல்ல.

4.2 வெளிப்பாட்டுப் பிரதிநிதித்துவக் கலை

மாந்தர், விலங்குகள், தாவரங்கள் அல்லது பிற இயற்கைசார் உள்ளொளிகள் (Natural Phenomena) மிகையாக வெளிப்படுத்தப்படும் வரை கலை வகைமையே 'வெளிப்பாட்டுப் பிரதிநிதித்துவக் கலை' எனப்படுகிறது. இங்கே, உருவங்களின் குறிப்பிட்ட பகுதிகள் வேண்டுமென்றே மிகைப்படுத்திக் காட்டப்பட்டுள்ளதன் அடிப்படையில் பிரதிநிதித்துவம் அமைகிறது.

இத்தகைய மிகைப்பாட்டை உருவாக்க ஜியோமிதி வடிவங்கள் (Geometric Forms) பயன்படுத்தப்படலாம். பிரதிநிதித்துவப்படுத்தப்படாத தனிக் குறியீடுகள் பயன் படுத்தப்படுவதால், இங்கே உருவாகும் அமைவானது கருப்பொருள் அமைவிலுள்ள (Abstract Pattern) அமைப்பைக் காட்டிலும் முழுமையானதாக விளங்குகிறது. கருப்பொருள் கலைக்கு மாறாக, இங்கே தனி அலகுகளோடு இல்லாமல் ஒட்டுமொத்த அமைவுடனேயே கருப்பொருளானது இணைக்கப்பட்டுள்ளது.

4.3 யதார்த்தப் பிரிதிநிதித்துவக் கலை

இவ்வரைகலை வகைமையில் மாந்தர், விலங்குகள், தாவரங்கள் அல்லது இயற்கைசார் உள்ளொளிகள் யதார்த்தமாக உள்ளது உள்ளபடியே சித்தரிக்கப்பட்டுள்ளன. இங்கே, பொருள்கள் காணப்படுவதுபோலவே அவற்றை அப்பட்டமாக அப்படியே (அதாவது), 'தத்ரூப யதார்த்தமாக'க் (as photographic realism) காட்டும் முயற்சியின் அடிப்படையில் பிரதிநிதித்துவமானது அமைகிறது. அதன் விளைவாக, வடிவ அலகுகளும் (Formal Elements) ஜியோமிதி அமைவுகளும் (Geometric Patterns) இவ்வரை கலை வகைமையில் பயன்படுத்தப்படுவதேயில்லை.

வெளிப்பாட்டுப் பிரதிநிதித்துவக் கலையில் உள்ளது போன்றே, இந்த யதார்த்தக் கலையிலும் பொருண்மையானது ஒட்டுமொத்த அமைவுடனேயே இணைக்கப்படுகிறது.

‘பச்சைக் குத்து’ (Tattoo), ‘உடலோவியம்’ (Body Painting), ‘மேற்பரப்புக் கீறல்’ (Surface Engraving), ‘வரையோவியம்’ (Painting), ‘பூப்பின்னல்’ (Embroidery) என்பன வரைகலைக்கான தக்க எடுத்துக் காட்டுகளாகும்.

இனி, இம்மூன்று வரைகலை வகைமைகளுக்குரிய எடுத்துக் காட்டுகளை நீலகிரிப் பழங்குடியினரிடையே இனங்காண்போம்:

தொதவர் பழங்குடியினரது கலை வடிவங்கள் (Art Forms) கருப்பொருள் கலையின் வடிவ அலகுகளையும் வெளிப்பாட்டுப் பிரதிநிதித்துவக் கலையையும் சார்ந்துள்ளது. இப்பழங்குடியினரது இரு பரிமாணக் கருப்பொருள் கலைகளுள் பச்சை குத்துதலும் (Tattooing) பூப்பின்னலிடலும் (Embroidering) அடங்குகின்றன. ‘புத்குளி’ (Putkuli) எனும் தொதவரது மேலாடைப் போர்வை (Toda Shawl) மற்றும் அதை ஒத்த கைவினைப்பொருள்களைத் (Allied Craftefacts) தொதவப் பெண்டிர் பூப்பின்னலிடும்போது கோடுகள், முக்கோணங்கள், சதுரங்கள், வட்டங்கள் உள்ளிட்டவற்றைச் சீர்மை, திரும்பவரல், சமன்பாடு, ஒத்திசைவு முதலிய கலைப் பண்புகளுடன் (Art Properties) பயன்படுத்துகின்றனர். இங்குத் தெளிந்த சிந்தனையுடன், பொருத்தமான பகுதிகளைப் (Appropriate Parts) பூப்பின்னலாக அமைத்து, விரும்பும் அமைவானது (Desired Pattern) உருவாக்கப்படுகிறது. தொதவரின் வெளிப்பாட்டுக் கலையானது (Expressionistic Art) எருமைகள், பிற விலங்கினங்கள், மலை முகடுகள், சூரியன், சந்திரன் உள்ளிட்ட குறியீடுகளைச் சார்ந்துள்ளது. இருப்பினும், சிற் சில பொருள்கள் அல்லது

விலங்கினங்களின் உருவங்கள் மிகைப்படுத்தப்பட்டுள்ளன.

கோத்தர் பழங்குடிச் சமூகத்தில் உருவாக்கப்படும் சுடுமண் பொருள்கள் (*Terracotta Objects*), இரும்புக் கருவிகள், மரச் செதுக்கல்கள் (*Wood Carings*) மற்றும் தொதவர்க்கான அணிகலன்களில் (*Toda Jewelleries*) காணலாகும் கலை வடிவங்களோ கருப்பொருள் கலையின் வடிவ அலகுகளைச் சார்ந்துள்ளது.

வேட்டையாடி உணவு திரட்டுவோராகத் திகழும் ஆலு குறுமர் தமது உயிர்த்துடிப்புள்ள கலையை (*Living Art*) வெளிப்பாட்டுக் கலை வடிவத்தில் மாந்தர், விலங்குகள் மற்றும் தெய்வ உருவங்களைச் சித்தரிக்கும் வரையோவியங்களாகத் தீட்டுகின்றனர். இவ்வாறாகச் சித்திரிக்கும் உருவங்களை மிகைப்படுத்திடும்போது, சற்றுக் கருப்பொருள் கலைப் பாங்கையும் கலந்து பின்பற்றுகின்றனர்.

பணியன் பழங்குடியினரோ, தமது முந்தைய முதலாளிகளான[10] மௌன்டாடன் செட்டி (*Mountadan Chetty*), மாப்ளா முகமதியர் (*Moplah Muslims*) உள்ளிட்டோரைத் திருப்திப்படுத்தத் தங்கள் முதலாளிகளுடைய மனைவிகளின் சேலைத் தலைப்பில் தாம் கண்ணுற்ற ஜியோமிதி வடிவங்களைத் தாங்கள் உருவாக்கிய கலைப்பொருள்களை அலங்கரிக்கும் முயற்சியின்போது பயன்படுத்தும் வழக்கத்தைக் கொண்டிருந்தனர். மேலும், இப்பழங்குடியினர் தமது வாழ்விடப் பகுதியை ஒட்டியுள்ள மரங்களின்மீது வௌவால், மயில் உள்ளிட்ட விலங்கினங்களையே தமது கலைப் படைப்பாக்கத்தில் (*Art Creativity*) சற்று மிகைப்பாட்டுடன் சித்தரிக்கத் தலைப்பட்டனர்.

5. வரைகலை மரபு குறித்த படிமலர்ச்சிக் கோட்பாடுகள்

மேலே சுட்டிய மூன்று வரைகலை வகைமைகளின் படிமலர்ச்சி வரிசைமுறை (*Evolutionary Sequence*) குறித்து நேர் எதிரிடையாக மாறுபடும் இரு வேறு சிந்தனைப் பள்ளிகள் (*Schools of thought*) மானிடவியலாளர்களிடையே காணப்படுகின்றன.

ஒரு சிந்தனைப் பள்ளியானது வரைகலைகளின் படிமலர்ச்சி வரிசை முறையை யதார்த்தப் பிரதிநிதித்துவக் கலை, வெளிப்பாட்டுப் பிரதிநிதித்துவக் கலை, கருப்பொருள் கலை என்று எடுத்துரைக்க, மற்றொரு சிந்தனைப் பள்ளியோ, வரைகலைகளின் படிமலர்ச்சி வரிசை முறையைக், கருப்பொருள் கலை, வெளிப்பாட்டுப் பிரதிநிதித்துவக் கலை, யதார்த்தப் பிரதிநிதித்துவக் கலை என முன் வைக்கிறது. இந்த இரு வேறு சிந்தனைப் பள்ளிகளுள்

எந்தச் சிந்தனைப் பள்ளியின் கருத்து ஏற்புடையது என இதுவரை கலை வரலாற்றியல் ஆய்வறிஞர்களுடைய ஒருமித்த கருத்து எட்டப்படவில்லை என்பதை இங்குக் கருத்தில் கொள்ளவேண்டும்.

6. பழங்குடிக் கலை மரபு: ஓர் அறிமுகம்

6.1 பொது

அழகியல் அலகுகளான (Aesthetic Elements) சமூகக் கட்டுமானமே 'கலை'. பண்பாட்டின் சுயசரிதையாகக் (Autobiography of Culture) கலையானது திகழ்வதால் மக்களின் அபிலாசைகளையும் (Aspirations) சாதனைகளையும் (Archievements) கருத்துக்கனவுகளையும் (Envisages) நாம் அதனுள் காண்கிறோம்; அதாவது, பொருண்மைகளையும் உணர்ச்சி மேலீட்டையும் (Emotional Tone) பண்பாட்டிற்குத் தருவதன்வாயிலாகக் கலையானது ஒவ்வொரு பண்பாட்டிலும் இன்றியமையாப் பங்கை ஆற்றுகிறது. இதனால், உணர்ச்சி உந்துதல்களுக்கான ஆழ்ந்த மாந்தர் வெளிப்பாடுகளின் உருவாக்கமாகக் கலையானது கருதப்படுகிறது.

தமது கருத்தாக்கத் திறன்வாயிலாக மனித குலமானது விலங்கின உலகினுள்ளே (Animal Kngdom) தனக்கே உரிய தனித்துவத்தைப் பறைசாற்றி வருகிறது. எனவே, 'யதார்த்தமானதும் முக்கியமானதுமான பொருள்களையும் கருத்தாக்கங்களையும் வெளிப்படுத்துவதற்கான 'மொழியே' கலை என வரையறை செய்கின்றனர் மானிடவியலாளர்கள்.

6.2 'தொன்மைசார் கலை'க்குள் 'பழங்குடிக் கலை' பெறும் இடம்

தொன்மைசார் கலையானது சமயத்தின் ஒட்டுறுப்பல்ல; அதே நேரம், வாழ்க்கையிலிருந்து விலக்கப்பட்டதுமல்ல. மாறாக, வாழ்வின் இன்றியமையாத பகுதியாகவும் சமூக நடத்தையின் ஒட்டுமொத்தத்துடன் ஒருங்கிணைந்த தன்னாட்சிச் செயற்பாடாகவும் அது அமைகிறது; அதாவது, ஒரே நேரத்தில் சடங்கியம் சார்ந்ததாகவும் (Ritualistic) சாராததாகவும் (Secular) தொன்மைசார் கலையானது விளங்குகிறது; மேலும், இத்தகைய தொன்மைசார் கலையானது பயன்பாட்டுக் கலையாகவும் (Utilitarian Art) அலங்கரிப்புக் கலையாகவும் (Decorative Art) திகழ்கிறது.

6.3 'கலை கலைக்காகவா?' அல்லது 'கலை வாழ்க்கைக்காகவா?'

'கலை கலைக்காகவே' (Art is for Art's Sake) என்ற முழக்கமானது தொன்மைசார் சமூகத்தில் (Primitive Society) மறுக்கப்படுகிறது; மாறாக, இங்குக் கலை என்பது முழுதளாவிய நிலையில் பயன்பாட்டிற்கானது; அதுவும், முழுமையாக மந்திர சமயம்சார் நோக்கத்திற்கானது (Magico - religious Purpose) என்று கருதப்படுகிறது. இதிலிருந்து, 'கலை வாழ்க்கைக்காகவே' (Art is for Life's Sake) என்பது பெறப்படும்.

"சுருங்கக் கூறின், தொன்மைசார் கலை என்பது கால அளவில் பிரதிநிதித்துவத் தன்மையானது என்று நம்மால் துணிந்து கூறவியலும்; ஆக, இத்தகைய தொன்மைசார் கலையானது ஒரு புறம் அலங்கரிப்பதாகவும் ஜியோமிதி வடிவினதாகவும் (Decora-tive & Geometric) மற்றொரு புறம் யதார்த்தத் தன்மையதாகவும் குறியீட்டுத் தன்மையதாகவும் (Realistic & Symbolic) விளங்குகிறது. நாகரிக மாந்தரால் சரியாகப் புரிந்துகொள்ளப்படாததுபோல அல்லாமல், தொன்மைசார் கலையானது தொழில்நுட்பத்தில் உயர்ந்ததாகவும் கையாள்வதற்கு மேம்பட்டதாகவும் (High in technology & Sophisticated to handle) திகழ்கிறது."

7. தமிழகப் பழங்குடியினரிடையே வரைகலை மரபு: ஒரு பருந்துப் பார்வை:

'பச்சை குத்துதல்' (Tattooing), 'உடலோவியம் வரைதல்' (Body Painting), 'மேற்பரப்பில் கீறுதல்' (Surface Engraving), 'வரையோவியம் 'தீட்டுதல்' (Painting), 'பூப்பின்னலிடல்' (Embroidering) உள்ளிட்ட வரைகலை வகைமைகளை உள்ளடக்கியதாக வரைகலை மரபானது தமிழ்நாட்டுப் பழங்குடிக் குழுக்களுக்கிடையே இனங்காணப்பட்டுள்ளது.[12]

7.1 பச்சை குத்துதல்

மேற்குத் தமிழகத்தின் கோயம்புத்தூர் மாவட்டத்து ஆனைமலைப் பகுதியில் வாழும் காடர் (Kadar) மற்றும் நீலகிரி மாவட்டத்துத் தொதவர் (Toda) பழங்குடிக் குழுக்களுக்கிடையே (நெற்றி, முகம், மார்பு, கை, கால் உள்ளிட்ட) உடலின் பல்வேறு பரப்புகளின்மீது பச்சை குத்திக்கொள்ளும் மரபானது கடைப்பிடிக்கப்படுகிறது.[13] கூரிய காட்டுமுள்ளைக்கொண்டு ஒருவருக்கு மற்றவர் என வட்டம்,

சதுரம், முக்கோணம், கோடு உள்ளிட்ட பல்வேறு ஜியோமிதி வடிவங்களைக்கொண்ட அமைவையோ, மாந்தர், விலங்கு, தாவர உருவங்களையோ பச்சை குத்திக்கொள்கின்றனர்.

இருப்பினும், இன்றைய இளந்தலைமுறைப் பழங்குடியினர் பச்சை குத்திக்கொள்வதில் ஆர்வம் காட்டுவதில்லை.

7.2 உடலோவியம் வரைதல்

கிழக்குத் தொடர்ச்சி மலைப் பகுதியில் வாழும் பழங்குடிக் குழுவான மலையாளி (Malayali) தனது சமயம்சார் திருவிழாக்களின்போது கூத்து (Dance Drama) நடத்துகிறது. புராண, இதிகாசக் கதைக் களங்களைக்கொண்ட இக்கூத்தில் பல்வேறு கதை மாந்தராக வேடம் புனையும் பழங்குடி நிகழ்த்துக் கலைஞர் (Performing Artists) தலைக் கிரீடம், புஜக் கிரீடம் உள்ளிட்ட ஒப்பனைப் பொருள்களுடன் முகம், மார்பு, கை, கால் உள்ளிட்ட உடலுறுப்புகளின் மேற்புறம் பல் வகை நிறமிகளைக் (Pigments) கொண்டு உடலோவியங்களை வரைந்துகொள்கின்றனர்.

எனவே, மலையாளிப் பழங்குடியினரது உடலோவியங்கள் ஒப்பனைப் பொருள்களுக்குத் துணைமைப் பொருள்களாக (Supplementary Props) அமைகின்றன என்பது பெறப்படும்.

7. 3 மேற்பரப்பில் கீறுதல்

தமது மரபார்ந்த கலைப்பொருள்களின் (Artefacts) மேற்பரப்பில் கூர்முனைக் கருவிகளைக்கொண்டு கீறல் கோடுகளைக் குறிப்பிட்ட ஜியோமிதி வடிவங்கள் அல்லது விலங்கு/தாவர உருவங்களை ஏற்படுத்தி அலங்கரிப்பதை (Embellishing) ஆனைமலைக் காடர் பழங்குடியினரது 'புகாரி' எனும் மூங்கில் சீப்பும் (Bamboo Comb) நீலகிரிப் பணியன் பழங்கடியினரது 'துடி' எனும் தாள இசைக் கருவியும் (Percussion Instrument) காட்டும்.

தாம் விரும்பும் காடர் இளம்பெண்ணிடம் தங்கள் காதலைத் தெரிவிக்க அவளை ஈர்க்கும் வகையில் நீள் செவ்வக வடிவ மூங்கில் பத்தையாலான (Bamboo Chip) சீப்பின் வழவழப்பான முன்புற மேற்பரப்பில் கீறல் கோடுகளால் ஜியோமிதி வடிவங்கள் அழகுறத் தோன்றுமாறு உருவாக்கி, அதை அவளிடம் தன் அன்பின் பரிசிலாக காடர் இளைஞர் அளிக்கின்றனர்; இவ்வாறு காடர் இளைஞன் ஒருவனால் அளிக்கப்படும் மூப்பில் சீப்பை ஒரு காடர் இளம் பெண் ஏற்கும்போது அந்த இருவர்க்கிடையே காதல் மலர்ந்து களவு வாழ்க்கை தொடங்குகிறது.

பணியன் பழங்குடியினரது பெரிய அளவு உடுக்கை போன்ற துடியின் இரு அகன்ற வாய்ப்புறங்களை ஒட்டியுள்ள மேற்பரப்பின் சுற்று விளிம்பில் சேலைத் தலைப்பில் காணும் ஜியோமிதி வடிவங்கள் கீறல் கோடுகளால் உருவாக்கப்படுகின்றன. இந்தக் கீறல் கோட்டு அலங்கரிப்பும் (Embellishment) இல்லாவிட்டால், துடியானது கவர்ச்சியற்ற கலைப் பொருளாகவே (Drab Artefact) திகழும்.

7.4 வரையோவியம் தீட்டுதல்

ஆனைமலைக் காடர் 'கத்திப் பாறை' எனும் தம் வாழ்விடப் பரப்பில் அமைந்துள்ள சற்று மேடான பாறையைக் கடந்து செல்ல நேரிடும்போதெல்லாம் தமது கையிலுள்ள புல்லரிவாளை (Billhook) அப்பாறையின் மேலே கிடத்தி, அதன் புறக்கோட்டுருவை (Outline Sketch) வரைந்து வணங்கிய பிறகே திரும்ப அப்புல்லரிவாளுடன் புறப்பட்டுச் செல்வதை மரபாகக் கொண்டுள்ளனர்; அப்பாறைப் பரப்பின் நடுவே ஏற்கெனவே தீட்டப்பட்டுள்ள மாந்தர் உருவத்தினாலான (Anthropomorphic Figure) தெய்வ வடிவம் உள்ளமையையும் அதைச் சுற்றிலும் இது போன்ற புல்லரிவாள் புறக் கோட்டுருக்கள் மிகுதியாகக் காணப்படுவதையும் வரையோவியத் தீட்டலுக்கான சரியானதொரு எடுத்துக்காட்டாகச் சுட்டலாம்.[15]

இது போலவே, நீலகிரியின் ஆலு குறும்பாஸ் பழங்குடிக் குழுவும் வீட்டுச் சுவர்மீது பச்சிலைச் சாறுகொண்டு தனது வாழ்வியற்பாங்கைப் (Lifestyle) படம் பிடித்துக் காட்டும் வகையில் மாந்தர், விலங்கினங்கள், தாவரவினங்கள் உள்ளிட்ட பல்வேறுபட்ட வரையோவியங்களைத் தீட்டிடும் மரபைக் கைக்கொண்டுள்ளது. இத்தகைய வரையோவிய மரபானது (Painting Tradition) அருகிலுள்ள வரலாற்றுமுன்நிலைக் காலப் பாறை ஒதுங்கிடத்திலும் (Rock Shelter) பழங்குடிச் சாமியாடியின் (Tribal Shaman) வீட்டுச் சுவரிலுமுள்ள தெய்வ உருவங்களை அடியொற்றி வரையப்பட்டனவேயாகும். இன்றைய ஆலு குறும்பாஸ் இளையோர் 'அஜ்ஜிலு பொட்டு' (Ajelu Bottu) என்ற தன்னார்வக் குழுவை உருவாக்கி, அதன்வாயிலாகத் தம் வாழ்வியற்பாங்கின் கூறுகளைக் (Facts of Lifestyle) காட்டும் வரையோவியங்களைத் தீட்டி, அவற்றைச் சந்தைப்படுத்திக் கூடுதல் வருவாய்க்கும் வழிவகுத்துள்ளனர்.[16]

7.5 பூப்பின்னலிடல்

தமிழகப் பழங்குடிகளுள் நீலகிரித் தொதவர் மட்டுமே

துணியின் மேல் பூப்பின்னலிடும் மரபைக் (Embroidering Tradition) கொண்டுள்ளனர். உலகம் முழுமையும் ஏனைய பழங்குடிக் குழுக்களால் உருவாக்கப்படும் பூப்பின்னலாடைகள் மாதிரி ஓவியத்தை அடிப்படையாகக்கொண்டே தயாரிக்கப்படுகின்றன; ஆனால், தொவர் மட்டுமே இழைச் சந்துகளை (Yarn Gaps) மனக் கணக்காகக்கொண்டு, ஊசி நூலால் உள் நுழைத்து, வெளியில் இழுத்து, விரும்பும் குறியீடுகளையும் (Motifs) அமைவையும் (Pattern) எளிதாக உருவாக்குகின்றனர்.

கடுங்குளிருக்கான போர்வை என்று உருவாக்கப்பட்ட தொதவரது புத்குளி இன்று எளிதாகச் சந்தைப்படுத்தும் பல அவதாரங்களை எடுத்துள்ளது.[17]

8. நிறைவுரை:

பாறையை வரை ஊடகமாகக்கொண்டு, (Rock as the Canvas) 'பாறைத் தீட்டல்கள்' (Rock Paintings) 'பாறைக் கீறல்கள்' (Rock Engraings) 'பாறைக் குழிவுகள்' (Rock Cupules) எனும் பாறைக் கலைகளாக (Rock Arts) வரலாற்றுமுன்நிலைக் காலத்தில் தோன்றிய வரைகலை மரபானது காலவோட்டத்தில் 'சுவர் ஓவியங்கள்' (Wall Paintings), 'தரைக் கோலங்கள்' (Floor Drawings), 'உடலோவியங்கள்' எனப் பல்வேறுபட்ட பரிமாணங்களைப் பெற்றது எனப் பதிவு செய்துள்ளது மனிதகுல வரலாறு. இருப்பினும், சடங்குசார் கலையாகப் 'போலச் செய்தல்' (Imitative Mimes) முறையில் வேட்டைக் காட்சிகள் வரைந்த பிறகே வேட்டையில் ஈடுபட்ட வரலாற்று முன்நிலைக் கால வரைகலை மரபு நிலைமையானது இன்று பழங்குடியினரிடையே இனங்காணப்படவில்லை; மாறாகச் சடங்குசார் கலைக்குப் பயன்பட்டவரை கலை மரபைப் பொருளியல் மேம்பாட்டிற்கான வழிமுறையாக மாற்றிப் பீடு நடை போடுகின்றனர் தமிழகப் பழங்குடிக் குழுக்கள் என்பதைத் தொதவர் பழங்குடியினரது புத்குளியானது அலங்கரிப்புக் கைவினைப் பொருளாகவும் (Decorative Craftefact) ஆலு குறுமர் பழங்குடிக் குழுவின் சுவரோவியங்கள் வரையோவியங்களாகவும் சந்தைப்படுத்தப்படுவதிலிருந்து நாம் புரிந்துகொள்ளவியலும்.

காடர் பழங்குடியினரிடையே காதல் பரிசுப் பொருளாக உருவாக்கப்படும் மூங்கில் சீப்புகளின் மேற்புறப் பரப்புகளில் மனத்தை மயக்கும் அலங்காரக் கீறல் சித்தரிப்புகள் இன்று மறைந்தே போய்விட்டன; இருப்பினும், கத்திப்பாறையின்மீது

புறக்கோட்டுருவாகப் புல்லரிவாளை வரையும் சடங்குசார் வரைகலை மரபானது இன்று வரை தொடர்கிறது. இது போல், தொதவரிடையே ஒரு புறம் பச்சை குத்தும் மரபானது புறக்கணிக்கப்பட்டாலும் மறு புறம் பூப்பின்னலிடும் புத்குளி மரபானது புத்துயிர் பெற்றுப் புது, புது வடிவங்களில் பரந்து விரிவடைந்துள்ளமையையும் மறுப்பதற்கில்லை.

ஆக, வரைகலை மரபானது இன்று தமிழ்நாட்டுப் பழங்குடிக் குழுக்களிடையே சிற்சில இடங்களில் வளர்ச்சி நிலையையும், வேறு சில இடங்களில் தளர்ச்சி நிலையையும் கண்டுள்ளது என்பது புலப்படும்.

அடிக் குறிப்புகள்

1 தமிழ்நாட்டுப் பழங்குடிக் கலை பற்றிய புரிதலானது கலை வரலாற்றியலாளர்களிடையே அவ்வளவாக இல்லாததாலேயே இத்தகு தவறான கருத்தாக்கம் ஏற்படுவதற்கு வழிகோலியுள்ளது.

2 'கலைஞன்' என்பவன் மீயியல் ஆற்றல்கொண்ட மாந்தன் அல்லன் (Artist is not a superhuman) என்பதை நாம் மறவாமல் நினைவில்கொள்ள வேண்டும்; அதிலும், பழங்குடிச் சமூகத்தில் படைப்பாக்கத்தில் ஈடுபடும்போது மட்டுமே கலைஞன் தலைமைப்படுகிறார் - தனிமைப்படுத்தப்படுகிறார்.

3 'பழங்குடிக் கலை' உள்ளிட்ட தொன்மைசார் கலை குறித்துச் சரியான புரிதலைப் பெற 1972-இல் வெளியிடப்பட்ட ஃப்ரான்ஸ் போவாஸ்-இன் இந்நூல் இன்று வரை பெரிதும் உதவுகிறது.

4 இவ்வகைபாட்டுக் காரணிகள் (Factors of Classification) அனைத்தும் முழுக்க, முழுக்க இக்கட்டுரை ஆசிரியரால் அறிமுகப்படுத்தப்பட்டவையாகும்.

5 இதனால், கலைகள் குறித்த வகைபாட்டு முறையானது இன்னும் செறிவூட்டப்பட வேண்டும் என்பது சொல்லாமலே விளங்கும்.

6 இரு பரிமாணத்திற்குள் அடங்கும் கலையே 'வரை கலை'யாகும். இருப்பினும், வரையும் முறையிலுள்ள வேறுபாடுகளால், இதனுள், உள் வகைமைகளும் (Sub-types) உருவாகின்றன.

7 ஒரு மொழிக்கு உயிரெழுத்துகள் (Alphabets) அமைந்துள்ளது போல வரைகலைக்கு வடிவ அலகுகளும் அதன் இலக்கணமாக (Grammar) அமைவுகளும் இருப்பதாலேயே உயிருள்ள கலையானது படைக்கப்படுகிறது.

8 கலைப் பொருள்களைக் குறிக்க ஆங்கிலத்தில் 'Artefact'

என்ற கலைச் சொல்லானது புழக்கத்திலுள்ளது. ஆனால், கைவினையையும் கைவினைப் பொருளையும் ஒருசேர *'Craft'* என்கிற சொல்லாலேயே ஆங்கிலத்தில் குறிக்கின்றனர். இந்நிலையில், *Artefect* என்பதற்கு இணையாகக் கைவினைப் பொருளைக் குறிக்க *'Craftefact'* என்ற சொல்லாட்சியை இக்கட்டுரை ஆசிரியர் உருவாக்கி அறிமுகப்படுத்துகிறார்.

9 தொதவர் பழங்குடிக் குழுவிற்கெனக் கோத்தர் பழங்குடியினர் உருவாக்கி அளித்திடும் இக்கலைப் பொருள்களும் தொதவர் கலைப்பொருள்களாகவே அடையாளப்படுத்தப்படுகின்றன என்பது ஆர்வமூட்டும் தகவலாகும்.

10 1970-களின் போதுதான் பணியன் பழங்குடியினர் கொத்தடிமை முறையிலிருந்து விடுவிக்கப்பட்டனர். அதுவரை அவர்களுக்கென்று தனிப் பண்பாடு இருப்பதாக வெளியுலகிற்குத் தெரியவில்லை.

11 தொன்மைசார் கலை குறித்து நிலைக்குடிச் சமூகத்திற்குச் (Mainstream Societies) சரியான புரிதல் இன்மையால், அழகியல் தன்மை இல்லாதது; தொழில்நுட்பத்தில் தாழ்ந்து; கையாள்வதற்குக் கரடுமுரடானது - என்றெல்லாம் அது தவறாகவே கருதப்படுகிறது.

12 தமிழ்நாட்டுப் பழங்குடிக் குழுக்களிடையே காணலாகும் வரை கலை மரபு குறித்து இங்கே அளித்துள்ள பட்டியலிலுள்ள வகைமைகளைக் காட்டிலும் கூடுதலான வகைமைகள் இருக்க வாய்ப்புள்ளது. எனவே, இந்தத் திசையில் மேலாய்வு செய்வதற்கு வருங்காலத்தில் முயற்சி மேற்கொள்ளலாம்.

13 'பச்சை குத்துதல்' தமிழ்நாட்டின் மலையாளிப் பழங்குடியினரிடையே விலக்கப்பட்டுள்ளது; மாறாக, ஒடிஸாவின் கொந்தர் பழங்குடியினரோ பச்சை குத்திக்கொண்டு முக அழகைக் குலைத்துக்கொள்ளாத தம் இனப் பெண்டிரை ஒழுக்கக்கேடானோர் என்று கருதுகின்றனர். பண்பாட்டு விழுமியங்கள் (Cultural Values) இடத்திற்கு இடம் மாறுபடும் என்பதற்கு இது சரியான சான்றாகும்.

14 ஒரே காடர் பெண்ணை ஒன்றுக்கு மேற்பட்ட காடர் இளைஞர் விரும்பும்போது, அந்தப் பெண்ணின் கருத்தைக் கவரத் தாம் வரையும் கீறல், சித்தரிப்புகள் மற்றவரது கீறல் சித்தரிப்புகளைவிட மேம்பட்டிருக்க வேண்டுமென்று சிறந்த கீறல் சித்தரிப்புகளை உருவாக்கும் முயற்சியில் காடர் இளைஞர் சமூகமானது ஈடுபட்டதுண்டு.

15 புல்லரிவாளைக் கையில் எடுத்துக்கொள்ளாமல் காடர் ஆடவர் எவரும் தமது வீட்டைவிட்டு வெளியே புறப்படுவதில்லை. அடர்ந்த காட்டில் புதர்களை விலக்கிப் பாதையைக் கண்டறிவது முதல் எதிர்ப்படும் வனவிலங்குகளிலிருந்து தம்மைத் தற்காத்துக் கொள்வதுவரை உற்ற துணையாகக் காடர் பழங்குடியினர்க்கு உதவுவது இப்புல்லரிவாளே.

16 தமக்கு நன்மை அல்லது தீமை செய்யும் அரசு அதிகாரிகளைத் தக்கவாறு கேலிச் சித்தரிப்புப் பாங்கில் (Caricature Style) பாறைப் பரப்பின்மீது குறியீட்டு உருவங்களாகத் தீட்டிடும் போக்கும் இம்மரபோடு மந்திர - சமயம்சார் நடத்தை சார்ந்துள்ளதும் நீலகிரியின் ஆலு குறுமர் பழங்குடியினரிடையே இனங்காணப்பட்டுள்ளது. விரிவான தகவலுக்குக் காண்க: Maheswaran, C. 2013 a.

17 மேலும் விரிவான தகவல்களுக்குக் காண்க: Maheswaran, C. 2010 a.

நோக்கீட்டு ஏடுகள்

Maheswaran, C. 1997. "Kadar Tribes: Past & Present.' Popular Lecture delivered at the Government Museum, Coimbatore.

Maheswaran, C. 2003. "The Concept of Art as gleaned from Cultural Anthropological Perspectives." 107-113. Museum's Journal (October 2002 - September, 2003).

Maheswaran, C. 2010 a. The Embroidered Textiles of Toda Tribes of The Nilgiris: Chennai: Goverment Museum.

Maheswaran, C. 2010 b. Tribal and Folk Culture Studies. Chennai: Government Museum.

Maheswaran, C.   2013 a. "The Graphic Art Tradition of Alu Kurumbas of The Nilgiris (Mimeo)." Paper Presented at the 'National Seminar on Intangible Cultural Heritage of South Indian Tribes.' H.D. Kotte: Kannada University.

Maheswaran, C.   2013 b. The Masking Tradition in Tribal India. Chennai: Government Museum.

Maheswaran, C.   2013 c. Blue Mountains: The Land of Indigenous Tribes. Udhgamandalam: Tribal Research Centre.

Parthasarathy, Jakka 1999.   "Graphic Art of the Tribes of The Nilgiris". 80-88. Journal of Indian History and Culture (September: 1990). Chennai : C.P.Ramaswamy Aiyar Indological Centre.

குறிப்பால் பொருள் உணர்த்தும் தமிழ்நாட்டுப் பழங்குடிகள்

முன்னுரை

பயன்படுத்தப்படும் ஊடகத்தின் அடிப்படையில், மாந்தர் மொழிகள் அனைத்தையும் 'பேச்சு மொழிகள்' எனவும் 'எழுத்து மொழிகள்' எனவும் இரு வேறு பகுப்புகளாக வகைபாடு செய்வர் மொழியியலாளர். இதுபோல, தகவல் தொடர்பு வகைப்பாட்டின் அடிப்படையில், எல்லா மாந்தர் மொழிகளும் 'பேச்சு மொழிசார் தகவல் பரிமாற்றத்திற்குரியன' என்றும் 'பேச்சுமொழிசாரா தகவல் பரிமாற்றத்திற்குரியன' என்றும் இரு வேறு பிரிவுகளுக்குள் அடக்கப்படும்.

மாந்தர் இனக்குழுக்களுள் தொன்மையான பண்பாட்டுக் கூறுகளைக் கொண்டுள்ள பழங்குடியினர் பெரும்பாலும் பேச்சு மொழிகளை மட்டுமே பெற்றுள்ளனர். இருப்பினும், தங்கள் பண்பாட்டு அசைவியக்கங்களில் சில நுணுக்கமான தகவல்களைச் சைகைகள், குறியீடுகள் மற்றும் நடத்தைகள்வாயிலாகப் பழங் குடியினர் வெளிப்படுத்துகின்றனர். இவற்றையே 'குறிப்பு மொழி வழக்காறுகள்' (பேச்சு அல்லாத வழக்காறுகள்) என்பர் மாந்தவியல்சார் மொழியியலாளர். இத்தகைய குறிப்பு மொழி வழக்காறுகள்வழியாகக் குறிப்பால் பொருள் உணர்த்தப்படும் பாங்கினைத் தமிழ்நாட்டுப் பழங்குடியினரிடையே பரவலாகக் காணலாம்.

1. காணிப் பழங்குடியினரது 'வல்லி முடிச்சு'கள்

தமிழ்நாட்டில் திருநெல்வேலி மற்றும் கன்னியாகுமரி மாவட்டங்களின் மலை சார்ந்த காடுகளில் வாழும் உணவு திரட்டும் பழங்குடியினரே 'காணி' அல்லது 'காணிக்காரர்' என அழைக்கப்படும் இனக்குழுவினர். மேற்குத் தொடர்ச்சி மலைக் காடுகளில் இயல்பாக விளையும் வல்லிக் கொடியின் தண்டுகளை வளைத்துச் சில பண்பாட்டுப் புழங்குபொருள்களைக் காணிப் பழங்குடியினர் உருவாக்குகின்றனர். எளிதில் வளைக்கக்கூடிய, ஆனால் உடையாத தன்மை வாய்ந்த வல்லிக் கொடித் தண்டுகளால்

உருவாக்கப்படும் சில கலைப் பொருள்களை 'வல்லி முடிச்சு' எனப் பொதுப் பெயரால் காணிப் பழங்குடியினர் குறிப்பிடுகின்றனர்.

அடுத்தடுத்து அமைந்துள்ள இரு வேறு குடியிருப்புகளில் வாழும் காணிப் பழங்குடியினரிடையே சில சமுதாய நிகழ்வுகளால் கருத்து வேறுபாடுகள் ஏற்படும்போது, அத்தகைய கருத்து வேறுபாடுகள் தோன்றிய காரணத்தை வல்லி முடிச்சுகள்வாயிலாக ஒரு காணிக் குடியிருப்பினர், அடுத்த காணிக் குடியிருப்பினர்க்குக் குறிப்பால் உணர்த்த முயற்சி செய்கின்றனர். எடுத்துக்காட்டாக, ஒரு காணிக்குடியிருப்பைச் சார்ந்த ஆடவன் மற்றொரு காணிக் குடியிருப்பைச் சார்ந்த பெண் ஒருத்தியுடன் பழகிவிட்டு, அவளைக் கைவிட்டுச் சென்றுவிட்டதை, அந்த ஆடவனின் குடியிருப்பில் உள்ளோர்க்குக் குறிப்பால் தெரிவித்திட, வல்லிக் கொடித் தண்டுகளால் உருவாக்கிய ஆண், பெண் சிறு உருவங்களைத் தொடர்புடைய காணிக் குடியிருப்பின் இனக்குழுத் தலைவனுக்கு ஓர் ஆள்வழியாகப் பாதிக்கப்பட்ட பெண்ணின் குடியிருப்பினுடைய இனக்குழுத் தலைவர் கொடுத்து அனுப்புகிறார்; அதனைப் பெற்றுக்கொள்ளும் இனக்குழுத் தலைவர் பாதிக்கப்பட்ட பெண்ணுக்குத் தக்க தீர்வு கிடைக்கும் வகையில், இரு தரப்பினரையும் நேரில் அழைத்துப் பேசி, இணக்கமான முடிவுக்கு வழிவகுக்கிறார்.

இத்தகைய நடுநிலையான அணுகுமுறையால், அந்த இரு காணிக் குடியிருப்பினர்க்கிடையே நிலவிய இறுக்கம் தளர்ந்து, பகையுணர்வு மறைந்து, உறவு மலர்கிறது; இதனால், காணிப் பழங்குடிச் சமுதாயத்தினரிடையே அனைவரும் விரும்பக்கூடிய சமுதாயக் கட்டுக்கோப்பும் சிதைவுறாமல் கட்டிக் காக்கப்படுகிறது.

இது போன்றே, இரு வேறு காணிப் பழங்குடியினர் குடியிருப்பினர்களுக்கிடையே ஏதோ ஒரு காரணத்தால் பகை மூண்டிட, ஒரு குடியிருப்பினர் வல்லி முடிச்சுகளால் உருவாக்கிய சிறு பாம்பு உருவத்தைச் செய்து, எதிரிக் குடியிருப்பினர்க்குக் கொடுத்தனுப்பித், தம் பகையுணர்வைப் புலப்படுத்துகின்றனர்; இதனைப் பெற்றுக்கொள்ளும் காணிப் பழங்குடியிருப்பினர் மாற்றாரால் வெளிப்படுத்தப்பட்ட அப்பகையுணர்வை எதிர் கொள்ள விரும்பினால், பதிலுக்குத் தேள் வடிவில் உருவாக்கிய வல்லி முடிச்சினை அனுப்பி வைக்கின்றனர்; இதற்கு மாறாக, நட்புணர்வை வெளிப்படுத்த விரும்பினால், வல்லி முடிச்சுகளாலான புதிர் விடுவிக்கும் தன்மையிலமைந்த விளையாட்டுப் பொருள் ஒன்றைச் செய்து அனுப்புவர். இத்தகைய வல்லி முடிச்சுகளின்

பயன்பாட்டை 'வல்லி முடிச்சும் வாய்ப் பொருளும்' என்று தம் பேச்சு வழக்கில் காணிப் பழங்குடியினர் குறிப்பிடுகின்றனர்.

2. இருளர் பழங்குடியினரது 'கொக்கித் தடி'

தமிழ்நாட்டில் கோயம்புத்தூர்,நீலகிரி, கிருட்டிணகிரி, காஞ்சிபுரம், திருவள்ளூர், விழுப்புரம், கடலூர், பெரம்பலூர் உள்ளிட்ட பல்வேறு மாவட்டங்களில் வாழ்ந்து வரும் உணவு திரட்டுப் பழங்குடியினர் இருளர் ஆவர். ஒரு குடியிருப்பைச் சார்ந்த இருளர் பழங்குடியினர் மற்றொரு குடியிருப்பிலுள்ள இருளர் பழங்குடியினருடன் மண உறவு வைத்துக்கொள்ள விரும்பினால், 'உங்கள் வீட்டுப் பெண்ணை எங்கள் வீட்டுப் பையனுக்குக் கொடுங்கள்' என்று நேரிடையாகக் கேட்காமல் 'எங்களிடம் கொஞ்சம் விதைகள் உள்ளன; (அவற்றைப் பயிரிட) உங்களிடம் உள்ள நிலத்தைத் தருவீர்களா?' என்றே மறைபொருளாக முதலில் திருமணப் பேச்சைத் தொடங்குவர்.

இவ்வாறு பெண் கேட்டு வரும் குடியிருப்பினர்க்குத் தம் பெண்ணைத் திருமணம் செய்துதர விரும்பினால், 'அதற்கென்ன; தாராளமாகத் தரலாம்' எனப் பெண் வீட்டைச் சார்ந்தோர் விடை அளிப்பர். இது போல இணக்கமான விடை கிடைத்ததும் பையனின் வீட்டார் தாம் கையோடு கொண்டுவந்த 'கொக்கித் தடி' என்னும் சிறு கைத்தடியைப் பெண் வீட்டிலேயே விட்டுவிட்டுத் திரும்புவர்; பெண் வீட்டாரும் அத்தடியை அனைவரும் பார்க்கும் வகையில், தம் வீட்டு முகப்பில் வைத்திருப்பர். அடுத்து யாரேனும் அவ்வீட்டில் பெண் கேட்க வந்தால், அக் கொக்கி தடியைப் பார்த்துவிட்டு, ஏற்கெனவே அப்பெண்ணுக்குத் திருமணம் பேசி உறுதி செய்யப்பட்டுவிட்டமையைப் புரிந்துகொண்டு, வந்த வழியே ஒன்றும் பேசாமல் திரும்பிச் சென்று விடுவர். இவ்வாறான பண்பாட்டு அசைவியக்கத்தின்வாயிலாக 'கொக்கித் தடி' என்பது மணமகனின் ஈடாகக் கருதப்படுவது சிறப்பாகும்.

3. காடர் பழங்குடியினரது 'புகாரி'

தமிழ்நாட்டின் கோயம்புத்தூர் மாவட்ட ஆனைமலைப் பகுதியில் வாழும் உணவு திரட்டும் பழங்குடியினருள் ஓர் இனக்குழுவினர் காடர். இக்காடர் பழங்குடியினரது புழங்குபொருள்சார் பண்பாட்டில் 'ஈத்தை' என்னும் முள்ளில்லா மூங்கில் முகாமையானதொரு இடத்தை வகிக்கிறது. பெரும்பாலான காடர் புழங்குபொருள்கள் ஈத்தை மூங்கிலால் செய்யப்படுவதே இதற்குக் காரணம்.

தான் விரும்பும் பெண்ணுக்கு, தானே பெரிதும் முயன்று கலை நயத்துடன் உருவாக்கிய ‘புகாரி’ என்னும் சிறு மூங்கில் சீப்பைக் காடர் இளைஞன் தனது காதல் பரிசாக அளிக்கிறான். இவ்வாறு, காடர் இளைஞன் அளிக்கும் மூங்கில் சீப்பை அப்பெண் ஏற்றுக்கொண்டால், அதனை மகிழ்ச்சியுடன் தன் தலைமுடிக் கற்றையின் பக்கவாட்டில் செருகிக்கொள்கிறாள். இதனைத் தொடர்ந்து, அந்த இருவரும் இணையராக இணைந்து தம் வாழ்க்கையைத் தொடங்குகின்றனர். ஒரு காடர் பெண்ணின் தலைமுடிக் கற்றையில் மூங்கில் சீப்பைக் கண்ணுறும் மற்றொரு காடர் ஆடவன் அப்பெண் ஏற்கெனவே இன்னொருவனுக்கு உரியவள் ஆகிவிட்டாள் என்று உணர்ந்து விலகிச் சென்றுவிடுவான்.

4. கோத்தர் பழங்குடியினரது ‘மண்டூக்’ கொண்டை வளை

தமிழ்நாட்டில் நீலகிரி மலைப் பகுதியில் வாழும் பழங்குடியினருள் ஒருவரான கோத்தர் இனக்குழுவினர் பல வகைக் கைவினைக் கலைத் திறன்களில் தேர்ந்தவர் ஆவர். திருமணமான கோத்தர் பழங்குடியினப் பெண்டிர், நீலகிரி மலை உச்சிகளில் இயற்கையாக விளையும் நறுமணம் கமழும் ஒரு வகைச் செடியின் இலைகளை உள்ளடக்கி, அரை நிலா வடிவில் வளைத்துப் பின்னிய ‘மண்டூக்’ என்னும் கொண்டை வளையை வைத்துத் தம் கொண்டையை முடிந்துகொள்கின்றனர். இவ்வாறு, கோத்தப் பெண்டிர் ‘மண்டூக்’ கொண்ட வளை அணிவதன்வாயிலாகத் தங்களின் திருமணமான நிலையைக் குறிப்பால் உணர்த்தக் காண்கிறோம்.

மாதவிலக்குக் காலத்தின்போது ‘மண்டூக்’ அணிதல் கோத்தர் பழங்குடியினரால் விலக்கி வைக்கப்படுகிறது. எனவே, வீட்டினுள் தன் மனைவி ‘மண்டூக்’ அணியாமல் இருப்பதைக் காண நேரிடும் கணவன், அவள் வீட்டு விலக்காகி உள்ளதையும் குறிப்பால் உணர்ந்துகொள்கிறான்.

5. கல்வராயன் மலையாளிப் பழங்குடியினரது 'எச்சரிக்கைக் குச்சி'

தமிழ்நாட்டின் கடலூர் மாவட்டக் கல்வராயன் மலைப் பகுதியில் வாழ்ந்து வரும் ‘கல்வராயன் மலையாளிகள்’ என்னும் பழங்குடியினரது உள் பிரிவினருள் ஒருவர் ஆவர். ஒரு குடியிருப்பைச் சார்ந்தோர் திருமணத்திற்கெனப் பெண் கேட்டு மற்றொரு குடியிருப்புக்குச் செல்லும்போது, தம் கையில் ‘எச்சரிக்கைக் குச்சி’ என்னும் சிறு குச்சியை வைத்துச் சுழற்றிக்கொண்டே வருவர்.

பெண்ணின் வீட்டிற்கு வந்தவுடன் கையில் வைத்துள்ள அச்சிறு குச்சியை அவ்வீட்டின் கூரையில் ஊரார் அனைவரும் பார்க்குமாறு செருகிவிட்டுக் காத்துக்கொண்டிருப்பர். பெண் வீட்டார்க்கு அத்திருமண உறவில் விருப்பம் என்றால், தம் வீட்டின்முன் குழுமியுள்ள பையன் வீட்டாரைத் தம் வீட்டிற்குள் அழைத்து, உட்காரவைத்து, மணம் குறித்துப் பேசுவர்.

இவ்வாறு, இரு வீட்டாரும் கூடிக் கலந்து பேசுவதன்வாயிலாக மண உறவு உறுதி செய்யப்பட்டால், மணமகன் வீட்டார் அந்த எச்சரிக்கைக் குச்சியை அப்படியே கூரையில் விட்டு, விட்டுத் திரும்பிச் செல்வர். இதற்கு மாறாகப் பெண் வீட்டார்க்கு இம்மண, உறவில் இசைவு இல்லாவிட்டால், பையன் வீட்டாரால் தம் வீட்டுக் கூரையில் செருகிவைக்கப்பட்ட எச்சரிக்கைக் குச்சியைப் பெண் வீட்டார் பிடுங்கி எறிந்து விடுவர். இதனால், பெண் வீட்டாருக்கு இம்மண உறவில் விருப்பம் இல்லை எனத் தெரிந்துகொள்ளும் பையன் வீட்டாரும் தம் வழியே திரும்பிச் சென்று விடுவர்.

6. பளியர் பழங்குடியினரது தேனடைக் குறியீடுகள்

தமிழ்நாட்டில் திண்டுக்கல் மாவட்டம், சிறுமலை உள்ளிட்ட மலைப் பகுதிகளில் வாழ்ந்து வருகின்ற உணவு திரட்டும் பழங்குடியினரான பளியர், தேன் திரட்டுவதில் வல்லவர்கள். பிற சிறு காடுபடு பொருள்களைத் திரட்டுவதற்கெனக் காட்டின் ஊடாகப் பயணம் மேற்கொள்ளும்போது, தம் கண் முன்னே தற்செயலாக எதிர்ப்படும் தேனடைகளைப் பின்னர் எடுத்துக்கொள்ளலாம் என அவற்றின்மீது சிறு குச்சியினைக்கொண்டு பெருக்கல் குறி, கூட்டல் குறி போன்ற குறியீடுகளை இட்டுச் சென்று விடுவர்.

தேன் திரட்டுவதற்கென்றே பின்னால் வரும் ஏனைய பளியர் பழங்குடிக் குழுவினர் இவ்வாறு குறியீடுகள் போடப்பட்ட தேனடைகளைக் கண்டறிந்தாலும், அவற்றின்மீது கீறப்பட்டுள்ள குறியீடுகளை வைத்து, அவற்றை ஏற்கெனவே வேறொரு பளியர் பழங்குடிக் குழுவினர் இனங்கண்டு கருத்தில் குறித்துள்ளமை, அறிந்து, அவ்வாறு குறியீடுகள் போடப்பட்டுள்ள அத்தேனடைகளைத் திரட்டுவதைத் தவிர்த்து விடுவர்.

நிறைவுரை

தமது முதன்மையான தகவல் பரிமாற்றத்திற்குப் பேச்சு மொழிகளை மட்டுமே பழங்குடியினர் பெரும்பாலும் கொண்டிருந்தாலும், நுட்பமான கருத்துப் புலப்படுத்தலுக்கென மேற்சுட்டியுள்ளது போன்ற குறிப்பால் பொருள் உணர்த்தும் பாங்கு களைத் தமது 'பண்பாட்டுக் கூறு'களுக்குள் பொதிந்துவைத்து வெளிப்படுத்துகின்றனர்;

இத்தகைய பண்பாட்டு அசைவியக்கங்களைப் புரிந்துகொண்டால் மட்டுமே, பழங்குடியினரது சமுதாய இயங்கியலை, அதிலும் குறிப்பாகப் 'பழங்குடியினரது தகவல் பரிமாற்ற முறைமை'களை முழுமையாக நம்மால் புரிந்துகொள்ள இயலும்.

பண்பாட்டுச் சூழலியல் அணுகுமுறையும் தமிழ்நாட்டுப் பழங்குடியினரது உலகியல் பார்வையும்

முன்னுரை

பல நூற்றாண்டுகளாக மலை, வனம் உள்ளிட்ட இயற்கைச் சூழல் நிரம்பிய இடங்களில் தமது மரபார்ந்த வாழ்விடங்களைக் கொண்டு, இயற்கையின் வழித்தோன்றல்களாக, இயற்கையிலிருந்து பிரிக்க இயலாத பண்பாட்டைக்கொண்ட சமூகத்தினராகப் பழங்குடியினர் வாழ்ந்து வருகின்றனர். "காடுகளே எங்கள் தாய்; ஒரு தாயிடமிருந்து கிடைக்கக் கூடிய உணவு, பாதுகாப்பு, அரவணைப்பு, வளர்ச்சி,பொழுதுபோக்கு, எதிர்காலம் எல்லாமே எங்களுக்குக் காடுகளிலிருந்தே கிடைக்கின்றன; அதனால்தான் நாங்கள் அந்தத் தாய்க்கு எந்தச் சேதமும் ஏற்படுத்தாமல், அதனோடு இயைந்து வாழ்ந்து, எங்களின் நேரடிக் கண்காணிப்பிலும் அதை வைத்துக் காத்து வருகிறோம்" எனக் கொடைக்கானலை ஓட்டியுள்ள பழனி மலைப் பகுதியில் வாழும் பளியர் பழங்குடியினர் கூறும்போது இது மெய்ப்படக் காண்கிறோம்.

பொதுவாகப் பழங்குடியினரின் நிலம் என்பது மலைகள் மற்றும் அவற்றின் காடுகளை உள்ளடக்கியது. ஆகவேதான், மண்ணின் மைந்தராக விளங்கும் திணைசார் குடிகளான பழங்குடியினர்க்குக் காடுகளும் மலைகளும் அவற்றை ஒட்டிய நிலங்களும் புனிதமானவையாக அமைகின்றன. காடுகளும் மலைகளும் தம் முன்னோர் வாழ்ந்த வாழ்விடப் பரப்புகள் எனவும் இன்றும் இவ்வாழ்விடப் பரப்புகளில் அம்மூதாதையர்களின் 'பிரசன்னம்' இருப்பதாகவும் பழங்குடியினர் தீவிரமாக நம்புகின்றனர்.

காடுகள் மற்றும் மலைகளில் வாழ்ந்துவருவதாகக் கருதும் தங்கள் முன்னோரது தெய்வீக ஆற்றலுக்குக் கட்டுப்பட்டோராகப் பழங்குடியினர் விளங்குவதால், காட்டுவிலங்குகள் குறித்து இவர்கள் அச்சம் கொள்வதில்லை; இடி, மின்னல், மழை, புயல் உள்ளிட்ட இயற்கைச் சீற்றங்களைக்கண்டு கவலை கொள்வதுமில்லை.

இத்தகைய பண்பாட்டுச் சூழலியல் பின்புலத்தில், 'இயற்கை' பற்றித் தமிழ்நாட்டுப் பழங்குடியினர் கொண்டுள்ள உலகியல் பார்வையை எடுத்துக்காட்டுவதே இக்கட்டுரையின் நோக்கமாகும்.

1. பண்பாட்டுச் சூழலியல் அணுகுமுறையும் பழங்குடியினரது உலகியல் பார்வையும்

தங்களுடைய இருத்தலுக்காகவும் (Existence) வாழ்வியற் தேவைகளுக்காகவும் (Livelihood Needs) திணைசார் குடிகளான (Indigenous People) பழங்குடியினர் தாம் சார்ந்துள்ள சுற்றுச் சூழலுடன் (Environment) இடையறாது தொடர் வினை ஆற்ற வேண்டியுள்ளது. அவ்வாறு, தாம் சார்ந்த சூழலுடன் திணைசார் குடிகளான பழங்குடியினர் செயல்படும்போது 'பண்பாடு' (Culture) எனும் 'உயர் உயிர்த்துவக் கருவி'யை (Superorganic Tool) இத்தகைய ஊடாட்டத்தின்போது பயன்கொள்கின்றனர். ஆக, பண்பாடானது திணைசார் குடிகளான பழங்குடியினர்க்கும் அவர்தம் சுற்றுச்சூழலுக்கும் இடையே ஏற்படும் தொடர்புறவையும் அதன் விளைவாக ஏற்படும் தகவமைப்பையும் தீர்மானிக்கிறது. இதைத் தொடர்ந்து, சூழலியல் தகவமைப்பானது (Ecological Adaptation) மெல்ல, மெல்ல பண்பாட்டுத் தகவமைப்பாக (Cultural Adaptation) படிமலர்ச்சி அடைகிறது; இவற்றை எல்லாம் முழுதளாவிய நிலையில் ஆராயும் அணுகுமுறையே 'பண்பாட்டுச் சூழலியல்' (Cultural Ecology) என்பர் மானிடவியலாளர்; 'சுற்றுச்சூழலானது பண்பாட்டைத் தீர்மானிக்கிறது; பண்பாடானது சுற்றுச்சூழலில் பிரதிபலிக்கிறது' (Ecology determines the Culture; whereas the Culture gets reflected in the Ecology') என்பதே பண்பாட்டுச் சூழலியலின் மைய இழையாகும். சுருங்கக் கூறின், குறிப்பிட்டதொரு சுற்றுச்சூழல், அதைச் சார்ந்து வாழும் திணைசார் குடிகள், அவற்றின் பண்பாடு இவற்றிற்கு இடையேயான தொடர்புறவைப் பண்பாட்டுச் சூழலியல் ஆராய்கிறது எனலாம்.

திணைசார் குடிகளாகிய பழங்குடியினர் தம்மைச் சுற்றியுள்ள இயற்கை, மீயியற்கை (Supernature) உள்ளிட்டவற்றைத் தாம் சார்ந்த பண்பாட்டுச் சூழலியல் பின்புலத்தில் பார்த்துத் தமக்கான கருத்தாக்கங்களை உருவாக்கிக்கொள்கின்றனர்; இதையே 'பழங் குடியினரது உலகியல் பார்வை' (World view of tribes) என்கின்றனர் மானிடவியலாளர். இனி, மலை, வனம் மற்றும் வனம்சார் பகுதி, சூழலியல் விழிப்புணர்வு (Eco-awarness) பற்றிய தமிழ்நாட்டுப் பழங்குடியினரது உலகியல் பார்வையைச் சற்று விரிவாகத் தக்க எடுத்துக்காட்டுகளுடன் காண்போம்.

2. மலையை முன்னோர் வாழ்விடமாகக் காணும் பழங்குடியினர் பார்வை

பொதுவாக, பழங்குடியினர் தாம் வாழும் மலைப் பகுதியைத் தம் முன்னோராகவே கருதுகின்றனர். இதற்குச் சான்றாக, நீலகிரியின் காட்டுநாயகன் பழங்குடியினரது உலகியல் பார்வையை எடுத்துக்காட்டலாம். ஒட்டுமொத்த 'முதுமலை' (*Mudumalai*) மலைப் பகுதியை 'நார்தி' என்கிற சொல்லாலேயே குறிக்கும் காட்டுநாயகன் பழங்குடியினர். இம்மலைப் பரப்பு முழுவதையும் 'நீரள்ளா' ("நீர்ப் பள்ளம்"), 'தொட்டள்ளா' ("பெரும் பள்ளம்"), 'சிக்கள்ளா' ("சிறு பள்ளம்"), 'சம்ப்ரள்ளா' ("சம்பர் பள்ளம்"), 'கக்கனள்ளா' ("கக்கன் பள்ளம்"), 'மாவனள்ளா' ("மாவன் பள்ளம்") எனப் பல்வேறு வாழ்விடப் பரப்புகளாகத் தம் முன்னோர் பிரித்துப் பார்த்தமையை இன்றும் நினைவுகூர்வதுடன், இந்நிலப் பரப்புகளுக்கான மூதாதையராக முறையே 'நீரள்ளா எத்தன்' ("நீரள்ளா பாட்டன்"), 'தொட்டள்ளா எத்தன்' ("தொட்டள்ளா பாட்டன்"), "சிக்கள்ளா எத்தன்" ("சிக்கள்ளா பாட்டன்"), 'சம்ப்ரள்ளா எத்தன்' ("சம்ப்ரள்ளா பாட்டன்"), 'கக்கனள்ளா எத்தன்' ("கக்கனள்ளா பாட்டன்"), 'மாவனள்ளா எத்தன்' ("மாவனள்ளா பாட்டன்") என்போரையும் ஒட்டுமொத்த 'நார்திக்'க்கு 'ஹெஜ்ஜன் - ஹெஜ்ஜி' (அதாவது, "பாட்டன் - பாட்டி") என்போரையும் கருதிப் போற்றி வழிபட்டுவருகின்றனர்.

நீலகிரியின் பழங்குடியினர் இம்மலைப் பகுதியின் பல்வேறு பரப்புகளைப் புனித இடங்களாகவும் (*Saced Sites*) புனித வைப்பிடங்களாகவும் (*Sacred Repositories*) புனிதச் சிகரங்களாகவும் (*Sacred Peaks*) இன்றும் கருதி வழிபடுவது இக்கருத்திற்கு மேலும் வலு சேர்த்திடக் காணலாம். சான்றாக, நீலகிரியின் 'மேல் சீமெ'யிலுள்ள தலைமலைச் சிகரமும் அட்டபாடியிலுள்ள மல்லேஸ்வரன் முடியும் முறையே 'கொட்ருபோலி' (*Kotru Boli*) 'குவாட்டெய்ன்' (*Kwatteihnn*) என்னும் பெயர்களில் தொதவர் பழங்குடியினரால் புனிதச் சிகரங்களாகவும் கோத்தகிரியிலுள்ள ரங்கசாமித் தூண் என்பது 'கொட்டேர் விக்கீன்' (*Kotter Vikkeen*) என்கிற பெயரில் கோத்தர் பழங்குடியினரால் புனிதச் சிகரமாகவும் குன்னூரிலுள்ள கேத்தரின் அருவியானது 'உலி மண்டெ' (*Uli Mande*) எனும் பெயரில் ஆலு குறுமர் பழங்குடியினரால் புனித வெளியாகவும் பண்டைய மூதாதையரது வாழ்விடப் பரப்பின் எல்லையாகவும் எருமை பலியிடு களம் என்பது 'கோணெ

உந்தெ பரெ' (Kone Undhe Bare) என்கிற பெயரில் ஆலு குறுமர் பழங்குடியினரால் புனித வெளியாகவும் குன்னூரிலுள்ள ரங்கசாமி சிகரமானது 'கிரி பெட்டு' (Giri Bettu) என்னும் பெயரில் இருளர் பழங்குடியினரால் புனித வெளியாகவும் தொடர்ந்து போற்றி வழிபடப்படுவதைக் குறிப்பிடலாம். இவை மட்டுமல்லாமல், கோத்தகிரிக்கு அருகேயுள்ள 'வெள்ளரி கொம்பெ'யின் பாறை ஒதுங்கிடமானது[5] (Rock Shelter) ஆலு குறுமர் பழங்குடியினரால் 'எழுத்து பரெ' (Yezhuthu Bare) என்கிற பெயரிலும் நீலகிரி மலைப்பகுதியில் அங்கங்கே காணலாகும் பெருங்கற்காலக் கல்திட்டைகள் (Megalithic Dolmens) இருளர் பழங்குடியினரால் 'தெவ குடி' (Dhava Gudi) எனும் பெயரிலும் ஆலு குறுமர் பழங்குடியினரால் 'நாளு பாடி' (Naalu Paadi) எனும் பெயரிலும் பெருங்கற்காலக் கிணறு வடிவக் கல்வட்டங்கள் (Megalithic Draw Well Cairns) தொதவர் பழங்குடியினரால் 'பொன் திட்' (Pon Thit) என்கிற பெயரிலும் புனித இடங்களாக வழிபடப்படுவதையும் கூறலாம்.

பழனிமலைப் பகுதியிலுள்ள தம் வாழ்விடப் பரப்புகளான 'மே படப்பொம் பாறெ', 'கருவரெ', 'குருடிக் குமுடு' உள்ளிட்ட பாறைச் சரிவுகளாகவும் 'மதிகெட்டான் கானல்', 'செம்மந்தட்டிக் கானல்', முனிசுவர்பேய் கானல்', 'பட்டிவிழுந்தங் காடு', 'வேப்பனந்தட்டெக் காடு உள்ளிட்ட வனப் பகுதிகளாகவும் 'பாட்டி மாங்கா தேரி', 'காவல்மரத்து விளிம்பு' உள்ளிட்ட ஆற்றங்கரைப் பரப்புகளாகவும் பார்க்கும் பளியர் பழங்குடியினர், மேற்குத் தொடர்ச்சி மலையின் மூலையாற்றுப் பகுதியிலுள்ள, 'நீல மலெ', 'பச்செ மலெ', போடிப் பகுதியிலுள்ள 'மரக்கா மலெ', 'இஞ்சி மலெ' என்னும் மலைகளைத் தம் முன்னோர் ஆளுகைக்கு உள்பட்ட பகுதிகளாகக் கண்டுணர்ந்து, தம் வழிபடு மலைகளாகக் கொண்டுள்ளமை மற்றுமொரு சான்றாகும். இது மட்டுமல்லாமல், இம்மலைப் பகுதிகளில் இன்றும் காணலாகும் 'கல் அளெ'களைத் தங்கள் முன்னோர் வாழ்ந்த இடங்களாகவே கருதிப் போற்றி வழிபட்டு வருகின்றனர் இப்பழங்குடியினர். சான்றாக,

வண்ணான்துறை	அளெ-க்கு	'கண்ணிக் கிழவி-காடக் கிழவன்'
கடுக்காமரத்து	அளெ-க்கு	'நாக மலெச்சி'
புளியமரத்து	அளெ-க்கு	'வெள்ளெயக் கிழவன்'
கட்டில்	அளெ-க்கு	'நாகக் கிழவி-பூசாரிக் கிழவன்'
தூவான	அளெ-க்கு	'நாட்டாமெக் கிழவி'
வஞ்சிமரத்து	அளெ-க்கு	'பெரிய நீலன்'
பழியர் காட்டுத் தேரி	அளெ-க்கு	'சின்ன நீலன்'
கோழிக்காட்டு	அளெ-க்கு	'ஏகோப் கிழவன்'
ஆண்டி	அளெ-க்கு	'ஆண்டிப் பழியன்'
புலி	அளெ-க்கு	'கரியமுத்துப் பழியன்'
பட்டிகெ	அளெ-க்கு	'பெரிய சடெயன்'
இஞ்சிக்	காடு-க்கு	'வைரவன் பழியன் பெரும்புலிக் கிழவன்'
பேத்தரக்	காடு-க்கு	'சின்னப் பழியன்'
வீட்டி	பந்தம்-க்கு	'காக்கெயன் பழியன்'
ஆனெக்	குண்டு-க்கு	'வீரன் பழியன்'
பலாவடித்	துறை-க்கு	'நாகுப் பழியன்-நாகுப் பழிச்சி'
சங்கு	வரெ-க்கு	'பெரிய பொன்னன்-பொன்னி'

என்போரைத் தமது முன்னோர் எனப் பளியர் பழங்குடியினர் நினைவுகூர்வதைக் குறிப்பிடலாம்.

இது போலவே, பழனி மலைக் குன்றுவாழ் புலயன் இனக்குழுவினரது வாழ்விடப் பரப்பு 'பன்னெண்டு நாட்டு மலெ' என்றே அம் மக்களால் குறிக்கப்படுவதும் அவர்தம் வாழ்விடப் பகுதி ஒவ்வொன்றும் குறிப்பிட்டதொரு மூதாதையரது தொடர் ஆளுகை மற்றும் கட்டுப்பாட்டின்கீழ் இன்று வரை கருதப்படுவதும் இங்குக் கருத்தில்கொள்ளத் தக்கது. சான்றாக,

அடி மலெ	- அடி மலெப் பெரியவரு,
தல மலெ	- தல மலெத் தகப்பன்,
மேக்கு	- மேக்குச் சின்னண்ணா,
கெழக்கு	- கெழக்குப் பெரியண்ணா,
நடு மலெ	- நடு மலெ நாயக்காரரு,
பன்றி மலெ	- பன்றி மலெச் செங்கண்ணப் பெரியவரு,
ஆடலூரு	- ஆடலூரு நரயப் பெரியவரு,
பாச்சலூரு	- பாச்சலூரு சின்னக் குப்பப் பெரியவரு

என மூதாதையர் வாழ்விடப் பரப்பும் அதற்குரிய மூதாதையரும் புலயன் இனக்குழுவினரால் குறிக்கப்படுவதைக் காண்கிறோம்.

3. வனம் மற்றும் வனம்சார் பகுதிகள் பற்றிய பழங்குடியினர் பார்வை

பழங்குடியினரது அனைத்துச் சமயம்சார் சடங்குகளுக்கும் (Religious Rites) வாழ்வியற் சடங்குகளுக்கும் (Rites of Passage) வனமும் வனம்சார் நிலங்களுமே அடிப்படையாகின்றன. இந்த உண்மையை சற்றும் உணராத இன்றைய அரசும் ஆட்சியாளரும் வனம் மற்றும் வனம்சார் பகுதிகளை வருமான வள ஆதாரமாகப் (Revenue Resource) பார்க்கிறதே தவிர, அவற்றைப் பழங்குடியினரது வாழ்விடப் பரப்புகளாகக் கருதுவதே இல்லை; மண்ணின் மைந்தரான பழங்குடியினரது வனம்சார் வாழ்வுரிமைகளை (Forest - based Rights for Livelihood) கணக்கில் எடுத்துக்கொள்வதும் இல்லை. இந்நிலையில், வனம் மற்றும் வனம்சார் பகுதிகளைப் பற்றிய பழங்குடியிரது பார்வை நமக்குச் சரியானதொரு புரிதலைக் கொடுக்கும்.

பொதுவாகக், காடுகளைத் தங்கள் தெய்வங்களின் இருப்பிடமாகவே பழங்குடியினர் கருதுகின்றனர். வனம்வாழ் பழங்குடியினர் தமது குடியிருப்பின் எல்லைப் பகுதியைச் சமுதாயக் காடாகப் (Community Forest) பார்க்கும் பார்வையும் பெரும்பாலான பழங்குடியினரிடம் இனங்காணப்படுகிறது.

சான்றாக, நீலகிரியின் ஆலு குறுமர் பழங்குடியினரது குடியிருப்பு ஒவ்வொன்றின் எல்லைப் பகுதியிலும் 'தெவ சோலெ' ("தெய்வக் காடு") என்னும் பகுதியானது அமைந்துள்ளது; இதை ஆலு குறுமர் பழங்குடியினர் தெய்வத்தின் உறைவிடமாகக் கருதுவதால், இவ்வனம்சார் பகுதியிலிருந்து அவர்தம் பூசைக்கு வேண்டிய தாவரப் பொருள்களை மட்டும் எடுத்துப் பயன்படுத்திக்கொள்ள அனுமதிக்கப்படுகிறது. இதனால், அனைத்துத் திணைசார் தாவரவினங்களும் (*Endemic Flora*) திணைசார் விலங்கினங்களும் (*Endemic Fauna*) இங்கே பாதுகாக்கப்படலாகின்றன. சுருங்கக் கூறின், குறுங் காப்புக் காடாகவே (*Mini Reserve Forest*) இத்தெவ சோலெகள் விளங்குகின்றன எனலாம்.[9]

இதுபோலவே, மேற்குத் தமிழக மலைப் பகுதிகளில் வாழ்ந்து வரும் காடர், முதுவர், பளியர் உள்ளிட்ட பழங்குடியினர் காடுகளின் ஊடாகத் தங்கள் தெய்வங்களுக்கே உரிய 'தனித்துவ வழித்தடங்கள்' (*Exclusive Pathways*) உள்ளதாகக் கருதுவதையும் இங்குச் சுட்டிக் காட்டலாம். இத்தகைய வழித்தடங்களை இப்பழங்குடிக் குழுக்கள் 'தெய்வப் பாதெ' எனக் குறிப்பிடுவதுடன் அவற்றுக்கு ஊறு ஏதும் ஏற்படாத வகையில் அவற்றைத் தவிர்த்து, வேறு பாதைகளிலேயே தங்கள் அன்றாட வழிப்பயணங்களை அமைத்துக்கொள்வதையும் வழக்கமாகக் கொண்டுள்ளனர். இது மட்டுமல்லாமல், வன உயிரி வழித்தடங்களுக்கும் (*Wildlife Corridors*) இடைஞ்சல் ஏதும் ஏற்படாவண்ணமேயே தமது வழிநடைப் பாதைகளை வடிவமைத்துக் கொள்கின்றனர் இப்பழங்குடியினர்.

அடர்ந்த காடுகளின் பரப்பு, புல்வெளிகளின் பயன்பாடுகள், நீரோடைகள் மற்றும் காட்டாறுகளின் போக்குகள், தாவர -விலங்கின வகைமைகள், தாவரங்களின் மருத்துவப் பண்புகள், விலங்கின இருப்பிடங்கள் மற்றும் நடமாட்டங்கள், உயிரின வரத்துக்கள் உள்ளிட்டவை குறித்து அனைத்துத் தகவல்களையும் அறிந்தோராகப் பழங்குடியினர் விளங்குகின்றனர். இவற்றுடன், பறவை-விலங்கினங்களின் 'எச்சரிக்கை ஒலிகள்' (*Warning calls*), காட்டுவிலங்குகளின் பல் வேறுபட்ட குரலோசைகள், காற்று வீசும் தன்மை உள்ளிட்டவற்றின் அடிப்படையிலேயே 'வானிலை மாற்றங்'களை (*Wheather Forecasts*) மிகத் துல்லியமாக உய்த்துணரும் 'மரபார்ந்த அறிவு'க்குச் (*Traditional knowledge*) சொந்தக்காரர்களாகவும் பழங்குடியினர் திகழ்ந்திடக் காண்கிறோம்.

மேலும், காட்டுவிலங்குகளின் எச்சம், மரப்பட்டைகளில் காணலாகும் 'நகக் குறிகள்' (*Claw Markings*), 'முடிக் கற்றைகள்'

(Hair Tufts), தாவரங்கள் 'மேயப்பட்டுள்ள தன்மை' (Grazing Patterns), 'கிளைகள் ஒடிக்கப்பட்டுள்ள முறைகள்' (Prunning Methods), 'காலடித் தடங்கள்' (Pug Marks) உள்ளிட்டவற்றின் அடிப்படையில், இன்ன காட்டு விலங்கு, இன்ன நேரத்திற்கு முன்பு, குறிப்பிட்ட இடத்தில் நடமாடியுள்ளது என மிகச் சரியாகக் கூற வல்லவர் பழங்குடியினர். சான்றாகக், காலடித் தடத்தை வைத்தே சென்ற விலங்கு, அதன் எடை உள்ளிட்டவற்றை மிகத் துல்லியமாகக் கணிக்கத் தெரிந்தோர் நீலகிரியின் முள்ளு குறுமர் பழங்குடியினர்.

காடுகளை மட்டுமல்லாமல், அவற்றிலுள்ள நெடிதுயர்ந்த மரங்களையும் தமது தெய்வங்கள் குடியிருக்கும் இடங்களாகவே கருதிப் போற்றிப் பாதுகாக்கும் பண்பினராகவும் பழங்குடியினர் விளங்குகின்றனர். இதற்குச் சான்றாகத் தாங்கள் வாழும் காடுகளின் ஊடாக அமைந்துள்ள பெருங்கற்காலக் கல்திட்டைகளைத் 'தெவ குடி' ("தெய்வக் கோவில்") என இருளர் பழங்குடியினரும் 'நாளு பாடி' ("முன்னோர் ஆவி தங்குமிடம்") என ஆலு குறுமர் பழங்குடியினரும் தெய்வ மரங்களாகவே காண்பதைக் கூறலாம்.[10]

வனம் மற்றும் வனம்சார் பகுதிகளில் ஓடும் காட்டாறுகளும் புனிதமானவையாகவே பழங்குடியினரால் கருப்படுவதையும் காண்கிறோம். சான்றாக, நீலகிரி மாவட்டம், உதகமண்டலம் அருகே ஓடும் பைக்காரா ஆறு (Pykara River) தொதவர் பழங்குடியினராலும் குந்தா அருகில் பாயும் மாயாறு (Moyar River) இருளர் பழங் குடியினராலும் புனித ஆறுகளாகக் கருதப்படுவதை இங்கே சுட்டலாம். பைக்காரா ஆற்றைக் கடக்க நேரும்போதெல்லாம் தொதவர் பழங்குடியினர் மிகுந்த பண்பாட்டு விழுமியத்துடன் (Cultural Values) தமது புத்குளிப் போர்வையை (Putkuli) வலது தோளிலிருந்து இடது தோளுக்கு மாற்றிக்கொள்வதை இதற்குத் தக்க சாட்சியமாக இங்குக் குறிப்பிடலாம்."

4. பழங்குடியினரது சூழலியல் விழிப்புணர்வுப் பார்வை

காடுகளின் மறுவுயிர்ப்புச் சுழற்சிக்கு (Cycle of Forest Rejuvenation) ஈடுகொடுக்கும் வகையிலேயே பழங்குடியினர் தமது வாழ்வியற் செயல்பாடுகளை (Livelihood Activities) தகவமைத்துக்கொள்கின்றனர். இதற்குச் சான்றாக, எருமை மேய்ச்சல் பண்பாட்டை (Buffalo Herding Culture) மையமிட்ட தொதவர் பழங்குடியினர் தமது ஆயர் வாழ்க்கைக்கான (Pastoral Life)

புல்வெளிப் பரப்பை நாடித் தம் வாழ்விடக் குடியிருப்பைக் குறிப்பிட்டதொரு சுற்றுவட்டப் பாதையில் மாற்றிக்கொண்டே உள்ளமையையும் இதன் விளைவாகக் குறிப்பிடத்தக்க கால இடைவெளியில் புல்வெளிப் பரப்பானது மீண்டும் துளிர்த்துத் தன்னைப் புதுப்பித்துக்கொள்ள வாய்ப்பு உருவாகிறது என்பதையும் எடுத்துக் காட்டலாம்.

'சிறுவன மகசூல்' (*Collection of Minor Forest Produce*) என்னும் 'மரம்சாராக் காடுபடு சிறு விளைபொருள்கள் சேகரிப்பி'ல் (*Collection of Non-timber Forest Produce*) ஈடுபட்டுள்ள பழங்குடியினரும் சுற்றுச்சூழலுக்கு ஊறு நேராதவாறே தமது பொருளியற் செயல்பாடு களை அமைத்துக்கொள்கின்றனர். சான்றாகப், பளியர் பழங்குடியினர் காட்டிலிருந்து தேன் சேகரிக்க முற்படும்போது தேனடைகளுக்குப் பெருத்த அளவிற்குச் சேதம் ஏற்படாமல் தேன் எடுப்பதில் பல்வேறு உத்திகளைக் கையாள்வதைக் குறிப்பிடலாம். அம்பு முனையில் காட்டுக் கொடியைப் பிணைத்துத் தேனடையின் தேன் சேகரிப்புப் பகுதியில் பதியுமாறு அம்பைத் தொடுத்துக் கொடியின் வழியே வெளியேறும் தேனைச் சிந்தாமல், சிதறாமல் எளிதாகச் சேகரிப்பர் அல்லது தேனடையிலுள்ள தேன் சேகரிப்புப் பகுதியை மட்டும் அறுத்தெடுத்துத் தேனைத் திரட்டுதல் எனப் பளியர் பழங்குடியினரது தேனெடுப்பு உத்திகள் அமையும். இத்தகைய உத்திகளால் தேனடைகளுக்கு ஏற்படும் சொற்பச் சேதாரங்களைத் தேனீக்களும் மிகக் குறுகிய காலத்திற்கு உள்ளாகவே மிக எளிதாகச் சரிசெய்துவிடும்.

கடினமான கட்டாந்தரையில் வெறும் தோண்டுகழிகளை (*Digging Sticks*) வைத்துக்கொண்டு, பெருமுயற்சி செய்து உணவிற்கெனக் கிழங்குகளை அகழ்ந்தெடுக்கும்போது, முக்கொம்பு வடிவில் வெளிப்படும் அக்கிழங்கின் ஒரேயொரு நீட்சியை மட்டும் எடுத்துக்கொண்டு எஞ்சியுள்ள இரண்டு நீட்சிகளையும் "பின்னால் வருவோர்க்கு" என்று கூறி அவற்றை அப்படியே விட்டுவிட்டுச் செல்லும் உணவுப் பகிர்வுப் பண்பு பளியர் பழங்குடியினரிடையே உள்ளது.

கடுக்காய் சேகரிப்பின்போது, சகட்டுமேனிக்குச் சேகரிக்காமல் 'சதைக் கடுக்காயை' மட்டும் சேகரிப்பதையும் பளியர் பழங்குடியினர் வழக்கமாகக் கொண்டுள்ளனர். கொடியில் வளரும் செவ்வள்ளி, கருவள்ளி, வெள்வள்ளி உள்ளிட்ட கிழங்கு வகைகளைப் பறிக்கும்போது 'பூவங்கொடி' எனும் பூக்கள் நிரம்பிய கொடிப் பகுதியை விடுத்து, கிழங்குகள் மட்டும் நிரம்பிய கொடிப் பகுதியை

மட்டுமே பயன்கொள்வதையும் பளியர் பழங்குடியினரிடையே காணலாம்.

காட்டில் வளரும் பல்வேறு பழங்களைச் சேகரிக்க முற்படும்போது, கிளையோடு கிளையாக உலுப்பி எடுத்தால் பூம் பிஞ்சுகள், காய்கள் உள்ளிட்டவையும் தேவையற்று விழுந்து வீணாக நேரிடும் என்று, கிளைகளை மட்டும் வளைத்துப் பழங்களை மட்டும் பக்குவமாகச் சேகரிப்பதிலும் பளியர் பழங்குடியினர் ஈடுபடுவதைப் பார்க்கும்போது அவர்தம் சூழலியல் விழிப்புணர்வு நம்மைச் சிலிர்க்கச் செய்யும்.

மீன் பிடிப்பதிலும் தம் குடும்பத்திற்குத் தேவையான அளவிற்குப் பிடித்தலை மட்டுமே பழங்குடியினர் மேற்கொள்கின்றனர்.[13]

புன்செய் வேளாண்மையின்போதும் தமக்குப் போதுமான அளவிற்கு மட்டுமே சிறு தானியங்களை விளைவிக்கும் பண்பாளராகப் பழங்குடியினர் விளங்குகின்றனர்.

5. நிறைவுரை

“காடுகளிடையே அமைந்துள்ள நீர்க் குட்டைகள் எல்லாவற்றையும் பயன்படுத்தி வேளாண் உற்பத்தியை உயர்த்திடலாமே” என்று மாவட்ட வன அலுவலரான இந்திய வனப் பணி அலுவலரொருவர் அறிவுறுத்திட, “அந்நீர்க் குட்டைகள் பெரிய ஜீவன்களாகிய யானைகளுக்கு; மனிதர்களாகிய நமக்கு அல்ல” என்று விடையளித்த சூழலியல் நுண்ணுணர்வு வாய்க்கப்பெற்ற ஈரோடு மாவட்டம், சத்தியமங்கலம் வனப் பகுதியான பர்கூர் மலையின் பழங்குடியினரான சோளகர் ஒரு புறம் - உணவு, நீர் உள்ளிட்ட தேவைகளுக்கென வறட்சிக் காலத்தில் தமது குடியிருப்புப் பகுதிகளுக்கு யானை வந்து செல்ல நேரிட்டால், குடியிருப்பிலுள்ள பெண் மக்கள் பூப்படைவர்; ஏற்கெனவே பூப்படைந்துள்ள பெண்களுக்குத் திருமணம் அமையும்” என்று நம்பும் பழனி மலைப் பளியர் பழங்குடியினர் மறு புறம் - எனப் பண்பாட்டுச் சூழலியலில் நோக்கில் 'இணக்கமாக இணைந்திருத்தலி'ல் *(Peaceful Co-existence)* நம்பிக்கை கொண்டுள்ள தமிழகப் பழங்குடியினர்க்கு ஒன்றிய, மாநில அரசுகள் செய்யவேண்டிய உதவிகளும் அளிக்கவேண்டிய உரிமைகளும் ஏராளம்.

ஆனால், வனம் மற்றும் வனம்சார்ந்த பகுதிகளில் வாழ்ந்து வரும் பழங்குடியினரது பயன்பாட்டிலிருந்து நிலங்களுக்கென உரிமை ஆவணங்கள் ஏதும் இல்லாமையால் அன்றைய - ஆங்கிலேய அரசு அவற்றைப் பட்டா இல்லா புறம்போக்கு

நிலங்களாகக் கருதி, வனம் சார்ந்த பகுதிகளுடன் அந்நிலங்களைச் சேர்த்து 'தோட்ட நிலங்கள்' (Estates) என ஆக்கியது. இதைக் தொடர்ந்து, பழங்குடியினர் வாழ்விடங்களையும் நிலங்களையும் ஆக்கிரமித்திருந்த பழங்குடியல்லாதோரும் (Non - tribes) பழங்குடியினரது நிலங்களையும் ஆக்கிரமித்துக்கொண்டனர். இவ்வாறாகத், தங்கள் திக்கற்ற நிலைமையைப் பழங்குடியினர் முழுவதுமாகப் புரிந்துகொள்வதற்கு முன்பாகவே காடுகளும் காடுகளையொட்டிய நிலங்களும் பழங்குடியல்லாதோர்க்கு உரிமையாகப் போகப், பழங்குடியினர் அவர்களுடைய சொந்த வாழ்விடப் பரப்புகளிலிருந்தே அந்நியப்படுத்தப்பட்டனர். மலை, வனம் உள்ளிட்ட பழங்குடியினரது வாழ்விடப் பகுதிகளிலுள்ள பெரும்பாலான நிலங்களைக் கீழ்நாட்டவரான பழங்குடியல்லாதோரான சமவெளி மக்களுக்கு (People of Plains) உரிமையாகிப் போக, தம் சொந்த வாழ்விடப் பரப்புகளிலுள்ள அந்நிலங்களில் மண்ணின் மைந்தரான பழங்குடியினர் வேளாண் கூலிகளாகத் தொடரும் அவல நிலை ஏற்பட்டுள்ளது.

'புலிகள் காப்பிடப் பகுதிகளில் வன உரிமைச் சட்டம் செல்லுபடி ஆகாது' என மிக அண்மையில் 'தேசியப்புலிகள் ஆணையகம்' (National Commission of Tigers) அறிவுறுத்தியுள்ளமை, ஏற்கெனவே தமிழ்நாட்டில் சரிவரச் செயல்படாத நிலையிலேயே உள்ள வன உரிமைச் சட்டத்திற்குச் சாவு மணி அடித்ததாக ஆகிவிடும். ஆகவே, பண்பாட்டுச் சூழலியல் அடிப்படையில், சுற்றுச்சூழல் விழிப்புணர்வுடன் விளங்கும் தமிழகப் பழங்குடியினர்க்கான வன உரிமைகளை வென்றெடுக்க இனியாவது அனைவரும் ஒன்று சேர்ந்து செயல்பட்டாக வேண்டும்.

அடிக் குறிப்புகள்

1 'மண்ணின் மைந்தர்' (Autochthones) என்பதற்கான புதுச் சொல்லாட்சியே இது. எனவே, இக்கட்டுரை நெடுக இவ்விரண்டு சொற்களுமே இணையாகப் பயன்படுத்தப்படலாகிறது.

2 ஒடிஸா மாநிலத்து டொங்கிரியா கொந்தர் பழங்குடியினர் (Dongria Kondh Tribes) தாம் வாழும் நியமகிரி மலையையும் (Niyamagiri Hills) சிக்கிம் மாநிலத்துப் பழங்குடியினர் 'கஞ்சன்ஜங்கா சிகரம்' அமைந்துள்ள மலையையும் தங்கள் தெய்வங்களாகவே காண்கின்றனர் என்பது இங்கு ஒப்புநோக்கத் தக்கது.

3 தற்போது நீலகிரியின் காட்டுநாயகன் பழங்குடியினர் 'நார்தி'

எனும் இச் சொல்லாட்சிக்கு மாற்றாக 'முதுமலெ மனெ' (Mudumale Mane) என்கிற சொல்லையும் பயன்படுத்துகின்றனர்.

4 'ஹெஜ்ஜன்' என்கிற இச் சொல்லாட்சியிலிருந்தே 'எத்தன்' என்ற சொல்லானது திரிபு வடிவமாக உருவெடுத்துள்ளது என்பதை உய்த்து உணரலாம்.

5 'பாம்பின் படம்' (Snake Hood) போல் நெடிதுயர்ந்துள்ள இப்பாறை அமைப்புகள் தொல்பழங்கால மக்களுக்கு (Prehistoric People) அடை மழை, கடுங் குளிர், தகிக்கும் வெப்பம் உள்ளிட்டவற்றிலிருந்து தம்மைக் காத்துக்கொள்ளத் தக்க தற்காலிக ஒதுங்கிடங்களாக (Temporary Shelters) விளங்கியமையால் இவை 'பாறை ஒதுங்கிடங்கள்' எனக் குறிக்கப்படலாகின்றன.

6 'அளை' எனும் சொல்லானது சங்க இலக்கியங்களில் பயின்று வரக் காண்கிறோம். "குகை" எனப் பொருள்படும் இது தமிழகப் பழங்குடியினரால் 'பெருங்கற்காலக் கல்திட்டை'யையே குறிக்கப் பயன்படுத்தப்படுகிறது என்பது ஆர்வமூட்டும் தகவல் ஆகும்.

7 1970கள் வரை பட்டியல் பழங்குடியாக விளங்கிய 'புலயன்' (Pulayan) இனக்குழுவினர் தவறுதலாக மேற்படிப் பட்டியலிலிருந்து நீக்கம் செய்யப்பட்டதைத் தொடர்ந்து, இன்றுவரை பட்டியல் சாதியினராகத் தொடரும் அவலம் ஏற்பட்டுள்ளது. லோக்கூர் குழு (Lokur Committee) பரிந்துரைக்கும் 'பழங்குடிப் பண்பாட்டுப் பண்புகள்' (Tribal Culture Traits) ஐந்தும் ஒருசேர வாய்க்கப்பெற்றுள்ள இந்த இனக்குழுவினர்க்கு மீண்டும் 'பட்டியலில் பழங்குடிச் சமுதாய நிலை அறிந்தேற்பு' (Recognition of Community Status of Scheduled Tribes) அளித்திடுமாறு அரசுக்குத் தக்க பரிந்துரை அறிக்கையானது 2012-2013 கால கட்டத்தின்போது இக்கட்டுரை ஆசிரியரால் (அந் நாளைய பழங்குடி ஆய்வு நடுவ இயக்குநர் என்ற நிலையில்) பணிந்தளிக்கப்பட்டுள்ளது.

8 2006-இலேயே வன உரிமைச் சட்டமானது நடைமுறைக்குக் கொண்டுவரப்பட்டிருந்தாலும் மிக அண்மைக் காலம் வரை உரிய 'நிலம் மீதான சமுதாய உரிமை' (Community Rights on Land) எந்தவொரு பழங்குடியினர்க்கும் தமிழ்நாட்டில் வழங்கப்படாத நிலையே இருந்தது. 'நீதிமன்றத்தில் ஆட்சேபணை வழக்கொன்று நிலுவையிலுள்ளது,' எனக் காரணம் காட்டித் தொடர்ந்து பழங்குடியினர்க்கான வன உரிமை மறுக்கப்பட்டமை கொடுமையே.

9 விரிவான தகவலுக்குக் காண்க: கீஸ்டோன் பவுண்டேஷன் வெளியீடான 'தெவ சோலெ' (குருமர் வன சமய வாழ்வியல்).

10 நீலகிரியின் முதுமலை உள்ளிட்ட வனப் பகுதிகளில் இக்கட்டுரை

ஆசிரியர் நேரில் கண்டறிந்த தகவல் இது.

11 மேலும் விரிவான தகவல்களுக்குக் காண்க: *Maheswaran, C. The Embroideed Textiles of Toda Tribes of The Nilgiris, Chennai: Government Museum.*

12 சோலைக் காடுகளும் *(Shola Forests)* புல்வெளிகளும் *(Grasslands)* நீலகிரி உயிரிச்சூழல் காப்பில் *(Nilagiri Biosphere Reserve)* அடங்கும் ஓர் 'இரட்டைச் சூழல் அமைப்பொழுங்கு'*(Twin Ecosystem)* ஆகும். புல்வெளிகள் திரட்டிடும் நீர்த் திவலைகளை *(Water Droplets)* ஒருங்குதுகூட்டி, அவற்றை நீர் ஆதாரமாக நிலத்தினுள் காக்கும் பணியைச் சோலைக் காடுகள் மேற்கொள்கின்றன.

13 தனது வீட்டினர்க்குத் தேவையான அளவிற்கு மேலாக மீன்களைப் பிடித்துவிட்டதை உணர்ந்த அந்தமான் ஆதிவாசி, அதிகப்படியான மீன்களை உயிரோடு மீண்டும் கடலில் வீசிய செயல் இதற்குச் சரியான சான்றாகும்.

14 'தனியார் காடுகள்' *(Private Forests)* என்கிற கருத்தாக்கம் இவ்வாறுதான் உருப்பெற்றது.

நோக்கீட்டு ஏடுகள்
(தமிழில்)

பாரதி, பக்தவத்சல   2014.   தமிழகப் பழங்குடிகள் : புத்தாநத்தம்: அடையாளம்.

மகேசுவரன்,சி.   2014.   "சங்க கால வாழ்வியலைக் காட்டும் புலயன் இனக்குழு வரைவியல்" கருத்தரங்கப் படித்தளிக்கப்பட்ட கட்டுரை. திருவாரூர்: தமிழ்நாடு மத்தியப் பல்கலைக்கழகம்.

-------   2002.   பழனி மலைப் பழங்குடிகள் (பளியரும் புலையரும்). பாகம்:1-வரலாறும் வாழ்க்கை முறைகளும். மதுரை: ஒருங் கிணைந்த ஆதிவாசிகள் மேம்பாட்டுச் சங்கம்.

-------   2006.   காரய்யன் (மேற்குத் தமிழக ஆதிவாசிகளின் வாழ்க்கையும் வரலாறும்). தாளவாடி : கிராமிய கல்வி மற்றும் வளர்ச்சிக்கான அறக்கட்டளை.

(ஆங்கிலத்தில்)

Maheswaran, C.   2013.   *Blue Mountains: The Land of Indigenous Tribes. M. Palada Udhagamandandalam: Tribal Research Centre.*

நன்றியுரை : பழங்குடியினர் ஆய்வு மைய இயக்குநர் என்ற நிலையில் தமிழ்நாடு முழுவதும் பழங்குடியினர் வாழ்வியலை ஆராய அரியதொரு வாய்ப்பளித்த திருமிகு.ஆ.சு.ஜீவரத்தினம், இ.ஆ.ப., (மேனாள் அரசுச் செயலாளர், ஆதி திராவிடர் (ம) பழங்குடியினர் நலத் துறை, தமிழ்நாடு அரசு) - அவர்களுக்கும் என் நெஞ்சார்ந்த நன்றியைப் படைத்து மகிழ்கிறேன்.

தமிழ்நாட்டில் நீலகிரிப் பழங்குடிக் குழுக்கள் இடையே இனங்காணலாகும் கமுக்கச் சடங்குகள்

முன்னுரை

'காரணம்' மற்றும் 'விளைவை' எதிர்பார்த்து மாந்தர் மேற்கொள்ளும் 'பண்பாட்டு நடத்தைகளே' (Cultural Practices) மாந்தர் சமூகத்தில் 'சடங்குகள்' (Ceremonies) என்று அறியப்படுகின்றன; அதாவது, "இன்னது செய்வதனால், இன்னது விளையும்" என்கிற அடிப்படையில் மாந்தர் சமூகத்தில் கடைப்பிடிக்கப்படும் 'பண்பாட்டு ஆற்றுகைகளா'கச் (Cultural Observances) சடங்குகள் அமைகின்றன.

பொதுவாகச், சடங்குகள் என்பன 'சமயம் சார்ந்தன'வாகவோ (Religion - oriented) வாழ்க்கைச்சுழற்சி சார்ந்தனவாகவோ (Lifecycle-oriented) அமையக் காண்கிறோம். அவ்வகையில், சடங்குகள் அனைத்துமே 'சமயம்சார் சடங்குகள்', 'சமயம்சாராச் சடங்குகள்' என 'இருமை எதிர்வுகளா'க (Binary Opposition) அமைகின்றன. இருப்பினும், இச்சடங்குகளுள் சிற், சில சடங்குகள் மட்டும் வெளிப்படையாக மேற்கொள்ளப்படாமல், 'பொது வெளி'க்கு (Secular Space) வெளியே, மறைவான நிலையில் கடைப்பிடிக்கப்படக் காண்கிறோம்.

மாந்தர் சமூகத்தில் கமுக்கமாக நடத்தப்படும் இத்தகைய சில சடங்குகள் 'திணைக் குடிகளா'கிய (Indigenous Peoples) பழங்குழுக்கள் இடையேயும் இனங்காணப்படுகின்றன. தமிழ்நாட்டின் 'நீலகிரி உயிரிச்சூழல் காப்பகப்' (Nilgiri Biosphere Reserve) பரப்பில் தொன்று தொட்டு வாழ்ந்து வரும் சில பழங்குடிக் குழுக்கள் இடையே இனங்காணலாகும் 'கமுக்கச் சடங்குகள்' (Secret Ceremonies) பற்றி ஆராய்வதே இக்கட்டுரைக் களம்.[1]

I. கமுக்கச் சடங்குகள் : ஒரு சிறு அறிமுகம்

குறிப்பிட்ட சில 'சமூகப் பண்பாட்டுக் காரணிகளா'ல் (Socio-cultural Factors), பொது வெளிக்கு வெளியே, மறைவாக மாந்தர் சமூகத்தில் மேற்கொள்ளப்படும் சடங்குகளே 'கமுக்கச் சடங்குகள்' எனப்படுகின்றன. இத்தகைய கமுக்கச் சடங்குகள் சமயம்சார்

சடங்காகவோ, சமயம்சாராச் சடங்காகவோ அமைகின்றன. பொதுவாகக் கமுக்கச் சடங்குகள் ஆண் பாலினர் மட்டுமே பங்கேற்கும் கமுக்கச் சடங்காகவோ, பெண் பாலினர் மட்டுமே பங்கேற்கும் கமுக்கச் சடங்காகவோ இனங்கண்டறியப்படுகின்றன. மிகவும் அரிதாகவே இரு பாலினரும் கூட்டாகப் பங்கேற்கும் சடங்காகக் கமுக்கச் சடங்குகள் அமையக் காண்கிறோம்.

எது எப்படியானாலும், மாந்தர் சமூகத்தில் மறைமொழியான 'மந்திரங்கள்' (Chants) மற்றும் 'மறைவான ஆற்றுகைகளை' (Secret Observances) உள்ளடக்கிய வழக்காறுகளாகக் கமுக்கச் சடங்குகள் அமைகின்றன.

II. நீலகிரிப் பழங்குடிக் குழுக்கள் : ஓர் அறிமுகம்

தமிழ்நாட்டின் மாநிலப் பழங்குடிகள் பட்டியலில் இனங்காணப்படும் 'குறிப்பிடத்தக்க அழிநிலை பழங்குடிக்குழூக்களா'ன (Particularly Vulnerable Tribal Groups), 'தொதவர்' (Toda), 'கோத்தர்' (Kota), 'குறுமர்' (Kurumbas), 'இருளர்' (Irular), 'பணியர்' (Paniyan), மற்றும் 'காட்டுநாயகர்' (Kattunayakan) எனும் 6 வகைமைகளும் பன்னெடுங் காலமாக நீலகிரியில் வாழ்ந்து வருகின்றன. இவ்வாறு, தமிழ்நாட்டின் பழங்குடிக் குழூக்களுடைய வகைமைகள் மிகுதியாக இனங்காணலாகும் ஒரேயொரு மாவட்டமாக நீலகிரி அமைவதனால், 'தமிழ்நாட்டின் பழங்குடி மாவட்டம்' (Tribal District of Tamil Nadu) என்று இது குறிப்பிடப்படுகிறது.

நீலகிரியில் இனங்காணப்படும் மேற்சுட்டிய பண்டைய பழங்குடிக் குழூக்களுள் தொதவர் - 'மேய்ச்சல் பழங்குடி'யாகவும் (Pastoral Tribe); கோத்தர் - 'கைவினைத் திறனுடைய பழங்குடி'யாகவும் (Artisanal Tribe); மற்றும் உள்ள ஏனைய பழங்குடிக் குழூக்களான ஆலு குறுமர் (Alu Kurumbas), பெட்ட குறுமர் (Betta Kurumbas), முள்ளு குறுமர் (Mullu Kurumbas), இருளர், பணியர் மற்றும் காட்டுநாயகர் - 'உணவு தேடிப் பழங்குடிக் குழூக்களா'கவும் (Food gathering Tribal groups) விளங்குகின்றன.

III. கமுக்கச் சடங்குகளின் தன்மைகளும் புற ஆய்வர் எதிர்கொள்ளும் நெருக்கடிகளும்

மறைவான செயல்பாடுகளாகக் கமுக்கச் சடங்குகள் மேற்கொள்ளப்படுவதால், இவை குறித்த ஆய்வுகளைப் 'புற ஆய்வர்' (Etic Researcher), நேரிடையாகப் 'பங்கேற்று -

உற்றுநோக்கல்' (*Participant - observation*), வழியே மேற்கொள்ள இயலாது; மாறாக, 'நேர்காணல்' வாயிலாகவோ[2] (*Interviewing*), 'அகத்தார்' (*Insider*) உதவியுடன் 'ஒளிப்பட/காணொலி ஆவணமாக்கல்' வாயிலாகவோ[3] (*Photographic / Videographic Documentation*), அகத்தாரது ('வரையோவிய மரபு' போன்ற) மறைமுக வெளிப்பாடுகள்வாயிலாகவோ[4] மட்டுமே தொடர்புடைய கமுக்கச் சடங்குகள் புற ஆய்வரால் ஆய்வு செய்யப்பட இயலும்.

IV. சில நீலகிரிப் பழங்குடிக் குழுக்கள் இடையே இனங்காணலாகும் கமுக்கச் சடங்குகள்

தொதவர், கோத்தர், ஆலு குறுமர் என்னும் சில நீலகிரிப் பழங்குடிக் குழுக்கள் இடையே நிலவிடும் கமுக்கச் சடங்குகள் குறித்து இனிக் காண்போம்.

4.1 தொதவர்

தொதவப் பழங்குடியின ஆணும், பெண்ணும் இணையராகச் சேர்ந்து வாழும்போது, பெண் கருவுற்ற ஏழாம் திங்களில் மேற்கொள்ளும் வாழ்க்கைச் சுழற்சிச் சடங்கானது 'குல நிர்ணயச் சடங்கு' என்கிற பெயரில் தொதவச் சமுதாயத்தினரால் குறிக்கப்படுகிறது; இதையே, 'கருப்ப இணைப்புச் சடங்கு' (*Pregnancy - binding Ceremony*) என மானிடவியலாளர் சுட்டுகின்றனர். கருவுற்ற தொதவப் பெண்ணின் வயிற்றில் வாழும் குழந்தைக்குத் தானே தகப்பன் என்று தொடர்புடைய ஒரு தொதவ ஆடவன் பொது வெளியில் வெளிப்படுத்தும் நிகழ்வாக இவ்வாழ்வியல்சார் சடங்கு அமைகிறது.

மேற்படிக், 'கருப்ப இணைப்புச் சடங்கு' என்னும் 'குல நிர்ணயச் சடங்கை' மேற்கொள்வதற்கு முடிவு செய்துள்ள நாளிற்கு முதல் நாள் இரவில் 'நீலி-குறுமர்' என்கிற ஆலு குறுமப் பழங்குடி இணையரது ஆவிகளை அமைதிப்படுத்தும் 'சடங்கு ஆற்றுகை'யும் (*Ceremonial Observance*) தொடர்புடைய 'சடங்குப் படையலும்' (*Ceremonial Oblation*) நிறை சூலியான அத்தொதவப் பெண்ணை முன்னிலைப்படுத்தி, மூத்த தொதவப் பெண்டிரால் கமுக்கச் சடங்காகக் கடைபிடிக்கப்படுகிறது. கருவுற்றுள்ள அத்தொதவப் பெண்ணிற்கும் அவளது கருப்பையில் வளர்ந்துவரும் குழந்தைக்கும் அப்போதுதான் நீலி-குறும இணையரது ஆவிகளால் தீங்கு எதுவும் நேராது என்று தொதவப் பழங்குடியினர் உறுதியாக நம்புகின்றனர்.

இதற்கென, இச்சடங்கு மேற்கொள்ளும் இடத்தில் நிலத்தின்மீது முதலில் அருகருகே இரு முளைக் குச்சிகளைப் பக்கம் பக்கமாக நட்டு, அவற்றிற்குப் பழைய 'புத்குளி'த் துணியால்[6] தலைப்பாகை கட்டி, நீலி-குறுமர் இணையருடைய 'குறியீட்டு உருவாரங்களா'க (*Symbolic Image*) அவை நிலைநிறுத்தப்படுகின்றன. பிறகு, நிறைமாதக் கர்ப்பிணியான தொதவப் பெண்ணை இக்குறியீட்டு உருவாரங்களுக்கு முன்னால் நிற்க வைத்து, மேற்படி நீலி - குறும உருவாரங்களுக்குத் தூபப் புகை காட்டி, உரியவாறு வழிபாடு நிகழ்த்தப்படுகிறது. கர்ப்பமுற்ற தொதவப் பெண்ணிற்கோ அவளது வயிற்றில் வளர்ந்து வரும் குழந்தைக்கோ எவ்வகைத் தீங்கும் செய்யக் கூடாது என்று கூடியுள்ள தொதவப் பெண்டிர் அனைவரும் உருக்கமாக நீலிக்-குறும இணையர் உருவாரங்கள் முன்பாக வேண்டிக்கொள்கின்றனர்.

மேற்படிக் கமுக்கச் சடங்கானது மூத்த தொதவப் பெண்டிர் மட்டுமே பங்கேற்கும் சடங்காக அமைகிறது. இக்கமுக்கச் சடங்கை மேற்கொள்வதால், தொதவக் கர்ப்பிணிப் பெண்ணும் அவளது கருப்பையில் வளர்ந்து வரும் குழந்தையும் எத்தகைய பாதிப்பும் இல்லாமல் பாதுகாக்கப்படுவர் என்று தொதவப் பழங்குடியினர் உறுதியாக நம்புகின்றனர்.

4.2 கோத்தர்

'அய்னோர்'- 'அம்னோர்' என இணையராகவே கோத்தப் பழங்குடியினரது 'இயல் தெய்வங்கள்' (*Native Deities*) அமைகின்றன. ஆண்டிற்கு ஒரு முறை (ஜனவரி மாத, மூன்றாம் வாரம்) மேற்கொள்ளப்படும் 'கம்பட்ராயன்' வழிபாட்டின்போது கோத்தப் பெண்டிர் புதிதாக மண்பாண்டங்களை வனைந்து,[8] அந்நிகழ் ஆண்டின் முதல் உற்பத்தித் தொகுதியாகச் சுடுமண் பாண்டங்களை உருவாக்கித், தங்கள் இயல் தெய்வ இணையரான 'கம்பட்ராயன்'- 'கம்பட்ராயி' எனப்படும் 'அய்னோர்'- 'அம்னோர்'க்குப் படையலாக அவற்றை இட்டு, ஆடவரும் பெண்டிரும் தனித் தனியாகக் குழு ஆட்டங்களை விடிய, விடிய நிகழ்த்துவதுடன், அந்நாளின் பின் இரவில், உச்சகட்ட ஆட்டமாகக் கொழுந்துவிட்டு எரியும் தீயின் வெளிச்சத்தில் கோத்தப் பெண்டிரது ஆட்டக் குழுவானது நிறைவுச் சடங்கு ஆற்றுகையாகச் 'சிறப்பு ஆட்டம்' ஒன்றை நிகழ்த்துகிறது.

இக்கமுக்கச் சடங்கானது, 'சமயம்சார் சடங்கா'கவே செயல்படுகிறது. இதன் பிறகே, கோத்தப் பெண்டிர் தமது சொந்தப்

பயன்பாட்டிற்கும் படுகர் உள்ளிட்ட பிற 'அயலவர்' (Outsiders), தேவைக்குமான 'சுடுமண் பாண்டங்களை' (Terracotta Pottery) உருவாக்கத் தொடங்குகின்றனர்.

4.3 ஆலு குறுமர்

4.3.1 ஆலு குறுமர் தமது பழங்குடிச் சமூகத்திற்கு நல்லன செய்யும் வெளியாள்களுக்கு நலம் பல விளையவும் தீயன செய்யும் வெளியாள்களுக்கு (உடல்நலக் குறைவு தொடங்கி, உயிர் இழப்பு வரையிலான) பல வகைத் தீமைகள் ஏற்படவும் தமது வாழ்விடப் பரப்புகளை அடுத்துக் காணப்படும் பாறைப் பரப்புகள்மீது (வெளியாள்களான வனத் துறை, வருவாய்த் துறை, காவல் துறை உள்ளிட்டவற்றைச் சார்ந்த) நல்லோர், தீயோர் உருவங்களைக் 'கேலிச் சித்திரப் பாணி'யில் (Caricature Style), 'கோட்டு ஓவியமா'கத் (Line Drawing), தீட்டி, அவற்றிற்கு 'மந்திரம் போடுவதி'ல் கமுக்கமாக ஈடுபடுகின்றனர்; அதாவது, நல்லோர் உருவத்தை, 'தலை பெருத்த மாந்தர் நிற்கும் கோலத்'திலும் தீயோர் உருவத்தை, 'வயிறு பெருத்த மாந்தர் படுத்த கோலத்தி'லும் ஆலு குறுமர் வரைகின்றனர். இவ்வாறாக, நல்லோரது தலை பெருத்த நிலையை 'மூளை வளம் மிக்கவர்' என்பதாகவும் நின்ற கோலத்தை 'நிலை பெறு வாழ்வா'கவும்; தீயோரது வயிறு பெருத்த நிலையை 'ஊரார் வளத்தை உண்டு கொழுத்தோர்' என்பதாகவும் படுத்த கோலத்தைத் 'தாழ்வுற்ற வாழ்வாகவும் தாங்கள் வரையும் இக்கோட்டோவியங்கள்வழியே ஆலு குறுமர் குறிப்பால் பொருள் உணர்த்திடக் காண்கிறோம்.[10]

இக்கமுக்கச் சடங்கோ 'சமயம்சாரா வாழ்க்கைச் சுழற்சிச் சடங்கா'கவே நிலவுகிறது; இச்சடங்கைப் பெரும்பாலும் ஆலு குறும ஆடவரே மேற்கொள்வதாகக் கருதப்படுகிறது.

4.3.2 ஒவ்வோர் ஆண்டும் குறிப்பிட்டதொரு காலத்தில் ஆலு குறுமப் பழங்குடிச் சமூகத்தின் சாமியாடியான 'ஜாத்தி' தமது குடிசைச் சுவர்மீது ஏற்கெனவே தீட்டி வைத்துச் சுண்ணாம்பு பூசி மறைத்துள்ள வழிபாடு (தெய்வ) உருவத்தின் (Cult Figure) கோட்டுருவை மீளத் தீட்டி அதற்கு 'மறுவுயிர்ப்பு' (Reuvenation) அளிக்கும் சடங்கைக் கமுக்கச் சடங்காகவே மேற்கொள்கிறார். இதன் விளைவாக, மறுவுயிர்ப்பு பெற்ற அத்தெய்வ உரு மேலே பறந்து சென்று, மலை உச்சியில் அமைந்துள்ள வரலாற்றுக்காலத்திற்கு முற்பட்ட 'பாறை ஒதுங்கிடத்தி'ல்

(Rock Shelter) உள்ள 'முனிச் சங்கிலி' என இனங்காணப்படும் இயல் தெய்வ உருவை மறுவுயிர்ப்பிக்கும் என்றும் இதனால் ஆண்டு முழுவதும் ஆலு குறுமரது பழங்குடிச் சமூகமானது பாதுகாப்புடனும் வளத்துடனும் வாழ்வாங்கு வாழும் என்றும் இம்மக்கள் பெரிதும் நம்புகின்றனர்.

4.3.3 தங்களுடைய 'மண்ணுக்காரன்' எனும் 'ஊர்த் துணைத் தலைவர்', 'ஜாத்தி' எனும் 'சாமியாடி' உள்ளிட்டோருடன் ஐந்து ஆலு குறும ஆடவர் சேர்ந்துகொண்டு- ஆக மொத்தம் - 'எழுவரா'கத் தத் தம் உற்றார், உறவினர் எவரும் அறியாதவாறு, காட்டின் உள்ளே, ஏழு நாள்கள், பிறர் காண இயலாதவாறு மறைவாகத் தங்கி வாழ்கின்றனர். அங்கே இயற்கையாகக் கிடைத்திடும் தேன், சிறுதானியக் கதிர், காய், கனி, கிழங்கு உள்ளிட்ட உணவுப் பொருள்களை மட்டுமே உண்டு, ஏழாம் நாளன்று 'சுள்ளி மர இலைகளை'க் கோர்த்து உருவாக்கிய 'இலையாடை'யை *(Leaf Apron)* இடையாடையாக உடுத்தி, அருகே அமைந்துள்ள குகையின் உள்ளே காலங் காலமாகப் பாதுகாத்து வரப்படும் 'கும்ப தெவரு' ("பானைத் தெய்வங்கள்") என இனங்காணப்படும் ஏழு சுடுமண் பானைகளுக்குக் காட்டிலிருந்து திரட்டிய இயற்கை உணவுப் பொருள்களைச் சடங்குப் படையலாக அப்படியே சமைக்காமல் இடுகின்றனர். பிறகு, அப்பானைகள் முன்பாகச் சடங்கு ஆற்றுகையாக ஆட்டம் ஆடித், தமது குடியிருப்பிற்குத் திரும்பும் கமுக்கச் சடங்கைக் கடைப்பிடிக்கின்றனர்.[11] இது 'கும்ப தெவரு அப்ப', என்று குறிப்பிடப்படுகிறது.

ஆலு குறுமப் பழங்குடி ஆடவர் எழுவரால் மேற்கொள்ளப்படும் இக்கமுக்கச் சடங்கும் 'சமயம்சார் சடங்காக'வே அமைகிறது.

V. நிறைவுரை

பண்பாட்டின் உள்ளார்ந்த தன்மைகளைப் புரிந்துகொள்ள இத்தகைய கமுக்கச் சடங்குகள் பற்றிய முழுதளாவிய புரிதல் புற ஆய்வர்க்கு மிகவும் முகாமையான தேவை ஆகும். எனவே, கமுக்கச் சடங்குகள் பற்றிய தகவல்களைத் திரட்டி, அவற்றை ஆவணப்படுத்திடப்புற ஆய்வர் தாம் ஆய்வு மேற்கொள்ளும் இனக்குழூச் சமுதாயத்தினருடன் இணக்கமானதொரு 'நெருக்கவுறவைக்' *(Rapport)* கொண்டிருக்க வேண்டும்.

மேலும் திணைக்குடிகள் இடையே இனங்காணப்படும் கமுக்கச் சடங்குகள் குறித்து ஆய்வு மேற்கொள்வது எவ்வகையிலும் தொடர்புடைய 'இனக்குழுச் சமுதாயத்தினர்'து அந்தரங்க வாழ்க்கைக்குள் அத்துமீறி நுழைவதாக அமைந்திடவில்லை என்பதைப் புற ஆய்வர் தமது ஆய்வின் ஒவ்வொரு கட்டத்திலும் உறுதிப்படுத்திக்கொள்ள வேண்டும்.

அடிக் குறிப்புகள்

1 'பழங்குடி ஆய்வியல்' (Tribal Studies) ஆழங்காண இயலாத ஆழ் கடல் போன்றது. எனவே, இத்தகைய பல கமுக்கச் சடங்குகளைத் தமிழ்நாட்டில் ஏனைய பிற நீலகிரிப் பழங்குடிக் குழுக்கள் இடையேயும் இன்ன பிற மாவட்டங்களின் பழங்குடிக் குழுக்கள் இடையேயும் எதிர்வரும் காலங்களில் இனங்கண்டறிய வாய்ப்புகள் உள்ளதாக இக்கட்டுரை ஆசிரியர் கருதுகிறார்; சான்றுக்குக் கீழ்க் குறித்துள்ள இரு இனக்குழுசார் பதிவுகளைக் காட்டிட விரும்புகிறார்:

i. நீலகிரியின் முதுமலையை ஒட்டிய மசினகுடியை அடுத்துள்ள பொக்காபுரம் அம்மன் கோவில் கருவறையின் உள்ளே பன்னெடுங் காலமாகப் பாதுகாத்து வரும் ஒரு சிறு 'மூங்கில் பத்தை'க்கு (Bamboo Piece), அவ்வூரின் வடக்கு இருளர்' (Northern Irular) பிரிவைச் சார்ந்த கோவில் பூசாரி சடங்கு ஒன்றினை அங்கே மறைவாக நடத்துகிறார்; இது மற்றுமொரு கமுக்கச் சடங்காக இருக்க வாய்ப்பு உள்ளது.

ii. நீலகிரி மாவட்டம், கோத்தகிரி வட்டம், கொணவக்கரை சிற்றூரில் உள்ள பாறை ஒதுங்கிடத்தில் இனங்காணப்படும் 'வரலாற்று முன்நிலைக் காலப் பாறை ஓவியங்கள்' மீது (Prehistoric Rock Paintings) அங்கே அருகே வாழும் 'தெற்கு இருளர்' (Southern Irular) பிரிவைச் சார்ந்தோர் 'மீளத்- தீட்டிடும்' (Re-touching/Re-drawing) சடங்கு ஒன்றை ஆண்டுதோறும் யாரும் அறியாதவாறு மேற்கொள்கின்றனர்; இது ஓர் 'கலை அழிப்புச் செயல்பாடு' (Art Vandalistic Activity) அல்ல; எனவே, இதுவும் ஒரு கமுக்கச் சடங்காக இருக்க வாய்ப்பு உள்ளது.

2 ஒரு திணைக் குடியின் 'பண்பாட்டுக் களத்தி'ல் (Cultural Domain) முகாமையான பங்கு, பணிகளை ஆற்றும் 'முகாமைத் தகவலாளிகளா'க (Key Informants) அமையும் 'ஊர்த் தலைவர்' (Headman), 'சாமியாடி' (Shaman), 'மருத்துவர்' (Medicine Man) உள்ளிட்டோரிடம் 'நேரிடைக் களப்பணி ஆய்வு'

வாயிலாக (Direct Field Study) நிகழ்த்தப்படும் 'நேர்காணல்கள்' (Interviews) மிகச் சிறந்த 'மாற்று ஆய்வியல் முறை'யாக (Alternate Research Method) இத்தகைய கமுக்கச் சடங்குகளை ஆய்வு செய்திடக் கை கொடுக்கக் காண்கிறோம். இதனாலேயே, இம்முகாமைத் தகவலாளிகளை 'வாழும் மாந்தப் புதையல்கள்' (Living Human Treasures) என்று 'பன்னாட்டு அருங்காட்சியக அவை' (International Council of Museums [i.e., ICOM]) கடந்த 2004-ஆம் ஆண்டு முதற்கொண்டு குறிப்பிடத் தொடங்கியது.

3 'கோத்தர் மண்பாண்டங்கள்' (Kota Pottery) குறித்து நேரிடைக் களப்பணி ஆய்வை அனில் பாண்டே (Anil Pandey) என்னும் தொழில்முறை மண்பாண்ட வனைஞர் மேற்கொண்டபோது, அதன் முகாமைப் பகுதியான 'கம்பட்ராயன் வழிபாட்டு மரபை' ஆவணப்படுத்த முற்பட்டார்; அதில், ஓர் இன்றியமையாப் பகுதியாகக் 'கமுக்கச் சடங்கு' ஒன்றும் அடங்கி இருந்தமையால், 'நேரிடை ஒளிப்பட / காணொலி ஆவணமாக்கலு'க்கு (Direct Photographic / Viodeographic Documentation) அனில் பாண்டேயை அனுமதிக்கக் கோத்தப் பழங்குடியினர் மறுத்துவிட்டனர். பிறகு, கோத்தப் பழங்குடி மூத்தோருடைய இசைவுடன், கோத்தப் பழங்குடியின இளைஞர் ஒருவர்க்கு ஒளிப்படக் கருவியையும் காணொலிப் பதிவுக் கருவியையும் இயக்குவதற்குத் தக்க அறிவுறுத்தல்களையும் பயிற்சிகளையும் அளித்துத், தொடர்புடைய ஆவணமாக்கப் பணியை நிறைவாக நிறைவேற்றியமையை இதற்குத் தக்க சான்றாகக் குறிப்பிடலாம்.

4 ஆலு குறுமப் பழங்குடிச் சமுதாயத்தினர் மேற்கொள்ளும் கமுக்கச் சடங்கான 'கும்ப தெவரு அப்ப' குறித்துப் புற ஆய்வரால் அதுவரை அறியப்படாமலேயே இருந்த சூழலில், நீலகிரி மாவட்டம், கோத்தகிரி வட்டம், மாமரம் என்கிற சிற்றூரை அடுத்துள்ள 'வெள்ளரிக்கொம்பை' ஆலு குறுமர் குடியிருப்பைச் சார்ந்த ஆலு குறுமப் பழங்குடி இளைஞர் 'கிட்ணா' என்கிற திரு. ஆர். கிருஷ்ணன் வரைந்திட்ட மரபார்ந்த வரையோவியங்கள்வாயிலாகவே முதன்முதலாக இச்சடங்கு தொடர்புடைய அனைத்துச் சடங்கு ஆற்றுகைகளும் வெளியுலகிற்குத தெரியத் தொடங்கின.

5 'நீலி-குறுமப் பழங்குடி இணையர்' தொடர்பான மேலதிகத் தகவல்களுக்குக் காண்க : Maheswaran, C. 2010.

6 'புத்குளி' உருவாக்கப் பயன்படும் கறுப்பு-சிவப்புக் கம்பளி நூலிழைகளையே 'நீலி- குறும' இணையரது உருவாக்கங்களுக்கான தலைப்பாகையாகச் சுற்றுவதைத் தொதவப் பழங்குடியினர் மேற்கொள்கின்றனர்; இவ்வாறு கம்பளி நூலிழைகளைச் சுற்றிட வாய்ப்பு இல்லாதபோதே, பழைய (கிழிந்த) புத்குளித் துணியால்

தலைப்பாகை கட்டுவதற்குத் தொதவர் முற்படுகின்றனர்.

7 'ஐயன்', 'அம்மன்' என்னும் மூல திராவிட மொழிச் சொற்களின் திரிவு வடிவங்களான 'அய்ன்', 'அம்ன்' என்பனவற்றுடன் - ஓர் எனும் 'மரியாதை ஒருமை விகுதி' *(Honorific Singular Suffix)* சேர்ந்தே, 'அய்னோர்', 'அம்னோர்' எனும் இவ்விரு கோத்த மொழிச் சொற்கள் உருவாகியுள்ளன.

8 தமிழ்நாட்டின் 'குயவர்' / 'குலாலர்' / 'வேட்கோவர்' என்கிற சாதிக் குழுவினர் இடையே மண்பாண்ட வனைதலின்போது ஆண் பாலினரது 'தொழில் பங்களிப்'பே *(Division of Labour)* முதன்மையாக அமையக் காண்கிறோம்; மாறாக, நீலகிரி மாவட்டக் கோத்தப் பழங்குடியினர் இடையே முழுதளாவிய அளவில் பெண் பாலினரது தொழில் பங்களிப்பே மண்பாண்ட வனைதலில் காணக் கிடைக்கிறது.

9 இந்துத்துவக் கருத்தியல் தொடர்பால், 'அய்னோர்' - 'அம்மனோர்'க்கு உரிய 'கம்பட்ராயன்', 'கம்பட்ராயி' என்னும் பெயர்கள் முறையே 'கம்பட்டீஸ்வரன்', 'கம்பட்டீஸ்வரி' என்றும் தற்போது குறிப்பிடப்படலாகின்றன.

10 இப்பண்பாட்டுத் தரவை நேரிடைக் களப்பணி ஆய்வின்வழியே முதன்முதலில் கண்டு வெளிப்படுத்தியவர் மானிடவியலாளர் முனைவர் ஜக்கா பார்த்தசாரதி (காண்க : Parthasarathy, Jakka. 1996).

11 ஆலு குறுமப் பழங்குடியினரது மரபார்ந்த வரையோவியங்கள்வாயிலாகவே இக்குறிப்பிட்ட கமுக்கச் சடங்கின் பல்வேறு நிலைகளும் செயல்பாடுகளும் அண்மைக் காலத்தில் வெளியுலகிற்குத் தெரியவந்துள்ளன

***

நோக்கீட்டு ஏடுகள்
(தமிழில்)

மகேசுவரன், சி.   2017.   "*தமிழ்நாட்டுப் பழங்குடிக் குழுக்கள் இடையே இனங்காணலாகும் வரை கலை மரபு*" 115-160. *புதிய ஆராய்ச்சி. 8 (நா.வானமாமலை நூற்றாண்டு 1917-2017 சிறப்பிதழ்). திருநெல்வேலி.*

(தமிழில்)

Maheswaran, C.   2010.   "*Kurumba Memorial Pillars at The Nilgiris : A Study in Cultural Perspectives*". *14- 17. In : Tribal and Folk Culture Studies. Chennai: Government Museum.*

Maheswaran, C.   2012.   "*The Graphic Art Tradition of Alu Kurumbas of Tribal Nilgiris (Mimeo)*". *Paper presented at the 'National Seminar on Intangible Cultural Heritage' held at H.D. Kotte, Mysuru during 2012 under the auspices of Kannada University, Hampi.*

Maheswaran, C.   2019.   *On Safeguarding the Intangible Cultural Heritage of a Particularly Vulnerable Tribal Group of The Nilgiris (A Case Study of Alu Kurumbas). Final Report submitted to the 'Sangeet Natak Akademi, New Delhi'.*

Matsuzone, Makio   2014.   "*Museums, Intangible Cultural Heritage and the Spirit of Humanity*". *13-14. ICOM News (Newletter of the International Council of Museums) 57:4.*

Pandey, Anil   2001.   *Kota Pottery. Kotagiri : Keystone Foundation.*

Parthasarathy, Jakka 1996.   "Graphic Art of the Tribes of the Nilgiris". 80-88 *Journal of Indian History and Culture. Chennai : C.P. Ramaswamy Aiyar Institute of indological Research.*

Rekdal, Per B.   2004.   "Living Human Treasures and the Protection of Intangible Cultural Heritage: Experience and challenges." 10-12. In : *ICOM News (Newsletter of the International Council of Museums) 57:4.*

        -        2004.   *Museums and Intangible Heritage (Preliminary Programme of ICOM 2004). Seoul: Seoul Organizing Committee, 20th General Conference & 21st General Assembly of ICOM.*

        -        2012.   "A Chronicle to the Kurumbas." 'The Hindu' (Coimbatore Edition) (October 14 2012).

        -        2012.   "Keeping Art Alive." The Hindu (Coimbatore Edition) (October 15, 2012).

நன்றியுரை :

இக்கட்டுரைக்கான ஊற்றுக்கண்ணை என்னுள் இனங்கண்டறிந்து, ஆர்வமூட்டி, அதனைப் படைத்தளிக்க என்னை ஊக்கப்படுத்திய என் கெழுதகை நண்பர் பேரா. (முனைவர்) நா. இராமச்சந்திரன் (மதிப்புறு இயக்குநர், நாட்டார் வழக்காற்றியல் ஆய்வு நடுவம், தூய சவேரியார் (தன்னாட்சி) கல்லூரி, பாளையங்கோட்டை) - அவர்களுக்கு எனது நெஞ்சார்ந்த நன்றிதனை இங்குப் படைத்து மகிழ்கிறேன்.

விளிம்புநிலைக்குத் தள்ளப்படும் தமிழகப் பழங்குடியினர்

பழங்குடித் தமிழகம் : ஓர் அறிமுகம்

தமிழ்நாட்டில் இதுவரை மொத்தம் 37 பழங்குடி இனக்குழுக்கள் இனங் கண்டறியப்பட்டு, அவை அட்டவணைப் பழங்குடிகளாகவும் அறிந்தேற்பு செய்யப்பட்டுள்ளன. இவற்றுள், குடித்தொகை எண்ணிக்கை அடிப்படையில் 'மலையாளி' என்னும் பழங்குடி முதலிடம் பெறுகிறது. கல்வராயன் மலையாளிகள், பச்சை மலையாளிகள் என முறையே அவர்கள் சார்ந்துள்ள மலைகளான கல்வராயன் மலை, சவ்வாது மலை, ஏலகிரி மலை, சித்தேரி மலை, கொல்லி மலை, பச்சை மலை உள்ளிட்டவற்றின் அடிப்படையில் பல்வேறு உள் பிரிவினராக இம் மலையாளிப் பழங்குடியினர் பிரித்து அறியப்பட்டாலும் 'மலையாளிகள்' எனும் பொதுப் பெயராலேயே ஆட்சியாளர்களால் இம்மக்கள் அறியப்படுகின்றனர்.

இருப்பினும், ஒரே மாவட்டத்திற்குள் 10-க்கும் மேற்பட்ட வெவ்வேறு பழங்குடி வகையினர் காணப்படுவதைக் கருத்தில் கொண்டு, 'பழங்குடியினர் மாவட்டம்' என நீலகிரி மாவட்டமே குறிக்கப்படுகிறது. தமிழகத்தின் தொன்மைப் பழங்குடிகளாக அறியப்படும் தொதவர், கோத்தர், குறுமர், பணியர், இருளர் மற்றும் காட்டுநாயக்கர் என்னும் 6 இனக்குழுக்களும் ஒட்டுமொத்தமாக நீலகிரி மாவட்டத்திலேயே வாழ்ந்து வருகின்றனர் என்பதிலிருந்து பழங்குடித் தமிழகத்தில் இம் மாவட்டம் பெறும் சிறப்பிடத்தை நாம் உணரலாம்.

பழங்குடித் தமிழகமும் சமுதாய அசைவியக்கமும்

பழங்குடித் தமிழகத்தில் அனைத்துப் பழங்குடியினரும் தங்களுக்கான பழங்குடி நிலையிலேயே உள்ளனரா? சமுதாயப்- பொருளியல்- பண்பாட்டுத் தளங்களில் ஒரே சமன்பாடாகக் காணப்படுகின்றனரா? எனும் இன்ன பிற கேள்விகள் எழுப்பப்படும்போதுதான் எளிதில் விடையளிக்க இயலாத நிலைக்கு நாம் தள்ளப்படுகிறோம்.

ஏன் என்றால், 'திட்டவட்டப் பழங்குடி நிலை'யில் (Ideal Tribal Pole) எந்தப் பழங்குடியினரும் இல்லை என்கிற

உண்மை நிலையே இன்று நிலவக் காண்கிறோம். சிற், சிலப் பழங்குடியினர் திட்டவட்டப் பழங்குடியினர் நிலை என்ற நிலைப்பாட்டிலிருந்து சற்று நகர்ந்து, 'திட்டவட்ட நாட்டுப்புற நிலை' (Ideal Folk Pole) என்கிற நிலைப்பாட்டை நோக்கிச் சற்று நகரத் தொடங்கியுள்ளமையும் மாறாகச் சில பழங்குடியினர் திட்டவட்டப் பழங்குடியினர் நிலையிலிருந்து வெகுவாக நகர்ந்து திட்டவட்ட நாட்டுப்புற நிலை என்ற நிலைப்பாட்டை நெருங்கி வருவதையும் இன்னும் சில பழங்குடியினர் சற்றேறக்குறைய திட்டவட்ட நாட்டுப்புற நிலை என்கிற நிலைப்பாட்டை நெருங்கிவிட்டமையும் கூர்ந்தாய்வின்போது புலப்படக் காண்கிறோம். இத்தகைய 'சமூக அசைவியக்கத்திற்குத் (Social Mobility) தொழில்மயமாதல்' (Industrialization), 'புலப்பெயர்ச்சி' (Displacement), 'நகர் புறமயமாக்கல்' (Urbanization) பன்முகப் பண்பாட்டுச் சமுதாயத்தை (Pluricultural Society) ஒற்றைப் பண்பாட்டுச் சமூகத்தை (Monocultural Society) ஆக்க முற்படும் 'சமூகச் சமய - அரசியல் அணுகுமுறை' (Socio-Religious-Political Approach) என்னும் பல் வேறு சமூகப் பண்பாட்டுக் காரணிகளைக் கூறலாம்.

விளிம்புநிலையாக்கம்

வனம், மலை, பள்ளத்தாக்கு என எளிதில் நெருங்கவியலாச் சூழல்களில் காலங்காலமாக வாழ்ந்து வரும் பழங்குடியினர் உள்ளிட்ட மண்ணின் மைந்தர்கள் தங்களுடைய மரபார்ந்த வாழ்விடங்கள் மற்றும் பண்பாட்டுத் தளங்களை விட்டு வலிந்து புலப்பெயர்ச்சி செய்யப்பட்டு, மேல்தட்டு மற்றும் அதிகார வர்க்கத்தினரால் வாழ்வியல் நிலையின் விளிம்புநிலைக்கு விரட்டியடிக்கப்படுவது 'விளிம்புநிலையாக்கம்' (Marginalization) எனச் சமூக அறிவியலாளர்களால் சுட்டிக்காட்டப்படுகிறது. சமூக அசைவியக்கத்திற்கான (மேலே பட்டியலிட்டுள்ள) சமூகப்-பண்பாட்டுக் காரணிகளின் செயல்பாட்டை இனி விரிவாகக் காணலாம்.

தொழில்மயமாதல்

பழங்குடியினர் மரபார்ந்த வாழ்விடங்களை ஒட்டிய பகுதிகளில் ஏற்படுத்தப்படும் தொழிற்சாலைகள் மற்றும் அவற்றின் மேம்பாட்டால் பழங்குடியினர் பண்பாட்டின் இரு வேறு நிலைகளிலும் மாற்றங்கள் ஏற்பட்டு, பழங்குடி நிலையிலிருந்து

சமூக அசைவியக்கம், ஏற்படுகிறது. சான்றாக, நீலகிரி மாவட்ட உதகமண்டலத்தில் அமைக்கப்பட்டுள்ள இந்துஸ்தான் போட்டோ ஃபிலிம் தொழிற்சாலையில் பணியமர்த்தப்பட்டுள்ள நீலகிரியின் தொன்மைப் பழங்குடியினரான தொதவர், கோத்தர், குறுமர் உள்ளிட்டோர் நகர்ப்புறமயமாக்கத்தின் தாக்கத்திற்குள்ளாகித் தம் மரபார்ந்த பழங்குடிநிலையைவிட்டு விலகி நிற்பதைக் குறிப்பிடலாம்.

மேலும், நீலகிரி மாவட்டம் முழுதும் அமைந்துள்ள தேயிலைத் தொழிற்சாலைகளும் இதுபோன்றதொரு சமூக அசைவியக்கத்தையே பல் வேறு பழங்குடிக் குழுக்களிடையே ஏற்படுத்தி உள்ளன.

புலப்பெயர்ச்சி

தொழிற்சாலைகள், அணைக்கட்டுகள், சுரங்கங்கள், பாதுகாவல் திட்டப் பணிகள், வன உயிரி உய்விடங்கள், மின்னுற்பத்தி நிலையங்கள், ஆராய்ச்சி மையங்கள், ஆன்மிக நிறுவனங்கள் உள்ளிட்ட பல்வேறு கட்டமைப்புகளுக்காகப் பழங்குடியினர் தங்கள் வாழிடங்களிலிருந்து வெகுவாகப் புலப்பெயர்ச்சி செய்யப்படுகின்றனர். பழங்குடித் தமிழகமும் இது போன்ற சமூகப் பண்பாட்டு அழுத்தங்களுக்கு உள்ளாகிறது என்பதைப் பல்வேறு களப்பணித் தரவுகள் மெய்ப்பிக்கின்றன.

விருதுநகர் மாவட்டத்தில் 'அரிய வகை அணில்களுக்'கான (Grizzled Squirrels) வன உயிரி உய்விடம் அமைப்பதற்கென அங்குத் தலைமுறை தலைமுறையாக வாழ்ந்து வந்த பளியர் பழங்குடியினர் தங்களுடைய மரபார்ந்த வாழ்விடங்களிலிருந்து - வனத் துறை முன்மொழிவின்படி - மாவட்ட நிர்வாகத்தினரால் அருகிலிருந்த சமவெளிப் பகுதிக்கு வலிந்து புலப்பெயர்ச்சி செய்யப்பட்டனர். இதனால், அடிப்படையில் வேட்டையாடி உணவு திரட்டுவதைத் தங்கள் முதன்மைப் பொருளியல் வாழ்வாகக்கொண்ட பளியர் பழங்குடியினர் மாவட்ட நிருவாகம் ஏற்படுத்திக் கொடுத்த புதிய குடியிருப்புகளில் அதற்கான வாய்ப்பு வசதிகள் இன்றித் தம் மரபார்ந்த பண்பாட்டை மறக்க நேர்ந்து, அதன் விளைவாகத் தங்கள் புறப் பண்பாட்டிலும் அகப் பண்பாட்டிலும் வேட்டையாடி உணவு திரட்டுதல் குறித்த 'அறிவுசார் சொத்துக்களை' (Intellectual Properties) இழந்து, பண்பாட்டு வறிஞர் ஆயினர்.

கோயம்புத்தூர் மாவட்ட ஆனைக்கட்டிப் பகுதியில் சலீம் அலி பறவையியல் மற்றும் இயற்கை வரலாற்று நடுவர், தயானந்த

சரசுவதி ஆசிரமம், செருமானியத் தன்னார்வத் தொண்டு நிறுவனம் உள்ளிட்டவை பல்வேறு இடங்களைப் பிடித்துக்கொள்ள, அங்கு பன்னெடுங் காலமாக வாழ்ந்து வரும் இருளர் பழங்குடியினர் வலிந்து புலப்பெயர்ச்சி செய்யப்பட்டனர். இது போதாதென்று Zoo Outreach என்ற தனியார் விலங்குக்காட்சியக ஆராய்ச்சியாளர்களின் 'தவளை ஆராய்ச்சி நடுவத்'திற்குப் (Centre for Amphibian Research) பழங்குடி குடியிருப்புகளின் இதயப் பகுதியில் 99 ஆண்டுக் கால வாடகை ஒப்பந்த அடிப்படையில் மாவட்ட நிருவாகம் இடம் ஒதுக்கித் தர, மேலும் நெருக்குதல்களுக்கு உள்ளாகியுள்ளனர் இங்குள்ள இருளர் பழங்குடியினர்.

சந்தனக் கடத்தல்காரர்கள் தேடுதல் வேட்டை என்ற பெயரில் ஈரோடு மாவட்ட பர்கூர் மலைப் பகுதிகளில் அதிரடிப் படையினர் அங்கு நெடுங்காலமாகத் தொடர்ந்து வாழ்ந்து வரும் சோளகர் பழங்குடியினர்மீது நடத்திய தாக்குதல்களால் அப்பழங்குடியினர் புலப்பெயர்ச்சி செய்யப்பட்டமை அண்மைக் காலப் பதிவுகள்.

ஒற்றைப் பண்பாட்டுச் சமூகம் படைக்க முனைந்திடும் சமூகச்-சமய-அரசியல் அணுகுமுறை

பன்முகப் பண்பாட்டுச் சமூகமாகத் திகழும் இந்தியச் சமூகத்தை ஒற்றைப் பண்பாட்டுச் சமூகமாக ஆக்கும் முயற்சியானது ஆதிக்கச் சக்திகளால் ஆண்டாண்டு காலமாக மேற்கொள்ளப்பட்டு வந்தாலும், அது தனியொரு சமூகச்-சமய-அரசியல் அணுகுமுறையாகப் படிமலர்ச்சி பெற்றதையும் 'இந்துத்துவம்' என்ற பெயரில் அது 1990-களில் தொடங்கி 2000 வரை வீறுகொண்டு செயல்பட்டதையும் பழங்குடித் தமிழகமும் பட்டுணர்ந்துள்ளது.

பழங்குடிகளுக்கெனச் சமய முறைமைகள் தனித், தனியாக இருப்பினும் முதன்மைச் சமூதாய நீரோட்டத்தில் தங்களுக்கெனத் தனித்தன்மையுள்ள பழங்குடிகளும் ஒன்றிணைய வேண்டும் என்ற நெருக்குதல்களை இந்துத்துவ அணுகுமுறை கொடுத்துக் கொண்டே இருக்கிறது.

தொழிற்சாலைகள், அணைக்கட்டுகள், சுரங்கங்கள், பாது காவல் திட்டப் பணிகள், வன உயிரி உய்விடங்கள், மின்னுற்பத்தி நிலையங்கள், ஆராய்ச்சி நடுவங்கள், ஆன்மிக நிறுவனங்கள் உள்ளிட்ட பல்வேறு கட்டமைப்புகளுக்காகப் பழங்குடியினர் தங்கள் வாழிடங்களிலிருந்து வெகுவாகப் புலப்பெயர்ச்சி செய்யப்படுகின்றனர். பழங்குடித் தமிழகமும் இதுபோன்ற சமூகப்

பண்பாட்டு அழுத்தங்களுக்கு உள்ளாகிறது என்பதைப் பல்வேறு களப்பணித் தரவுகள் மெய்ப்பிக்கின்றன.

பழங்குடியினர் அனைவரும் இந்து சமயத்தினர் என்று அவர்களிடையே கருத்து பரப்புதல், ஏற்கெனவே பிற சமயங் களுக்கு மாறியுள்ள பழங்குடியினரை இந்த சமயத்திற்கு மாற்றுதல் உள்ளிட்ட இன்ன பிற பணிகள் தொடர்ந்து மேற்கொள்ளப்பட்டு வரப்படுகின்றன. இவ்வாறாக, மரபார்ந்த பழங்குடிகளுக்கெனத் தனித் தனிச் சமய முறைமைகள் இருப்பதை முற்றாக மறந்தும் மறைத்தும் பல வகைப் பணிகள் நாளும் அரங்கேற்றப்படுகின்றன.

நீலகிரி தொதவப் பழங்குடியினரிடையே இந்துத்துவமாக்கப் பணிகள் கடந்த பத்தாண்டுகளுக்கும் மேலாகத் தொடர்ந்து மேற்கொள்ளப்பட்டு வரப்படுகின்றன. தொதவர் மந்துகளில் 'கூட்டு விளக்குப் பூசை' முறையை அறிமுகப்படுத்தியதுடன், இந்துக் கடவுளர் உருவப் படங்களைக்கொண்டு பூசை அறை ஏற்படுத்தி வழிபடும் முறையையும் தொதுவர் வீடுகளில் கொண்டு வந்துவிட்டனர்.[4]

கோயம்புத்தூர் பாலமலை இருளர் பழங்குடியினர் குடி யிருப்புகளுக்கிடையே அமைந்துள்ள அரங்கநாதர் கோவில் வளாகத்தில் ஆண்டுதோறும் கொண்டாடப்படும் சித்திரைப் பௌர்ணமிநாள் விழா மரபில் வலிந்து திணிக்கப்பட்டுவரும் இந்துத்துவ வழிபாட்டு மரபினை இதற்கு மற்றுமொரு சான்றாகக் கூறலாம். கோயம்புத்தூரிலிருந்து சிறுவாணி, நீலகிரி உள்ளிட்ட பல் வேறு தமிழ்நாட்டுப் பகுதிகளுக்கும் கோயம்புத்தூர் ஆனைக்கட்டியை ஒட்டியுள்ள கேரளப் பகுதிகளுக்கும் குடியேறியுள்ள இருளர் பழங்குடியினர் பாலமலை அரங்கநாதர் கோவிலுக்குத் தற்போதைய தங்கள் வாழ்விடங்களிலிருந்து ஆண்டுதோறும் சித்திரைப் பௌர்ணமி நாளன்று வந்து கூடியிருந்து, கருவியிசை, குரலிசைவாயிலாகத் தங்கள் இனக்குழு வரலாற்றை நினைவுகூரும் வகையில் கூடிக் களித்திருந்து செல்வதை வழக்கமாகக் கொண்டிருந்தனர். 1990கள் வரை வழக்கத்தில் தொடர்ந்து வந்த இம்முறைமையைப் பாலமலையை ஒட்டிய சமவெளிப் பகுதிகளில் வாழ்ந்து வரும் கன்னட மொழி பேசும் ஒரு சாதிக் குழுவினர் அனைத்து பழங்குடியினரல்லாத பிற சாதியினரால் கோவில் சுற்றுவெளியில் ஆடல், பாடல், கருவியிசை எனப் பல்சுவை நிகழ்த்துக் கலைகளாக மாற்றியமைத்ததுடன் நில்லாமல், மண்ணின் மைந்தரான இருளர் பழங்குடியினரையும் கோவில் சுற்றுவெளியில் அவ்வாறு வழிபடுமாறு வற்புறுத்தத் தொடங்கினர். இதற்கு இருளர் பழங்குடியினர் உடன்படாமல்,

தொடர்ந்து கோவில் கருவறைக்கு முன்பாக அமர்ந்து வழிபடும் மரபுரிமையை வலிந்து தக்க வைத்துக்கொண்டு வருகின்றனர். இருப்பினும், தங்கள் இனக்குழு வரலாற்றை வாய்மொழி மரபாக நினைவுகூர்வதை விடுத்துப் பஜனைப் பாடல்கள் இசைப்போராக இருளர் பழங்குடியினர் மாறி விட்டனர். பாலமலைச் சிகரத்தில் அமைந்துள்ள இருளர் பழங்குடியினரது ஆதி வழிபாட்டு இடத்திற்கு மண்ணின் மைந்தரான இருளராலேயே முதல் பூசை நிகழ்த்தப்பட்ட பிறகே பாலமலை அரங்கநாதர் கோவிலில் பூசை தொடங்கப்படும் நடைமுறை இன்றும் தொடரப்படுதல், பழங்குடியினர்க்கான முகாமை முழுதும் இங்கு மறுக்கப்பட்டுவிடவில்லை என்பதை எடுத்துக் காட்டுகிறது.

கோயம்புத்தூரை அடுத்துள்ள சிறுவாணி ஆற்றின் தோற்றுவாய்ப் பகுதியான முத்திக்குளம் அருகில் வாழும் இருளர் பழங்குடியினர் ஆண்டுக்கொரு முறை பாறைமீது 'முத்திக் குளத்து அம்மன்' முகத்தை மஞ்சள் சாந்தால் உருவாக்கி வணங்கும் வழிபாட்டு மரபினை அருகிலுள்ள சமவெளி மக்கள் கண்டுணர்ந்த நிலையில், அதனை 'முக்திக்குளத்து அம்மன் வழிபாடு' என்ற பெயரில் மிக அண்மைக் காலமாகத் திரித்து, மாற்றி வழிபடத் தொடங்கிவிட்டனர். சபரிமலை வழிபாட்டு மரபினைப்போல நிற ஆடை உடுத்தி, மாலை அணிந்து, நோன்பு கடைப்பிடித்து இவ்வழிபாட்டினை மேற்கொள்ள வேண்டும் எனறெல்லாம் இருளர் பழங்குடி இயல் மரபினுள் அயல் மரபின் விதிமுறைகளைப் புகுத்தியுள்ளமையும் இந்துத்துவ அணுகுமுறையே.[5]

நிறைவுரை

தமக்குரிய மரபார்ந்த வாழ்விடங்களில் தங்கள் பண்பாட்டுக் கூறுகள் மாறாமல் தமிழகப் பழங்குடியினர் வாழ்ந்து வரும் நிலையில், பல்வேறு சமூகப்-பண்பாட்டு அழுத்தங்களால் தாக்குதலுக்கு உள்ளாகி 'வாழ்விட இழப்பு' (Loss of habitat) இம்மக்கள் ஏற்பட்டுப், புலப்பெயர்ச்சி செய்யப்படுகின்றனர். வாழ்விடச் சூழல் மாறும்போது, பண்பாட்டுச் சூழலும் மாறுதலுக்கு உள்ளாகிறது. அதாவது, வாழிடச் சூழல் மாற்றத்தால் முதலில் வாழ்வியல்சார் நடத்தைகள் மாற்றங்களுக்கு உள்ளாகி, அதைத் தொடர்ந்து அவர்களுடைய புழங்குபொருள்சார் பண்பாட்டுத்தளங்களிலும் மாற்றங்கள் ஏற்படுகின்றன. இதனால், பல புழங்குபொருள் களுக்குத் தேவையின்றி அவை மறைந்து ஒழிகின்றன.

பழங்குடிச் சமூகங்களை ஒட்டியுள்ள ஆதிக்கச் சமூகங்களின் சமூகப்-பண்பாட்டு அழுத்தங்களும் பழங்குடியினர் மீது காட்டமாகக் காட்டப்படுகின்றன. இதன் விளைவாக, வாழ்க்கைத் தளத்தின் விளிம்புக்குப் பழங்குடியினர் துரத்தப்படுகின்றனர். எதிர்வினை புரிவதற்கே ஆற்றல் அற்ற நிலையில் பழங்குடியினர் இருப்பதால், விளிம்புநிலையாக்கம் என்பது பழங்குடித் தமிழகத்தில் மெல்ல மெல்லக், கால் ஊன்றத் தொடங்கிவிட்டது.

"அவர்களை அப்படியே விட்டுவிடுங்கள்" (Leave them alone) என்ற ஜவகர்லால் நேருவின் அணுகுமுறைக்கு நேர் மாறாக, பழங்குடியினரை முதன்மைச் சமுதாய நீரோட்டத்திற்குக் கொணரும் இன்றைய அரசு நலத் திட்ட அணுகுமுறை இவ்விளிம்பு நிலையாக்கத்திற்கு செயலூக்கியாக (Catalyst) அமைந்து அதன் வேகத்தை விரிவுபடுத்தி வருகிறது எனலாம்.

'தன்னாட்சி' (Self Rule) என்னும் முழக்கத்துடன் மிக அண்மைக்காலமாக சில நடு இந்தியப் பழங்குடியினரது செயல் பாடுகள் விளிம்பு நிலையாக்கத்திற்கு எதிராகச் செயல்படும் நடவடிக்கைகளாக அமைகின்றன. சில தன்னார்வத் தொண்டு நிறுவனங்கள் இவ்வகை நடவடிக்கைகளுக்குச் சார்பாகவும் அரணாகவும் செயல்பட்டு, விளிம்புநிலையாக்கத்தின் வேகத்தை முடக்கிப்போட முயல்கின்றன.

பழங்குடித் தமிழகத்தில் விளிம்புநிலையாக்கம் தீவிரம் அடைவதோ, முற்றாக அற்றுப்போவதோ பழங்குடியினர் அதை எதிர்கொள்வதைப் பொறுத்தே அமையும்.

அடிக் குறிப்புகள்

1 இராபர்ட் இரெட் ஃபீல்டு என்னும் மேனாட்டு மாந்தவி யலாளரைத் தொடர்ந்து, இந்திய மாந்தவியல் அளவீட்டு நிறுவனத்தைச் (Anthropological Survey of India) சார்ந்த சுர்ஜித் சிங் 1970 களில் 'பழங்குடி - நாட்டுப்புறத் தொடர்பும்' Tribe - Folk Continum) எனும் மாந்தவியல் கோட்பாட்டை முன்னெடுத்து வைத்துப் பழங்குடி இந்தியாவில் நிலவும் பழங்குடி நாட்டுப்புறத் தொடர்புறவை விரிவாக ஆராயத் தொடங்கினார். இத்தகைய ஆராய்ச்சி முறையால், 'பழங்குடியாக்கமறுதல் (De-tribalization) 'பழங்குடியாக்கம்' (Tribalization) உள்ளிட்ட புதுக் கருத்தாக்கங்கள் உருவாயின. முந்தைய மாந்தவியலாளரால் நமக்கு அறிமுகப்படுத்தப்பட்ட 'மே நிலையாக்கம்' (Westernization),

'குறுநிலையாக்கம்' (*Parochialization*), 'சமத்கிருதவாக்கம்' (*Sanskritization*) என்பனவெல்லாம் இவற்றிற்கு இணையாக எண்ணத்தக்க மாறுபட்ட கருத்தாக்கங்களே.

2 'பொருள்சார் பண்பாடு (*Material Culture*), பொருள்சாராப் பண்பாடு' (*Non-material Culture*) எனப் பொதுவாக மாந்தகுலப் பண்பாடு பகுத்து உணரப்படுகிறது. இவற்றை முறையே 'புறப் பண்பாடு', 'அகப் பண்பாடு', எனவும், 'வெளிப்படைப் பண்பாடு (*Explicit Culture*), 'உள்ளார்ந்த பண்பாடு' (*Implicit Culture*) எனவும் குறிப்பிடும் மரபுகளும் காணப்படுகின்றன. அண்மைக் காலத்தில், இவை முறையே தொட்டுணர் பண்பாடு' (*Tangible Culture*) கருத்துணர் பண்பாடு' (*Intangible Culture*) எனக் குறிக்கப்படுகின்றன.

3 விரிவான தகவல்களுக்குக் காண்க: மகேசுவரன், சி. 2006 . "நிலம் தொடர்பாகப் பழங்குடியினர்க்கு எதிரான உரிமை மீறல்களும் பழங்குடியினர் புலப்பெயர்ச்சியும்" மனித உரிமை மீறல்களில் எழும் புதுச் சூழல்கள் (மாநில அளவிலான பல்கலைக்கழக நல்கைக் குழுக் கருத்தரங்கம்) கோபிசெட்டிபாளையம், கோபி கலை, அறிவியல் (தன்னாட்சிக் கல்லூரி).

4 தகவல் உதவி: திருமதி. வாசமல்லி, தொதவச் சமுதாயத் தொண்டர், கார்ஸ் மந்து, உதகமண்டலம், நீலகிரி மாவட்டம்.

5 முதுவர் பழங்குடியினர் மிகத் தொன்மையானவர் என்ற பொருளில் 'முத்துவர்' என்றும் அறியப்படுகின்றனர். 'முத்துவரின் தாய்த் தெய்வம்' என்னும் பொருள்பட 'முத்திக் குளத்து அம்மன்' எனக் குறிப்பிடப்பட்டதை 'முக்திக் குளத்து அம்மன்' எனப் புதுப் பெயரில் வழிபடும் முயற்சியும் இந்துத்துவ அணுகுமுறையின்பாற்பட்டதே.

6 நிர்மல் குமார் போஸ் உள்ளிட்ட காந்தியச் சிந்தனை கொண்ட மாந்தவியலாளர் இதுபோன்ற அணுகுமுறையையே கடைப்பிடித்தனர். சுந்தர்லால் பகுகுணா உள்ளிட்ட சில மாந்தவியலாளரின் நிலைபாடும் இதுவே.

7 சரிணி (*Sarini*), பிர்சா-ஜொகார் (*Birsa-Johar*) என்னும் தன்னார்வ அமைப்புகள் பழங்குடியினர்க்கான தன்னாட்சியே அனைத்துச் சிக்கல்களுக்கும் விடையளிக்கவல்லதாக அமையும் என எண்ணித் தங்கள் நடவடிக்கைகளைக் கட்டமைத்துத் திட்டமிட்டுச் செயல்பட்டு வருகின்றன.

மேற்குத் தமிழகக் குறிஞ்சித் திணைக் குடிகளின் மொழி வழக்குகள்: சொற்குவை நோக்கில் ஓர் ஆய்வு

I. முன்னுரை

அடர்ந்த காடுகள், நெடிதுயர்ந்த மலைகள் என எளிதில் அணுகவியலாத இடங்களையே பொதுவாகத் தமது மரபார்ந்த வாழ்விடங்களாகக் குறிஞ்சித் திணைக் குடிகள் கொண்டுள்ளனர். இக்குறிஞ்சித் திணைக் குடிகளை 'வனம் வாழ் பட்டியல் பழங்குடியினர்' எனவும் 'பிற மரபார்ந்த வனம் வாழுநர்' எனவும் இரு வேறுபட்ட பண்பாட்டுக் குழுக்களாகப் பண்பாட்டு மானிடவியலாளர் பார்க்கின்றனர்; ஆட்சியாளரும் இத்தகைய அணுகுமுறையையே பின்பற்றுகின்றனர்.

பல்வேறு 'சமூகப் - பண்பாட்டு, சமூகப் - பொருளியல் அழுத்தங்களால்' குறிஞ்சித் திணைக் குடிகளின் பேசு மொழிகளுள் பல இன்றைய கால கட்டத்தில் 'அழிநிலை மொழிகளாக' ஆகி வருகின்றன. இருப்பினும், இத்தகைய திணைக்குடி மொழிகளுக்கு உள்ளேதான் தொன்மைசான்ற அரிய மொழி வழக்குகள் பன்னூற்றாண்டுகளுக்கும் மேலாகப் பாதுகாத்து வரப்பெறுகின்றன என்று களப்பணி ஆய்வுகள் நாளும் மெய்ப்பித்திடக் காண்கிறோம்.

மேற்குத் தமிழகத்தில் தொன்று தொட்டு வாழ்ந்து வரும் தொதவர், கோத்தர், ஆலு குறுமர், இருளர், ஊராளி, பளியர், புலயன், மலையாளி உள்ளிட்ட குறிஞ்சித் திணைக் குடிகளுடைய பேசு மொழிகளில் இனங்கண்டறியப்பெற்றுள்ள சில அரிய சொல் வழக்குகள் வேறு மொழிகளில் பொதுவாகக் காணப்பெறவில்லை; அதாவது, மேற்குத் தமிழகத்தில் இதுவரை இனங்காணப்பெற்றுள்ள பல்வேறு குறிஞ்சித் திணைக் குடிகளுடைய பேசு மொழிகளின் சொற்கோவைகளில் இக்காலத் தமிழில் வழக்கொழிந்து போயுள்ள பல அரிய பழந்தமிழ்ச் சொல்லாடல்கள் காலங் காலமாகத் தொடர்ந்து பாதுகாத்து வரப்பெறுகின்றன என்று இவர்களிடையே மேற்கொள்ளப்பெற்ற மொழியியல் ஆய்வுகள் எடுத்துரைக்கின்றன.

குறிஞ்சித் திணைக் குடிகளின் அழிநிலை மொழிகளை ஆவணப்படுத்தும்போது இத்தகைய அரிய பழந்தமிழ்ச் சொற்களை இனங்கண்டறிந்து, தமிழ் மொழியில் அவற்றை மீள் பயன்பாட்டிற்குக் கொணர வேண்டும் என்பதை வலியுறுத்துவதே இக்கட்டுரைக் களமாகும்.

II. மேற்குத் தமிழகக் குறிஞ்சித் திணைக் குடிகளின் மொழிகளில் இனங்கண்டறியப்பெற்றுள்ள இனவுறவுச் சொற்கள், புரிபடும் சொற்கள் மற்றும் புரிபடாச் சொற்கள்:

2.1. இனவுறவுச் சொற்கள்

2.1.1 எழுத்து

"ஓவியம்" எனப் பொருள்பட அமையும் 'எழுத்து' என்னும் சொல்லானது நீலகிரி மாவட்டம், கோத்தகிரி வட்டம், மாமரம் என்கிற சிற்றூரை அடுத்துள்ள வெள்ளரிக் கொம்பை எனும் குடியிருப்பின் வாழுநராகிய ஆலு குறுமர் பழங்குடியினரிடையே வழங்கலாகும் 'எழுத்து பரெ' என்ற பெயர்த் தொடர் அருகேயுள்ள சுண்டப்பட்டிக் குடியிருப்பின் இருளர் பழங்குடியினரிடையே புழங்கலாகும் 'எழுத்து வரெ' என்ற பெயர்த் தொடர் (பக்கத்திலுள்ள தலித் மக்களிடையே குறிப்பிடலாகும் 'எழுத்துப் பாறே' என்ற பெயர்த் தொடரிலும்) பயின்று வருகிறது; அதாவது வெள்ளிரிக்கொம்பையை அடுத்துள்ள வரலாற்றுமுன்நிலைக் காலத் தொல் மாந்தர் 'பாறை ஓதுங்கிடமான' எழுத்து பரெ/எழுத்து வரெ / எழுத்துப் பாறை என்னுமிடத்தில் இனங்கண்டறியப்பெற்றுள்ள தொல்பழங்கால ஓவியங்களை 'எழுத்து' என்றே குறிப்பிடும் போக்கு மேற்குறிப்பிட்ட குறிஞ்சித் திணைக் குடிகளிடையே இனங்காணப்பெறுகிறது; கேரள நாட்டுப்புற நிகழ்த்து கலை மரபில் 'களம் எழுத்து' எனக் குறிப்பிடுமிடத்திலும் 'எழுத்து' என்பது ஓவியத்தையே குறித்து நிற்பது இங்கு ஒப்புநோக்கத் தக்கது.[2]

2.1.2 அளெ

திண்டுக்கல் மாவட்டம், மேல் பழனி மலைக் குன்றுகளின் மலைப் பரப்புகளில் ஆங்காங்குக் காணப்பெறும் குகைகள் அவற்றின் அருகில் வாழும் பளியர் பழங்குடியினரால் 'அளெ' என்றே குறிக்கப்பெறுகின்றன. இங்கு நெடுங்காலமாக வாழ்ந்து வரும் இக்குறிஞ்சித் திணைக் குடியானது தம் முன்னோர் இத்தகைய 'கல் அளைகளெ'யே தமது வாழ்விடமாகக் கொண்டிருந்ததாகத் தம்முடைய வாய்மொழி வழக்காறுகள்வாயிலாகத் தெரிவிக்கிறது.[3]

இச்சொல்லானது 'அளை' என்னும் பழந் தமிழ்ச் சொல்லொடு நேரிடைத் தொடர்புடையது.

"புலி போன்ற மறப் பண்பு மிக்க தன் மகன் இருந்த குகை" எனப் பொருள்படத் தனது வயிற்றைச் சுட்டிக்காட்டிப் 'புலி தங்கியிருந்த அளை' என்று ஒரு புறநானூற்றுத் தாய் கூறுவதை இங்கு நாம் நினைவுகூரலாம்.

தம்முடைய வாழ்விடப் பரப்புகளையொட்டி அமையும் பெருங்கற்காலக் கல் திட்டைகளையும் 'அளெ' என்கிற சொல்லாலேயே குறிப்பிடும் வழக்கத்தினராகப் பளியர் பழங்குடியினரும் புலயன் இனக்குழுவினரும் உள்ளமையையும் இங்குக் கருத்தில்கொள்ள வேண்டும்.

2.1.3 பாளி

கிழக்குத் தொடர்ச்சி மலைப் பரப்புகளின் பல்வேறுபட்ட மலைகளில் வாழும் மலையாளிப் பழங்குடியினர் தமது வாழ்விடப் பரப்புகளில் ஆங்காங்கு இயற்கையாக அமைந்திட்ட நீரூற்றுகளைப் 'பாளி' என்றே குறிப்பிடக் காண்கிறோம். 'கிணறு' என்பதைப் 'பாழி' என்று குறிப்பிடும் தமிழ்த் திசைச் சொல் மரபானது நாம் அனைவரும் அறிந்தவொன்றே. 'பசுமை' எனப் பொருள் படும் 'பாழ்' என்கிற வேர்ச் சொல்லின் அடிப்படையில் உருவான காரணப் பெயராகிய 'பசுமை வெளி'க்கு மூலமாக அமைவதால், இவ்வகை இயற்கை நீரூற்றுகள் 'பாழி' (‹ பாழ் -இ) என்பதன் திரிபாகப் 'பாளி' என்று மலையாளிப் பழங்குடியினரிடையே வழங்கப்பெறுகின்றன எனலாம்.

2.1.4. புகிரி

நீலகிரி மலைப் பகுதிகளில் நெடுங் காலமாக வாழ்ந்து வரும் தொதவர், ஆலு குறுமர், இருளர், படுகர் உள்ளிட்ட குறிஞ்சித் திணைக் குடிகளுக்கிடையே மட்டும் காணப்பெறும் மூங்கிலாலான நெடுங் குழலைக் குறித்திடும் சொல்லே 'புகிரி'; இச் சொல்லானது மேற்குறித்த திணைக் குடிகள் ஒவ்வொன்றிலும் சற்று மாறுபட்ட உச்சரிப்புகளுடன் உரைக்கப்பெறுகிறது என்பது கீழ்க்காட்டியுள்ள இனவுறவுச் சொற்களிலிருந்து பெறப்படும்.

தொதவா : புஹீரி
கோத்தா : புகீர்

ஆலு குறுமா : புகிரி / புகிரியா

இருளா : புகுரி

படுகு : புகிரி / புகுரி

"மூங்கில் குழல்" எனப் பொருள்படும் 'வயிரி' / 'வயிரியம்' எனும் பழந் தமிழ்ச் சொல்லோடு இவை உறவுடையன; படுகு மொழியில், விளைந்த மூங்கிலைக் குறிக்கும் 'வய்ரி' எனும் சொல்லானது இதனுடன் தொடர்புடைய இனவுறவுச் சொல்லே; மூங்கில் காட்டை யானைக் கூட்டம் மேய்ந்து சென்ற பிறகு எஞ்சும் 'வய்ரி' எனப்படும் விளைந்த மூங்கிலைத் தெரிவு செய்தே 'புகிரி' என்கிற நெடுங் குழலானது உருவாக்கப்பெறுகிறது என்பது இங்குக் குறிக்கத் தக்கது.

2.1.5 மண்டு / மந்தெ

ஊர்ப் பொதுவிடத்தைக் குறிக்கும் 'மண்டு' / 'மந்தெ' என்கிற சொல்லானது 'மன்று' என்னும் பழந் தமிழ்ச் சொல்லின் திரிந்த வடிவமாகும். திண்டுக்கல் மாவட்டம், மேல்பழனி மலைக் குன்றுகளில் வாழும் திணைக் குடியினரான பளியர் தமது ஒவ்வொரு குடியிருப்பிற்கும் நடுவே திறந்தவெளியான பொது இடம் ஒன்றைக் கொண்டுள்ளனர். நீலகிரித் தொதவர் பழங்குடியினரது குடியிருப்பைக் குறிக்கும் 'மந்து' என்ற சொல்லாடலும் 'மன்று' என்பதன் அடியொற்றி உருவானதே;

"கழகம்", "சங்கம்", "பேரவை" என்பன போன்ற பொருள்களை உரைத்திட இப்போது மீள் புழக்கத்திற்கு வந்துள்ள 'மன்றம்' எனும் தமிழ்ச் சொல்லும் 'மன்று' என்பதன் அடிப்படையில் அமைந்திட்ட ஒரு சொல்லே; இதுபோலவே, ஊர்ப் பொதுவிடத்தைக் குறிப்பிடும் சொல்லான 'மந்தை' / 'மந்தைவெளி' என்பதும் இதன் மாற்று வடிவமே.

2.1.6 மெட்டு

'மலை முகடு' என்று பொருள்படும் 'மெட்டு' எனும் சொல்லானது ஈரோடு மாவட்டம், சத்தியமங்கலம் வனப் பகுதியில் வாழ்ந்து வரும் பழங்குடிக் குழுக்களாகிய சோளகர் மற்றும் ஊராளி இடையே இனங்கண்டறியப்பெற்றுள்ளது; இது 'மேடு' என்கிற தமிழ்ச் சொல்லின் நீட்சியாகலாம். கோயம்புத்தூர் மாவட்டத்து மேட்டுப்பாளையம் என்கிற இடப்பெயரானது 'மெட்டுப்பாளையம்' என்றே இன்றளவும் படுகர் உள்ளிட்ட திணைக் குடி மக்களால்

குறிக்கப்பெறுகிறது என்பார் தமது படுகு மொழி மற்றும் பண்பாட்டில் தோய்ந்த புலமை பெற்ற ஃபிலிப் மல்லி -அவர்கள்.

திருநெல்வேலி மாவட்டம், பேச்சிப்பாறை, பெருஞ்சாணி உள்ளிட்ட மலைப் பகுதிகளில் தொன்று தொட்டு வாழ்ந்து வரும் காணி என்கிற காணிக்காரர் பழங்குடியினரிடையேயும் இச்சொல்லானது இதே பொருளில் பயின்று வருவது இங்கு ஒப்பு நோக்கத் தக்கது. தேனி மாவட்ட இடப்பெயரான 'கம்பம் மெட்டு' என்பதிலும் ‘மெட்டு’ என்பது இப்பொருளிலேயே அமைகிறது என்பது ஆர்வமூட்டும் செய்தியாகும்.

2.1.7 வெருவு

“பழந் தின்னி வௌவாலை”க் குறித்திடும். ‘வெருவு’ எனும் சொல்லாடலானது பளியர், புலயன், சோளகர், ஊராளி உள்ளிட்ட குறிஞ்சித் திணைக் குடிகளிடையே இனங்கண்டறியப்பெற்றுள்ளது. பழந் தமிழிலும் பழந்தின்னி வௌவாலைக் குறித்திட ‘வெருகு’ என்கிற சொல் இடம்பெறுகிறது என்பதை இங்கு ஒப்புநோக்கலாம்.

2.1.8. சந்து

மேற்குத் தமிழத்தின் மற்றொரு முகாமைப் பகுதியான கிழக்குத் தொடர்ச்சி மலைப் பரப்புகளில் வாழும் மலையாளி எனும் பழங்குடிக் குழுவினர், இறந்தோர் ஆவியானது நிலைப்படுத்தப் பெற்று அமைதியுறுமாறு செய்யப்படாவிடில் அது நிம்மதியற்று அலைவதுடன், தீங்கு விளைவிக்கும் தீய ஆவியாகவும் மாறிவிடும் என்று நம்புகின்றனர்; இத்தகைய தீய ஆவிகளையே ‘சந்து’ என்கிற சொல்லால் சுட்டுகின்றனர்.

பச்சைமலையில் வாழ்ந்து வரும் மலையாளிப் பழங்குடியினர் இச்சந்துகளை அமைதிப்படுத்திட உருவாரம் அல்லது வெற்றுக் கல்லில் அவற்றை முறையாக நிலைப்படுத்திட தம் சமுதாயச் சாமியாடி உதவியுடன் ஒரு வகையான பின்- இறப்புச் சடங்கை மேற்கொள்கின்றனர்; இது ‘சந்து விக்ரது’. (அதாவது, ‘சந்து வைக்கிறது’) என்று இவர்தம் பேச்சு மொழியில் குறிப்பிடப் பெறுகிறது.

சிலப்பதிகாரக் காப்பியத்தில் தன்னுயிர் மாய்த்துக்கொண்ட கண்ணகியின் நினைவேந்தலாக மேற்கொள்ளப்பெற்ற சடங்கானது ‘சந்துவித்தல்’ என்றே குறிப்பிடப் பெற்றதாக இரா.மதிவாணன் - அவர்கள் கூறியமையை இங்கு ஒப்பிடலாம்.[10]

2.2. புரிபடும் சொற்கள்:

2.2.1 பள்ள

சிற்றாறுகள் தொடர்ந்து ஓடுவதால் அவற்றின் நீர்வழிப் பாதையானது பள்ளத்தை உருவாக்குகிறது; இதன் அடிப்படையில், ஈரோடு மாவட்டம், சத்தியமங்கலம் வனப் பகுதிவாழ் திணைக் குடிகளாகிய சோளகரும் ஊராளியும் "சிற்றாறு" எனும் நீராதாரத்தைத் தமது பேசு மொழிகளில் 'பள்ள(ம்)' ('பள்ள / 'அள்ள') என்று குறிக்கத் தொடங்கியிருக்கலாம் என ஊகிக்கப்பெறுகிறது.

மேற்குத் தமிழகத்தின் நீலகிரி மாவட்டத்திலும் (மாவனள்ளா, கக்கனள்ளா) கோயம்புத்தூர் மாவட்டத்திலும் (வரட்டுப்பள்ளம்) ஈரோடு மாவட்டத்திலும் (இருட்டுப்பள்ளம்) இவ் வேர்ச்சொல்லின் அடிப்படையிலேயே ஊரிடப் பெயர்கள் அமைந்துள்ளமை இங்கு ஒப்பு நோக்கத் தக்கது.

2.2.2 பாறடெ

"பாறையில் அடையும் உயிரி" எனப் பொருள்படப் 'பாறடெ' (< பாறு - அடை) என்று பூச்சித் தின்னி வெளவாலை மேற்குத் தமிழகத் திணைக் குடியினராகிய பளியர், புலயன், சோளகர், ஊராளி உள்ளிட்டோர் குறிப்பிடக் காண்கிறோம். இருள் சூழ்ந்த பாறை இடுக்குகளில் அடைந்து வாழும் உயிரிகளாக இப்பூச்சித் தின்னி வெளவால்கள் விளங்குவதால், 'பாறடெ' எனும் இச்சொல்லானது காரணப் பெயராக இவ்வுயிரிகளுக்கு வழங்கப் பெற்றிருக்க வேண்டும் என்று கருதப்பெறுகிறது.

2.2.3 காய்லி

நீலகிரி மாவட்டம் கூடலூர் வட்ட வனப் பகுதிகளில் தொன்று தொட்டு வாழ்ந்து வரும் பழங்குடியினரான பெட்ட குறுமரது பேசு மொழியில் 'காய்லி' என்கிற சொல்லால் "மூங்கில்" குறிக்கப்பெறுகிறது; இதற்கான இனவுறவுச் சொல்லானது மேற்குத் தமிழகக் குறிஞ்சித் திணைக் குடிகளின் எந்தவொரு மொழியிலும் காணப்படாத நிலையில், கேரள மாநிலம், வயநாடு மாவட்டம், மானந்தவாடி வட்டத்தில் காலங்காலமாக வாழ்ந்து வரும் அடியன் பழங்குடியினரின் பேச்சு மொழியில் "மூங்கில் குருத்து" என்பதைக் குறித்திட இச்சொல் பயன்படுத்தப்பெறுவது அண்மையில் கண்டறியப்பெற்றுள்ளது."[11] இருப்பினும், இதே அடியா மொழியில் மூங்கிலானது 'முள' (< ★ முளை) என்னும் சொல்லாலேயே சுட்டப் பெறுகிறது என்பதையும் மறுப்பதற்கில்லை.[14]

2.2.4. பூங்கட்டி

மலர்களிலிருந்து தேனீக்கள் திரட்டிடும் மதுவானது நீர்ம நிலையில் அவற்றின் வாய்வழியே மீண்டும் கக்கப்பெற்றுத் தேனடையின் ஒரு புறம் சிறு, சிறு அறைகளில் சேர்த்து வைக்கப்பெறுகிறது; இதுபோலவே, தேனீக்கள் தமது காலொடு இணைந்துள்ள சிறு கலன்களில் மகரந்தத் தூளைக் கொணர்ந்து, அதே தேனடையின் மறு புறமுள்ள சிறு, சிறு. அறைகளில் திட நிலையில் சேர்த்துப் பூந் தாதுக்குவியலை உண்டாக்குகிறது; நாளடைவில், இவ்விரண்டுமே இறுகி முறையே கெட்டித் தேனாகவும் மஞ்சள் நிறக் கட்டியாகவும் உருமாற்றம் அடைகின்றன. இவையே தேனடையின் மற்றொரு பகுதியில் முட்டையிலிருந்து பொறிந்து வெளிவரும் இளங் குஞ்சுத் தேனீக்களுக்குச் சேமிப்பு உணவுப் பொருள்களாகவும் அமைந்திடுகின்றன.

திண்டுக்கல் மாவட்டம், மேல் பழனி மலைக் குன்றுகளில் பன்னெடுங் காலமாக வாழும் பளியர் பழங்குடியினர் இம்மஞ்சள் நிறப் பூந்தாதுக் கட்டியைத் தமது பேசு மொழியில் 'பூங்கட்டி' என்றே குறிப்பிடுகின்றனர்; இதே வாழ்விடப் பரப்பைச் சார்ந்த மற்றொரு குறிஞ்சித் திணைக் குடியினராகிய புலயன் இனக்குழுவினரும் இத்தகைய பூந்தாதுக் கட்டியைப் 'பூங்கட்டி' என்றே தமது பேசு மொழியிலும் குறிக்கின்றனர் என்பது அறிந்து இன்புறத் தக்கது.

சங்க இலக்கியங்களுள் ஒன்றான குறுந்தொகையில் இச்சொல் ஒரு பாடலிலும் இடம்பெறுகிறது என்பது இங்குக் கருத்தில் கொள்ளவேண்டியதொன்று. தலைவியை விட்டுப் பிரிந்து செல்லும் மன நிலையிலுள்ள தலைவனைப் பார்த்துத் தோழி கூறுவதாக அமைந்துள்ள இப்பாடலில், "தலைவியொடு. மகிழ்ந்திருந்தபோது அவள் அளித்திட்ட வேம்பின் கனியும் இனித்ததாகக் கூறிய நீ, இப்போது அவள் கொடுக்கும் இனிப்பான பூங்கட்டியும்[13] கசப்பதாகக் கூறுகிறாயே" என்று இடித்துரைக்கிறாள்.

பளியர், புலயன் என்னும் இவ்விரு குறிஞ்சித் திணைக் குடிகளது பேசு மொழிகளில் மட்டுமே 'பூங்கட்டி' என்கிற இச்சொல்லாட்சி யானது இடம்பெறுகிறது என்பது இங்குக் குறிக்கத் தக்கது.[14]

2.2.5 கொங்கொம்

அறுவடை செய்து திரட்டிய தானியக் கதிர்களைக்கொண்ட தாள்களை அடித்துத், தானிய மணிகளைப் பிரித்தெடுத்த பின்னர், அக்குவியலில் அடங்கியுள்ள தூசு மற்றும் பதர்களை நீக்கிவிடும்

வகையில் தானியக் குவியலைத் தூற்றுவதற்குப் பயன்படும் மூங்கிலாலான நீள் முறத்தைக் "கொங்கொம்" என மேற்குத் தமிழகப் பழங்குடிக் குழுக்களான சோளகர் மற்று ஊராளி சுட்டுகின்றனர். "கொங்கு வட்டாரத்தின் புழங்குபொருள்" என்னும் பொருளில் இதற்கு இப்பெயர் ஏற்பட்டிருக்க வேண்டும் என்று கருதப்பெறுகிறது.

2.2.6 தொகெ

'கால்வழிகளின் தொகுப்பு' எனப் பொருள்படத் 'தொகெ' (< தொகை) என்பது 'குலத்திற்குரிய முதல் குடியாகக் கருதப்பெறும் தெய்வத்'திற்கும் (அதாவது, குல தெய்வத்திற்கு) ஆகு பெயராக வந்திருக்க வேண்டும்; இது, சோளகர் மற்றும் ஊராளி பழங்குடிக் குழுக்களிடையே இனங்காணப்பெறும் ஒரு சொல் வழக்கு ஆகும்; குல தெய்வம், இன்ன பிற தெய்வங்களைக் குறித்திட இச்சொல்லானது வேறு எங்கும் இனங்கண்டிடப் பெறவில்லை.

2.3 புரிபடாச் சொற்கள்

2.3.1 பரடு

"காடு" என்பதைக் குறிக்கப் 'பரடு' என்னும் சொல்லாடலானது ஈரோடு மாவட்டம், சத்தியமங்கலம் வனப் பகுதிவாழ் பழங்குடிக் குழுக்களான சோளகர், ஊராளி இடையே பரக்கப் பயின்று வருகிறது. சான்றுக்குச் சிலவற்றைக் கீழே காண்க:

'பரடு பந்தி' "காட்டுப் பன்றி"

"பரடு கோயி" "காட்டுக் கோழி"

இங்குப் பதிவாகியுள்ள 'பரடு' என்னும் சொல்லானது வேறு எத்திணைக் குடியினரது பேசு மொழியிலும் இடம்பெறவில்லை; பழந்தமிழ்ச் சொற்கோவையிலும் இனங்காணப்பெறவில்லை என்பது குறிக்கத் தக்கது.

2.3.2 பாறு

'பருந்து', 'கழுகு' உள்ளிட்டவற்றிலிருந்து முற்றிலும் வேறுபடும் பிணந் தின்னியான 'வல்லூறு' மேற்குத் தமிழகக் குறிஞ்சித் திணைக் குடிகளான இருளர், ஆலு குறும்பர், சோளகர், ஊராளி ஆகியோரால் 'பாறு' என்கிற சொல்லாலேயே சுட்டப்பெறுகிறது. மலைப் பரப்புகளில் பாறை அல்லது பாறை இடுக்குகளையே தமது வாழிடமாகக்கொண்டு, கூடு கட்டி வாழ்ந்து வரும் உயிரிகளாக இவை விளங்குவதால், மேற்படித் திணைக் குடிகளும் காரணப்

பெயராக இப்பறவையினத்தைப் 'பாறு' என்று குறிப்பிடுகின்றனவோ எனக் கருத வேண்டியுள்ளது; ஏனெனில், வேறு எவ்வாழ்விடப் பரப்புகளிலும் பிற திணைக் குடியினர் இச்சொல்லால் வல்லூறுகளைக் குறிப்பிடும் வழக்கம் இல்லை.

2.3.3 சோறெ

காட்டுப் புறாவைக் குறிப்பிட மேற்குத் தமிழகப் பழங்குடிக் குழுக்களாகிய சோளகரும் ஊராளியும் 'சோறே' (< சோறை) என்கிற சொல்லையே பயன்படுத்துகின்றனர் இச் சொல்லானது வேறு எங்கும் எவரிடமும் இனங்காணப்பெறவில்லை; பழந்தமிழ்ச் சொற்கோவையிலும் இச்சொல் இடம் பெறவில்லை. இதனால், 'சோறெ' எனும் சொல் ஒரு புரிபடாச் சொல்லாகவே அமைகிறது.

2.3.4 காட்டி

யானைக்கு அடுத்தபடியாகக் "காட்டில் வாழும் பெரிய உயிரி" என்கிற பொருளில் காட்டுமாட்டைக் குறிக்கக் காரணப் பெயராகக்'காட்டி' (< காட்டு - இ) என நீலகிரிவாழ் பெட்ட குறும்பர் குறிப்பிடுகின்றனரோ எனக் கருத வேண்டியுள்ளது.

கேரள மாநிலச் சோலெநாயக்கன் பழங்குடியினரது பேசு மொழியிலும் 'காட்டி' எனும் சொல்லே காட்டுமாட்டைக் குறிப்பதாகத் தமிழ்ப் பல்கலைக்கழக மேனாள் மொழியியல் துறைத் தலைவரும் மொழிப் புல முதன்மையருமான பேரா. (முனைவர்) இரா. முரளீதரன் - அவர்கள் குறிப்பிடுகிறார்.[16]

இக்குறிப்பிட்ட சொல்லாட்சியும் வேறு எங்கும் எவரிடமும் இனங்காணப்பெறவில்லை; பழந்தமிழ்ச் சொற்கோவையிலும் இடம் பெறவில்லை; இப்புரிபடாச் சொல்லும் மேலாய்விற்குரியது.

III. நிறைவுரை

மேற்குத் தமிழகக் குறிஞ்சித் திணைக் குடிகளின் பேசு மொழிகளில் இனங்கண்டறியப்பெற்றுள்ள மேற்சுட்டிய அரிய சொற்களைப் 'பழங்குடி மொழிகளுக்கான அகரமுதலி உருவாக்கம்,' 'சொற்பிறப்பு ஆய்வுகள்' உள்ளிட்ட ஆய்வுத் தளங்களில் உரியவாறு பயன்கொள்ளும்போதும் பழந்தமிழ்ச் சொற்கள் மற்றும் இன்ன பிற திராவிட மொழிகளின் சொற்களொடு தொடர்புபடுத்திப் பார்க்கும்போதும் தமிழ்ச் சொற்குவை மேலும் விரிவாக்கம் அடைவதுடன், தமிழ் மொழியின் சொற்கோவையும் செழுமை பெறும்.

அடிக் குறிப்புகள்

1 நீலகிரி, கோயம்புத்தூர், சேலம், நாமக்கல், ஈரோடு, கரூர், திண்டுக்கல் உள்ளிட்ட மாவட்டங்களை உள்ளடக்கிய பெரும் புவியியல் பரப்பே 'மேற்குத் தமிழகம்' என அறியப்பெறுகிறது; இந்நெடிய நிலப் பரப்பே பழந் தமிழகத்தின் 'மண்டிலங்கள் ஐந்த'னுள் ஒன்றான 'கொங்கு மண்டலம்' (சேர, சோழ, பாண்டிய, தொண்டை ஏனைய 'நான் மண்டிலங்கள்'); இதனாலேயே, பழந் தமிழகமானது 'மண்டிலங்கள் ஐந்து' எனக் குறிக்கப்பெற்றது.

2 இக்கருத்தை முன்னிறுத்தி என்னை நெறிப்படுத்திய ஜார்கண்ட் மத்தியப் பல்கலைக்கழகப் பழங்குடியியல் மற்றும் நாட்டுப்புறவியல் ஆய்வுத் துறையின் தலைவர் (பொறுப்பு) பேரா.(முனைவர்) மு.இராமகிருஷ்ணன் - அவர்களுக்கு நெஞ்சார்ந்த நன்றியன்.

3 பளியர் பழங்குடியினர் தம் முன்னோரது பண்டைய குடியிருப்புகளாகப் பல்வேறு 'அளெ'களைக் குறிப்பிடுகின்றனர்: சான்றிற்குச் சில வருமாறு:

அளெயின் பெயர் தொடர்புடைய பளிய முன்னோர்

ஆண்டி அளெ	ஆண்டிப் பளியென்
கடுக்கா அளெ	நாக மலெச்சி
தூவான அளெ	நாட்டாமைக் கிழவி
புளிய மரத்து அளெ	வெள்ளெயக் கிழவென்
வஞ்சி மரத்து அளெ	பெரிய நீலன்

4 இத்தகவலைத் தெரிவித்து உதவிய தொல்லியல் அறிஞர் அர.பூங்குன்றன் - அவர்களுக்கு இங்கு எனது நெஞ்சார்ந்த நன்றியைப் பதிவு செய்கிறேன்.

5 மேலும் தொடர்புடைய விரிவான தகவல்களுக்குக் காண்க: மகேசுவரன், சி. 2018.

6 'வய்ரி' எனும் படுகு மொழிச் சொல்லை எடுத்துரைத்து, அதன்வாயிலாகப் பழந் தமிழில் மேற்படிச் சொல்லொடு தொடர்புடைய இனவுறவுச் சொற்கள் இருக்கின்றனவா என்று நுணுகி ஆராய்ந்திடத் தூண்டுகோலாகத் துணை நின்ற செந்தமிழ்ச் சொற்பிறப்பியல் அகரமுதலித் திட்ட இயக்கக ஆய்வர் (பணி

நிறைவு) முனைவர் இரா.கு. ஆல்துரை - அவர்களுக்கு எனது முதற்கண் நன்றியை உரித்தாக்குகிறேன். இதையடுத்துச், சங்க இலக்கியச் சொல்லடைவுகளிலிருந்து ‘வய்ரி’ என்கிற இச்சொல்லொடு தொடர்புடைய ‘வயிரி’/‘வயிரியம்’ “(மூங்கில் நெடுங்குழல்”), ‘வயிரிய’ (“மூங்கில் நெடுங்குழல்சார்”) மற்றும் ‘வயிரியர்’ (“குழலிசைக் கலைஞர்”) உள்ளிட்ட பழந் தமிழ்ச் சொற்களின் சங்க இலக்கியப் பதிவுகளை எடுத்துக் காட்டி என்னை நெறிப்படுத்திய என் பேரா. (முனைவர்) க.பாலசுப்பிரமணியன் (மேனாள் இயக்குநர், மொழியியல் உயராய்வு நடுவம், அண்ணாமலைப் பல்கலைக்கழகம்) - அவர்களுக்கு எனது நெஞ்சார்ந்த நன்றியைப் படைத்து மகிழ்கிறேன்.

7 பழந்தமிழ் வேர்ச் சொல்லான ‘மன்று’ என்பதிலிருந்து உருவான ‘மண்டு’ மற்றும் ‘மந்தெ’ எனும் இவ்விரு சொல்லாடல்களுள் ‘மண்டு’ என்பது ‘தெய்வ இருப்பிடத்தை’யும் ‘மந்தெ’ என்பது ‘ஊர் அவை’யையும் குறித்து நிற்கின்றன; ஒவ்வொரு புலயன் குடியிருப்பின் நடுவே அமைந்துள்ள ‘திறந்த வெளி’யே சமயம்சார் நிகழ்வுகளின்போது ‘மண்டு’ எனவும் சமூகம்சார் நிகழ்வுகளின்போது ‘மந்தெ’ எனவும் இரு வேறு வகைகளில் வழங்கப்பெறுகிறது என்பது ஆர்வமூட்டும் பண்பாட்டுத் தரவாகும்.

8 இத் தகவலைத் தெரிவித்து உதவிய மனோன்மணியம் சுந்தரனார் பல்கலைக்கழகச் சமூகவியல் துறைத் தலைவர் பேரா.(முனைவர்) மருதக்குட்டி - அவர்களுக்குப் பெரிதும் கடப்பாடுடையேன்.

9 புதுச்சேரிப் பல்கலைக்கழக மானிடவியல் துறைப் பேரா. (முனைவர்) ஆ.செல்லபெருமாள்- அவர்கள் கல்வராயன் மலையாளிப் பழங்குடியினரிடம் மேற்கொண்ட இனக்குழுவரையில் களப்பணி ஆய்வின்போது கண்டுணர்ந்து வெளிப்படுத்திய அரிய இத்தகவலுக்கு ஆழ்ந்த நன்றியன்; இருப்பினும் கல்வராயன் மலையாளிப் பழங்குடிச் சமுதாயத்தில், இதுபோன்ற பின் - இறப்புச் சடங்கு ஏதும் மேற்கொள்ளப்பெறுவது இல்லை என்பது மேலும் ஆய்தற்குரியது.

10 தமிழ்நாடு அரசின் செந்தமிழ்ச் சொற்பிறப்பியல் அகரமுதலித் திட்ட இயக்குனரகத்தின் மேனாள் இயக்குநர் பேரா. (முனைவர்) இரா. மதிவாணன்- அவர்கள் தெரிவித்திட்ட ஆர்வமூட்டும் இவ்வரிய தகவலுக்கு என்றென்றும் நன்றியன்.

11 அடியா மொழி வழக்கிலுள்ள இந்நுண்மையான வேறுபாட்டைக் களப்பணியின்போது எனக்குத் தெரிவித்துக் தெளிவுபடுத்திய முதன்மை மொழித் தகவலாளி செல்வி. விஜி பி.ஏ., பி.எட், (எல்.எல்.பி.,) அவர்களுக்கு எனது நெஞ்சார்ந்த நன்றியை இங்குப் பதிவு செய்கிறேன்.

12 'திராவிடச் சொற்பிறப்பியல் அகரமுதலி'யில் மூங்கிலைக் குறிக்கக் 'காயல்' எனும் சொல்லானது மலையாள மொழியில் பதிவு செய்யப்பெற்றுள்ளமையை மொழியியல் அறிஞர் பேரா. (முனைவர்) கு.சு.கமலேசுவரன் (மேனாள் துறைத் தலைவர், தமிழ்த் துறை, பூ.சா.கோ. கலை அறிவியல் கல்லூரி, கோயம்புத்தூர்) அவர்கள் தெரிவித்துள்ளார்; அவர்களுக்கு என் நெஞ்சார்ந்த நன்றியைப் படைத்து மகிழ்கிறேன்.

13 சங்க இலக்கிய உரையாசிரியர்கள் 'தேம் பூங்கட்டி' என்பதிலுள்ள பெயரடையான 'தேம்' (< தேன்) - இன் அடிப்படையில், இச்சொல்லிற்குச் "சருக்கரைக் கட்டி" எனப் பொருள் உரைத்துவிட்டமையால், இதன் உண்மையான பொருளும் முகாமையும் இதுவரை தமிழ்கூறு நல்லுலகில் உணரப்பெறாமலேயே போய்விட்டமை உள்ளபடியே வருத்தமளிக்கிறது.

14 கோயம்புத்தூர் மாவட்டத்து ஆனைமலைக் காடர் பழங்குடியினராலும் இத்தகைய பூங்கட்டிகள் உணவுப் பொருளாகத் துய்க்கப்பெறுகின்றன என்பதும் ஆண்மையை அதிகரிக்கச்செய்யும் அரு மருந்தாகவும் சிங்கப்பூர், மலேசியா உள்ளிட்ட ஆசிய நாடுகளில் இப்பூங்கட்டிகள் பயன்கொள்ளப் பெறுகின்றன என்பதும் கூடுதலான ஆர்வமூட்டும் செய்திகளாகும்.

15. இது போன்றே, கொங்கு நாட்டு ஊரக மக்கள் மழைப் பொழிவின்போது தமது தலை மற்றும் உடலை மறைத்திடத் தலைமீது கவிழ்த்திடும் மறைப்பானது 'கொங்காடை' (< கொங்கு - ஆடை) என்று குறிக்கப்பெறுவதும் இங்கு ஒப்புநோக்கத் தக்கது.

16 தனிப்பட்ட தகவல் தொடர்பின்வழியே இவ்வரிய செய்தியைப் பகிர்ந்துதவிய பேரா. (முனைவர்) இரா.முரளிதரன் - (மேனாள் துறைத் தலைவர், மொழியியல் துறை மற்றும் மொழிப் புல முதன்மையர், தமிழ்ப் பல்கலைக்கழகம்) - அவர்களுக்கு என் நெஞ்சார்ந்த நன்றி இங்குப் பதிவிடப்பெறுகிறது.

17 மேலும் விரிவான தகவலுக்குக் காண்க: Maheswaran, C. 2018 ஆ, மற்றும் Maheswaran, C. 2019.

நோக்கீட்டு ஏடுகள்
(தமிழில்)

மகேசுவரன்,சி.   2018 அ.   "பழங்குடியினர் வழக்காறுகள் வாயிலாக வெளிப்படும் மொழி பண்பாட்டுத் தொடர்புறவுகள்". 42 - 47. சமூக விஞ்ஞானம் (சனவரி, பிப்ரவரி - மார்ச் 2018) 15:58.

(ஆங்கிலத்தில்)

Maheswaran, C.,   2018 N.   "Unravelling the Socio-cultural Significance of Culture - bound Words: The Role of Encyclopaedic Elements in Lexicography." 188-194. In : Jeyadevan, V. & Oppila Mathivanan (Eds.) The Frontiers of Lexicography. Chennai: Arimaa Nokku.

Maheswaran, C. 2019. ''Indicating the Scope for Further Revision of DEDR (In the Light of Certain Congnates indentified from 'Nilgiri Micro - lingustic Area' & 'Old Tamil Texts.'' In: காமராசு, தங்க. (பதிப்பர்). அகராதி, ஆய்வு மலர், 2019. சென்னை: தமிழ்நாடு அரசு செந்தமிழ்ச் சொற்பிறப்பியல் அகரமுதலித் திட்ட இயக்ககம்.

நன்றியுரை: தமது பேசு மொழிகளில் புதைத்துள்ள மொழிசார் உள்ளுறைகளை உள்ளடக்கிய சொற்குவையை என்னோடு ஆர்வமுடன் பகிர்ந்துகொண்ட மேற்குத் தமிழகக் குறிஞ்சித் திணைக் குடிகளைச் சார்ந்த எனது எல்லா மொழிக் கருத்தாளர்க்கும் நெஞ்சார்ந்த நன்றிதனை இங்குப் படைத்து மகிழ்கிறேன்.

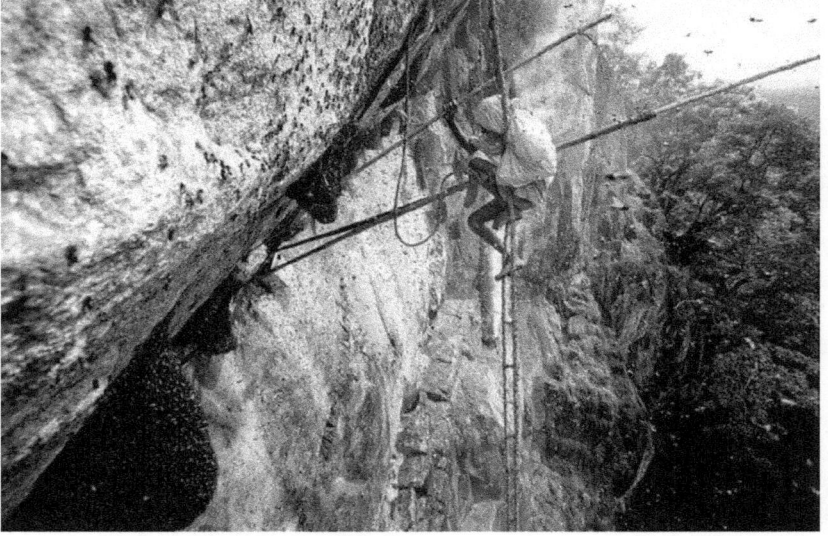

ஆலு குறுமர் ‘பரெ ஜேனு’ எனும் ‘மலைத் தேன்’ சேகரித்தல்

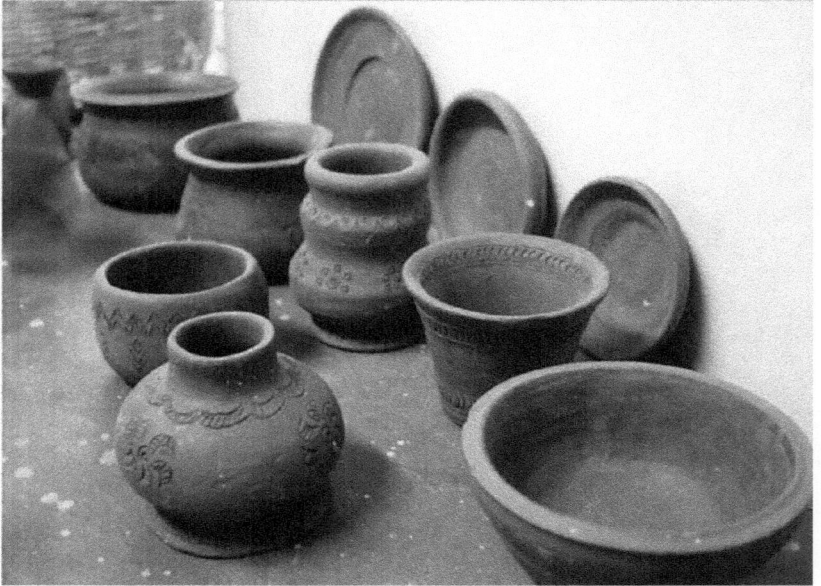

கோத்தர் கறுப்புச் சுடுமண் பாண்டங்கள்

சமவெளி இருளர் பெண்மணி நச்சுப் பாம்பைக் கையாளுதல்

பிரிவு–4
பழங்குடி இனக்குழுவரைவியல்

சுவரை அலங்கரிக்கும் ஆலு குறுமர் ஓவியங்கள்

கோத்த ஆடவர் கருவியிசைக்கு ஏற்பக் கோத்தப் பெண்டிர் ஆடுதல்

கொங்கு நாட்டின் இன்றைய பழங்குடியினர் வாழ்வியற்பாங்குகள்: ஓர் அறிமுகம்

முன்னுரை

பண்டைய தமிழகத்தின் ஐந்து பெரும் ஆட்சியதிகாரப் பரப்புகளுள் ஒன்றான "கொங்கு மண்டலம்" என்னும் 'கொங்கு நாடு' பல்வேறு சிறப்புகளைத் தன்னகத்தே கொண்டுள்ளது. மாவலியர், பூவலியர், காவலியர், வேடர், வேட்டுவர், குறவர், குன்றவர், எயினர் என்னும் பல வகைப் பழங்குடியினரைத் தனது மரபார்ந்த மண்ணின் மைந்தராகக் கொங்கு நாடு கொண்டிருந்தமையை அதன் பல்வேறுபட்ட சிறப்புகளுள் ஒன்றாகக் கூறலாம்.

கொங்கு நாட்டுப் பழங்குடியினரின் தொன்மையானது 'சர்க்கார் சாமக்குளம் கைபீது' உள்ளிட்ட மெக்கன்சி சுவடிகள்வாயிலாகவும் உறுதியாகிறது.

அன்றைய கொங்கு நாடான இன்றை மேற்குத் தமிழகத்தில் இனங்கண்டறியப்பட்டுள்ள பல்வகைப் பழங்குடியினருடைய வாழ்வியற்பாங்குகளை இனக்குழுவரைவியல் மற்றும் இனக்குழு வொப்பாய்வியல்வழியே படைத்தலே இக் கட்டுரைக் களமாகிறது.

1. கொங்கு நாட்டின் இன்றைய புவியியல் பரப்பு

இன்றைய கொங்கு நாட்டின் புவியியல் பரப்பாக நீலகிரி, கோயம்புத்தூர், ஈரோடு, சேலம், நாமக்கல், கிருஷ்ணகிரி, தர்மபுரி, கரூர், திண்டுக்கல் உள்ளிட்ட மாவட்டங்கள் அமைகின்றன. இந்நீண்ட நெடிய நிலப் பரப்பின் இரு புறமும் மேற்குத் தொடர்ச்சி மலையும் கிழக்குத் தொடர்ச்சி மலையும் இரு பெரும் இயற்கை அரண்களாக அணி செய்கின்றன.

2. கொங்கு நாடான இன்றைய மேற்குத் தமிழகத்தின் பழங்குடியினர் - ஒரு சிறு அறிமுகம்

தமிழ்நாட்டின் மொத்தமுள்ள 37 பழங்குடிகளுள் 15 வகைப் பழங்குடியினர் காடும் காடு சார்ந்த முல்லை நிலப் பகுதியான கொங்கு நாட்டின் மேற்குத் தொடர்ச்சி மலை மற்றும் கிழக்குத் தொடர்ச்சி மலைப் பகுதிகளில் பல நூற்றாண்டுகளாகத் தமது

மரபார்ந்த வாழிடங்களில் வாழ்ந்து வருகின்றனர். இவர்களுள், நீலகிரி மாவட்டத்தில் தொதவர், கோத்தர், குறுமர்,[1] இருளர்,[2] பணியர்,[3] காட்டுநாயக்கர்[4] என்னும் 6 வகைப் பழங்குடியினரும் கோயம்புத்தூர் மாவட்டத்தில் இருளர், காடர், மலசர், மகா மலசர், முதுவர், எரவல்லான் என்னும் 6 வகைப் பழங்குடியினரும் ஈரோடு மாவட்டத்தில் சோளகர், ஊராளி என்னும் இரு வகைப் பழங்குடியினரும் கிருஷ்ணகிரி மாவட்டத்தில் இருளர் பழங்குடியினரின் ஒரு பிரிவினரும் திண்டுக்கல் மாவட்டத்தில் பழனி மலை மற்றும் கொடைக்கானல் சிறு மலைப் பகுதிகளில் பளியர் பழங்குடியினரும் சேலம் மாவட்டக் கொல்லிமலை மற்றும் ஏற்காடு மலைப் பகுதிகளிலும் நாமக்கல் மாவட்டம் பச்சை மலைப் பகுதியிலும் தருமபுரி மாவட்டம் சித்தேரி மலை மற்றும் போத மலைப் பகுதிகளிலும் மலையாளிப் பழங்குடியினரும் வாழ்ந்து வருகின்றனர்.

தமிழ்நாட்டில் தொன்மைப் பழங்குடியினராக இணங்க கண்டறியப்பட்டுள்ள 6 வகைப் பழங்குடியினரான தொதவர், கோத்தர், குறுமர், இருளர், பணியர், காட்டுநாயக்கர் உள்ளிட்டோர் கொங்கு நாட்டின் இன்றைய முகாமைப் பகுதிகளுள் ஒன்றான நீலகிரி மாவட்டத்தில் மட்டுமே காணப்படுதலால், 'தமிழ்நாட்டின் பழங்குடியினர் மாவட்டம்' என இம்மாவட்டம் அறித்தேற்பு செய்யப் பட்டுள்ளமையும் இந்த 6 வகைத் தொன்மைப் பழங்குடியினருள் இருளர் மட்டுமே, நீலகிரி, கோயம்புத்தூர், கிருஷ்ணகிரி உள்ளிட்ட கொங்கு மாவட்டப் பகுதிகளில் பரவலாகக் காணப்படுதலும் தமிழ்நாட்டுப் பழங்குடிகளுள் குடித் தொகை அளவில் மிகுதியான மலையாளிப் பழங்குடியினர் கொங்கு நாட்டின் கிழக்குத் தொடர்ச்சி மலைப் பகுதியில் கொல்லி மலை, ஏற்காடு மலை, பச்சை மலை, சித்தேரி மலை, போத மலை, கடம்பூர் மலை உள்ளிட்ட 6 மலைகளில் ஈரோடு, சேலம், நாமக்கல், தர்மபுரி உள்ளிட்ட 4 மாவட்டங்களில் பரவியுள்ளமையும் கொங்கு நாட்டின் இன்றைய பழங்குடிப் பண்பாட்டிற்குரிய சிறப்புகளுள் சில.

'காடு கொன்று நாடாக்கிய' கொங்கு நாட்டின் தோற்று வாய்க்குக் காரணமான இருளர் இனக்குழுத் தலைவனான 'கோவன்' என்பவனால் உருவாக்கப்பட்ட 'புத்தூர்' என்னும் அடிப்படையில், 'கோவன்புத்தூர்' எனப்பட்டு, நாளடைவில் 'கோயம்புத்தூர்' என்று அறியப்படும் வரலாற்றுச் செய்தியானது கொங்கு நாட்டிற்கும்

இருளர் பழங்குடியினருக்குமிடையே நிலவிய தொடர்புறவை உறுதிப்படுத்தும்.

3. கொங்கு நாட்டின் இன்றைய பழங்குடியினர் வாழ்வியற்பாங்குகளும் அவற்றின் முகாமையும்

அன்றைய கொங்கு நாடான இன்றைய மேற்குத் தமிழகத்தின் பழங்குடியினர் குறிப்பிடத்தக்க பல்வேறு வாழ்வியற்பாங்குகளை உடையோராக விளங்குகின்றனர். இத்தகைய வாழ்வியற்பாங்குகளின் முகாமை அளவிடற்கரியது. அவற்றுள் சில பின்வருமாறு:

3.1 களவுக்குப் பின்பான 'கற்பு' வாழ்க்கை

சங்க கால வாழ்வியலின் பண்பாட்டு எச்சப் பதிவுகளைக் கொங்கு நாட்டின் இன்றைய பழங்குடியினரிடையே பரவலாகக் காணலாம். கருத்தொருமித்த ஆணும் பெண்ணும் இணையராகக் கூடி வாழும் 'களவு' வாழ்க்கையைத் தொடர்ந்தே திருமண வாழ்க்கை என்னும் 'கற்பு' வாழ்க்கை முறையைத் தொதவர், காடர் உள்ளிட்ட கொங்கு நாட்டின் இன்றைய பல்வேறு பழங்குடியினர் மேற்கொள்ளுதலை இதற்குச் சான்றாகக் கூறலாம்

3.2 பண்பாட்டுச் சூழலியல் உணர்வு

தங்களுக்கிடையே கிடைத்திடும் உணவு மற்றும் இருப்பிடத்தைப் பகிர்ந்துகொள்ளும் உயர்ந்தப் பண்பாட்டிற்குச் சொந்தக்காரராகக் கொங்கு நாட்டின் இன்றைய பழங்குடியினர் விளங்குதலையும் காணலாம். எடுத்துக்காட்டாக, திண்டுக்கல் மாவட்டம், பழனி மலை, கொடைக்கானலை அடுத்துள்ள சிறுமலை உள்ளிட்ட பகுதிகளில் வாழும் உணவு திரட்டும் பழங்குடியினரான பளியர் இனக்குழுவினர் காலை முதல் மாலை வரை கடும் முயற்சிக்குப் பின் தாங்கள் தோண்டியெடுக்கும் மூன்று நீட்சிகளாக உள்ள ஒரு வகை மலைக் கிழங்கின் ஒரு நீட்சியை மட்டும் எடுத்துக் கொண்டு மீதமுள்ள இரண்டையும் 'பின்னர் வருவோர்க்கு' என விட்டுச்செல்லும் மேம்பட்ட பண்பினராக விளங்குதலை இங்குக் குறிப்பிடலாம்.

'இது போலவே, நீலகிரி மலைத் தொடரின் மிக உயரமான பகுதியில் தமது எருமை மந்தைக்கான மேய்ச்சல் புல்வெளியை ஒட்டிய நிலப் பரப்பில் தொதவரும் அதற்குச் சற்றுக் கீழான உயர்ந்த பகுதியில் தங்கள் மண்பாண்டத் தொழிலிற்கு ஏற்ற

களிமண் நிலப் பகுதியை அடுத்துக் கோத்தரும், மலையின் நடுத்தர உயரத்தில் தேன் முதலிய மரம்சாராச் சிறு காடுபடு பொருள்களைத் திரட்டிடும் உணவு திரட்டும் பழங்குடியினரான குறுமரும் இருளரும் நீலகிரி மலையடிவாரத்திற்குச் சற்று உயர்ந்த மலைப் பரப்புகளில் பணியர், காட்டு நாயக்கர் என்னும் உணவு திரட்டும் பழங்குடியினரும் வாழ்ந்து வருவதை உணவு மற்றும் இருப்பிடப் பகிர்வுப் பண்பாட்டிற்குச் சரியான சான்றுகளாகச் சுட்டலாம். இங்கு இயற்கைச் சமன்பாடு பேணப்படுவதுடன் 'அனைவர்க்கும் உணவு' என்பது உறுதி செய்யப்படுகிறது.

3.3 காட்டு யானைகளைப் பழக்கி வசப்படுத்துதல்:

கோயம்புத்தூர் மாவட்டம், வால்பாறை வட்டம், ஆனைமலைப் பகுதியைச் சார்ந்த மலசர் பழங்குடியினரும் நீலகிரி மாவட்டம், கடலூர் மற்றும் பந்தலூர் வட்டங்களைச் சார்ந்த பெட்டக் குறுமர் பழங்குடியினரும் அடர்ந்த காட்டின் ஊடாக வாழ்ந்து வரும் நிலையில், காட்டுயானைகளைப் பழக்கி வசப்படுத்தும் யானைப் பாகன்களாகத் திகழ்தலுடன் காட்டு யானைகளைப் பழக்கிடும் போது அவற்றுடன் ஒரு வகைப் பேச்சு மொழியில் கலந்து உறவாடுதலையும் கொங்கு நாட்டின் இன்றைய பழங்குடியினர் வாழ்வியற்பாங்கிற்கு மற்றொரு சான்றாகச் சுட்டலாம்.

3.4 பண்பாட்டுப் பயிற்சிக் களங்களாகும் இளையோர் கூடங்கள்

பருவ அகவை அடைந்து திருமணம் ஆகாத ஆண்களுக்கும் பெண்களுக்குமான இரவு நேரப் பொதுத் தங்குமிடமாக அமையும் 'இளையோர் கூடங்கள்' அவர்களுக்கான பண்பாட்டுப் பயிற்சிக் களங்களாகத் திகழ்தலைக் கொங்கு நாட்டின் இன்றைய பழங்குடிக் குழுக்களுள் ஒன்றான முதுவர் இனக்குழுவினரிடையே வழக்கத்திலுள்ள பெண்டிரின் 'குமரி மடம்', ஆடவரின் 'இளந்தாரி மடம்' வாயிலாக உணரலாம்.

3.5 இறந்தோர் ஆவிகளை நிலைப்படுத்தும் 'சந்து விக்ரது'

'சந்து விக்ரது'[12] (அதாவது, 'சந்து வைத்தல்') என்னும் பின் இறப்புச் சடங்குவாயிலாக இறந்தோர் ஆவிகளை அமைதிப்படுத்தி, அவற்றைக் கல் அல்லது உருவாரக் கல்லில் நிலைப்படுத்தி, அவற்றை வழிபாட்டு ஆவிகளாக மாற்றிப் பயன்படுத்திக்கொள்ளும் பண்பாட்டு நடத்தையைக் (Cultural Behaviou) கொங்கு நாட்டின் இன்றைய பழங்குடிகளுள் ஒன்றாகிய மலையாளி

இனக்குழுவினரிடையே காணலாம்.' இத்தகைய சடங்கியல் நிகழ்வானது சந்தி வழிபாட்டின் கீழாக வரும் வாழ்வியற்பாங்கே.

3.6 'பூப்பு முன்நிலைத் திருமணம்'

பெண் பூப்படைதற்கு முன்னரே அவளுக்குரிய வருங்கால மணமகனாகச் சிறுவன் ஒருவனை உறுதிப்படுத்தும் பூப்பு முன்நிலைத் திருமணம் கொங்கு நாட்டின் இன்றைய இரு வகைப் பழங்குடியினரான தொதவர் மற்றும் கோத்தரிடையே இனங் கண்டறியப்பட்டுள்ளது மற்றுமொரு அரிய வாழ்வியற்பாங்கு ஆகும்.[14]

3.7 'மீயியல் மந்திர ஆற்றல்'

நீலகிரி மாவட்டத்துப் பிற பழங்குடியினர் மற்றும் படுக இனக்குழுவினரால் ஆலுக் குறுமர் எனும் பழங்குடியினர் மீயியல் மந்திர ஆற்றல் மிக்கோராகக் கருதப்படுகின்றனர். நீலகிரி மாவட்டம், கோத்தகிரியை ஒட்டிய பகுதியில் 'நீலி, குறுமர்' என்கிற ஆலுக் குறும இணையர் வாழ்ந்து வந்ததாகவும் அங்குள்ள படுகர் மக்களிடையே தொடர்ச்சியாக ஏற்பட்ட கால்நடைச் சாவுகள், பயிர் விளைச்சல் பொய்த்துப் போதல், மக்களுக்கு ஏற்பட்ட நோய், உள்ளிட்ட இன்னல்களுக்கு அந் நீலிகள் குறும இணையரின் தீய மந்திர ஆற்றலே காரணம் என்று கருதிய படுகர் இரவோடு இரவாகத் தீயிட்டுக் குடிசையுடன் அவ்விருவரையும் கொன்றழித்துவிட்டதாகவும் இறந்துபோன நீலி, குறும இணையர் படுக இன மக்களின் கனவில் தொடர்ந்து தோன்றிப், படுகர் அனைவரையும் பழிவாங்கப் போவதாக எச்சரித்ததாகவும் கொல்லப்பட்ட நீலி, குறும இணையரை அமைதிப்படுத்திடக் கோத்தர் பழங்குடியினரைக்கொண்டு ஓரிணைக் கருங்கல் தூண் களை அரைப் புடைப்பு உருவாரங்கள் மற்றும் 'நீலி, குறுமன்' எனும் தமிழ் எழுத்துப் பொறிப்புடன் நிலைநிறுத்தியதாகவும் ஒரு செவிவழிச் செய்தி நிலவுகிறது. இன்றும் கோத்தகிரி நகரின் நடுவே நிறுவப்பட்டுள்ள இந்நினைவுத் தூண்கள் இச்செவி வழிச் செய்திக்கு நிலைத்த சான்றாதாரங்களாக நிற்கின்றன.[15]

தொதவர் பழங்குடியினரின் கருப்ப இணைப்புச் சடங்கின் முந்தைய நாள் இரவின்போது, தரையில் ஓரிணை முனைக் குச்சிகளை நட்டு, அவற்றுள் ஒன்றின்மீது கறுப்புக் கம்பளி நூலையும் மற்றொன்றின்மீது சிவப்புக் கம்பளி நூலையும் சுற்றி, அவற்றைக் கருப்பமுற்ற பெண் வீழ்ந்து வணங்கி வழிபட்டுத்

தன்னையும் தன் வயிற்றில் வளர்ந்து வரும் குழந்தையையும் எவ்வகைச் சேதமுமின்றிக் காக்குமாறு வேண்டிக்கொள்ளல் ஆலுக் குறுமர் மீயியல் மந்திர ஆற்றல் மீது நீலகிரியின் மண்ணின் மைந்தர் கொண்டுள்ள நம்பிக்கையை உறுதிப்படுத்தும் வாழ்வியற்பாங்கு எனலாம்.

தமிழ்நாட்டுப் பழங்குடிக் குழுவினருள் 'வரைகலைத் திறலாளராகத்' திகழும் ஒரேயொரு பழங்குடியினரும் ஆலுக் குறுமரே.[17]

3.8 தமிழ்மொழி மற்றும் தமிழ் மறப் பண்புடனான நெருக்க உறவு

இடைக்காலத் தமிழிலிருந்து மலையாள மொழி உருவானதற்கு ஒரு நூற்றாண்டுக் காலம் முன்பாகவே தமிழிலிருந்து கிளைத்துப் பிரிந்த தனித் திராவிட மொழியாக நீலகிரி மாவட்டம், கூடலூர் பந்தலூர் வட்டங்களில் வாழும் முள்ளு குறுமப் பழங்குடியினரின் மொழி அமைகிறது என மொழியியலாளர் கண்டு வெளிப்படுத்தியுள்ளனர்.[18]

இறந்தோர் உடலுடன் அம்பு முனைகளைப் புதைக்கும் மறப் பண்பினராகவும் இம்முள்ளுக் குறுமப் பழங்குடியினர் இன்றும் நீடித்தல் மற்றுமொரு குறிக்கத்தக்க பழங்குடி வாழ்வியற்பாங்கு.

3.9 மரபார்ந்த பூப்பின்னல் வேலைப்பாட்டுக் கைவினைத் திறன்

எருமை மந்தைகளை மேய்த்திடும் ஆயர் வாழ்க்கைப் பாங்கை மேற்கொள்ளும் நீலகிரியின் தொதவர் பழங்குடியினர் 'புத்குளி' எனும் மரபார்ந்த பூப்பின்னல் வேலைப்பாட்டுக் கைவினைத் திறனாளராகவும் திகழ்கின்றனர். தொதவப் பெண்டிரின் இப்பூப் பின்னல் வேலைப்பாடு பிற இனக்குழுவினரின் மரபார்ந்த பூப்பின்னல் வேலைப்பாடுகளிலிருந்து முற்றிலும் வேறுபட்டது. அதாவது, எவ்வகைப் பின்புல வரைவுகளுமின்றி, நூலிழைச் சந்துகளை மனக் கணக்காகக் கணக்கிட்டுத் தொதவப் பெண்டிர் தங்கள் மரபார்ந்த பூப்பின்னல் வேலைப்பாட்டுக் கைவினை வாயிலாக உருவாக்குகின்றனர்.

கறுப்பு, சிவப்புக் கம்பளி நூல்கொண்டு பிறை நிலா, மலை முகடு, எருமைக் கொம்பு, பாம்பின் படம், வண்ணத்துப்பூச்சி, கார்த்திகைப் பூ, அகல் விளக்கு உள்ளிட்ட மரபார்ந்த குறியீட்டு உருவங்களை உள்ளடக்கியதாக இப்பூப்பின்னல் வேலைப்பாடு அமைகிறது.[19]

இதுவும் கொங்கு நாட்டின் இன்றைய பழங்குடியினர் வாழ்வியற் பாங்கு தொடர்பான ஒரு பதிவு ஆகும்.

3.10 வறுமையிலும் மேலோங்கும் கலை உணர்வு

நீலகிரி மாவட்டம், கூடலூர் மற்றும் பந்தலூர் பகுதிகளில் வாழ்ந்து வரும் பணியர் பழங்குடியினர் தமிழ்நாட்டுப் பழங்குடியினருள் கறுப்பினச் சாயலுள்ள ஓர் இனக்குழுவினர் ஆவர். பொருளியல் நிலையில் மிகவும் தாழ் படிநிலையில் வாழும் பழங்குடியினப் பெண்டிர் தங்கள் காது மடல்களைத் துளையிட்டு, வளர்த்து, அதனுள் நிழலில் உலர்த்திய தாழை மடலைச் சுருளாக அணிதலும் தாழைச் சுருளுக்கு நடுவே வட்ட வடிவமாகத் தட்டிய தேன் மெழுகு வட்டின்மேல் குன்றிமணியின் சிவப்புப் பகுதி வெளிப்புறம் தெரியும் வகையில் அமைத்து, விலையுயர்ந்த பவளக் காதணிபோல் அணிதலும் கலை உணர்வானது வறுமைப் பின்னணியிலும் அழிந்துவிடாமல் மேலோங்கி நிற்கும் என்னும் பழங்குடி வாழ்வியற்பாங்கை உணர்த்துகிறது.

3.11 பதியன் போட்டு வளர்க்கப்படும் பாண்டி நாட்டு மரபு

தென் பாண்டி நாட்டிலிருந்து கொங்கு நாட்டிற்குக் குடியேறிய போது, தம் முதுகில் மீனாட்சியம்மன் சிலையைச் சுமந்து வந்தோரே முதுவர் பழங்குடியினர் என்றும் அவ்வழக்கம்சார்ந்த வாழ்வியற் பாங்கின் தொடர்ச்சியாக இன்றும் முதுவப் பெண்டிர் தங்கள் குழந்தைகளை இடுப்பில் சுமக்காமல் முதுகின்மீது சேலைத் தலைப்பில் கட்டிச் சுமக்கின்றனர் என்றும் கூறப்படுகிறது. பிற இனக்குழுவினரைப் பேணிக் காக்கும் 'தகப்பன்மார்' (Patrons) எனப் பெருமை பொங்க இப்பழங்குடியினர் தம்மைக் குறிப்பிட்டுக் கொள்கின்றனர். கற்புக்கரசி கண்ணகியின் வழித்தோன்றல்களாகத் தங்களைக் கருதும் இம்முதுவர் பழங்குடியினர் தமது பேசு மொழியாகிய தமிழ்க் கிளைமொழியைப் 'பாண்டி நாட்டுப் பாஷே''[20] என இன்றும் குறிப்பிடுதல் இங்கு ஒப்புநோக்கத் தக்கது.

3.12 இடப்பெயர்ச்சி வரலாறு காட்டும் குலப் பிரிவுகள்

கொங்கு நாட்டின் இன்றைய பழங்குடிகளுள் ஒன்றான இருளர் இனக்குழுவினரிடையே 12 குலப் பிரிவுகள் உள்ளன. கோயம்புத்தூர் மாவட்ட இருளர் பழங்குடியினர் இவ்வனைத்துக் குலங்களின் பெயர்களையும் அறிந்துள்ளனர். மாறாக, நீலகிரி மாவட்ட

இருளரோ தங்களின் குலப் பிரிவுகள் 12 எனக் குறிப்பிட்டாலும் அவற்றுள் 8 குலங்களின் பெயர்களை மட்டுமே தங்கள் சமூக அமைப்பில் கொண்டுள்ளனர். இன்றைய கோயம்புத்தூர் மாவட்டப் பகுதியிலிருந்து நீலகிரியின் கிழக்குப் பகுதிக்கு இருளர் இடம் பெயர்ந்து குடியேறியபோது அவர்களுள் 8 குலத்தினர் மட்டுமே குடிபெயர்ந்தமையே இதற்குக் காரணமாகும்.[21] பிற்காலத்தில், கர் நாடகப் பகுதியிலிருந்து நீலகிரியின் மேற்குப் பகுதிக்கு இருளர் பழங்குடியினர் குடியேறியமையும் நிகழ்ந்துள்ளது.[22]

ஈரோடு மாவட்டப் பர்கூர் மலைப் பகுதியில் வாழும் 'சோளகர்', திம்பம் மலைப் பகுதியில் வாழும் "ஊராளி" என்னும் இரு வேறு பழங்குடியினரின் குலப் பிரிவுகளுடைய பெயர்கள், ஏறக்குறைய இருளர் பழங்குடியினருடைய குலப் பிரிவுகளின் பெயர்களையே ஒத்துள்ளன. இதனால், சோளகரும் ஊராளியும் இருளர் இனக் குழுவினரின் உள் பிரிவுகளாக இருக்கலாம் என்ற கருதுகோளும் தலை தூக்குகிறது.[23]

4. முடிவுரை

மேலே காட்டியுள்ள கொங்கு நாட்டின் இன்றைய பழங்குடியினரின் வாழ்வியற்பாங்குகள் கொங்கு நாட்டுப் பண்பாட்டு மரபுகளை, அதாவது, வேர்களை அறிந்துகொள்ளப் பெரிதும் நமக்கு உதவிடும். கொங்கு நாடு தொடர்பான சொல் வரலாற்றியல், வரலாற்றியல், மொழியியல், பழங்குடியியல், பண்பாட்டியல் உள்ளிட்ட பல் துறை ஆய்வு அணுகுமுறைகள் தேவைப்படும் ஆய்வுத் துறைகளுக்குக் கொங்கு நாட்டின் இன்றைய பழங்குடியினர் வாழ்வியற்பாங்குகள் பற்றிய ஆய்வுகள் வழிவகை செய்கின்றன. இத்தகைய ஆய்வுப் போக்குகளின்றிக் கொங்கு நாட்டியல் ஆய்வுகள் முழுமை பெறா.

எனவே, கொங்கு நாட்டின் இன்றைய பழங்குடியினரின் வாழ்வியற்பாங்குகளை அறிந்துகொள்வதன் அடிப்படையிலேயே கொங்கு மண்டலத்தின் தொல் வரலாறு, வரலாறு, மொழி, பழங்குடி, பண்பாடு பற்றிய சுவடுகளை நம்மால் விளங்கிக் கொள்ளவியலும்.

அடிக் குறிப்புகள்

1 'பால் குறுமர்' /ஆலுக் குறுமர்', 'ஊராளிக் குறுமர்'/ 'பெட்டக் குறுமர்', 'தேன் குறுமர் / 'ஜேனுக் குறுமர்', 'முள்ளுக் குறுமர்'/ 'குறுமன்ஸ்' என நீலிகிரியின் 4 தனித், தனிப் பழங்குடியினர் உள்ளமையால், இவ்வனைத்துப் பழங்குடிகளையும் 'குறும்பாஸ்'

என்னும் ஒரு பழங்குடி வகைமைக்குள் இந்நான்கு வெவ்வேறு இனக்குழுவினரையும் டேவிட் ஜி.மேண்டல்பாம் எனும் மேனாட்டு மாந்தவியலாளர் 'குறுமர் தொகுதி' எனக் குறிப்பிட்டமையும் அவரை அடியொற்றிப் பின்னர் வந்துற்ற பெரும்பான்மை மாந்தவியலாளர் இதே கருத்தை வழிமொழிந் தமையும் வரலாற்றுப் பிழையே.

2 தமிழ்நாட்டின் 6 தொன்மைப் பழங்குடியினருள் இருளர் மட்டுமே 25 மாவட்டங்களில் பரவலாகக் காணப்படுகின்றனர். எனவே. இவ்வினக் குழுவானது 'பரவல் பழங்குடி' (Dispersed Tribe) என அறியப்படுகிறது.

3 1975 காலகட்டம் வரை இப்பணியப் பழங்குடியினர் 'கொத்தடிமைத் தளை'யின்கீழ் உழன்று வந்தமையால், இம்மக்களுக்கெனத் தனித்த வாழ்வியற்பாங்குகள் ஏதுமில்லை என்றே தவறாகக் கருதப்பட்டது. இக்கட்டுரை ஆசிரியரால் தொடர்ச்சியாக இப்பழங்குடியினரிடையே நிகழ்த்தப்பட்ட களப்பணி ஆய்வுகள் வழியே இவர்களும் ஒரு கைதேர்ந்த 'உணவு திரட்டுப் பழங்குடியினர்' என்ற உண்மை வெளிக்கொணரப்பட்டது.

4 'தேன் குறுமர்' / 'ஜேனுக் குறுமர்' என்னும் பழங்குடியினரும் 'காட்டுநாயகன்' என்னும் பழங்குடியினரும் ஒரே இனக் குழுவினரே என மாந்தவியலாளருள் ஒரு சாராரும் இவ்விரு பழங்குடிக் குழுக்களும் வெவ்வேறு இனக்குழுவினரே என மாந்தவியலாளருள் மற்றொரு சாராரும் தொடர்ந்து இன்று வரை வாதிட்டு வருகின்றனர்.

5 இவ்வனைத்துப் பழங்குடிக் குழுக்களும் முன்னர் 'தொன்மைப் பழங்குடியினர்' என்றே குறிக்கப்பட்டனர். இச்சொல்லாட்சியானது அண்மைக் காலத்தில் 'குறிப்பிடத்தக்க அழிநிலைப் பழங்குடி யினர்' (Particularly Vulnerable Tribal Groups) என்றே மாற்றுப் பெயருடன் குறிக்கப்படுகிறது.

6 இப்பழங்குடியினருள் ஒரு பிரிவினர் மலை உச்சியிலுள்ள காடுகளில் வாழ்ந்துவருவதலால் அம்மக்கள் 'காடு மலசர்' அல்லது 'மலை மலசர்' எனவும் மற்றொரு பிரிவினர் சமவெளியை ஒட்டியுள்ள மலையடிவாரப் பகுதிகளில் 'பதிகள்' எனும் குடியிருப்புகளை அமைத்து நிலையாகப் பதிந்து வாழ்தலால் அவர்கள் 'பதி மலசர்' எனவும் இரு வேறு உள் பிரிவுகளாக மலசர் பழங்குடிகளிடையே கண்டறியப்பட்டுள்ளது. இவ்விரு பிரிவினருள் 'மலை மலசர்' பிரிவினரே 'மகா மலசர்' எனத்

தனிப் பழங்குடியினராகத் தமிழகப் பழங்குடிப் பட்டியலில் இடம்பெற்றுள்ளனர். தமிழகப் பழங்குடிப் பட்டியலில் காணப்படும் இதுபோன்ற குழப்பங்களுக்கு அளவே இல்லை.

7 'முதுவர் / முதுகர்' எனத் தமிழகப் பழங்குடிப் பட்டியலில் ஒரு பழங்குடியாக இடம்பெறும் இப்பழங்குடியினரே 'முத்துவன்' என அதே பட்டியலில் தனிப்பட்ட ஒரு பழங்குடியாகக் காட்டப்பட்டுள்ளமை தற்போதைய தமிழகப் பழங்குடிப் பட்டியலில் காணலாகும் பிறிதொரு குழப்பம் ஆகும்.

8 'எரவள்ளான்' எனும் இப்பழங்குடியினர் கோயம்புத்தூர் மாவட்டம், உடுமலைப்பேட்டை வட்டம், அமராவதியிலுள்ள இந்திராகாந்தி வன உயிரி உய்விடத்தில் காணப்படுகின்றனர். 'எரவாளர்', 'அம்புவேடர்' 'அம்பு-வில்லு வேடர்' உள்ளிட்ட மாற்றுப் பெயர்களாலும் இவ்வினக்குழுவினர் அழைக்கப்படுகின்றனர். தமிழ்நாட்டின் 'அழிநிலை மொழிகளுள்' ஒன்றான இப்பழங்குடியினரின் பேசு மொழியானது மொழியியலாளர் பேராசிரியர் ஞானசுந்தரம் - அவர்களால் இனங்கண்டறியப்பட்டுள்ளது.

9. இப்பளியர் பழங்குடியினர் பொதுவாகப் 'பளியர்' என்றே மாந்தவியலாளரால் சுட்டப்படுகின்றனர். இருப்பினும், இவர் தம் இனக்குழுப்பெயரானது 'பள்ளியர்' 'பள்ளியன், 'பள்ளேயன்' எனத் தமிழகப் பழங்குடிப் பட்டியலில் மூன்று வெவ்வேறு பழங்குடிகளாகக் காட்டப்பட்டுள்ளமையும் மீளாய்விற்குரியது.

10 நிருவாக வசதிக்கென ஆட்சியாளர்களால் ஒரு மாவட்டத்திலிருந்து புதிய மாவட்டம் பிரித்து உருவாக்கும் நிலையில், புதிதாக உருவாக்கப்பட்ட பெரம்பலூர், திருவண்ணாமலை மற்றும் ஈரோடு உள்ளிட்ட மாவட்டங்களில் 'மலையாளிப்' பழங்குடியினர்க்கான 'பழங்குடி நிலை' அறிந்தேற்பானது இன்று வரை எட்டாக் கனியாகவே விளங்குகிறது என்பது வருத்தம் அளிக்கிறது.

11 இப்பேசு மொழி 'உருது' மொழியை ஒத்துள்ளதாக மாந்தவியலாளரான பேராசிரியர் பி.கே.மிஸ்ரா குறிப்பிடுகிறார். முகலாய ஆட்சியின்போது 'யானைப் படைக்குத்' தேவைப்பட்ட யானைகளைக் காட்டிலிருந்து பிடித்துவந்து பழங்குடியினர் பழக்கிய வரலாற்றுப் பின்னணியில் இத்தகு 'பழக்கு மொழி' வழக்கத்திற்கு வந்திருக்கலாம் என்பது அவர்தம் கருத்து. இது மேலும் ஆய்தற்குரியது.

12 கல்வராயன் மலையாளிப் பழங்குடியினரிடையேயும் அமைதியற்று அலையும் இறந்தோர் ஆவியானது ‘சந்து’ எனக் குறிப்பிடப்படுவதை எடுத்துரைக்கும் புதுவைப் பல்கலைக்கழக மாந்தவியல் பேராசிரியர் ஆ.செல்லபெருமாள் கல்வராயன் மலையாளிப் பழங்குடியினருடைய வழக்கத்திலுள்ள பல்வேறு ‘சந்துகளைப்’ பட்டியலிடுகிறார். இருப்பினும், அம்மக்களிடையே ஆவியை நிலைப்படுத்தும் ‘சந்து விக்ரது’ என்னும் பின் இறப்புச் சடங்கு அறவே இல்லை என்பது இங்கு ஒப்புநோக்கத் தக்கது.

13 விரிவான தகவல்களுக்குக் காண்க: மகேசுவரன், சி.2012 (அ).

14 இதுபோன்ற பல்வேறுபட்ட பொதுவான வாழ்வியற்பாங்குகள் தொதவர்-கோத்தரிடையே மிகுதியாக மாந்தவியலாளரால் இனங் கண்டறியப்பட்டுள்ளன. மொழி நிலையிலும் தொதவம் மற்றும் கோத்தம் நெருங்கிய மொழிகளாகவே விளங்குகின்றன.

15 விரிவான செய்திகளுக்குக் காண்க: *Maheswaran*, 2010.

16 இது தொடர்பான விரிவான தகவல்களுக்குக் காண்க: *Maheswaran, C. (f.c.)*.

17 தமிழ்நாட்டிலுள்ள ஆலுக் குறுமப் பழங்குடியினரிடையே மட்டும் ‘வரைகலைத் திறன்’ இனங்கண்டறியப்பட்டுள்ளது. வட இந்திய ‘வர்லி ஓவிய மரபு’ போன்று ‘ஆலுக் குறுமர் ஓவிய மரபும், இன்று வளர்ச்சி பெற்றுவருகிறது.

18 தொடர்புடைய விரிவான தகவல்களுக்குக் காண்க: *Sathya Joseph, Robert*, 1983.

19 விரிவான செய்திகளுக்குக் காண்க: *Maheswaran. C.* 2010(a).

20 முதுவர் பேசு மொழி தொடர்பாக இதுவரை வந்துள்ள ஒரேயொரு நூல் முனைவர் சு. சக்திவேல் (பேராசிரியர் மற்றும் தலைவர், நாட்டுப்புறவியல் துறை, தமிழ்ப் பல்கலைக்கழகம் தஞ்சாவூர்) சக்திவேல், அவர்களால் படைக்கப்பட்ட நூலாகும் (காண்க.-சு.1980.)

21 இருளர் பழங்குடியினரிடையே இக் கட்டுரை ஆசிரியர் மேற்கொண்ட களப்பணி ஆய்வுகளின்போதே இவ்வுண்மை புலப்பட்டது.

22 கர்நாடகப் பகுதியிலிருந்து (அதாவது, வடக்கிலிருந்து) நீலகிரிக்குக் குடியமர்ந்த ‘இருளிகர்’ ஒரு வகைக் கன்னடக்

கிளைமொழியைத் தம் பேசு மொழியாகக் கொண்டுள்ளனர். தொடக்க காலத்தில், உள்ளூர் மக்களான 'படுகரால்' 'கசவர்' என்று அழைக்கப்பட்ட இம்மக்கள் காலப்போக்கில் அவ்வாறு அழைக்கப்படுதலை விரும்பா நிலையில், மாந்தவியலாளர் இவர்களை 'வடக்கு இருளர்' எனவும் கோயம்புத்தூரிலிருந்து (அதாவது, தெற்கிலிருந்து) நீலகிரியில் குடியேறிய முந்தையோரைத் 'தெற்கு இருளர்' எனவும் வகைபாடு செய்துள்ளனர். இத்தெற்கு இருளரின் பேசு மொழியானது தமிழின் ஒரு கிளைமொழி (A Dialect of Kannada) என்பது இங்குக் குறிக்கத் தக்கது.

23. இருளர், சோளகர் மற்றும் ஊராளி எனும் இம்மூன்று பழங்குடிக் குழுக்களின் ஊடாகப் 'பண்பாட்டிடை ஆய்வு' மற்றும் 'இனங்குழு வொப்பாய்வு' அணுகுமுறைகளில் விரிந்து பரந்ததோர் ஆய்வு மேற்கொள்ளும்போது இக்கருதுகோளின் உண்மை நிலைபாடு தெரியவரும்.

நோக்கீட்டு ஏடுகள்

(தமிழில்)

செங்கோ	1979.	வனாந்தரப் பூக்கள், சென்னை: நியூ செஞ்சுரி புக் ஹவுஸ்.
பெரியாழ்வார், இரா.	1980.	இருளர் வாழ்வியல், மதுரை: தமிழ்ப் புத்தகாலயம்.
மகேசுவரன், சி.	2012 (அ).	'சந்து விக்ரது' பச்சை மலைப் பழங்குடியினரின் இறந்தோர் ஆவியை நிலைப்படுத்தும் சடங்கு". 34-35. சமூக விஞ்ஞானம் 9:34.10.
மகேசுவரன், சி.	2012 (ஆ).	"குறிப்பால் பொருள் உணர்த்தும் தமிழ்நாட்டுப் பழங்குடியினர்." 56-58. சமூக விஞ்ஞானம் 9:36.

(ஆங்கிலத்தில்)

Maheswaran, C. 2013 (a) *The Embroidered Textiles of Toda Tribes of The Nilgiris Chennai, Government Museum.*

Maheswaran, C. 2010. *"Kurumba Memorial Pillars at Kotagiri- A Study in Cultural Perspectives". In: Tribal and Folk Culture Studies. Chennai: Government Museuim.*

Maheswaran, C 2013. *"The Graphic Art Tradition of the Kurumba Tribes of The Nilgirs(Mimeo.)" 'National Seminar on the Intangible Cultural Heritage of Tribes of South India'. H.D. Kotte: Kannada University, Hampi.*

Maheswaran, C *"The So-called Bow - giving Ceremony of Toda Tribes of The Nilgiris. (Mimeo.)"*

Robert Sathya Joseph, D. 1983. *A Descriptive Grammar of Mull Kurumba Language (Unpublished Phd. Thesis) Annamalai Nagar: Annamalai University.*

Sakthivel, S. 1980. *Muduva Dialect. Mariappa Nagar: Meena Pathippakam.*

நன்றியுரை : இக்கட்டுரைக்கான எண்ணத்தை என்னுள் விதைத்தவரான வாணவராயர் அறக்கட்டளையைச் சார்ந்த முனைவர் ஜெகதீசன் - அவர்களுக்கு என் நெஞ்சார்ந்த நன்றி இங்குப் படைக்கப்படுகிறது.

சோளகர் பழங்குடியினர்:
ஓர் இனக்குழுவரைவியல் அறிமுகம்

முன்னுரை

தமிழ்நாட்டில் ஈரோடு மாவட்டத்தைத் தமது இருப்பிடமாகக் கொண்டு வாழ்ந்துவரும் பழங்குடியினருள்[1] சோளகர்,[2] ஊராளி,[3] மலையாளி[4] உள்ளிட்டோர் குறிப்பிடத்தக்கவர்கள். இவர்களுள், சோளகர் என்ற பழங்குடியினரை அறிமுகப்படுத்துவதே இக்கட்டுரைக் களம்.[5]

1. வாழ்விடம்

ஈரோடு மாவட்டம், பவானி வட்டம், அந்தியூர் பகுதியில் உள்ள பர்கூர் மலையைத் தமது வாழ்விடமாகக் கொண்டுள்ளனர் சோளகர் பழங்குடியினர். தமிழ்நாட்டின் வடமேற்குப் பகுதியில், தமிழ்நாடு கருநாடக எல்லையில் இப்பர்கூர் மலை அமைந்துள்ளது.

பர்கூர் வருவாய் கிராமத்திற்கு உள்பட்ட பர்கூர், திருசலாம்பாளையம், ஊசிமலை, தட்டக்கரை, பெஜில்பாளையம், சோளகனை, வேலம்பட்டி, குட்டையூர், ஒசூர், கொங்காடை, செங்குளம், கோவில் நத்தம், ஆலணை, ஆலக்கொப்பனட்டி, தம்மரட்டி, ஒன்னக்கரை, தொள்ளி, தாளக்கரை, தாமரைக்கரை, ஈரட்டி, மின்தாங்கி, ஒந்தனை, தேவர்மலை, எலசிப்பாளையம், எப்பத்தம்பாளையம், வெள்ளிமலை, பெஜ்ஜலட்டி, கல்லாரை, மடம், சோளகர் தொட்டி, சுண்டப்பூர், மல்லியம்மன் துர்கம் உள்ளிட்ட 32 சிற்றூர்களில் சுமார் 460 குடும்பங்களாகச் சோளகர் பழங்குடியினர் மொத்தம் 3,000 பேர் வாழ்ந்து வருகின்றனர்.[6] இவர்கள் வசிக்கும் பகுதி கொள்ளேகால் வழித்தடங்களில் அமையும் தமிழ்நாடு வனப் பகுதிகளாகும்.

2. இனக்குழு அடையாளமும் மொழியியல் அடையாளமும்

"காடு" எனப் பொருள்படும் 'சோலை' என்னும் வேர்ச் சொல்லின் அடிப்படையில், 'சோளகர்' என்கிற இனக்குழுப்பெயர் பெறும் இப்பழங்குடியினர் "காட்டின் மக்கள்" என அடையாளப் படுத்தப்படுகின்றனர்.

சோளகர் பழங்குடியினரது பேசு மொழி ஒரு வகைக் கன்னடக் கிளைமொழி எனக் கருதப்படுகிறது. இக்கருத்திற்கு மாறாக, மொழியியலாளர்களுள் ஒரு பிரிவினர்[7] சோளகர் பழங்குடியினரின் பேசு மொழியை ஒரு தனித் திராவிட மொழியாகவே காண்கின்றனர். இது 'சோளகர் பாஷெ' என்றே அறியப்படுகிறது.

3. தன்னிறைவுப் பொருளியல்

ஒரு காலகட்டத்தில் வேட்டையாடுதல் மற்றும் உணவுப்பொருள்கள் திரட்டுவதையே தமது முதன்மைப் பொருளியலாகவும் தன்னிறைவுப் பொருளியலாகவும் கொண்டிருந்த சோளகர் பழங்குடியினர், தற்போது வானம் பார்த்த உழுதொழிலை மேற்கொள்கின்றனர். தங்களுக்கெனச் சிறு துண்டு விளை நிலம்கூட இல்லாத சில சோளகர் பழங்குடியினர் பிறரது நிலங்களில் வேளாண் கூலிகளாகவும் வாழத் தலைப்படுகின்றனர். குடியமர்த்தப்பட்ட இடங்களில் இப் பழங்குடியினர் வனத் துறைப் பணிகளிலும் தம்மை ஈடுபடுத்திக்கொள்கின்றனர்.

பல வகையான வன விலங்குகளின் இறைச்சிகளுடன் அரிசி, வரகு, சாமை, சோளம், பல்வேறு காட்டுக் கிழங்குகள் மற்றும் வேர்கள், கீரை வகைகள், பல வகைக் காட்டுக் காய்கள், பழங்கள் உள்ளிட்டவற்றையும் தமது முகாமையான உணவுப் பொருள்களாகச் சோளகர் பழங்குடியினர் கொண்டிருக்கின்றனர்.

4. சமூக அரசியல் அமைப்பொழுங்குகள்

சோளகர் பழங்குடியினரது சமூக அமைப்பொழுங்கானது 'சளிக்கிரி,' 'தேனேறு' 'சூர்யா', 'பெல்லேரி' மற்றும் 'ஆலேறு' என்னும் ஐந்து புறமணக் குழுக்களாக அதாவது, குலங்களாக விளங்குகிறது. சமூக உறவையும் அதன்வாயிலாகக் கட்டுக் கோப்பையும் உறுதி செய்திட 'எஜமானா', 'பட்டக்காரனா' , மற்றும் 'சலவாத்தி' என்கிற பரம்பரைப் பதவிகளைச் சோளகர் பழங்குடியினர் கொண்டுள்ளனர்: 'எஜமானா' பதவியைச் சளிக்கிரி குலத்தினரும் 'பட்டக்காரனா', 'சலவாத்தி' என்கிற பதவிகளை முறையே தேனேறு, சூர்யா குலத்தினரும் பரம்பரை, பரம்பரையாக வகித்துவருகின்றனர்.

5. புழங்குபொருள்சார் பண்பாடு

பெரும்பாலும் மூங்கிலால் உருவாக்கிய புழங்குபொருள்களையே சோளகர் பழங்குடியினர் தமது அன்றாட வாழ்வில்

பயன்படுத்துகின்றனர். இருப்பினும், இரும்பாலான சிற், சில பொருள்களையும் அரிதாகச் சோளகர் பழங்குடியினர் பயன்படுத்துவதைக் காணலாம். காட்டுக் கோழிகளைப் பிடிக்க 'கண்ணி', சிறு வன விலங்குகளை வேட்டையாட 'உண்டெ வில்லு', நீரைச் சேகரிக்க 'சொரக் குடுவெ', நீர் அருந்த 'மூங்கிலு மொறாம்', துண்டாக்கக் 'கத்தி', காட்டுக்கிழங்குகள், வேர்களைத் தோண்டி எடுக்க 'பாரெ', இசைக்கருவிகளாக கொளலு', 'மகுடி', 'தப்பு', 'தவிலு' என்பன சோளகர் பழங்குடியினரது முகாமையான புழங்குபொருள்கள் எனக் குறிப்பிடலாம்.[9]

6. சில குறிப்பிடத்தக்க சமூகப் பண்பாட்டுச் செயல்பாடுகள்

சோளகர் பழங்குடியினரிடையே கீழ்க்காணும் சில குறிப்பிடத் தக்க சமூகப் பண்பாட்டுச் செயல்பாடுகள் இனங்கண்டறிந்து பதிவு செய்யப்பட்டுள்ளன:

- புலிகள் நடமாட்டமில்லாத மலை முகட்டுப் பகுதிகளிலேயே பொதுவாகச் சோளகர் பழங்குடியினர் தமது குடில்களை அமைத்துக்கொள்கின்றனர்.
- காரய்யா[10] என்னும் தெய்வத்தையே சோளகர் பழங்குடியினர் முதன்மையாக வழிபடுகின்றனர்.
- குழந்தை பிறந்த ஐந்தாம் நாளன்று பெயரிடும் சடங்கைச் சோளகர் பழங்குடியினர் மேற்கொள்கின்றனர். அப்போது ஒரு சடங்குசார் விருந்தையும் சோளகர் பழங்குடியினர் தமது உறவினர்க்கு அளிக்கின்றனர்.
- 'கானாங்குப் புல்லு' என்னும் ஒரு வகைக் காட்டுப் புல்லால் ஊருக்கு வெளியே அமைத்த தனிக் குடிலில் பூப்படைந்த பெண்டிரை ஐந்து நாள்கள் தங்க வைக்கின்றனர்.
- தமது மக்கள் திரளாகக் கூடும் கிராம விழாக்களின்போதும் கோவில் விழாக்களின்போதும் சோளகர் பழங்குடியினர் தங்களுக்கு விருப்பமான மணப்பெண்களைத் தெரிவு செய்துகொள்கின்றனர். திருமணச் சடங்குகள் நிறைவடைந்த உடன், தமது குடியிருப்பைச் சுற்றிலும் காணப்படும் நடுகற் சிற்பங்களையே முதலில் வணங்கி வழிபட்ட பிறகே தமது மண வாழ்க்கையைச் சோளகர் பழங்குடியினர் தொடங்குகின்றனர்.
- இறந்த உறவினரை அடக்கம் செய்யும்போது, பிணத்தின் தலையைத் தென் புறமாகவும் உடலை இடப் புறமாக ஒருச்சாய்த்து வைத்தும் நல்லடக்கம் செய்கின்றனர்.

7. கடன் சுமையும் ஏழ்மையும்

மழையை எதிர்நோக்கிய வானம் பார்த்த வேளாண்மையைச் சோளகர் பழங்குடியினர் மேற்கொள்வதால், வானம் பொய்த்துப் போகும்போது, வருவாயை ஈடுசெய்யத் தங்களுக்குச் சொந்தமான புளிய மரங்களை மூன்று முதல் ஐந்து ஆண்டுகளுக்குத் தொடர்ந்து ஈடாக வைத்து, ரூ.500 முதல் ரூ.100 வரை கடன் பெறுகின்றனர்; தாம் பெற்ற கடனை அடைத்து ஈடுசெய்யும் வரை தொடர்ச்சியாகப் புளி விளைச்சலால் வரும் வருவாயை இப்பழங்குடியினர் இழக்க நேர்கிறது. இத்தகைய நிலையால், தம் வாழ்நாள் முழுவதும் கடன் சுமையுடன் சோளகர் பழங்குடியினர் ஏழ்மையாக வாழ வேண்டியதாகிறது.

8. கல்வி நிலை

சோளகர் பழங்குடியினர் கல்விக்கெனப் பர்கூரில் ஒரு தொடக்கப் பள்ளியும் பழங்குடியினர் உண்டுறைவிடப் பள்ளி ஒன்றும் உள்ளன. இருப்பினும், பர்கூரைச் சுற்றிலும் உள்ள பெரும்பாலான சோளகர் பழங்குடியினர் குடியிருப்புகள் இப்பள்ளிகள் அமைந்துள்ள இடங்களுக்கு 21 கி.மீ. முதல் 25 கி.மீ. வரையிலான தொலைவிலேயே அமைந்துள்ளதால், பள்ளி மாணவ, மாணவியரின் வருகைப் பதிவு எப்போதும் குறைவாகவே இருக்கிறது. வன விலங்குகளின் நடமாட்டம் இப்பகுதியில் காணப்படுவதையும் பள்ளி மாணவ, மாணவியரின் வருகைப் பதிவு குறைவிற்கு மற்றொரு காரணமாகக் குறிப்பிடலாம்.

9. உடல்நலமும் சுகாதாரமும்

அரசினர் தொடக்க நலவாழ்வு நிலையங்களும் சோளகர் பழங்குடியினர் குடியிருப்புகளுக்கு வெகு தொலைவிலேயே அமைந்துள்ளதால், காய்ச்சல் உள்ளிட்ட சிறு உடல்நலக் கோளாறுகள் ஏற்படும்போது, மருத்துவமனைகளை நாடிச் செல்லாமல், சூரியக் கதிர்களால் இயற்கையாகச் சூடேறிய பாறைகளின்மீது படுப்பது, நெருப்புக் கனப்பு அருகில் அமர்வது உள்ளிட்ட மரபார்ந்த மருத்துவ முறைகளைப் பின்பற்றியே சோளகர் பழங்குடியினர் தமது உடல் நலத்தைச் சரிசெய்துகொள்கின்றனர்.

10. முடிவுரை

ஒரு வட்டாரத்தின் பண்பாட்டை அறிந்துகொள்ள அவ்வட்டார மண்ணின் மைந்தரான அனைத்து வகை இனக்குழுவினரது

வாழ்வியல் முறைகளையும் முழுமையாகத் தெரிந்துகொள்ள வேண்டும். அவ்வகையில், கொங்கு வட்டாரத்தின் பண்பாட்டைப் பற்றிப் புரிந்துகொள்ள, அப்பகுதியில் வாழும் பல்வேறு பழங்குடியினரின் இனக்குழுவரையியல்சார் தரவுகள் பெரிதும் துணைசெய்யக் காண்கிறோம்.

எனவே, கொங்கு மண்டலத்தின் ஒரு முகாமைப் பகுதியான ஈரோடு மாவட்டப் பண்பாட்டை அறிந்துகொள்ள இப் பண்பாட்டுப் பரப்பின் மண்ணின் மைந்தருள் ஒரு பிரிவினரான சோளகர் பழங்குடியினரது இனக்குழுவரைவியல் நமக்கு உறுதியாக உதவிடும்.

அடிக் குறிப்புகள்

1 இந்திய நடுவண் அரசு வெளியிட்டுள்ள 2001 குடித்தொகைக் கணக்கீட்டில், ஈரோடு மாவட்டத்தின் பிற பழங்குடியினராகக் 'கொண்டாரெட்டிஸ்', 'காட்டுநாயகன்' என்னும் சில இனக்குழுவினர் குறிப்பிடப்பட்டாலும் மாந்தவியலாளருள் ஒரு 'சாரார் 'சோளகர்,' 'ஊராளி,' மலையாளி உள்ளிட்டோரை மட்டுமே ஈரோடு மாவட்டப் பழங்குடியினராக அறிந்தேற்பு செய்கின்றனர்.

2 'சோளகா,' 'சோளிகா' எனவும் இப் பழங்குடியினர் குறிப்பிடப்படுகின்றனர்.

3 இது தொடர்பான விரிவுச் செய்திகளுக்குக் காண்க: மகேசுவரன்,சி. 2012.

4 அருகில் உள்ள மாவட்டங்களான நாமக்கல், சேலம் உள்ளிட்டவற்றிலிருந்து 'மலையாளி' என்னும் பழங்குடியினர் பன்னெடுங் காலத்திற்கு முன்னரே ஈரோடு மாவட்டத்திற்குக் குடியேறிவிட்டாலும் மாவட்ட நிருவாகத்தாலும் மாநில, அரசுகளாலும் இவர்கள் இது வரை ஒன்றிய 'பழங்குடியினர்' என அறிந்தேற்பு செய்யப்படாமலேயே விடப்பட்டுள்ளனர்.

5 ஈரோடு வழக்குரைஞர் திருமிகு. பாலமுருகன் அவர்களால் படைக்கப்பட்ட "சோளகர் தொட்டி" என்னும் தமிழ்ப் புதினம் சோளகர் வாழ்வியலை நம் கண்முன் கொணரும்.

6 2001 குடித்தொகைக் கணக்கீட்டின்படி (1,478 ஆடவரும் 1,522 பெண்டிரும் ஆக மொத்தம்) 3,000 சோளகர் பழங்குடியினர்

ஈரோடு மாவட்டத்தில் வசிப்பதாகப் பதிவு செய்யப்பட்டுள்ளது.

7   இதற்கு இணையான தமிழ்ச் சொல் 'சோலை' ஆகும்.

8   தொடர்புடைய விரிவான தகவல்களுக்குக் காண்க: Maheswaran, 1989.

9   சோளகர் பழங்குடியினரது இப்புழங்குபொருள்கள் அனைத்தும் ஈரோடு மாவட்ட அரசு அருங்காட்சியகத்தில் அழகுறக் காட்சிப்படுத்தப்பட்டுள்ளன.

10 தோற்றத் தொன்மக் கதையில் காரய்யாவின் இரு மைந்தர் வழிவந்தோர் 'சோளகர் பழங்குடியினர்' மற்றும் 'ஊராளிப் பழங்குடியினர்' எனக் குறிப்பிடப்படுவது இங்கு நோக்கத் தக்கது. நீலகிரி மாவட்டத்தில் வழங்கலாகும் மற்றொரு தோற்றத் தொன்மக் கதையில் தொதவர், கோத்தர், குறும்பர் உள்ளிட்ட பல்வேறு பழங்குடியினரும் இதேபோன்று உடன் பிறந்தவராகக் காட்டப்படுவது இங்கு ஒப்புநோக்கத் தக்கது.

11 தாம் வாழும் குடியிருப்புப் பகுதிகளுக்கு அருகில் காணப்படும் தொன்மரபுச் சின்னங்களைத் தமது முன்னோருடன் தொடர்புபடுத்திக் காண்பது மண்ணின் மைந்தரான பழங்குடியினரது பண்பாட்டு மரபு ஆகும். இவை போன்ற விரிவான தகவல்களுக்குக் காண்க: Maheswaran, C.2000.

நோக்கீட்டு ஏடுகள்

(தமிழில்)

மகேசுவரன், சி. 2009. ஈரோடு மாவட்ட மரபுச்செல்வங்கள்: ஓர் அறிமுகம் (கையேடு). ஈரோடு: அரசு அருங்காட்சியகம்.

மகேசுவரன், சி. 2012. "ஊராளிப் பழங்குடியினர்: ஓர் இனக்குழுவரைவியல் அறிமுகம்" 9194. சமூக விஞ்ஞானம். 9:33.

ஜெயராஜ், வெ. 2000. ஈரோடு மாவட்ட அரசு அருங்காட்சியகக் கையேடு. சென்னை: அரசு அருங்காட்சியகம்.

(ஆங்கிலத்தில்)

Maheswaran, C. 2000. "Contribution of Tribal Nilgiris in the Preservation of Our Art and Cultural Heritage". 76-79. Proceedings of the Seminar on 'Our Role in Protecting Cultural Heritage'. Chennai: Government Museum.

Sivakumar. M. 1989. A Descriptive Study of Paodu Sholiga (Unpublished Ph.D., Thesis). Annamalai Nagar: Annamalai University.

ஊராளிப் பழங்குடியினர்:
ஓர் இனக்குழுவரைவியல் அறிமுகம்

முன்னுரை

ஈரோடு மாவட்டம், சத்தியமங்கலம் வட்டத்தில் தமிழ்நாடு, கருநாடகம் மற்றும் கேரள முக்கூட்டு மலைப் பகுதிகளில் வாழ்ந்து வரும் பழங்குடியினரே 'ஊராளிப் பழங்குடியினர்'. சத்தியமங்கலம் வட்டத்தில் குறிப்பாகத் தாளவாடிப் பேரூராட்சி ஒன்றியம், தலைமலை வருவாய் கிராமத்தில் அமைந்துள்ள பெஜ்ஜலஹெட்டி, மாவநத்தம், இட்டறை, தடசல்ஹட்டி, காலிதிம்பம், தலைமலை, தோடிப்புரம், இராமரணை, தொட்ட புரம், சீரக்கவுண்டனஹல்லி, முடியனூர், பெதரஹல்லி என்னும் பன்னிரண்டு குடியிருப்புகளில் சற்றேறக்குறைய 3,500 ஊராளிப் பழங்குடியினர் வாழ்கின்றனர். மேலே குறித்துள்ள ஊராளிக் குடியிருப்புகள் அனைத்தும் திம்பத்திலிருந்து பல்வேறு திசைகளில் அமைந்துள்ளன.

'எழுத்தறிவுக்கு முந்தைய சமூகத்த'வரான (Preliterate Society) ஊராளிப் பழங்குடியினர் உயர்நிலை ஆயர் வாழ்க்கை மேற்கொண் டிருந்தாலும் உணவுக்கெனவும் வருவாய்க்கெனவும் 'சிறு காடுபடு பொருள்களை'த் (Minor Forest Produce) திரட்டுவதிலும் ஈடுபடுவதைக் காணலாம். எனவே, 'உணவு தேடித் திரட்டுநர்' (Food Gatherers) என்னும் 'தொடக்கப் பண்பாட்டு நிலை'யிலிருந்து (Primitive Cultural Level) 'ஆயர் வாழ்க்கையினர்' (Pastoralists) என்னும் 'உயர்நிலைப் பண்பாட்டு நிலை'யினை நோக்கிய ஒரு வகை 'இடையீட்டு பண்பாட்டு நிலை'யில் (Transitional Cultural Level) ஊராளிப் பழங்குடியினர் உள்ளனர்.

இனக்குழுப் பெயர்க் காரணம்

'ஊராளி' எனும் சொல்லிற்கு "ஊரினை ஆள்வோர்" என்பதே நேரிடைப் பொருளாயினும் இதற்கு "மலைசார்ந்து பகுதிகளில் வாழ்வோர்" எனப் பொருள்கொள்வதே சரியானதாகும் என்பது ஊராளிப் பழங்குடியினரது வாழ்வியல்கூறுகளிலிருந்து நாம் அறியலாகும் செய்தியாகும்.

இனக்குழு வரலாறு

ஊராளிப் பழங்குடியினரின் வரலாறு, குடியேற்றம் குறித்து மிகுதியான தகவல்கள் ஏதும் கிடைக்கவில்லை. இப் பழங்குடியினரிடையே வழங்கி வரும் ஒரு தொன்மரபுக் கதை ஓரளவிற்கு இவர்தம் இனக்குழுவரலாற்றை வெளிப்படுத்தக் காணலாம்.

முன்னொரு காலத்தில், கெத்தெசல் குன்றுகளில் காரையன், பில்லையா என்னும் இரு உடன்பிறந்தோர் வாழ்ந்து வந்தனர். இவர்களுள் காரையனுக்குப் பிறந்த இரு மைந்தர்வழி வந்தோரே 'ஊராளிகள்' மற்றும் 'சோளகர்'; பில்லையா என்கிற மாதேஸ்வரன் வழிவந்தோரே 'இலிங்காயத்துகள்' என அத்தொன்மரபுக் கதை நீண்டு, கிளைத்துச் சத்தியமங்கலத்துத் தாளவாடிப் பேரூராட்சி ஒன்றியத்தில் வசித்து வரும் மூன்று வெவ்வேறு இனக்குழுவினரான 'ஊராளிகள்', 'சோளகர்' மற்றும் 'இலிங்காயத்துகளை' ஒரு பொது வழியினராக எடுத்துக் கூறும். எனினும், ஊராளிப் பழங்குடியினரிடையே நிலவிடும் வாய்மொழி மரபுகளிலிருந்து அப் பழங்குடியினர் பன்னெடுங் காலத்திற்கு முன்பாக உணவு மற்றும் புது வாழிடம் தேடி, நீலகிரியிலிருந்து இங்கு வந்து குடியேறியோர் என்பது புலப்படக் காணலாம். சான்றாக, 'தம் இனக்குழுவினருள் இறந்தோரது ஆவி நீலகிரியைச் சென்றடையும்' என ஊராளிப் பழங்குடியினர் நம்பிக்கை கொண்டுள்ளமையைக் குறிப்பிடலாம். மேலும், நீலகிரி இருளர் பழங்குடியினரது பேச்சு மொழி மற்றும் குலப் பிரிவுகள் ஊராளிப் பழங்குடியினரது பேச்சு மொழி மற்றும் குலப் பிரிவுகளுடன் ஒத்துக்காணப்படுவதால், நீலகிரி இருளர் பழங்குடியினரது வழிவந்தோரே ஊராளிப் பழங்குடியினர் என்று முடிவிற்கு ஒருவாறு வர இயலும். இருப்பினும், கறுப்பு ஆட்டின் இறைச்சியையும் தேங்கியுள்ள நீர்நிலைகளிலிருந்து நீரையும் இருளர் விலக்குகளாகக்கொண்டிருக்க, ஊராளிப் பழங்குடியினர் மேற் குறிப்பிட்ட இரு விலக்குகளையும் கடைப்பிடிக்காமல், எவ்வகைத் தடையும் இல்லாமல் இவற்றைப் பயன்படுத்துவதிலிருந்து இந்த இனக்குழுவினர் இருவரும் வேறு, வேறு பிரிவினராக இருக்கலாமோ என்ற ஐயப்பாடும் தலைதூக்கக் காணலாம்.

உடல்தோற்ற அமைப்பு

மெலிந்த உடல், குட்டையான உயரம், கறுத்த தோல், சப்பை மூக்கு, பெரிய மூக்குத் துளைகள், சற்று அலைபாய்ந்த தலை முடி,

குட்டையான கை, கால்கள் கொண்டுள்ள ஊராளிப் பழங்குடியினரை இத்தகைய உடல்தோற்றக் கூறுகளின் அடிப்படையில், 'தொல் ஆசுத்திரேலிய இனக்குழு'விற்குள் வகைபாடு செய்யலாம்.

பொருளியல் வாழ்க்கை

முற்காலத்தில், சிறு வன விலங்குகளை வேட்டையாடுவதிலும் சிறு காடுபடு பொருள்களைத் திரட்டுவதிலும் 'கொத்துகாட்டு வெள்ளாமெ' என்னும் 'காட்டெரிப்பு வேளாண்மை'யிலும் ஊராளிப் பழங்குடியினர் ஈடுபட்டனர். தற்போதுள்ள வனத் துறைச் சட்டங்களின் நெருக்குதல்களால் காட்டெரிப்பு வேளாண்மையை ஊராளிகள் முற்றாகக் கைவிட்டு விட்டுப் 'பசு, எருமை உள்ளிட்ட கால்நடை வளர்ப்பில் ஈடுபட்டுப்' பால்படு பொருள்களான பால், தயிர், மோர், வெண்ணெய், நெய் உள்ளிட்டவற்றைத் திம்பம் வழியாகக் கோயம்புத்தூர்க்கும் மைசூர்க்கும் விற்றுப் பொருள் ஈட்டுகின்றனர். ஆயினும், தங்கள் மரபுத்தொழில்களுள் ஒன்றான சிறு காடுபடு பொருள்கள் திரட்டுவதிலும் ஈடுபட்டுத் தேன், தேன் மெழுகு, புளி, கடுக்காய், புங்கம் விதை, வேம்பு விதை, சிகைக்காய், அரப்பு, ஆவரம்பட்டை, கொன்றைப்பட்டை, வேம்பம் பட்டை, கல் பாசி, தீவனப் புல், கானாங்குப் புல் ஆகியவற்றைத் திரட்டி விற்றுக் கூடுதல் வருவாயும் ஈட்டுகின்றனர்.

புழங்குபொருள் பண்பாடு

மூங்கில், மற்றும் காட்டு மரச் சட்டகங்களின்மேலே நாற்புறமும் மண் குழைத்துப் பூசிச் சாணமிட்டு, மெழுகி உருவாக்கிய 5 அடி, 6 அடி உயர மண் சுவர்களின்மீது கானாங்குப் புல்லைக் கொண்டு 'கூரெ' என்னும் குடில்களை ஊராளிப் பழங்குடியினர் அமைக்கின்றனர். இரு குடில்களுக்கு இடையே 100 அடி முதல் 150 அடி வரை தகுந்த இடைவெளிவிட்டுக் குடியிருப்புகளை ஊராளிப் பழங்குடியினர் உருவாக்குகின்றனர்.

ஊராளிப் பழங்குடியினர் குடியிருப்புகளுள் இரு வகைக் குடில்கள் காணப்படுகின்றன. முதல் வகைக் குடில்களில் இரு அறைகளும் ஒரு தனித்த சமயலறையும் அமைந்துள்ளன. இரண்டாம் வகைக் குடில்களில் ஒற்றை அறைக்குள்ளாகவே தடுப்புகளைக்கொண்டு சமையல் செய்யும் இடம் பிரிக்கப்பட்டுள்ளது. வீட்டிற்கு முன்புறம் கூரைச் சரிவால் பகுதி மறைக்கப்பட்ட முகப்பிடம் உள்ளது. பிற இனக்குழு மக்கள் அனைவரும் இம்முகப்பிடத்திற்குள்ளாகவே

அமர்த்தப்பட்டுக் கவனிக்கப்படுகின்றனர். எக்காரணம்கொண்டும் ஊராளிப் பழங்குடியினரின் குடில்களின் உள்ளே பிற இனக்குழுவினர் அனுமதிக்கப்படுவதேயில்லை.

தானியங்களை உலர வைத்தல், உரலினுள் இட்டு உமி நீங்குமாறு குற்றிப் புடைத்தல் உள்ளிட்டவையும் குடிலின் முகப்பிடத்திலேயே மேற்கொள்ளப்படுகின்றன. திருமணம் உள்ளிட்ட வாழ்க்கைச்சுழற்சிச் சடங்குகளின்போதும் குடிலின் முகப்பிடமே உற்றார், உறவினர் குழுமும் இடமாகவும் அமைகிறது.

உணவு வகைகள்

சிறு காடுபடு பொருள்கள் திரட்டும்போது கிடைத்திடும் பல்வேறு கிழங்குகள், காய்கள் மற்றும் கனிகள் ஊராளிப் பழங்குடியினரது முதன்மையான உணவுப் பொருள்களாகப் பயன்படுகின்றன. இருப்பினும், கேழ்வரகு, கம்பு, சோளம், சாமை உள்ளிட்ட தானியங்களால் சமைக்கப்படும் பல்வேறு உணவு வகைகளே இப்பழங்குடியினரது முகாமையான உணவுகளாக அமைகின்றன. அரிசிச் சோறு இம்மக்களுக்கு ஓர் ஆடம்பரமான உணவு வகையாகும். திம்பத்தில் பழங்குடியினர் அல்லாதோரின் சிறு கடைகளில் பணி புரியும் ஊராளிப் பழங்குடியினர் பொதுவாக அரிசிச் சோற்றையே தமக்கான கூலியாகக் கேட்டுப் பெறுகின்றனர். புலால் உணவின் மீது இம்மக்கள் பெரு விருப்பமுடையோராய் உள்ளனர். பாலைக் காய்ச்சினால் அதன் சத்து கெட்டுப் போய்விடும் என்பது ஊராளிப் பழங்குடியினரின் நம்பிக்கை. இதனாலேயே, இவர்கள் பாலைக் காய்ச்சாமல் அப்படியே குடிக்கின்றனர். திருவிழாக்களின்போதும் வாழ்க்கைச்சுழற்சிச் சடங்குகளின்போதும் ஊராளிகள் சர்க்கரைப் பொங்கலைக் கூடுதலாகச் சமைத்துப் பரிமாறுகின்றனர்.

உடைகளும் அணிகலன்களும்

பண்டைக் காலத்தில், குடும்ப விழாக்களின்போது ஊராளி ஆடவர் தமது தலைப்பாகைகளின் மேலே மயில் பீலி, முள்ளம் பன்றி முள் முதலியவற்றைச் செருகி அழகுபடுத்திக்கொள்ளும் வழக்கத்தைக் கொண்டிருந்தனர். சமய விழாக்களின்போதும் சமுதாயக் கொண்டாட்டங்களின்போதும் சிறுவர் முதல் பெரியோர் வரை அனைத்து ஆடவரும் தவறாமல் தலைப்பாகை அணிகின்றனர்.

காது வளையங்கள், பாசிமணி மாலைகள், கணையாழிகள் உள்ளிட்ட அணிகலன்களையும் ஆடவர் அணிகின்றனர். இதற்கு

மாறாக, மூக்குத்தி, காதோலை, கழுத்தணி, வளையல், தண்டை உள்ளிட்டவற்றை மகளிர் அணிகின்றனர்.

சமயச் சடங்குகளை முன்னின்று நடத்தும் பூசாரி மற்றையோரிடமிருந்து எளிதில் வேறுபடுத்தித் திகழும் வகையில் வெள்ளை வேட்டி, தலைப்பாகையுடன் இடுப்பைச் சுற்றியும் வாயின் மீதும் சிவப்புத் துணிப் பட்டைகளை இறுகக் கட்டியவாறு காணப்படுகின்றனர்.

மரபார்ந்த இசை மற்றும் ஆட்டம்

ஊராளிப் பழங்குடியினரிடேயே 'பீனாசி' 'குவாலு' எனும் மரபார்ந்த துளையிசைக்' கருவியும் 'பெறெ', 'தம்பட்டை' எனும் மரபார்ந்த தோலடியிசைக் கருவிகளும் புழக்கத்தில் உள்ளன. கோயில் திருவிழாக்களின்போது தமது மேற்குறித்த மரபார்ந்த இசைக் கருவிகளுடன் குழுமிடும் ஊராளிகள் கருவியிசையைத் தொடர்ந்து, அதற்கேற்பச் சிறு ஆட்டமும் நிகழ்த்துவதை வழக்கமாகக்கொண்டுள்ளனர். இது போன்றே, திருமணங்களிலும் இறப்புச் சடங்குகளிலும் கருவியிசை கூட்டுவதும் கூத்து ஆடுவதும் நிகழ்த்தப்படுகின்றன.

சமூக அமைப்பு

ஊராளிகளின் சமூக அமைப்பானது, தந்தைத் தலைமையுடன் பழங்குடி அகமண முறையையும் *(Tribal Endogamy)* குல புறமண முறையையும் *(Clan Exogamy)* கொண்டதாகும். இருளர் பழங்குடியினரைப்போன்று, ஊராளிப் பழங்குடியினரிடையேயும் பன்னிரண்டு குலப் பிரிவுகள் காணப்படுகின்றன. 1. கல்கட்டி; 2. குறுநக, 3. உப்பிளிக, 4. சம்பர, 5. பேராதவ, 6. குப்ப, 7. தேவன, 8. வெள்ளக, 9. புங்க, 10. கொடுவ, 11. கோளிக மற்றும் 12. போரிக என்பனவே அக்குலப் பிரிவுகள். இவற்றுள் சம்பர, பேராதவ குலங்களைச் சார்ந்தோரே திருமண உறவுகளைப் பேச வல்ல 'ஜாத்தி'களாகக் கருதப்படுகின்றனர்.

அரசியல் அமைப்பு

ஒவ்வொரு ஊராளிப் பழங்குடிக் குடியிருப்பிற்கும் 'கொத்தாரி' அல்லது 'கவுண்டன்' என்னும் தலைவன் உண்டு. இவரே 'ஊர் கவுண்டன்' என்றும் அழைக்கப்படுகிறார். குற்றங்களை விசாரித்துத் தண்டனை வழங்கும் அதிகாரமும் இவருக்கே உண்டு. பொதுவாக,

அனைத்துக் குற்றங்களுக்கும் தண்டத் தொகை ரூ.5லிருந்து ரூ.25 வரை வசூலிக்கப்படுகிறது. தண்டத் தொகையின் பெரும் பகுதி பாதிக்கப்பட்டோர்க்கே அளிக்கப்படுகிறது; எஞ்சிய சிறு பகுதி கிராம நிதியில் சேர்க்கப்படுகிறது. இவ்வாறு திரளும் கிராம நிதித் தொகையானது, திருவிழாக்களின்போது கிராம வளர்ச்சிப் பணிகளுக்கெனவும் கோவில் பணிகளுக்கெனவும் செலவிடப்படுகிறது.

ஜாத்திகளே பதிலிப் பூசாரியாகவும் திருமணச் சடங்குகளின்போது திருமண வீட்டார்க்குத் துணை நிற்கின்றனர்.

சமய அமைப்பு

ஊராளிப் பழங்குடியினர் 'பண்ணாரி ஆத்தா,' 'பெளெரெசாமி,' 'முலேசுக்கார அய்யா,' 'ஆலேமலெ அய்யா,' 'கும்பப்பா,' 'ரங்கநாதா' உள்ளிட்ட தெய்வங்களை வணங்கி வழிபட்டு வருகின்றனர். இவற்றுள், பண்ணாரி ஆத்தா மட்டுமே பெண் தெய்வம்; ஏனைய அனைத்தும் ஆண் தெய்வங்கள் ஆகும்.

பண்ணாரி ஆத்தாவைத் தங்கள் குல தெய்வமாக ஊராளிப் பழங்குடியினர் கருதுகின்றனர். எனவே, ஏனைய தெய்வங்களைக் காட்டிலும் இது உயர்ந்ததாக ஊராளிகளால் கொண்டாடப்படுகிறது. ஊராளிப் பழங்குடியினரது பழமரபுக் கதையின்படி, பெண் தெய்வமொன்று பண்ணாரியில் தனக்கு ஒரு கோவிலைக் கட்டி, வழிபட்டுவருமாறு ஊராளிகள் முன்பு தோன்றி ஆணை பிறப்பித்ததாகவும் அதனையடுத்தே ஊராளிகளால் பண்ணாரியில் அப்பெண் தெய்வத்திற்குக் கோவில் ஒன்று கட்டி, 'பண்ணாரி ஆத்தா' என்ற பெயரில் அதனை வழிபட்டுவருவதாகவும் கூறப்படுகிறது. பண்ணாரிக் கோவில் திருவிழாவிற்கு முதல் நாள் தாம் கையோடு வெட்டிக்கொணர்ந்த மூங்கில் கழிகளைக்கொண்டே பந்தலுக்கான முதல் கால் நட்டுத் தமது மரபார்ந்த இசைக் கருவிகளை இசைத்து ஆட்டமாடிப் பால், பழம், தேய்காய், பூ, ஊதுவத்தி, சந்தனம் ஆகியவற்றுடன் ஊராளிப் பழங்குடியினர் பண்ணாரி ஆத்தாவிற்குப் படையல் இடுகின்றனர். திருவிழாவின் இறுதி நாளன்றும் ஊராளிகள் கோவிலில் குழுமிப் படையலிட்டு வழிபடுகின்றனர்.

திம்பத்தை அடுத்துள்ள பெளெரெ என்னும் இடத்தில் வாழும் பெளெரெசாமிக்குப் பண்ணாரி ஆத்தாவிற்கு அடுத்த இடத்தை ஊராளிப் பழங்குடியினர் அளித்து வழிபடுகின்றனர். இத்தெய்வத்திற்கு ஆண்டிற்கு ஒரு முறை கடைப்பிடிக்கப்படும் திருவிழா, ஊராளிகளால் மட்டுமே கொண்டாடப்படுகிறது என்பது இங்குக் குறிக்கத் தக்கது.

வாழ்க்கைச்சுழற்சிச் சடங்குகள்

ஊராளிப் பழங்குடிப் பண்பாட்டில் குழந்தைப் பருவம் முதல் இறப்பு வரை சடங்குகள் சூழ்ந்து காணப்படுகின்றன; இறப்பிற்குப் பின்னரும்கூடச் சில சடங்குகள் தொடர்ந்து நடத்தப்படுகின்றன.

குழந்தைப் பேறு சடங்குகள்

குழந்தைப் பேறுக்கு முன்பும் குழந்தைப் பேறுக்குப் பின்பும் பேறு காலப் பெண்ணைத் தொடாமல் ஊராளிகளால் தீவிரமாகத் தீட்டு காக்கப்படுகிறது. குழந்தை பிறந்து மூன்று திங்கள்கள் வரை குழந்தைப் பேறு அடைந்த பெண்ணுக்கும் பிறந்த குழந்தைக்கும் தொடர்ந்து தீட்டு காக்கப்படுகிறது. பிறந்த குழந்தை ஆணாக இருந்தால் ஆறாம் நாளுக்குப் பிறகும் பெண்ணாக இருந்தால் ஏழாம் நாளுக்குப் பிறகும் பெயர் சூட்டும் விழா நடத்தப்படுகிறது. பொதுவாக, ஆண் குழந்தைக்குத் தந்தைவழித் தாத்தாவின் பெயரும் பெண் குழந்தைக்குத் தந்தைவழிப் பாட்டியின் பெயரும் இடப்படுகின்றன. பெண் குழந்தைக்குக் காது குத்துவதுடன் மூக்கும் குத்தப்படுகிறது; ஆண் குழந்தைக்கோ காது மட்டும் குத்தப்படுகிறது. குழந்தையின் தாய்மாமனே காது மற்றும் மூக்கு குத்திவிடுகிறார்.

பூப்புச் சடங்குகள்

பெண் பூப்படைந்தவுடன் தனது குடும்பத்தினரை விட்டு முதல் எட்டு நாள்களுக்கு நீக்கப்பட்டுத் தனியாக வைக்கப்படுகிறாள். இந்நாள்களில் தீவிரமாகத் தீட்டு காக்கப்படுகிறது; ஒன்பதாம் நாள் வீடு முழுவதும் தூய்மைப்படுத்தி, உறவினரை அழைத்து, விருந்தளித்து, வீட்டிற்குள் பூப்புற்ற பெண்ணைப் பழையபடி சேர்த்துக்கொள்கின்றனர்.

திருமணச் சடங்குகள்

பெண் வீட்டாரின் ஒப்புதல் கிடைத்தவுடன், மாப்பிள்ளை வீட்டார் தேய்காய், பூ, பழம், ஊதுவத்தி முதலிய மங்கலப் பொருள்களுடன் ‘கொக்கெ தடி’ என்னும் மரத் தடியுடன் தங்கள் ஊர் **ஜாத்தி**சூழப், பெண் வீட்டிற்கு வருகின்றனர். மாப்பிள்ளை ஊரைச் சார்ந்த ஜாத்தி ‘கொக்கெ தடி’யைப் பெண் ஊரைச் சார்ந்த ஜாத்தியிடம் அளிக்கிறார். இதனைத் தொடர்ந்து, பரியப் பணமாக ரூ.125.25- ஐ மாப்பிள்ளை ஊரைச் சார்ந்த **ஜாத்தி**, பெண் ஊரைச் சார்ந்த **ஜாத்தி**யிடம் அளிக்கிறார். திருமணம் முடியும்வரை

பெண் வீட்டிலேயே ‘கொக்கெ தடி’ பாதுகாக்கப்படுகிறது. இக்கொக்கே தடி அவ்வீட்டில் இருப்பதைக் கண்ணுறும் வேறு யாரும் பெண் கேட்கமாட்டார்கள்; ஏனெனில், மாப்பிள்ளையின் ஈடாகவே ‘கொக்கெ தடி’ கருதப்படுகிறது. மண நாளுக்கு முதல் நாள் கொக்கெ தடியுடன் மாப்பிள்ளை ஊரின் ஜாத்தி வீட்டிற்கு மணப்பெண் அழைத்துச் செல்லப்படுகிறாள். மணநாளன்று மணப்பெண்ணும் மணமகனும் மணப்பந்தலில் பக்கம் பக்கமாகச், செவ்வக வடிவ மனைப் பலகைமீது அமர வைக்கப்படுகின்றனர். மணப்பெண்ணின் கழுத்தில் மஞ்சள் கயிற்றை மாப்பிள்ளை கட்டுவதுடன் திருமணம் நிறைவுறுகிறது. விருந்து உபசரிப்பிற்குப் பின், மாப்பிள்ளை வீட்டிற்குள் நுழைய முற்படும் மணப்பெண் நுழைவாயிலில் காத்திருக்கும் மாப்பிள்ளை வீட்டுப் பெண்டிர் இருவர்க்குத் தலைக்கு ஒன்றாக இரு சேலைகளை அன்பளிப்பாக அளிக்கிறாள்.

திருமணத்திற்குப்பின் மணமானவர்களின் சமுதாய நிலை உயர்கிறது. குடும்பம் தொடர்பான அனைத்து நிகழ்வுகளிலும் மணமானவர்களுடன் பெரியோர்கள் கலந்து பேசிய பின்னரே முடிவெடுக்கின்றனர்.

இறப்புச் சடங்குகள்

இறந்தோரது ஆவி திரும்ப வந்து தமக்குத் தீங்கு விளைவிக்கும் என்று எண்ணி, இறந்தோர் ஆவியை அமைதிப்படுத்தப் பல்வேறு சடங்குகளை ஊராளிப் பழங்குடியினர் மேற்கொள்கின்றனர்.

இறப்பு எப்போது ஏற்பட்டிருந்தாலும் அந்தி வேளையிலேயே ‘சாவு ஊர்வலம்’ தொடங்கி ‘கொப்பெ’ அல்லது ‘கொப்பெ கூரெ’ என்னும் இடுகாட்டை நோக்கிப் புறப்படுகிறது. பெரும்பாலும் ஒவ்வொரு குலத்தார்க்கும் தனித் தனி இடுகாடுகள் உள்ளன (இருப்பினும், ‘பேராதவ’, ‘பொரிகெ’ குலத்தார் ஒரே இடுகாட்டையும் (வெனிசி கொப்பெ) ‘தேவன’, ‘வெள்ளக’ குலத்தார் ஒரே இடுகாட்டையும் (‘மல்லி கொப்பெ’) இரு பகுதிகளாகப் பகிர்ந்து பயன்படுத்துகின்றனர். பாடை தயாரிக்கப் பட்டு, அதன்மீது கிடத்தப்பட்டு, இறந்தோரின் உடலானது இடுகாட்டிற்குத் தூக்கிச் செல்லப்படுகிறது. ஏற்கெனவே வெட்டித் தயாராக வைக்கப்பட்டுள்ள குழியினுள் பிணம் இடப்பட்டுப் புதைக்கப்படுகிறது. இதனையடுத்து, அக்குறிப்பிட்ட ஈமக்

குழியினை அடையாளப்படுத்த அதன்மீது ஒரு கல் நிறுத்தி வைக்கப்படுகிறது:

ஊரிலிருந்து நெடுந் தொலைவில் இடுகாடு இருந்தாலோ தவிர்க்கவியலாத காரணங்களால் உரிய இடுகாட்டிற்குப் பிணத்தைக் கொணர்ந்து சேர்க்கவியலாது போனாலோ இறந்தோரது கிராமத்திற்கு அருகிலேயே பிணம் புதைக்கப்படுகிறது. ஆனாலும், மறுநாள் மறக்காமல் உரிய இடுகாட்டில் ஒரு கல்லினை நிறுத்தும் வழக்கத்தை ஊராளிகள் தவறாமல் கடைப்பிடிக்கின்றனர்.

ஒவ்வோர் ஆண்டின் நீத்தார் நினைவு நாளின்போதும் அக்கல்லிற்கே மாலை அணிவித்துப் படையல் இடுவதும் மேற்கொள்ளப்படுகிறது. ஆண்டுதோறும் நீத்தார் நினைவு நாளினைக் கொண்டாடாமல் விட்டுவிட்டால், இறந்ததோர் ஆவி திரும்ப வந்து கேடு செய்யும் என்றும் எனவே இறந்தோரது ஆவிக்கு ஆண்டுதோறும் மறவாமல் படையலிட்டு வணங்கி வழிபட வேண்டும் என்றும் ஊராளிகள் நம்புகின்றனர்.

முடிவுரை

கொங்கு வட்டாரத்தின் வரலாறும் பண்பாடும் அவ்வட்டாரத்தில் வாழும் பல்வேறு இனக்குழு மக்களின் வரலாறுகள் மற்றும் பண்பாடுகளின் அடிப்படையிலேயே கட்டமைக்கப்படுகின்றன. அவ்வகையில், கொங்கு நாட்டுப் பழங்குடிகளுள் ஒருவரான ஊராளிப் பழங்குடியினரது பண்பாட்டுக் கூறுகள் கொங்கு நாட்டுப் பண்பாட்டு வரலாற்றை மீட்டுருவாக்கம் செய்வதில் பெருமளவிற்கு உதவுகின்றன எனத் துணிந்து கூறலாம்.

கொங்கு மண்டலத்தில், நீலகிரிக்கும் கோயம்புத்தூருக்கும் இடையில் ஏற்பட்ட ‘குடிப்பெயர்ச்சி வரலாற்றை’ (Migrational History) அறிந்துகொள்ளவும் ஊராளிப் பழங்குடியினர் இனக்குழுவரைவியல் உதவிடும்.

தமிழக இருளர் பழங்குடியினர் :
தேவை ஒரு பன்முக ஆய்வு நோக்கு

I. முன்னுரை

தமிழ்நாட்டின் தற்போதைய அட்டவணைப் பழங்குடிகள் பட்டியலில்[1] இடம்பெறும் 37 பழங்குடிக் குழுக்களுள் இருளர் பழங்குடியானது குடித்தொகைக் கணக்கீட்டின் அடிப்படையில், மாநிலத்தின் இரண்டாம் பெரிய அட்டவணைப் பழங்குடியாகத் (Second Largest Scheduled Tribe) திகழ்கிறது.[2] தமிழகத்தின் குறிப்பிடத்தக்க அழிநிலைப் பழங்குடிக் குழுக்களுள்ளும் (Particularly vulnerable Tribal Groups) இருளர் பழங்குடியே குடித்தொகை எண்ணிக்கையில் மிகுதியாக உள்ளது.[3] தமிழ் நாட்டில் கோயம்புத்தூர், நீலகிரி, தர்மபுரி, கிருஷ்ணகிரி உள்ளிட்ட மாவட்டங்களின் மலைப் பகுதிகள் மட்டுமல்லாமல், பல்வேறு சமவெளி மாவட்டங்களிலும் இருளர் பழங்குடியினர் பரவிக் காணப்படுவதால், இத்தொன்மைசான்ற பழங்குடிக் குழு மட்டுமே தமிழகத்தின் பரவல் 'பழங்குடிக் குழு' (Dispersed Tribal Group) என்று அறிந்தேற்பு செய்யப்படுகிறது.[4] அதாவது, மேற்குத் தமிழகத்தின் கோயம்புத்தூர் மாவட்டத்திலிருந்து நீலகிரி, தர்மபுரி, கிருஷ்ணகிரி, கரூர் உள்ளிட்ட மாவட்டங்கள்; வட தமிழகத்தின் காஞ்சிபுரம் மாவட்டத்திலிருந்து சென்னை, திருவள்ளூர், வேலூர், திருவண்ணாமலை உள்ளிட்ட மாவட்டங்கள்; நடுத் தமிழகத்தின் விழுப்புரம், கடலூர், அரியலூர், பெரம்பலூர், நாகப்பட்டினம், திருவாரூர், தஞ்சாவூர், திருச்சிராப்பள்ளி, புதுக்கோடை உள்ளிட்ட மாவட்டங்கள் மற்றும் தென் தமிழகத்தின் திண்டுக்கல், மதுரை, சிவகங்கை, விருதுநகர் உள்ளிட்ட மாவட்டங்கள் என விரிந்து பரந்த பகுதிகளில் இருளர் பழங்குடிக் குழுவானது தனது வாழ்விடங்களைக் கொண்டுள்ளது; இவ்வாறு, பரந்துபட்ட வாழ்விடப் பரப்பை தமிழகத்தின் இருளர் பழங்குடியினர் கொண்டுள்ளதால், இவர்தம் இனக்குழுவரைவியல், மொழியியல் தொடர்பான அனைத்துக் களங்களிலும் வேறுபாடுகள் இனங்காணப்படுவது இயற்கையே.

இருளர் பழங்குடியினரது புலம்பெயர் வரலாற்றிலும் (Migrational History) வேறுபட்ட போக்குகளையே காண்கிறோம். அதாவது, தமிழகத்தில் கோயம்புத்தூரியிலிருந்து நீலகிரிக்கும் அதையடுத்துக்

கருநாடகத்திலிருந்து நீலகிரிக்கும் காஞ்சிபுரத்திலிருந்து பல்வேறு சமவெளி மாவட்டங்களுக்கும் பல்வேறுபட்ட காலகட்டங்களில் புலப்பெயர்விற்கு (Displacement) உள்ளான இருளர் பழங்குடியினரது பழமரபுக்கதைகளும் (Legends) மாறுபட்ட காரணிகளையும் போக்குகளையுமே காட்டுகின்றன. தமிழ்நாட்டின் பல்வேறு இருளர் பழங்குடி உள் குழுக்களும் பல்வேறுபட்ட பொருளியற் செயல்பாடுகளையே மேற்கொள்கின்றன என்பது உணவுப் பொருள்கள் மற்றும் மரம்சாராக் காடுபடு சிறு விளைபொருள்களைத் திரட்டுவதில் மலை வாழ் இருளர் ஈடுபட்டிடச், சமவெளி வாழ் இருளரோ வனம் மற்றும் வனம்சார் பகுதிகளற்ற வாழ்விடப் பரப்புகளில் தாம் வாழ நேர்வதால், பழங்குடியல்லாதோரான நிலவுடைமையாளர்களின் வயல்வெளிகளில் எலிகளைப் பிடித்துக் கொடுத்தும் பாம்புகளைப் பிடித்து அவற்றிலிருந்து நஞ்சு எடுத்துக் கொடுத்தும் தமது வாழ்வியற்செயல்பாடுகளை (Livelihoods) மேற்கொள்கின்றனர்; சமவெளி வாழ் இருளருள் காஞ்சிபுரம் மாவட்டப் பழவேற்காடு பகுதியைச் சார்ந்த இருளர் மட்டும் கடல்சார் கழிமுகத்துவார மீன்பிடிப்பில் (Brackish water Fishing) தம்மை ஈடுபடுத்திக்கொண்டுள்ளனர்.[5]

தமிழக இருளர் பழங்குடியினரது வாழ்வியற்பாங்குகளில் (Lifestyles) இவ்வாறான பன்முகத் தன்மைகளால் 'புலம்பெயர் வரலாறு', 'பண்பாட்டுச் சூழலியல்' (Cultural Ecology), 'சமூக அமைப்பு' (Social Structure), 'சமய மரபு' (Religious Tradition) உள்ளிட்ட களங்களில் ஆய்வை மேற்கொள்ளும் வகையில் இருளர் பழங்குடியினரைப் பற்றி முழுதளாவிய நிலையில் அறிந்துகொள்ளத் தக்க ஒரு பன்முக ஆய்வுப் போக்கானது தேவை என்பதையும் அப்போதுதான் தமிழ்நாட்டின் இருளர் பழங்குடியினர் குறித்த முழுமையான இனக்குழுவரைவியல் மற்றும் மொழியியல் தரவுகள் நமக்குக் கிடைத்திடுவதற்கு உரிய வாய்ப்பு ஏற்படும் என்பதையும் வலியுறுத்திக் கூறுவதே இக்கட்டுரை.

II. இருளர் இனக்குழுப் பெயர்மையில் இனங்காணலாகும் வேறுபாடுகள்

இருளர் பழங்குடியினர்க்குத் தமிழகம் முழுவதும் ஒரே சீரான இனக்குழுப்பெயர்மை (Ethnonymy) வழங்கப்படுவதில்லை; அதாவது, தமிழக இருளர் பழங்குடியினரது இனக்குழுப் பெயர்கள் (Ethnonyms) இடத்திற்கு இடம் வேறுபட்டுக் காணப்படுகின்றன. சான்றாக, மலைவாழ் இருளருள் கோவை இருளர் 'வெட்டக்காட்டு இருளப் பள்ளர்' எனவும் நீலகிரியின் 'தெற்கு இருளர்' (Southern

Irular) 'முதுமர்' எனவும் 'வடக்கு இருளர்' *(Northern Irular)* 'கசபர்' எனவும் அழைக்கப்பட, சமவெளி இருளரோ 'வில்லி', வில்லியன், 'காட்டுப் பூசாரி' எனப் பலவாறாகவும் குறிக்கப்படுகின்றனர்.[6]

III. புலம்பெயர் வரலாற்றிலும் புலம்பெயர் வரலாற்றை நினைவு கூர்வதிலும் இருளரிடையே இனங்காணப்படும் வேறுபாடுகள்

இன்றைய கோயம்புத்தூரை அந்நாளில் உருவாக்கி ஆண்ட பரம்பரையினர் இருளரே என்பது கோவை பற்றிய புலம்பெயர் வரலாறு தொடர்பான வாய்மொழி வழக்காறுகள் *(Oral Narratives)* வாயிலாகத் தெரியவருகிறது. 'கோவன்' என்னும் இருளர் இனக்குழுத் தலைவன் *(Cult Hero)* உருவாக்கிய புது ஊரே (அதாவது 'புத்தூர்') முதலில் 'கோவன் புத்தூர்' எனப்பட்டு நாளடைவில் 'கோவம்புத்தூர்' எனவும் அதைத் தொடர்ந்து 'கோயம்புத்தூர்' எனவும் திரிபடைந்ததாக வாய்மொழி வரலாறு *(Oral History)* குறிக்கிறது. இதுபோலவே,'கவையன்' என்ற இருளர் தலைவன் உருவாக்கிய 'புத்தூரே' காலப்போக்கில் 'கவையம்புத்தூர்' என்றாகியது எனச் 'சர்க்கார் சாமக்குளம் மார்க்கண்டேய கைபீது'[7] பதிவு செய்துள்ளது. இவற்றிலிருந்து கோவன், 'கவையன்' உள்ளிட்ட பல்வேறு இருளர் இனக்குழுத் தலைவர்கள் இம்மேற்குத் தமிழகப் பகுதிகளில் புகழ் பெற்றிருந்தனர் என்பது தெரிய வருகிறது. 'கோணியம்மன்' (கோனையம்மன்), கவைய 'காளியம்மன்' என்பன காடாக விளங்கிய இக்கொங்கு மண்டலத்து இருளரது குடிதெய்வங்களாக விளங்கியதாலும் 'கோனே' (கோனை) என்பது ஆண், பெண் இருபாலர்க்குமான பொதுப்பெயராகக் கோவை இருளரிடையே பெரு வழக்காக வழங்கிவரப்படுவதாலும் கோவை இருளரது இருப்பிடமான பாலமலைக்கு அருகில் 'கோவனூர்'[8] என்கிற பெயரில் ஊர் ஒன்று இன்றும் காணப்படுவதாலும் கோவை வட்டார இருளர் பழங்குடியினர் பற்றிய வரலாற்றுக் குறிப்புகள் மெய்ப்படக் காணலாம். இதற்கு முற்றிலும் மாறாகச், சமவெளி வாழ் இருளரிடையே வழங்கி வரும் பழமரபுக் கதையில் இருளர் வாழ்விடப் பகுதிகளில் அமைந்திருந்த கசிவு நீர்க் குட்டைகளில் அவர்களின் எதிரிகள் நஞ்சு கலந்து வைத்துவிட்டதாகவும் இதை அறியாமல் நஞ்சாக மாறிப்போயிருந்த அந்நீரை அருந்த நேரிட்ட இருளர் பழங்குடியினரிடையே பெரும் உயிரிழப்பு ஏற்பட்டுவிட்டதாகவும் வாய்மொழி வரலாற்றுக் குறிப்புகள் காணப்படுகின்றன. இன்று வரை, சமவெளி வாழ் இருளர் பழங்குடியினர் தேங்கிய நீர்நிலை

களான குளம், குட்டை உள்ளிட்டவற்றின் நீரைக் குடிப்பதைத் தவிர்ப்பது மேற்படிப் பழமரபுக் கதையின் உண்மைத் தன்மையை உணர்த்தக் காண்கிறோம்.[9]

புலம்பெயர் வரலாற்றை நினைவுகூர்வதிலும் மலை வாழ் இருளரும் சமவெளி வாழ் இருளரும் வேறுபடுகின்றனர்; அதாவது, ஆண்டுதோறும் 'சித்ரா பௌர்ணமி' என்னும் சித்திரை மாதத்து முழு நிலவு நாளன்று கோவை மாவட்டம் பாலமலையின் ரங்கநாதர் கோவிலில் கோவையைச் சுற்றிலும் வாழ்ந்துவரும் தமிழக மலை வாழ் இருளர் அனைவரும் ஒன்று திரண்டு தமது புலம்பெயர் வரலாற்றை நினைவுகூர்ந்திடத்[10], தமிழ்நாட்டின் சமவெளி வாழ் இருளரோ காஞ்சி மாவட்ட மாமல்லபுரக் கடற்கரையில் ஆண்டிற்கு ஒரு முறை மாசி மாதத்தன்று நிகழும் முழு நிலவு நாளில் ஒன்று கூடித் தமது புலம்பெயர் வரலாற்றை நினைவுகூர்வதைக் களப்பணி ஆய்வுகள் வெளிப்படுத்துகின்றன.[11]

IV. பண்பாட்டுச் சூழலியல் நோக்கில் இருளரிடையே இனங்காணப்படும் வேறுபாடுகள்

முன்னர்க் குறிப்பிட்டதுபோல மலை வாழ் இருளர் தமது வனம் மற்றும் வனம் சார் பண்பாட்டுச் சூழலுக்கு ஏற்பக் காடுகளில் இயற்கையாகக் கிடைத்திடும் உணவுப் பொருள்களையும் மரம்சாராச் சிறு காடுபடு விளைபொருள்களையும் (Non Timber Forest Produce) திரட்டுவதைத் தமது தற்சார்புப் பொருளியற் செயல்பாடுகளாகக் (Subsistence Economic Activities) கொண்டிருக்க, சமவெளி வாழ் இருளரோ வனம் மற்றும் வனம்சார் பகுதிகளற்ற தமது பண்பாட்டுச் சூழலுக்கு இயைப, பழங்குடியல்லாதோரான நிலவுடைமையாளர்களின் வயல்வெளிகளிலுள்ள 'வங்குகள்' எனும் பொந்துகளில் உணவு தானியங்களைச் சேமித்து வைக்கும் எலிகளையும் அவற்றைத் தமது உணவாகக்கொள்ளத் தேடி வரும் பாம்புகளையும் பிடித்துக் கொடுத்து, அதற்கான கூலியைத் தானியம் மற்றும் பணமாக அந்நிலவுடைமையாளரிடமிருந்து பெற்று வாழக் கூடிய புரவலர்சார் பொருளியற் செயல்பாடுகளை (Patronage based Dependent Economic Activities) மேற்கொள்வோராக விளங்குகின்றனர்; அத்துடன், சமவெளி வாழ் இருளருள். ஓர் உள் பிரிவினரான காஞ்சிபுரம் மாவட்டப் பழவேற்காடு கடல் கழிமுகப் பகுதிகளில் வாழ்ந்துவரும் இருளர் பழங்குடியினர் மட்டும் கடல்சார் மீன்பிடிப்பில் ஈடுபடக் காண்கிறோம்.

V. இருளரது சமூக அமைப்பொழுங்கில் இனங்காணலாகும் வேறுபாடுகள்

மலை வாழ் இருளருள் கோவை இருளரது சமூகமானது 'உப்பிளிகெ', 'கல்கட்டி','குப்பெ', 'குறுநகெ', 'கொடுவெ', 'சம்பெ,' 'தேவனெ', 'பெள்ளிகே', 'பேராதவெ', 'பேரிசெ' 'புங்கெ' மற்றும் 'புளியெ' என்னும் 12 குலப் பிரிவுகளைக் (Clan Divisions) கொண்டிலங்குகிறது; இதற்கு மாறாக, நீலகிரி இருளர் சமூக அமைப்பொழுங்கானது (Social Organization) 12 குலப் பிரிவுகளைக்கொண்டது எனக் குறிப்பிடப்பட்டாலும் 8 குலப் பிரிவுகள் மட்டுமே இவர்தம் சமூக அமைப்பில் (Social Structure) அமைந்துள்ளமையைக் காண நேர்கிறது. இவற்றிற்கு முற்றிலும் மாறாகச், சமவெளி வாழ் இருளரிடையே இத்தகைய குலப் பிரிவுகள் எதுவுமே காணப்படுவதில்லை என்கிற நிலையே நிலவுகிறது.

VI. இருளரது வழிபாட்டு மரபில் இனங்காணப்படும் வேறுபாடுகள்

மலைவாழ் இருளருள் கோவை இருளரிடையே 'கோணியம்மன்', 'கவைய காளியம்மன்', 'ரங்கநாதர்',[13] 'முத்திக்குளத்தம்மன்[14] என்னும் தெய்வங்களும் நீலகிரி இருளரிடையே 'பசப்பா', 'பெள்ளம்மா', 'ஒம்பட்டா', 'மசினியம்மா', 'சிலிங்கராயா', 'தண்டான்' என்கிற தெய்வங்களும் அமைந்திடச் சமவெளி வாழ் இருளர் பழங்குடியினரோ 'கன்னிமார்' எனும் கன்னியரை வழிபடும் மரபைப் பின்பற்றிடக் காணலாம்.[15]

VII.நிறைவுரை

'ஊரில் குடியமர்ந்தோர்' என்னும் பொருள்பட இருளர் பழங்குடியினரை 'ஊரவி' என்றே நீலகிரித் தொதவர் பழங்குடியினர் குறிப்பிடுவதும் நீலகிரி உயிர்ச்சூழல் காப்பிடத்திற்குள் அமையும் ஈரோடு மாவட்ட சத்தியமங்கலம் வனப் பகுதியில் வாழும் 'ஊராளி' (Uraly) பழங்குடியினரிடையே இருளர் பழங்குடியினரது குலப் பிரிவுகளே வழங்கப்பட்டுவருவதும் இருளர், ஊராளி என்று வேறு வேறாக அறியப்படும் இவ்விரு பழங்குடிக் குழுக்களும் ஒரே பழங்குடிக் குழுவாக இருக்கலாமோ என்கிற ஐயத்தை எழுப்பக் காண்கிறோம்; இது போலவே, சோளகர் பழங்குடியினரது (Sholaga Tribes) குலப் பெயர்களும் இருளரது குலப் பெயர்களை ஒத்துள்ளமையால், இந்த இரு பழங்குடிக் குழுக்களும் ஒரே இனக்குழுவாக இருக்குமோ என்கிற ஐயப்பாடும் எழுகிறது.[16]

பழங்குடியினரிடம் சமவெளி வாழ் இருளர் இத்தகைய குலப் பிரிவுகள் எதுவுமே காணப்படாமையால் இவர்கள் இருளர் பழங்குடியினர்தானா என்னும் மயக்கமானது ஆய்வாளரிடமும் ஆட்சியாளரிடமும் ஒருசேரக் காணப்படுகிறது; இருப்பினும், தொடர்ந்து தமிழகத்தின் பல்வேறு சமவெளி மாவட்டங்களுக்குப் புலம்பெயர்ந்திட நேரிட்ட சூழலில், சமவெளி வாழ் இருளர் தமக்கென மண உறவிற்கான கொள்வினை, கொடுப்பினையின்போது குலப் பிரிவுகளைத் தக்கவைத்துக்கொள்ள இயலாமற்போனதால், இன்றைய நிலையில் அவர்களிடையே குலப் பிரிவுகள் எதுவும் காணப்பட வாய்ப்பில்லாமல் போய்விட்டது எனத் துணிந்து கூறலாம்.

இது மட்டுமல்லாமல், பண்பாட்டுச் சூழலில் காணலாகும் வேறுபாடுகள் காரணமாக இருளர் பழங்குடியினரிடையே இனங்காணப்படும் மாறுபட்ட பொருளியற் செயல்பாடுகள், வழிபாட்டு மரபில் காணப்படும் வேறுபாடுகள், புலம்பெயர் வரலாற்றை நினைவுகூர்வதில் மலை வாழ் இருளர்க்கும் சமவெளி வாழ் இருளர்க்குமிடையே தொடர்புறவுகள் ஏதும் இல்லாமை என இந்த இரு பிரிவினரும் தமக்குள் வேறுபட்டாலும் 'முழுநிலவு நாளையே' புலம்பெயர் வரலாற்றை நினைவுகூர்வதற்கான நாளாக இந்த இரு குழுக்களும் தெரிவுசெய்துள்ளமை இவர்களுக்கிடையே ஏதோ ஒரு வகைத் தொடர்புறவு நிலவுவதைச் சொல்லாமல் சொல்லி நமக்குப் புரிய வைக்கிறது.[17] இந்நிலையில் நீலகிரி இருளரிடையே மட்டும் பல குடியிருப்புகளை உள்ளடக்கியதாகச் சமூகக் கட்டுப்பாட்டிற்கெனக் 'கட்டமனா' என்கிற ஒழுங்கமைவானது (Kattamana System) காணப்படுவது மேலும் விரிவாக ஆராயப்பட வேண்டியதாகிறது என்பதையும் மறுப்பதற்கில்லை.

மொழி நிலையிலோ புலம்பெயர் வரலாற்றுக் கால கட்டத்தில் முந்தையோரான நீலகிரியின் தெற்கு இருளரான 'முதுவர்' பேச்சு மொழியை 'இருளா' (Irula)[18] என்றும் பிந்தையரான 'கசவர்' என்கிற நீலகிரியின் வடக்கு இருளரது பேசுமொழியைக் 'கசபா' (Kasaba)[19] என்றும் மொழியியலாளர் வேறுபடுத்திக் காட்டியுள்ளனர். நீலகிரி இருளா பேசுமொழியை ஆய்வு செய்திட்ட இரா.பெரியாழ்வார் அது 12 வேறுபட்ட கிளைமொழிகளைக் கொண்டிருப்பதாக எடுத்துரைப்பது மேலும் விரிவாக ஆராய்வதற்குரியது.[20] சமவெளி வாழ் இருளரான வில்லியன் பேசுமொழியானது முழுக்க, முழுக்க அந்தந்த வட்டாரத் தமிழ்க் கிளைமொழியைப் பிரதிபலிப்பதாகவே

மொழியியலாளர் வ.ஞானசுந்தரம் உறுதிபடக் கூறுகிறார்.[21] நீலகிரி இருளரோடு சமவெளி வாழ் இருளர் கலந்து பேசுவதற்குரிய வாய்ப்பானதொரு சூழ்நிலையை உருவாக்கித் தந்து அவ்விருவரின் உரையாடலைக் கண்காணித்த ஊர்வன வல்லுநரான (Herpatologist) உரோமுலஸ் விட்டேகர் (Romulus Whiterkar) எனும் அமெரிக்கர் அவ்விருவரும் தமக்குப் பொதுவான இருளர் பேச்சுமொழியிலேயே அவர்களுக்குள் பேசிக்கொண்டதாகவும் அப்போது தமக்குத் தெரிந்த மருத்துவ மூலிகைகள் குறித்தும் அவற்றைப் பயன்படுத்தி மருந்துகள் தயாரிப்பது குறித்தும் (அதாவது, 'இனக்குழு மருத்துவம்' பற்றி ஒருவருக்கொருவர் தமது மரபுசார் அறிவை பகிர்ந்துகொண்டது பற்றி ஆராய்ந்து பார்க்கும் போது, மலைவாழ் இருளர் பேச்சுமொழியும் சமவெளிவாழ் இருளர் பேச்சுமொழியும் ஒன்றுக்கொன்று புரிந்துகொள்ளக் கூடியனவாக (Mutually Intelligible) இருப்பது தெரியவருகிறது. இதனால், சமவெளி வாழ் இருளர் பேசுமொழிக்கும் மலைவாழ் இருளர் பேசுமொழிக்கும் இடையே பொதுவானதொரு மொழியமைப்பு (Core Language Structure) உள்ளது என்னும் முடிவிற்கு நம்மால் வர இயலும். எனவே, மொழி நிலையிலும் இருளரின் பேசுமொழி வகைமைகள் அனைத்தும் விவரிப்பு மொழியியல் (Descritive Linguistics) அடிப்படையில் மீளாய்விற்கு உட்படுத்தப்பட வேண்டும் என்பது புரிய வரும்.[23]

சுருக்கமாகக் கூறினால், தமிழக இருளர் பழங்குடியினர் பற்றி இன்றைய நிலையில் ஒரு பெரிய பனிப்பாறையின் சிறு முனை அளவிற்கு மட்டுமே நம்மால் காண இயல்கிறது எனலாம். எனவே, தமிழக இருளர் பழங்குடியினர் குறித்து முழுமையாகத் தெரிந்துகொள்ளத் தேவை ஒரு பன்முக ஆய்வு நோக்கு என்பது புரிபடும்.

அடிக் குறிப்புகள்

1 மிக அண்மையில், இந்திய நடுவணரசு 'நரிக்குறவன்/குருவிக்காரன்' என்னும் இனக்குழுவைத் தமிழகப் பழங்குடிப் பட்டியலில் சேர்த்திட முடிவெடுத்துள்ள நிலையில் 36 என்கிற முந்தைய எண்ணிக்கையானது 37 என மாறியுள்ளது.

2. கிழக்குத் தொடர்ச்சி மலைப் பரப்பிலுள்ள கல்வராயன் மலை, ஏலகிரி மலை, சேர்வராயன் மலை, ஜவ்வாது மலை, பச்சை மலை, கொல்லி மலை, சித்தேரி மலை உள்ளிட்ட பல்வேறு மலைப் பகுதிகளில் வாழும் 'மலையாளிப் (Malayali) பழங்குடிக்

குழுவே தமிழ்நாட்டுப் பழங்குடிக் குழுக்களுள் குடித்தொகை எண்ணிக்கையில் முதலிடம் வகிக்கிறது.

3 ஏனைய தொன்மைசான்ற பழங்குடிகளான தோடா, கோத்தா, குறுமர், பணியன், காட்டுநாயகன் குடித்தொகையானது 10,000க்கும்மேல் உள்ளது என்பது இங்குக் கருத்தில் கொள்ளத்தக்கது.

4 குடித்தொகைக் கணக்கீட்டு அறிக்கைகளில் 'காட்டுநாயகன்' பழங்குடிக் குழுவும் இருளர் போன்றே தமிழகத்தின் பல்வேறு சமவெளி மாவட்டங்களில் காணப்படுவதாகத் தொடர்ந்து குறிக்கப்பட்டுவந்தாலும், கன்னடக் கிளைமொழியை விடுத்து தெலுங்கு மொழியைத் தமது பேச்சுமொழியாகக் கொண்டுள்ள ஜோகி, பன்னியாண்டி உள்ளிட்ட சாதிக் குழுவினரையும் இந்தோ - ஆரியக் கிளைமொழியைப் பேசும் குடுகுடுப்பைக்காரர் உள்ளிட்ட ஆலை குடிச் சமுதாயத்தினரையும் ஒருசேரக் 'காட்டுநாயகன் பழங்குடி' எனக் கருதுவதும் பேசுவதும் எழுதுவதும் மிகவும் தவறான போக்கு ஆகும்.

5 அண்டை மாநிலமான ஆந்திரப்பிரதேசத்திலிருந்து கடல்சார் வாழ்விடப் பரப்புக்களான கடலூர், புதுச்சேரி உள்ளிட்ட இடங்களின் கடலோரப் பகுதிகளில் குடியேறியுள்ள 'ஏனாதி' (Yenadi) என்னும் பழங்குடியினர் (தமிழ்நாட்டின் காஞ்சிபுரம் மாவட்டம்) பழவேற்காடு இருளர் போன்று மீன்பிடித் தொழிலில் ஈடுபட்டுள்ளதன் அடிப்படையில், 'இருளர் பழங்குடியினர்' என இவர்களையும் குறிப்பது தவறான நிருவாக முடிவே ஆகும்.

6 நீலகிரிக்குப் பின்னாளில் குடியேறிய இருளர் தம்மை இழிபெயரான (Derogatory Term) 'கசவர்' (Ksaba) என்று குறிப்பதை விரும்பாமல் தம்மையும் 'இருளர்' என்றே குறிப்பிட வேண்டும் என வலியுறுத்திட, நீலகிரியின் தெற்குப் பகுதியான கோயம்புத்தூரிலிருந்து நீலகிரிக்கு முன்னரே குடியமர்ந்திட்ட இருளர் பழங்குடியினரைத் 'தெற்கு இருளர்' எனவும் நீலகிரிக்கு வடக்குப் பகுதியான கருநாடகத்திலிருந்து குடியேறிய இருளர் பழங்குடியினரை 'வடக்கு இருளர்' எனவும் மானிடவியலாளர் குறிக்கத் தலைப்பட்டனர். இதற்கு முன்னரே, அடர்ந்த காட்டினுள் வாழும் (வடக்கு) இருளரை 'வெட்டக்காடு இருளர்' - (Vettakadu Irular) என்றும் சமவெளிப் பகுதியில் வாழ்கின்ற (வடக்கு) இருளரை 'ஊரு இருளர்' (Ooru Irular) என்றும் மேலும் இரு உள்பிரிவுகளாக வகைபாடு செய்யும் போக்கு காணப்படுகிறது.

இதற்கு மாறாக, நீலகிரியின் தெற்கு இருளர் 'முதுமர்' அல்லது 'மேல்நாடு இருளர்' என்றே அறியப்படுகின்றனர்.

7 மேலும் விரிவான செய்திகளுக்குக் காண்க: 'சர்க்கார் சாமக்குளம் மார்க்கண்டேய கைபீது' (சென்னை அரசினர்க் கீழ்த்திசைச் சுவடிகள் நூலகம்).

8 கோயம்புத்தூர் மேட்டுப்பாளையம் சாலையிலுள்ள காரமடைக்கு அருகேயுள்ள இவ்வூர் இருளரது மரபார்ந்த வாழ்விடப் பகுதியான பாலமலையின் அடிவாரத்தில் அமைந்துள்ளது. இங்குள்ள தொல்பழங்காலப் பாறை ஒதுங்கிடத்தில் (Prehistoric Rock shelter) காணப்படும் பாறை ஓவியத்தைத் (Rock Painting) தம் முன்னோர் வரைந்த ஓவியமாகவும் மீயியல் ஆற்றல் (Super natural Power) நிறைந்ததாகவும் கருதி, இருளர் பழங்குடியினர் ஆண்டுதோறும் இங்கே தொடர்ந்து வழிபடுகின்றனர் என்பதைக் குறிப்பிட்டே ஆக வேண்டும்.

9 மேலும் விரிவான தகவல்களுக்குக் காண்க: செல்லபெருமாள், ஆ. 2004.

10 மிக அண்மைக் காலம் வரை மலை வாழ் இருளர் கோயம்புத்தூர் மாவட்டப் பாலமலை ரங்கநாதர் கோவிலில் தமது புலம்பெயர் வரலாறு தொடர்பான செய்திகளை வாய்மொழி வழக்காற்றுப் பாடல்கள்வாயிலாக நிகழ்த்தி வந்தனர். பாலமலை ரங்கநாதர் கோவில் வளாகத்தில் பழங்குடியல்லாதோரின் ஆதிக்கத்தால் இன்று இந் நிகழ்வின் முகாமையானது சிறுமைப்படுத்தப்பட்டுள்ளது.

11. சமவெளி வாழ் இருளர் பழங்குடியினரால் ஆண்டிற்கு ஒரு முறை நிகழ்த்தப்படும் மாமல்லைக் கடற்கரை நிகழ்வானது 'கடலாமை வலசை' (Migration of Turtles) நடைபெறும் மாசி மகத்து முழுநிலவு நாளுடன் இன்றுவரை இடைவிடாது தொடர்புபடுத்தப்படுவது சற்று ஆறுதல் அளிக்கிறது.

12 கோவை இருளரது 12 குலப் பிரிவுகளுள் 8 மட்டுமே 'நீலகிரி' இருளரிடையே இனங்காணப்படுவதாகச் செங்கோ (1979) தெரிவித்திட்ட இக் கருத்திற்கு மாறாக, நீலகிரி இருளர் சமூக அமைப்பில் 12 குலப் பிரிவுகளும் உள்ளதாக ஜக்கா பார்த்தசாரதி (2003) பதிவு செய்துள்ளார்; இது மீளாய்விற்கு உரியது.

13. கோவை இருளரது ரங்கநாதர் கோவில் அமைந்துள்ள பாலமலைக்குச் சற்று மேலே இருளர் பழங்குடியின் ஆதி ரங்கநாதர் கோவில் உள்ளது. இதற்கு முதல் பூசையை நடத்திய பிறகே பாலமலை ரங்கநாதர்க்கு உரிய பூசை நிகழ்த்தப்படுகிறது.

பாலமலை ரங்கநாதர் கோவிலைப் பார்த்துப் படியமைக்கப்பட்ட கோவிலாகவே காரமடை ரங்கநாதர் கோவிலை இருளர் குறிப்பிடுவதும் இங்குக் குறிக்கத் தக்க செய்தி ஆகும்.

14 சிறுவாணி ஆறு தொடங்கும் இடத்தை 'முத்திக்குளம்' எனக் குறிப்பிடும் கேரள மாநில அட்டபாடிப் பகுதியைச் சார்ந்த இருளர் பழங்குடியினர் மேற்படிக் குளத்தை 'முத்திக் குளத்து அம்மன்' என்றே கருதுவதுடன், ஆண்டிற்கு ஒரு முறை இறந்த தம் முன்னோர் நினைவைப் போற்றி அங்கேயே வழிபாட்டுப் படையலையும் மேற்கொள்கின்றனர்.

15 'கன்னிமார் வழிபாடு' மிகவும் தொன்றுதொட்ட வழிபாட்டு மரபு என்பது இங்குக் கருதத் தக்கது.

16 சமவெளிவாழ் இருளர் புலம்பெயர்ந்து தமிழகம் முழுவதும் பரவலாகக் குடியேறியமையால், மண உறவிற்கான கொள்வினை கொடுப்பினையில் தமது குலப் பிரிவுகளைச் சரிவரக் கடைப்பிடிக்க இயலாமற்போனதைத் தொடர்ந்து, இவர்தம் சமூக அமைப்பொழுங்கில் குலப் பிரிவுகளற்ற (இது போன்ற) நிலையமையானது ஏற்பட்டிருக்கக்கூடும் என்று இக்கட்டுரை ஆசிரியர் கருதுகிறார்.

17 முழுநிலவு நாளைத் தொடர்புபடுத்தியே பெரும்பாலும் புலம்பெயர் வரலாறுகள் அமைவது மேலாய்விற்கு உரியது.

18 மேலும் விரிவான தகவல்களுக்குக் காண்க; *Perialwar, R.* 1976.

19 மேலும் விரிவான செய்திகளுக்குக் காண்க: *Chidambaranatha Pillai V.* 1975.

20 நீலகிரியில் ஒவ்வொரு தெற்கு இருளர் குடியிருப்புப் பகுதியிலும் ஒரு தனிக் கிளைமொழி பேசப்படுவதாகப் பெரியாழ்வார் குறிப்பிட்டிருப்பது மிகைக் கூற்றாகப்படுகிறது. எனவேதான், இருளர் கிளைமொழிகள் குறித்து விரிவானதொரு ஆய்வு மேற்கொள்ளப்பட வேண்டும் என இக்கட்டுரை ஆசிரியர் பரிந்துரைக்கிறார்.

21 இக் கருத்திற்கு மாறாக, அனைத்து இருளர் பேச்சுமொழிகளுக்கும் பொதுவானதொரு 'மைய இலக்கணம்' *(Core Grammar)* அதாவது 'மொழி அமைப்பானது' *(Language Structure)* இருக்க வேண்டும் என்று இக்கட்டுரை ஆசிரியர் உறுதியாகக் கருதுகிறார்.

22 நீலகிரி மாவட்டம், உதகமண்டலம், லாலி நிறுவனத்தில் *(Lawley Institute)* 1994 காலகட்டத்தின்போது உரோமுலஸ் விட்டேகர் ஆற்றிய அறக்கட்டளைச் சிறப்புச் சொற்பொழிவுவாயிலாக இக்கட்டுரை ஆசிரியர் அறிந்திட்ட அரிய தகவல் இது.

23 இத்தகைய பன்முக ஆய்வு நோக்கு இல்லாமல்
மேற்கொள்ளப்படும் இருளர் பழங்குடியினர் பற்றிய எந்த
ஆய்வுகளும் எத்தகைய ஆய்வுகளும் 'யானையைப் பார்த்த
குருடர் கதை'யாகவே அமைந்து விடும் என்பது திண்ணம்.

நோக்கீட்டு ஏடுகள்
(தமிழில்)

செங்கோ — 1979. வனாந்தரப் பூக்கள் (வெட்டக்காட்டு இருளப்பள்ளர் என்கிற கோவை இருளரைப் பற்றிய ஓர் அறிமுகம்). சென்னை: நியூ செஞ்சுரி புக் ஹவுஸ்.

செல்லபெருமாள், ஆ — 2004. ''தமிழகப் பழங்குடிகளின் இடப்பெயர்ச்சி வரலாறு.'' 26-36. பிலவேந்திரன். ச. (பதிப்பர்) சனங்களும் வரலாறும். புதுச்சேரி: வல்லினம்.

பாரதி.பக்தவத்சல — 2007. தமிழகப் பழங்குடிகள். புத்தாநத்தம், அடையாளம்.

பெரியாழ்வார், ஆர். — 1976. இருளர் வாழ்வியல். சென்னை: தமிழ் நூலகம்.

மரிய அருள் வியானி, ச. (தொகுப்பர்) — 2006. காரய்யன் (மேற்குத் தமிழக ஆதிவாசிகளின் வாழ்க்கையும் வரலாறும்) தாளவாடி: கிராமியக் கல்வி மற்றும் வளர்ச்சிக்கான அறக்கட்டளை.

(ஆங்கிலத்தில்)

Chidambaranatha Pillai,V. — 1975. A Descriptive Grammar of Kasaba (Ph.D., Thesis) Annamalai Nagar: Annamalai University.

Maheswaran, C. — 2013. Blue Mountains: The Land of Indigenous, Tribes. M.Palada, Udhagamandalam: Tribal Research Centre.

Parthasarathy, Jakka — 2003. Irulas of Nilgiri District, Tamil Nadu. M.Palada Udhagamandalam: Tribal Research Centre.

Parthasarathy, Jakka — 2007. Tribes & Inter - ethric Relationship in the Nilgiri District, Tamil Nadu. M.Palada Udhagamandalam: Tribal Research Centre.

Perialwar, R. 1976. *A Descriptive Grammar of Irula Dialet (Ph.D.,Thesis) Annamalai Nagar: Annamalai University.*

நன்றியுரை

இக்கட்டுரை எழுதுவதற்கான ஊற்றுக் கண்ணை என்னுள் உருவாக்கி வளர்தெடுத்த அனைத்து நல் நெஞ்சினர்க்கும் என் நன்றியைப் படைத்து மகிழ்கிறேன்.

பளியர் பழங்குடியினர் : ஓர் இனக்குழுவரைவியல் பதிவு

1. முன்னுரை

‘பள்ளேயன்’ (வரிசை எண். 30), ‘பள்ளியன்’ (வரிசை எண். 31), ‘பள்ளியர்’ (வரிசை எண்.32) என மூன்று தனித், தனிப் பழங்குடிக் குழுக்களாகத் தமிழ்நாட்டின் அட்டவணைப் பழங்குடிகள் பட்டியலில் அடுத்தடுத்துக் காட்டப்படும் ‘பளியர் பழங்குடியினர்’ ஒரே இனக்குழுவினரே.[1] நேரிடைக் களப்பணியின் வாயிலாகப் பெறப்பட்ட தரவுகளைக்கொண்டு உருவான பளியர் பழங்குடியினரது இனக்குழுவரைவியல் பதிவைப் பகிர்வதே இக் கட்டுரைக் களமாகும்.[2]

2. பளியர் பெயர்க் காரணம் மற்றும் பிற அழைப்புப் பெயர்கள்

இப்பழங்குடியினர் பிற இனக்குழுக்களால் ‘பழிக்கப்பட்டவர்’ என்பதால் ‘பழியர்’ எனப் பெயர் பெற்று, நாளடைவில் இது ‘பளியர்’ என்று மருவியது என்பது பெரும்பாலோர் கருத்தாகும். தமது எதிரிகளைப் பழிக்குப் பழி வாங்குவோர் என்ற பொருளில் ‘பழியர்’ எனப்பட்ட இம்மக்கள் காலப்போக்கில் ‘பளியர்’ எனத் திரித்துக்கூறப்படுவதாக மற்றொரு சாரார் கூறுகின்றனர். இருப்பினும், “தொல் குடிகள்” எனப் பொருள்படும் ‘பழையர்’ என்ற பெயரே காலவோட்டத்தில் ‘பழியர்’ என்றாகித் தற்போது ‘பளியர்’ என்று ஆகியுள்ளது என்பதே உண்மை.

‘பழனி மக்கள்’, ‘மலைப் பளியர்’ என்னும் இரு வேறு அழைப்புப் பெயர்களையும் இப் பழங்குடியினர் தமது இனக்குழுப் பெயராகக் (Ethnonym) கொண்டுள்ளனர்; இவை மட்டுமன்றி, மிக அரிதாகப் ‘பளிஞ்சர்’ என்றும் இம் மக்கள் பழைய மானிடவியல் குறிப்புகளில் பதிவு செய்யப்பட்டுள்ளனர்.

பளியரின் பூர்வீக இருப்பிடம் பழனி மலைக் குன்றுகளாகும். இவற்றுள், ‘மேல் மலை’ எனப்படும் மேல் பழனி மலையில் வாழும் பளியர் ‘மலைப் பளியர்’ எனவும் ‘கீழ் மலை’ எனப்படும் கீழ் பழனி மலையில் வசிக்கும் பளியர் ‘கல்லுப் பளியர்’,

'கல்நாட்டுப் பளியர்', 'புடைப் பளியர்' எனவும் வேறுபடுத்திக் குறிக்கப்படுகின்றனர்.

3. பளியரது உடல்தோற்றம்

கறுப்பு நிறம், சுருட்டை முடி, தடித்த உதடுகள், சப்பை மூக்கு, அகன்ற மூக்குத் துளைகள், குட்டையான உருவம் - இவையே பளியரது உடல்தோற்றமாகும். எனவே, இப்பழங்குடியினர் 'கறுப்பினச் சாயல்' (Negroid Strain) உடையோராகக் கருதப்படுகின்றனர்.[3] இருப்பினும், இம் மக்களைத் 'தொல் ஆத்திரேலிய இனக்குழு (Prato -Austriloid) என்று இனங்காண்பதே முறையாகும்.

4. பளியரது குடிவழித்தோற்றக் கதைகள்

பளியர் பழங்குடியினரது தோற்றம் குறித்து 5 வேறுபட்ட 'குடிவழித்தோற்றக் கதைகள்' (Etiological Tales) வழங்கப்படலா கின்றன. அவை பின்வருமாறு:

4.1 முதல் கதை

முதுவன், மன்னாடி, ஆசாரி, மூப்பன், புலயன், மலசன், பளியன் என 7 உடன்பிறந்தோர்[4] பழனி மலைப்பகுதியில் பூர்வீகமாக வாழ்ந்து வந்தனர். இவர்களுள், பளியனுக்கு மட்டும் ஒரு குழந்தையும் மற்றவருக்கெல்லாம் ஆளுக்கு இரு குழந்தைகளும் இருந்தனர். அம் மலையின் தெய்வமானது ஒவ்வொருவரும் ஒரு குழந்தையைத் தனக்குப் பலியிடுமாறு ஆணையிட ஏனைய 6 பேரும் ஆளுக்கு ஒரு குழந்தையை அத்தெய்வத்திற்குப் பலி கொடுக்க, இளையவனான பளியன் மட்டும் தன் ஒரே குழந்தையைப் பலியிட விரும்பாமல் காட்டிற்குள் ஓடி ஒளிந்துகொள்கிறான். இவ்வாறு, பலி கொடுக்க மறுத்ததற்காகப் பழிக்கப்பட்டதால் 'பழியர்' என அழைக்கப்பட்டு, நாளாவட்டத்தில் 'பளியர்' எனப்பட்டனர் என்கிறது ஒரு குடிவழித்தோற்றக் கதை.

4.2 இரண்டாம் கதை

பழனி மலையை ஆண்டுவந்த சந்தன ராஜாவிற்கு மலை அரசன், மலைக்குறவன், மலைவாணன், மலைப்பளியன் என

4 குழந்தைகள் இருந்தன[5]. அவற்றுள் ஒன்றான மலைப்பளியன் வழிவந்தோரே இன்றைய பளியர் எனக் கூறுகிறது இரண்டாம் குடிவழித்தோற்றக் கதை.

4. 3 மூன்றாம் கதை

ஒரு தாய் வயிற்றுக் குழந்தைகளான அண்ணனும் தங்கையும் மாற்றாந் தாயால் சொந்த நாட்டிலிருந்து விரட்டியடிக்கப்பட்டுக் காட்டுக்குள் தஞ்சம் புக, அங்கே வேறு வழி இல்லாமல் அவ்விருவரும் இணையராயினர். இவ்வாறு, முறையைப் பழித்தோரின் வழித்தோன்றல்கள் ‘பழியர்’ எனப்பட்டு, நாளடைவில் ‘பளியர்’ என்று பெயர் வந்தது என்பது மூன்றாம் குடிவழித் தோற்றக் கதையின் சாரமாகும்.[6]

4.4 நான்காம் கதை

சமவெளிப் பகுதியில் பஞ்சம் ஏற்பட அங்கு வாழ்ந்த எழுவன் என்பவன், அருகிலிருந்த மலை மக்களிடம் தஞ்சம் அடைய, தம் குலப்பெண்ணை அம்மலை வாழ் தொல்குடிகள் எழுவனுக்கே மணம் முடித்து வைக்கின்றனர். முறையைப் பழித்து வந்த அந்த இணையரின் வழியினரே ‘பழியர்’ என்று அழைக்கப்பட்டுக் காலப் போக்கில் ‘பளியர்’ என்று ஆயினர் என்கிறது இந்நான்காம் குடிவழித்தோற்றக் கதை.

4.5 ஐந்தாம் கதை

எதிரிகளின் படையெடுப்பால் நிலை குலைந்த பாண்டிய மன்னன் அருகேயுள்ள மலைப்பகுதிக்குத் தன் நம்பிக்கைக்கு உரியோருடன் வந்து குடியேறினான். அவ்வாறு அப்பாண்டிய மன்னனோடு உடன் வந்துற்ற முதுவன், மன்னாடி, ஊரார், பளியன்[7] எனும் நால்வருள் ஒருவரான பளியன் வழியினரே இன்றைய பளியர் என ஐந்தாம் கதை அறிவிக்கிறது.[8]

‘முறையைப் பழித்து வந்தோரின் வழித்தோன்றல்கள்’ என்ற வகையில் ‘பழியர்’ என்பது நாளடைவில் ‘பளியர்’ என்றாகியது என்பது இந்த அனைத்துக் குடிவழித்தோற்றக் கதைகளில் திரும்பத் திரும்பக் குறிக்கப்படும் 'திரும்பவரல்கூறு' (*Motif*) ஆகும். இதன் அடிப்படையிலேயே பழங்குடியின் இனக்குழூப் பெயர் அமைவதாகக் குறிக்கப்பட்டாலும், ‘தொல்குடிகள்’ எனப்

பொருள்படும் 'பழையர்' என்பதே 'பழியர்' எனத் திரிந்து, காலவோட்டத்தில் 'பளியர்' என்று மருவியுள்ளது என்பதே உண்மை நிலையாகும்.

5. பளியரது குடியிருப்பு அமைவு

முற்காலத்தில், மலைப் பகுதியிலுள்ள 'கல் அளை'களையே (அதாவது, "குகைகள்") பளியர் தமது வசிப்பிடங்களாகக் கொண்டிருந்தனர் எனக் கூறப்படுகிறது.[10] ஒவ்வொரு கல் அளைக்கும் இன்றுவரை வழங்கப்படும் பளிய முன்னோர் பெயர் இக்கருத்தை உறுதி செய்கிறது.[11]

பளியர் பழங்குடியினரது தொன்றுதொட்ட வாழ்விடங்களாகப் பூலாவதி, அடுக்காமலை, அகமலை, கடக்கால் கோம்பை, முதலையூர், தலையாற்றுக்கோம்பை உள்ளிட்ட குடியிருப்புகள் குறிப்பிடப்படுகின்றன. பூலாத்தூர் அருகே அமைந்துள்ள 'இடக்கரை' என்னும் இடத்தில் கோட்டைச் சுவர், கல்லூரல் உள்ளிட்ட இடங்களில் தங்கள் பூர்வீக வாழ்விட அடையாளச் சின்னங்களை இன்றும் காணலாம் என்கின்றனர் பளியர்.

பளியரின் இன்றைய குடியிருப்புகள் 'வளவு' எனப்படுகின்றன. ஒரு வளவுக்கும் இன்னொரு வளவுக்கும் இடையே 5 முதல் 10 கி.மீ. தொலைவு உள்ளது. பொதுவாகப் பளியரது வளவுகள் மரங்களுக்கு நடுவே அமைக்கப்பட்டுள்ளது. ஒவ்வொரு வளவும் நடுவே திறந்தவெளித் திடலுடன் அமைக்கப்பட்டுள்ளது. இப் பரந்த திறந்தவெளியே 'மந்தெ' எனும் ஊர் பொதுவிடமாக அமைகிறது. வழிபாடு மற்றும் ஊர்ப் பஞ்சாயத்து இங்குதான் நடத்தப்படுகின்றன. ஒவ்வொரு குடியிருப்பின் நுழைவாயிலும் இம் மந்தையைப் பார்க்கும் வகையிலேயே அமைக்கப்பட்டுள்ளது.

'ஈத்தெ' (ஈத்தை) எனப்படும் ஓடை மூங்கிலாலேயே பளியர் தமது குடில்களைக் கட்டுகின்றனர். குறுக்கு மற்றும் நெடுக்கு வரிச் சுவர்கள் கட்டவும் சாளரங்கள் அமைக்கவும் ஈத்தைத் தட்டைகளையே பளியர் பயனபடுத்துகின்றனர். கூரை வேய ஈத்தை இலைகளையே பயன்படுத்துகின்றனர் பளியர் பழங்குடியினர்.

குடிலின் இடப் பக்கத்தில் 'அட்டாலி' எனும் மேடையை ஈத்தையைக்கொண்டே பளியர் அமைக்கின்றனர். அதனுள் ஈத்தையால் பின்னப்பட்ட பாய் இருக்கும். விருந்தினர், அரசு

அலுவலர், முதலிமார் உள்ளிட்டோர் அதில் அமர வைக்கப்படுவர். வீட்டினுள் சமையல் கூடமானது 'பட்டாங்கி' என்னும் ஈத்தைத் தடுப்பால் பிரிக்கப்பட்டிருக்கும். அடுப்பின் கணப்பு படுமாறு அதன் மேலே அமைக்கப்பட்டுள்ள 'பரண்' மீது ஈரமான பொருள்கள் இட்டு உலர்த்தப்படும்.

ஈத்தை நாரால் 'மொச்சி' (அதாவது, "பெரிய முறம்"), 'சொளவு' (அதாவது, "சிறிய முறம்") உள்ளிட்ட பல்வேறு புழங்குபொருள் களையும் பளியர் பழங்குடியினர் மிக நேர்த்தியாகப் பின்னுகின்றனர்.[12]

6. பளியரது சமூக அமைப்பு

பளியர் 12 உள் இனக்குழுக்களாக (Sub- ethnoses) இனங்காணப்படுகின்றனர்[13] அவை பின்வருமாறு:

1. தெய்வப் பளியர்
2. அமணப் பளியர்
3. ஊசியிலைப் பளியர்
4. காட்டுப் பளியர்
5. கிழங்குப் பளியர்
6. நீர்ப் பளியர்
7. சருகுப் பளியர்
8. நார்ப் பளியர்
9. தாலப் பளியர்
10. தேக்கிலைப் பளியர்
11. தேன் பளியர்
12. வெள்ளைப் பளியர்

இவற்றுள், 'தெய்வப் பளியர்' உள் பிரிவானது பளியரது 'தலைமைக் குழு'வாகக் (Chief Horde) கருதப்படுகிறது; ஏனெனில், இந்தப் பிரிவினரே வேட்டையின்போது பங்கீடு செய்வதிலும் குடியிருப்பு கட்டுவதற்கான இடத்தைத் தெரிவு செய்வதிலும் குடியிருப்பில் குடில் கட்டுமானப் பணிகளை மேற்கொள்வதிலும் முகாமைப் பங்கை வகிக்கின்றனர்.[14]

7. பளியரது பஞ்சாயத்து முறை

ஒவ்வொரு பளியர் குடியிருப்பிற்கும் 'தேவரடி' / 'பெரிய தனோம்' என்கிற தலைவன் உண்டு; இவர் மந்திர ஆற்றல் மிக்கவராகக் கருதப்படுகிறார், இவருக்குத் துணையாகச் 'சாத்தானடி', 'சின்ன தனொம்' என இருவர் பொறுப்பில் இருக்கின்றனர். இந்த இருவருள், 'ஆதிக் குடும்பொம்' / 'தலெக் குடும்பொம்' / 'பெரிய குடும்பொம்' என்ற முறையில் பளியர் சமூகக் - குழுக்களை வழிநடத்துவோராகத் 'தேவரடி' என்கிற பெரிய தனொம் திகழ்கிறார்; மாறாக, 'தண்டனி' என்கிற 'ஒடும்பிள்ளெ' தகவல் சொல்லியாகக் குடியிருப்பிற்குள்ளும் வெளியே 'ஊர் சொல்லி'யாகவும் செயல்படுகிறார்.

பளியர் பஞ்சாயத்து குடும்பப் பிரச்சினைகள் பற்றிப் பேசும்; சமூகக் கட்டுப்பாடுகள் விதிக்கும்; நிலப் பிரச்சினைகள், சொத்துப் பிரச்சினைகள், வெளிப் பிரச்சினைகள் எதுவானாலும் சாமி பார்த்துப் பேசித் தீர்க்கப்படுகின்றன. பஞ்சாயத்தாரின் தீர்ப்புக்களுக்குக் கட்டுப்படவியலாமற் போகும்போதுதான் பளியர் பிரிந்து வேறிடம் செல்கின்றனர்.

8. பளியரது பொருளியல் செயல்பாடுகள்

சிறு வன விலங்குகளை வேட்டையாடுதல், தேன் திரட்டுதல், மீன் பிடித்தல், வேளாண்மை, 'பளிப்பாட்டொம்' எனும் மரம்சாரா, சிறு காடுபடு பொருள்கள் சேகரித்தல், காட்டுக் கிழங்கு தோண்டியெடுத்தல், உணவுப் பொருள்கள் திரட்டுதல் உள்ளிட்ட பல் வேறுபட்ட பொருளியல் செயல்பாடுகளில் பளியர் ஈடுபடுகின்றனர்.

8.1 வேட்டையாடுதல்

விலங்குகளின் '*கால் தடத்தை*' *(Pug Mark)* வைத்தே அது இன்ன விலங்கு என துல்லியமாகச் சொல்ல வல்லவர் பளியர். சிறு வன விலங்குகளின் கால் தடத்தைப் பின்பற்றி வேட்டையாடுவதிலும் பளியர் சிறந்து விளங்குகினர். மூங்கிலாலான 'வில்லு' இவர்தம் முதன்மை வேட்டைக் கருவியாகும்.

வேட்டை வண்டு, கொம்பளிக் கொடி வேர், நாய்க் குறிஞ்சி வேர், நல்ல மிளகு, பூண்டு உள்ளிட்டவற்றை அரைத்துத் 'துணியில் கட்டிச் சாறு பிழிந்து' அதைத் தமது வளர்ப்பு நாயின் மூக்கில் பளியர் விடுகின்றனர்; இதனால், நாயின் மூக்கிலுள்ள

சளி வெளிவந்து வன விலங்குகளை மோப்பம் பிடிக்கும் திறன் மேம்பட்டு, வேட்டையாடத் தொடங்கிவிடும் என்கின்றனர் பளியர் பழங்குடியினர்.

காட்டுப்பன்றி சென்ற தடத்தைக் கண்டுபிடித்து, அதை வழியில் இடைமறித்து புங்கலாங் கொம்பால் நேராக அடித்து வீழ்த்தும் ஆற்றல் கொண்டோர் பளியர்.

ஒட்டுண்ணிச்செடியின் காயைத் தட்டி, தோல் நீக்கிவிட்டு, வெளிவரும் ஒட்டுப்பாலை எடுத்து, மூங்கில் சந்தில் இட்டு பறவைகள் வந்து அமரும் மரத்தில் ஒட்டிவைத்து, அதில் சிக்கிடும் சிறு பறவைகளைப் பளியர் பழங்குடியினர் மிக எளிதாகப் பிடிப்பர்.

வேட்டையில் அகப்படும் விலங்குகளின் இறைச்சியைத் தமக்குள் முறையாகப் பளியர் பங்கிட்டுக் கொள்வர்.

8.2 தேன் திரட்டுதல்

நெடிதுயர்ந்த மலை முகடு, பாறை உச்சி, மரம் என எங்கிருந்தும் தேனடைகளை இனங்கண்டறிந்து, தேன் திரட்டுவதில் பளியர் திறன் மிக்கவர்.

தேனீக்கள் பறந்து செல்லும் திசையைக்கொண்டு தேனடைகள் இருக்குமிடத்தைக் கண்டுபிடித்தல் ‘தேனோட்டொம்’/ ‘ஈயோட்டொம் பாக்றது’ என்பர் பளியர். அதன்படி, ‘பொந்தத் தேன்’/‘கொம்புத் தேன்’ இருக்குமிடத்தைக் கண்டுபிடித்துப், புகை போட்டுத் தேனீக்களை விரட்டிவிட்டுப் பின் தேனடைக்குச் சேதமின்றி அவற்றிலிருந்து பளியர் தேனைத் திரட்டுகின்றனர்[15] மாறாக, மிக உயர்ந்த மரங்கள் பாறைகளின்மீது மூங்கில் ஏணி வழியே ஏறி பளியர் பழங்குடியினர் தேனைச் சேகரிப்பர். நீண்ட, வலுவான ‘பாலாங்கொடி’, ‘முள்ளுக் கொடி’ உள்ளிட்ட காட்டுக்கொடிகளைப் பின்னிப் பிணைத்து உருவாக்கிய ‘மால்’கட்டித் தொங்கவிட்டு, அவற்றின் துணையால் ஏறி நெடிதுயர்ந்த மலை முகடு, பாறை உச்சி உள்ளிட்டவற்றில் அமைந்துள்ள தேனடைகளிலிருந்து தேனீக்களைச் சுலுந்தங் குச்சியாலான தீப்பந்தப் புகை போட்டு விரட்டிய பின் ‘பெருந்தேன்’ திரட்டப்படுகிறது. ஆபத்து மிகுந்த இத்தகைய தேன் சேகரிப்பின்போது தனது மனைவியின் சகோதரனையே பளியர் துணைக்கு அழைத்துச் செல்வர். ‘மலையேற மச்சான் தயவு வேணும்’ எனப் புன்னகையோடு இது பற்றிப் பளியர் குறிப்பிடுகின்றனர்.[16]

8.3 மீன் பிடித்தல்

பளியர் பழங்குடியினர் தமது குடியிருப்புகளுக்கு அருகிலுள்ள குளம், குட்டை உள்ளிட்ட நீர்நிலைகளில் இண்டங்காய், காரங்காய் ஆகிய காட்டுக் காய்களைத் தட்டிக் கலக்கி, அதனால் மயக்கம் அடைந்து, நீரின் மேற்பரப்பில் திரளும் மீன்களை மிக எளிதாகத் திரட்டுகின்றனர்.

8.4 வேளாண்மை

கேழ்வரகு, தினை, குதிரைவாலி, மலை நெல் உள்ளிட்ட தானிய தவசப் பயிர்களைக் காலங் காலமாகப் பளியர் விளைவிக்கின்றனர். காபி, மிளகு உள்ளிட்ட பணப் பயிர்களையும் தற்போது இப் பழங்குடியினர் பயிரிடுகின்றனர்.

மேலும், தனியார் காபித் தோட்டங்களிலும் கூலித் தொழிலாளிகளாகத் திறம்படப் பணிபுரிகின்றனர் பளியர்; சிலர் அரிதாகக் குத்தகைக்குப் பீன்ஸ், சௌசௌ, உருளை உள்ளிட்டவற்றைப் பயிர் செய்கின்றனர்.

மலைப் பரப்புகளில் புதராக மண்டியுள்ள செடி,கொடிகளை வெட்டித் தீயிட்டுப் பண்படுத்தப்பட்ட 'போடு காடு'/'செப்புக்காடு' பளியர்க்கான பயிர்செய் நிலங்களாகப் பயன்படுகின்றன.

8.5 பளிப்பாட்டொம்

மரம்சாரா சிறு காடுபடு பொருள்களான கடுக்காய், பூந்திக்காய், சீவக்காய், நெல்லிக்காய், சாம்பிராணி, கல் பாசி, ஈஞ்சி மாறு, காட்டு மாங்காய், இண்டம் பட்டை, சாயப்பட்டை உள்ளிட்டவை திரட்டுவதைப் பளியர் பழங்குடியினர் 'பளிப்பாட்டொம்' என்கின்றனர்.

8.6 கிழங்குகள் தோண்டியெடுத்தல்

'பளிப்பாட்டொம்' இல்லாத காலங்களில் பளியர் பழங்குடியினர் மலையில் இயற்கையாகக் கிடைக்கும் பல்வேறுபட்ட காட்டுக் கிழங்குகளைத் தோண்டியெடுப்பதில் ஈடுபடுகின்றனர். புல்லாங் கொம்பு, குமிலாங் கொம்பு, இரும்புளிக் கொம்பு ஒரு முனையில் தீயிட்டுக் கருக்கிக் கூராக்கித் தோண்டு கழியாகப் (*Digging Stick*)

பளியர் பயன்படுத்துகின்றனர், இதனைப் ‘பவட்டாங் கொம்பு’ என்கின்றனர். நூத்தங் கிழங்கு, ஈச்சங் கிழங்கு, தாலவள்ளிக் கிழங்கு, நீர்வள்ளிக் கிழங்கு, முள்வள்ளிக் கிழங்கு[17], பிள்ளை வள்ளிக் கிழங்கு, கமலவள்ளிக் கிழங்கு, நார்க் கிழங்கு, கருவள்ளிக் கிழங்கு என்பன பளியர் தோண்டியெடுத்திடும் மலைக் கிழங்கு வகைகளாகும்.

கிழங்கு தோண்டியெடுக்கப் புறப்படும் முன்னர் சகுனம் பார்க்கப்படுகிறது. வீட்டில் நாய் சுருண்டு படுத்திருந்தால், சுருள் சுருளாகச் சுருண்ட நிலையில் மிகக் குறைந்த ஆழத்திற்குள்ளாகவே கிழங்கு கிடைக்கும் என்றும் மேலிருந்து கீழாக நாய் ஓடினால், மிக அதிகமாகக் கிழங்கு அகப்படும் என்றும் பளியர் நம்புகின்றனர்.

இவை மட்டுமல்லாமல், கிழங்கு தோண்டப் புறப்படுவதற்கு முன்னர் சில விலக்குகளையும் (*Taboos*) பளியர் கடைப்பிடிக்கின்றனர். சான்றாகத் ‘தலைமுடியைச் சீப்பால் வாரக்கூடாது, எனவும் அவ்வாறு தலைமுடியை சீப்புகொண்டு சீவிய பின் கிழங்கு எடுக்கும் பணியில் ஈடுபடுவதால், குச்சி, குச்சியாகத் திண்மையற்ற கிழங்குகளே கிடைக்கும் என்றும் பளியர் கருதுகின்றனர்.

8.7 காடுபடு உணவுப் பொருள்கள்

பளியர் பழங்குடியினர் தங்கள் வாழ்விடங்களைச் சுற்றியுள்ள மலைக்காடுகளில் இயற்கையாக விளைந்துள்ள உணவுப் பொருள் களான பல்வகைப் பழங்கள், காய்கள், கீரைகள், காளான்கள் உள்ளிட்டவற்றைத் திரட்டிப் பயன்படுத்துகின்றனர், அவை வருமாறு:

8.7.1 பழங்கள்

அச்சாம் பழொம்
கம்பிப் பழொம்
கருஞ்சீந்திப் பழொம்
கொட்டாம் பழொம்
கொழுச்சாம் பழொம்
நோனாப் பழொம்
சூறைமுள்ளுப் பழொம்

விரியொம் பழொம்
சொரக்கொரட்டப் பழொம்
பொட்டிப் பழொம்
மிகுளொம் பழொம்

8. 7. 2 காய்கள்[18]

பல்பாவெ ‘ஒரு வகைப் பாகல் காய்’
சிறு தக்காளி ‘ஒரு வகைத் தக்காளி’
கான மொளகா[19] ‘ஒரு வகை மிளகாய்’

8.7.3 கீரைகள்

இண்டங் கீரெ
கரந்தக் கீரெ
சேம்புக் கீரெ
திமிலிக் கீரெ
பழியக் கீரெ

8.7.4 காளான்கள்

அம்புக் காளான்
யானெமிதிக் காளான்
கொடலுக் காளான்
சிறுகிட்டிக் காளான்
நாய்க்காதுக் காளான்
தாழக் காளான்
பாலக் காளான்
மதியான் காளான்
மிதியாட்டுக் காளான்
மின்னலுக் காளான்
வாழெக் காளான்
விசுலு முறுக்குக் காளான்
வெள்ளெப் பித்துக் காளான்

ஒழுகுமணிக் காளான்
சாம்பொரிக் காளான்
குய்யெங் காளான்

8. 7. 5 பிற

காட்டு மாங்கா
பொடாரொம் புளி[20]

பெரும் பாறைகளின்மீது தீ போட்டு, நன்றாகப் பாறை மேற்பரப்பு சூடேறிய பிறகு, தீயைக் களைத்துப் போட்டுவிட்டுப்பாறைப் பரப்பைத் தூய்மை செய்து, சூடேறிய பாறைப் பரப்பின்மேல் மலைக் கிழங்குகளைப் பரப்பிக் காட்டுத் தழைகளைக்கொண்டு மூடி, அதன் மீது மண்ணைக் குழைத்துப் பூசி, மண் வெடித்ததும் உள்ளே நன்கு வெந்துள்ள கிழங்குகளை எடுத்துப் பசியாறுவர்.

கேழ்வரகு, தினை, குதிரைவாலி உள்ளிட்ட சிறுதானியங்களைப் பாறைப் பரப்பின்மீதே அரைத்து, மாவாக்கி, அதோடு நீர்விட்டுப் பிசைந்து, தீ போட்டுப் பாறை சூடான பிறகு நெருப்பைக் கூட்டிக் தள்ளிவிட்டுப் பிசைந்த மாவை வட்டமாகத் தட்டிப் போட்டுச் சூடான பாறையால் அது நன்கு வெந்த பிறகு உணவாகப் புசிப்பர்.

9. பளியரது வாழ்க்கைச்சுழற்சிச் சடங்குகள்

பிறப்பு முதல் இறப்பு வரையுள்ள வாழ்க்கைச் சுழற்சியின் ஒவ்வொரு கட்டத்திலும் அதற்குரிய சடங்கைப் பளியர் கடைப்பிடிக் கின்றனர்.

9.1 திருமணம்

பளியர் பழங்குடியின ஆணும் பெண்ணும் ஒருவரை ஒருவர் விரும்பினால் யாருக்கும் தெரியாமல் அவ்விருவரும் உடன்போக்காகக் காட்டுக்குள் சென்று, இணைந்து, இணையராகக் களவு வாழ்க்கையைத் தொடங்கிவிடுவர். இரு வீட்டுப் பெரியோரும் இவர்களைத் தேடிப் பிடித்துத், திரும்ப அழைத்து வந்து, ஊரிலேயே குடியமர்த்துவர். பின்னர், பெண்ணின் கழுத்தில் கருகமணித் தாலியை ஆண் அணிவிப்பான். இதுவே, 'உடன்போக்குத் திருமண' *(Marriage by Elopement)* முறையாகும்.

இரு வீட்டுப் பெரியோரும் கலந்து பேசி உறுதிசெய்து நடத்தும் திருமண முறையும் இப் பழங்குடியினரிடையே வழக்கத்தில் உள்ளது. இத்திருமண முறையில் பரியப் பணம் மாப்பிள்ளை வீட்டாரால் மணப்பெண் வீட்டாருக்கு அளிக்கப்படுகிறது. திருமண நாளில், வட்டமாக வெட்டியெடுக்கப்பட்ட புல் பரப்பானது மனையாக அமைய, அதன்மீது மணமக்களை அமர வைப்பர். மணமகள் கழுத்தில் கருகமணித் தாலியை மணமகன் அணிவிக்க திருமணம் நிறைவுறுகிறது. மாலையில், மேளம் முழங்க மணமக்கள் ஆற்றுக்கு அழைத்துச் செல்லப்படுவர். அங்குப் புத்தாடை உடுத்தும் மணமக்கள் இருவரும் ஒரு சேர நான்கு வெற்றிலைகளை ஆற்று நீர்ப் பரப்பில் விடுவர். ஆற்று நீர்ப்பரப்பின்மீது மணமக்களால் இடப்பட்ட வெற்றிலைகள் இணைந்தவாறு ஆற்று நீரோட்டத்தில் சென்றால், அவ்விருவரும் இணைந்து ஒற்றுமையாக வாழ்வர் எனப் பளியர் நம்புகின்றனர். பிறகு, ஆற்று மணலில் 7 அணைகள் கட்டி, அவற்றை அழித்து விடுமாறு மணமக்கள் அறிவுறுத்தப்படுகின்றனர். இதையடுத்து, இரு வீட்டாரும் ஊருக்குத் திரும்புவர். இதுவே இரு வீட்டுப் பெரியோர் பேசி முடிக்கும் திருமணம் (Marriage by Negotiation) ஆகும்.

பரியப் பணம் கொடுக்க இயலாத சூழலில் பரியப் பணத்திற்கு ஈடாகக் குறிப்பிட்ட காலம் வரை மணமகன் தனது வருங்கால மாமனார் வீட்டில் தங்கியிருந்து பணி செய்து 'பின் திருமணம் முடித்திடும்' 'பணிசெய் திருமணமும்' (Marriage by Service) பளியர் பழங்குடியினரிடையே வழக்கத்திலுள்ளது.

இது மட்டுமல்லாமல், பெண் கொடுத்துப் பெண் எடுக்கும் 'பரிமாற்றத் திருமண' (Marriage by Exchange) முறையும் பளியரிடையே காணப்படுகின்றது. மனம் ஒத்துப்போகாத நிலையில் இணையருள் இரு பாலருமே மணவிலக்கைக் (Divorce) கோரிப் பெறலாம். பிரிந்து செல்லும் இணையர் அவரவர்க்கு விருப்பமானவருடன் மறுமணம் (Remarriage) செய்துகொண்டு புது வாழ்க்கையை வாழத் தொடங்கலாம்.

கணவனை இழந்த கைம்பெண், குறிப்பிட்ட காலத்திற்குப் பிறகு மறுமணம் செய்துகொள்ள அனுமதிக்கப்படுகிறாள்; இது போலவே, மனைவியின் இறப்பிற்குப் பின் கணவனும் மறுமணம் செய்துகொண்டு வாழத் தொடங்கலாம் எனப் பளியர் கூறுகின்றனர்.

9.2 மகப்பேறு

உடன் பிறந்தோனால் கட்டப்பட்ட ‘முழுக்குக் குடிலில்’ பேறு காலம் நெருங்கிய நிலையிலுள்ள பளியர் பெண் தனித்துத் தங்கியிருந்து குழந்தையைப் பெற்றெடுக்கிறாள். இம் முழுக்கு வீட்டின் பக்கச் சுவர்மீது வெட்டரிவாளும் (Billhook) மீன்பிடி வலையும் (Fishing Net) செருகி வைக்கப்படுகின்றன; இப் பண்பாட்டு ஒழுகலாறானது தாயையும் சேயையும் தீய ஆவிகளிடமிருந்து பாதுகாக்கும் என்று பளியர் பழங்குடியினர் நம்புகின்றனர். அனுபவம் மிக்க வயதான பெண்மணி பேறு காலத்தின்போது உடனிருந்து உதவுவார்.

பேறு காலத்தின்போது குருதிப் பெருக்கு அதிகமாவதைத் தடுப்பதற்காகப் பழிவுக் கீரையை பளியர் சமைத்துக் கொடுப்பர்; இதற்கு மாற்றாக, ‘முசுறு எறும்புகள்’ எனப்படும் செவ்வெறும்புகளை அவற்றின் முட்டைகள் மற்றும் இளம் குஞ்சுகள் நிரம்பியுள்ள கூட்டுடன் எடுத்து நீர் ஊற்றிக் காய்ச்சி ‘முசுறுச் சாறாக'க் குடிக்கக் கொடுப்பதும் உண்டு. பேறு கால வயிற்று வலிக்குக் ‘கரும்புத் தூரு’ எனும் மூலிகைத் தாவரத்தின் இலைச் சாற்றைக் கொடுப்பர் பளியர். பெற்றெடுத்த பெண்ணிற்கு உடல் வலியும் காய்ச்சலும் இருப்பின், இலவங்கப் பட்டைச் சாறுகொண்டு, காபி போட்டு அளிப்பர். இதனால் தாயும் சேயும் உடல் வலிமை பெறுவர் என்று பளியர் நம்புகின்றனர்.

9.3 பூப்படைதல்

பெண் குழந்தை பூப்படைவதைப் ‘பூவு’ என்றும் அதற்கான தீட்டுக்குச் சடங்கைப் ‘பூவுச் சடங்கு’ என்றும் பளியர் குறிப்பர். பளியர் பெண் பூப்புற்றதும் அவளைப் பெண்டிர் ஆற்றிற்கு அழைத்துச் செல்வர். அங்கு ஆற்று மணலில் குழி தோண்டி, அதனுள் ஆற்று நீரை ஊற்றி வைப்பர் பளியர். அந்நீரை 7 பானைகளில் நிரப்பிக் கொணரச் செய்வர்; அதைக்கொண்டு பூப்புற்ற பெண்ணைக் குளிப்பாட்டுவர். வீடு திரும்பும்போது காட்டில் இயற்கையாக விளைந்த பல்வேறுபட்ட பழங்களை ஒரு பானையிலும் ஆற்று நீரை ஒரு பானையிலும் நிரப்பிக்கொண்டு பளியர் வருவர். இதுவே, ‘தெரட்டிச் சீரு’ (Puberty Ceremony) எனப்படுகிறது.

இத்தெரட்டிச் சீரின்போது, தாய்மாமனால் புதிதாகக் கட்டப்பட்ட தீட்டுக் குடிலான முழுக்கு வீட்டில் (First Menstrual Hut) 25

முதல் 20 நாள்கள் வரை பூப்படைந்த பெண்ணைத் தனியாகத் தங்க வைப்பர். 5 பனங்குச்சிகளால் உருவாக்கப்பட்ட 'அர்ஜுனன் வில்லு' எனும் 'குறியீட்டளவிலான வில்'லை (Symbolic Bow) இம்முட்டுக் குடிலில் செருகி வைப்பர். இத்தகைய பண்பாட்டு ஒழுகலாறானது பூப்புற்ற பெண்ணைத் தீய ஆவிகளிடமிருந்து பாதுகாக்கும் என்று பளியர் நம்புகின்றனர்.

தீட்டு கழிக்கும் (Pollution breaking) நாளன்று மீண்டும் அப் பூப்புற்ற பெண்ணை ஆற்றிற்கு அழைத்துச்சென்று பளியர் பெண்டிர் குளிக்க வைப்பர். பின்னர் தாய் மாமன் அளிக்கும் 'மாமென் வேட்டி' மற்றும் 'அத்தை சீலெ'யைப் பளியர் வழியெங்கும் விரித்து அப் பெண்ணை மண் மிதிக்காமல் நடந்துவரச் செய்வர்; முறைப் பையனோ தலையில் முண்டாசு கட்டி, கையில் பிரம்பு ஏந்தி, சுற்றிக்கொண்டு நாலா பக்கமும் பார்த்தவாறு உடன் வருவான். வீட்டிற்குள் நுழையும் முன்பாகக் கழிப்புக் கழித்த பிறகே அப்பெண்ணைப் பளியர் வீட்டினுள் அனுமதித்து அமர வைப்பர் பளியர்.

அடுத்தடுத்த மாத விலக்கின்போது அதற்காகத் தனியாக அமைக்கப்பட்டுள்ள 'முழுக்கு வீட்டில்' (Menstrual Hut) ஏழு நாள்கள் வரை மாத விலக்கான பளியர் பெண் தங்கியிருப்பாள்.

9.4 இறப்பு

இறப்பு ஏதேனும் ஏற்படும்போது இழவுச் செய்தியை ஈட்டி ஏந்தியவாறு அருகேயுள்ள பிற குடியிருப்புகளுக்குத் தெரிவிக்கிறார் 'ஓடும் பிள்ளெ'. உற்றார், உறவினர் என அனைவரும் வந்து சேரும் வரை - இரு நாள்கள் ஆனாலும்கூட - பிணத்தை அடக்கம் செய்யாமல் பளியர் பழங்குடியினர் காத்திருப்பர். ஒவ்வொரு ஊராரும் இழவு சொல்லியான ஓடும் பிள்ளெயின் தலையில் எண்ணெய் தேய்த்து விட்டுச், சாப்பாடு போட்டுக் கைச் செலவிற்குப் பணமும் கொடுத்து அனுப்புவர். இறப்பு நேரம் தொடங்கி அடக்கம் செய்யும் வரை பளியர் தொடர்ந்து 'மேளம் இசைத்துக் கொண்டே இருப்பர். பச்சை மரத்தில் பளியர் 'பாடையைக் கட்டுவர். உட்கார்ந்த நிலையிலேயே பிணத்தைப் பாடையிலிட்டு, இடுகாட்டுக்குச் சுமந்துசென்று பளியர் புதைப்பர். பளியர் மூன்றாம் நாளன்று கருமாதி செய்வர்; இதனை 'மூணாங் கருமாதி' என்கின்றனர் இப்பழங்குடியினர்; அன்று 'பள்ளயொம்'

போட்டு, இறந்தவரை நினைத்துச் சாமி கும்பிடும்போது,

“செத்தவங்களோட செத்தவங்களா
மாண்டவங்களோட மாண்டவங்களா
நீங்க போய்ச் சேர்ந்து
எங்க கை காலுக்குச் சொகத்தைக் கொடுங்க”.

என்று பளியர் மனமுருக வேண்டிக்கொள்வர்.

கொள்ளை நோய் கண்டோ, எதிர்பாரா விபத்திலோ பளியர் எவராவது இறந்து போய்விட்டால், மூன்று மாதங்கள் கழித்து அவரை நினைத்துப் ‘படெப்பு’ போட்டுக் கையெடுத்துக் கும்பிட்டு,

“இடஞ்சாரி வலஞ்சாரி போகாதே
சின்னஞ் சிறுசு வரும் அதெ சாரிக்காதே
கல்லிலே ஒண்டாதே
மரத்துலே ஒண்டாதே
சாமியோட சாமியா
தெய்வத்தோட தெய்வமா
போய்ச் சேர்ந்துக்கோ”

-என மன்றாடிக் கோருவர்.

10. பளியரது சமயம்

10.1 பளியர் தெய்வ வரிசையும் வழிபாட்டு முறையும்

பளியர் பழங்குடியினரது முதன்மைத் தெய்வம் ‘பளிச்சியம்மன்’ எனப்படுகிறது; இது தவிர, பூதநாச்சி, சடச்சியம்மன், வடக்கத்தி யம்மன், தெக்கத்தியம்மன் எனும் பெண் தெய்வங்களும் சடயன், மொட்டெயன், மூக்கணக் கருப்பன் எனும் ஆண் தெய்வங்களும் பளியர் பழங்குடியினரின் ‘தெய்வவரிசை’க்குள் (Pantheon) அடங்கும்.

தை பௌர்ணமி, சித்ரா பௌர்ணமி, வைகாசி பௌர்ணமி உள்ளிட்ட முழுநிலவு நாள்களைப் பளியர் ‘கும்பிடு காலொம்’, என்கின்றனர். இவை தவிர, 12 ஆண்டுகளுக்கு ஒரு முறை கொண்டாடப்படும் ‘பன்னிரு தெய்வ வழிபாடு'ம் பளியர் பழங்குடியினரிடையே வழக்கிலுள்ளது; இவ்வழிபாட்டின் போது பளியருடன் பழங்குடியல்லாத மன்னாடியாரும் கலந்து கொள்கின்றனர்.[21] இந்நிகழ்வின்போது ‘பொட்டலி’ல் மூன்று மஞ்சள்

தண்ணீர் வைத்து ஆடும்போது அந்நீரில் 'நிழல்' ஏதும் தெரிந்தால், அந்த நிழல் யாருடையது எனச் சாமியாடி கேட்பார் என்றும் அது நம் சொந்தப் பிள்ளை என்றால், 'பாவம்' என்று விட்டுவிடும் என்றும் மாறாக, 'அது யார் எனத் தெரியவில்லை' என்றால் அந்த உயிரை எடுத்துவிடும் என்றும் பளியர் கருதுகின்றனர். எனவேதான், இந்தப் பன்னிரு தெய்வம் கும்பிடும்போது, பளியர் எவரும் வீட்டை விட்டு வெளியே வரமாட்டார்கள்.

பளியர் தமது வளவில் தனியாகச் 'சாமி வீடு' என்ற ஒன்றைக் கட்டியுள்ளனர். அதனுள் 'நாட்டு மன்சால்' என்ற புதுப் பானை போன்று மூடியுடன் உள்ளது. இதற்குள்தான் குலதெய்வம் அடங்கியிருப்பதாக நம்புகின்றனர். தமது குலதெய்வ வழிபாட்டின்போது சாமியாடும் நேரத்தில் பளியர் நெல் தூவிப் போட்டு விரிச்சி பார்ப்பர்; அப்போது, இரு நெல்மணிகள் பெருக்கல் (X) போல இணைந்து காணப்பட்டால் பேய் பிடித்திருப்பதாகப் பளியர் கருதுகின்றனர். சாமியாடும்போது, சாட்டைபோல நீண்டு வளர்ந்துள்ள 'மருளிக்காய்' கொண்டு உடல் முழுதும் அடித்துக்கொண்டு பளியர் ஆடுவர்.[22]

கோவில் வழிபாட்டிற்கு முதல் நாள் இரவு பளிய ஆடவரும் பெண்டிரும் தத்தம் வீடுகளைவிட்டு வெளியேறி, கோவிலை ஒட்டிய திறந்த வெளியில் மரத்தின் கீழே படுத்துக்கொள்வர்[23] மறுநாள் காலை தூங்கி எழுந்தவுடன் அனைவரும் குளித்துப் பின் சாணங் கரைத்து தெளிப்பர். கோவில் முன்பாகப் பச்சைப் பந்தல் அமைப்பர். பலியிட்ட ஆட்டுக் கடாவை சமைத்து, 7 வரிசைகளில் 'பள்ளயொம்' போடுவர். பூசாரி தரைமீது 7 இளநீர்க் காய்களின் நீரை விட, அவருக்கு அருள் வந்து விடும். அப்போது அங்குக் கூடியுள்ள பளிய மகளிர் அனைவரும்,

"குடி கும்மாரத்துக்குச்
சீக்குச் சங்கடொம் வராம
எங்களக்கொண்டு பொறுத்துக் காப்பாத்தோணும்
நல்ல மழை பெய்யோணும்
மண்ணு போட்டா பொன்னா
வெளையோணும்"
எனக் கூறி வழிபடுவர் ; அப்போது,

"கொம்பு தூக்கி ஐயனார்

சின்ன முடியன், பெரிய முடியன்
வஞ்சியப்பன், வலங்கப்பன்
உண்ணுவான் தம்பிரான்
குண்டாத்துக் கண்ணி
சின்னப் பாப்புலச்சி, பெரிய பாப்புலச்சி
பச்சையாத்துக் கண்ணி, நீலாத்துக் கண்ணி"

என்று பளியர் தமது தெய்வவரிசையிலுள்ள பல்வேறு தெய்வங்களை அழைத்து...

"மொச்சிப் பிடிக்க வாடி
முறம் பிடிக்க வாடி
ஆத்து மணலெத் தூத்தி விளையாட
நாமும் வரோமண்டி..."

எனப் பளியர் ஒருவர் சொல்லிக்கொண்டும் மஞ்சள் துணியால் வீசிக்கொண்டும் வழிபாடு உச்சக்கட்டத்தை அடையும்வர, இத்தகைய வழிபாடு,

"குடவனாத்துக்கு வடக்கு
பேரியூருக்குத் தெக்கு
நேருமலைக்கு மேக்கு
கள்ளக்கிணத்துக்குக் கெழக்கு "

எனும் எல்லைக்கு உள்பட்ட பகுதிகளில் வாழும் பளியர் குடியைக் 'காத்துக் கருப்பு அண்டாமல்' காப்பாற்றும் என்று பளியர் உறுதியாக நம்புகின்றனர்.

பளியரது தலையாய தெய்வமான பளிச்சியம்மன் உள்படப் பளியர் தெய்வம் எதற்கும் உருவம் இல்லை என்பதால், வெறும் கல்லையே நட்டு இம்மக்கள் வழிபடுகின்றனர்.

10.2 பளியரது நம்பிக்கை அமைப்பொழுங்கு

★ தமது எதிரிகளின் கால் தட மண், முடி, நகம், துணி உள்ளிட்டவற்றைக் 'கொளொம்' எனப்படும் குழலிலிட்டு, அவர்கள் எப்படி ஆக வேண்டும் என்று கருதுகின்றனரோ அப்படியே ஆக வேண்டும் எனக் கூறிப் பளியர் செய்வினை வைத்துவிடுவர்; மாறாக தமக்கு எதிரிகள் வைத்துள்ளதாக

நம்பும் செய்வினையை, ‘மருந்துச் சாமி’ என்கிற தெய்வ ஆற்றலால் எடுக்கவியலும் என்று பளியர் நம்புகின்றனர்.

★ காடுகளின் ஊடாகத் ‘தெய்வப் பாதைகள்’ உள்ளன எனப் பளியர் நம்புகின்றனர். எனவே இத் தெய்வப் பாதைகளுக்கு இடைஞ்சல் ஏதும் ஏற்படாதவாறு தங்களுக்கான தனித்த பாதைகளைப் பளியர் அமைத்துக்கொள்கின்றனர்.[25]

★ நிலப் பரப்பின் நான்கு மூலைகளிலும் மூலைக்கு ஒன்றாக நரியின் வாலைக் கட்டி உருவாக்கிட சதுரப் பரப்பில் நுழையும் சிறுத்தை உள்ளிட்ட கொடிய வன விலங்குகளின் வாய் கட்டப்பட்டுவிடும் என்று பளியர் நம்புகின்றனர்.[26]

★ சுத்த பத்தமாக இருந்தால், பேறு காலத்தின்போது வடக்கத்தியம்மனே நேரில் வந்து உதவிடும் என்றும் பளியர் பழங்குடியினர் உறுதியாக நம்புகின்றனர்.

★ சாமி வருவிக்கப் பளியர் நெல் போட்டுப் பார்க்கின்றனர்; காடு மலை பற்றிய தகவல்கள், தெய்வங்களின் வழித்தடங்கள், நோயுற்றோர் இன்ன நோயால் பாதிக்கப்பட்டுள்ளனர் எனக் கண்டறிதல், நோய்க்கான மருத்துவ முறைகள், பிற சமூகத்தினருடனான உறவுச் சிக்கல்கள் என்பன இத்தகைய நெல் போட்டுப் பார்த்தலின்போது தெரிய வரும் எனப் பளியர் நம்புகின்றனர்.

★ மலைக் கிழங்கைக் குடைந்து, அதனுள் உப்பை அடைத்து, கல்லால் மைய அரைத்து, இடையிலே குழந்தை ஒன்றை அழச் செய்து, அரைத்த மலைக் கிழங்கு விழுதை ஆற்று நீரில் கரைத்தால் மழை பெய்யும் எனப் பளியர் நம்புகின்றனர்.

★ தமது தெய்வங்களுள் ஒன்றாகிய குன்றநாதனுக்கு உகந்த கேழையாட்டுத் தோலின்மீதே தங்கள் குழந்தைகளைப் பளியர் படுக்க வைக்கின்றனர்; மாறாக, தொட்டில் கட்டி அதில் குழந்தையைப் போட்டால், ஆகாயம்வழியே குழந்தையைத் தெய்வம் தூக்கிக்கொண்டு போய்விடும் அல்லது தொட்டில் துணியானது தீயில் வெந்துவிடும் எனப் பளியர் உறுதியாக நம்புகின்றனர்.

11. பளியரது மரபார்ந்த அறிவுச்சொத்து

★ திணைசார்குடிகளின் இயல்பிற்கேற்பத் தமக்கான 'மரபார்ந்த அறிவுச்சொத்தை' (Traditional Knowledge System) பளியர் பழங்குடியினர் கொண்டுள்ளனர். அவை பின்வருமாறு.

★ காடுகள், புல்வெளிகள், நீரோடைகள், ஆறுகள், தாவர-விலங்கின வகைகள், விலங்கின இருப்பிடங்கள் மற்றும் நடமாட்டங்கள் உள்ளிட்ட அனைத்துத் தகவல்களையும் மரபுவழி அறிந்தோராகப் பளியர் திகழ்கின்றனர்.

★ காடுகளின் பரப்பைப் பல உள் பிரிவுகளாகப் பிரித்துக் காண்கிறது பளியர் மரபார்ந்த அறிவு. தம் வாழ்விடப் பரப்பை மேபடப்பொம்பறை, கருவரை, குறுங்குமுடு உள்ளிட்ட பாறைச் சரிவுகளாகவும் மதிகெட்டான் கானல், செம்மந்தட்டிக் கானல், முனிசார்பேய் கானல், பட்டி விழுந்தாங் காடு, வேப்பனம்பேட்டைக் காடு, சடச்சிக் கிழவிக் காடு, பாட்டி மாங்காத் தேரி, ஜாவலமரத்து வில்பட்டி உள்ளிட்ட காடுகளாகவும்; கும்முட்டி அளெ, படி அளெ, பேரிச்சனாறு அளெ உள்ளிட்ட ஆற்று வழிகளாகவும் (அதாவது, நீர்வழித் தடங்களாகவும்) பிரித்துப் பார்க்கின்றனர் பளியர்.

★ பச்சிலைகளான பல்வேறுபட்ட பாரம்பரிய மருந்துகளைத் தயாரித்திடும் மரபார்ந்த அறிவைப் பளியர் பெற்றுள்ளனர். இப்பழங்குடியினர் தயாரிக்கும் பச்சிலை மருந்துகளைப் பழனி, மேல்பள்ளம், பூம்பாறை, கடக்கால், புத்தூர் உள்ளிட்ட ஊர்களைச் சார்ந்த பழங்குடியல்லாத சமவெளி வாழ் மக்களும் வாங்கிப் பயன்படுத்திப் பயனடைகின்றனர். சான்றுக்கு, வெள்ளைப்படுதலை நீக்கத் 'தொட்டாசிணுங்கி', வாய்ப்புண் ஆற்ற 'ஆமணக்கு', மூக்குச் சளி நீக்க 'நாயுருஞ்சி', பாம்புக் கடி நச்சு முறிவிற்கு 'நாகதாளி வேர்', மலச்சிக்கலை நீக்க 'உரிக்கட்டி வேர்', வெட்டுப்புண்ணை ஆற்ற, 'காளியம்மன் தழை' எனப் பளியரது பல்வேறுபட்ட மூலிகைப் பயன்பாடுகளைக் குறிப்பிடலாம்.

★ 'சுலுந்தங் குச்சி' என்பதை முனையில் நசுக்கி, அதில் தீப் பற்ற வைத்து, இரவு முழுவதும் அணையாமல் எரியும் தீப் பந்தமாகப் பண்படுத்துகின்றனர் பளியர் பழங்குடியினர்.

★ கூந்தல் பனையின் காயிலிருந்து பெறப்படும் பஞ்சைப் பயன்படுத்தி, வெங்கச்சங் கல்லை உரசித் தீ உண்டாக்குவதில் பளியர் திறமையானவர்.

★ புங்கலாங் கட்டை, குமிலாங் கட்டை உள்ளிட்ட உறுதியான மரங்களை வெட்டரிவாளைக்கொண்டு கொத்திக் குடைந்து, பளியர் தமக்கான மர உரலும் உலக்கையும் செய்துகொள்கின்றனர்.

★ உறுதிமிக்க புங்கலாங் குச்சி, இரும்புலிக் குச்சி உள்ளிட்டவற்றைப் பயன்படுத்தி, இறுகிக் கடினமாயுள்ள நிலப் பரப்பையும் தோண்டி மலைக் கிழங்கைப் பளியர் கெல்லியெடுக்கின்றனர்.

★ உடையாமல் வளைந்து கொடுக்கக்கூடிய 'முள்ளுக் கொடி' என்கிற உறுதிமிக்க காட்டுக் கொடியைப் பயன்படுத்தி 'மால்'கட்டி, நெடிதுயர்ந்த பாறைகளிலும் மரங்களிலுமுள்ள தேனடைகளை அடைந்து, தேன் திரட்டுவதில் பளியர் பழங்குடியினர் திறன் மிக்கவர்.

12. பளியரது சூழலியல் விழிப்புணர்வு

★ உணவுச் சங்கிலித் தொடரின் (Food Chain) ஒரு கண்ணியைக் கூடக் கடுகளவும் சிதைக்காமல், மிகுந்த சூழலியல் விழிப்புணர்வுடன் (Environmental Consciousness) பளியர் பழங்குடியினர் செயல்படுகின்றனர்.

★ கொடிய வன விலங்காயினும் பெண் விலங்கைக் கொல்லாமல், அவை தப்பிப் பிழைத்துக்கொள்ளுமாறே பளியர் பிரித்துச் செல்ல விடுகின்றனர்.

★ காட்டுக்காய்களைப் பிரித்தெடுக்கும்போது பூக்கள் நிரம்பிய பூவங்கொடிகளைத் தவிர்த்துக், காய் நிரம்பிய கொடிகளையே தேர்வு செய்கின்றனர் பளியர்.

★ மலைக் கிழங்குகளைப் பளியர் அரும்பாடுபட்டுத் தோண்டியெடுக்கும்போதும் அதன் ஒரு பகுதியையே எடுத்துக்கொண்டு எஞ்சியவற்றை அப்படியே விட்டுவிடு கின்றனர்; 'பின்னால் வருபவர்க்கு அது' என்பர். இது போலக், கிழங்கின் கொடியையும் சேதப்படுத்தாமல் மீண்டும் அதனை நிலத்தினுள்ளேயே போட்டு மூடி வைக்கின்றனர்.

★ தேனடைகளும் அவற்றிலுள்ள தேனீக்கள், இளங் குஞ்சுகள் மற்றும் முட்டைகளுக்கு எவ்விதப் பாதிப்பும் ஏற்படாமல்

தேன் திரட்டிடும் பளியரின் போக்கானது அவர்களுடைய சூழல் விழிப்புணர்வை வெளிப்படுத்தக் காணலாம்.

★ கீரைகளைப் பயன்பாட்டிற்காகச் சேகரிக்கும்போது இலைகளை மட்டுமே பறித்துப் பயன்படுத்துவது பளியர் பழங்குடியினரின் சூழலியல் விழிப்புணர்விற்கு மற்றுமொரு சான்றாகும்.[28]

★ இது போன்றே, காய், கனிகளைப் பறிக்கும்போது மரங்களில் ஏறியும் கிளைகளை வளைத்துமே பறித்தெடுப்பதுதான் பளியர் பழக்கம். அதாவது கல் வீசுவது, கிளைகளை ஒடிப்பது, உலுப்பிவிட்டுப் பொறுக்குவது எனச் சேதப்படுத்தும் முறைகள் இப்பழங்குடியினிரிடையே வழக்கத்தில் இல்லை.

★ பிற மரங்களைப் பயன்கொள்வதிலும் சூழலியல் விழிப்புணர்வுடனேயே பளியர் செயல்படுகின்றனர். சான்றாக, கடுக்காய் மரங்களைக் 'காய் கடுக்கா', 'சதெக் கடுக்கா' என இரு வகைகளாகப் பாகுபடுத்திப் பார்க்கும் பளியர், விறகிற்கும் பிற வீட்டுத் தேவைக்கும் 'சதெக் கடுக்கா' மரங்களை மட்டுமே வெட்டிப் பயன்படுத்துகின்றனர்; காய்க்கும் மரங்களான 'காய் கடுக்கா' மரங்களைப் பளியர் வெட்டவே மாட்டார்கள்.

★ காடுகளின் ஊடாகச் செல்ல நேரிடும்போதும் மரங்கள், குற்றுமரங்கள், கொடிகள், செடிகள் உள்ளிட்ட தாவரங்களை வெட்டிச் சாய்த்து வழியை உண்டாக்கிக்கொண்டு செல்லாமல், புதர்களுக்குள் நுழைந்தும், அமர்ந்தும், ஊர்ந்தும் சென்று வருவதையே தமது வழக்கமாகப் பளியர் கொண்டுள்ளமை இவர்தம் சூழலியல் விழிப்புணர்விற்கு மற்றுமொரு சான்று எனலாம்.

★ சுய தேவைக்கு மட்டுமே தேன், கிழங்கு உள்ளிட்டவற்றைத் திரட்டுவதும் சொந்தத் தேவைக்குக் கூடுதலாகத் தவசப் பயிர்களை விளைவிக்காமையும் பளியரது சூழலியல் விழிப்புணர்வுப் பண்பின் உச்சக்கட்டம் எனலாம்.[29]

★ தட்பவெப்ப நிலையைக் கண்டுபிடிப்பதிலும் பளியர் பழங்குடியினர் வல்லவராக விளங்குகின்றனர். மேலும், அடை மழை, புயல், நிலச் சரிவு, நில நடுக்கம் உள்ளிட்ட இயற்கைப் பேரிடர்களை முன்கூட்டியே உணர்ந்துகொள்ளும் திறனைப் பாரம்பரியமாகவே கொண்டுள்ளோராகவும் பளியர் திகழ்கின்றனர்.

13. பளியரது கலை மற்றும் கைவினைகள்

ஈத்தை மூங்கிலால் தமக்கான பல் வகைப் புழங்குப் பொருள்களைப் பளியர் பழங்குடியினர் உருவாக்கிப் பயன்படுத்துவது அவர்தம் கலை, கைவினைத் திறன்களுக்குத் தக்க சான்றாகும்.

சமூக மற்றும் சமய விழாக்களின்போது ‘மேளொம் கொழலு’ என ‘மேளொம்’ (எனும் ‘பறை’), ‘சத்தக் கொழலு’, ‘மொரக்கொசு’ (எனும் ‘சலங்கை') உள்ளிட்ட பல் வகைப்பட்ட மரபார்ந்த இசைக்கருவிகளை இசைத்து, ‘ஆட்டு பாட்டு’ என ஆடல், பாடலில் ஈடுபடும் பளியர் நிகழ்த்து கலைத் திறன்களிலும் மிளிர்கின்றனர்.

ஒவ்வொரு திசைக்கும் ஓர் அடி, ஒவ்வொரு மலைக்கும் ஓர் அடி, ஒவ்வொரு சாமிக்கும் ஓர் அடி, சாமி வரவழைக்க ஓர் அடி, வாக்குச் சொல்ல ஓர் அடி எனப் பலவாறான ‘கொட்டு முறைகளை (அதாவது, ‘தாள முறைகளை’)ப் பளியர் அறிந்துள்ளனர் என்பது இனக்குழுசார் இசையியல் மரபில் (Ethno - musicological Tradiion) ஒரு புதிய தடமாகும். ஆண் ஆட்டக்காரரும் பெண் ஆட்டக்காரரும் தனித்தனிக் குழுக்களாகப் ‘பற்றியெறியும் தீயினிடையே’ நிலவு வெளிச்சத்தில் ஆடும் ‘பளியராட்டொம்’ கண்ணையும் கருத்தையும் கவரும் தன்மை கொண்டுள்ளது.

14. பளியரது தனித்துவமான மொழி வழக்காறுகள்

பளியரது பேசுமொழியானது பழந் தமிழின் ஒரு கிளை மொழியாகும்; இதில் இனங்கண்டறியப்பட்டுள்ள சில தனித்துவமான மொழி வழக்காறுகள் வருமாறு:

அளெ / கல்குகெ ‘நீர்வழிப் பாதை’

பச்செப்படி ‘தெய்வத்திற்குப் பள்ளயமிடப்படும் சமைத்த உணவு’

சின்ன மூக்கி ‘சிறுத்தை’

பெரிய மூக்கி ‘புலி’

மொரக்கொசு ‘சலங்கை’

பூவுச் சடங்கு ‘பூப்புச் சடங்கு’

முழுக்கு வீடு ‘முட்டுக் குடில்’

பட்டாங்கி ‘ஈத்தையாலான வரிச் சுவர்’

பளிப்பாட்டொம் ‘சிறு காடுபடு பொருள்கள் திரட்டுதல்’

15. பளியரது பெண்டிர் ஆட்சியதிகார நிலை

குடும்பத்தையும் சமூகத்தையும் வழிநடத்திச் செல்வதில் பளியர் பெண்டிர் முன்னோடிகளாகத் திகழ்கின்றனர்; பெண்டிர் கூறும் கருத்துக்கள் எப்போதும் மிகுந்த விழுமியத்துடன் ஏற்றுக்கொள்ளப்படுகின்றன.

'பளிச்சி நெனச்சாப் படெயும் சாயும்'

'பளிச்சி பெத்தா படெ சேரும்'

'பளிச்சி பூத்தா கொடெ சாயும்'

'பளிச்சியெப் பாத்தா பாம்பும் ஒண்டும்'

'பளிச்சி கை பட்டா கண்ணாடி'

என்பன போன்ற பளியரிடையே வழங்கலாகும் சொல்வழக்குகள் இவர்தம் சமூகத்தில் பளியர் பெண்டிர் பெறும் சிறப்பிடத்தையும் ஆட்சியதிகார நிலையையும் *(Status of Empowerment)* புலப்படுத்தக் காணலாம்.

16. பளியரது இயற்கை நேசிப்பு

மூலையாற்றுப் பகுதியிலுள்ள 'கதவநாச்சி மலெ', குரங்கனிப் பகுதியிலுள்ள 'நீல மலை' மற்றும் 'பச்சை மலெ' வருசநாட்டுப் பகுதியிலுள்ள 'பொன்னி மலெ', போடிப் பகுதியிலுள்ள 'மரக்கா மலெ' மற்றும் 'ராசி மலெ' உள்ளிட்ட மலைகளையும் பளியர் வழிபடுகின்றனர்; இதிலிருந்து பளியர் இயற்கைமீது காட்டும் அளவுகடந்த நேசிப்பும் விழுமியமும் தெரியவருகின்றன.

மலைகளில் வளர்ந்துள்ள பெரிய மரங்களையும் தமது தெய்வங்களாகவே வழிபடுகின்றனர் பளியர் பழங்குடியினர்.

''காடுகளே எங்கள் தாய், ஒரு தாயிடமிருந்து கிடைக்கக்கூடிய உணவு, பாதுகாப்பு, அரவணைப்பு, வளர்ச்சி, பொழுதுபோக்கு, எதிர்காலம் எல்லாமே எங்களுக்குக் காடுகளிடமிருந்து கிடைக்கிறது; அதனால்தான், நாங்கள் அந்தத் தாயைச் சேதப்படுத்தாமல் உண்டு, வாழ்ந்து, கண்ணுக்குக் கண்ணாகக் காத்து வருகிறோம்.'' எனப் பளியர் பழங்குடியினரின் காடு பற்றிய பறைசாற்றல் அவர்தம் இயற்கை நேசிப்பிற்கான ஓர் ஒப்புதல் வாக்குமூலம் எனலாம்.

17.நிறைவுரை

இன்றும் பளியர் பழங்குடியினர் பழங்குடியல்லாத சாதிக் குழுக்களான மன்னாடி, தெலுங்குச் செட்டி மற்றும் கார்காத்த வெள்ளாளர் அதிகாரத்தின்கீழ் வாழ்ந்து வருகின்றனர்.

யாருடைய காட்டில் எது விளைந்தாலும் யாருடைய நிலத்தில் எது விளைவிக்கப்பட்டாலும் யாருடைய வேட்டையில் எது அகப்பட்டாலும் அதைப் பொதுவில் வைத்து, வெளிப்படையாக எவ்வித ஒளிவு மறைவும் இல்லாமல் கூடி உண்ணும் பொதுவுடைமைப் பண்புநலம் வாய்க்கப்பெற்றவர் பளியர்; சேமித்து வைக்கும் வழக்கமோ, சந்தைப்படுத்தும் பழக்கமோ இவர்களிடம் இல்லை. உறவினர் வீட்டு விசேஷம் என்றால், மற்றொரு மலையில் வாழும் அவர் தம் உற்றார் உறவினர் தத், தம் குடும்பத்தினருடனும் வளர்ப்பு நாயுடனும் விசேஷ நாளுக்கு ஓரிரு நாள்கள் முன்னரே வந்திருந்து, விழா முடிந்து ஓரிரு நாள்கள் கழித்தே பளியர் தம் சொந்த ஊருக்குத் திரும்புவர்; அவ்வாறு ஊர் திரும்பும் தம் உறவினர்க்குத் தங்கள் சொந்தப் பயன்பாட்டிற்கென வைத்துள்ள தானிய தவசொம், காய் கசம்பு, கிழங்கு, கீரை, தேன் உள்ளிட்ட உணவுட் பொருள்களைப் பழந் துணியில் பொதிந்து பளியர் பழங்குடியினர் கொடுத்தனுப்புவர்.

பளியரது வாழ்விடப் பகுதிகளிலும் அருகேயும் வாழ்ந்துவரும் புலயன் இனக்குழுவினரை 1970-களுக்குப் பிறகு தவறுதலாகப் பட்டியல் பழங்குடி நிலையிலிருந்து நீக்கி (Detribalization) பட்டியல் சாதியினராக (Scheduled Caste) அறிந்தேற்பு செய்து இன்று வரை இந்நிலை தொடர்வதால், பளியர் பழங்குடியினரைத் தமக்குப் போட்டியான இனக்குழுவினராகவே புலயன் இனக்குழுவினர் காண்கின்றனர். இதுபோல, மரம்சாரா காடுபடு சிறு பொருள்களைத் திரட்டுவதில் தமக்குப் போட்டியாகவே புலயன் இனக்குழுவினரைப் பளியர் பார்க்கின்றனர்.

ஏற்கெனவே, பழங்குடியல்லாத ஆதிக்கச் சாதியினரின் நெருக்குதல்கள் ஒரு புறம், பழங்குடி நிலையிலிருந்து கீழிறக்கப்பட்ட புலயன் இனக்குழுவினரது நெருக்குதல்கள் மறு புறம், இவை இரண்டிற்கும் மேலாக மாநில வனத் துறையினரது அரசு சார்ந்த நெருக்குதல்கள் எனப் பல்வேறுபட்ட நெருக்குதல்களுக்கிடையே தமது அன்றாட வாழ்க்கையை நடத்திவரும் பளியர் பழங்குடியினருக்கு அரசுசாராத் தன்னார்வத் தொண்டு நிறுவனங்களும் தமது பங்கிற்கு

மற்றொருபுறம் சமூகப்-பண்பாட்டுச் சமூகப்-பொருளியல் அழுத்தங்களை நாளும் கொடுத்து வருகின்றன.

இத்தகைய பல்வேறுபட்ட அறைகூவல்களுக்கிடையே தட்டுத் தடுமாறித் தம் அன்றாட வாழ்க்கையை நடத்திவரும் அரை நாடோடிப் பழங்குடியினரான (Seminomadic Tribe) பளியர் பற்றிய அவசர மானிடவியல் ஆராய்ச்சி அணுகுமுறையானது (Urgent Anthropological Approach) உடனடித் தேவை என்ற அடிப்படையிலேயே இவ் விரிவான இனக்குழுவரைவியல் பதிவு இங்கே மேற்கொள்ளப்பட்டுள்ளது. எனவே, பண்பாட்டு அழிவின் நிலையை எட்டியுள்ள பளியர் பழங்குடியினரைப் பொதுப் பட்டியல் நிலையிலிருந்து (Status of General Tribes) குறிப்பிடத்தக்க அழிநிலைப் பழங்குடிக் குழு (Par- ticularly Vulnerable Tribal Group) எனும் நிலைக்கு மாற்றிடுவதற்கு மாநில / ஒன்றிய அரசுகள் உடனடியாகச் செயலாற்றிட வேண்டும் என்பதே நம் விருப்பம்.[32]

அடிக் குறிப்புகள்

1 திண்டுக்கல் மாவட்டப் 'பழனி மலை'யில் 'பள்ளியன்' எனவும் இதே மாவட்டச் சிறுமலை மற்றும் தேனி மாவட்ட வருசநாட்டு மலையில் 'பள்ளியர்' எனவும் மதுரை மாவட்ட வாசிமலையில் 'பள்ளேயன்' எனவும் இப் பழங்குடி மக்கள் இனங்காணப்படுகின்றனர்.

2 'கீழ் (மலை' / 'கீழ்ப்) பழனி மலை' என அறியப்படும் கொடைக்கானல் மலைப் பகுதிகளில் வாழும் பளியர் பழங்குடியினரிடையே மேற்கொள்ளப்பட்ட களப்பணித் தரவுகளே இக் கட்டுரையில் இனக்குழுவரைவியல் பதிவுகளாக்கப்பட்டுள்ளன.

3 இதுபோன்றே, தமிழ்நாட்டின் காடர், இருளர் என்னும் இரு பழங்குடிக் குழுக்களும் கறுப்பினச் சாயல் கொண்டவனாக மானிடவியலாருள் ஒரு சாரரால் கருதப்படுகின்றன.

4 இவ்வாறு, ஒரு 'பண்பாட்டுப் பகுதி'யில் (Culture Area) வாழும் பல் வேறுபட்ட இனக்குழுவினரை 'உடன்பிறந்தோர்' எனக் காட்டிடும் கதைப் போக்கானது நீலகிரியிலும் காணக் கிடைக்கிறது. பண்பாட்டுப் பன்மியச் சூழலில் (Cultural Diversity) இனக்குழுக்களுக்கிடையே ஒற்றுமை உணர்வானது மேலோங்கிடவும் அதனால் சமூக இணக்கமும் (Social Cohesivenesss) அதைத் தொடர்ந்து சமூகக் கட்டுப்பாட்டையும்

(Social Control) உறுதி செய்வதே இத்தகைய குடிவழித் தோற்றக் கதைகளின் நோக்கமாக இருந்தது என நாம் உய்த்துணரலாம்.

5   இதுவும் முந்தைய அடிக்குறிப்பில் கூறப்பட்டுள்ள காரணம் பற்றியதேயாகும்.

6   பொதுவாக, குடிவழித்தோற்றக் கதைகளில் இவ்வாறான குருதிவழியினரிடையேயான தகாப் புணர்ச்சி உறவு குறித்த- குறிப்பு இடம்பெறுவது வாடிக்கையானவொன்றே.

7   இத்தகைய இனக் கலப்பிற்கான 'திரும்பவரல்' குடிவழித்தோற்றக் கதைகளில் பொதுவாக இனங்காணப்படக்கூடியதே.

8   குடிவழித்தோற்றக் கதைகளில் இதுபோல அரசன் தனது வீழ்ச்சிக்குப்பின் நம்பிக்கைக்குரியோருடன் மலைப் பகுதியை அடைதலும் இயல்பானதொரு கூறாகவே பயின்றுவரக் காண்கிறோம்.

9   இக்கட்டுரை ஆசிரியரது கருத்தும் இதுவேயாகும்.

10 உண்மையில், இவை 'பெருங்கற்காலக் கல்திட்டை'களே (Megalithic Dolmens) ஆகும். இவற்றை நீர்வழிப் பாதைகள் என்று குறிப்பிடுவது மேலாய்விற்குரியது.

11 எடுத்துக் காட்டுக்குச் சில கல் அளைகளும் அவற்றோடு தொடர்புடைய பளிய முன்னோர் பெயர்களும் கீழே அட்டவணைப்படுத்தப்பட்டுள்ளது.

அளை	பளிய முன்னோர்
வண்ணாந்துறை அளை	கண்ணிக் கிழவி - காடக் கிழவன்
கட்டில் அளை	நாகக் கிழவி - பூசாரிக் கிழவன்
பலாவடித்துறை அளை	நடுப் பழியன் - நடுப் பழிச்சி
சங்குவரை அளை	பெரிய பொன்னன்-பொன்னி
கடுக்காய்மரத்து அளை	நாக மலைச்சி
புளியமரத்து அளை	வெள்ளயக் கிழவன்
வஞ்சிமரத்து அளை	பெரிய நீலன்
பழியார்காட்டுத் தேரி	சின்ன நீலன்
தூவான அளை	நாட்டாண்மைக் கிழவி

கோழுக்காடு அளை	ஏகோப் கிழவன்
ஆண்டி அளை	ஆண்டிப் பழியன்
புலி அளை	கரியமுத்துப் பழியன்
பட்டிகை அளை	பெரிய சடையன்
இஞ்சிக்காட்டு அளை	வைரவன் பழியன்
பேத்துக்காடு அளை	சின்னப் பழியன்
வீட்டிபந்தம்	காக்கைப் பழியன்
ஆனைக்குண்டு	வீரன் பழியன்

இவை தவிர, பொருதல்பொறி அளை, முள்ளான் அளை, கோட்டைக்கணவாய் அளை, இரடி அளை உள்ளிட்ட அளைகளிலும் பளியர் பழங்குடியினரது முன்னோர் வாழ்ந்து வந்ததாகக் கூறப்படுகிறது.

12 முதுவர், மலசர் உள்ளிட்ட பிற மேற்குத் தமிழகப் பழங்குடியினரிடையேயும் ஈத்தை மூங்கிலானது முகாமையான கட்டுமானப் பொருளாக அமைவதை நாம் காணலாம்.

13 இவையனைத்தும் அகமணக் குழுக்களாகவே (Endogamous Groups) அமைகின்றன; தமக்குள் கொள்வினைக் கொடுப்பினையாக மண உறவை முறைப்படுத்திக்கொள்ள இத்தகைய உள் பிரிவுகளைக் கொண்டுள்ளதாகத் தெரிகிறது.

14 கொடைக்கானல் மலைப் பகுதியான கீழ் மலை தவிர ஏனைய இடங்களில் பளியரது ஒவ்வொரு உள் பிரிவும் 'கூட்டொம்' எனும் குலங்களாக மேலும் பிரிவுபடுகின்றன.

15 தேனடையில் தேன் சேகரிப்புப் பகுதியை மட்டும் பளியர் அறுத்து எடுப்பர்; சில நேரம், அம்பு முனையில் காட்டுக் கொடியை இணைத்துத் தேனடையின் தேன் சேமிப்புப் பகுதியைக் குறிவைத்து எய்து, கயிற்றின் வழியே ஒழுகிவரும் தேனைக் கீழிருந்தே மிக எளிதாக ஓர் அகன்ற பாத்திரத்தில் படுமாறு தேனைத் திரட்டுவதும் உண்டு.

16 பெரும்பாலான தென் இந்தியப் பழங்குடிக் குழுக்களுக்கிடையே இத்தகைய மரபு கடைப்பிடிக்கப்படுகிறது என்பது இங்கு ஒப்பு நோக்கத் தக்கது.

17 இது 'வெள்வள்ளிக் கிழங்கு', கருவள்ளி 'செவ்வள்ளிக் கிழங்கு' என மூன்று வகைப்படும்.

18 இதனைக் 'காய் கசம்பு' எனப் பளியர் தமது பேச்சுமொழியில் குறிப்பிடுகின்றனர்.

19 இது 'காந்தாரி மிளகாய்' எனவும் குறிக்கப்படுகிறது; காரம் அதிகமுள்ளதாக இவ்வகை விளங்குகிறது.

20 சமவெளிவாழ் மக்கள் இதைக் 'குடம் புளி' என்று குறிக்கின்றனர்; புளிக்கு மாற்றாக இது மலைவாழ் மக்களால் பயன்கொள்ளப்படுகிறது.

21 நீலகிரி மாவட்டம், பந்தலூர் வட்டம், நம்பலக்கோட்டை அருகே மேற்கொள்ளப்படும் 'புத்தரி திருவிழா'வின்போதும் பணியர், காட்டுநாயகன், முள்ளு குறுமர், பெட்ட குறுமர், தொதவர், கோத்தர், இருளர் உள்ளிட்ட பழங்குடிக் குழுக்களுடன் பழங்குடியல்லாத 'மவுன்டாடன் செட்டி' சாதிக் குழுவினரும் கலந்துகொள்வதை இங்கு ஒப்பு நோக்கலாம்.

22 'மருளிக்காய்' என்பது மலைப் பகுதியில் இயற்கையாக வளர்ந்திருக்கும் ஒரு வகைக் கள்ளிச் செடியாகும். இதன் நடுவில் மிக நீண்டு வளரும் தண்டுப் பகுதியை நெருப்பில் சாட்டையாகப் பயன்படுத்துகின்றனர் பளியர்; அருகே வாழும் புலயன் இனக்குழுவும் இப்பண்பாட்டு ஒழுகலாறைக் கொண்டுள்ளனர்.

23 மாதவிலக்கு மற்றும் குழந்தைப் பேறு காலத் தீட்டில் இருப்போர்க்கு இந் நிகழ்வில் அனுமதி இல்லை.

24 மன்னவனூரை அடுத்துள்ள தலைவரையாற்றுப் படுகையை ஒட்டியுள்ள பகுதியில் வாழும் பளியர் தை மாத காலத்தில் 'பெரிய கும்பிடு' எனும் வழிபாட்டை நிகழ்த்துகின்றனர் என்றும் அப்போது பச்சரிசியை ஆடிப் பச்சை, அவல் பச்சையாகப் படைத்து மேளம் குழலு முழக்க, வேலைக் கையில் ஏந்தி இடுப்பில் மாலை அணிந்து, பூசாரி வெறியாட்டு ஆடுவார் என்றும் கூறப்படுகிறது. சங்க கால வெறியாட்டின் பண்பாட்டு மரபுத் தொடர்ச்சியாக இப்பண்பாட்டு ஒழுகலாறு இருக்கலாம் எனக் கருதப்படுகிறது. இது மேலாய்விற்குரியது.

25 இதுபோன்ற நம்பிக்கையானது கோயம்புத்தூர் மாவட்டம், பொள்ளாச்சி வட்டம், ஆனைமலைப் பகுதியைச் சார்ந்த பழங்குடிக் குழுக்கள் பலவற்றிடம் இனங்காணப்படுகிறது.

26 நீலகிரி மாவட்டப் பழங்குடியினருள் 'ஆலு குறுமர்' இத்தகைய 'வாய்க்கட்டு' கட்டுவதில் திறனுடையோர் என்று நம்பப்படுகிறது.

27 இதனை உருவக வெளிப்பாடாக (Metaphoric Expression) "அடுத்து வரும் தலைமுறைக்கு" எனக் கொள்ளவும் வாய்ப்புள்ளது.

28 'செடி, கொடிகளில் காயம்பட்டால் கீரை வேகாது' என்று பளியர் உறுதியாக நம்புகின்றனர்.

29 எந்த உணவுப் பொருளையும் எக்காரணம்கொண்டும் எந் நாளும் பளியர் பழங்குடியினர் விற்பதில்லை என்பது கருத்தில் கொள்ள வேண்டியதாகும்.

30 கேரள மாநிலம் தேக்கடிப் பகுதியைச் சார்ந்த திரு. அரவந்த் பளியர் குழுவினரது நிகழ்த்து கலையைக் காணும் அரிய வாய்ப்பு இக் கட்டுரை ஆசிரியர்க்கு 2012 - 13 கால கட்டத்தில் கிட்டியது. மரவுரி ஆடை, வண்ணப் பாசிமணி மாலைகள், காட்டுப் பறவை இறகுகள் என அமைந்த பளியரது ஆடை அணிகலன்களும் காடு, மலை, ஞாயிறு, திங்கள், வானம், மழை எனப் பல்வேறு இயற்கையியல் கூறுகளைப்போற்றிப் பாடப்பெற்ற வாய்ப்பாட்டும் ஆடவர், பெண்டிர் இரு குழுக்களாக கைகளில் சிடுக்குக் குச்சிகளால் கோலாட்டம் அடித்து ஆடிய மின்னல் வேக ஆட்டமும் பார்வையாளர் அனைவரையும் ஒரு சேர ஈர்த்தன.

31 "மன்றாடி" எனப் பொருள்படும் 'மன்னாடி' தமது சாதிப் பெயருடன் "குன்றுவர்" எனப் பொருள்படும் 'குன்னுவ' எனும் அடைமொழியைச் சேர்த்துக் 'குன்னுவ மன்னாடி' என்று தம்மைக் குறித்துக்கொண்ட இந்த ஆதிக்கச் சாதியானது, இன்று 'குன்னுவர்' என்ற பெயரில் பட்டியல் பழங்குடிச் சமுதாய அறிந்தேற்பு கோரி வருவது இங்கே கருத்தில் கொள்ள வேண்டியதாகும்.

32 'குறிப்பிடத்தக்க அழிநிலை பழங்குடிக் குழு' என ஒரு பழங்குடியை அறிந்தேற்பு செய்திடுவதற்கான -

1. தொடக்கநிலை வேளாண் தொழில்நுட்ப நிலை (Pre-Agricultural Level of Technology)
2. குடித்தொகைத் தேக்கம் அல்லது சரிவு (Stagnant or Declining Population)

3. மிகக் குறைவான எழுத்தறிவு (Extremely Low Literacy)
மற்றும்
4. தன்னிறைவுப் பொருளியல் (Subsistence Economy)
- எனும் நான்கு பண்பாட்டுப் பண்புகளுமே (Culture Traits)
பளியர் பழங்குடியினரிடையே இனங்காணப்பட்டுள்ள நிலையில்
இது சாத்தியமே என இக்கட்டுரை ஆசிரியர் கருதுகிறார்.

நோக்கீட்டு ஏடுகள்
(ஆங்கிலத்தில்)

Parthasarathy, Jakka 2003. Palliyans of Tamilnadu (A Semi-Migratory Tribe in search of Identity & Devel opment in the Western Ghats) (TRC Series: Tribes in the Mountains) (Mimeo Udhagamandalam : Tribal Research Centre.

_____ 2004 - 05 - Annual Report of the Ministry of Tribal Affairs, Government of India. New Delhi Ministry of Tribal Affairs, Government of India.

(தமிழில்)

_____ பழனி-மலைப் பழங்குடிகள் (பளியரும் புலையரும்). பாகம் : 1- வரலாறும் வாழ்க்கை முறைகளும். மதுரை: ஒருங்கிணைந்த ஆதிவாசிகள் மேம்பாட்டுச் சங்கம்.

நன்றியுரை: இக்கட்டுரை எழுதுவதற்கு ஊற்றுக்கண்ணாக விளங்கிய திருமிகு ஆர்.கே.அரவிந்த், துணைப் பொது மேலாளர், கனிமங்கள் மற்றும் உலோகங்கள் வணிகக் கழகம், கொச்சி, இந்திய அரசு-sssஅவர்களுக்கு என் நெஞ்சார்ந்த நன்றி இங்கே படைக்கலாகிறது.

***

நீலகிரி மாவட்டக் குறுமர் பழங்குடியினர்: இனக்குழு அடையாளமும் மொழியியல் அடையாளமும்

முன்னுரை

தொதவர் (Toda), கோத்தர் (Kota), குறுமர் (Kurumbas), இருளர் (Irular), பணியன் (Paniyan), காட்டுநாயகன் (Kattunayakan) எனத் தமிழ்நாட்டின் குறிப்பிடத்தக்க அழிநிலைப் பழங்குடிக் குழுக்கள் (Particularly Vulnerable Tribal Groups) அனைத்தும் ஒரு சேரக் காணப்படுதல் நீலகிரி மாவட்டத்தின் தனிச் சிறப்பாகும். மேற்குறித்த நீலகிரியின் தொன்மை சான்ற பழங்குடியினருள் ஒருவராகக் குறிப்பிடப்படும் 'குறுமர்' என்பதனுள் 'ஆலு குறுமர்' (Alu Kurumbas), பெட்ட குறுமர் (Betta Kurumbas), ஊராளி குறுமர் (Urali Kurumbas), ஜேனு குறுமர் (Jenu Kurumbas), முள்ளு குறுமர் (Mullu Kurumbas) என்று வேறுபட்ட உள்-இனக்குழுக்கள் (Sub-ethnoses) அடங்கியுள்ளதாகக் கருதப்படுகிறது.

'நீலகிரி, ஒரு வாழ்விடப் பரப்பு' (Nilgiri, As a Region) என்னும் பொருண்மையில் விரிவான ஆய்வுகளை மேற்கொண்ட மேனாட்டு மானிடவியலாளரான டேவிட் ஜி. மேண்டல்பாம் (David G. Mandelbaum) குறுமர் இனக்குழுக்கள் எல்லாவற்றையும் ஒட்டுமொத்தமாகக் 'குறும்பா தொகுதி' என்று பொருள்பட 'Kurumba Complex' என்னும் சொல்லாட்சியை முதன்முதலில் பயன்படுத்தினார்; இதைத் தொடர்ந்து, நீலகிரிப் பழங்குடிக் குழுக்கள் பற்றிய ஆய்வுகளை மேற்கொண்ட ஆய்வாளர் அனைவரும் – குறுமர் இனக்குழுக்களுக்கு இடையே இனக்குழுப் – பண்பாட்டு நிலையிலும் (Ethno-cultural Level) மொழியியல் நிலையிலும் (Linguistic Level) இனங்காணப்படும் வேறுபாடுகளை எல்லாம் வசதியாகப் புறந்தள்ளிவிட்டு, விதிவிலக்கே இல்லாமல் – 'குறுமர்' என்பதை ஒற்றை இனக்குழுவாகவே தவறான அறிந்தேற்பை (Erroneous Recognition) அளிக்கத் தொடங்கிவிட்டனர். இது மட்டும் அல்லாமல், குறுமர் பழங்குடிக் குழுக்களின் இனக்குழு அடையாளம் (Ethnic Identity) மற்றும் மொழியியல் அடையாளம்

(Linguistic Identity) குறித்து இன்றுவரை அறிவர் மற்றும் ஆய்வர் இடையே மாறுபட்ட கருத்தாக்கங்களே நிலவுகின்றன; சான்றாக, ஒரு கருத்துப் பள்ளியானது (School of Thought) 'குறுமர்' என்பதை 'ஆலு குறுமர்', 'பெட்ட குறுமர்', 'ஊராளி குறுமர்', 'ஜேனு குறுமர்' மற்றும் 'முள்ளு குறுமர்' என்று 5 தனித் தனி இனக்குழுக்களாக அறிந்தேற்பு செய்கிறது;[1] இதற்கு மாறாக, இரண்டாம் கருத்துப் பள்ளியோ 'ஆலு குறுமர்', 'பெட்ட குறுமர்' 'ஊராளி குறுமர்', 'ஜேனு குறுமர்' மற்றும் 'முள்ளு குறுமர்' என 4 மாறுபட்ட இனக்குழுக்களாக மட்டுமே 'குறுமர்' என்பதன்கீழ் இனங்காண்கிறது; இவ்விரு கருத்துப் பள்ளிகளுக்கும் மாறாக, மூன்றாம் கருத்துப் பள்ளியில் 'ஆலு குறுமர்', 'பெட்ட குறுமர்' மற்றும் 'முள்ளு குறுமர்' எனும் 3 இனக்குழுக்களே ஏற்கப்படுகிறது.[3]

பழங்குடி நீலகிரியின் (Tribal Nilgiris) பல்வேறுபட்ட குறுமர் பேச்சு வகைமைகள் (Speech Varieties) குறித்து ஏற்கெனவே மேற்கொள்ளப்பட்ட சில மொழியியல் ஆய்வுகளின்[4] (Linguistic Studies) அடிப்படையிலும் இக்கட்டுரை ஆசிரியரால் 2012-2013 கால கட்டத்தின்போது நீலகிரியில் நேரிடையாக மேற்கொள்ளப்பட்ட இனக்குழுவரைவியல் மற்றும் மொழியியல் பரப்பாய்வுகளின்[5] அடிப்படையிலும் அனைத்துக் குறுமர் இனக்குழு வகைமைகளின் (Ethnic Categories) இனக்குழு அடையாளம் மற்றும் மொழியியல் அடையாளத்தை இங்கு ஒருங்கே எடுத்துக் காட்டி, அதன்வாயிலாக 'நீலகிரி குறுமர் ஒரே இனக்குழுவைச் சார்ந்த பல்வேறு உள் பிரிவினரா?' அல்லது 'பல்வேறுபட்ட இனக்குழுக்களா?' என்பதை அறுதியிட்டுச் சுட்டுவதற்கு முனைவதே இக்கட்டுரையின் நோக்கமாகும்.[6]

I. 'நீலகிரி': ஒரு பருந்துப் பார்வை

பாமரர் பார்வையில் 'நீல மலை' (Blue Mountain) என்று அறியப்படும் நீலகிரியானது தென்னிந்தியாவின் மேற்குத் தொடர்ச்சி மலை மற்றும் கிழக்குத் தொடர்ச்சி மலை இணைவிடத்தை (Juncture) ஆக்கிரமிக்கும் பெரும் பரப்பான தக்காண பீடபூமியின் ஓர் ஒருங்கிணைந்த பரப்பாகும்; இப்பகுதியை உள்ளடக்கிய ஒரு மாவட்டமாக அமையும் நீலகிரியானது அதன் 6 வட்டங்களான உதகமண்டலம், குந்தா, கோத்தகிரி, குன்னூர், கூடலூர் மற்றும் பந்தலூர் உள்ளிட்டவற்றில் 7.64 இலட்சம் குடித்தொகையைக் கொண்டதாக விளங்குகிறது. 2011-ஆம் ஆண்டின் இந்தியக் குடித்தொகைக் கணக்கீட்டின்படி, இம்மாவட்டத்தின் மொத்தக்

குடித்தொகையில் பழங்குடியினர் 28,378 என்ற நிலையில் (4.34%) உள்ளனர்.

மேற்கே கேரளம், வடக்கே கருநாடகம், தென் கிழக்கே (தமிழகத்தின்) கோயம்புத்தூர் மாவட்டம் எனக் கேரளம், கருநாடகம், தமிழகம் என்னும் 3 மாநிலங்கள் இணையும் இடத்தில் நீலகிரி உள்ளது; இது தமிழ்நாட்டின் மிகச் சிறிய மாவட்டமாக இருப்பினும் இயற்கை அழகிற்கு மட்டும் அல்லாமல் மரபார்ந்த பண்பாடு கொண்ட பழங்குடி மக்கள், அசாதாரணத் தொல்லியல்சார் மானிடவியல் மரபுச்செல்வங்கள் (Unusual Archaeological Anthropological Heritage) உள்ளிட்டவற்றிற்காகவும் உயர்வாகக் கருதப்படுகிறது.

மேற்கு, வடக்கு, தென் கிழக்குப் பக்கங்களில் சுற்றிலும் உள்ள சமவெளிப் பகுதிகளிலிருந்து சடாரென்று உயர்ந்தும் வட புறத்தில் சரிந்தும் நீலகிரியானது அமைந்துள்ளது. தீபகற்ப இந்தியாவின் கடற்கரைப் பகுதிக்கு இணையாகச் செல்லும் காத்திரமான இரு மலைத் தொடர்களான மேற்குத் தொடர்ச்சி மலை மற்றும் கிழக்குத் தொடர்ச்சி மலை சேருமிடத்தில் 6,500 அடி உயரத்தில் நெடிதுயர்ந்த மலைப் பகுதியை இது உருவாக்கியுள்ளது.

ஏற்கெனவே குறிப்பிட்டதுபோல, பாலக்காட்டுக் கணவாய்க்கு வடக்கே, மேற்குத் தொடர்ச்சி மலையும் கிழக்குத் தொடர்ச்சி மலையும் கூடுமிடத்தில் பிரமாண்டமாகத் திகழும் வட மேற்குத் தமிழகத்தில் உயர்ந்தோங்கிக் காணப்படும் இப்பகுதியானது இனக்குழுவரைவியல்சார் கலைப்பொருள்கள் மற்றும் கைவினைப் பொருள்கள் (Artefacts & Craftfacts) செறிந்துள்ளதாக மட்டும் அமையாமல், அனைத்து வகைமைகளான பண்பாட்டு மரபுச் செல்வங்களை (Cultural Heritage) உள்ளடக்கியதாகவும் விளங்குகிறது.

II. பழங்குடி நீலகிரி – புவிவரைவியல் மற்றும் இனக்குழுவொப்பாய்வியல் பின்புலங்கள்

மாநிலத்தின் குறிப்பிடத்தக்க அழிநிலைப் பழங்குடிக் குழுக்கள் அனைத்தையும் தன்னகத்தே கொண்டுள்ள நீலகிரியானது 'தமிழ் நாட்டின் பழங்குடி மாவட்டம்' (Tribal District of Tamil Nadu) என்கிற நிலையில், மிகப் பொருத்தமாகப் 'பழங்குடி நீலகிரி' (Tribal Nilgiris) என்றே சுட்டப்படுகிறது.

நீலகிரியின் பண்டைய பழங்குடிக் குழுக்கள் அனைத்தும் இம்மாவட்டத்தின் அனைத்து வட்டங்களிலும் ஒரே சீராகக் காணப்படுவதில்லை; அதாவது, பந்தலூர் வட்டத்தில் 32.18% பழங்குடியினரும் குன்னூர், கோத்தகிரி வட்டங்களில் 24.10% பழங்குடியினரும் கூடலூர் வட்டத்தில் 14.33% பழங்குடியினரும் உதகமண்டலம் மற்றும் குந்தா வட்டங்களில் 13.16% பழங்குடியினரும் பன்னெடுங்காலமாக வசித்து வருகின்றனர்.

தங்கள் குடியிருப்புக்களுக்கான இடங்களைத் தெரிவு செய்வதிலும் நீலகிரிப் பழங்குடிக் குழுக்களுக்குள் குறிப்பிட்டுச் சொல்லும் அளவிற்கு வேறுபாடுகள் காணப்படுகின்றன; சான்றாகக் கூடலூர், பந்தலூர் வட்டங்களில் தாழ்வான மேற்குப் புறச் சரிவுகளில் 1,200 மீட்டர் வரை உயரத்தில் பணியன் மற்றும் காட்டுநாயகன் பழங்குடிக் குழுக்கள் வாழ்கின்றனர்; குன்னூர், கோத்தகிரி, குந்தா உள்ளிட்ட வட்டங்களில் இருளர் மற்றும் ஆலு குறுமர் பழங்குடிக் குழுக்கள் ★ 1,200- 1,500 மீட்டர் உயரத்திலும் உதகமண்டலம், குந்தா, குன்னூர், கோத்தகிரி வட்டங்களில் 1,800-2,000 மீட்டர் உயரத்தில் கோத்தர் பழங்குடிக் குழுவானது வசித்து வருகிறது; உதகமண்டலம், குந்தா, குன்னூர், கோத்தகிரி வட்டங்களில் 2,000 மீட்டர் முதல் 2,200 மீட்டர் வரையிலான மிகை உயரத்தில் தொதவர் பழங்குடி குழுவானது வாழ்ந்து வருகிறது என்பதைச் சொல்லாம்.

நீலகிரி மாவட்டப் பண்டைய பழங்குடிக் குழுக்களின் இத்தகைய வாழ்வெளிப் பகிர்வு (Spatial Distribution) முறையானது இவர்களுக்கு இடையே பல்வேறு தொடர்புறவு ஏற்பட ஏதுவாகிறது; இத்தொடர்புறவுகளே நீலகிரிப் பழங்குடிசார் மரபுச்செல்வங்கள் (Nilgiri Tribal Heritage) மீது நேரிடையான சமூகப்-பண்பாட்டுத் தாக்கங்களையும் (Sociolcultural Impacts) ஏற்படுத்துகின்றன.[8]

III. 'குறும்பா தொகுதி' என்று அறியப்பட்டதன் இனக்குழுப் – பண்பாட்டு அமைவு

3.1 ஆலு குறுமர்:

ஆலு குறுமர் இனக்குழுப் - பண்பாட்டு அமைவைக் (Ethno-cultural Profile) கட்டமைக்கும் தனித்துவமான பண்பாட்டுப் பண்புகளாவன:

'நாகரா' (Naagara), 'பெள்ளிகே' (Bellige) என்று 'இருபகுப்புப் பெருங்கால்வழிகளா'கச் (Moieties) சமூக அமைப்பு உள்ளமை;

- *பிறர்மீது நன்மை அல்லது தீமையை விளைவிக்கக்கூடிய மந்திர ஆற்றலைக் (Benevolent or Melevolent Magical Power) கொண்டுள்ளதாக நம்பப்படுதல்;*

- *ஒவ்வொரு குடியிருப்பின் வெளிப்புறத்தில் 'தெவ சோலெ' (Dheva Saole) என்கிற 'புனித வெளி' (Sacred Space) பராமரிக்கப்படுவதன்வாயிலாக அங்கு இனங்காணப்படும் திணைசார் தாவரவினங்களும் விலங்கினங்களும் (Endemic Flora & Fauna) அற்றுப்போகாமல் பாதுகாக்கப்படுதல்.*

- *இறந்தோரது ஆவியானது அருகிலுள்ள ஆற்றில் காணப்படும் வழுவழுப்பான கல்லில் சென்று ஒட்டிக்கொண்டிருக்கும் என்றும் அதைச் சாமியாடியின் மந்திர ஆற்றலால் கண்டுணர்ந்து திரட்டி, அங்குள்ள 'கல் திட்டை' (Dolmen) அல்லது 'கல் வட்டம்' (Cairn Circle) அல்லது 'கல்குத்தி'ல் (Menhr) இட்டுப் பாதுகாப்பது: ஆண்டிற்கு ஒரு முறை அதற்குப் பந்தலிட்டு, அலங்கரித்து வழிபடுவதுடன், அத்தகைய 'புனித இடத்தை'க் (Sacred Site) "குவித்து வைத்திடும் இடம்" எனும் பொருளில் 'கொவெ மனெ' (Gove Mane) என்று கொண்டாடுதல்;*

- *ஆண்டுதோறும் ஒரு முறை தம் உற்றார் உறவினர்களுக்குக்கூட தெரிவித்திடாமலேயே (குடியிருப்பின் துணைத் தலைவன், பூசாரி உள்பட) 7 பேர், 7 நாள்கள் காட்டின் உள்ளேயே தங்கியிருந்து, காட்டில் இயற்கையாகக் கிடைத்திடும் உணவுப் பொருள்களான காய், கனி, கிழங்கு, தேன் உள்ளிட்டவற்றை மட்டும் புசித்து, கடுமையான நோன்பு கடைப்பிடித்து, இறுதி நாளான 7-ஆம் நாள் மேற்குறித்த இயற்கை உணவுப் பொருள்களையே படையல் பொருள்களாக இட்டு, இடுப்பில் சுள்ளி இலையாடை உடுத்தி, அருகில் உள்ள குகையில் மரபுவழி காத்து வரப்படும் 7 சுடுமண் பானைகளைக் 'கும்ப தெவரு' (Kumba Dhevaru) என்று வழிபாடு நடத்தி, தமது குடியிருப்பிற்குத் திரும்பும் கமுக்கச் சடங்கு (Secret ceremony) மேற்கொள்ளுதல்[11] ; மற்றும்*

- *தங்கள் வாழிடமாகிய குடிசையின் சுவர்மீது பச்சிலைச் சாறு கொண்ட ஓவியம் தீட்டுதல், சாமியாடியின் குடிசைச் சுவரில் ஏற்கெனவே வரையப்பட்டுச் சுண்ணாம்பு பூசி மறைத்து வைத்துள்ள மனித வடிவிலான தெய்வ உருவத்தை உயிர்ப்பிக்க ஆண்டுதோறும் அதைக் குறிப்பிட்ட நாளின்போது மீளத் தீற்றுதல் (Retouching / Redrawing) என்பன போன்ற*

தனித்துவமான வரைகலை மரபைக் (*Distinct Graphic Art Tradition*) கொண்டுள்ளமை.

3.2 பெட்ட குறுமர் :

பெட்ட குறுமர் இனக்குழுப் - பண்பாட்டு அமைவைக் கட்டமைக்கும் தனித்துவமான பண்பாட்டுப் பண்புகளாவன:

- சமூக அமைப்பானது[12] குலப் பிரிவுகளைக் கொண்டுள்ளமை;[13]
- தந்தைவழியினராகவும் (*Patrilineal*) தந்தையிடம் தங்குவோராகவும் (*Patriresident*) மகன்களுக்கு இடையே சமமாகச் சொத்துக்களைப் பகிர்வோராகவும் (*Male Equigeniture*) விளங்குதல்; மற்றும்
- கூடை முடைதலைத் (*Basketry*) தமக்கான கைவினை மரபாகக் (*Craft Tradition*) கொண்டிருத்தல்.[14]

3.3 ஊராளி குறுமர் :

ஊராளி குறுமர் இனக்குழுப் - பண்பாட்டு அமைவைக் கட்டமைக்கும் தனித்துவமான பண்பாட்டுப் பண்புகளாவன:

- சமூக அமைப்பானது பெருங்கால்வழிகளாகவோ (*Phratries*) குலங்களாகவோ (*clans*, கால்வழிகளாகவோ (*Lineages*) அமைந்திடாமை;
- 'தூய்மை' (*Purity*), 'தீட்டு' (*Pollution*) என்னும் கருத்தாக்கங்களைக் கொண்டிருப்பினும் குழந்தைபேறுக்கு முன்செய் சடங்குகளோ (*Pre-natal Rites*), பின்செய் சடங்குகளோ (*Past-natal Rites*) ஒருபோதும் பின்பற்றப்படாமை;
- தந்தைக்குப் பிறகு முதல் ஆண் வாரிசுக்கே சொத்துரிமை (*Male Primogeniture*) அளிக்கப்படுதல்; மற்றும்
- கையால் மண்பாண்டங்கள் வனையும் மரபைக் (*Craftsmanship of Hand-made Pottery*) கொண்டுள்ளமை.[15]

3.4 ஜேனு குறுமர் :

ஜேனு குறுமர் இனக்குழுப்-பண்பாட்டு அமைவைக் கட்டமைக்கும் தனித்துவமான பண்பாட்டுப் பண்புகளாவன:

- 'நார்தி'[16] (*Naardhi*), 'கூடுமனை' (*Goodumane*) என்று இருமைப் பெருங்கால்வழிகளாகச் சமூகக் கட்டமைப்பானது அமைந்துள்ளமை.

- "ஏழு பாட்டிமார்" என்று பொருள்படும் 'ஏழ் அச்சேரு'[17] என்கிற குழந்தைப் பேறுக்கான மருத்துவச்சி சேவை (*Mid-wife Service*) இனங்காணப்படுதல்;
- "பாட்டி-தாத்தா" எனப் பொருள் உணர்த்தும் ஹெஜ்ஜி-ஹெத்தன்' என்னும் தெய்வ இணையரையும் "குன்றின் தாத்தா" எனப் பொருள்படும் 'குன்று எத்தன்'[18] என்கிற முதன்மைத் தெய்வத்தையும் 'குளியன்', 'குட்டிச் சாத்தன்' என்னும் இரு ஆண் தெய்வங்களையும் 'மாரி ஒடுத்தி' என்னும் பெண் தெய்வத்தையும் சமய அமைவகத்தில் (*Religious Organization*) கொண்டுள்ளமை; மற்றும்
- 'பிஞ்ஜ்கல் தொட்கா' எனும் சமயம்சார் ஆற்றுகையில் (*Religious Observance*) 'கேம்கதி' எனும் கும்மியாட்டத்தை நிகழ்த்திடும்போது பெண்டிர் ஆட்டக் குழுவிற்கும் ஆடவர் குழுவிற்கும் இடையே இயற்கை அரணாகக் (*Natural Barricade*) கொழுந்துவிட்டு எரியும் தீயை வளர்த்து வைத்தல்.

3.5 முள்ளு குறுமர் :

முள்ளு குறுமர் இனக்குழுப் – பண்பாட்டு அமைவைக் கட்டமைக்கும் தனித்துவமான பண்பாட்டுப் பண்புகளாவன:

- 'வில்லிப்பா குலம்', 'கத்திய குலம்', 'வடக்கன் குலம்' மற்றும் 'வேங்கட குலம்' என்னும் நால்வகைக் குலப் பிரிவுகளைச் (*Clan Divisions*) சமூக அமைப்பில் கொண்டுள்ளமை;
- 'ஓடிக் கூடல்' (*Marriage by mutual consent & elopement*), 'ஆற்றுக் கடவு' (*Marriage by capture*), 'வீட்டு அழைப்பு' (*Marriage by negotiation*) மற்றும் 'முகவரி' (*Re-marriage*) எனும் வேறுபட்ட 4 'திருமண முறைகளைப்' (*Patterns of Marriage*) பின்பற்றுதல்;
- ஒவ்வொரு குடியிருப்பிலும் 'தெய்வப் பெறெ' (*Dheyva Pere*) என்கிற 'புனித இடம்' (*Sacred Site*) அமைந்துள்ளமை (படையல் வைக்கப்படும் முதல் அறுவடைத் தானியக் கதிர்கள், இறந்தோர் ஈமச் சடங்கின்போது திரட்டப்பட்ட எலும்பு மிச்சங்கள் (*Bone Relics*) உள்ளிட்டவற்றைத் தெய்வப் பெறெயில் கிடைமட்டமாக அமைக்கப்பட்டுள்ள மூங்கில் கொம்பில் கட்டி வைத்துப் பாதுகாத்திடும் இடமாகவும் இப்புனித இடம் அமைகிறது);[20]

- தாய்வழிக் கால்வழியினராகச் (Matrilineal Descent) சமூகத்தை அறிந்தேற்பு செய்தல்;

- ஆண்டிற்கு ஒரு முறை வேட்டை நாய்கள் துணையுடன் முயல் வேட்டையில் ஈடுபடும் 'நாயாட்டு' என்கிற பண்பாட்டு நடத்தையை (Cultural Practice) மேற்கொள்ளல்; மற்றும்

- தாய்வழிச் சமூகமாகத் (Matrilineal Society) திகழ்ந்தாலும் ஆடவர் மட்டும் பங்கேற்கும் 'கோல் கலி', 'வட்டக் களி' எனும் மரபார்ந்த கும்மியாட்டங்கள் நிகழ்த்துதல்.[21]

IV. 'குறும்பா தொகுதி' என அறியப்பட்டதன் மொழியியல் அமைவு

'குறும்பா தொகுதி' என்று அறியப்பட்டதன் பல்வேறுபட்ட பேசு மொழிகள் பற்றி இதுவரை மேற்கொள்ளப்பட்டுள்ள குறிப்பிடத் தகுந்த சில மொழியியல் ஆய்வுகளின்படி, 'பெட்ட குறும்பா' என்பது தொடக்கத்தில் கருதப்பட்டதுபோல ஒரு பழங் கன்னடக் கிளைமொழி (Archaic Dialect of Kannada) அல்ல; அது ஒரு தனிநிலை மொழியே (Independent Language) (காண்க: Jayapal, S. 1978); 'ஊராளி குறும்பா' என்பது இதன் பிறிதொரு பெயரே என்கிற அடிப்படையில் 'குறும்பா' என்னும் பொதுச் சொல்லாலேயே இத்திணைசார் பேசுமொழியானது சுட்டப்படுகிறது.[22]

இதுபோன்றே, 'முள்ளு குறும்பா' என்பது மலையாள மொழியின் ஒரு கிளைமொழி அல்ல என்பதும் இது ஒரு தனித்த மொழியே என்பதும் மெய்ப்பிக்கப்பட்டுள்ளது (காண்க : Robert Sathya Joseph. D. 1982).[23]

மேற்குறித்த 'பெட்ட குறும்பா', 'முள்ளு குறும்பா' என்னும் இரு மொழிகளின் மொழியியல் நிலைக்கு மாறாக, 'ஜேனு குறும்பாவும்' 'காட்டுநாயகா'வும் ஒன்றே என்பதும் இந்தப் பேசு மொழியானது பழங் கன்னடத்தின் ஒரு கிளைமொழியே என்பதும் உறுதிப்பட்டுள்ளது (காண்க : Natanasabapathy, S. 1979).[24]

நீலகிரியின் ஆலு குறும்பா பேசுமொழியானது மிக அண்மைக் காலத்தில்தான் மொழியியல் ஆய்விற்கு உட்படுத்தப்பட்டுள்ளது; இருப்பினும், ஈரோடு மாவட்டம், சத்தியமங்கலம் வட்டம், திம்பம் வனச் சரகப் பகுதியில் வாழும் 'பாலு குறும்பா' பேசுமொழியும் இதுவும் ஒன்றே என்பதும் இது பழங் கன்னடத்தின் மற்றொரு கிளை மொழியே என்பதும் நிறுவப்பட்டுள்ளது (காண்க: Balakumar, M. 1993).[25]

இங்கே, 'குறும்பா தொகுதி' என்று அறியப்பட்டதன் 'இனக்குழு அடையாளம்' மற்றும் 'மொழியியல் அடையாளம்' குறித்து முகாமையானதொரு கேள்வி எழக் காண்கிறோம்.

"குறுமர்" என்பதன்கீழ் இனங்காணப்படும் பல்வேறு இனக்குழு வகைமைகள் ஒரே இனக்குழுவைச் சார்ந்தனவா?" – என்கிற கேள்வியே அது.

அப்படியானால், ஒரு மொழியின் பல்வேறு கிளைமொழிகளை இவ்வுள் பிரிவுகள் பேசுவனவாக அமைந்திட வேண்டும் அல்லது பல்வேறுபட்ட மொழிகளைப் பேசுவனவாகத் திகழ்ந்திட வேண்டும்; மாறாக, 'பெட்ட குறும்பா', 'முள்ளு குறும்பா' இரண்டும் தனிநிலை மொழிகள் எனவும் 'ஆலு குறும்பா', 'ஜேனு குறும்பா' இரண்டுமே இரு வேறு பழங் கன்னடக் கிளைமொழிகள் எனவும் ஐயம் திரிபற ஏற்கெனவே நிறுவப்பட்டுவிட்டமையால், 'குறும்பா தொகுதி' என்பதாக அறிந்தேற்பு செய்யப்படுவதன் நிலைபாடு இன்னும் சிக்கலுக்கு உள்ளாகிறது.

V. நிறைவுரை

மானிடவியல் அளவீடான (Anthropological Parameter) 'தனித்துவப் பண்பாட்டுப் பண்புகள்' (Culture-specific Traits), மொழியியல் அளவீடுகளான (Linguistic Parameters) 'தனித்துவ மொழியியற் கூறுகள்' (Salient Linguistic Features) மற்றும் 'ஒன்றையொன்று புரிந்துகொள்ளல்' (Mutual Intelligibility) என்பனவற்றைப் பயன்படுத்திடும்போது, நீலகிரிக் குறுமர் பழங்குடிக் குழுவின் 'இனக்குழு அடையாளம்' மற்றும் 'மொழியியல் அடையாள'த்தின் நிலைபாடு குறித்துக் கீழ்க்காணும் ஆய்வு முடிவுகள் (Inferences) எட்டப்படுகின்றன:

(அ) இனக்குழு அளவில், 'பெட்ட குறுமர்' மற்றும் 'ஊராளி குறுமர்' இரண்டும் சில குறிப்பிட்ட தனித்துவப் பண்பாட்டுப் பண்புகளின் அடிப்படையில் வேறுபடுவதாகத் தோன்றினாலும் மொழியியல் அளவில் இவ்விரண்டுமே 'பெட்ட குறும்பா' எனும் ஒரே பேசு மொழி வகைமையைக் கொண்டுள்ளன;

(ஆ) மொழியியல் அளவில், கன்னட மொழிக்கு மிக நெருக்கமானதாகப் பெட்ட குறும்பா தோன்றினாலும் தென் திராவிட உள்குழுவைச் (South Dravidian Subgroup) சார்ந்த ஒரு தனிநிலை மொழி என்றே இது அறிந்தேற்கப்படுகிறது; இது போலவே, மலையாள மொழிக்கு நெருக்கமானதாக 'முள்ளு

குறும்பா' தோன்றினாலும் உண்மையில் அது தென் உள் குழுவிற்குள் அடங்கும் ஒரு தனிநிலை மொழி என்கிற தகுதிப்பாட்டைக் கொண்டுள்ளது.

(இ) குறிப்பிட்ட சில தனித்துவமான பண்பாட்டுப் பண்புகளின் அடிப்படையில், காட்டுநாயக்கனிடமிருந்து இனக்குழு அளவில் ஜேனு குறுமர் வேறுபடுவதுபோலத் தோன்றினாலும் மொழியியல் அளவில் இரண்டுமே ஒன்றுதான் என்று இனங்கண்டறியப்பட்டுள்ளது. இதனாலேயே, பழங் கன்னடக் கிளைமொழி என அறியப்படும் இவற்றின் பேசு மொழி வகைமைகள் இரண்டும் ஒரு சேர 'காட்டுநாயகா' என்றே குறிக்கப்படுகின்றன.[26]

(ஈ) 'பாலு குறுமர்', 'ஆலு குறுமர்' எனும் இனக்குழுப் பெயர்கள் (Ethnonyms) ஒரே இனக்குழுவைக் குறிப்பதாகும்; இது மொழியியல் அளவில் 'பாலு குறும்பா' என்று ஈரோடு மாவட்டத்திலும் 'ஆலு குறும்பா' என்று நீலகிரி மாவட்டத்திலும் இரு வேறு உச்சரிப்பு நிலைகளில் அழைக்கப்படுகிறது.[27]

(உ) இது போன்றே, 'முள்ளு குறுமர்' என்பதும் 'குறுமன்ஸ்' என்பதும் ஒரே இனக்குழுவேயாகும்; இருப்பினும், மொழியியல் அளவில் இது 'முள்ளு குறும்பா' என்றே குறிக்கப்படுகிறது.[28]

மேற்குறித்த ஆய்வு முடிவுகளின்படி, 'குறும்பா தொகுதி' என்பது தவறான சொல்லாடலே (Misnomer) என்பது தெளிவாகப் புலப்படக் காணலாகும். ஆகவே, இச்சொல்லாட்சியானது (அதாவது, 'குறும்பா தொகுதி' என்பது) முற்றிலும் தவிர்க்கப்பட வேண்டும்- விலக்கப்பட வேண்டும்-நீக்கப்பட வேண்டும் என்று இங்கே வலியுறுத்தப்படலாகிறது.

ஆக, 'குறும்பா தொகுதி' என்பது உண்மையில் கீழ்க்காணும் வேறு, வேறு இனக்குழு வகைமைகளே என்பது தெள்ளத் தெளிவாகப் புரியவரும்:

I. 'பெட்ட குறும்பா' எனும் மொழியைப் பேசிடும் 'பெட்ட குறுமர்' / 'ஊராளி குறுமர்';

II. 'காட்டுநாயகா' என்கிற ஒற்றைப் பழங் கன்னடக் கிளைமொழி பேசும் 'ஜேனு குறுமர்' / 'காட்டுநாயகன்';

III. 'பாலு குறும்பா' அல்லது 'ஆலு குறும்பா' என்னும் கன்னடக் கிளைமொழியைப் பேசக்கூடிய 'பாலு குறுமர்'/ஆலு குறுமர்; மற்றும்

IV. '*முள்ளு குறும்பா*' *எனப்படும் தனிநிலை மொழியைப் பேசக்கூடிய* '*முள்ளு குறுமர்*'/'*குறுமன்ஸ்.*'

'குறும்பா தொகுதி' என்று அறியப்பட்டதன் 'இனக்குழு அடையாளம்' மற்றும் 'மொழியியல் அடையாளம்' குறித்துப் பெறப்படும் இவ்வாறான முடிவுகளே 'பழங்குடி நலம் மற்றும் பழங்குடி மேம்பாடு' (Tribal Welfare & Tribal Development) தொடர்பாகப் பல்வேறு திட்டங்களை மேற்கொள்ளும்போதோ, மதிப்பீட்டாய்வு செய்யும்போதோ ஆட்சியாளர் (Administrators), திட்டமிடுவோர் (Planners), குடித்தொகைவரைவியலாளர் (Demographers), பொருளியலாளர் (Economist), சமூகவியலாளர் (Sociologists), சமூகப் பணியாய்வர் (Social Workers), மானிடவியலாளர் (Anthropologists) உள்ளிட்டோர்க்குப் பயனளிக்கும் வகையில் பயன்கொள்ளப்பட உரிய முறையான வாய்ப்பினை நல்கும்.

இனக்குழு அடையாளம், மொழியியல் அடையாளம் குறித்த இத்தகைய சரியான புரிதல்களே பொருத்தமான, முறையான நிதியாதாரங்களைத் தொடர்புடைய பட்டியல் பழங்குடிக் குழுக்களுக்கு ஒதுக்கீடு செய்திடவும் வழிவகுக்கும்.[29]

அடிக் குறிப்புகள்

1 இக்குறிப்பிட்ட கருத்துப் பள்ளியானது, ஒவ்வொரு குறுமர் இனக்குழுவும் 'தனிநிலை இனக்குழு' (Independent Ethnos) என்று கருதுகிறது.

2 'பெட்ட குறுமர்' / 'ஊராளி குறுமர்' என்பதுபோல, 'ஜேனு குறுமர்' இனக்குழுவை 'காட்டுநாயகன்' என்பதற்கு உள்ளாகவே அடக்கிட வேண்டும் என்பது இக்கருத்துப் பள்ளியின் எண்ண ஓட்டமாகும்.

3 குறிப்பிட்ட இக்கருத்துப் பள்ளியைப் பொறுத்தமட்டில், தமிழ்நாட்டின்கண் 'ஊராளி குறுமர்' மற்றும் 'ஜேனு குறுமர்' என்பனவற்றிற்கு இடமேயில்லை.

4 'பாலு குறுமர்' தவிர, குறும்பா தொகுதியில் அடங்கும் ஏனைய அனைத்துக் குறுமர் இனக்குழுக்களின் பேசு மொழி வகைகளையும் அண்ணாமலைப் பல்கலைக்கழக மொழியியல் உயராய்வு நடுவமானது ஆராய்ந்துள்ளது என்ற நிலைமையே அண்மைக் காலம் வரை நிலவி வந்தது; தற்போது, 'ஆலு

குறும்பா' பேசு மொழி பற்றிய விவரிப்பு மொழியியல் ஆய்வு (Descriptive Linguistic Study) மற்றும் இனக்குழுசார் மொழியியல் ஆய்வு (Ethnolinguistic study) குறித்ததொரு முன்னவர் பட்ட ஆய்வேடானது வந்துள்ள நிலையில், முந்தைய ஆய்வியல் வெற்றிடமானது நிரப்பப்பட்டுள்ளமை உள்ளபடியே மகிழ்வைத் தருகிறது.

5 கடந்த 2012-13 காலகட்டத்தின்போது தமிழ்நாடு அரசின் பழங்குடியினர் ஆய்வு நடுவத்தின் இயக்குநர் என்ற நிலையில், நீலகிரியின் பல்வேறு குறுமர் இனக்குழு வகைமைகள் குறித்து இக்கட்டுரை ஆசிரியரால் முதற்கட்ட இனக்குழுவரைவியல் மற்றும் மொழியியல் அளவீட்டு ஆய்வானது (Preliminary Ethnographic – cum – Linguistic Survey) மேற்கொள்ளப்பட்டது; அப்போது திரட்டப்பட்ட முதன்நிலைத் தரவுகளின் அடிப்படையில் உருவான தரவகமே இக்கட்டுரைக்கான முதன்மைச் சான்றாதாரங்களுக்கான ஊற்றுக் கண் ஆயிற்று.

6 இனக்குழு அடையாளமும் மொழியியல் அடையாளமும் இயல்பாக ஒன்றுக்கு ஒன்று என நேர்கோட்டு நிலையில் அமைந்திடுவது இல்லை; இதற்கு தக்க சான்றாகப், பழங்குடி ஒடிஸாவில் (Tribal Odisha) 'கந்தா' (Kandha) எனும் இனக்குழுவானது 'பெங்கோ', 'மண்டா', 'கூயி', 'குவி' மற்றும் 'இண்டி' / 'ஆவே' என 5 தனித் தனி மொழிக் குழுக்களாக உள்ளமையைச் சுட்டலாம்; இதேபோன்று, 'கதபா' (Gadab) என்கிற இனக்குழுவானது ஒரு புறம் 'ஒல்லாரி', 'கொணேகர் கதபா' என்னும் இரு திராவிடப் பேசு மொழிகளுக்கும் மறு புறம் 'குதப்' என்னும் 'ஆஸ்திரோ – ஆசிய' (Austro-Asiatic) அல்லது 'தெற்கு முண்டா' (South Munda) பேசு மொழிக்கும் இடம் கொடுப்பதை சான்றாகக் கூறலாம்; 'மாலர்' இனக்குழுவோ 'மால்தோ' எனும் திராவிடப் பேசு மொழி, 'மால் பகாடியா' எனும் இந்தோ-ஆரிய பேசு மொழி என்று இரு வேறு மொழிக் குழுக்களாக அறியப்படுதல் இதற்குப் பிறிதொரு சான்றாகும்.

7 'பழங்குடி நீலகிரி' பற்றிய விரிவான தகவல்களுக்குக் காண்க: Maheswaran, C. 2013.

8 இவை போன்ற உயிரியல்சார் புவிவரைவியல் (Bio-geographic) இடப் பகிர்வுகளால் இயற்கைச் சமன்பாடும் (Balance of Nature) அனைவருக்குமான உணவு உறுதிப்பாடும் (Food Security for All) உறுதிப்படுத்தப்படுகின்றன.

9 படுகர் இனக்குழுவினர்க்கெனக் கோத்தர் பழங்குடியினரால் கருங்கல்லில் செதுக்கப்பட்டுக் கோத்தகிரியில் நிறுவப்பட்டுள்ள ஓரிணை (நீலி-குறுமா இணையர்க்கான) நீத்தார் நினைவுத் தூண் கற்களும் தொதவர் பழங்குடியினரது கருப்ப இணைப்புச் சடங்கின் (Pregnancy – binding Rite) முதல் நாள் இரவு நீலி-குறுமா ஆவிகளை அமைதிப்படுத்திட மேற்கொள்ளும் சடங்கு நிகழ்வும் (Ritual Observance) ஆலு குறுமர் ஆற்றுகையும் ஆற்றல்மீது ஏனைய பிற நீலகிரியின் திணைசார் குடிகள் கொண்டுள்ள நம்பிக்கை மற்றும் அச்சத்தை உறுதிப்படுத்திடக் காணலாம்; இவை மட்டும் அல்லாமல், ஆலு குறுமர் தங்களிடமிருந்து விரும்பி எதிர்பார்க்கும் எப்பொருளையும் நீலகிரியின் (படுகர் உள்ளிட்ட) அனைத்துத் திணைசார் குடிகளும் (Indigenous Peoples) எவ்வித மறுப்பும் தெரிவிக்காமல் அளித்திடும் அளவிற்கு ஆலு குறுமர் மந்திர ஆற்றல் குறித்து மிகுந்த நம்பிக்கையும் அதீதமான அச்சமும் கொண்டுள்ளமை இதை மேலும் உறுதிப்படுத்தக் காண்கிறோம் (விரிவான தகவல்களுக்குக் காண்க: Maheswaran, C. 2010 மற்றும் மகேசுவரன், சி. 2016).

10 வெள்ளரிக்கொம்பையை அடுத்துள்ள சுண்டப்பட்டி குடியிருப்பில் வாழ்ந்து வரும் இருளர் பழங்குடியின் வாய்மொழி வழக்காறுவாயிலாக, மேற்படிக் 'கமுக்கச் சடங்கு' (Secret Ceremony) குறித்து இக்கட்டுரை ஆசிரியர் திரட்டிய அரிய தகவல் இதுவாகும்.

11 வெள்ளரிக்கொம்பை குடியிருப்பைச் சார்ந்த திருமிகு.ஆர். கிருஷ்ணன் உள்ளிட்ட ஆலு குறுமர் பழங்குடி வரை கலைக் கலைஞர்கள் தீட்டி வரும் வரையோவியங்கள்வழியாகவும் இத்தகவலானது உறுதிப்படுத்தப்பட்டுள்ளது (விரிவான தகவல்களுக்குக் காண்க: மகேசுவரன், சி. 2017 Maheswaran, C.2018 மற்றும் Maheswaran, C.2019.)

12 இத்தகைய வரை கலை மரபானது பிற குறுமர் இனக்குழுக்கள் இடையே இனங்காணப்படவில்லை என்பது கருதத் தக்கது (மேலும் விரிவான தகவல்களுக்குக் காண்க: மகேசுவரன், சி.2017).

13 'ஜேனு குறுமர்' மற்றும் 'பெட்ட குறுமர்' பழங்குடிக் குழுக்களுக்கு இடையே 12 குலப் பிரிவுகள் அப்படியே ஒத்துப் போகின்றன; 'இருளர்' 'சோளிகா' (Sholiga) மற்றும் 'ஊராளி' (Uraly) இடையேயும் ஒத்த குலப் பிரிவுகள் இனங்காணப்படுதல் மேலாய்விற்கு உரியது.

14 இன்றளவும் 'பெட்ட குறுமர்' கலைப் படைப்புகளான 'மீன் திரட்டுக் கூடை' உள்ளிட்ட கூடை வகைகள் அருகில் வாழும் 'முள்ளு குறுமர்' உள்ளிட்ட பிற பழங்குடிக் குழுக்களால் பெரிதும் விரும்பி வாங்கிப் பயன்படுத்தப்படுகின்றன.

15 கேரள மாநிலத்து வயநாடு பகுதியில் உள்ள 'ஊராளி குறுமர்' உருவாக்கும் 'கையால் உருவாக்கப்படும். மட்கலன்கள்' (Hand-made Pottery) குறித்து முதன்முதலாக மானிடவியலாளர் முனைவர் அ. அய்யப்பன் (1957) கண்டுணர்ந்து வெளிப்படுத்தினார்.

16 'ஜேனு குறுமர்' / 'காட்டுநாயகன்' வாய்மொழி மரபில் முதுமலைப் பகுதியானது 'நார்தி' என்றே இன்றளவும் சுட்டப்படுகிறது.

17 ஜேனு குறுமர் பழங்குடியினரது "ஏழு பாட்டிமார்" என்கிற இக்கருத்தாக்கமானது 'மூலப் பழங்குடி இந்தியா'வின் (Pan Tribal India) 'ஏழு தாயார்' கருத்தாக்கத்திற்கு இட்டுச் செல்லக் காணலாம்; இதுவே பின்னர் 'சப்த மாத்ருகா கருத்தாக்க'மாகவும் படிமலர்ச்சி அடைந்துள்ளது.

18 மலைப் பரப்புகள் உள்ளிட்ட இயற்கை அமைப்புகளைத் தனது மூதாதையர்க்கு உரிமையுடையவை எனக் கருதும் நம்பிக்கை அமைப்பொழுங்கானது (Belief System) பழங்குடி நீலகிரியின் பிற பழங்குடிக் குழுக்களிடம் மட்டும் அல்லாமல், பழங்குடித் தமிழகத்தின் ஏனைய பல பழங்குடி குழுக்கள் இடையேயும் இனங்காணப்படுகின்றது.

19 இவ்வாறாக, ஆண் ஆடுநர் குழுவிற்கும் பெண் ஆடுநர் குழுவிற்கும் இடையே கொழுந்துவிட்டு எரியும் நெருப்பை இயற்கைத் தடுப்பாக அமைத்தல் என்பது மேல் பழனிமலைத் திணைக் குடியினரான பளியர் பழங்குடியினர் இடையேயும் இனங்காணப்படுதல் விரிவான மேலாய்விற்கு உரியதாகிறது.

20 புனித வெளியான 'தெய்வ பெறெ' என்பதனுள் புதிதாகத் திருமணமான இணையர் முதன்முதலாகக் கூடுகின்ற இம்மரபானது மேலும் விரிவாக ஆய்தற்குரியது.

21 தாய்வழிச் சமூகத்தினரான முள்ளு குறுமர் இனக்குழுவினரிடையே ஆடவர் மட்டுமே பங்குபெறும் 'கோல் களி', 'வட்டக் களி', உள்ளிட்ட மரபார்ந்த ஆட்டங்கள் இடம்பெறுவது மேலாய்விற்குரியது.

22 இதுவே அதிகம் அறியப்படாத ஒரு பழங்குடி மொழியானது முதன்முதலாகத் தனிநிலை மொழியாகத் திணைசார் பேசு மொழிகள் குறித்த 'விவரிப்பு மொழியியல் ஆய்வு வரலாற்றில்' அறியப்பட்ட நிகழ்வாகும்.

23 இம்மொழியியல் ஆய்வின்வாயிலாகவே 'முந்தைத் தமிழ்-மலையாள நிலை'யிலிருந்து *(Pre-Tamil Malayalam Stage)* மலையாளம் தனி மொழியாகப் பிரிவதற்கு முன்பாகவே 'முள்ளு குறுமர் மொழி'யானது தனியாகப் பிரிந்துவிட்டது என்ற உண்மை வெளிப்பட்டது.

24 காட்டுநாயகன் பழங்குடிக் குழுவிற்கு வழங்கப்படும் பல்வேறு மாற்று இனக்குழுப் பெயர்களான (Alternate Ethnonyms) 'தேனு குருமரு', 'ஜேனு குருமரு', 'ஜேனு நாயகரு'. 'ஜேனு கொய்ய நாயகரு', 'காடு குருமரு'. 'காடு நாயக குருமரு' என்பன 'ஜேனு குறுமர்', 'காட்டுநாயகன்' என்று குறிப்பிடப்படும் இரண்டுமே ஒரே இனக்குழுவேயாகும் என்கிற கருத்தாக்கத்தை வலியுறுத்தக் காண்கிறோம்.

25 எம். பாலகுமார் மேற்கொண்ட 'பாலு குறும்பா' மொழியியல் ஆய்வானது ஈரோடு மாவட்டத்துத் திம்பம் பகுதியைச் சார்ந்ததாக அமைந்தபோதிலும் பாலு குறுமர் பழங்குடியினரது நம்பிக்கை அமைப்பொழுங்கில், 'இறந்தோர் ஆவியானது நீலகிரியையே சென்றடையும்' என்று உள்ளமையால், பாலு குறுமர் தமது மூலத் தாய் மண்ணான நீலகிரியிலிருந்தே இப்புது வாழ்விடத்திற்குப் புலம் பெயர்ந்துள்ளமையை உறுதிப்படுத்திடக் காணலாம்.

26 'ஜேனு குறும்பா' மற்றும் 'காட்டுநாயகா' பேசு மொழி வகைமைகள் ஒத்த மொழியியல் அமைப்பைக் கொண்டுள்ளமையால், 'கருங்குரங்கின் இறைச்சியை உண்ணுதல்'/ 'கருங்குரங்கின் இறைச்சியை உண்ணாமை', 'தேன் திரட்டுதலில் ஈடுபடுதல்'/ 'தேன் திரட்டுதலில் ஈடுபடாமை' என்னும் ஒரு சில பண்பாட்டுப் பண்புகளின் மாறுபாடுகள் 'ஜேனு குறுமர்', 'காட்டுநாயகன்' இடையே காணப்படுவதாகக் கூறப்படுவதினால் மேம்போக்கானதாக *(Superfluons)* கருத வேண்டியுள்ளது.

27 தொடக்கத்தில், 'பாலு குறுமர்' என நீலகிரியில் குறிக்கப்பட்ட இவ்வினக்குழுவைக் காலப்போக்கில் 'ஆலு குறுமர்' என்று படுகர் குறிப்பிட, தற்போது 'ஆலு குறுமர்' என்ற பெயரே பெரும்பான்மையாக நீலகிரியில் வழங்கப்படலாகிறது;

இன்றும் குன்னூர் வட்டத்தின் சில பகுதிகளில் 'பாலு குறுமர்' என்றே இம்மக்கள் குறிக்கப்படுகின்றனர் (இருப்பினும், இப்பழங்குடியினர் தங்களைக் 'குறுமர்' என்றும் தங்கள் பேசு மொழியைக் 'குறும பாசெ' என்றும் குறிப்பிட்டுக்கொள்கின்றனர் என்பது இங்குக் கருத்தில் கொள்ளத் தக்கது).

28 'முள்ளு குறுமர்' என்கிற இனக்குழுப்பெயரில் உள்ள 'முள்ளு' என்னும் பெயரானது ('இரும்பாலான) அம்பு முனை'யைக் குறிக்கிறது; இதற்கு மாற்றாக, (நீலகிரிக்கு) அருகே அமைந்துள்ள (கேரளத்து) வயநாட்டுப் பகுதியில் இப்பழங்குடிக் குழுவானது 'குறுமன்ஸ்' என்றே குறிக்கப்படுகிறது.

29 'குறுமர்' என்கிற சொல்லாட்சியானது 'ஆலு குறுமர்', 'பெட்ட குறுமர்', 'முள்ளு குறுமர்' என மூன்று வேறு, வேறு இனக்குழுக்களைக் குறித்து நிற்பதால், பழங்குடி நீலகிரியில் பிற பண்டைய பழங்குடிக் குழுக்கள் போல் இல்லாமல், ஒட்டுமொத்தப் பழங்குடி மேம்பாட்டிற்கென ஒதுக்கீடு செய்யப்படும் மொத்த நல்கையிலிருந்து இவற்றுள் அடங்கும் தனித், தனி இனக்குழுக்கள் அந்நிதி ஒதுக்கீட்டிலிருந்து சிறு பகுதியை மட்டுமே பெறுகின்ற நிலைமை தற்போது உள்ளது; இத்தகைய சமன்பாடற்ற போக்கானது மாற்றப்பட வேண்டும்; அதுவே முறையான, உரிய சமூக நீதி பெற வழிவகை செய்யும்.

நோக்கீட்டு ஏடுகள்

(தமிழில்)

மகேசுவரன், சி. 2016. "மீயியல் ஆற்றல் வெளிப்பாடு தொடர்பான நம்பிக்கைகள்: ஒரு சமூகப் - பண்பாட்டு மானிடவியல் பார்வை". 143-149. புதிய ஆராய்ச்சி 05 (ஜனவரி-ஜூன் 2016).

மகேசுவரன், சி 2017 "தமிழ்நாட்டுப் பழங்குடிக் குழுக்களிடையே காணலாகும் வரை கலை மரபு." 151-160. புதிய ஆராய்ச்சி 08 (ஜூலை-டிசம்பர் 2019).

(ஆங்கிலத்தில்)

Aiyappan, A. 1957. *'Hand-made Pottery of the Urali Kurumbas of Wynad' - 57-59. Man 47.*

Balakumar, M. 1993 *A Descriptive Study of Paalu Kurumba (Unpublished Ph.D., Thesis). Mysore: University of Mysore.*

Coelho, G. 2003. *A Descriptive Grammar of Betta Kurumba (Unpublished Ph.D., Dissertation). Texas : University of Texas.*

Geetha, V. & P.Chandramohan 2011. *A Handbook of Tribal Studies in Annamalai University. Chidambaram: TSL Publishers.*

Hockings, Paul E. (Ed.) 1989. *Blue Mountains (The Ethnography and Biogeography of a South Indian Region). Delhi : Oxford University Press.*

Horkings, Paul E. (Ed.) 1997. *Blue Mountains : Revisited (Cultural Studies on the Nilgiri Hills). Delhi: Oxford University Press.*

Jayapal, S. 1978. Descriptive Grammar of Kurumbas (Unpublished Ph.D., Thesis). Annamalai Nagar : Annamalai University.

Jebadnas, William 2000. 'Spirit Stones and Related Funeral Philip K. Mulley Practices in the Nilgiris.' 413-432. In: & William Allen G. Noble et al. (Eds.). 2000. A.Noble

Kapp, Dieter B. 1985. "The Kurumbas' Relationship to the 'Megalithic Cult' of the Nilgiri Hills (South India)". 493-534.

Maheswaran, C. 2006. A Profile of Prof.A.Aiyappan & (Ed.) His works. Chennai: Government Museum.

Maheswaran, C. 2010. "Kurumba Memoral Pillars at the Nilgiris: Study in Cultural Anthropological Perfectives." 14-17. In: Tribal and Folk Culture Studies Chennai: Government Museum.

Maheswaran, C. 2012 "The Graphic Art Tradition of Alu Kurumbas of Tribal Nilgiris (Mimeo.)". Paper presented at the 'National Seminar on Tribal Cultural Heritage of South India.' H.D. Kotte: Kannada University, Hampi.

Maheswaran, C. 2013. Blue Mountains: The Land of Indigenous Tribes. M. Palada, Udhagamandalam: Tribal Research Centre.

Maheswaran, C.   2014.   "Language Endangerment : The Scenario of Tribal Nilgiris (Mimeo.)" Paper presented at the Workshop on Endangered Tribal Languages in South India, Mysore: Central Institute of Indian Languages & Anthropological Survey of India.

Maheswaran, C.   2015.   "Ethinic Identity Vs. Linguistic Identify of Kurumbas of Tribal Nilgiris (Mimeo)." 'All India Conference on Regional Languages'. Jalandhar: Punjab Basha Akademi, Patiala & Punjab Academy of Social Sciences, Cultures & Literatures, Jalandhars.

Maheswaran, C.   2016.   "Stabilization of Language Endangerment A Case Study of the Alu Kurumbas of Tribal Nilgiris (Mimeo.)." Paper presented at the '12th International Conference of South Asian Languages & Literatures' (ICOSAL-12). Hyderabad: University of Hyderabad, Central Institute of Indian Languages, Mysore & Central University of Karnataka, Kalaburagi.

Maheswaran, C.   2017.   "Resisting Endangerment: Ritual Structure as the Carrier of Language Structure (A Case Study of the Alu Kurumbas of Tribal Nilgiris (Mimeo.)" Paper presented at the 'Sahitya Akademy' New Delhi.

Maheswaran, C.   2018.   "Visual Documentation : A Case Study of Graphic Art Tradition of Alu Kurumbas of Tribal Nilgiris (Mimeo)." Paper presented at the 'National Seminar on Visual Documentation of Endangered Languages'. Kuppam: Dravidian University.

Maheswaran, C.	2019.	"On Safeguarding the Intangible Cultural Heritage of a Particularly Vulnerable Tribal Group of the Nilgiris (A eas Study of the Graphic Art Tradition of Alu Kurumbas). (Final Report submitted to the Sangeet Natak Akademy, New Delhi.
Nurit, Bird D.	1989.	"An Introduction to the Naikens The People and the Ethnographic Myth". In: Paul E. Hockings (Ed.) 1989.
Parthasarathy, Jakka	2003.	Kurumbas of Nilgiri District, Tamil Nadu. Udhagamandalam: Tribal Research Centre.
Parthasarathy, Jakka	2005.	Kattunayakans of Nilgiri District Tamil Nadu. Udhagamanadalam: Tribal Research Centre.
Parthasarathy, Jakka	2007.	Tribes & Inter - ethinic Relationship in the Nilgiri District. Udhagamandalam : Tribal Research Centre.
Rober Sathya D. Joseph,	1982.	A Descriptive Study of Mullu Kurumba (Unpublished Ph.D., Thesis). Annamalai Nagar: Annamalai University.
Thuston, Edgar	1909.	Castes and Tribes of Southern India (7 Volumes). Madras : Government Press.
Veselkin, E. (Ed.)	1978	Ethnography and Related Sciences [Problems of the Contemporary World (49)]. Moscow : USSR Academy of Social Sciences.

காட்டுநாயகன் பழங்குடியினர்: ஓர் இனக்குழுவரைவியல் பதிவு

முன்னுரை

தமிழ்நாட்டின் பழங்குடிப் பட்டியலில் இதுவரை 37 பழங்குடிக் குழுக்கள் இடம்பெற்றுள்ளன. இவற்றுள், தொதவர் (Toda), கோத்தர் (Kota), குறுமர் (Kurumbas), இருளர் (Irular), பணியன் (Paniyan) மற்றும் காட்டுநாயகன் (Kattunayakan) என்னும் 6 மட்டுமே 'குறிப்பிடத்தக்க அழிநிலைப் பழங்குடிக் குழுக்கள்' (Particularly Vulnerable Tribal Groups) என அறிந்தேற்பு செய்யப்பட்டுள்ளன. இந்நிலையில், நீலகிரி மாவட்டத்தில் மட்டுமே இந்த 6 தொன்மை சான்ற பழங்குடிக் குழுக்களும் ஒருசேர காணப்படுவதால் 'தமிழ்நாட்டின் பழங்குடி மாவட்டம்' (Tribal District of Tamil Nadu) என்று இம்மாவட்டமானது குறிக்கப்படுகிறது.

'தேனு குருமரு', 'ஜேனு குருமரு' 'ஜேனுகொய்ய நாயகரு', 'காடு குருமரு' 'காட்டுநாயக் குருமரு' எனப் பல்வேறுபட்ட அழைப்புப் பெயர்களைக் (Call Names) கொண்டுள்ள காட்டுநாயகன் பழங்குடிக் குழுவானது தமிழ்நாட்டின் நீலகிரியில் மட்டுமல்லாமல் அண்டை மாநிலங்களான கேரளத்தில் 'தேனு குருமரு' என்ற பெயரிலும் கருநாடகத்தில் 'ஜேனு குருபரு' என்கிற பெயரிலும் இனங்காணப்படுகிறது.

இவ்வாறு, தமிழ்நாடு, கேரளம் மற்றும் கருநாடகத்தில் பல்வேறுபட்ட இனக்குழுப்பெயர்களால் (Ethnonyms) காட்டுநாயகன் பழங்குடிக் குழுவானது அறியப்படுவதால், இப்பழங்குடிக் குழுவைப் பற்றிய இனக்குழுவரைவியலானது (Ethnography) முறையாகவும் (Systematically) சரியாகவும் (Properly) பதிவு செய்யப்படவில்லை என்ற சூழலில், அண்மைக் கால நேரிடைக் களப்பணி (Direct Fieldwork) வாயிலாக நீலகிரி மாவட்டத்தில் காட்டுநாயகன் பழங்குடியினரது மரபார்ந்த வாழ்விடங்களில் (Traditional Habitats) திரட்டிய தரவுகளைக்கொண்டு தொகுத்த இனக்குழுவரைவியல் பதிவைப் பகிர்வதே இக்கட்டுரைக் களம் ஆகும்.

1. காட்டுநாயகன் பழங்குடியினரது மரபார்ந்த வாழ்விடங்கள்

"காட்டின் தலைவன்" எனப் பொருள்படும் காட்டுநாயகன் பழங்குடியானது நீலகிரி மலைப் பகுதியினுடைய மேற்குச் சரிவுகளின் கீழ்ப் புறத்தில் (Lower western slopes) இடம் பெற்றுள்ள வட்டங்களான கூடலூர் மற்றும் பந்தலூரில் தமது மரபார்ந்த வாழ்விடங்களைப் பன்னெடுங் காலமாகக் கொண்டுள்ளது. இம்மரபார்ந்த வாழ்விடப் பரப்பானது கடல் மட்டத்திலிருந்து 850 மீட்டர் முதல் 1,200 மீட்டர் உயரத்தில் அமைந்துள்ளது. தமது வாழ்விடப் பரப்பு அமைந்துள்ள முதுமலையை முன்னாளில் 'நார்தி' (Nardhi) என்றே குறிப்பிட்டு வந்த காட்டுநாயகன் பழங்குடியினர் தற்போது இதை 'முதுமலை மனெ' (Mudumale Mane) என்ற சொல்லால் சுட்டுகின்றனர். மேலும், இப்பழங்குடி மக்கள் தம் வாய்மொழி வழக்காற்றில், 'நீரள்ளா' (Neeralla) (அதாவது, "நீர் பள்ளம்"), 'தொட்டள்ளா' (Dhoddalla) (அதாவது, "பெரும் பள்ளம்"), 'சிக்கள்ளா' (Chikkalla) (அதாவது, "சிறு பள்ளம்"), 'சம்ப்ரள்ளா' (Chambralla) (அதாவது, "சம்பர் பள்ளம்"), "கக்கனள்ளா" (Kakkanalla) (அதாவது, "கக்கன் பள்ளம்"), 'மாவனள்ளா' (Mavanalla) (அதாவது "மாவன் பள்ளம்") என முதுமலையைப் (Mudumalai) பல பகுதிகளாகப் பகுத்துக் காண்கின்றனர். தங்களது மரபார்ந்த வாழ்விடப் பகுதிகளுக்குரிய முன்னோர்களாக ஒவ்வொரு பாட்டன்மாரைக் காட்டுநாயகன் பழங்குடியினர் குறிப்பிடுகின்றனர். இவ்வாறாக, ஒட்டுமொத்த முதுமலைக்குரிய பாட்டனை 'நார்தி எத்தன்' (Naardhi Eththan) என்றும் மற்றையோரை 'நீரள்ளா எத்தன்' (neeralla Eththan), 'தொட்டள்ளா எத்தன்' (Dhoddalla Eththan), 'சிக்கள்ளா எத்தன்' (Chikkalla Eththan), 'சம்ப்ரள்ளா எத்தன்' (Chambralla Eththan), 'கக்கனள்ளா எத்தன்' (Kakkanalla Eththan), 'மாவனள்ளா எத்தன்' (Mavanalla Eththan) என்றும் குறிப்பிடும் காட்டுநாயகன் பழங்குடி யினர் இவர்கள் அனைவரையும் 'குன்னு எத்தன்' (Kunnu Eththan) எனும் பொதுச் சொல்லால் தமது பழங்குடித் தெய்வவரிசைக்குள் (Tribal Pantheon) அடக்குகின்றனர்.

காட்டுநாயகன் பழகுடியினரது குடியிருப்பும் அதில் அமைந்துள்ள குடில்களும் 'மனெ' (Mane) என்னும் பொதுச் சொல்லாலேயே சுட்டப்படுகின்றன. முற்காலத்தில் நீலகிரியில் காட்டுநாயகன் பழங்குடியினரின் மரபார்ந்த குடியிருப்புகள் (Traditional Habitatas) அமைந்திருந்த இடங்கள் எனப் பின்வரும்

பகுதிகள் குறிப்பிடப்படுகின்றன: பெண்ணெ (*Benne*), கூளிமூலெ (*Koolimoole*), முண்டகமனெ (*Mundagamane*), கத்தய்மேடு (*Kathaymaedu*), நாயம்பள்ளி (*Naayampalli*), கீளெக்கோடு (*Keelakkodu*), தர்ப்பெகொல்லி (*Tharpakolli*), நார்தி (*Naardhi*), புதூர்மனெ (*Pudurmane*), பெள்ளோதிகொல்லி (*Belladhililli*), ஹாவுகஜ்ஜெ (*Haawugajje*), இப்பண்டைய குடியிருப்புகளுள் 'நார்தி' குடியிருப்பில் தற்போது காட்டுநாயகன் பழங்குடியினர் முற்றாகக் காணப்படவேவில்லை. 'புதூர்மனெ' குடியிருப்பில் தற்போது பணியன் பழங்குடிக் குழு மட்டுமே வாழ்ந்து வருகிறது; இங்குக் காட்டுநாயகன் பழங்குடிக் குழுவின் குடும்பம் ஒன்றுகூட இப்போது வசிக்கவில்லை. 'பெள்ளோதிகொல்லி' மற்றும் "ஹாவுகஜ்ஜெ' குடியிருப்புகள் தற்போது முறையே 'வெள்ளராங்கொல்லி' (*Vellaraankolli*), 'பாம்புவயல்' (*Paambuvayal*) என்றே புதுப் பெயர்களால் குறிக்கப்படலாகின்றன. 'பெண்ணெ' குடியிருப்போ இப்போது 'கேளப்பள்ளி' (*Kelappalli*), 'கய்தக்கட்டு' (*Kaydhakattu*), '*Cowliam*' சேலப்பள்ளி (*Sealappalli*), சேலப்பள்ளி மற்றும் 'பெண்ணெமூலெ' (*Bennemoole*) என 4 குக்கிராமங்களை உள்ளடக்கியதாக அறியப்படுகிறது.

2. காட்டுநாயகன் பழங்குடியினரது சமூக அமைப்பு

'நார்தி' (*Naardhi*), 'கூடுமனெ' (*Goodumane*) என இரு 'பகுப்புப் பெருங்கால்வழிகளா'கக் (*Moieties*) காட்டுநாயகன் பழங்குடியினரது சமூக அமைப்பானது (*Social Structure*) பிரிக்கப்பட்டுள்ளது. இவற்றுள், 'நார்தி' மட்டும் 'நெடுமனெ' (*Nedumane*), 'குன்னுவயலு' (*Kunnuvayalu*) என்று மேலும் இரு கிளைப் பெருங்கால் வழிகளாகப் (*Phratries*) பகுத்து உணரப்படுகிறது; அடுத்து, இவை மூன்றும் (அதாவது, 'நெடுமனெ', 'குன்னுவயலு' மற்றும் 'கூடுமனெ') பல்வேறு குலப் பிரிவுகளை உள்ளடக்கியுள்ளன.

3. காட்டுநாயகன் பழங்குடியினரது பொருளியல்

'மரம்சாராக் காடுபடு பொருள்களைத் திரட்டுதல்' (*Collection of Minor Forest Produce*) காட்டுநாயகன் பழங்குடியினரது முதன்மைப் பொருளியல் செயல்பாடாக (*Principal Economic Activity*) அமைகிறது; அதனுள்ளும் 'தேன் எடுத்தல்' (*Honey Harvesting*) என்பது இப்பழங்குடியின் முகாமையான பொருளியல் செயல்பாடாகத் (*Major Economic Activity*) திகழ்கிறது. தேன்

எடுப்பதற்காகத் தேனடைகளை அணுகுவதற்கு முன்பாக ‘ஜேனு ஹொஜெ’ (Jenu Hoje) எனும் புகைமூட்டியை உருவாக்கிப் பயன் படுத்துகின்றனர் இப்பழங்குடி மக்கள். இதற்கென, முதலில் காய்ந்த புற்களைப் பொதிந்து, பின்னர் அவற்றின் மீது பசுந்தழைகளைக் கொண்டு மூடி உருவாக்கிய தீப்பந்தம் போன்ற அமைப்பின் முனையில் தீயிட்டு, புகையானது தொடர்ந்து வெளிப்படுமாறு செய்து, இம்மக்கள் பயன்கொள்கின்றனர். பின், மாலை 6 மணிக்குப் பிறகே காட்டுநாயகன் பழங்குடிச் சமூகமானது ‘தேனோட்டம்’ பார்த்துத் தேன் சேகரிப்பதில் ஈடுபடுகிறது; இதற்கான காரணம் மேலும் ஆய்வதற்குரியது.

ஏற்கெனவே பழக்கப்படுத்தப்பட்ட யானைகளைக்கொண்டு காட்டு யானைகளைப் பிடித்துப் பழக்கிப் பயிற்றுவிக்கும் யானைப் பாகன்களாகவும் (Mahouts) காட்டுநாயகன் பழங்குடியினர் திறம்படச் செயல்படுகின்றனர். மேலும் மாநில வனத் துறையினரது வேட்டைக்கெதிரான குழுக்களிலும் (Anti-poaching Teams) காட்டுநாயகன் பழங்குடி மக்கள் பணிபுரிகின்றனர்.

4. காட்டுநாயகன் பழங்குடியினரது அரசியல் அமைப்பு

ஒவ்வொரு காட்டுநாயகன் பழங்குடிக் குடியிருப்பிற்கும் ‘முட்டொம்’ (Muttom) என்கிற தலைவன் உண்டு. இவருக்கு உதவியாக நிரந்தர உறுப்பினர்களைக்கொண்ட ‘ந்யாயா’ (Nyaaya) என்னும் காட்டுநாயக்கன் பழங்குடிச் சபையானது (Tribal Council) கூடாவொழுக்கம், சொத்து பெறுதல், கூலிப் பகிர்வு, மண விலக்கு, மறுமணம் தொடர்பாக ஏற்படும் பல்வேறுபட்ட சமூகப் பிணக்குகளை (Social Disputes) நடுநிலையோடு நன்கு விசாரித்து நல்ல தீர்ப்புகளை நல்குகிறது.

5. காட்டுநாயகன் பழங்குடியினரது வாழ்க்கைச் சுழற்சிச் சடங்குகள்

‘தர்ப்பைப் புல்லு’ அல்லது ‘தடிச்சித் தழைகளைக்’கொண்டு வேயப்பட்ட ‘கும்மன்’ (Kumman) என்னும் ‘முட்டுக் குடிசை’யில் (Menstrual Hut) பூப்புற்ற பெண்ணை வைத்துப் பாதுகாக்கின்றனர் காட்டுநாயகன் பழங்குடியினர்.

பெரியவர்கள் பேசி முடிவு செய்யும் திருமணமே (Marriage by Negotiation) தற்போது பெருமளவில் காட்டுநாயக்கன் பழங்குடியினரிடையே நடைபெறுகிறது. பரியப் பணமாக 104 ரூபாயை மணமகனின் பெற்றோர் மணமகளின் பெற்றோரிடம்

அளிப்பதுடன், மணப்பெண்ணுக்கான புதுச் சேலை, வெற்றிலை-பாக்கு உள்ளிட்டவற்றையும் கொடுக்கின்றனர். அப்புதுச் சேலையை அணிந்து மணமகன் வீட்டிற்கு வரும் மணப்பெண்ணை மாப்பிள்ளை வீட்டின் முன்பாகப் போடப்பட்ட பந்தலில் அமரவைத்து, மணமகன் 'கல்லெ' (Kalle) எனும் கரும்பாசிமணிகளாலான தாலிச் சரட்டை மணப்பெண்ணின் கழுத்தில் அணிவிப்பதுடன் திருமணம் நிறைவு பெறுகிறது. எளிய விருந்து உபசரிப்புடன் உறவினர் அனைவரும் பசியாற, உணவருந்திய பின் மணமக்கள் வெற்றிலை பாக்கு மென்று ஒரே இடத்தில் துப்புகின்றனர்.

குழந்தைப் பேறு காலத்தின்போது, கருவுற்ற பெண்ணிற்கு 'ஏழ் அச்சேரு' (Yaezh Achchaeru) (அதாவது "ஏழு தாய்மார்கள்") பெண்களைக்கொண்டு எனும் மூப்புற்ற மரபார்ந்த மருத்துவச்சி முறையைப் (Traditional Mid - wife System) பின்பற்றி பேறு கால மருத்துவம் பார்க்கின்றனர் காட்டுநாயகன் பழங்குடியினர். இருப்பினும், குழந்தைப் பேறுக்கு முன்னும் பின்னும் (Pre Natal & Post Natal Periods) 'தீட்டு' (Pollution) கடைப்பிடிப்பதையோ, 'தீட்டுக் கழிப்பு' (Pollution - breaking) கடைப்பிடிப்பதையோ காட்டுநாயகன் பழங்குடியினர் மேற்கொள்வதேயில்லை.

பிறந்த குழந்தைக்குக் குறிப்பிட்ட சில பெயர்களை மட்டுமே காட்டுநாயகன் பழங்குடியினர் சூட்டுகின்றனர். அப்போதுதான் பிறந்த குழந்தையானது நீண்ட ஆயுளுடன் உயிர் வாழும் என்று காட்டுநாயகன் பழங்குடிக் குழுவானது நம்புகிறது. இவ்வாறாக, காட்டுநாயகன் பழங்குடி மக்களிடையே வழங்கப்படும் தனிநபர் பெயர்கள் (Personal Names) வருமாறு :

ஆண்பாற் பெயர்கள்	பெண்பாற் பெயர்கள்
பெள்ளன்	பெள்ளி
பொம்மன்	பொம்மி
கரியன்	கரிம்பி
காளன்	காளி
குள்ளன்	குள்ளி
மாதன்	மாதி

மேற்குறித்த பெயர்கள் மட்டுமில்லாமல், சீம்பன், மாரி, மாரிகன் என்கிற ஆடவர் பெயர்களும் கோப்பி, சிக்கி, சின்னவாத்தி என்னும் பெண்டிர் பெயர்களும் இப்பழங்குடி மக்களிடையே புழக்கத்தில் உள்ளன.

இறந்துபோன தமது உறவினரது பிணத்தை இடுகாட்டில் அடக்கம் செய்கின்றனர் இப்பழங்குடிகள். இறப்புச் சடங்கின்போது சவக்குழியின்மீது 'முட்டொம்' தமது கையால் முதல் கைப்பிடி மண்ணைப் போடுகிறார். 9 நாள்கள் வரை இறப்புக்கான 'தீட்டு' கடைப்பிடிக்கப்படுகிறது.

இறந்தவரின் மகன், பங்காளி, மைத்துனன், மருமகன் என நால்வர் பிணத்தைப் பாடையிலிட்டுச் சுமந்து செல்லும் இறுதி ஊர்வலத்தில் ஆண், பெண், சிறுவர், சிறுமியர் எனப் பால் வேறுபாடு மற்றும் அகவை வேறுபாடு பாராமல் கலந்துகொள்வதும் காட்டுநாயகன் பழங்குடி இறப்புச் சடங்கின்போது மட்டுமே காணக் கூடியன.

6. காட்டுநாயகன் பழங்குடியினரது சமயம்

காட்டுநாயகன் பழங்குடிச் சமூகத்தின் தெய்வவரிசையானது 'ஹெஜ்ஜி ஹெத்தன்' ("பாட்டி - பாட்டன்") என்னும் முதன்மைத் தெய்வங்களில் *(Principal Deities)* தொடங்கி, 'குன்னு எத்தன்' ("குன்றுப் பாட்டன்"), 'மாரி ஒடுத்தி' ("மழைக் கடவுள்"), குளியன், குட்டி சாத்தன்) என்ற இறங்கு வரிசையில் *(Descending Order)* அமைகிறது. இவற்றுள், 'ஹெஜ்ஜி ஹெத்தன்' என்பது ஒவ்வொரு தலைக்கட்டுக்கும் *(Household)* உரிய 'குடி தெய்வம்' *(Household Deity)* ஆகும்; காட்டுநாயகன் பழங்குடியின் ஒவ்வொரு வீட்டினுள்ளும் முதன்மை இடமாக அமையும் 'தெய்வ குடி' *(Dheyva Gudi)* (அதாவது, "கடவுளின் கோவில்") அல்லது 'தெய்வ மனே' *(Dheyva Mane)* (அதாவது, "கடவுளின் வீடு") என்கிற தனித்துவ இடத்தினுள் *(Exclusive Enclosure)* இது குடிகொண்டுள்ளதாகக் கருதப்படுகிறது. இதற்கு அடுத்த நிலையில், குடியிருப்புத் தெய்வமாக, *(Hamlet Deity)* அமையும் 'குன்னு எத்தன்' என்பது 'மண்டுகமனெ' *(Mandugamane)* எனும் கோவிலில் வழிபடப் படுகிறது. கத்தி, வாள், சங்கு உள்ளிட்ட வழிபாட்டுப் பொருள்கள் *(Ritual Paraphernalia)* இம் மண்டுகமனெயில் காணப்படுகின்றன. மழைக் கடவுளான 'மாரி ஒடுத்தி' ஒரு பெண் தெய்வம் ஆகும்; இத்தனிக் கோவிலின் உள்ளே நிலைநிறுத்தப்பட்டுள்ளதுடன் அக்கோவிலின் முன்புறமானது மஞ்சள் திரைச்சீலை கொண்டு மூடப்பட்டிருக்கிறது.[6]

காட்டுநாயகன் பழங்குடியினரது கோவில் பூசாரி 'பெளரிக்காரன்' *(Belarikkaaran)* ஆவார்; இருப்பினும், உருவாரத்தினுள் *(Icon)* அடங்கியுள்ள தெய்வ ஆற்றலை வரவழைக்கும் திறனுள்ளவராகப்

'பிஞ்ஜி' என்போரே கருதப்படுகிறார்; எனவே, தெய்வ வழிபாட்டின் போது இவரே முதன்மை பெறுகிறார்.

சமய வழிப்பாட்டின்போது நிகழ்த்தும் 'பிஞ்ஜ்கல் தொட்கா' (Brinjkal Dhodga) எனும் சடங்கில், தொடர்ந்து உடலைக் குனிந்து, நிமிர்த்தி ஆடும் 'கேம்கதி' (Kaemgadhi) என்கிற ஆட்டத்தைக் (கை தட்டலுடனோ கை தட்டல் ஏதுமின்றியோ) காட்டுநாயகன் பழங்குடியினர் ஆடுகின்றனர். இத்தகைய நிகழ்த்துக் கலையின்போது (Performing Art) தனித் தனியே ஆடும் ஆடவர் குழுவிற்கும் பெண்டிர் குழுவிற்கும் இடையே இயற்கைத் தடுப்பரணாகத் தீ மூட்டப்பட்டிருக்கும்.[7]

நாள்தோறும் ஆடும் பொழுதுபோக்கு ஆட்டத்தின்போது, 'கொளலு' ('சிறு குழல்'), 'தம்பட்டை' ('தப்பட்டை'), 'அரெ பெற்றெ' ("சிறு மத்தளம்") உள்ளிட்ட மரபார்ந்த இசைக் கருவிகளைக் காட்டுநாயகன் பழங்குடியின மக்கள் பயன்படுத்துகின்றனர்.

7. காட்டுநாயகன் பழங்குடியினரது பேசு மொழி

காட்டுநாயகன் பழங்குடியினர் ஒருவகைப் பழங் கன்னடக் கிளைமொழியைத் (Archaic Dialect of Kannada) தமது பேசு மொழியாகக்கொண்டு கருத்துப்புலப்படுத்தத்தில் (communication) ஈடுபடுகின்றனர். இப்பேசு மொழியைத் தம் முனைவர் பட்டத்திற்காக ஆய்வு செய்த மொழியியலாளர் நடனசபாபதி இதைக் 'காட்டுநாய்கா' (Kattunaicka) என்ற சொல்லால் குறிப்பிடுகிறார் ; இவரது ஆய்வு முடிவுகளின் படி, 'காட்டுநாயகன்', 'ஜேனு குறும்பாஸ்' இரண்டுமே ஒரே பழங்குடிக் குழு என நிறுவப்பட்டுள்ளமை இங்குக் கருத்தில் கொள்ளத் தக்கது.

8. நிறைவுரை

மேண்டெல்பாம் (Mandelbam, 1982) என்னும் மேலை நாட்டு மானிடவியலாளர் முன்மொழிந்த 'குறும்பா தொகுதி' (Kurumba Compley) என்கிற கருத்தாக்கத்தை (Concept) எவ்விதக் கேள்வியும் கேட்காமல், ஆய்விற்கும் உட்படுத்தாமல் மானிடவியலாளர்கள் அனைவரும் அப்படியே ஏற்றுக்கொண்ட நிலையில், 'காட்டுநாயகன் பழங்குடியும்' 'ஜேனு குறுமர் பழங்குடியும்' ஒரே இனக்குழுவா, அல்லது இரு வேறு இனக்குழுக்களா? என்ற கேள்விக்கு இது நாள்வரை அறுதியான முடிவு ஏதும் எட்டப்படவில்லை என்பது போன்ற தோற்றமே ஆய்வு உலகில் தூக்கலாக நிலவி வருகிறது.

தேன் திரட்டுதலும் குரங்கின் இறைச்சியை உணவு விலக்காகக் (Food Taboo) கடைப்பிடிப்பதுமே ஜேனு குறும்பாஸ் பழக்குடியின் தனித்துவப் பண்பாட்டுப் பண்புகள் (Culture Specific Traits) என்றும் குரங்கின் இறைச்சியை உண்பதும் தேன் திரட்டுதலில் ஈடுபடாமையும் காட்டுநாயகன் பழங்குடியின் தனித்துவப் பண்பாட்டுப் பண்புகள் என்றும் இந்திய மானிடவியலாளர்களால் தொடர்ந்து எழுதப்பட்டும் பேசப்பட்டும் வரும்போக்கானது இக்கூற்றை மெய்ப்பிக்கக் காணலாம்.

காட்டுநாயகன் பழங்குடியினர் தொன்று தொட்டு தேன் சேகரிப்பில் ஈடுபட்டு வருவதும் அதை உறுதிப்படுத்தும் வகையில் அவர்களுடைய பிற அழைப்புப் பெயர்களான 'தேனு குருமரு' 'ஜேனு குருமரு', 'ஜேனு' கொய்ய நாயரு' உள்ளிட்டவை விளங்குவதும் இங்கு ஒருசேர நினைத்துப் பார்க்கத் தக்கன. இந்நிலையில், குரங்கின் இறைச்சியை உணவாக ஏற்பது அல்லது விலக்குவது என்பது மட்டுமே காட்டுநாயகனுக்கும் ஜேனு குறுமருக்கும் இடையே இனக்குழு வேறுபடுத்தக் கூறாக (Ethnic Differentiating Feature) எஞ்சி நிற்பதை உணரலாம். எனவே, 'மாட்டு இறைச்சி' எனும் அளவுகோல்கொண்டு தமிழகச் சமவெளிகளில் சாதிக் குழுக்களுக்குள் உயர்வு, தாழ்வு என வேற்றுமை கற்பிப்பது போல, இங்குக் 'குரங்கின் இறைச்சி' என்பது பாகுபாட்டுச் சமூகப் பண்பாட்டுக் காரணியாக (Socio-cultural Factor) செயல்படுகிறது என்பது மெல்ல, மெல்லப் புரிபடும்.

இத்தகு சரியான புரிதலுக்கு நேரிடைக் களப்பணி ஆய்வுவழியே செய்துள்ள இந்த இனக்குழுவரைவியல் பதிவானது உதவிடும் என்று உறுதியாக உரைக்கலாம்.

அடிக் குறிப்புகள்

1 இந்தியக் குடித்தொகைக் கணக்கீட்டுப் (Census of India) பதிவுகளில், தமிழ்நாட்டின் சமவெளிப் பகுதிகளில் அமைந்துள்ள பல மாவட்டங்களிலும் காட்டுநாயகன் பழங்குடிக் குழுவானது காணப்படுவதாகக் காட்டப்பட்டாலும், அவை உண்மை நிலையைச் சுட்டவில்லை; ஏனெனில், இது வரைக்கும் 9க்கும் மேற்பட்ட சாதிக் குழுக்கள் தங்களைக் 'காட்டுநாயகன் பழங்குடி' என்று கூறிக்கொண்டு, போலி / பொய்யான பட்டியல் பழங்குடிச் சமுதாய உரிமைக்கோரல்களை (Fake/ Bogus Claims of Scheduled Tribe Community Status) எழுப்பிவருகின்றன.

2 இத்தகைய அழைப்புப் பெயர்களால் 'காட்டுநாயகனும்' 'ஜேனு குறுமரும்' ஒன்றே என்பது புலப்படும்.

3 'கேரி நாரு' *(Kaeri Naaru)*, 'ஸாகே நாரு' *(Saage Naaru)* என்னும் இரு வேறுபட்ட காட்டு நாரிழைகளைப் *(Wild Fibres)* பிணைத்து திரித்து இக்கயிற்றை உருவாக்குகின்றனர் காட்டுநாயகன் பழங்குடியினர்.

4 இத்தெய்வத்திற்கெனத் தனி உருவாரம் *(Icon)* ஏதுமில்லை; மாறாக, மூதாதையர் பயன்படுத்தியதாகப் போற்றிப் பாதுகாத்துவரும் 'ஹெத்தன் கட்டி' *(Hetthan Gaddi)* எனும் தடியும் 'ஹாடிகெ புருடெ' *(Haadige Brude)* எனும் உள்ளீடு நீக்கிய உலர்ந்த காட்டுச் சுரைக் குடுவையின் உள்ளே 7 கூழாங்கற்களைப் போட்டுத் தேன் மெழுகால் மூடிய குடுக்கையும் 'பிஞ்ஜி மரெ' *(Binji Mare)* எனும் முறமும் மட்டுமே இக் கோவிலினுள் காணப்படுகின்றன.

5 'மந்தாடி மனெ குன்னு எத்தன்' *(Mandhaadi Mane Kunnu Eththan)*, 'சிம்மாடிமனெ குன்னு எத்தன்' *Simmaadi Mane Kunnu Eththan)*, 'நாயள்ளி மனெ குன்னு எத்தன்' *(Naayalli Mane Kunnu Eththan)*, 'ஹத்திநாடு மனெ குன்னு எத்தன்' *(Haththinaadu Mane Kunue Eththan)*, 'ஸேபள்ளி மனெ குன்னு எத்தன்' *(Stepalli Mane Kunnu Eththan)*, 'கானேல் நாடு மனெ குன்னு எத்தன்' *(Kaanaelnaadu Mane Kunnu Eththan)*, 'எலிக்க மனெ குன்னு எத்தன்' *(Elikka Mane Kunnu Eththan)* என 7 குன்னு எத்தன்கள் முகாமையாக அறிந்தேற்பு செய்யப்படுகின்றன. இவற்றுடன், 'கொல்லிமலெ எத்தன்' *(Kollimale Eththan)*, 'பலேமாடு எத்தன்' *(Balaemaadu Ethtthan)*, 'நார்தி எத்தன்' *(Naardhi Eththan)*, 'ஞமலி எத்தன்' *(Gnamali Eththan)*, 'கூடுமனெ எத்தன்' *(Goodumane Eththan)*, 'மொத்தேதான் எத்தன்' *(Modhdhaedaan Eththan)* என்னும் 6 வகைக் குன்னு எத்தன்களும் காட்டுநாயகன் பழங்குடியினரால் குறிப்பிடப்படுகின்றன.

6 இப்பெண் தெய்வத்தின் மீயியல் ஆற்றலானது கட்டுக்குள் வைத்துக் காக்கப்படுகிறது எனக் காட்டுநாயகன் பழங்குடியினர் நம்புகின்றனர்.

7 இவ்வாறாக, ஆண் ஆட்டக் குழுவிற்கும் பெண் ஆட்டக் குழுவிற்கும் இடையே இயற்கைத் தடுப்பரணாக தீ

மூட்டப்பட்டுப் பிரித்து வைக்கப்படுவதற்கான காரணம் மேலாய்
விற்குரியது.

8   இம்மொழியியலாளரது ஆய்வின்வழியே 'காட்டுநாயகனும்'
    'ஜேனு குறுமரும்' ஒரே பழங்குடிக் குழு என்பது
    அழுத்தந்திருத்தமாக நிறுவப்பட்டும் இந்நாள்வரை இவரது
    இக்கருத்து மானிடவியலாளர்களால் ஏற்றுக்கொள்ளப்படாமை
    வருத்தமளிக்கிறது.

நோக்கீட்டு ஏடுகள்

Aiyappan, A. 1948.   Report on the Socio-economic Conditions
                               of the Aboriginal Tribes of the Presidency
                               of Madras. Madras: Government Press.

Bharanidharan, J. 2003.   The Ethnographic Profile and the Role of
                               Kattunayakan in Forest Conservation in
                               Nilgiri District of Tamil Nadu (Unpublished
                               M.Phil., Thesis) Pondicherry: Pondicherry
                               University.

Gopalan Nair, C. 1911.   Malabar Series: Wynad - Its People
                               and Tradition. Madras: Higginbothams
                               & Company.

Hockings, Paul E. (Ed.) 1989. Blue Mountains: The Ethnography and Bio-
                               geography of a South Indian Region.
                               Delhi: Oxford University Press.

Hockings, paul E.(Ed.) 1997.   Blue Mountains - Revisited: Cultural
                               Studies on the Nilgiri Hills. Delhi:
                               Oxford University Press.

Madhavan Nair, T.   1996. The Encyclopaedia of Dravidian Tribes
                               (Vol.II) Thiruvananthapuram. International
                               School of Dravidian Linguistics.

Mandelbaum, David G. 1982.   "The Nilgiri as a Region". Economic
                               and Political Weekly (04.09.1982) (Also
                               appeared in 1989 In:Paul E. Hocking (Ed.)

Misra, P.K.   2006. "Re reading the Ethnographic of the
                               People of The Nilgiris: Anthropology at
                               crossroad" (Unpublished Mimeo)

Natanasabapathy, S.   1986. *The Language of Kattunaifcka A Linguistic Study. Annamalai Nagar: Annamalai University.*

Nurit Bird, David   1989. *"An Introduction to the Naickens: The People and the Ethnographic Myth". In: Paul E. Hockings (Ed.).*

parthasarathy, Jakka   2005. *Kattunayakans of Nilgiri District, Tamil Nadu. Udhagamandalam : Tribal Research Centre.*

Sasikumar, M.   1999. *Kattunaickens: An Ethnographic Report (Unpublished). Thiruva nanthapuram: International School of Dravidian Linguistics.*

Thurston, E.   1909. *Castes and Tribes of Southers India (Vol. IV (K-M)).*

Zvelebil, Kamil V.   1980. *"A Plea for Nilgiri Areal Studies". 1-22. International Journal of Dravidian Linguistics 9.*

நன்றியுரை: தமிழ்நாடு அரசின் பழங்குடி ஆய்வு மையத்தில் இயக்குநராக - அயல்பணி வாயிலாகhd பணியாற்றுவதற்கு நல்லதொரு வாய்ப்பை எனக்கு நல்கி உதவிய திருமிகு ஆ.சு. ஜீவரத்தினம், இ.ஆ.ப., செயலாளர், (பணி நிறைவு), மேனாள் ஆதி திராவிடர் மற்றும் பழங்குடியினர் நலத் துறை, தமிழ்நாடு அரசு - அவர்களுக்கு என் நெஞ்சார்ந்த நன்றியை இங்குப் படைத்து மகிழ்கிறேன்.

***

நீலகிரியின் ம(றை)றக்கப்பட்ட
'மலை வேடன் பழங்குடியினர்'

முன்னுரை

தமிழ்நாட்டின் பழங்குடியினர் மாவட்டம்' (Tribal District of Tamil Nadu) என்று குறிக்கப்படும் 'நீலகிரி மாவட்டத்'தில் (Nilagiri District) மாநிலத்தின் பண்டைய பழங்குடிக் குழுக்களான 'தொதவர்' (Toda), 'கோத்தர்' (Kota), 'குறுமர்' (Kurumbas) 'இருளர்' (Irular), 'பணியர்' (Paniyan) மற்றும் 'காட்டுநாயகர்' (Kattunayakan) என்னும் 6 வகைமைகளும் இனங்கண்டறியப்பட்டு, அவை ஆய்வுகளுக்கு உள்படுத்தப்பட்டலாகின்றன. இருப்பினும், நீலகிரி மாவட்டம், உதகமண்டலம் வட்டம், கல்லட்டியை அடுத்துள்ள உல்லத்தி ஊராட்சிக்கு உள்பட்ட 'பன்னிமரம்' (Bannimaram) மற்றும் 'தட்டனேரி' (Thattaneri) எனும் இரு மலைக் கிராமங்களில் மற்றுமொரு பழங்குடி வகைமையாக - அதாவது, 7-ஆம் பழங்குடிக் குழுவாக - 'மலை வேடன்' (Malai Vedan) என்கிற பழங்குடிக் குழுவானது பன்னெடுங் காலமாக வாழ்ந்து வருவதை ஏனோ எந்த ஆய்வாளரும் அலுவலரும் கண்டுகொள்ளவில்லை - கண்டு குறிப்பிடவுமில்லை.

இத்தகைய பின்புலத்தில், நீலகிரியின் மறைக்கப்பட்ட/ மறக்கப்பட்ட பழங்குடிக் குழுவாகிய 'மலை வேடன்' பற்றிய 'இனக்குழுவரைவியல் பதிவை'ப் (Ethnographic Recording) பகிர்வதுடன், இப்பழங்குடிக் குழு எதிர்கொள்ளும் 'அடையாளச் சிக்கல்' (Identity Crisis) குறித்து விவாதிப்பதும் இக்கட்டுரையின் நோக்கம் ஆகும்.

I. மலை வேடன் பழங்குடியினர்க்கு வழங்கப்படும் இனக்குழுப்பெயரும் அழை பெயர்களும்

'மலை'யில் வாழும் 'வேடன்' என்கிற பொருளில் 'மலை வேடன்' என்னும் 'இனக்குழுப்பெயர்' (Ethnonym) பெறும் இப்பழங்குடியினர் பொதுவாகத் தமிழ்நாட்டில் 'வேடன்' (Vedan) 'வேட்டுவன்' (Vettuvan), 'வேட்டுவக் கவுண்டர்' (Vettuva Gounder), 'வேடர்' (Vedar) எனவும் குறிப்பாக மதுரை, தேனி, திண்டுக்கல், நீலகிரி ஆகிய மாவட்டங்களில் 'வேட நாயக்கர்'

(Veda Naicker), 'வேட்டுவ நாயக்கர்' (Vettuva Naicker) எனவும் பல் வேறு 'அழை பெயர்களை'க் (Call Names) கொண்டுள்ளனர்.[1]

II. தமிழ்நாட்டின் மாநிலப் பழங்குடியினர் பட்டியலில் 'மலை வேடன்' இடம்பெற்ற வரலாறு

1975-ஆம் ஆண்டுவரை தமிழ்நாட்டின் கன்னியாகுமரி மாவட்டம் மற்றும் திருநெல்வேலி மாவட்டத்துச் செங்கோட்டை வட்டத்தில் மட்டும் 'பட்டியல் பழங்குடி'யாக (Scheduled Tribe) அறிந்தேற்பு செய்யப்பட்டு வந்த 'மலை வேடன்' பழங்குடிக் குழுவானது 1976-ஆம் ஆண்டின் 'பட்டியல் சாதிகள் மற்றும் பட்டியல் பழங்குடிகள் ஆணை (திருத்தச்) சட்டம்' 108 - இன் படி, 27-07-1977 முதற்கொண்டு, தமிழ்நாடு மாநிலம் முழுவதுமே வாழும் ஒரு 'பொதுப் பழங்குடி'யாக (General Tribe) முறையாக அறிந்தேற்பு செய்யப்பட்டது.

இதைத் தொடர்ந்து, 1978 முதல் தமிழ்நாட்டில் மலை வேடன் பழங்குடியினர்க்குச் சமுதாயச் சான்றானது வருவாய் வட்டாட்சியரால் வழங்கப்படலாயிற்று. பின்னர், 11-11-1989 முதல் தொடர்புடைய வருவாய் கோட்டாட்சியர் (அல்லது 'சார் ஆட்சியர்') - ஆல் உரிய பட்டியல் பழங்குடிச் சமுதாயச் சான்றுகள் மலை வேடன் பழங்குடியினர்க்கு வழங்கப்படத் தமிழ்நாடு முழுவதும் உரிய ஏற்பாடுகள் செய்யப்பட்டுள்ளன.

III. தமிழ்நாட்டில் மலை வேடன் பழங்குடி மக்கள் வாழ்விடங்கள்

தமிழ்நாட்டில் மேற்குத் தொடர்ச்சி மலைப் பகுதியின் பரப்புகளில் அமையும் மேற்குத் தமிழக மாவட்டங்களான நீலகிரி, கோயம்புத்தூர், ஈரோடு, திருப்பூர், கரூர் உள்ளிட்டவற்றிலும் தென் தமிழக மாவட்டங்களான திண்டுக்கல், மதுரை, தேனி, திருநெல்வேலி, கன்னியாகுமரி உள்ளிட்டவற்றிலும் மலை வேடன் பழங்குடி மக்கள் பெருவாரியாக தங்கள் 'வாழ்விடங்களை'க் (Habitats) கொண்டுள்ளனர்.

'பண்டைய பழங்குடிகள்' என்கிற பெயரில் நீலகிரி மாவட்டத்தில் வாழ்ந்து வரும் 'குறிப்பிடத்தக்க அழிநிலைப் பழங்குடிக் குழுக்கள்' (Particuarly Vulnerable Tribal Groups) தவிர, இம்மாவட்டத்தின் உதகமண்டலம் வட்டம், கல்லட்டி அருகே, உல்லத்தி ஊராட்சியில் உள்ள பன்னிமரம், தட்டனேரி எனும் இரு மலைக் கிராமங்களில் 'மலை வேடன்' பழங்குடியினர் இனங்காணப்பட்டாலும் மறைக்கப்பட்ட / மறக்கப்பட்ட பட்டியல் பழங்குடியினராகவே

இம்மக்களுடைய இருப்பு இருட்டடிக்கப்பட்டுள்ளது; இருப்பினும், *1994, 1995, 1998* மற்றும் *1999* காலகட்டங்களில் இதுவரை *246* பட்டியல் பழங்குடிச் சமுதாயச் சான்றுகள் இம்மலை வேடன் மக்களுக்கு நீலகிரி மாவட்ட நிருவாகத்தினரால் வழங்கப்பட்டுள்ளன என்பதையும் மறுப்பதற்கில்லை.

நீலகிரியில் மலை வேடன் பழங்குடி மக்கள் வாழும் பன்னிமரம், தட்டனேரி என்னும் இரு மலைக் கிராமங்களை ஒட்டி அமைந்துள்ள ஏனைய 12 மலைக் கிராமங்களில் வாழ்ந்து வரும் ஆதிக்க சாதிக் குழுவினரான படுகர், இப்பழங்குடிகள் வாழும் 'தட்டனேரிக் கல்லட்டி'யைப் 'பேடர் கல்லட்டி' *(Bedar Kallhatti)* எனவும் 'கோத்தகிரிக் கல்லட்டி'யைப் 'பெத்துவக் கல்லட்டி' *(Bedhdhuva Kallhatti)* எனவும் வேறுபடுத்திக் குறிப்பிடுதல் நீலகிரி மாவட்டத்தில் 'மலை வேடன்' பழங்குடியினர் வாழ்வதை உறுதிப்படுத்தும் தக்க சான்றரணாகக்கொள்ள வழிகோலுகிறது.

IV. நீலகிரி மாவட்ட மலை வேடன் பழங்குடியினர் பற்றிய வாய்மொழி வரலாறு

சென்னை அரசு அச்சக வெளியீடாக கிரிக் *(H.B. Grigg)* என்பவரால் 1880 - இல் கொணரப்பட்ட 'சென்னை மாநிலத்தில் உள்ள நீலகிரி மாவட்டக் கையேடு' *(A Manual of the Nilagiri District in the Madras Presidency)*, கல்லட்டிப் பகுதியில் ஒரு மலைக் கோட்டையை நிறுவிய 'உம்மத்தூர் மன்னர்' *(Ummathur Raja)* இம்மலை வேடன் பழங்குடியினருடைய 'வீரம் மற்றும் திறன்களை'க் *(Valour & Skills)* கருத்தில்கொண்டு, அம்மக்களைத் தமது 'மலைக் கோட்டையின் பாதுகாவலரா'க *(Custodian of Hill Fort)* பணியமர்த்தியமையைத் தொடர்ந்து, இவர்கள் 'காவல்காரரு' என்கிற 'பட்டப் பெயரை'ப் *(Title Deed)* பெற்றனர் என்று மிகத் தெளிவாக நீலகிரி மலை வேடன் பழங்குடியினர் பற்றிய அரியதொரு வரலாற்றுத் தகவலைப் பதிவு செய்துள்ளது (காண்க: மேலது நூல்: ப.279).

நீலகிரி மலை வேடன் பழங்குடியினர் இன்றும் பாதுகாத்துவரும் 'வேட்டைக் கருவி'களான 'ஈட்டி', 'கத்தி', 'வில்லு', 'அம்புக் கத்தி', 'அருவா' மற்றும் 'சடங்குசார் பொருள்'களான *(Ritual Parphernalia)* 'கெட்டெ மணிச் சங்கு' எனப்படும் "மணி இணைக்கப்பட்ட சங்கு", 'ஜெகட்டெ' *(Jegatte)* எனப்படும் "அடிக்கத்தக்க உலோக வட்டு", 'தூபக் குண்டி' *(Dhooba Gundi)* எனப்படும் "தூபக் கால்",

கெண்டி' (*Gendi*) எனப்படும் "வால் மூக்குடைய பாண்டம்" உள்ளிட்டவை மேற்குறித்த வரலாற்றுப் பதிவிற்குக் குறிப்பிடத்தக்க 'தொட்டுணர் பண்பாட்டுச் சான்றாதாரப் பொருள்களாக'த் (*Tangible Objects of Cultural Evidences*) திகழ்வதைக் குறிப்பிடலாம்.[2]

நீலகிரி மாவட்டம், உதகமண்டலம் வட்டம், கல்லட்டி அருகில் உள்ள 'வாழைத்தோட்டம்' (*Vazhaithottam*) எனும் சிற்றூரில் தொடக்க காலத்தில் இருந்த மலைவேடன் மக்களுடைய வாழ்விடப் பகுதியானது அவர்களுடைய மூத்த சகோதரர், இளைய சகோதரர் இருவருக்கும் இடையே நிலவிய தொடர் 'பூசல்கள்' (*Feuds*) காரணமாகப் பின்னர் 'பன்னிமரம்', 'தட்டனேரி' எனும் இரு மலைக்கிராமங்களுக்குப் புலப்பெயர்ச்சி (*Displacement*) ஆனதாக இப்பழங்குடி மக்களுடைய 'வாய்மொழி வரலாறு' வாயிலாகத் (*Oral History*) தெரியவருகிறது.

V. நீலகிரி மலை வேடன் பழங்குடியினரது வாழ்விடப் பரப்புகளின் சூழல்

நீலகிரியில் பழங்குடியினரான மலை வேடன் மக்களுக்கும் ஆதிக்கச் சாதியினராகிய படுக மக்களுக்கும் இடையே குறிப்பிட்டுச் சொல்லும் அளவிற்குப் 'பண்பாட்டுத் தொலைவு' (*Cultural Distance*) நிலவுகிறது; அதாவது, இவ்விரு வேறுபட்ட இனக்குழுக்களுக்கும் இடையே எவ்வகையான 'சமூகப்-பண்பாட்டுத் தொடர்புறவுகளு'ம் (*Sociol-cultural Interrelationships*) இல்லை.[3]

நீலகிரியில் மலை வேடன் பழங்குடியினர் வாழும் பன்னிமரம், தட்டனேரி மலைக் கிராமங்கள் இரண்டையும் சுற்றி உல்லத்தி, கவரட்டி, ஏக்கோணி, மேலூர், காரபில்லு, பிக்கட்டி, அட்டிகல், கடசோலை, மாசிகல், அசகன்தொட்டெ, கல்லட்டி, கெம்பலை எனும் 12 படுகர் குடியிருப்புகள் உள்ளன. மேற்கண்ட 12 படுகர் குடியிருப்புகளிலும் வாழ்ந்துவரும் ஆதிக்கச் சமுதாயத்தினரான படுக மக்களுடைய விளைநிலங்களில் மலை வேடன் பழங்குடி மக்கள் வேளாண் கூலிகளாகப் பணிபுரிவதனால், இவர்கள் 'படுகா மொழி'யைச் (*Baduga Language*) சரளமாகப் பேச வல்லோராகத் திகழ்கின்றனர்; இப்பழங்குடி மக்கள் படுக மக்களுடன் நெருக்கமான தொடர்புறவு கொண்டோராக விளங்குவதனால், அண்மைக் காலமாகத் தங்கள் குழந்தைகளுக்குப் படுக 'மக்கள் பெயர்களை'ச் (*Personal Names*) சூட்டும் வழக்கம் உடையோராக மாறியுள்ளனர். இது மட்டும் அல்லாமல், தமது பேசு மொழியான 'மலை வேடன்

பாஷெ'யைப் பேசுவதுடன், அயலவர் மொழிகளான 'படுகா' மற்றும் 'தமிழை'த் தெளிவாகப் பேசக்கூடிய 'பன்மொழியாளரா'கவும் *(Multilinguals)* மலை வேடன் பழங்குடியினர் விளங்குகின்றனர்.

VI. நீலகிரி மலை வேடன் பழங்குடியினரது இனக்குழுவரைவியல்: ஒரு பருந்துப் பார்வை

6.1 இனக்குழுப்பெயர்

"மலையில் வாழும் வேடர்" என்கிற பொருள்பட இப்பழங்குடி மக்கள் 'மலை வேடன்' என்கிற இனக்குழுப்பெயரால் இனங்கண்டறியப்படுகின்றனர். நீலகிரி மாவட்ட நில விற்பனை ஆவணங்களில் இம்மக்கள் 'வேட ஜாதி'என்றே குறிக்கப்பட்டுள்ளனர். இந்த அடிப்படையிலேயே இவர்களது அண்டை அயலரான படுக மக்கள் இம்மக்களைப் 'பேடர் ஜாதி' *(Baedar Jaadhi)* என்றே அழைக்கின்றனர். இருப்பினும், 'மலை வேடன்' என்று அறிந்தேற்பு செய்யப்படுவதையே இப்பழங்குடி மக்கள் பெரிதும் விரும்புகின்றனர். இம்மக்கள் 'வேடன்', 'வேட்டுவன்', எனப் 'பட்டியல் சாதிகள் பட்டியலிலும்'; 'வேட்டுவக் கவுண்டர்' என 'மிகவும் பிற்படுத்தப்பட்ட வகுப்பின்' கீழாகச் 'சீர்' மரபினர் பட்டியலி'லும்; 'வேடர்' எனப் பிற்படுத்தப்பட்ட வகுப்புப் பட்டியலிலும் பல்வேறுபட்ட முறைகளில் அறியப்படுவதனால், இவர்களைப் பற்றிச் குழப்பமான அடையாளச் சிக்கலே நிலவுகிறது.

6.2 உடற்கூறுப் பண்புகள்

'இடைப்பட்ட உயரம்' *(Medium Stature)*, 'இடைநிலைத் தலை' *(Dolicocephalic Head)*, 'ஓரளவு சுருண்ட தலைமுடி' *(Moderate Curly Head Hair)*, மாநிறம் *(Chocolate Brown)*, 'கருமையான கண்கள்' *(Black Eyes)*, 'தட்டையான மூக்கு' *(Platyrhine Nose)* உள்ளிட்ட உடற்கூறுப் பண்புகளு'டன் *(Physical Features)* விளங்கும் மலை வேடன் பழங்குடியினர் இப்பண்புகளின் அடிப்படையில், 'தொல் ஆஸ்திரலாயிடு இனக்குழு'வைச் *(Proto-Australoid)* சார்ந்தோராக வகைபாடு செய்யப்படுகின்றனர்.

6.3 குடியிருப்பு அமைவுமுறை

நீலகிரி மலை வேடன் குடியிருப்புப் பகுதியை ஒட்டித் தேவையான 'சிறுதானியங்கள்', 'காய்கறிகள்', 'பூண்டு' உள்ளிட்ட விளைபொருள்களைப் பயிரிடும் வகையில் 'சிறு விளைநிலம்'

(Petty Cultivable Plot) அமைந்திருக்கும் குடியிருப்பின் 'தலய்வரு' *(Headman)* வசிக்கும் 'பொதுவெளி'யை *(Secular Space)* அடுத்துத் 'தூய வெளி'யில் *(Sacred space)* 'பெரிய வீடு' என்கிற அமைப்பின் உள்ளே இவர்களுடைய 'வழிபாட்டுச் சடங்கோடு தொடர்புடைய பொருள்கள்' *(Ritual Paraphernalia)* வைத்துப் பாதுகாக்கப்படுகின்றன. இவ்வாறாகவே இவர்களது 'குடியிருப்பு அமைவுமுறை'யானது *(Settlement Pattern)* உள்ளது.

6.4 புழங்குபொருள் பண்பாடு எனும் 'தொட்டுணர் பண்பாடு'

நீலகிரி மலை வேடன் பழங்குடியினர் தமது அன்றாடப் பயன்பாட்டிற்கென வைத்துள்ள தட்டுமுட்டுப் பொருள்களுடன் அவர்களுடைய முன்னோர் பயன்படுத்திய 'வேட்டைக் கருவிகளை'யும் 'வழிபாட்டுப் பொருள்களை'யும் கொண்டதாக இவர்களின் 'புழங்குபொருள் பண்பாடு' *(Material Culture)* என்னும் 'தொட்டுணர் பண்பாடு' *(Tangible Culture)* அமைகிறது.

6.5 சமூக அமைப்பு

நீலகிரி மலை வேடன் பழங்குடியினரது சமூகம் 'இரு பகுப்புப் பெருங்கால்வழிகளாக' *(Moieties)* இனங்காணப்படுகிறது.[5] இதன் ஒரு பகுப்பினுள் (i) 'குறிக்காரென் கூட்டொம்' *(Kurikkaaren Koottom)*, (ii) 'எலுகன் கூட்டொம்' *(Elugan Koottom)* மற்றும் (iii) 'காட்டி சித்தன் கூட்டொம்' *(Kaatti Sidhdhan Koottom)* என மூன்று 'குலப் பிரிவுகள்' அடங்கியுள்ளன; மற்றொரு பகுப்பினுள் 'ஏலக்கி கூட்டொம்' *(Aelakki Koottom)* என்கிற ஒற்றைக் குலப் பிரிவு மட்டும் உள்ளது. இவ்விரண்டு இரு பகுப்புப் பெருங்கால்வழிகளுள், மூன்று குலப் பிரிவுகளைக்கொண்ட பகுப்பானது 'பங்காளிகள்' *(Siblings)* என்றும் ஒரேயொரு குலப் பிரிவைக்கொண்ட பகுப்பானது 'மாமன்-மச்சான்கள்' *(Affinals)* என்றும் 'மண உறவுகளு'க்கெனப் *(Marital Alliances)* பாகுபடுத்தி, இனங்காணப்படுகின்றன; அதாவது, மலை வேடன் பழங்குடியினரது 'சமூக அமைப்பி'ன் *(Social Structure)* ஒரு பகுப்புப் பெருங்கால் வழியைச் சார்ந்தோர் மற்றொரு பகுப்புப் பெருங்கால் வழியைச் சேர்ந்தோரிடம் பெண் எடுக்கவும் பெண் கொடுக்கவுமான மண உறவுமுறையைக் கடைப்பிடிக்கின்றனர்.

6.6 பொருளியல் அமைப்பு

'வேட்டையாடுதல்' தற்போது வனத் துறையினரால் முற்றிலுமாகத் தடை செய்யப்பட்டுள்ள நிலையிலும் நீலகிரி மலை வேடன் பழங்குடி மக்கள் சிறு வன விலங்குகள் நடமாட்டமுள்ள மலைப்

பகுதிகளில் பாறைப் பரப்பின்மீது ஒரு கனமான பட்டைக் கல்லை உறுதியான மரக்குச்சிகொண்டு சரிவாக நிறுத்தி வைக்கின்றனர். இத்தகைய அமைப்பை 'விலங்குப் பொறி'யாகப் (Animal Trap) பயன்படுத்தி 'முள்ளந்தி' எனும் "முள்ளம்பன்றி", 'மொசலு' எனும் "முயல்" உள்ளிட்டவை அதன்மீது இடறும்போது முட்டுக்கொடுக்கப்பட்டுள்ள மரக்குச்சி சரிந்து அப்பட்டைக் கல்லின் இடுக்கில் மாட்டிக்கொண்டு நசுங்கிவிட, அவற்றைக் கைப்பற்றித் தமக்கான இறைச்சி உணவாக இம்மக்கள் பயன்கொள்கின்றனர்.

இது மட்டும் அல்லாமல், காட்டுத் தேனீக்களின் நடமாட்டத்தை 'அர்ச்சுண்டு ஹோகுது' என்று மிக நுட்பமாகக் கண்காணித்து, தேனடைகளின் இருப்பிடத்தைத் துல்லியமாகக் கண்டறிந்து, பல்வேறு தேன் வகைகளைத் திரட்டிடும் 'மரபார்ந்த அறிவு அமைப்பொழுங்கை', (Traditional Knowledge System) கைவரப்பெற்றோராக நீலகிரி மலை வேடன் பழங்குடியினர் திகழ்கின்றனர். 'கோல் ஜேனு' என்னும், 'கொம்புத் தேன்' 'தடுவெ ஜேனு' என்னும் 'மலைத்தேன்', 'நஸர ஜேனு' என்னும் 'கொசுவந்தேன்' என்பன இவர்கள் திரட்டும் தேன் வகைகளுள் முதன்மையானவை ஆகும். தேன் திரட்டுதலில் மட்டும் அல்லாமல், இன்ன பிற 'மரம்சாராக் காடுபடு பொருள்கள் திரட்டுவதிலும்' (Collection of Non- timber Forest Produce) இம்மக்கள் ஈடுபடுகின்றனர். இன்றைய கால கட்டத்தில், நீலகிரி மலை வேடன் பழங்குடியினருள் பெரும்பான்மையோர் வேளாண் கூலிகளாக அருகே வாழும் படுக மக்களுடைய விளைநிலங்களில் பாடுபடுகின்றனர்.

6.7 சமய அமைப்பு

நீலகிரி மலை வேடன் பழங்குடியினர் தங்களுடைய முதன்மைத் தெய்வமாகிய 'ஈர் மால்தம்மா' என்கிற "வீர மாசதி அம்மனை" வழிபடுவதுடன், 'வன தேவரு' எனும் பொதுப் பெயரில் பல் வேறுபட்ட காடுறைக் கடவுளரையும் வணங்கி வழிபடுகின்றனர்; குறிப்பாக, உருவம் அற்ற நெடுங்கல் ஒன்றைத் 'தாரி கல்லு தேவரு' (அதாவது, "பாதையில் உள்ள கல் கடவுள்") என்னும் பெயரில் வழிபடுவதைக் குறிப்பிடலாம்; இத்தெய்வத்தின் ஆற்றலே காட்டின் ஊடே மேய்ச்சலில் ஈடுபடும் தங்கள் கால்நடைகளைக் காப்பதாக இவர்கள் உறுதியாக நம்புகின்றனர்.

நீலகிரி மலை வேடன் பழங்குடி மக்கள் 'ஈர் மாஸ்தம்மா'விற்கு ஆட்டைப் பலி கொடுக்கும்போது, 'ஏலக்கி கூட்டத்தார்' அதன் பின்னங்கால்களை இறுகப் பற்றிக்கொள்கின்றனர்; 'எலுகன்

கூட்டத்தார்' ஆட்டை வெட்டிப் பலியிடக் 'குறிக்காரென் கூட்டத்தா'ரோ வழிபாட்டிற்கு உரிய பல் வேறு பணிகளில் தம்மை ஈடுபடுத்திக்கொள்கின்றனர். 'குறிக்காரென் கூட்டத்தார்' முதல் பூசை செய்திடும் உரிமையைப் பெற்றிருக்க, அதையடுத்து, 'எலுகன் கூட்டத்தார்' இரண்டாம் பூசை செய்திட அனுமதிக்கப்படுகின்றனர்.

6.8 அரசியல் அமைப்பு

நீலகிரி மலை வேடன் பழங்குடி மக்கள் வாழும் 'பன்னிமரம்', 'தட்டனேரி' என்னும் இரு குடியிருப்புகளுக்கும் 'தலய்வரு' எனப்படும் பொதுத் தலைவர் உள்ளார்; இவரது பதவியானது பரம்பரைப் பதவியாக பணியமர்த்தப்படுகிறது.

6.9 வாழ்க்கைச் சுழற்சிச் சடங்குகள்

6.9.1 திருமணம்

நீலகிரி மலை வேடன் பழங்குடிச் சமூகத்தில் திருமணத்திற்குப் பத்து நாள்களுக்கு முன்பாகவே மணமகனாகப்போகிற ஆண், மணமகளாகப் போகிற பெண்ணின் கழுத்தில் 'கருகமணிகளாலான கழுத்தணி'யை (Neckband of Black Beads) அணிவிப்பார்; இச் 'சடங்கு ஆற்றுகை' (Ceremonial Observance) முடிவுற்ற 10-ஆம் நாளன்று, வாழ்விடத்தை ஒட்டியுள்ள நிலப் பகுதியிலிருந்து மணமகன் வெட்டிக்கொண்டுவரும் களிமண்ணால் மண மேடை அமைக்கப்படுகிறது; இம்மேடையிலேயே அனைத்துத் திருமணச் சடங்குகளும் மேற்கொள்ளப்படுகின்றன. திருமணத்தின்போது மணமகன், மணமகள் இருவர் கைகளிலும் 'வெற்றிலை பாக்கு' பொதிந்து 'கங்கணமாக'க் கட்டப்படுகிறது. திருமணச் சடங்குகளின் நிறைவாக, மணமகள் கழுத்தில் மணமகன் 'பொட்டுத் தாலி'யைக் கட்டுகிறார்; இதுவே முறையான திருணத் தாலியாக அமைகிறது.

தேவை ஏற்படும்போது, நீலகிரியின் இரு மலைக் கிராமங்களான 'பன்னிமரம்' மற்றும் 'தட்டனேரி'யில் வாழும் மலை வேடன் பழங்குடிச் சமுதாயத்தினர் மதுரை, திண்டுக்கல், தேனி உள்ளிட்ட மாவட்டங்களில் வாழ்ந்துவரும் மலை வேடன் பழங்குடி மக்களுடன் திருமண உறவை ஏற்படுத்திக்கொள்கின்றனர்.

6.9.2 குழந்தைப்பேறு

பெண்குழந்தை பிறந்தால், வருங்காலத்தில் அதன் முறை மாப்பிள்ளை ஆகிட விரும்பும் ஆண், அதனுடைய காலில் சிறு

பழந்துணியைக் கிழித்து, கயிறுபோலச் சுற்றிக் கட்டி, அதற்கு உரிய 'வருங்காலக் கணவன்', என உறுதிப்படுத்திக்கொள்ளும் முறையானது நீலகிரி மலை வேடன் பழங்குடியினர் இடையே உள்ளது.

குழந்தைப்பேறு நிகழ்வைத் தீட்டாகக் கருதும் இம்மக்கள், குழந்தை பிறந்த 16-ஆம் நாளன்று 'தீட்டுக் கழிக்கும் சடங்கை' (Pollution-breaking Ceremony) மேற்கொள்கின்றனர்; அதன் பிறகே, தாயையும் சேயையும் வீட்டிற்குள் அனுமதிக்கின்றனர்.

6.9.3 பூப்பு

நீலகிரி மலை வேடன் சமூகத்தில் பெண் பூப்பு அடையும்போது அப்பெண்ணின் தாய் மாமன் மகன் புதிய குடிசை ஒன்றைக் குடியிருப்பிற்கு வெளியே கட்டுகிறான்; இப்புதுக் குடிசையினுள் அப்பூப்புற்ற பெண் தனியாகத் தங்கவைக்கப்படுகிறாள். பூப்புற்ற 5-ஆம் நாள் பெண்ணிற்குத் 'தீட்டுக் கழிக்கும் சடங்கு' கடைப்பிடிக்கப்பட்டுப், பூப்பு நீராட்டு நிகழ்த்திய பிறகே பூப்புற்ற பெண்ணை வீட்டிற்குள் அனுமதிக்கின்றனர்.

6.9.4 இறப்பு

முற்காலத்தில் இறந்தோரை எரியூட்டிய நீலகிரி மலை வேடன் பழங்குடியினர், தற்போது பிணத்தைப் புதைக்கும் வழக்கத்தைக் கைக்கொள்ளத் தொடங்கியுள்ளனர். இறந்தோர்க்குச் சொத்து இருக்குமானால், அவரது அனைத்துப் பிள்ளைகளுக்கும் அதைச் சமமாகப் பிரித்துக்கொடுக்கும் முறையானது (Equigeniture) பின்பற்றப்படுகிறது.

6.10 மரபார்ந்த அறிவு அமைப்பொழுங்கு

நீலகிரி மலை வேடன் பழங்குடி மக்களுள் 'குறிக்காரன் கூட்டத்தைச் சார்ந்தோர் 'வெச கல்லு' எனும் சிறு கல்லைக்கொண்டு பாம்பு உள்ளிட்ட எல்லா நச்சு உயிரிகளின் கடிகளுக்கும் நச்சு முறிவு மருத்துவம் செய்யும் மரபார்ந்த அறிவைக் கொண்டுள்ளனர்; 'எலுகன் கூட்டத்'தினரோ தசைப்பிடிப்பு நீக்கும் மருத்துவ முறைக்கென நீளவாக்கில் வெட்டப்பட்ட ஒரு சோடி 'ஊளிக் குச்சி'யைப் பாதிக்கப்பட்ட பகுதியின் இரு புறமும் வைத்துக் கட்டுவதன்வழியே தசைப்பிடிப்பைச் சரிசெய்கிற மரபார்ந்த அறிவு மிக்கோராக விளங்குகின்றனர். இவை மட்டும் அல்லாமல், பொதுவாகவே நீலகிரி மலை வேடன் பழங்குடியினர் மரபார்ந்த

மூலிகை மருத்துவத்தில் கைதேர்ந்தோராக விளங்குகின்றனர் என்று இம்மக்களுடைய மரபுவழி மருத்துவத்தால் தற்போதும் பயனடைந்து வரும் படுகர் சாதியினர் சான்று பகர்கின்றனர்.

6.11 பேசு மொழி

நீலகிரி மலை வேடன் பழங்குடியினரது பேசு மொழியானது 'பேடர் பாஷெ' (Baedar Bhaashe) என்று குறிப்பிடப்பட்டாலும் அது ஒரு தனித்துவமான தமிழ்க் கிளைமொழி (A Distinct Tamil Dialect) என்று கருதப்படுகிறது; எனினும், இப்பழங்குடி மக்களுடைய பேசு மொழியில் கன்னட மொழிச் சொற்கள் கலந்துள்ளமையை மறுப்பதற்கு இல்லை.

முந்தைய திருவிதாங்கூர் சமஸ்தானத்தின் பகுதிகளாக இருந்த இப்போதைய கன்னியாகுமரி மாவட்டம் மற்றும் திருநெல்வேலி மாவட்டச் செங்கோட்டை வட்டம் மலை வேடன் பழங்குடியினரது பூர்வீக வாழ்விடங்களாக விளங்கின என்பதன் அடிப்படையில், தமிழ்நாட்டில் வாழும் ஒட்டுமொத்த மலை வேடன் பழங்குடி மக்களும் 'மலையாள மொழி பேசுவோர்' என்கிற தவறான கருத்தானது தமிழ்நாடு அரசின் வருவாய் துறையினர்க்குத் ஏற்பட்டுவிட்டமை ஒரு தவறான புரிதலே ஆகும்.

நீலகிரி மலை வேடன் பழங்குடியினரது பேசு மொழியில் இக்கட்டுரை ஆசிரியர் இனங்கண்டறிந்துள்ள 'சொற்கோவை' (Vocabulary) கீழ் வருமாறு :

சடங்குசார் பொருள்கள்

கெட்டெ மணிச் சங்கு	"மணி இணைக்கப்பட்ட சங்கு"
ஜெகட்டெ	"அடிக்கும் உலோக வட்டு"
தூபக் குண்டி	"தூபக்கால்"

சமயம் சார்ந்தவை

ஈர் மாஸ்தம்மா	"வீர மாஸ்தி அம்மன்"
வன தேவரு	"வன தெய்வங்கள்"
தூரி கல்லு தேவரு	"கால்நடைக் காவல் தெய்வம்"

வேட்டைக் கருவிகள்

அடெச்சல்	"விலங்குப் பொறி"
ஈட்டி	"குத்தீட்டி"
கத்தி	"வாள்"

பில்லு	"வில்"
அம்புக் கத்தி	"இரும்பாலான அம்பு முனை"
அருவா	"வெட்டரிவாள்"

தேன் திரட்டுதல் தொடர்பானவை

அர்ச்சுண்டு ஹோகுது	"தேனீயோட்டம்"
காணி	"மூங்கிலாலான அளவை"
பெஸ்கி	"கூடை"

தேன் வகைகள்

கோல் ஜேனு	"கொம்புத் தேன்"
தடவு ஜேனு	"மலைத் தேன்"
நஸர ஜேனு	"கொசுவந் தேன்"

பிற சொற்கள்

ஆல்க கொடி	"(தீய ஆவிகளை அண்டவிடாமல் காத்திட) மலை வேடன் ஆண், பெண் சிறார் அணியும் ஒரு திணைசார் கொடி."
ஊளி குச்சி	"தசைப்பிடிப்பு நீங்கிடப் பாதிக்கப்பட்ட உடற்பகுதியின் இரு புறமும் வைத்துக் கட்ட நீள வாக்காக வெட்டப்பட்ட ஒரு திணைசார் மரக் குச்சி"
பெரிய வீடு	"சாமி வீடு"
பேடர்	"மலை வேடன் பழங்குடி"
புகுரி	"மூங்கிலாலான நெடுங்குழல்"
தலய்வரு	"(மலை வேடன்) ஊர்த் தலைவர்"
காவல்காரரு	"பாதுகாவலர்"
கூட்டொம்	"(மலை வேடன்) குலம்"

குறிக்காரென் கூட்டொம்

எலுகன் கூட்டொம்

காட்டி சித்தன் கூட்டொம்

வெச கல்லு	"நஞ்சு முறிப்பு மருத்துவத்தில் மலை வேடன் மக்களால் பயன்படுத்தப்படும் சிறு கல்"

VII. நீலகிரி மலை வேடன் மக்கள் இடையே இனங்கண்டறியப்பட்டுள்ள பட்டியல் பழங்குடிப் பண்புகள்

இந்திய ஒன்றிய அரசால் 1965-இல் அமைக்கப்பட்ட 'லோக்கூர் குழு' (Lokur Committee) பட்டியல் பழங்குடிக்கென அறிவுறுத்தியுள்ள 5 'பண்பாட்டுப் பண்புகளும்' (Culture Traits) ஒருசேர நீலகிரி மலை வேடன் மக்களிடம் உள்ளமை நேரிடைக் களப்பணி ஆய்வின்போது தமிழ்நாடு அரசின் பழங்குடியினர் ஆய்வு நடுவத்து இயக்குநர் என்கிற முறையில், இக்கட்டுரை ஆசிரியரால் 2013-ஆம் ஆண்டு இனங்கண்டறியப்பட்டுள்ளன.[8] அவை வருமாறு:

1. தொன்மைப் பண்புகள் (Primitive Traits)

i. நேரான சிறு மரக் குச்சியின்மீது ஒரு பட்டைக் கல்லைச் சாய்த்து நிறுத்திவைத்து உருவாக்கும் 'அடெச்சல்' எனும் தற்காலிக அமைப்பை 'விலங்குப் பொறி'யாகப் பயன்படுத்திச் சிறு வனவிலங்குகளைப் பிடித்தல்.

ii. பிறந்த பெண்குழந்தையைத் தனது வருங்கால 'உரிமை இணையர்' (Prospective Spouse) ஆக்கிக்கொள்ள, அதன் காலில் பழந் துணியைக் கிழித்து வளையமாகக் கட்டுதல்.

2. தனித்துவமான பண்பாடு (Distinct Culture)

சமூக அமைப்பானது 'இரு பகுப்புக் கால்வழிகளா'கப் பிரிக்கப்பட்டு, ஒன்றைக் 'குருதிவழி உறவினர்' தொகுதியாகவும் (Consanguines) மற்றொன்றை 'மணவழி உறவினர்' (Affinals) தொகுதியாகவும் கொள்ளல்.

3. புவியியல் தனிமைப்படுத்தம் (Geographical Isolation)

நீலகிரி மாவட்டம், உதகமண்டலம் வட்டம், கல்லட்டி வனப் பகுதி, உல்லத்தி ஊராட்சி எல்லைக்கு உள்பட்ட 14 மலைக் கிராமங்களுள் 'பன்னிமரம்', 'தட்டனேரி' எனும் இரண்டில் மட்டும் வாழ்வோராக, ஏனைய பகுதிகளில் வாழ்வோரிடமிருந்து புவியியல் அடிப்படையில் தனிமைப்படுத்தப்பட்டுள்ளமை.

4. பொதுச் சமூகத்தினரோடு பழகுவதற்குத் தயக்கம் (Shyness of contact with people at large)

தமது வாழ்விடங்களான பன்னிமரம், தட்டனேரி மலைக் கிராமங்களைச் சுற்றிலும் உள்ள 12 குடியிருப்புகளில் வாழும் படுகச்

சாதியினரோடும் மாவட்டத்தின் ஏனைய மக்கள் குழுக்களோடும் பழகிடத் தயக்கம் காட்டுதல்.

5. பிற்படுத்தப்பட்டுள்ளமை – சமூக மற்றும் பொருளியல் நிலைகளில் (Backwardness - Social and Economic)

பொருளியல் நிலையில் மட்டும் அல்லாமல், சமூக நிலையிலும் பிற்படுத்தப்பட்டுள்ளமை.

VIII. நிறைவுரை

'நீலகிரி மாவட்டம்' என்றவுடன் தொதவர், கோத்தர், குறுமர், இருளர், பணியர் மற்றும் காட்டுநாயகர் என்னும் 6 வகைப் பண்டைய பழங்குடிக் குழுக்கள் மட்டுமே அனைவரது நினைவிற்கும் கவனத்திற்கும் வருகின்றன. ஆனால், இம்மாவட்டத்தின் ஓர் 'ஒதுக்குப் புறமான இரு மலைக்' கிராமங்களான பன்னிமரம், தட்டனேரி என்கிற இரு குடியிருப்புகளில் இன்று வரை வாழ்ந்து வரும் 'மலை வேடன் பழங்குடியினர்' எவர் கண்ணிற்கும் கருத்திற்கும் வருவதில்லை. இத்தகைய சமூகப் போக்கானது திட்டமிட்டு நடந்தேறவில்லை - என்றாலும் பொதுச் சமூகத்தின் பார்வையிலிருந்து மறைக்கப்பட்ட/ மறக்கப்பட்ட பழங்குடிக் குழுவினராக நீலகிரி மலை வேடன் பழங்குடி மக்கள் அமைந்துவிட்டமை சமூக நீதிக்குப் புறம்பானதே; அதிலும், கடந்த காலம் முதல் அண்மைக் காலம் வரை மாவட்ட நிர்வாகத்தினரால் இம்மக்களுக்கு நூற்றுக்கணக்கான எண்ணிக்கையில் பட்டியல் பழங்குடிச் சமுதாயச் சான்றுகள் வழங்கப்பட்டுள்ளமையும் கடந்த 2011-இல் நடைபெற்ற ஊராட்சி மன்றத் தேர்தலின்போது, பட்டியல் பழங்குடிக்கென ஒதுக்கீடு செய்யப்பட்டிருந்த 7-ஆம் வார்டில் திரு. பி.ஆர். ராமன் என்கிற மலை வேடன் சமுதாயத்தைச் சார்ந்தவர் நின்று, வென்று, தமது தொகுதியில் உரிய மக்கள் பணிகளை ஆற்றியுள்ளமையும் 2019-ஆம் ஆண்டு நடைபெற்ற ஊரக உள்ளாட்சித் தேர்தலில் உல்லத்தி கிராமப் பஞ்சாயத்தானது பழங்குடியினர்க்காக ஒதுக்கப்பட்ட நிலையில், மலை வேடன் பழங்குடி இனத்தைச் சார்ந்த திரு. டி. டி. சந்தோஷ்குமார் - அவர்கள் பஞ்சாயத்துத் தலைவராகத் தேர்ந்தெடுக்கப்பட்டுச் செயல்பட்டுவரும் நிலையிலும் "மலை வேடன் பட்டியல் பழங்குடியினர் இம்மாவட்டத்தில் இருக்கிறார்களா?" என்பதுபோல நீலகிரி மாவட்ட நிருவாகத்தினர் நடந்துகொள்ளும் கண்டுகொள்ளாத போக்கானது முற்றிலும் சமூக

நீதிக்கு எதிரானதே - என்பதை இங்கு வருத்தத்துடன் பதிவு செய்ய வேண்டியுள்ளது.

நீலகிரி மாவட்ட மலை வேடன் பழங்குடியினரது 'வாழ்விடங்களை' ஒட்டியுள்ள அண்டை வாழ்விடப் பரப்புகளில் வாழும் படுகச் சாதியினர் இம்மக்களைப் 'பேடர் ஜாதி' (Baedar Jaadhi) என்று குறிப்பிடுவதாலும் இம்மாவட்டத்தில் வாழும் தமிழர் உள்ளிட்ட பொதுச் சமூக நீரோட்டத்தைச் சார்ந்த அனைவரும் இப்பழங்குடி மக்களை 'வேட நாயக்கர்' என்று அழைப்பதாலும் இம்மக்கள் ஒரு வகையான 'அடையாளச் சிக்கலு'க்குத் (Identity Crisis) தொடர்ந்து உள்ளாகி வருகின்றனர் என்பதும் மற்றுமோர் அவலமே.

இந்நிலை நீங்கி, "நீலகிரி மாவட்டத்தின் மொத்தப் பழங்குடிக் குழுக்கள் 'ஏழு'- அதாவது, ஏற்கெனவே அனைவராலும் நன்கு அறியப்பட்ட 'தொதவர்' தொடங்கி 'காட்டுநாயகர்' என 6 வகைப் பழங்குடிக் குழுக்களுடன், ஏழாவதாக 'மலை வேடன்' பழங்குடிக் குழுவும் அடங்கும்" என்று உரக்கச் சொல்லும் நிலை இனியாவது வர வேண்டும் என்பதே நம் விருப்பம்.

***

அடிக் குறிப்புகள்

1 மேற்குத் தொடர்ச்சி மலைப் பகுதியிலிருந்து முதலில் 'மலைப் பாங்கான இடங்களு'க்கும் (Hilly Terrains) பின்னர் காலப்போக்கில், மேற்படி மலைப் பரப்புகளை ஒட்டிய சமவெளி மாவட்டங்களுக்கும் புலப்பெயர்வுற்றுச் சமவெளி வாழ்க்கையைத் தொடங்கிய இம்மக்களுடைய முந்தைய 'நில விற்பனை ஆவணங்களி'ல் (Sale Deed Documents) 'வேட ஜாதி' (Veda Jaadhi) என்று இம்மக்கள் குறிக்கப்பட்டுள்ளனர்; தமிழகத்தில் நாயக்கர் ஆட்சிக் காலம் ஏற்பட்டமையைத் தொடர்ந்து, இவர்கள் 'வேட நாயக்கர்' மற்றும் 'வேட்டுவ நாயக்கர்' என்றும் அழைக்கப்படலாயினர்.

2 இவற்றுள், எலுகன் கூட்டத்துப் பெரிய வீட்டில் இவர்களுடைய மரபார்ந்த ஈட்டிகளும் குறிக்காரென் கூட்டத்துப் பெரிய வீட்டில் ஏனைய பிற மரபார்ந்த வழிபாட்டுப் பொருள்களும் இன்று வரை தொடர்ந்து பாதுகாத்து வரப்படுகின்றன என்பதும் மலை வேடன் பழங்குடியினரது 'பண்பாட்டு வேர்களைப் (Cultural Roots) பறை சாற்றிடும் சான்றாதாரங்கள் ஆகும்.

3 நீலகிரி மாவட்ட மலை வேடன் பழங்குடியினர் வாழும் குடியிருப்புகளான பன்னிமரம், தட்டனேரி எனும் இரு மலைக் கிராமங்களில் இக்கட்டுரை ஆசிரியர் விரிவான களப்பணி ஆய்வுகள் மேற்கொண்டபோது மேற்கே உள்ள படுகர் குடியிருப்புகளாகிய ஏக்கோணி, பிக்கட்டி, கடசோலை, அட்டிகல்; தெற்கே உள்ள படுகர் குடியிருப்பாகிய கவரட்டி; மற்றும் கிழக்கே உள்ள படுகர் குடியிருப்புகளாகிய மேலூர், உல்லத்தி, காரப்பில்லு உள்ளிட்டவற்றின் ஊராட்சி மன்றத் தலைவர்களுடைய கூற்றுகள் இதை மெய்ப்பிக்கின்றன; குறிப்பாக, ஏக்கோணி ஊராட்சி மன்றத் தலைவராகக் கடந்த 2013 - இல் செயலாற்றி வந்த திருமிகு. ஏ.டி. சந்திரன் - என்பவரிடம் இக்கட்டுரை ஆசிரியர் தமது களப்பணி ஆய்வின்போது நிகழ்த்திய நேர்காணலில் மேற்கூறப்பட்ட கருத்துகள் அனைத்தும் உறுதி செய்யப்பட்டமையைக் குறிப்பிடலாம்.

4 ஆனாலும் காட்டுக்கிழங்கு, இறைச்சி உள்ளிட்டவற்றை எளிதில் கடித்துக், கிழித்து தின்பதற்கு ஏற்றவாறு தமது 'முன் பற்களைக் கூராக்கிக்'கொள்ளும் (Filing of Front Teeth) மலை வேடன் பழங்குடியினரது 'பண்பாட்டு நடத்தை'யானது (Cultural Practice) இவர்கள் இடையே தற்போது அறவே அற்றுவிட்டது.

5 இருப்பினும், இவற்றிற்கான 'பெயர்களை' நீலகிரி மலை வேடன் பழங்குடியினர் குறிப்பிடத் தெரியாதோராக விளங்குதல் வியப்பை ஏற்படுத்துகிறது.

6 அண்ணாமலைப் பல்கலைக்கழக மொழியியல் உயராய்வு நடுவத்தில் மொழியியல் முதுகலை நிறைவாண்டு மாணவரான திருமிகு. எஸ். ராதாகிருஷ்ணன் - என்பவர் திருநெல்வேலி மாவட்டம், செங்கோட்டை வட்டம், சாம்பவர் வடகரை என்கிற சிற்றூரின் ஒதுக்குப்புறப் பகுதியில் வாழ்ந்து வந்த 'மலை வேடன்' மக்களது பேசுமொழியைத் 'தமிழ்க் கிளைமொழியின் ஓர் உள் - கிளைமொழி' (A Pathois of Tamil Language) என்று 1979-இல் பணிந்தளித்த தமது முதுகலை மொழியியல் ஆய்வேட்டில் அழுத்தத் திருத்தமாகப் பதிவு செய்துள்ளமையை இங்குக் கோடிட்டுக்காட்ட வேண்டியுள்ளது.

7 மூங்கிலாலான மரபார்ந்த நெடுங்குழலாக அமையும் 'புகிரி' என்கிற இக்காற்றிசைக் கருவி நீலகிரியின் பண்டைய பழங்குடியினருள் தொதவர், ஆலு குறுமர், இருளர்

உள்ளிட்டோரிடமும் இனங்காணப்படுகிறது; கோத்தரிடம் இதற்கான சொல் மட்டும் வழக்கில் உள்ளது; மேலும், நீலகிரியின் திணைக்குடிகளுள் ஒருவரான படுகச் சாதியினரிடமும் இந்நெடுங்குழலானது அவர்களுடைய இனக்குழுத் தெய்வமாகிய 'ஹெத்தை அம்மனு'க்கு உரியதாகவும் உகந்ததாகவும் உள்ளமை இங்கே குறிக்கத் தக்கது.

8 விரிவான விவரங்களுக்குக் காண்க : *Maheswaran, C.* 2013.

நோக்கீட்டு ஏடுகள்

Grigg, H.B.   1880. *A Manual of the Nilagiri District in the Madras Presidency. Madras: Government Press.*

Maheswaran, C.   2013. *A Report on the Community Status (on 'Malai Vedan') (Mimeo.). M. Palada, Udhagamandalam: Tribal Research Centre.*

நன்றியுரை : இக்கட்டுரை எழுதுவதற்கு என்னை ஆற்றுப்படுத்திய முனைவர் பி. ராமமூர்த்தி, தலைவர் நிருவாகம், சமீர் மின்காந்தவியல் நடுவம், மின்னணுவியல் மற்றும் தகவல் தொழில்நுட்பம், இந்திய அரசு - அவர்களுக்கும் 2013-ஆம் ஆண்டின்போது நான் மேற்கொண்ட களப்பணி ஆய்வுகளில் உடனிருந்து உதவிய (நினைவில் வாழும்) தெய்வத்திரு. டி.எச்.தருமன், மேற்பார்வையாளர் (பணி நிறைவு), வெடிமருந்துத் தொழிற்சாலை, அருவங்காடு, நீலகிரி மாவட்டம்-அவர்களுக்கும் எனது நெஞ்சார்ந்த நன்றிதனைப் படைத்து மகிழ்கிறேன்.

***

சங்க கால வாழ்வியலைக் காட்டும் புலயன் இனக்குழுவரைவியல்

1. முன்னுரை

'மலைப் புலயன்' எனக் கேரள மாநிலத்தில் அறியப்படும் புலயன் இனக்குழு, மேற்குத் தமிழகத்தின் கோயம்புத்தூர், திருப்பூர் மற்றும் திண்டுக்கல் உள்ளிட்ட மாவட்டங்களில் மேற்குத் தொடர்ச்சி மலைப் பகுதிகளுள் தமது மரபார்ந்த வாழ்விடங்களைக் கொண்டுள்ளனர். 'அட்டவணைப் பழங்குடி'யாகக் கேரள மாநிலத்தில் இன்றும் தொடரும் இவ்வினக்குழு, 1970-களின்போது தமிழ்நாட்டின் அட்டவணைப் பழங்குடிப் பட்டியலிலிருந்து நீக்கப்பட்டு 'மாநில அட்டவணைச் சாதிப் பட்டியலில் சேர்க்கப்பட்டுள்ளது.[1]

சங்க கால வாழ்வியலில் இடம்பெறும் குறிஞ்சித் திணைக்குரிய பண்பாட்டை[2] இப்புலயன் இனக்குழு கொண்டுள்ளமை இதன் இனக்குழுவரைவியல்வாயிலாக வெளிப்படுகிறது என்பதை நிறுவுதலே இக்கட்டுரையாக அமைகிறது.

1. புலயன் இனக்குழுப் பெயர்மை: ஓர் அறிமுகம்

பொதுவாக, ஓர் இனக்குழு இரு வேறு நிலைகளில் பெயரிட்டு அழைக்கப்படுகிறது.[3] இருப்பினும், வெளியரால் அழைக்கப்படும் இனக்குழுப் பெயரே பெரும்பாலும் இனக்குழுவிற்குரிய இயல்பான சுட்டுப்பெயராக அமைந்துவிடுகிறது. இந்நிலையில், 'புலயன்' என்னும் இனக்குழுப்பெயர் 'புலம்' என்கிற பெயர்ச் சொல்லின் அடிப்படையில், "நிலத்திற்குரியோர்" (அதாவது, "மண்ணின் மைந்தர்") எனப் பொருள்படும் என்று கருதப்படுகிறது.[4]

2. புலயன் இனக்குழுவினரின் உடல்தோற்றப் பண்புகள்

சுருட்டைத் தலை முடி, தடித்த-பிதுங்கிய உதடுகள், தட்டையான பருத்த மூக்கு, கருமையான உடல், நிறம், குட்டையான உருவம் வாய்க்கப்பெற்றோர் இப்புலயன் இனக்குழுவினர். முற்காலத்தில், பருவ இனக்குழுவினர் அகவையை அடையும்வரை புலய ஆடவர் 'குடுமி' வளர்த்திருந்தனர் எனவும் அதனால் இவ்வினக்குழுவினர் 'குடுமிப் புலயன்' என்றே அப்போது அழைக்கப்பட்டனர் எனவும் குறிக்கப்படுகிறது.

புலய மகளிர் தமது மார்பகத்தை மறைக்கும் வகையில் உயரத் தூக்கிக் கட்டும் சேலையின் முடிச்சை இடப் புறம் அமையுமாறு கட்டுகின்றனர். இதைத் தம் பேசுமொழி வழக்கில் 'மார்டிக் கட்டு' என்று குறிப்பிடுகின்றனர்.

மேற்குறித்துள்ள உடல்தோற்றப் பண்புகளின் அடிப்படையில், 'தொல் -ஆஸ்திரேலிய இனக்குழு' என இவ்வினக்குழு வகைபாடு செய்யப்படுகிறது.

3. புலயன் இனக்குழுவினரின் வாழ்விட அமைப்பு

3.1 வாழ்விடப் பரப்பும் மூதாதையர் ஆளுகையும்

புலயன் இனக்குழுவினரின் வாழ்விடப் பரப்பு 'பன்னண்டு நாட்டு மலெ' (''பன்னிரண்டு நாட்டு மலைகள்'') என்றே இவ்வினக்குழு வினரால் சுட்டப்படுகிறது. இவற்றுள் அடங்கும் ஒவ்வொரு மலைப் பகுதியும் குறிப்பிட்டதொரு மூதாதையர் ஆவியின் தொடர் கட்டுப்பாட்டு ஆளுகையின்கீழ் இயங்கி வருவதாக இம் மக்கள் நம்புகின்றனர். சான்றாக,

அடிமலை பெரியவரு (''அடிமலைப் பெரியவர்'')

தலைமலை தகப்பென் (''தலைமலைத் தகப்பன்'')

மேக்கு சின்னண்ணா (''மேற்குச் சின்ன அண்ணன்'')

கெழக்கு பெரியண்ணா (''கிழக்குப் பெரிய அண்ணன்'')

நடுமலெ நாயக்காரரு (''நடுமலை கோவில் காட்டுக்கு உரியவர்''

எனும் சொல்லாட்சிகளை இங்குச் சுட்டலாம்.

3.2 குடில்கள் மற்றும் மர உச்சிக் குடில்கள் அமைப்பு

செவ்வக வடிவிலான தம் எளிய குடில்களை அருகேயுள்ள காட்டுப் பகுதியிலிருந்து கிடைத்திடும் தாவரம்சார் கட்டுமானப் பொருள்களைக்கொண்டு, புலயன் இனக்குழுவினர் அமைத்துக் கொள்கின்றனர். ஒரு குடும்பத்தினரின் குடில் கட்டுமானப் பணிகளில் அக்குடியிருப்பைச் சார்ந்த ஏனைய குடும்பத்தினரும் தம் பங்களிப்பாக உரிய உடலுழைப்பை நல்குதல் இவர்தம் பண்பாட்டு மரபாகும்.

தேவை ஏற்படும்போது, குடிலின் மேற்புறம் 'மச்சடப்பு' (''மச்சு அடைப்பு'') என்னும் மரப்பலகை கொண்டு தடுத்து, கூடுதலாக மேல்தளத்தை அமைத்துக்கொள்கின்றனர் இம்மக்கள்.

தமது குடிலுக்கு அருகே அமைந்துள்ள 'தெனெப் பொனொம்' ("தினைப் புனம்") பக்கமாக அமைந்துள்ள மர உச்சியில் 'ஏறு மாடொம்' என்னும் மர உச்சிக் குடில் கட்டுமானத்தில் கை தேர்ந்தோராகவும் இவ்வினக்குழுவினர் இலங்குகின்றனர். இத்தகு மர உச்சிக் குடிலைக் கீழிருந்து ஏறி மேலே அடைதற்கு ஏற்றாற்போல, அதன் அருகே எதிர், எதிராகப் படிக்கட்டுகள் போன்று கணுக்கள் அமையுமாறு தேவையற்ற கணுக்களை வெட்டி நீக்கிச் சாய்த்து வைக்கப்பட்ட ஒற்றை மூங்கிலாலான ஏணி போன்ற அமைப்பு நிலை நிறுத்தப்பட்டிருக்கும்.

3.3 புலயன் இனக்குழுவினரின் குடியிருப்புகள்

ஏழு அல்லது எட்டு குடில்கள்கொண்ட தொகுப்பு வாழ்விடப் பரப்பாகப் புலயன் இனக்குழுவினரின் குடியிருப்புகள் அமையும். புலயன் குடியிருப்புகளின் பெயர்கள் பொதுவாக மலை,-பாறை, காடு, வயல், வளவு, அடி, பட்டி, கால்வாய் என்னும் சொற்களுள் ஒன்றைக்கொண்டிருக்கும். சான்றாகச் சில பின் வருமாறு:

- **மலை**

(எ-டு) குறுமலை, கரம்பமலை, பூமலை, கொளிச்சமலை, நேர்மலை, தோணிமலை

- பாறை

(எ-டு) சொடலைப்பாறை, கரடிப்பாறை, மயிலாடுபாறை

- காடு

(எ-டு) எழுத்தரக்காடு, பேத்தரக்காடு, குன்றக்காடு, சிறுவாட்டுக்காடு, வெக்கிரிக்காடு

- வயல்

(எ-டு) கொச்சவயல், மன்றவயல்

- **வளவு**

(எ-டு) பள்ளத்துவளவு, கவுச்சிக்கொம்புவளவு, நல்லூர்க்காடுவளவு

- **அடி**

(எ-டு) கோயிலடி, முருக்கடி

- பட்டி

(எ-டு) புளியம்பட்டி, காட்டுப்பட்டி, குழிப்பட்டி

- கால்வாய்

(எ-டு) நடவாய்கால்வாய்

4. புலயன் இனக்குழுவினரின் புழங்குபொருள்சார் பண்பாடு

புலயன் இனக்குழுவினரிடையே வழக்கிலுள்ள புழங்குடி பொருள்களைப் பல்வேறுபட்ட பிரிவுகளுள் அடக்கலாம். அவை வருமாறு:

4.1 வேட்டையாடல் - உணவு திரட்டுதல் தொடர்பான புழங்கு பொருள்கள்

கோல் கடப்பாரெ ("உண்ணத்தக்க தேன், கிழங்கு வகைகளைத் தோண்டி எடுத்தற்கான கடப்பாறை")

சுண்டி வில்லு ("சுண்டு வில்")

எடர் / எடார் (<இடர்) 'பொறி' / ''வலை'' சிறு எடர்/சிறு எடார் < ''சிறு பொறி''/ ''சிறு வலை''

பெரு எடர்/பெரு எடார் ''பெரும் பொறி'' ''பெரு வலை''

''கண்ணி 'கண்ணி'''

அம்பு கொழலு (< அம்பு குழல்) ''ஊது துப்பாக்கி''

வில் அம்பு ''வில் மற்றும் அம்பு''

பார் வாளு/பார் குச்சி 'தேனடைகளை அறுக்கும் மூங்கில் கத்தி'

போந்தெ/சூட்டெ (< போந்தை/சூட்டை) 'தேனடையிலுள்ள தேனீக்களை விரட்டிடப் புகை மூட்டும் அமைப்பு'.

4.2 வேளாண் கருவிகள்

கொத்து ''களைக் கொத்து''

குச்சிக் கடப்பாரெ (< குச்சிக் கடப்பாரை) ''கடப்பாரை''

கருக்கருவா (<கருக்கு அரிவாள்) ''அறுவடைக்கான அரிவாள்''

அருவா (< அரிவாள்) ''வெட்டுக் கத்தி''

4.3 வீட்டுப் பயன்பாட்டுப் பொருள்கள்

அரெக் கத்தி (<அரைக் கத்தி) ''பேறு காலத்தின்போது தொப்புள் கொடியை அறுக்கப் பயன்படும் சிறு கத்தி.''

போட்டெ (<போட்டை) ''குமிழ மரத்தாலான பாண்டம்''

மூங்கிக் கலயொம் (மூங்கில் கலயம்) ''மூங்கிலான பாண்டம்''

4.4 இசைக்கருவிகள்

இடு முட்டி ''ஒரு பக்கச் சிறு பறை''

தாய்க் கட்டெ (தாய்க் கட்டை) ''இரு பக்க அகன்ற பறை''

உருமி (< உறுமி) ''இரு பக்கக் குறுகிய பறை''

மோளொம் (< மேளம்) ''மேளம்''

வீழி மத்தாளி ''வீழி மத்தளம்''

கைத் தாளொம் (< கைத் தாளம்) ''கைத் தாளம்''

சலங்கெ (< சலங்கை) ''சலங்கை''

வீழி கொழலு (< வீழிக் குழல்) ''வீழிக் குழல்''

கொம்பூதி / கொம்பூதிக் கொழலு (< கொம்பு ஊதி / கொம்பு ஊதிக் குழல்) ''ஊது கொம்பு.''

இருப்பினும், தமது இசைக் கலைஞர் குழுவைக் குறித்திட 'மோளொம் கொழலு' என்னும் எளிய சொற்றொடரையே புலயன் இனக்குழுவினர் பயன்படுத்துகின்றனர்.

5. புலயன் இனக்குழுவினரிடையே புனைவுக் கலை

புலயன் இனக்குழுவினர் தம்மை அழகுப்படுத்திக்கொள்ளக் காட்டு மலர்கள், நறுமணத் தழைகள், அணிகலன்கள் உள்ளிட்டவற்றைப் பயன்படுத்தித் தம் புனைவுக் கலைத் திறனைப் புலப்படுத்துகின்றனர். சான்றாக, புலயன் இனக்குழுப் பெண்டிர் தம் தலை முடியில்

தோட்டம் பூ

புங்களொம் பூ

செனுங்கப் பூ

உள்ளிட்ட மரபார்ந்த காட்டு மலர்களாலும் பொட்டித் தழெ, தேவ பொட்டித் தழெ, செம்மரக் கொஞ்சு (செம்பரக்கொஞ்சு) உள்ளிட்ட மரபார்ந்த நறுமணத் தழைகளாலும்

காது முருக்கு (காது முறுக்கு) ''ஆடவர் காதணி''

காதோலெ (< காது ஓலை)

''பனையோலைச் சுருளாலான பெண்டிர் காதணி''

மூக்கு வாலி < பெண்டிர் ''மூக்கு வளையம்''

விடு காசு < ''பெண்டிர் மேற்கைக் காப்பு''

உத்திரப் பாசி< ''பெண்டிர் பாசிமணி மாலை''

உள்ளிட்ட மரபார்ந்த எளிய அணிகலன்களாலும் தம்மை அழகுபடுத்திக்கொள்ள முனைதலையும் இங்குக் குறிப்பிடலாம்.

6. சமூக அமைவகம்

அகமணக் குழுக்கள், பெருங்கால்வழிகள் மற்றும் குலங்களாகப் புலயன் சமூக அமைவகம் பாகுபாடு செய்யப்படுகிறது.

6.1 அகமணக் குழுக்கள்

புலயன் சமூகம் முழுமையும் கீழ்க்காணும் மூன்று அகமணக் குழுக்களாக அறியப்படுகிறது: 1. குறும்பப் புலயன் (< குறும்பர் -புலயன்) 2.கரெவழிப் புலயன் (< கரைவழிப் புலயன்) 3. பாம்புப் புலயன் (< பாம்புப் புலயன்). கேரளத்தைப் போலல்லாமல், 'பாம்புப் புலயன்' அகமணக் குழுவானது தமிழகத்தில் இனங் கண்டறியப்படவில்லை.

6.2 பெருங்கால் வழிகள்

புலயன் இனக்குழுவானது 'ஏழு குடித்தாரு', 'நாப்பது குடித்தாரு' என இரு பெருங்கால்வழிகளாக பகுக்கப்பட்டுள்ளது. இவற்றுள், முந்தையது 'பங்காளி வகெயரா' (< பங்காளி வகையறா) எனவும் பிந்தையது 'மாமன் மச்சான் வகையறா' (< மாமன் மச்சான் வகையறா) எனவும் அறியப்படுகின்றன.

6.3 குலங்கள்

ஒவ்வொரு அகமணக் குழுவும் பல் வேறுபட்ட 'கூட்டெங்களா'க (< கூட்டங்கள்) மேலும் பிரிக்கப்படுகிறது. புலயன் இனக்குழுவினரிடையே காணலாகும் சில குலப் பிரிவுகள் வருமாறு:

அழகரெசன் கூட்டொம் (<அழகரசன் கூட்டம்)
நரயென் கூட்டொம் (<நரயன் கூட்டம்)
குடியென் கூட்டொம் (<குடியன் கூட்டம்)
பெருமென் கூட்டொம் (<பெருமன் கூட்டம்)
சிருமென் கூட்டொம் (<சிறுமன் கூட்டம்)
செங்கணான் கூட்டொம் (<செங்கணான் கூட்டம்)
கோவென் கூட்டொம் (<கோவன் கூட்டம்)
குள்ளென் கூட்டொம் (<குள்ளன் கூட்டம்)
மள்ளென் கூட்டொம் (<மள்ளன் கூட்டம்)
செல்லென் கூட்டொம் (<செல்லன் கூட்டம்)

7. திருமண முறைகள்

7.1 உடன்போக்குத் திருமணம்

புலயன் இனக்குழுவினரிடையே கருத்தொருமித்த ஆணும் பெண்ணும் இணையராக அருகிலுள்ள காட்டுப் பகுதிக்குள் சென்று, தம் பெற்றோர் மற்றும் உற்றார்க்குத் தெரியாமல் (கரவாகக்) களவு வாழ்க்கையைப் பெரு வழக்காக மேற்கொள்கின்றனர். இவ்விணையரது இரு வீட்டாரும் காட்டுக்குள் சென்று அவ் விருவரையும் கண்டறிந்து ஊருக்குள் திரும்ப அழைத்து வருவர். மருதம் பூ, கொஞ்சு உள்ளிட்டவற்றை மஞ்சள் நனைத்த சரட்டில் கட்டி உருவாக்கிய நாண் பெண்ணின் கழுத்தில் ஆடவனால் அணிவிக்கப்படுதன்வாயிலாக இவ்விருவரின் மண உறவானது இரு வீட்டாராலும் ஒட்டுமொத்தப் புலயன் இனக்குழுவினராலும் அறிந்தேற்பு செய்யப்படுகிறது. இவ்விணையர்க்குப் பிறந்த குழந்தைக்கான காதணி விழாவின் முதல் நாள் இரவு பெண்ணின் கழுத்தில் கரும்பாசி மணிமாலை ஆணால் கட்டப்படுகிறது.

இத்தகைய உடன்போக்குத் திருமண முறையே புலயன் இனக்குழுவினரிடையே பெருவழக்காகக் கடைப்பிடிக்கப்படுகிறது.

7.2 பரியத் திருமணம்

இம்முறைக்கு மாறாக, பிள்ளை வீட்டார் பெண்ணின் பெற்றோரை நேரில் கண்டு, கலந்து பேசி, திருமணத்தை உறுதி செய்து, பெண்ணிற்குரிய பரியத் தொகையைப் பெண்ணின் தாயாரிடம் (அல்லது பெண் வீட்டாரிடம்) அளித்துக் கரும்பாசி மணிமாலை பெண்ணின் கழுத்தில் ஆணால் அணிவிக்கப்படும் பரியத் திருமணமும் இவர்களிடையே வழக்கில் உள்ளது.

7.3 பணிசெய் திருமணம்

ஆடவனால் பரியம் அளித்தற்கு இயலாத சூழலில், அதற்கு ஈடாக ஈராண்டு காலம் தனது வருங்கால மாமனார் வீட்டில் உடன் தங்கியிருந்து, பணி செய்து, தனது பணிக் காலத்தை நிறைவு செய்த பின்னர் அவனுக்கு பெண்ணைத் திருமணம் செய்விக்கும் திருமண முறையே 'பணிசெய் திருமணம்'.

இப்பணிக் காலத்தின்போது, காட்டில் தனியாக அச்சமின்றித் திரிந்து திரும்பி வருதல், தேன் உள்ளிட்ட காடுபடு பொருள்களைத் திரட்டுதல் உள்ளிட்டவற்றில் வருங்கால மணமகனின் பல் வேறுபட்ட தனித் திறன்கள் கருத்துடன் கண்காணித்து வரப்படும்.

8. திருமணச் சடங்குகள்

பாறைமீது புல் வளர்ந்துள்ள மண் பரப்பான 'பொரே மண்ணு' (‹புறை மண்) வெட்டிக் கொணர்ந்து, மணமேடையாகப் பயன்படுத்தப்படும். இதற்கு மாறாக, கருங் கல்லும் 'மனெக் கல்'லாகப் (‹மனைக் கல்) பயன்கொள்ளப்படுவதுமுண்டு. பிற இடங்களில், 'மணவரெப் பலகெ'யாக (‹மணவறைப் பலகை) மரப் பலகையும் மாற்றாகப் பயன்படுத்தப்படுகிறது.

'மனெக் கல்லு' பயன்படுத்தும் இடங்களில், அதன்மீது சந்தனக் குழைவால் அழகுபடுத்தப்படும். பின்பு, அதன் மேலாக 'வெள்ளைக் கொண்டெ பூ' (‹வெள்ளைக்கொண்டைப் பூ)வுடன் 'பலதானியொம்' (‹பல தானியங்கள்) பரப்பப்படும்.

'மணவரைப் பலகெ' பயன்படுத்தும்போது, சந்தனத்திற்கு மாற்றாக, அரிசி மாவுகொண்டு அப்பலகையானது அழகுபடுத்தப்படும். இதனை 'மெனெ எழுத்து' (‹மனை எழுதுதல்) என்பர். இத்துடன், 'வெள்ளெக்கொண்டெப் பூ' (‹வெள்ளைக்கொண்டைப் பூ), 'பச்செக் 'கொஞ்சு' (‹பச்சைக் கொஞ்சு) தேவ பொட்டித் தழெ' (‹தேவ

பொட்டித் தழை) உள்ளிட்டவற்றை வெள்ளை நூலில் கட்டி மேலும் அழகுபடுத்துவர்.

மணமக்கள் இருவரின் கைகளிலும் 'பூளெப் பூ' (<பூளைப் பூ மற்றும் 'சொள்ளெ சொடப் பூ' (<சொள்ளை சொடப் பூ) கொண்ட 'கட்டு' ("கங்கணம்") அணிவிக்கப்படுகிறது. பிற இடங்களில், மஞ்சள் தேய்த்த துணியில் 'பலதானியெம்' (<பல தானியங்கள்) பொதியப்பட்ட 'கங்கணொம்') (<கங்கணம்) கட்டப்படுகிறது.

இரு மண வீட்டாரும் உப்பு நிறைந்த பாண்டத்தின்மீது தம் கைகளை வைத்துத் தமக்குள் வெற்றிலை, பாக்கு, கருப்பட்டியை மாற்றிக்கொள்கின்றனர். இச் சடங்கானது 'உப்பு மாத்து' (< உப்பு மாற்று) எனக் குறிக்கப்படுகிறது. திருமணப் பேச்சை உறுதி செய்திடும் சடங்காக இது கருதப்படுகிறது.

'கரும்பாசி' மணிமாலையை மணமகள் கழுத்தில் மணமகன் கட்டுதல் திருமணச் சடங்குகளுள் முதன்மையானதாகக் கருதலாகிறது. இதற்கு மாற்றாக, சில இடங்களில் 'மொனெ முறியாத மஞ்ச' (<முனை முறியாத மஞ்சள்) கோர்க்கப்பட நூலைக் கட்டுதலும் கடைப்பிடிக்கப்படுகிறது.

'பருப்பு சோறு' பரிமாறுதல் திருமண விருந்தாக அமைகிறது.

9. புலயன் இனக்குழுவினரிடையே குழந்தைப்பேறு

குழந்தைப் பேற்றைத் தொடர்ந்து, மொத்தம் முப்பது நாள்கள் தீட்டு கடைப்பிடிக்கப்படுகிறது. இத் தீட்டுக் காலத்தின்போது குழந்தையைப் பெற்றெடுத்த பெண்ணின் கணவர்க்கு அக் குடியிருப்பிலுள்ள மற்ற புலயன் இனக்குழுவினர் வீடுகளிலிருந்து சமைத்த உணவு அளிக்கப்படுகிறது.

குழந்தைப் பேறு நிகழ்ந்த வீட்டின் மூன்று புறங்களிலும் தீட்டு நீக்கம் செய்யப்பட அரிசி கழுவிய நீர் தெளிக்கப்படுகிறது. தீய ஆவிகளை விரட்டிட 'வசம்பு', 'பால்பாசி' (மணிமாலை) குழந்தைக்கு அணிவிக்கப்படுகிறது.

குழந்தை பிறந்த 5 அல்லது 7-ஆம் நாளில் குழந்தைக்குப் பெயரிடும் சடங்கு மேற்கொள்ளப்படுகிறது. பசுஞ் சாணியால் குழந்தைக்குப் பூசி வழிபடும் சடங்கான 'தூப்புடு' அல்லது 'தூப்புடு கும்புட்ரது' (<தூப்பு -இடு/தூப்பு- இடு - கும்பிடுதல்) இப் பெயரிடும் சடங்கின் முகாமைக் கூறாகும். இச் சடங்கின்போது

'ஈத்து நாச்சி' என்னும் இறைவனை வழிபடுகின்றனர் புலயன் இனக்குழுவினர். புலயன் இனக்குழுவினரிடையே காணலாகும் ஆண்பாற் பெயர்களும் பெண்பாற் பெயர்களும் சங்கத் தமிழ் சார்ந்த மக்கள் பெயர்களாக இனங்கண்டறியப்பட்டுள்ளன.

ஆண்பாற் பெயர்கள்	பெண்பாற் பெயர்கள்
குப்பென்	*குப்பி*
தோழன்	*தோழி*
கூழெயன் (<கூழையன்)	*கூழி*
மாயாண்டி	*மாயா*
சிட்டான்	*சிட்டி*
சுண்டான்	*சுண்டெ (<சுண்டை)*
தொட்லான்	*தொட்லி*
தாடகன்	*தாடகி*
நீலன்	*நீலி*
பூதென் (<பூதன்)	*பூதெ (<பூதை)*
பூதெ மங்கலென் (<பூத மங்கலன்)	*பூதெ நாச்சி (<பூதை நாச்சி)*
கதவென் (கதவன்)	*கதவெ நாச்சி*
	சின்ன கதவி
	பெரிய கதவி

மேற் குறித்துள்ள இணைப் பெயர்கள் போலல்லாமல், மேலும் சில ஆண்பாற் பெயர்களும் பெண்பாற் பெயர்களும் புலயன் மக்களுடையே காணலாகின்றன.[10] அவை பின்வருமாறு:

ஆண்பாற் பெயர்கள்	பெண்பாற் பெயர்கள்
கரிய மால்	*அய்மய் (<அய்மை)*
	காடத்தி
சன்னென் (<சன்னன்)	*செம்பி*
செங்கணன்(<செங்கணான்)	*பூவி*
திருமென் (<திருமன்)	*பொட்டுக் கண்ணி*
தேனென் (<தேனன்)	*மாசினி*
நன்னென் (நன்னன்)	

10. புலயன் இனக்குழுவினரிடையே பூப்புச் சடங்கு

பூப்புற்ற பெண்ணைப் புதிதாகக் கட்டப்பட்ட தனிக் குடிலில் ஏழு நாள்கள் தங்க வைக்கின்றனர். இக் குடிலானது 'பச்செக்

கூரெ' (<பச்சைக் கூரை), 'பச்செக் குடுசெ' (<பச்சைக் குடிசை), "பொண்ணு குடிசெ' (<பெண் குடிசை), 'சீர் வீடு' எனப் பல்வேறுபட்ட பெயர்களில் புலயன் இனக்குழுவினரது பல்வேறு வாழ்விடப் பகுதிகளில் சுட்டப்படுகிறது. எளிதில் கிடைத்திடும் மரபார்ந்த கட்டுமானப் பொருள்களான 'ஞானத் தட்டெ'; (< நாணல்) 'தென்னில நாரு' (தென்னில நார்) மற்றும் 'திருவெப் புல்லு' (தர்ப்பைப் புல்) உள்ளிட்டவற்றைக்கொண்டு இக்குடில் கட்டப்படுகிறது.

கூரை வேய்ந்திடத் தர்ப்பைப் புல்லிற்கு மாற்றாக, 'போதெப் புல்லு' (போதைப் புல்), 'கொப்பந்தழெ' (கொப்பந் தழை), 'வெராளித் தழெ' (<விராலித் தழை), 'கூந்தப்பனெ ஓலெ' (கூந்தல் பனை ஓலை) உள்ளிட்டவை இடத்திற்குத் தகுந்தாற் போலப் பயன்படுத்தப்படுகின்றன. இதேபோன்று, கட்டு நாராகத் தென்னிலெ நார்க்கு ஈடாகப் 'பாவளெங் கொடி' (<பாவளங் கொடி) 'பனஞ் சருவி' (<பனஞ் சருகு) உள்ளிட்டவையும் பயன்கொள்ளப்படுகின்றன.

இக்குடில் கட்டுமானப் பணியைத் 'தாய் மாமென்' (<தாய் மாமன்) அல்லது முறை மாப்பிள்ளையாக அமையும் 'மச்சினென்'(< மைத்துனன்) தொடங்கி வைக்கிறார். மேற்படிக் குடில் கட்டுமானப் பணியின்போது, கருவி இசை முழங்கிட, புலயன் இனக்குழு ஆடவரும் பெண்டிரும் ஆற்றல்மிகு ஆட்ட அசைவுகளை வெளிப்படுத்தும் வகையில், இடை, இடையே ஊக்க ஒலியுடன், மரபுசார் ஆட்டத்தில் ஈடுபடுவர்.

இத்தகைய குடிலின் உச்சியில், உடன்போக்குப் பாங்கில், கைப்பிடித்து ஓடும் நிலையில் ஆண், பெண் இணையர் உருக்கள் அமைத்தலும் உண்டு.

இத்தனிக் குடிலில் தங்கியுள்ள பூப்புற்ற பெண்ணிற்கு அவளது முறைப் 'பையனால்'வில் அம்பு' அளிக்கப்படுகிறது. அம்முறைப் பையனுடன் தனக்குள்ள நெருக்க உறவை உறுதி செய்திடும் வகையில், பூப்புற்ற பெண் அப் பையனுக்குக் 'கர வளெ' (< கர(ம்) - வளை) என்னும் கை வளையத்தை அளிக்கிற 'தோடகத்துப் பொண்ணு'/ 'தோழிப் பொண்ணு' / 'தொணெப் பொண்ணு' / பூப்புற்ற பெண்ணிற்குத் துணையாக அக் குடிலிலேயே உடன் தங்குமாறு அமர்த்தப்படுகிறாள்.

பூப்புற்ற ஏழாம் நாளில் பூப்புற்ற பெண் தங்கியிருந்த குடில் எரியூட்டப்பட்டோ, பிய்த்து எறியப்பட்டோ அழிக்கப்படுகிறது. தீட்டுக் கழிப்புச் சடங்கு நாளில், அருகிலுள்ள நீர்நிலைக்குப் பூப்புற்ற பெண்ணை அழைத்துச் சென்று 'பூப்புனித நீராட்டு' செய்கின்றனர். இதனைப் புலயன் இனக்குழுவினர் 'ஆறு போவுரது' (‹ஆறு போதல்) அல்லது 'கரெக்கிப் போவுரது' (‹கரைக்குப் போதல்) என்கின்றனர்.[2] இதற்குச் சற்று முன்பு, 'ஏழு திட்டுகள்' உருவாக்கப்பட்டுப் பூப்புற்ற பெண்ணால் அவை உடைக்கப்படும் சடங்கு நிகழ்வு மேற்கொள்ளப்படுகிறது.[13]

தீட்டு நீங்குமாறு நீராட்டப்பட்ட பூப்புற்ற பெண் நீர் நிலையிலிருந்து திரும்பும்போது, 'கூடெ சோரு' (‹கூடைச் சோறு) எனக் கோழிக் குழம்புடனான சோறு நிரம்பிய கூடையை சுமந்து வருவாள். அப்போது, அப் பெண்ணின் முறைப் பையன்கள் அவள் சுமந்து வரும் சோற்றுக் கூடையை அவளிடமிருந்து பிடுங்கி, உண்டு, பின்னர் வெற்றுக் கூடையைத் தம் தலைமீது கவிழ்த்தவாறு, சமைத்த 'கோழித் தாளெ' (‹கோழித் தாள்) வாயில் வைத்துக் கடித்தவாறு ஆட்டம் ஆடி வருவர். இப் பண்பாட்டு ஒழுகலாறு 'நெரெ அழிக்ரது' (‹நிறை அழித்தல்)" எனச் சுட்டப்படுதல் இங்குக் குறிக்கத் தக்கது.

இந்நிகழ்வின்போது, பூப்புற்ற பெண்ணின் தலை மற்றும் தொடைமீது அரிசி மாவு வீசப்படுகிறது. மேலும், அப் பெண்ணின் புறங்கைமேல் வைக்கப்படும் அரிசி மாவானது 'பொழுது' ("கதிரவன்") நோக்கி வீசப்படுகிறது. பின்னர், முறைப் பையன்கள் அப்பெண்ணின் முகம் மற்றும் தாடை மீது அரிசி மாவைப் பூசுகின்றனர். இது 'மாவு பூசரது' (‹மாவு பூசுதல்) எனக் குறிக்கப்படுகிறது.

11. புலயன் இனக்குழுவினரிடையே ஆடவன் ஏற்புச் சடங்கு

பருவ அகவை அடைந்த ஆடவன் தலைமீது அவனது தாய் மாமனால் உருமால் கட்டப்படுகிறது. இது 'தலெக் கட்டு' (‹தலைக் கட்டு) எனப்படுகிறது. இதற்கு மாறாக, தமக்குத் தாமே இத்தகைய 'தலைக் கட்டு' அணிவித்துக்கொள்ளல் தண்டனைக்குரிய 'குத்தொமாக'க் (‹குற்றம்) கருதப்படுகிறது. இதற்கு அளிக்கப்படும் தண்டமானது 'குத்தக் 'காணிக்கெ' (‹குற்றக் காணிக்கை) எனச் சுட்டப்படுகிறது. இத்தகைய குற்றக் காணிக்கையை குற்றம் செய்த பையனிடமிருந்து அவனது திருமண நாளுக்கு முதல் நாளன்றாவது

பெற்றுக்கொள்ளாமல் அவனைத் திருமணம் செய்துகொள்ள புலயன் இனக்குழுவினர் அனுமதிப்பதில்லை.

12. புலயன் இனக்குழுவினரிடையே இறப்புச் சடங்கு

புலயன் இனக்குழுவினரிடையே இறப்பு நிகழ்ந்தால், 'கோல்காரரு', என்பவரால் அச்செய்தியானது பிற புலயன் குடியிருப்புகளுக்குத் தெரிவிக்கப்படுகிறது. வாய்மொழியாக இறப்புச் செய்தியைத் தெரிவிக்காமல், 'கோல் கடப்பாரெ' (‹கோல் கடப்பாரை) என்னும் 'கூசிக் கடப்பாரெ' (‹கூர் முனைக் கடப்பாரை) தாங்கித் 'தலைபில் முக்காடு' இட்டு உடல்மொழி வாயிலாகவே கோல்காரரால் இறப்புச் செய்தி உணர்த்தப்படுகிறது.

நல்லடக்கம் செய்திடுதற்கு முன்னர் இறந்தாரின் உள்ளங்கையில் 'குருந்த முள்'ளால் மூன்று முறை கீறப்படுகிறது. இறந்தோரின் உடலை அடக்கம் செய்த பின்னர், மிளகாய் மற்றும் கரித் துண்டு கொண்டு ஊரின் எல்லையில் ''மூணு கோடு' (‹மூன்று கோடுகள்) போடப்படுகிறது. ஊருக்குள் புதிதாக நுழைய நேரிடுவோர் அதனைக் கண்ணுற்றதும் ஊருக்குள் இறப்பு நிகழ்ந்துள்ளதைக் குறிப்பால் உணர்ந்து கொள்வர்.

இடுகாட்டிலிருந்து திரும்பிய பின், இறப்பு நிகழ்ந்த வீட்டின் முன் புறம் ஒரு தட்டில் சிறுதானியம் பரப்பி வைத்து, அதன் அருகில் நீர் நிரம்பிய குவளை ஒன்றையும் வைத்துவிடுவர். தட்டின்மீது பரப்பப்பட்டுள்ள சிறுதானியப் பரப்பில் ஏற்பட்டுள்ள மாற்றம் மற்றும் நீர்க் குவளையின் நீர் அளவு குறைந்து காணப்படுதல் கொண்டு, இறந்தோரின் ஆவி அவ் வீட்டிற்கு வந்து சென்றமையை உணர்ந்து கொள்வர்.

இறப்பு நிகழ்ந்த மூன்றாம் நாள் பின் ஈமச் சடங்கு மேற்கொள்ளப்படுகிறது. இது 'கருமாதி' அல்லது 'மூணாங் கருமாதி' (‹மூன்றாம் (நாள்) கருமாதி) எனப்படுகிறது.

இறந்தோர் அணிந்த ஆடையின் ஒரு பகுதியை மூணாங் கருமாதியின்போது பயன்படுத்திக்கொள்கின்றனர் புலயன் இனக்குழுவினர். மூணாங் கருமாதியின்போது, குங்கிலியம், எலுமிச்சை, புகையிலை, வெற்றிலை, தேங்காய், கற்பூரம், ஊதுவத்தி உள்ளிட்ட 'ஏழு பொட்டு' ('ஏழு பொருள்கள்) வாழை இலைமீது வைத்தலைப் 'பச்செக் கூரெ' (‹பச்சைக் கூரை) என்கின்றனர். ஏழு வரிசைகளில் படைக்கப்படும் பச்சைக் கூரை 'பச்செப் பார்ப்பு' எனப்படுகிறது. ஏழு பொருள்களை ஏழு

வாழை இலைகளில் இட்டு, ஏழு வரிசைகளாகப் படைத்தல் இதன் சிறப்பாகும். இறந்தோர் ஆவியை வீட்டிற்குத் திரும்ப அழைத்து, விடியற்காலையில் மீண்டும் அதனை வீட்டைவிட்டு நீங்குமாறு செய்தலே பச்சைப் பார்ப்பு படைத்தலின் நோக்கமாகும்.

இம்மூணாங் கருமாதியின்போது முதன்மைத் துக்கம் கொண்டாடுநர் (அதாவது, 'கொள்ளி வைத்தவர்' அல்லது ''முதல் பிடிமண் போட்டவர் தம் தலை முடிமீது எண்ணெய் பூசி''

"நாத்தம் போயி வாசம் வா"

(தீய நாற்றம் போய் நல்ல நாற்றம் வா)

- எனவும்

சீப்பைச் செருகி -

"திம்மெ போயி நம்மெ வா"

தீமெ போயி

(தீமை அகன்று நன்மை வா) எனவும்

"குணோம் போயி மணோம் வா"

(தீய பண்பு நீங்கி நற்பண்பு வா) எனவும் கூறுவர்.

உருமால் கட்டி

பின் தனது தலைமுடி மீதுள்ள உருமாலையும் சீப்பையும் கையால் தொடாமல், தானாகவே அகலுமாறு முதன்மைத் துக்கம் கொண்டாடுநர் பாயில் படுத்துப் உருண்டு புரளுவார்.

தமது உறவினரைப் புதைத்த இடுகாடுவழியே செல்ல நேரிடும்போது, அவர்க்கு விருப்பமான புகையிலை, தின்பண்டங்கள், புகைப்பான், தீப்பெட்டி உள்ளிட்டவற்றைப் போன சாமி, (விடை பெற்ற ஆவி)க்குப் படையலாக வைத்து, அதன்வாயிலாக அதனை அமைதியடையச் செய்ய முயல்கின்றனர்.

13. புலயன் இனக்குழுவினரின் பொருளியற் செயல்பாடுகள்

காட்டிலுள்ள சிறு விலங்குகள், பறவைகளை வேட்டையாடுதல் மற்றும் மரம்சாராக் காட்டுப் பொருள்களைத் திரட்டுதல், தினை வகைகள் பயிரிடுதல், மன்னாடியார் காபித் தோட்டங்களில் வாரக் கூலிகளாகப் பணி புரிதல் உள்ளிட்டவை புலயன் இனக்குழுவினரின் பிற முகாமையான பொருளியற் செயற்பாடுகளாக அமைகின்றன.

13.1 வேட்டையாடுதல்

சிறு காட்டு விலங்குகளான 'உடும்பு' (உடும்பு), 'கூரான்' (சருகு மான்), 'வெருவு' (வெருகு), 'பாரடெ' (<பாறு - அடை) (பூச்சித்தின்னி வௌவால்), 'பன்றி' (காட்டுப் பன்றி), 'முள் பன்றி' (முள்ளம்பன்றி), 'கேமெ ஆடு' (<கேழை ஆடு), (கேமெ), 'மானு' (<மான்) (மான்), 'காட்டுக்கோழி' (காட்டுக் கோழி) உள்ளிட்டவற்றைப் புலயன் இனக்குழுவினர் வேட்டையாடுகின்றனர்.

தொற்றுச் செடியான 'புருண்டி' என்பதிலிருந்து பெறப்படும் 'ஒட்டுக்காயி'லிருந்து கசியும் 'ஒட்டுப் பாலு' (<ஒட்டுப் பால்) கொண்டு 'முக்கந்தி' என்னும் ஒட்டுப் பொறியைப் பயன்படுத்தி, அதன்மீது தொற்றி அமரும் காட்டுப் பறவைகளைப் புலயன் மக்கள் எளிதாகப் பிடிக்கின்றனர்.

மேலும், காட்டுப் பன்றிகள் ஓடி வரும் 'தோணொம்' (<தோணம்) (வழித் தடம்) -இல் கூராகச் சீவிய பனை மரத்தண்டை ஆறு அடிகள் ஆழமுள்ள குழியில் நிலை நிறுத்தி அமைத்த 'பனங் கழுவு'க்குள் (<பனங்கழு மரம்) இடறி வீழ்ந்து, குத்துப்பட்டுக், குற்றுயிரும் குறையுயிருமாகக் காட்டுப் பன்றிகள் பிடிக்கப்படுகின்றன.

வேட்டையின்வாயிலாகப் பெறப்படும் காட்டுவிலங்குகளின் இறைச்சியைப் புலயன் இனக்குழுவினர் தமக்குள் பகிர்வு செய்தலை 'கறிப் பங்கு வெக்ரது' (<கறிப் பங்கு வைத்தல்) எனக் குறிக்கின்றனர். இத்தகு வேட்டையாடுதலில் விலங்கை வீழ்த்துவோர்க்குச் 'சுயந்தரொம்' என்று வேட்டை விலங்கின் 'தலெ' (தலை), 'தொடெ' (தொடை), 'கொலக் காயி' (கல்லீரல்), 'உள்ளிச்சாய்' மற்றும் 'பெருஞ் சாய்' (முதுகெலும்புத் தொடரின் உள்ளும் புறமும்) உள்ளிட்டவை அளிக்கப்படுகின்றன.

13.2 மரம்சாராக் காடுபடு பொருள்கள் திரட்டுதல்

தேன் மற்றும் தேன் மெழுகு

தேனு 'தேன்'

பெருந்தேனு (பெருந் தேன்) "பெருந் தேனடையிலிருந்து திரட்டப்படும் அடர்த்தியான கரு நிறத் தேன்."

மொரெத் தேனு (முறைத் தேன்) "பெருந் தேனடையிலிருந்து திரட்டப்படும் அடர்த்திக் குறைவான - செந்நிறத் தேன்."

வரெத் தேனு (<வரைத் தேன்) ''பாறை உச்சியிலிருந்து திரட்டப்படும் தேன்.''

அடுக்குத் தேனு (<அடுக்குத் தேன்) ''மரப்பொந்து / மரஉச்சி/ குகை/ பாறை இடுக்கிலிருந்து திரட்டப்படும் தேன்.

கொம்புத் தேனு (<கொம்புத் தேன்) ''முள் நிரம்பிய குற்றுமரங்களிலிருந்து திரட்டப்படும் தேன்.''

புத்துத் தேனு (<புற்றுத் தேன்) ''புற்றிலிருந்து திரட்டப்படும் தேன்.''

கொசுந் தேனு (<கொசுத் தேன்) ''கொசுத் தேனீக்களால் திரட்டப்படும் தேன்.''

தேன் மெழுகு ''தேன் மெழுகு''

கொசுந் தேன் மெழுகு ''கொசுத் தேன் மெழுகு''

கீரை வகைகள்

பலுவெக் கீரை (<பளுவைக் கீரை) ''பளுவைக் கீரை''

கோழிக்காலு கீரெ (<கோழிக்கால் கீரை) ''கோழிக்கால் கீரை''

குருந்தாக் கீரெ (<குருந்தக் கீரை) ''குருந்தக் கீரை''

யீஞ்சக் கீரெ (<ஈஞ்சக் கீரை) ''ஈஞ்சைக் கீரை''

சேம்பங் கீரெ (<சேம்பன் கீரை) சேம்புன் கீரை

கிழங்கு வகைகள்

வள்ளிக் கெழங்கு (<வள்ளிக் கிழங்கு) 'வள்ளிக் கிழங்கு.'

வெத்லெ வள்ளிக் கெழங்கு (வெற்றிலை வள்ளிக் கிழங்கு) ''வெற்றிலை வள்ளிக் கிழங்கு.''

முள்ளு வள்ளிக் கெழங்கு (முள் வள்ளிக் கிழங்கு) ''முள் வள்ளிக் கிழங்கு.''

நுரெக் கெழங்கு / நூத்தக் கிழங்கு (<நூரைக் கிழங்கு) ''நூரைக்கிழங்கு.''

கனிகள்

கொடிச்சாப் பழொம் (<கொடிச்சாப் பழம்) ''கொடிச்சாப் பழம்''

கருஞ்சீஞ்சிப் பழொம் (<கரும் - சீஞ்சிப் பழம்) ''கருஞ்சீஞ்சிப் பழம்''

கொட்டாம் பழொம் (கொட்டாம் பழம்) ''கொட்டாம் பழம்'

விரிசொம் பெழொம் (விரிசம் பழம்) ''விரியம் பழம்''

நார்ப் பொருள்கள்

போதெப் புல்லு (<போதைப்புல்) ''போதைப் புல்''

கம்மம் புல்லு (<கம்புப் புல்) ''கம்புப் புல்''

அரெ யீத்தெ (<அரை ஈத்தை) ''அரை ஈச்சம் புல்'

ஞானத் தட்டெ (நாணல் தட்டை) ''நாணல்/ஓடை மூங்கில்''
தளெ நாரு (< தளை நார்) ''தளை நார்''
சீமாருப் புல்லு (< சீமாறுப் புல்) ''சீமாறுப் புல்''

தழை வகைகள்

வெராளித் தழெ (<விராளித் தழை) ''விராளித் தழை''
கொப்பந் தழே (<கொப்பந் தழை) ''கொப்பந் தழை''
கூந்தப் பெனெ (<கூந்தல் பனை) ''கூந்தல் பனை''

பிற பொருள்கள்

காண மௌகா (<கான மிளகாய்) ''காண மிளகாய்''
குங்கிலியொம் (<குங்கிலியம்) ''குங்கிலியம்''
கல் பாசம் (<கல் பாசி) ''கல் பாசி''
கடுக்கா (<கடுக்காய்) ''கடுக்காய்''
சீவக்காய் (<சிகைக்காய்) ''சிகைக்காய்''
சுரய்க்கா (<சுரைக் காய்) ''சுரைக்காய்''
நெய்க்கொட்டாங்கா (<நெய்க்கொட்டாங் காய்) ''நெய்க்கொட்டாங் காய்).
பொடாரொம் புளி (<பொடாரம் புளி) ''பொடாரம் புளி''
பூச்சாங் கொட்டெ (<பூச்சைக் கொட்டை ''பூச்சைக் கொட்டை''
ஜாதிப் பத்ரி (<ஜாதிப் பத்திரி) ''ஜாதிப் பத்திரி''
நன்னாரி வேரு (<நன்னாரி வேர்) ''நன்னாரி''
இண்டம் பட்டை (<இண்டம் பட்டை) ''இண்டம் பட்டை''

13.2.1.1 தேனடைகளின் இருப்பிடம் கண்டுபிடிக்கும் முறை

தேனீக்கள் கூட்டம்கூட்டமாகப் பறந்து செல்வதை உற்று நோக்கி, அதன் வாயிலாக அவற்றின் இருப்பிடமான தேனடைகள் புலயன் இனக்குழுவினரால் கண்டுபிடிக்கப்படுகின்றன. இப்பண்பாட்டு நடத்தையானது ''யீயோட்டொம்'' அல்லது ''தேனோட்டொம்'' எனவும் இதன் உத்தி ''யீயோட்டொம் பாக்ரது'' (<ஈயோட்டம் பார்த்தல்), ''ஈயோட்டம் பார்த்தல்''அல்லது ''தேனோட்டொம் பாக்ரது'' (<தேனோட்டம் பார்த்தல்) ''தேனோட்டம் பார்த்தல்'' எனவும் புலயன் மக்களால் சுட்டப்படுகிறது.

13.21.2 தேன் திரட்டுதற்கான கருவிகள்

புலயன் இனக்குழுவினர் தேன் திரட்டுதற்கெனச் சில எளிய கருவிகளைப் பயன்கொள்கின்றனர். அவை பின்வருமாறு:

தூங்கா ‘‘பள்ளத்தாக்குப் பகுதியைப் பாறை மேலிருந்து கீழாக அடைந்து தேன் திரட்டுதற்குப் பயன்படும் காட்டுக்கொடியிலான கயிறு.’’

தெள்ளக் கொடி! மகிழங் கொடி / வூணாங்கொடி / ‘‘பாறை உச்சியிலுள்ள அடையப் பயன்படும் (ஊணாங் கொடி) மரபார்த்த கொடி.’’

தேனடைகளை போதெ கய்ரு (போதைக் கயிறு) ‘‘பாறை உச்சியிலுள்ள தேனடைகளை அடையப் பயன்படுத்தப்படும் போதைப் புல்லால் திரிக்கப்பட்ட கயிறு.

மூங்கண்டெ (மூங்கில் அண்டை)

மூங்கி கலயொம் (‹மூங்கில் கலயம்) ‘‘தேன் திரட்ட /சேமிக்கப் பயன்படும் மூங்கில் பாண்டம்.’’

போந்தெ (‹போந்தை)!

சூட்டெ (சூட்டை) ‘‘உள்ளே உலர் தழை/ புல் வைத்து வெளியே பசு தழை, புல் பொதிந்து எரித்துப்புகை உருவாக்கி, தேனீக்களை விரட்டிடப் பயன்படும் அமைப்பு.’’

பார் வாள் (பார் / வாள்)

பார் குச்சி ‘‘தேனடைகளை அறுக்கப் போந்தெ / சூட்டெ-உடன் இணைக்கப்பட்டுள்ள மூங்கில் கத்தி.’’

13.2.1.3 தேனடைகள் இருப்பிடத்தைக் குறிப்பால் உணர்த்திடும் முறைகள்

புலயன் இனக்குழுவினர் தேனடைகள் உள்ள மரத்தைத் தம் மக்களுக்குக் குறிப்பால் உணர்த்திட இரு வேறு வகைக் குறியீட்டு முறைகளைப் பின்பற்றுகின்றனர். அதாவது, தேனடைகள்கொண்ட மரத்தின் கீழே மரம் அல்லது செடியினை இலையுடன் கொத்தாக வெட்டி இடுவதைத் ‘‘தொப்பய்’’ (தொகுப்பு) என்றும் மரப்பட்டையை வெட்டி 'வெள்ளை'யாக்குதலை ‘‘வெள்ளெ’’ என்றும் புலயன் மக்கள் குறிப்பிடுகின்றனர்.

தேனடைகள் அவற்றின் இருப்பிடங்களின் பல்வேறுபட்ட பெயர்களின் அடிப்படையில் புலயன் இசைக்குழுவினரால் பலவாறாக அறியப்படுகின்றன. அவை வருமாறு:

இருப்பிடங்கள்	**தேன் வகைகள்**
பொந்து / வாயி (வாய்) ''மரப் பொந்து''	அடுக்குத் தேனு (< அடுக்குத் தேன்)
அளெ (< அளை) ''பாறைக் குகை''	
கோட்டெ (< கோட்டை) ''பாறை இடுக்கு''	
புத்து (< புற்று)	புத்துத் தேனு (< புற்றுத் தேன்)
குற்றுமரமாக உள்ள முள் தாவரம்	கொம்புத் தேனு (< கொம்புத் தேன்)
பாறெ வுச்சி ''பாறை உச்சி''	வரெத் தேனு (< வரைத் தேன்)

14. புலயன் இனக்குழுவினரின் மரபார்ந்த ஆட்சி அமைப்பு

ஒவ்வொரு புலயன் குடியிருப்பிற்கும் ''மூப்பென்'' (< மூப்பன்) என்னும் மரபார்ந்த தலைவன் உண்டு. மூப்பன் உள்ளிட்ட எழுவர்கொண்ட மரபார்ந்த ஆட்சி அமைப்பு இவர்களிடையே காணப்படுகிறது. இவ்வெழுவர் அடங்கிய மரபார்ந்த குழுவானது ''கூடும் கூட்டாளி'' எனப்படுகிறது. அவ்வெழுவரும் பின்வருமாறு அமைகின்றனர்:

1. மூப்பென் (< மூப்பன்)
2. பூசாரி / தேராடி
3. காணிக்காரரு (< காணிக்காரர்)
4. பெரிய வீட்டுக்காரரு (< பெரிய வீட்டுக்காரர்)
5. தெண்டக்காரரு (< தண்டக்காரர்)
6. கோல்காரரு (< கோல்காரர்) மற்றும்
7. மணியக்காரரு (< மணியக்காரர்).

ஒவ்வொரு புலயன் குடியிருப்பின் நுழைவாயிலிலும் உள்ள ''மண்டு'' (< மன்று) என்னும் தெய்வக் கல் சார்ந்த திறந்தவெளிப் பரப்பின் அடிப்படையிலேயே, அங்கு தனது ஆட்சி

அமைப்பிற்கெனக் கூடும் எழுவர் கொண்ட ''கூடும் கூட்டாளி'' அமைப்பும் ''மண்டு'' என்னும் பொதுச் சொல்லாலேயே குறிக்கப்படுகிறது. தம் குடியிருப்பிற்குள் ஏற்படும் சச்சரவுகள், பிணக்குகளை கேட்டுத் தமது வாய்மொழிசார்ந்த (எழுதப்படாத) மரபார்ந்த சட்டங்களின் அடிப்படையில் உரிய தீர்ப்புகளை அளித்தல் இவ்வாட்சி அமைப்பின் முகாமைப் பணியாகக் கருதப்படுகிறது. இத்தகு அமைப்பினால் புலயன் சமூகத்தினரின் கட்டுக்கோப்பானது உறுதி செய்யப்படுகிறது.

14.1 மரபார்ந்த சட்டங்கள்

உடன்போக்காகச் சென்று, களவு வாழ்க்கையில் ஈடுபட்டு, பின் ஊருக்குள் அழைத்து வரப்படும் இணையர் அவர்தம் இரு வீட்டார் முன்னிலையில் தீவிர விசாரணையை அடுத்து, "புதுச் சட்டி கரிச் சட்டி ஆயிப் போச்சி", "நாய் கடிச்ச எலும்பு நாயோட'' என்று தீர்ப்பு கூறப்பட்டு, ஊருக்குள் முறையாகச் சேர்ந்து வாழ அனுமதிக்கப்படுகின்றனர்.

பருவ அகவையை அடைந்ததாகக் கருதப்படும் ஆண் மகனுக்குத் ''தலெக் கட்டு'' (‹தலைக் கட்டு) என்னும் உருமால் அணிவித்து முழுமையான குடிமகனாகச் சமூகத்தில் அறிந்தேற்பு செய்கின்றனர். இதற்கு மாறாக, தனக்குத்தானே தலையில் உருமாலைக் கட்டிக்கொண்டு திரியும் ஆடவன் செயலை மரபு மீறி ''குத்தொம்'' (குற்றம்) ஆகக் கருதி, அவனுக்குக் ''குத்தொக் காணிக்கெ'' (குற்றக் காணிக்கை) எனச் - சிறு தண்டத் தொகையை விதிக்கின்றனர். தலைக் கட்டு அணிய மறுக்கும் ஆடவனுக்கு இரு கருங்கற்களை அளித்துக்கடித்துத் தின்னுமாறு தண்டிக்கின்றனர். இக் கற்களை ''மேக் கல்லு'' ''அடிக் கல்லு'' (‹ மேல் கல், அடிக் கல்) என்கின்றனர் புலய இனக்குழுவினர்.

15. புலயன் இனக்குழுவினரின் சமயம்

ஒவ்வொரு குடியிருப்பிற்கான ''மண்டு தெய்வம்'', ஒவ்வொரு குலத்திற்குமான ''குல தெய்வம்'', இறந்தோர் ஆவியான போனசாமி'', சமய நடத்தைகளை முன்னின்று நடத்தும் பூசாரியான "தேராடி'', கடவுளரை வரவழைக்கும் சமயச் சடங்கான'' ''பருவொம் கட்ரது'''' (‹பருவம் கட்டுதல்), மருளாடிகளுக்குத் திருநீராக ''அடுப்புச் சாம்பலு'' (‹அடுப்புச் சாம்பல்) பூசுதல் உள்ளிட்டவற்றை உள்ளடக்கியதாகப் புலயன் இனக்குழுவினரின் சமயம் இலங்குகிறது.

15.1 மண்டு

ஒவ்வொரு புலயன் குடியிருப்பின் முகப்பிலும் பொதுவாக மூன்று பலகைக் கற்களும் அதன்மீது ஒரு மூடு கல்லாக ஒரு பலகைக் கல்லுடன்கூடிய தெய்வ இருப்பிடம் திறந்த வெளியுடன் அமைந்துள்ளது. இதனை ''மண்டு'' (‹ மன்று) எனப் பொதுவாகக் குறிப்பிட்டாலும் ''மண்டுப் பூதென்'' (மன்றுப் பூதன்), ''மண்டுத் தெய்வொம்'' (‹ மன்றுத் தெய்வம்), ''மண்டுச் சாமி'' (‹ மன்றுச் சாமி), ''மண்டுக் காளி'' (‹ மன்றுக் காளி), ''மண்டு நாச்சியா'' (‹மன்று நாச்சியார்) எனப் பல்வேறுபட்ட பெயர்களாலும் இது புலயன் மக்களால் அழைக்கப்படுகிறது.

இம்மண்டுப் பூதனுக்கு, ''மனெ பூதென்'' (மனைப் பூதன்), ''தெணெப் பூதென்'' (‹ திணைப் பூதன்), ''திட்டுப் பூதென்'' (‹ திட்டுப் பூதன்) மற்றும் ''ஊமெப் பூதென்'' (‹ ஊமைப் பூதன்) என நான்கு தம்பியர் இருப்பதாகவும் புலயன் இனக்குழுவினர் குறிப்பிடுகின்றனர்.

15.2 சமூக-சமயச் செயல்பாடுகளில் 'மண்டு' பெறும் சிறப்பிடம்

எந்தவொரு நல் வாழ்வியற் செயல்பாட்டைத் தொடங்கும் முன்னர், தெய்வ ஒப்புதல் பெறுவதற்கெனப் 'பூக்கட்டி போட்டுப் பாக்ரது' (பூக் கட்டி போட்டுப் பார்த்தல்) என்னும் விருச்சி 'மண்டு'வின் முன்னாலேயே நடத்தப்படுகிறது. இத்தகு சமயக்காரர் செயற்பாட்டின்போது, 'வெள்ளெப்பூ' (‹ வெள்ளைப் பூ) வருதல் தெய்வத்தின் உடன்பாட்டுக் குறிப்பாகவும் 'செவப்புப் பூ' (‹சிவப்புப் பூ) வருதல் தெய்வத்தின் எதிர்மறைக் குறிப்பாகவும் புலயன் மக்களால் கொள்ளப்படுகின்றன.

மேலும், திருமணச் சடங்கின் நிறைவிற்குப் பின்னரும் கருமாதிச் சடங்கு முடிவுற்ற பின்னரும் புலயன் இனக்குழுவினர் 'மண்டு'வை மறவாமல் வழிபடுகின்றனர்.

அனைத்துச் சமூக - சமயச் செயல்பாடுகளின்போதும் பலிச் சோற்றை மண்டுவின் கீழேயே படையலாகப் படைக்கின்றனர் இம்மக்கள்.

15.3 'எதிர் சிறப்பா'க மேற்கொள்ளப்படும்' அறுபது படைப்பு

ஆண்டுதோறும் ஆடித் திங்களின்போது 'வெள்ளைக் கொண்டெப் பூ' (வெள்ளைக் கொண்டைப் பூ), 'தேவ பொட்டித் தழெ' (தேவ பொட்டித் தழை) உள்ளிட்டவற்றைத் 'தூவக்கால் மட்டெ' (தூபக்கால்

மட்டை) எனும் வாழை மரப் பட்டை மீது இட்டு புலயன் மக்கள் தம் முன்னோர் வழிபாட்டை மேற்கொள்கின்றனர். தமது அறுபது மூதாதையர் நினைவாக அறுபது கூறுகளாகப் படைத்திடும் இம் முன்னோர் வழிபாட்டு மரபானது புலயன் பேசுமொழி வழக்கில் 'அறுவது படெப்பு' (அறுபது படைப்பு) எனப்படுகிறது. புலயன் இனக்குழுவினரின் இன்றைய வாழ்விடப் பகுதிகளுக்கு அருகேயுள்ள அன்றைய வாழ்விடங்களாக விளங்கிய காட்டுப் பகுதிகளிலுள்ள அறுபது இடங்களுக்குத் தற்போது அவர்களால் சென்று வழிபாடு இயற்ற இயலாமையால் அம் முந்தைய வாழ்விடப் பகுதிகள் உள்ள திசை நோக்கி இவ்வறுபது படையல்களையும் வைத்துத் தம் முன்னோர் வழிபாட்டை நிறைவேற்றுகின்றனர் இம் மக்கள். இதனால், இப்படையலை 'எது செரப்பு' (எதிர் சிறப்பு) எனப் புலயன் இனக்குழுவினர் குறிப்பிடுகின்றனர். சான்றாகப் 'பன்றிமலைத் தாத்தென்' (பன்றிமலைத் தாத்தன்) எனும் தம் முன்னோர்க்கு அவரது விருப்பப் பொருளான 'தலெப் பொயிலெ' (தலைப் புகையிலை)-அய் ஆட்டுக்கிடா அல்லது சேவல் பலியுடன் படைத்து வழிபாடு செய்கின்றனர் புலயன் மக்கள்.

15.4 இறந்தோர் ஆவியை வழிபடுதல்

தம் சமுகத்தில் இறந்தோரைப் 'போன சாமி' என்னும் சொல்லாட்சியால் குறிக்கும் இம்மக்கள், அவர்தம் இடு குழியைக் கடந்துசெல்ல நேரும்போதெல்லாம் அவர்களுக்கு விருப்பமான தின்பண்டங்கள், புகையிலை, புகைப்பான், தீப்பெட்டி உள்ளிட்டவற்றை விழுமியத்துடன் இட்டு, வணங்கிச் செல்வதைத் தமது வழக்கமாகக் கொண்டுள்ளனர். மேலும், இறந்தோர் நினைவாக மரக் கன்று ஒன்றை நட்டு, அதனை மரமாக வளர்க்கின்றனர். வேறு சில வாழ்விடப் பகுதிகளில், இதற்கு மாற்றாக, இறந்தோரின் நினைவாகப் 'பல தானியொம்' (பலதானியம்) என்கிற தினை வகைத் தானியங்களைத் தெளித்து வழிபடும் மரபையும் காண இயல்கிறது.

15.5 தேராடி என்னும் சாமியாடியும் சமய வழிபாட்டு மரபுகளும்

தமது சமூகச் சாமியாடியைப் புலயன் இனக்குழுவினர் 'தேராடி' (தேவராடி) என்கின்றனர். சமய வழிபாட்டின்போது தம் கடவுளரை வரவழைக்கப் 'பருவாம் கட்ரது' (பருவம் கட்டுதல்) எனும் சமயச் சடங்கைப் புலயன் மக்கள் மேற்கொள்கின்றனர். இந்

நிகழ்வின்போது, 'பன்னண்டு நாட்டுச் செரப்பு'டன் (பன்னிரண்டு நாட்டுச் சிறப்பு) தம் கடவுளரைப் புலயன் இனக்குழுவினர் எதிர் கொண்டு அழைக்கின்றனர்.

15.6 புலயன் இனக்குழுவினரின் குல தெய்வங்கள்

புலயன் இனக்குழுவினரின் ஒவ்வொரு கூட்டத்திற்கும் தனியாக ஒரு குல தெய்வம் உள்ளது. பெரும்பாலும், புலயன் மக்களது குல தெய்வங்களின் பெயர்கள், நாச்சி, அம்மா, தாயி, ஆத்தா, அம்மா, பாட்டி என்கிற பெண்பால் விகுதிகளுடனும், நாதென், அப்பென், தாத்தென், பாட்டன், அப்பச்சி என்கிற ஆண்பால் விகுதிகளுடனும் அமைந்துள்ளன. சான்றுக்குச் சில பின்வருமாறு:

15.6.1 பெண்பாற் தெய்வங்கள்

(எ-டு) **நாச்சி** கரக

நீலி நாச்சி பூதெ நாச்சி (< பூதை நாச்சி)

குடியெ நாச்சி (< குடிய நாச்சி)

பூவெ நாச்சி (< பூவை நாச்சி)

வரட்டு நாச்சி (< வரட்டு நாச்சி)

கொளச்சி நாச்சி

சிருகண்ட நாச்சி (சிறுகண்ட நாச்சி)

அம்மா

(எ-டு) செங்குறிச்சி அம்மா

சேனத்தி அம்மா

தாயி

(எ-டு) பல்லரசித் தாயி

குத்துமலசித் தாயி

ஆத்தா

(எ-டு) தங்கமார் ஆத்தா

மல்லி ஆத்தா

குருமிச்சி ஆத்தா

பாட்டி

(எ-டு) குப்பிப் பாட்டி

15.6.2 ஆண்பாற் தெய்வங்கள்

நாதென்

(எ-டு) குன்ற நாதென் (குன்ற நாதன்)
மங்கல நாதென் (மங்கல நாதன்)

அப்பென்

(எ-டு)

அரிவரு அப்பென் (அறிவர் அப்பன்)

ஆண்டி அப்பென் ஆண்டி அப்பன்

காரி அப்பென் - (காரி அப்பன்)

சடையாண்டி அப்பென் (சடையாண்டி அப்பன்)

தன்னாசி அப்பென் (தன்னாசி அப்பன்)

நந்தி அப்பென் (நந்தி அப்பன்)

தாத்தென்

(எ-டு) கருமதி தாத்தென் (கருமதி தாத்தன்)
கருவாரத் தாத்தென் (கருவாரத் தாத்தன்)
கல்லாத்துத் தாத்தன் (கல்லாற்றுத் தாத்தன்)
சின்ன தாத்தென் (சின்ன தாத்தன்)
தவசித் தாத்தென் (தவசித் தாத்தன்)
தோக்காத தாத்தென் (தோற்காத தாத்தன்)
பெரிய சேலத் தாத்தென் (பெரிய சேலத் தாத்தன்)
பெரிய மலெத் தாத்தென் (பெரிய மலைத் தாத்தன்)

பாட்டென்

(எ-டு) வெய்ரப் பாட்டென் (வைரப் பாட்டன்)

அப்பிச்சி

(எ-டு) அரக்கலாண்டி அப்பிச்சி (அறக்கல ஆண்டி அப்பச்சி)
கள்ள அப்பிச்சி (கள்ள அப்பச்சி).

15.7 குல தெய்வ வழிபாடாகக் 'குருமிச்சி ஆத்தா' வழிபாட்டு மரபு

கோவென் கூட்டத்தார் தம் குல தெய்வமான 'குருமிச்சி ஆத்தா'. வழிபாட்டின்போது, மூடியுடனான மண் பானைக்குள் பாதுகாப்பாக இட்டு வைக்கப்பட்டுள்ள சேலை, ஓசை மணி, வெண் சங்கு, அகல் விளக்கு உள்ளிட்ட பூசைக்குரிய வழிபாட்டுப் பொருள்களை ஆண்டிற்கு ஒரு முறை வெளியில் எடுத்து, தூய்மை செய்து, பின் திரும்பவும் அவற்றை அம்மண் பானைக்குள்ளாக இடுகின்றனர். இவ்வழிபாடு தொடங்கிய பதினைந்தாம் நாள், அடர்ந்த காட்டின் உள்ளிருந்து தானே ஓடிவந்து, கீழே வீழ்ந்து, இறந்துபோகும் காட்டு மாட்டின் கொம்பை நீக்கி, அப்பானையின் நடுவே நிலைநிறுத்தி, 'கொம்பை மரப்பூவால் அலங்கரித்து அதுவே குருமிச்சி ஆத்தா' என வழிபாடு செய்யப்படுகிறது என்கின்றனர் புலயன் இனக்குழுவினர். இத்துடன், வேங்கை மரத்தாலான சிறு மாட்டின் உரு ஒன்றும் உடன் செய்து வைக்கப்பட்டு வழிபடப்படுகிறது.

'மருளிக்கா' (மருளிக்காய்) எனப்படும் கற்றாழைச் செடியின் மஞ்சரி நீண்ட தீயில் வாட்டப்பட்டு, சாட்டையாக்கப்பட்டு, சாமியாடியால் மருளாடிகளின்மீது அடித்து, மருள் நீக்கப்படுகிறது. இவ்வாறு தீயில் வாட்டி உருவாக்கப்பட்ட சாட்டையானது 'பூ மஞ்சி' அல்லது 'மஞ்சிக்கா' என இம்மக்களால் குறிக்கப்படுகிறது.

16.புலயன் இனக்குழுவினரின் மரபார்ந்த இசையும் ஆட்டமும்

புலயன் இனக்குழுவினரின் சமய நேர்வுகளிலும் பொழுது போக்குகளிலும் இவர் மரபார்ந்த இசையும் ஆட்டமும் இரண்டற விரவியே தம் காணப்படுகின்றன. அதாவது, ஆட்டங்களுடன் பல்வேறு வகையான கருவி இசையும் சேர்ந்தே அமைகின்றன. ஆட்டங்களின் வகைமைக்கு ஏற்ப, இசைத் தாளங்களும் வேறுபடுகின்றன.

'குமி ஆட்டொம்' (கும்மி ஆட்டம்) 'கள்ளு ஆட்டொம்' (கள் ஆட்டம்); 'கூடி ஆட்டொம்' (கூளி ஆட்டம்), 'கொரங்கு ஆட்டொம்' (குரங்கு ஆட்டம்) என்பன இவர்களிடையே இனங் கண்டறியப்பட்டுள்ள சில முகாமையான ஆட்டங்களாகும்.

கருவி இசைப்புடன் அமையும் புலயன் இனக்குழுவினரின் இசைத் தாளங்களுள் சில பின்வருமாறு:

16.1 சமயம்சார் இசைத் தாளங்கள்

நீலி நாச்சி தாளொம் (நீலி நாச்சி தாளம் ''நீலமலை நாச்சிக்கு இசைக்கும் தாளம்.'')

கரக நாச்சி தாளொம் (கரக நாச்சி தாளம்) ''கரக நாச்சிக்கு இசைக்கும் தாளம்.''

ஆண்டி அப்பென் தாளொம் (ஆண்டி அப்பன் தாளம்) ''ஆண்டி அப்பனுக்கு இசைக்கும் தாளம்.''

பூம்பாரே நாதென் தாளொம் (பூபாறை நாதன் தாளம்) ''பூம்பாறை நாதனுக்கு இசைக்கும் தாளம்.''

மங்கல நாதென் தாழொம் (மங்கல நாதன் தாளம்) ''மங்கல நாதனுக்கு இசைக்கும் தாளம்''

மண்டு ஒலிக்ரது (மன்று ஒலித்தல்)!

மண்டு சுத்தி ஆட்ரது (மன்று சுற்றி ஆடுதல்) ''மண்டு சாமிக்கு இசைக்கும் தாளம்.''

16.2 சமயம்சாரா இசைத் தாளங்கள்

அப்பிச்சி சேவிக்ரது (அப்பச்சி சேவித்தல்) ''உயிர்நாடி பெருமக்களுக்கு இசைக்கும் தாளம்.''

தெரட்டித் தாளொம் (திரட்டித் தாளம்) ''பூப்பு சடங்கிற்கு இசைக்கும் தாளம்''

நெழல் அளக்ர தாளொம் (நிழல் அளக்கும் தாளம்)!

''குளுந்த நேரொம்'' (குளிர்ந்த நேரம்) என்னும் விடியற் காலையின்போதே இறந்தோர் ஆவி தனது இறப்பிற்கான இயல்பைத் தெரிவிக்கும் என்ற நம்பிக்கையில் கருமாதிச் சடங்கு காலத்தில் இசைக்கும் தாளம்.

தவள மொட்டுத் தாளொம்
(தவள மொட்டுத் தாளம்)!
கேளிக்கைத் தாளொம் (கேளிக்கைத்தாளம்)
கோரிக்கைத் தாளொம் (கோரிக்கைத்தாளம்)
கோக்குப் பூ தாளொம் கதைகளுக்கான இசைக்கும் தாளம் (கோங்குப் பூ தாளொம்)
நடகாரி/மத்தாளித் தாளொம்

இவற்றுள், மத்தளத் தாளம் கேளிக்கைக்கென இசைக்கும் தாளத்தின்போது நிகழ்த்தப்படும் ஆட்ட அசைவுகள் அன்றாட வாழ்வில் இடம்பெறும் நிகழ்வுகளான ''கீரெ புடுங்ரது'' (கீரை பிடுங்குதல்), ''நெல்லு குத்ரது'' (நெல் குற்றுதல்) ''களி கிண்டரது'' (களி கிண்டுதல்) உள்ளிட்டவற்றை ஒத்திருக்கும்.

17. புலயன் இனக்குழுவினரின் நம்பிக்கைகள்

மங்கல நிகழ்வுகள் தொடங்கும் முன்னர் விரிச்சி பார்த்தல் போன்றே, காட்டுக் கிழங்கு அகழ்த்தெடுத்தல், மூங்கிலரிசி திரட்டுதல், தீய ஆவிகள் நெருங்கவிடாமல் விரட்டுதல் உள்ளிட்ட புலயன் இனக்குழுவினரின் பண்பாட்டுத் தளங்களில் பயின்றுவரும் சில நம்பிக்கைகள் பின்வருமாறு:

17.1 காட்டுக் கிழங்கு அகழ்ந்தெடுத்தல் தொடர்பான நம்பிக்கைகள்

புலயன் சமூகத்தினர் காட்டுக் கிழக்குகளான ''வள்ளிக் கிழங்கு'', ''முள் வள்ளிக்கிழங்கு'' உள்ளிட்டவற்றை அகழ்ந்தெடுக்கச் செல்லும் போது ''கணி'' (சகுனம்) பார்க்கும் நம்பிக்கை கொண்டுள்ளனர்.

காட்டுக்கிழங்குகள் அகழ்தெடுக்கச் செல்லும் முன்னர் தமது தலைமுடியைச் சீப்புகொண்டு தலை வாராமலேயே புலயன் மக்கள் செல்வர். தலை சீவிச் சென்றால், சீப்பால் வாரிய தலைமுடிக் கற்றை போன்று, திண்மையற்ற குச்சி, குச்சியான கிழங்குகளே அகப்படும் என இம்மக்கள் நம்புகின்றனர்.

கிழங்கு கல்லியெடுக்கப் புறப்படும்போது சுருண்டு படுத்துள்ள நாயைக் காண்பது நல் நிமித்தமாகக் கருதப்படுகிறது. நாய் சுருண்டுள்ளதுபோல, சுருள் சுருளாக மிகக் குறைந்த ஆழத்திற்குள்ளாகவே கிழங்குகள் கிடைத்திடும் எனப் புலயன் இனக்குழுவினர் நம்பிக்கைகொண்டுள்ளனர்.

கிழங்கு அகழ்ந்தெடுக்கச் செல்லும் குழுவினர்க்கு எதிரே ''நாய் தலெ கீழா ஓட்ரது'' (நாய் தலைகீழாக ஓடுதல்) அதாவது குறுக்காகச், செல்லல் மிகுதியான காட்டுக் கிழங்குகள் அகப்படுதற்கான அறிகுறி என்பதும் புலயன் மக்களின் நம்பிக்கை.

17.2 மூங்கிலரிசி திரட்டுதல் தொடர்பான நம்பிக்கை

''நெல்லு''[20] (நெல்) எனப்படும் ''மூங்கில் நெல்'லைத் திரட்டும் இடத்திலேயே அதைக் கசக்கி, வாயால் ஊதினால், மூங்கிலரிசியாக அமையாமல் பதராகவே போய்விடும் எனவும் புலயன் மக்கள் நம்புகின்றனர்.

17.3 தீய ஆவிகளை நெருங்கவிடாமல் விரட்டுதல் தொடர்பான நம்பிக்கைகள்

''செம்பரங்கொஞ்சு'' எனும் மரபார்ந்த நறுமணத் தழையைச் சேலையின் முந்தானையில் முடிந்து வைத்தால், தீய ஆவிகள் பெண்டிரை நெருங்காமல் விலகிச் செல்லும் எனப் புலயன் இனக்குழுவினர் நம்பிக்கைகொண்டுள்ளனர்.

மாதவிலக்குக் காலத்தின்போது, தம் தலைக்கொண்டையினுள் ஆமணக்குச் செடியின் நறுக்கைச் செருகிக்கொண்டால், தீய ஆவிகளின் தொந்தரவு இருக்காது என்பது இவர்தம் இன்னொரு நம்பிக்கை.

பூப்புற்ற பெண் அமர்த்தப்பட்டுள்ள குடிலினுள் வில்-அம்பு வைத்திருப்பதனால், தீய ஆவிகளின் நடமாட்டம் ஒழியும் என்றும் புலயன் மக்கள் நம்புகின்றனர்.

18. புலயன் இனக்குழுவினரின் பேசுமொழி

புலயன் இனக்குழுவினரின் பேசு மொழியில் இனங்கானலாகும் சங்கத் தமிழ்ச் சொல்லாட்சிகள் இவர்தம் பேசுமொழியானது தமிழின் சிறப்பானதொரு கிளைமொழி என அடையாளப்படுத்துகின்றன. சான்றாகக் கீழ்க் குறித்துள்ள மொழி வழக்காறுகளைக் குறிப்பிடலாம்:

பொழுது ''கதிரவன்''
மதியொம் (மதியம்) ''நிலவு''
வெள்ளி ''விண்மீன்''
முகத்து ''பசு மாடு''
தாவு ''மேகம்''
ஏறுமாடொம் (ஏறு மாடம்) ''மர உச்சிக் குடில்''
யாயா ''தாய்''
மொசுரு ''செவ்வெறும்பு''
கோழித் தாள் ''கோழிக் கால்''
நாயன்மாரு ''கோவில் காடு''
நெல்லு (நெல்) ''மூங்கில் நெல்/ மூங்கிலரிசி''
கணி ''சகுனம்''
கொடுக்கு ''கோவணம்''
சூட்டெ (சூட்டை) ''தீப் பந்தம்''
தீ ஏவல் /
தீப் பந்தி ''இரவில் உருவாக்கும் கணப்பு''
கட்டெ (கட்டை) ''இலையாலான கிண்ணம்''
தே- மனெ ''தேனீக்கள் வாழும் மரப் பொந்து''
தேன் சாறு ''பூவிலிருந்து தேனீக்களால் திரட்டப்படும் மது''
பூங்கட்டி ''தேனீக்களால் திரட்டிச் சேமிக்கப்படும் மகரந்தப் பொடியின் இறுக்கம்.''
அளெ (அளை) ''குகை''
கோட்டெ ''பாறை இடுக்கு''
மலெச் செலவு/

மரங்காயி ‘‘புளி, கொத்துமல்லிக்கு மாற்றாகப் பயன்படுத்தப்படும் காட்டுவிளைபொருள்.’’

பெலாக் குட்டி ‘‘பலாக்காய்’’

பெலாக் கங்கு ‘‘பலாக் கொட்டெ’’

பூவங் கொடி ‘‘வள்ளிக் கிழங்கின்’’ பூக்கள் நிரம்பிய இளந் தண்டு.’’

காயங் கொடி ‘‘வள்ளிக் கிழங்கின் காய்கள் நிரம்பிய முதிர் தண்டு.’’

மனெ மாப்ளெ (மனை மாப்பிள்ளை) ‘‘பணி செய் திருமணத்துக்கான வீட்டு மாப்பிள்ளை.’’

அடிக் குறிப்புகள்

1 2012 - 13 காலகட்டத்தில் புலயன் இனக்குழுவானது மீளாய்வு செய்யப்பட்டு, இதனுள் பழங்குடிப் பண்பாட்டுப் பண்புகள் உள்ளதன் அடிப்படையில், இம் மரபார்ந்த மண்ணின் மைந்தரை மீண்டும் தமிழ்நாட்டுப் பழங்குடிப் பட்டியலில் சேர்த்திடுமாறு மாநில அரசிற்குப் பணிந்தளிக்கப்பட்டுள்ள ஆய்வறிக்கையில் தக்கவாறு பரிந்துரைக்கப்பட்டுள்ளது.

2 ஓர் இனக்குழுவிற்கு ‘‘அயலவரால் பெயரிடப் பெறுதல்’’, ‘‘சொந்த இனக்குழுவினராலேயே பெயரிடப் பெறுதல்’’ என்னும் இரு வேறு நிலைகளில் இனக்குழுப் பெயர்மை அமைதல் வழக்கமாக உள்ளது.

3 முந்தை ஆய்வறிஞர் முனைவர் ஜக்கா பார்த்தசாரதி என்பார் ‘‘புலயன்’’ என்பதற்குத் “தீண்டத்தகாதோர்” எனக் கண்மூடித்தனமாகப் பொருள் கற்பித்துப் பதிவு செய்தமை இவ்வினக்குழுவிற்கு இழைக்கப்பட்ட களங்கமாகும்.

4 1972வரை தமிழ்நாட்டின் பட்டியல்களுள் ‘‘புலயன், சேரமர்’’ என்பது ‘‘தாழ்த்தப்பட்டோர் பட்டியலி’’லும் ‘‘புலயன்’’ என்பது ‘‘பழங்குடியினர் பட்டியலி’’லும் இரு வேறு இனக்குழுக்களாகச் சரியாகவே அறிந்தேற்பு செய்யப்பட்டிருப்பினும் பின்னர் பழங்குடிப் பட்டியலிலுள்ள ‘‘புலயன்’’ இனக்குழுவை நீக்கியமை முறையற்ற செயலே.

5 மேலும், இவை போன்ற சில தொடர்புடைய சொல்லாட்சிகளைக் கீழே காண்க:

பன்றிமலைச் செங்கண்ணப் பெரியவரு

ஆடலூரு நரயெப் பெரியவரு
பாச்சலூர் சின்னக் குட்டப் பெரியவரு

6 புழங்குபொருள்சார் பண்பாடு'', ''புழங்குபொருள்சாராப்
பண்பாடு'' என இருமைப் பகுப்பாகவே ''பண்பாடு''
பொதுவாக இனங்கண்டறியப்படுகிறது. இவற்றை முறையே
''புறப் பண்பாடு'', ''அகப் பண்பாடு'' எனச் சுட்டுதல்
பொருத்தமானதாக அமைந்திட, இன்றைய காலகட்டத்தில்
இவை முறையே ''தொட்டுணர் பண்பாடு'', ''கருத்துணர்
பண்பாடு'' என அறிந்தேற்பு செய்யப்பட்டுள்ளமை இங்குக்
கருத்தில்கொள்ளத் தக்கது.

7 இவற்றுள், ''குறும்பப் புலயன்'' அகமணக் குழுவானது
கோயம்புத்தூர் மற்றும் திருப்பூர் மாவட்டங்களிலும் ''கரெவழிப்
புலயன்'' அகமணக் குழுவானது திண்டுக்கல் மாவட்டத்தில்
மட்டும் காணப்படுகின்றன என்பது குறிக்கத் தக்க செய்தியாகும்.

8 இவ்வாறு ஓர் இனக்குழுவானது இரு பகுப்புப்
பெருங்கால்வழிகளாக அமையுமானால், அது மிகவும் தொன்மை
சான்ற சமூகமாக மாந்தவியலாளரால் இனங்கண்டறியப்படும்.

9 ''பெற்றெடுக்கப்பட்டது'' எனப் பொருள்படும் ''ஈத்து'' என்னும்
சொல்லாட்சியைப் பெயரடையாகக்கொண்டுள்ள இவ்விறைவி
வழிபாடானது புலயன் இனக்குழுவினர் தாய்வழிச் சமூகத்தின்
எச்சமே என உறுதி செய்வர்.

10 புலயன் இனக்குழுவினரிடையே நிகழ்த்தப்பெறும் விரிவான
''மக்கள் பெயராய்வு'' சங்ககால வாழ்வியல் தொடர்பாகப்
புதிய உள்ளொளியை வழங்கத் தக்க களமாக அமையும் என்று
இக்கட்டுரை ஆசிரியரால் கருதப்படுகிறது.

11 இத்தகைய ஒரு குடிலைத் தமது களப்பணி ஆய்வுகளின்போது
காணும் ஓர் அரிய வாய்ப்பு இக்கட்டுரை ஆசிரியர்க்குக் கிட்டியது.

12 அங்கே 'கரை' (கரை) என்னும் சொல்லாட்சியானது ''நீர்
நிலை'' என்ற பொருளிலேயே அமைகிறது என்பது அறிந்து
இன்புறத் தக்கது. 'பள்ளம்', 'கரை', 'ஆறு', என மூன்று
நிலைகளாகக் கொங்கு நாட்டு நீர்நிலைகள் பிரிக்கப்படுவதும்
இவற்றுள், 'பள்ளம்' சிறு அளவினதாகவும் 'கரை' இடை
அளவினதாகவும் 'ஆறு' மிகை அளவினதாகவும் கொங்கு
நாட்டில் சுட்டப்படுவதும் இங்குக் கருத்தில் கொள்ளத் தக்கன.

13 ''ஏழு திட்டுகளை உருவாக்கி உடைத்தலைப் பூப்புற்ற பெண்ணின் நிறை அழிக்கப்படுதற்குமுன் குறியீட்டு நிலையாகக் கருதலாம்.

14 சங்க கால வாழ்வியலில் பயின்று வரும் 'நிறை' (''கற்பு'') என்பதே மருவுச் சொல்லாக இங்கு 'நெறெ' எனக் குறிக்கப்படுதலும் பூப்புற்ற பெண் முறைப்பையனால் புணர்ச்சிக்கு உரியவள் என்பதே 'நிறை அழித்தல்' எனும் சொல்லாட்சியின் குறியீட்டுப் பயன்பாடாக இச் சடங்கில் குறிக்கப்படுதலும் கருத்தில் கொள்ளத் தக்கன.

15 இங்கு 'அரிசி மாவு' என்பது புணர்ச்சியின்போது வெளிப்படும் ''ஆண் விந்தணு''வின் குறியீட்டுப் படிமமாகக் கொள்ளத் தக்கது. ''மாவு பூசுரது' எனும் தொடர் சடங்கு நிகழ்வும் புணர்வின் நிறைவைச் சுட்டி நிற்கும் குறியீட்டுப் படிமமே.

16 இவ்வாறு, 'இறந்தோரின் உள்ளங்கையைக் கீறுதலால் தீய ஆவிகள் தீண்டா' எனப் புலயன் மக்கள் குறிப்பிட்டாலும், 'விழுப்புண்' மரபைக் குறிக்க இத்தகைய சடங்கு நிகழ்வு பின்பற்றப்படுகிறதோ என்று கருதுதற்கு இங்கு இடமுண்டு என இக் கட்டுரை ஆசிரியர் கருதுகிறார்.

17 தமிழ்ச் சமூக மரபின்பாற்பட்ட பழங்குடியினரிடையே 'ஏழு' என்பது சிறப்பிடம் பெறுதலும் இங்கு ஒப்பு நோக்கற்பாலது.

18 திண்டுக்கல் மாவட்டப் புலயன் வாழ்விடப் பரப்புகளுள் ஒன்றாகிய 'நேர்மலை'க்குச் செல்லும் வழியிலுள்ள ஒரு பாறைப் பரப்பின்மீது செவ்வகக் கட்டங்களாக அறுபது அடைப்புகள் பொறிக்கப்பட்டுள்ளமை புலயன் இனக்குழுவினர் 'அறுபது படைப்பிற்காக முன்பு செய்து வைத்த அமைப்பே' என்கின்றனர் இம்மக்கள்.

19 'வேங்கை மரம்' தெய்வத் தன்மை கொண்டது எனப் பழங்குடியினர் பொதுவாக நம்புகின்றனர். இந்நம்பிக்கையின் அடிப்படையிலேயே 'மாட்டுச் சிறு உரு' வேங்கை மரத்தால் உருவாக்கப்பட்டிருக்க வேண்டும் என இக்கட்டுரை ஆசிரியர் கருதுகிறார்.

20 புலயன் இனக்குழுவினரிடையே நெல் மேலாண்மை மற்றும் பயன்பாடு அறவே இல்லை. இதனாலேயே, 'மூங்கில் நெல்'லை வெறும் 'நெல்' என்னும் சொல்லாலேயே குறிக்கின்றனர் இம் மக்கள்.

நோக்கீட்டு ஏடுகள்
(தமிழில்)

மகேசுவரன், சி.   2014.   "அரும்பொருள்கள்வாயிலாக வெளிப்படும் சங்க காலத் தமிழர் பண்பாடு." வரலாற்றியல், சமூகவியல் மற்றும் மாந்தவியல் நோக்கில் தொல் தமிழர் சமூகம் தேசியக் கருத்தரங்கம். பெங்களூரு: செம்மொழித் தமிழாய்வு மத்திய நிறுவனம், சென்னை மற்றும் பெங்களூர் தமிழ்ச் சங்கம், பெங்களூரு.

_____   2002 - பழனிமலைப் பழங்குடிகள் (பளியரும் புலையரும்). பாகம்:1 -வரலாறும் வாழ்க்கை முறைகளும் மதுரை; ஒருங்கிணைந்த ஆதிவாசிகள் மேம்பாட்டுச் சங்கம்.

(ஆங்கிலத்தில்)

_____   2014 - A Report on the Community Status of Playan Community people (inhabiting the districts of Coimbatore, Tirupur and Dindugal) of Tamil Nadu. Udhagamandalam : Tribal Research Centre.

கம்பட்ராயன் வழிபாட்டுச் சடங்கில் கோத்தர் பெண்டிர் பெறும் முதன்மையும் முகாமையும்

I. முன்னுரை

பொதுவாக, ஆண்› பெண் இரு பாலருள்ளும் பெண்டிரே தாம் சார்ந்த சமூகத்தின் மொழி, பண்பாடு உள்ளிட்டவற்றைப் பழைமை மாறாமல் பாதுகாத்து வருகின்றனர் என்பர் சமூக அறிவியலாளர். இதனாலேயே, 'பண்பாட்டுப் புரவலர்' (Patron of Culture), 'பண்பாடு தாங்குநர் (Culture Bearer) என்றெல்லாம் சமூகச் செயல் பாட்டாளரால் பெருமையாகப் பெண்டிர் குறிப்பிடப்படுகின்றனர்.

தமிழ்நாட்டின் நீலகிரி மாவட்டமானது மாநிலத்தின் பண்டைய பழங்குடிக் குழுக்களான, (Primitive Tribal Groups) தொதவர், கோத்தர், குறும்பாஸ், இருளர், பணியன், காட்டுநாயகன் எனும் 6 பழங்குடிக் குழுக்களைத் தன்னகத்தேகொண்டு, 'தமிழ்நாட்டின் பழங்குடி மாவட்டம்' (Tribal District of Tamil Nadu) எனப் பெயர் பெறுகிறது. இவற்றுள், தொதவர் -கோத்தர் ஆகிய இரு பழங்குடிக் குழுக்கள் மட்டுமே 'தந்தைவழிச் சமூக' (Patriarchal Society) அமைப்பினராகத் திகழ்கின்றனர். இருப்பினும், ஆண்டிற்கு ஒரு முறை தமது இனக்குழுத் தெய்வமாகிய 'கம்பட்ராயனு'க்குக் கோத்தப் பழங்குடியினர் கடைப்பிடிக்கும் வழிபாட்டுச் சடங்கில் இவ்வினக்குழுப் பெண்டிரே முதன்மையான பங்களிப்பினை நல்கி, முகாமையான இடத்தையும் வகிக்கின்றனர் என்பது கவனம் கொள்ள வைக்கிறது.

கம்பட்ராயன் வழிபாட்டுச் சடங்கில் கோத்தப் பெண்டிர் பெறும் முதன்மை மற்றும் முகாமையை எடுத்துக்காட்டுவதே இக் கட்டுரையின் நோக்கமாகும்.

II. கோத்தப் பழங்குடியினர் : ஒரு சிறு அறிமுகம்

'கோவ்' என்று தம்மைக் குறித்துக்கொள்ளும் 'கோத்தர்' நீலகிரியில் தொன்று தொட்டு வாழ்ந்து வரும் திணைசார் பழங்குடிகளுள் (Indigenous Tribes) ஒருவராகத் திகழ்கின்றனர். நீலகிரியின்

'குறிப்பிடத்தக்க அழி நிலைப் பழங்குடிக் குழுக்களி'டையே (Particular Vulnerable Tribal Groups) இவர்களும் ஒரு பழங்குடிக் குழுவாக அமைகின்றனர்.

இப்பழங்குடியினர் 'கொல்லர்', 'தச்சர்', 'குயவர்', 'இசைக் கலைஞர்' எனப் பல்வேறுபட்ட கைவினைஞராகத் (Artisans) திகழ்வதால், 'கைவினைப் பழங்குடியினர்' (Artisonal Tribes) என்றே மிகப் பொருத்தமாக அறிந்தேற்பு செய்யப்படுகின்றனர்.

தொதவர் பழங்குடியினரது வாழ்விடப் பரப்பிற்குச் சற்றுத் தாழ்வாக, அதே சமயம் நெடிதுயர்ந்த மலைமுகட்டில் (1,800 முதல் 2,000 மீட்டர் உயரத்தில்) கோத்தர் பழங்குடியினர் வாழிடங்கள் (Habitats) அமைந்துள்ளன. நீலகிரி மலைப் பகுதியில் 'கோக்கால்' (Kaokkaal) என அழைக்கப்படும் 'குடியிருப்பில்' (Hamlet) காலங் காலமாகக் கோத்தர் வாழ்ந்து வருகின்றனர். கோத்தரது குடியிருப்புகள் எண்ணிக்கையில் ஏழாக உள்ளமையால், இவற்றை, 'ஏழூர் கோக்கால்' என்றே நீலகிரியின் 'பழங்குடியல்லாதோர்' (Non - tribes) குறிப்பிடக் காண்கிறோம்.

ஒவ்வொரு கோக்காலிலும் இரண்டு முதல் நான்கு வரிசைகளில் தமது வீடுகளைக் கோத்தர் பழங்குடியினர் கொண்டுள்ளனர். வீட்டின் கதவு, தூண், சன்னல் உள்ளிட்டவற்றைத் தாமே மிகவும் நேர்த்தியாக மரச் செதுக்கு வேலைப்பாடுகளுடன் கோத்தர் அமைத்துக்கொள்கின்றனர். இவ்வாறான கட்டுமான வீடுகள் அமைந்துள்ள நீள் வரிசை ஒவ்வொன்றும் 'கேரி' (Kaeri) என்று சுட்டப்படுகிறது.

ஒரு கேரியில் வாழும் கோத்தர் அனைவரும் ஒரே 'கால்வழியைச் (Lineage) சார்ந்த உடன் பிறந்தோர் எனக் கருதப்படுகின்றனர். எனவே, ஒரு கோக்காலின் குறிப்பிட்ட 'கேரி' ஒன்றைச் சார்ந்தோர் ஏனைய கேரிவாழ் கோத்தருடனேயே மண உறவை வைத்துக் கொள்ள வேண்டும் என்று எழுதப்படாத 'வாய்மொழி மரபா'னது (Oral Tradition) பின்பற்றப்படுகிறது.

கேரியில் அமைக்கப்பட்டுள்ள கோத்தரது கட்டுமான வீடு ஒவ்வொன்றும் 'பய்' (Pay) என்று அறியப்படுகிறது.

III. கோத்தர் சமயம் : ஒரு பருந்துப் பார்வை

ஒவ்வொரு கோக்காலிலும் கோத்தரது முதன்மைத் தெய்வமாகிய 'அய்னோர்'க்கும் (Aynaor) அதன் துணைவியாகிய பெண் தெய்வம்

'அம்னோர்'க்கும் (Amnaor) தனித் தனியாகக் 'குட்ய்' (Kudy) எனப்படும் கோவில் அருகருகே தவறாமல் இடம் பெற்றிருக்கும். இத்தெய்வங்கள் முறையே 'கம்பட்ராயன்'/'கம்பட்டீஸ்வரன்' 'கம்பட்ராயி'/ 'கம்பட்டீஸ்வரி'[5] எனவும் குறிப்பிடப்படுகின்றன.

கோத்தரது சமய வழிபாட்டு மரபை முறைப்படுத்திட 'மின்த்கனோன்' என்கிற பூசாரியும் அவர்க்கு உதவியாகத் 'தேர்க்காரன்' என்னும் தெய்வாதியும் வழிபாட்டுச் சடங்குகளில் பெண்டிரை ஒருங்கிணைத்திடப் பூசாரியின் மனைவியும் அவரவர் பங்கு, பணிகளை ஆற்றுகின்றனர்.

IV.கம்பட்ராயன் வழிபாட்டுச் சடங்கில் கோத்தர் பெண்டிர் பெறும் சிறப்பிடம்

ஆண்டுதோறும் சனவரித் திங்கள் முழு நிலவு நாளினை அடுத்து வரும் மூன்றாம் பிறை நாள் தொடங்கி 21 நாள்கள் 'கம்பட்ராயனு'க்கு ஒவ்வொரு கோக்காலிலும் கோத்தர் பழங்குடியினரால் வழிபாட்டுச் சடங்கானது கடைப்பிடிக்கப்படுகிறது; இதன் முகாமைச் சடங்குக் கூறானது 8-ஆம் நாளன்று அதிகாலையில் கோத்தப் பூசாரிகளின் மனைவியர் மற்றும் கோக்காலின் பிற கோத்தர் பெண்டிர் ஒருங்கிணைந்து, ஊருக்குப் புறத்தேயுள்ள நீர்நிலையை ஒட்டியுள்ள நிலப் பரப்பைத் தோண்டிக் களிமண் திரட்டுவதாக அமைகிறது. கோத்தர் பெண்டிர் அனைவரும் ஒன்றாகக் கோடரி கொண்டு நிலப் பரப்பில் முதல் வெட்டை மேற்கொண்டு, களிமண் திரட்டும் பணியைத் தொடங்கிவைக்கின்றனர்.

கோத்தர் பெண்டிர் புதிதாகக் களிமண் திரட்டிடத், திரட்டிய களிமண்ணைப் பதப்படுத்தி, பதப்படுத்திய களிமண்ணைச் சக்கரத்தில் இட்டுச் சுழற்றி மண் பாண்டங்கள் வனைந்து, வனைந்த பாண்டங்களை நிழலில் உலர்த்தி, உலர்ந்த பாண்டங்களைத் திரட்டி அடுக்கி, சூளையில் கிடத்தி, 'நெழி கோல்' எனும் தீக்கடைகோல்கொண்டு சூளைக்குத் தீ மூட்டிச் சுட்டுச்சூடான, பாண்டங்கள்மீது உரிய நேரத்தில் சாமைத் தவிட்டை வீசி, மேற்புறம் கருமை பளபளக்கும் புதுப் பாண்டங்களை உருவாக்கி, உருவாக்கிய புதுப்பாண்டங்களில் பொங்கல் சமைத்துக் கம்பட்ராயனுக்குப் படைத்து மகிழ்ந்து, மகிழ்ச்சிப் பெருக்கில் குழு ஆட்டம் நிகழ்த்தி இவ்வழிபாட்டுச் சடங்கைக் கோத்தர் பெண்டிர் நிறைவு செய்கின்றனர்.[7]

மேற்படி வழிபாட்டுச் சடங்கின் தொடக்கமான 'களிமண் திரட்டுதல்' முதற்கொண்டு, தமது இனக்குழுத் தெய்வமாகிய கம்பட்ராயனது கோவில் முன்பு 'குழு ஆட்டம் நிகழ்த்துதல்' வரையான அனைத்து நிகழ்வுகளிலும் கோத்தர் பெண்டிரே சிறப்பிடம் பெறுகின்றனர்.

களிமண்ணை நிலப் பரப்பிலிருந்து தோண்டியெடுத்துத் திரட்டுதல், திரட்டிய களிமண்ணை உலக்கையால் இடித்துப் பதப்படுத்தும் கோத்தர் பெண்டிர்க்குக் களைப்போ, சலிப்போ, ஏற்படாதவாறு 'கருவியிசை இசைத்தல்' எனக் கோத்த ஆடவர் தமது கோக்காலைச் சார்ந்த கோத்தப் பெண்டிர்க்கு வேலைப் பளு தெரியாதவாறு அவர்களுக்கு உதவியாகச் செயல்படுகின்றனர்; திரட்டிய களிமண்ணை ஊருக்குள் ஊர்வலமாகத் தலைச் சுமையாகக் கோத்தப் பெண்டிர் கொணர்வது தொடங்கி, கம்பட்ராயன் கோவில் முன்பாக மரபார்ந்த குழு ஆட்டத்தை நிறைவாக நிகழ்த்துவது வரை ஒவ்வொரு கட்டத்திலும் கோத்தப் பெண்டிரைக் களிப்பூட்டவும் ஊக்கப்படுத்தவும் கோத்த ஆடவர் கருவியிசை நிகழ்த்துதலைத் தொடர்ந்து மேற்கொள்கின்றனர்.

மேற்கூறியவற்றிலிருந்து, கம்பட்ராயன் வழிபாட்டுச் சடங்கில் கோத்த ஆடவரைக் காட்டிலும் கோத்தப் பெண்டிரே முதன்மையான இடத்தையும் முகாமையான இடத்தையும் பெற்றுள்ளனர் என்பது புலப்படும். சுருங்கக் கூறின், கோத்தப் பழங்குடியினரது கம்பட்ராயன் வழிபாட்டுச் சடங்கானது முழுமையும் கோத்தப் பெண்டிர் மட்டுமே முனைப்புடன் ஈடுபடும் சடங்குசார் 'பண்பாட்டு ஆற்றுகை' (Cultural Observance) எனலாம்.

தந்தைவழிச் சமூகமான கோத்தப் பழங்குடிக் குழுவினுடைய மரபார்ந்த மண்பாண்டக் கலை மரபானது கோத்தப் பெண்டிர்க்கே உரியதாக அமைந்துள்ளமை இங்கே நோக்கத் தக்கது.

கம்பட்ராயன் வழிபாட்டுச் சடங்கில் புது மண்பாண்டங்களை உருவாக்கி, அவற்றைக் கம்பட்ராயனுக்கு 'முதல் படையலாக, (First Offering) வைத்து வணங்கிய பிறகே, தமது சொந்தப் பயன்பாட்டிற்கெனவும் விற்பனைக்கெனவும் கோத்தப் பெண்டிர் மண்பாண்ட வனைதலில் தம்மை ஈடுபடுத்திக்கொள்கின்றனர் என்பது மேலும் ஆர்வமூட்டும் தகவலாகும்.

V. நிறைவுரை

இதுகாறும் தொகுத்தும் வகுத்தும் பதிவு செய்துள்ள பண்பாட்டுத் தரவுகளிலிருந்து, 'கம்பட்ராயன் வழிபாட்டுச் 'சடங்கா'னது கோத்தர் பழங்குடியினரிடையே ஒரு வகையான 'நன்றி நவிலும் சடங்கா' கவே (Thanks-giving Ceremony) அமைந்துள்ளது என்பது உள்ளுறையாகத் துலங்கக் காணலாம்.

ஏழூர் கோக்கால்களுள் 'சோலூர்', 'திருச்சிகடி' மற்றும் 'கொல்லிமலை' என்னும் மூன்று கோக்கால்களில் மட்டுமே தற்போது கோத்தப் பெண்டிரால் மண்பாண்டங்கள் உருவாக்கும் கைவினை மரபானது வணிக அடிப்படையில் தொடர்ந்து மேற்கொள்ளப்படுகிறது. இந்நிலையில், ஆண்டிற்கு ஒரு முறை கம்பட்ராயன் வழிபாட்டுச் சடங்கின்போது அனைத்துக் கோக்கால்களிலும் புதிய மட்கலன்கள் தவறாமல் வனையப்படுவதால், கோத்தப் பெண்டிரது மரபார்ந்த மண்பாண்ட உருவாக்கக் கைவினை மரபானது இன்றளவும் மறைந்துவிடாமல், உயிர்த் துடிப்புடன் தமிழ்நாட்டின் 'பழங்குடி நீலகிரி'ப் (Tribal Nilgiris) பரப்பில் தொடர்ந்து பாதுகாத்து வரப்படுகிறது என உறுதிபடக் கூறலாம்.

ஆக, கம்பட்ராயன் வழிபாட்டுச் சடங்கும் அதில் முகாமையாக ஈடுபடும் கோத்தப் பெண்டிரும் மரபார்ந்த கோத்தர் மண்பாண்ட உருவாக்கக் கைவினை மரபைத் தளர்வுறாமல் காத்து வரும் 'பண்பாட்டுக் காரணிகள்' (Cultural Factors) எனத் துணிந்துரைக்கலாம்.

'பொதுச் சமூகத் தளத்'தில் (Maninstream Society) மண்பாண்ட உருவாக்கக் கைவினை மரபானது 'பால் அடிப்படையிலான தொழிற் பாகுபாடாக', (Gender based Division of Labour) வளர்த்தெடுக்கப்பட, கோத்தர் பழங்குடிச் சமூகத்திலோ அது பால் அடிப்படையிலான தொழிற் பாகுபாடாக அமையாமல் முழுதளாவிய நிலையில் ஒரு பெண்பால் சார்ந்ததாக இன்றளவும் தொடர்ந்து வருவது குறிக்கத் தக்கதாகும்.

அடிக் குறிப்புகள்

1பண்டைய பழங்குடிக் குழுக்களுக்கான 'Primitive Tribal Groups' எனும் ஆங்கிலச் சொல்லாடலானது இனமையவாதம் (Ethnocentrism) சார்ந்ததாக அமைவதால், இந்திய ஒன்றிய அரசானது 'Particularly Vulerable Tribal Groups' ('குறிப்பிடத்தக்க அழிநிலைப் பழங்குடிக் குழுக்கள்') என்கிற மாற்று சொல்லாடலாலேயே இத்தகைய தொல்முதுபழங்குடிக்

குழுக்களைக் குறிப்பிட வேண்டும் என அறிவுறுத்தியுள்ளது.

2 ஒவ்வோர் இனக்குழுவும் தனக்கான 'சொந்த அழைப்புப் பெயரைக் (Endonym) கொண்டிருக்கும் ; அதே இனக்குழுவானது 'அயலர் அழைப்புப் பெயரா'லும் (Exonym) குறிக்கப்படும். 'கோவ்' மக்கள் தம்மைக் 'கோத்தர்' என்று அயலர் அழைப்பதை 'இழி பெயராக'வே (Derogatory Term) கருதுவதை இங்குக் கருத்தில் கொள்ள வேண்டும்.

3 'இரும்புக் கொல்லுப் பணி' (Blacksmithy / Ironsmithy) மட்டுமே கோத்த ஆடவரால் இன்றும் தொடாந்து மேற்கொள்ளப்பட்டாலும் பிற கொல்லுப் பணிகளான 'வெள்ளி, கலப்பு உலோகம் சார்ந்த 'கொல்லுப் பணிகள்' (Silversmithy & Other Metalsmithy) இவர்களிடையே அற்றுப்போன கைவினைத் திறன்களாகி விட்டன என்பது உள்ளபடியே வருத்தம் அளிக்கிறது.

4 'கேரி' என்னும் இச்சொல்லானது பழந் தமிழில் இனங்காணப்படும் 'மக்கள் சேர்ந்து வாழும் பகுதி' எனப்பொருள் உணர்த்தும் 'சேரி' என்பதன் 'இனவுறவு'ச் சொல்லாக (Cognate) அமைகிறது. ஒரு கோக்காலில் இரு சேரிகள் அமைந்திருந்தால் அவை 'ஈ கேரி', 'ஆ கோரி' எனவும் மூன்று சேரிகள் இருந்தால் அவை 'கீ கேரி', 'மே கோரி' மற்றும் 'நடு கேரி' எனவும் நான்கு கேரிகள் அமையுமானால் (மேற்படி மூன்று பெயர்களுடன்) நான்காம் கோரியானது 'ஆ கேரி' எனவும் சுட்டப்படுகிறது.

5 கோத்த இனக்குழுத் தெய்வங்களின் பெயர்களில் இடம்பெறும் 'கம்பட்டம்' என்பது ''கொல்லுப் பட்டறை'' எனப் பொருள் படும்; ஒவ்வொரு கோத்தர் குடியிருப்பான கோக்காலிலும் முகாமையானதொரு பரப்பில் கொல்லுப் பட்டறையொன்று தவறாமல் அமைக்கப்பட்டிருக்கும்; இப்பட்டறையைக் கோத்த ஆடவரே நிருவகிக்கின்றனர்; கோத்தப் பெண்டிர்க்கு இங்கு இடமில்லை.

6 நிலப் பரப்பிலிருந்து களிமண்ணைத் திரட்டிடும் பணியில் கோடரியால் 'முதல் கொத்தை'க் கோத்தப் பெண்டிர் குறியீட்டு நிலையில் (Symbolic Level) மேற்கொள்ள, அதனைத் தொடர்ந்து களிமண்ணைத் 'தோண்டி எடுக்கும் மொத்தப் பணியையும் கோத்த ஆடவரே மேற்கொள்கின்றனர்'; இருப்பினும், இது பால்சார்ந்த தொழிற் பாகுபாடு எனக் கருதப்படுவதில்லை.

7 கம்பட்ராயன் வழிபாட்டுச் சடங்கைப் பார்வையிட அயலர் எவரையும் கோத்தப் பழங்குடியினர் ஒருபோதும் அனுமதிப்பது இல்லை; அதிலும் குறிப்பாக, நிறைவுச் சடங்கு நிகழ்வான

'கோத்தப் பெண்டிரது குழு ஆட்ட'த்தைத் தவறியும் அயலவர் கண்ணுறக்கூடாது என்று வட்டச் சுற்றாக'க் குழு ஆட்டத்தில் ஈடுபடும் கோத்தப் பெண்டிரை 'வெளி வட்டமா'க (Outer Circle) வரிசைகட்டிக்கொண்டு கோத்த ஆடவர் மறைத்து நிற்பர் என்று கூறப்படுகிறது. எனவே, கம்பட்ராயன் வழிபாட்டுச் சடங்கானது ஓர் 'கமுக்கச் சடங்கு' (Secret Ceremony) என்பது புலப்படும்.

8 முற்காலத்தில் பால், தயிர், வெண்ணெய் உள்ளிட்ட 'பால்படு பொருள்களை' (Dairy Products) சேமித்திடத் தொதவப் பூசாரிக்குத் தேவைப்படும் பல்வேறுபட்ட மண்பாண்டங்களைக் கோத்தர் பழங்குடியினரே உருவாக்கிப் 'பண்டமாற்று முறை'யில் (Barter System) கொடுத்து வந்துள்ளனர். இத்தகைய பண்பாட்டு நடத்தையானது தற்போது அற்றுப்போய்விட்டது. இது போன்றே, படுகருக்கும் கோத்தருக்குமான 'பரிமாற்றத் தொடர்புறவு'ம் (Exchange Relationship) ஒரு காலகட்டத்தில் வழக்கொழிந்து போயிற்று. இருப்பினும், படுகரது தாய்த் தெய்வமாகிய ஹெத்தை அம்மன் தனக்கான 'தொடர்புடைய வழிபாட்டுப் பொருள்களுள்' (Ritual Paraphernalia) கோத்தர் உருவாக்கி அளித்திடும் மண் பாண்டங்களையே அளித்திட வேண்டும் என்று கனவில் அறிவுறுத்தியதாகவும் அதைத் தொடர்ந்து, கோத்தரால் உருவாக்கப்பட்ட மண்பாண்டங்களே மீண்டும் படுகரது சமய வாழ்வியலில் தொடர்ந்து இடம்பெறத் தொடங்கின எனத் திருச்சிகடி கோக்காலைச்சார்ந்த திருமதி. சிந்தாமணி கிருஷ்ணன் எனும் கோத்தப் பெண்மணி தெரிவித்தமை இங்குக் கவனம் பெறுகிறது.

நோக்கீட்டு ஏடுகள்

அரிச்சந்திரன்,ச. (தொகுப்பாசிரியர்) 2019: தமிழகப் பழங்குடி மக்கள்: வரலாறு, சமூகம், பண்பாடு (தொகுதி 1 மற்றும் 2). ஞானாம்பிகை ஆலை, கோயம்புத்தூர் : தமிழ்த் துறை (சுயநிதிப் புலம்), கொங்கு நாடு கலை, அறிவியல் கல்லூரி.

சக்திவேல், சு., 1981. தமிழ்நாட்டுப் பழங்குடி மக்கள் வாழ்வும் வரலாறும் (மணிவாசகர் வெளியீட்டு எண்: 676). சிதம்பரம்: மணிவாசகர் நூலகம்.

சித்ரா, சி., 2019: "நீலகிரி கோத்தர் வாழ்வியல்". 276-286. (அரிச்சந்திரன், ச. தொகுப்பாசிரியர்) 2019.

தமிழ்நாடன் (தொகுப்பாசிரியர்) 1996.

தமிழ்நாட்டு மலைவாழ் பழங்குடி மக்கள். சேலம்: சேலம் மாவட்ட ஓவியர், எழுத்தாளர் மன்றம்.

பகத் சிங், அ., 2019. வாழும் மூதாதையர். சென்னை: உயிர்மைப் பதிப்பகம்.

பாரதி, பக்தவத்சல 2007. தமிழகப் பழங்குடிகள், புத்தாநத்தம்: அடையாளம்.

பெரியாழ்வார், அர. 1996. "மாறிவரும் நீலகிரி மலையும் மாறாத மலையின மக்களும்". 59-66. (தமிழ்நாடன் (தொகுப்பாசிரியர்))1996.

மகேசுவரன், சி 2020. இனக்குழுவரைவியல் (ஒரு பன்முகப் பார்வை). சென்னை : நியூ செஞ்சுரி புக் ஹவுஸ் பிரைவேட் லிமிடெட்.

- 1998 நீலகிரியின் பண்டைய பழங்குடியினர். மு. பாலாடா, உதகமண்டலம்: பழங்குடியினர் ஆய்வு மையம்.

Maheswaran, C. 2013. Blue Mountains: The Land of Indigenous Tribes. M.Palada; Udhagamandalam: Tribal Research Centre.

Pandey, Anil 2001. Kota Pottery-A Documentaion. Kotagiri. Keystone Foundation.

Parthasarathy, jakka 2007. Tribes & Inter - ethnic Relationshop in the Nilgiri / District, Tamil Nadu. M.Palada, Udhagamandalam: Tribal Research Centre.

Parthasarathy, 2008 The Kota of the Nilgiri District. M palada, Udhagamandalam: Tribal Research Centre.

1998. the Kota of Nilgiris - A Profile. M.Palada, Udhagamandalam: Tribal Research Centre.

நன்றியுரை : தமிழ்நாடு அரசின் 'பழங்குடியினர் ஆய்வு மையத்'தில்- அயல் பணியாக - இயக்குநராகப் பணியாற்றிட அரியதொரு வாய்ப்பினை எனக்கு நல்கிய திருமிகு.ஆ.சு.ஜீவரத்தினம், இ.ஆ.ப., (பணி நிறைவு, மேனாள் அரசுச் செயலாளர். ஆதி திராவிடர் மற்றும் பழங்குடி நலத் துறை. தமிழ்நாடு அரசு) - அவர்களுக்கு இக்கட்டுரையின்வாயிலாக எனது நெஞ்சார்ந்த நன்றிதனை இங்குப் பதிவு செய்கிறேன்.

நீலகிரிப் பழங்குடிக் குழுக்களின் புத்தரித் திருவிழா

முன்னுரை

தமிழ்நாட்டின் 'குறிப்பிடத்தக்க அழிநிலைப் பழங்குடிக் குழுக்க'ளான தொதவர், கோத்தர், குறுமர், இருளர், பணியர், காட்டுநாயகர் என்னும் 6 வகைப்பட்ட 'மரபார்ந்த இனக் குழுக்களை'த் தன்னகத்தே கொண்டுள்ளமையால், நீலகிரி மாவட்டமானது 'தமிழ்நாட்டின் பழங்குடி மாவட்டம்' என அறிந்தேற்புச் செய்யப்படுகிறது.

உதகமண்டலம், குந்தா, குன்னூர், கோத்தகிரி, கூடலூர், பந்தலூர் என 6 வட்டங்களாகப் பிரிக்கப்படும் நீலகிரி மாவட்டத்தில் மேற்குறித்துள்ள 6 பழங்குடிக் குழுக்களும் குறிப்பிடத்தகுந்த 'இடப் பகிர்வு' அடிப்படையில், தம் 'மரபார்ந்த வாழ்விடங்களை'க் கொண்டுள்ளன.[4] குறிப்பாக, பந்தலூர் வட்டத்தில் பெட்ட குறுமர், முள்ளு குறுமர், பணியர், காட்டுநாயகர் என்னும் 4 வகைப் பழங்குடிக் குழுக்கள் வாழ்ந்து வருகின்றன. இந்நால் வகைப் பழங்குடிக் குழுக்களுள் பெரும்பாலோர் 'நிலமற்றோரா'க, 'மவுன்டாடன் செட்டி' என்கிற 'பழங்குடியல்லாத சாதிக் குழு'வைச் சார்ந்தே வாழ்கின்றனர்.

நீலகிரி மாவட்டப் பந்தலூர் வட்டத்தின் மேற்குறித்த மரபார்ந்த பழங்குடிக் குழுக்களினிடையே - மாவட்டத்தின் பிற பகுதிகளில் வாழும் பழங்குடிக் குழுக்களின் ஊடாக இனங்கண்டறியப்படாத அரியதோர் அறுவடைத் திருவிழாவானது 'புத்தரி' என்ற பெயரில் ஆண்டுதோறும் கொண்டாடப்படுகிறது. 'சமூகப் பண்பாட்டு மானிடவியல் பார்வை' யில் இப் புத்தரித் திருவிழா குறித்தும் அதன் இன்றியமையாமை குறித்தும் எடுத்துக் காட்டுவதே இக் கட்டுரைக் களம்.

பண்பாட்டுச் சூழலியல் அணுகுமுறை: ஓர் அறிமுகம்

'மனிதச் சமூகப்-பண்பாட்டுக் குழு' தனது 'இருத்தலு'க்கென ஒரு புறம் 'இயற்கை'யுடனும் மறுபுறம் 'மீயியற்கை'யுடனும் இடையறாது ஊடாடி, வினையாற்றி, தன்னை தகவமைத்துக்கொள்ள

வேண்டியுள்ளது என்பதே 'சமூகப் பண்பாட்டு மானிடவியலின் அடிப்படைக் கோட்பாடா'க அமைகிறது.[6]

சமூகப் - பண்பாட்டு மானிடவியலின் பல்வேறுபட்ட ஆய்வியல் அணுகுமுறைகளுள் 'பண்பாட்டுச் சூழலியல்'[7] என்பதும் ஒன்றாகத் திகழ்கிறது. சூழலால் பண்பாடு அறுதியிடப்படுகிறது என்பது இந்த ஆய்வியல் அணுகுமுறையின் மைய இழையாக இலங்குகிறது. அதாவது, குறிப்பிட்ட சுற்றுச்சூழலின் கூறுகளுக்கு ஏற்றவாறே அச்சூழலில் வாழும் மனிதர் குழுவின் பண்பாடு தீர்மானிக்கப் படுகிறது என்கிறது பண்பாட்டுச் சூழலியல். புறச்சூழல் கூறுகள், அகச்சூழல் கூறுகள் என இருமை எதிர்வுகளாகச் சூழல் கூறுகள் பிரிவுபடும் நிலையில், முந்தையன சூழலியலாகவும் பிந்தையன பண்பாடாகவும் உருப்பெறுகின்றன.

நீலகிரி மாவட்டப் பந்தலூர் வட்டப் பழங்குடிக் குழுக்களின் 'புத்தரித் திருவிழா' ஆண்டுதோறும் ஆடிப் பதினெட்டாம் பெருக்கின்போது விளைநிலத்தில் விதை நெல்மணிகளை இட்டு வளர்த்த நெற்பயிர்களின் பால் பிடித்த நிலையிலான பச்சை நெல் மணிகள் கொண்ட புத்தரியான புதுத் தாள்களை முதற் கட்டமாகத் துலாம் (ஐப்பசி) மாதம் 20-ஆம் நாளன்று[8] சிறிது அறுவடை செய்து, பந்தலூரை அடுத்துள்ள நம்பலக்கோட்டை என்கிற இடத்தில் அமைந்துள்ள 'அம்பலம்' என்னும் தெய்வ இருப்பிடத்தில் அப் புத்தரித் தாள்களை இட்டு, முள்ளு குறுமர், பெட்ட குறுமர், பணியர், காட்டுநாயகர் உள்ளிட்ட பழங்குடிக் குழுக்கள் கூட்டாக வழிபாடு நடத்திய பிறகு ஆடல், பாடல் நிகழ்த்தி, புத்தரிக் கட்டின் ஒரு பிடியைத் தத் தம் தெய்வ இருப்பிடத்திலும் மற்றொரு பிடியைத் தத்தம் குடியிருப்புகளிலுள்ள தங்கள் வீட்டுக் கூரையிலும் செருகி வைக்கின்றனர். இச்சடங்கியல் நிகழ்வே 'புத்தரி அப்பெ' (அதாவது, 'புத்தரித் திருவிழா') எனக் குறிக்கப்படுகிறது. இப்புத்தரித் திருவிழாவில் மேற்குறித்த பழங்குடிக் குழுக்களுடன் நிலவுடைமையாளரான மவுன்டான் செட்டிச் சாதிக் குழுவும் ஒருங்கிணைந்து பங்கேற்பது இங்கே குறிக்கத் தக்கது.[9]

மேற்படி அறுவடைக்குப் பின் எஞ்சிய நெற்பயிர்கள் அனைத்தும் நன்கு விளைந்து முற்றிய பின்னர் 'சுரவம்' (தை) மாதம் முதல் நாளன்று - இரண்டாம் கட்டமாக முழுமையாக அறுவடை செய்யப்பட்டுப் பயன்கொள்ளப்படுகின்றன.

பண்பாட்டு சூழலியல் பார்வையில் புத்தரித் திருவிழா முகாமையும் சிறப்பும்

இவ்வாறு, நெல்மணிகள் பால் பிடித்த நிலையில் முதற் கட்டமாக, அறுவடை செய்யப்படுவதன் முகாமை குறித்துப் பண்பாட்டுச் சூழலியல் பார்வையில் இரு காரணிகளைக் கூறலாம். அதாவது, பால் பிடித்த நெல்மணிகள் பதராகப் போய்விடாமல் முழுமையாக முற்றிலும் நெல்மணிகளாக மாற வேண்டும் என்பதற்காகவும் பால் பிடித்த நெல்மணிகளின் வாசனையால் கவரப்படும் காட்டுயிரிகளான யானைகள், பறவைகள் உள்ளிட்ட 'இயற்கை உயிரிகள்' அவற்றைப் புசித்துப் பசியாறுவதிலிருந்து விலக்கி வைக்க வேண்டும்' என்பதற்காகவும் 'மீயியல் ஆற்றலை' இறைஞ்சுவதே.

புத்தரித் திருவிழா நாளன்று 'வித்யாரம்பம்' (அதாவது, 'வித்தை தொடக்கம்') என்ற பெயரில் பந்தலூரின் பல்வேறு பழங்குடிக் குழுக்களும் தத்தம் சிறுவர்க்கு வில், அம்புப் பயிற்சியைத் தொடங்குவது 'வளமை வழிபாட்டின் வகைப்பட்டது' என்ற சிறப்பையும் வெளிக்காட்டும்.

அறுவடைக்குப் பிறகு, களத்துமேட்டில் நெற்பயிர்த் தாள்களை அடித்து, அவற்றிலிருந்து நெல் மணிகளைப் பிரித்த பின்னர் எஞ்சும் வைக்கோலைத் தத் தம் வீட்டுக் கூரைகளை வேய்வதற்கான மூலப்பொருளாகவும் பந்தலூர் வட்டப் பழங்குடிக் குழுக்கள் பயன்படுத்தி வந்தன.[12]

புத்தரித் திருவிழாவின் தற்போதைய நிலை

தற்போது, 'பொதுப் பகிர்மான முறை'யில் குடும்ப அட்டைகள் வாயிலாக விலையில்லாத அரிசி பெற்று வாழும் பந்தலூர் வட்டப் பழங்குடிக் குழுக்களுக்கு நெல் வேளாண்மையில் ஈடுபட வேண்டியதன் தேவை மிகவும் அருகி விட்டது; மேலும், நிலமற்ற வேளாண் கூலிகளாக விளங்கிய இப்பழங்குடிக் குழுவினர் தம்மை ஓரளவு எட்டியுள்ள கல்வி, வேலைவாய்ப்புவழியே உணவுத் தேவைக்கு மாற்று ஏற்பட்டுள்ள நிலையில், நிலவுடைமையாளரான மவுன்டாடன் செட்டிச் சாதிக் குழுவைச் சார்ந்திருக்க வேண்டிய தேவையும் அருகி வருகிறது. இவற்றின் விளைவாக, இன்றைய காலகட்டத்தில் ஆண்டுதோறும் நிகழ்த்தப்படும் ஓர் 'உள்ளீடற்ற வெற்றுச் சடங்காக'வே புத்தரித் திருவிழாவானது தேய்ந்துவிட்டது என்றே கூறலாம்.[14]

முடிவுரை

'ஆடிப் பட்டம் தேடி விதை' என்னும் முதுமொழிக்கு ஏற்ப, தொடங்கப்படும் நீலகிரி மாவட்டப் பந்தலூர் வட்டப் பழங்குடிக் குழுக்களது புத்தரித் திருவிழாவின் தோற்றுவாய், 'தை பிறந்தால் வழி பிறக்கும்' என்கிற சொல் வழக்கின் தொடர்ச்சியாக நின்று நிலை பெற்று, வளமை வழிபாட்டின் குறியீடாகவும் மீயியல் ஆற்றலுக்கான நன்றி பாராட்டும் சடங்காகவும் திகழ்ந்த நிலை மாறி, வெறும் 'பண்பாட்டு எச்சப்'[16] பதிவாக மட்டும் இன்று இனங்காணப்படுவது மரபுச்செல்வ ஆர்வலர்க்கு ஒரு பண்பாட்டு அதிர்ச்சியே.[17]

அடிக்குறிப்புகள்

1 முன்பு, இச் சொல்லாட்சியானது 'தொன்மப் பழங்குடிக் குழுக்கள்' என்றே குறிக்கப்பட்டது. 'இனமையப் பார்வை' சார்ந்த மேற்படிச் சொல்லாட்சியைத் தவிர்க்க விரும்பிய இந்திய ஒன்றிய அரசு அண்மையில் இப்புதிய சொல்லாட்சியை மாற்றாகப் புழக்கத்திற்குக் கொணர்ந்துள்ளது.

2 இந்த 6 வகைப் பழங்குடிக் குழுக்களுள் 'குறுமர்' என்பது உண்மையில் மொழி நிலையிலும் பண்பாட்டு நிலையிலும் வேறுபட்ட 4 இனக்குழுக்களாக முறையே பால் குறுமர் / ஆலு குறுமர், ஜேனு குறுமர்/காட்டுநாயகர், பெட்ட குறுமர்/ ஊராளி குறுமர், முள்ளு குறுமர்/ குறுமன்ஸ் என அமைகிறது. இவற்றுள், 'ஜேனு குறுமரும் காட்டுநாயகரும் ஒரே இனக்குழு அல்லர்; இரு வேறு இனக்குழுக்கள்' எனவும் 'பெட்ட குறுமரும் ஊராளி குறுமரும் ஒற்றை இனக்குழு அல்லர்; வெவ்வேறு இனக்குழுக்களே' எனவும் கருதும் மாறுபட்ட பார்வையும் மானிடவியலாளரிடையே நிலவுகிறது.

3 தமிழ்நாட்டின் கோயம்புத்தூர் மாவட்டப் பகுதிகளிலிருந்து தமிழ்க் கிளைமொழியொன்றைப் பேசும் ஓர் இருளர் பழங்குடிக் குழு நீலகிரியில் குடியேறியதைப் போன்றே, சற்றுப் பிற்காலத்தில் கருநாடகப் பகுதிகளிலிருந்து கன்னடக் கிளைமொழியொன்றைப் பேசும் மற்றுமோர் இருளர் பழங்குடிக் குழு நீலகிரியின் பிறிதொரு பகுதிக்கு இடப்பெயர்வுவழியே குடியமர்ந்தது. பிந்தையோரை உள்ளூர் இனக்குழுக்கள் "பண்படாதோர்" எனப் பொருள்படக் 'கசவர்' (Kasava / Kasaba) என அழைக்க, அத்தகைய இழிசொல்லைத் தவிர்த்து, தம்மையும் 'இருளர்'

என்றே அழைத்திட வேண்டும் என்று அந்த இனக்குழு விரும்பியதன் அடிப்படையில் - இடப்பெயர்வின் மூலத் திசையைக் குறிக்கும் வகையில்- முந்தையோரைத் 'தெற்கு இருளர்' எனவும் பிந்தையோரை 'வடக்கு இருளர்' எனவும் மானிடவியலாளர் குறிக்கத் தொடங்கினர்.

4 நீலகிரி மலைப்பகுதியின் 2,000- 2,200 மீட்டர் உயரத்தில் உதகமண்டலம், குந்தா, குன்னூர், கோத்தகிரி உள்ளிட்ட வட்டங்களில் தொதவரும், 1,800- 2,000 மீட்டர் உயரத்தில் உதகமண்டலம், குந்தா, குன்னூர், கோத்தகிரி, கூடலூர் உள்ளிட்ட வட்டங்களில் கோத்தரும், 1,200- 1,500 மீட்டர் உயரத்தில் உதகமண்டலம், குந்தா, குன்னூர், கோத்தகிரி உள்ளிட்ட வட்டங்களில் பால் குறுமர்/ ஆலு குறுமர் மற்றும் இருளரும், 840 மீட்டர் மற்றும் அதற்கு அதிகமான உயரத்தில் கூடலூர், பந்தலூர் உள்ளிட்ட வட்டங்களில் பெட்ட குறுமர்/ ஊராளி குறுமர், முள்ளு குறுமர்/ குறுமன்ஸ், பணியர், ஜேனு குறும்பர்/ காட்டுநாயகர் உள்ளிட்ட பழங்குடிக்குழுக்களும் தமது மரபார்ந்த வாழ்விடங்களைக் கொண்டுள்ளனர். மேலும் விரிவான தகவல்களுக்குக் காண்க: Maheswaran, C. 2013.

5 இது மட்டுமல்லாமல், தமிழ்நாட்டின் எந்தவொரு பழங்குடிக் குழுக்களுக்கிடையேயும் இத்தகைய அறுவடைத் திருவிழா வழக்கத்தில் இல்லை.

6 விரிவான செய்திகளுக்குக் காண்க: Majumdar, D. & T.N. Madan (1956).

7 சமூகப் பண்பாட்டு மானிடவியலின் பல்வேறுபட்ட ஆராய்ச்சி அணுகுமுறைகள் குறித்த விரிவான விவரங்களுக்குக் காண்க: பாரதி, பக்தவத்சல (1990).

8 தமிழ் ஆண்டுக் குறியீட்டு முறையில் இந்நாளானது ஐப்பசி 11- ஆம் நாளாக அமைகிறது என்பது இங்குக் கருத்தில் கொள்ளப்பட வேண்டும்.

9 பழங்குடியினரது மரபார்ந்த வாழ்விடங்களில் அமைந்துள்ள விளைநிலங்களுள் பெரும்பான்மையும் பழங்குடியல்லாத சாதிக் குழுக்களிடம் காலவோட்டத்தில் கைமாறியுள்ளதும் அதனால் தம் சொந்த மண்ணிலேயே பண்டைய பழங்குடிக் குழுக்கள் வேளாண் கூலிகளாக மாற நேர்ந்துள்ளதும் கொடுமையிலும் கொடுமை.

10 தமிழ் ஆண்டுக் குறியீட்டு முறையில் 12 திங்கள்களின் பெயர்களாக அமையும் அதே பெயர்கள் பந்தலூர் வட்டப் பழங்குடிக் குழுக்களிடையேயும் நடைமுறையில் உள்ளன; இப் பெயர்களைச் சோதிட இராசிகளாக மாற்றியுள்ளதும் அவற்றின் இடங்களில் சித்திரை முதல் பங்குனி வரையிலான வடமொழித் தோற்றுவாய்கொண்ட பெயர்களை வைத்துள்ளதும் காலம் செய்த கோலமே.

11 பச்சைப் பால் பிடித்த நெல்மணிகளும் பசுந் தாள்களும் வளமையின் இரு வேறு கூறுகளே என்பது இங்குச் சொல்லாமலே விளங்கும்.

12 தற்போது, கூரை வேய்வதற்கான வைக்கோலைச் சமவெளிப் பகுதியிலிருந்து விலை கொடுத்து வாங்கிப் பயன்படுத்தும் நிலைக்குப் பந்தலூர் வட்டப் பழங்குடிக் குழுக்கள் தள்ளப்பட்டுள்ளன.

13 பொதுப் பகிர்மான முறையில் எளிதாக உணவுப் பொருள்கள் கிடைப்பதனால் 'ஓங்கி' (Onge) உள்ளிட்ட அந்தமான் தீவுக் கூட்டத்தைச் சார்ந்த தொல்முதுபழங்குடிக் குழுக்கள் உணவுப் பொருள்களைத் தேடித் திரட்டிடத் தேவையின்றி, அதன் தொடர்ச்சியாகத் தமது 'மரபார்ந்த உணவு தேடும் தொழில்நுட்ப அறிவுச் சொத்தை'யும் இழந்து, இன்று 'பண்பாட்டு வறிஞர்' ஆகி விட்டனர் என்பது இங்கு ஒப்பு நோக்கத் தக்கது. பல்வேறுபட்ட மேம்பாட்டுப் பணிகளுக்கெனப் பழங்குடிக் குழுக்களை அவற்றின் மரபார்ந்த வாழ்விடங்களிலிருந்து 'புலப் பெயர்வு'க்கு உள்படுத்தும்போதும் இத்தகைய நிலையே ஏற்படுகிறது. இதனாலேயே, 'மரபார்ந்த வாழ்விடங்களின் இழப்பு மரபார்ந்த அறிவு அமைப்பொழுங்கின் இழப்பிற்கு இட்டுச் செல்லும்' என்கின்றனர் மானிடவியலாளர்

14 இவ்வாறு, 'பொருள் பொதிந்த பண்பாட்டு நடத்தைகள்' பல்வேறு சமூகப்பொருளியல் அழுத்தங்களால் பின்னாளில் 'பொருளற்ற வெற்றுப் பண்பாட்டு நடத்தைகளாக'ச் சமூகத்தில் மாறி விடுகின்றன.

15 இயற்கை ஆற்றல், மீயியல் ஆற்றலுக்கு நன்றி தெரிவிக்கும் பண்பாட்டு நடத்தைகளுக்குத் 'தைப் பொங்கல்', 'மாட்டுப் பொங்கல்' உள்ளிட்ட பண்டிகைகள் தக்க சான்றுகளாக அமைகின்றன.

16 ஈ.பி. டைலர் முன்மொழிந்த இச்சமூகப் - பண்பாட்டு மானிடவியல் கோட்பாடு பண்பாட்டு வேர்களை அறிய உதவிடும் வரலாற்றுப் பார்வை கொண்டது ஆகும். தொடர்புடைய விரிவுத் தகவல்களுக்குக் காண்க: Maheswaran, C, 2010.

17. மண்ணின் மைந்தரான பழங்குடியினர் தமக்குப் புறம்பான ஆதிக்கப் பண்பாட்டின்கீழ் வாழ நேரிடும்போது, தமது மரபார்ந்த பண்பாட்டிற்கு முற்றிலும் எதிர்மறையான பண்பாட்டு நிகழ்வுகளையும் விழுமியங்களையும் கண்டு, அதிர்ந்து, செயலற்று நிற்பதைப் 'பண்பாட்டு அதிர்ச்சி' என்பர் சமூகப் பண்பாட்டு மானிடவியலாளர். "மரபார்ந்த நிகழ்வுகள் மற்றும் விழுமியங்களுக்கு ஊறு ஏற்படும்போது, மரபுச்செல்வ ஆய்வாளர்களுக்கும் ஆர்வலர்களுக்கும் இதே போன்ற பண்பாட்டு அதிர்ச்சி ஏற்படுவதும் இயல்பான ஒன்றே" என்பது இக்கட்டுரை ஆசிரியரின் கருத்து.

நோக்கீட்டு ஏடுகள்

Maheswaran,   2010. "The Bison Dance: A Study in Cultural Survivals. 1-18. Tribal & Folk Culture Sudies, Chennai: Goverment Museum.

Maheswaran,   2013. Blue mountains: The Land of Indigenous Tribes: Udhagamandalam, Tribal Research Centre.

Majumdar, D.N.,
T.N. & Madan,   1056. An Introduction to Social Anthropology (Second National Edition : 1987). New Delhi, National Publishing House.

சந்து விக்ரது: பச்சைமலைப் பழங்குடியினரின் இறந்தோர் ஆவியை நிலைப்படுத்தும் சடங்கு

1. முன்னுரை

பிறப்பு முதல் இறப்பு வரையிலான வாழ்க்கைச்சுழற்சியின் பல்வேறு கட்டங்களில் இடம் பெறும் சடங்குகளே வாழ்க்கைச் சுழற்சிச் சடங்குகள் (Lifecycle Ceremonies) ஆகும். இவ்வாழ்க்கைச் சுழற்சிச் சடங்குகள் குறித்து விரிவாக ஆராய்ந்த வான் ஜென்னப் (Von Jennep) என்னும் நாட்டுப்புறவியலாளர் ஒவ்வொரு வாழ்க்கைச்சுழற்சிச் சடங்கின்போதும் அதனுள் ஆள்படுத்தப்படும் மக்கள் தாம் சார்ந்த சமுதாயத்திலிருந்து முதலில் பிரிக்கப்பட்டுப் (Separation), பிறகு இடைநிலையில் (Transition) வைக்கப்பட்டு, அதைத் தொடர்ந்து, இறுதியில் மீண்டும் அதே சமுதாயத்தில் உள்சேர்க்கப்படுகின்றனர் (Inclusion) என்கிறார்.

திருச்சிராப்பள்ளி மாவட்டம், துறையூர் வட்டம், பச்சைமலையைத் தம் வாழிடமாகக்கொண்டுள்ள பழங்குடியினரான பச்சைமலை மலையாளிகள் இறந்தோர் ஆவியை நிலைப்படுத்தி, அதைத் தம் சமுதாயத்திற்கான வழிகாட்டு ஆவியாக்கி வழிபடும் சடங்கியல் மரபிலும் (Ritual Tradition) வான் ஜென்னப் குறிப்பிடும் மேற்குறித்துள்ள மூன்று நிலைகளும் இனங்காணப்படுகின்றன. இத்தகைய இறந்தோர் ஆவியை நிலைப்படுத்தும் சடங்கான ‘சந்து விக்ரது’ குறித்து விரிவாக ஆராய்வதே இக்கட்டுரைக் களம்.

பச்சைமலைப் பழங்குடியினர் இனக்குழுவரைவியல் : ஓர் அறிமுகம்

திருச்சிராப்பள்ளி மாவட்டத்தின் வட பகுதியில் உள்ள பச்சைமலையைத் தமது இருப்பிடமாகக்கொண்டு வாழ்ந்து வரும் பழங்குடியினரே பச்சைமலை மலையாளிகள். இவர்களுடைய இனக்குழுப் பெயருடன் (Ethnonym) இணைந்துள்ள மலையாளிகளுக்கும் இவர்களுக்கும் இனக்குழுவழியிலோ, மொழிவழியிலோ எவ்வகையான நேரடி உறவும் இல்லை. உண்மையில், அம்மக்களுடைய இனக்குழுப் பெயருடன் வழங்கப்படும் 'மலையாளி' என்னும் சொல்லாட்சி 'மலையில் வசிப்போர்' என்ற பொருண்மையின் அடிப்படையில் அமைந்த ஒன்றே.

மேலும், தமிழ்நாட்டின் பிற தொல்முது பழங்குடியினரான (Aborigines) தொதவர், கோத்தர், இருளர், குறுமர், பணியர், காட்டு நாயக்கர் போன்றோர் அல்லர் இப்பழங்குடியினர். ஏனென்றால், சமவெளி மக்களான (Plains People) காராள வேளாளர் மேற்குத் தொடர்ச்சி மலைப் பகுதியில் வாழ்ந்து வந்த வேடர் என்னும் இனக்குழுவினரை அழித்தொழித்துப் பின்னர் அவ்வேடர் இனக்குழுப் பெண்களுடன் கூடி உருவாக்கிய கலப்பினத்தவரின் வழித் தோன்றல்களே (Descendants) இன்றைய பச்சைமலை மலையாளிப் பழங்குடிகள்.

3. சந்து என்னும் இறந்தோர் ஆவி குறித்த நம்பிக்கைகள்

இறந்தோர் ஆவியைப் பச்சைமலை மலையாளிப் பழங்குடியினர் 'சந்து' என்று குறிப்பிடுகின்றனர். தாம் சார்ந்த வாழிடத்தைச் சுற்றியே சந்துகள் அலைந்துகொண்டிருக்கும் என்றும் அவற்றுக்கு முறையாகச் சடங்கு நடத்தி, மந்திர உச்சாடனைக்குப் பிறகு அவற்றை அமைதிப்படுத்தி, உருவச் சிலை அல்லது கல்லில் ஏற்றிப் 'பதுவெ'யாக்கி, அதனுள் நிலைப்படுத்தி, வணங்கி வழிபடுவதன் வாயிலாக மட்டுமே இறந்தோர் ஆவிகளைத் தமது சமுதாயத்திற்கான 'வழிகாட்டு ஆவிகளா'க்கிக் (Guiding Spirits) கொள்ளலாம் என்றும் பச்சைமலை மலையாளிகள் நம்புகின்றனர். இவ்வாறு இறந்தோர் ஆவிகளான சந்துகளைத் தம் வாழிடங்களின் வெளிகளில் பதுவெகள் வாயிலாக நிலைப்படுத்தும் இச்சடங்கானது 'சந்து விக்ரது' (சந்து வைக்கிறது) எனப்படுகிறது. ஓராண்டு நிறைவிற்குப்பின் இப் பதுவெகள் 'நர சாதி' (Human Category) என மாற்றுப் பெயரில் அழைக்கப்படுகின்றன. பச்சைமலை மலையாளிகளின் பழங்குடிச் சமயத்தில் (Tribal Religion) அமைந்துள்ள தெய்வவரிசைக்கு (Pantheon) இணையாகக் கருதப்படும் இந்நரசாதிகள், பின்னாளில் 'குடும்பத் தெய்வங்களாக' (Family Deities) இறந்தோரின் குடும்ப உறுப்பினர்களால் ஆண்டுதோறும் வழிபடப்படுகின்றன.

4.இறந்தோர் ஆவியை நிலைப்படுத்தும் சந்து விக்ரது சடங்கின் கட்டமைப்பு

பச்சைமலை மலையாளிகள் 'சந்து' என்னும் இறந்தோர் ஆவியை நிலைப்படுத்துவதற்கு முதலில் தங்கள் வாழிடத்தைச் சார்ந்த 'சாமியாடி'யை (Shaman) அழைத்துக் குறி கேட்கின்றனர். சாமியாடியும் மந்திரங்கள் உச்சரித்துச் சோழிகளைக் குலுக்கிப் போட்டு, இறந்தோர் ஆவியுடன் தொடர்புகொள்ள முனைகிறார்.

இறந்தோர் ஆவியும் சாமியாடிவாயிலாகத் தனது உருவாரத்தை எங்கு நிலைநிறுத்த வேண்டும் என்ற தன் விருப்பத்தை அப்போது வெளிப்படுத்துவதாகப் பச்சைமலைப் பழங்குடியினர் குறிப்பிடுகின்றனர். எடுத்துக் காட்டாக, எந்தக் குறிப்பிட்ட மரத்தடியில் தனது உருவாரத்தை நிறுவ வேண்டும் என்பதை இறந்தோர் ஆவி அப்போது தெரிவிப்பதாகவும் இப் பழங்குடி மக்கள் கூறுகின்றனர். அதாவது, எந்த மரத்தின் அடியில், எந்த உறவினர் உருவாரம் நிறுவப்பட்டுள்ள இடத்திற்கு அருகில் தன் உருவாரத்தை நிலைப்படுத்தி நிறுவ வேண்டும் என்று இறந்தோர் ஆவி அதன் உள்ளக் கிடக்கையை வெளிப்படுத்துவதாகப் பச்சைமலை மலையாளிப் பழங்குடியினர் தெரிவிக்கின்றனர்.

பச்சைமலை மலையாளிகளின் பின் இறப்புச் சடங்கான (Post-Funerary Rite) ‘சந்து விக்ரது’ என்னும் இச் சடங்கின்போது இறந்தோர் ஆவி முதலில் அதனுடைய வாழிடமான சமுதாயத்திலிருந்து பிரிக்கப்படுகிறது (Act of Separation); அடுத்து, அது சிறிது காலம் இடைநிலையில் வைக்கப்படுகிறது (Act of Transition) நிறைவாக; உரிய சடங்குகளுக்குப் பின், மீண்டும் அதன் முந்தைய வாழிடமான சமுதாயத்துடனேயே உள்ளிணைப்பு செய்யப்படுகிறது (Act of Inclusion). அதாவது தம் ஏனைய வாழ்க்கைச் சுழற்சிச் சடங்குகளின்போது பழங்குடிச் சமுதாயத்தின் வாழும் உறுப்பினரான பச்சைமலை மலையாளிகள் முதலில் தாம் சார்ந்த சமுதாயத்திலிருந்து பிரிக்கப்பட்டு, சிறிது காலம் 'தீட்டு' (Pollusion) கடைப்பிடிக்கப்பட்டு, சமுதாயத்திற்கு வெளியே இடை நிலையில் சற்று வைக்கப்பட்டு, உரிய சடங்கு நிகழ்வுகளுக்குப் பின்னர் மீண்டும் அதே சமுதாயத்தின் உள்ளே ஒன்றிணைக்கப்படுவதுபோலவே சந்து விக்ரது சடங்கின்போதும் மேற்குறித்த மூன்று தொடர்நிலைகளும் ஒன்றன் பின் ஒன்றாகக் கடைப்பிடிக்கப்படுகின்றன என்பது பெறப்படும்.

நாட்டுப்புறவியலாளர் வான் ஜென்னப் முன் வைத்திடும் வாழ்க்கைச்சுழற்சிச் சடங்கு தொடர்பான மேலே குறிக்கப்பட்ட ‘பிரித்தல்’ ‘இடைநிலை’ மற்றும் 'உள்சேர்த்தல்' என்னும் மூன்று தொடர்நிலைகளும் இறந்தோர் ஆவிகளுக்கும் பொருந்தும் என்கிற உண்மையை அத்தகைய ஒப்பீட்டாய்வுகள் மெய்ப்பிக்கக் காண்கிறோம்.

5.முடிவுரை

ஒரு புறம் தாம் சார்ந்துள்ள இயற்கையுடனும் (Nature) மறு புறம் தாம் நம்பிக்கைகொண்டுள்ள மீயியற்கையுடனும் (Supernaturals) இனக்குழுவினர் இடையறாது உறவாடி வினைபுரிவோராக விளங்குகின்றனர்.

மேலே விரிவாக எடுத்துக் காட்டப்பட்டுள்ள பச்சைமலை மலையாளிப் பழங்குடியினரின் சந்து விக்ரது என்னும் மீயியற்கை சார்ந்த இறந்தோர் ஆவியை நிலைப்படுத்தும் சடங்கானது முன்னோர் வழிபாட்டிற்கான (Ancestor Cult/Ancestor Worship)அடிப்படைப் பண்பாட்டு இயங்கு தளமாக இலங்குவதை உணர்த்துகிறது. பச்சைமலை மலையாளிகளுடைய குடியிருப்புகளின் எல்லையோரப் பகுதிகளில் காணலாகும் பட்டவன் கோவில்களும் முன்னோர் வழிபாட்டின் தொடர் படிமலர்ச்சியையே காட்டுகின்றன.

அடிக் குறிப்புகள்:

1 வாழ்க்கைச் சுழற்சி சடங்குகள் என்னும் இச்சொல்லாட்சியானது 'வாழ்க்கை வட்டச் சடங்குகள்' என்றும் குறிப்பிடப்படுகிறது. பிரெஞ்சு மொழிச் சொல்லாட்சியான Rite de passage என்பதன் ஆங்கில வடிவமான Rites of Passage இக்கலைச்சொல்லின் முந்தை வடிவமாகப் பயன்படுத்தப்பட்டது என்பதை இங்குக் கருத்தில்கொள்ள வேண்டும். பிறப்பு முதல் இறப்பு வரையிலான வாழ்க்கைச்சுழற்சியின் பல்வேறு கட்டங்களில் இடம் பெறும் சடங்குகளே வாழ்க்கைச் சுழற்சிச் சடங்கள் ஆகும்.

2 பச்சைமலை மலையாளிப் பழங்குடியினரின் இனக்குழு வரலாறு குறித்த விரிவான செய்திகளுக்குக் காண்க: மகேசுவரன், 1985. “பச்சைமலை மலையாளிகள் ஓர் இனவியல் அறிமுகம்”. 228-235. ஆராய்ச்சி[24].

3 கல்வராயன் மலையாளிப் பழங்குடியினரிடையேயும் சந்துகள் என்னும் இறந்தோர் ஆவிகள் குறித்து விரிவான நம்பிக்கைகள் நிலவுகின்றன என்கிறார் புதுவைப் பல்கலைக் கழக மானிடவியல் துறைப் பேராசிரியர் முனைவர் ஆ.செல்லபெருமாள். இருப்பினும், இச்சந்துகளை நிலைப்படுத்தும் சடங்கானது அம்மக்களிடையே வழக்கத்தில் இல்லை என்பது இங்குக் குறிக்கத் தக்கது.

4 பச்சைமலை மலையாளிப் பழங்குடியினரிடையேயான எனது களப்பணி ஆய்வின்போது சாமியாடி வெளிப்படுத்திய பாடல் வடிவிலான தகவல்கள் சந்து விக்ரது சடங்கின் நுட்பங்களைத் தெளிவுபடுத்தின.

5 தாம் சார்ந்த சமுதாயத்திற்கெனத் தம் இன்னுயிரை ஈந்த வீரரின் நினைவைப் போற்றும் வகையில் எடுக்கப்பட்ட நடுகல்லான வீரக் கல்லை (Hero Stone) உள்ளடக்கி நிறுவப்பட்ட கேரவில்கேளே 'பட்டவன் கோவில்கள்' அல்லது 'பட்டாரிக் கோவில்கள்' எனப்படுகின்றன. ‘பட்டோரைப் பரவுதல்’ என்னும் பழந்தமிழர்தம் இறந்தோரை வழிபடும் மரபான முன்னோர் வழிபாட்டின் பண்பாட்டு அடையாளங்களே இத்தகைய கோவில்கள்.

நன்றியுரை: பச்சைமலை மலையாளிப் பழங்குடியினர் குறித்து முதன் முதலில் எனக்குத் தகவல் அளித்து, எனது களப்பணியைக் கைப் பிடித்துத் தொடக்கி வைத்த எனதருமைப் பேராசிரியர் முனைவர் சு.சக்திவேல் (மேனாள் தலைவர், நாட்டுப்புறவியல் துறை, தமிழ்ப் பல்கலைக்கழம், தஞ்சாவூர்) அவர்களின் நினைவைப் போற்றி இக் கட்டுரை படையலாக்கப்படுகிறது.

புகிரி – நீலமலை ஆதிக்குடிச் சமுதாயத்தினரது மரபார்ந்த துளை இசைக்கருவி

அ. 'புகிரி' : நீலமலையின் மரபார்ந்த துளை இசைக்கருவி

நீலமலையின் சில ஆதிக்குடிச் சமுதாயத்தினரான தொதவர், கோத்தர், குறுமர், இருளர், மலை வேடன் மற்றும் படுகர் ஆகியோரிடையே காணலாகும் 'புகிரி' எனும் துளை இசைக்கருவி ஒரு வகை மூங்கிலாலான நீண்ட புல்லாங்குழலினை ஒத்த ஒரு மரபார்ந்த இசைக்கருவியாகும். இம்மரபார்ந்த இசைக்கருவி நீலமலை பண்பாட்டு மண்ணிற்கே உரிய ஒன்று.

ஆ. நீலமலை ஆதிக்குடிச் சமுதாயத்தினருடைய 'புகிரி' இசைக்கருவியில் காணலாகும் வேறுபாடுகள்

பொதுவாகப், புகிரி செய்தற்கு எதிரெதிராக அமையப்பெற்ற இடையீட்டுக் கணுக்கள்கொண்ட ஒரு நீண்ட மெல்லிய மூங்கில் தண்டு தெரிவு செய்யப்படுகிறது. இத்தகைய மூங்கில் தண்டில் பழுக்கக் காய்ச்சிய கூர் முனை இரும்புக் குச்சியின் உதவியால் சீரான இடைவெளிவிட்டு ஐந்து அல்லது ஆறு துளைகள் போடப்பெறுகின்றன. எனினும், தமக்குரிய புகிரி இசைக்கருவியை வடிவமைப்பதில் நீலமலை ஆதிக்குடிச் சமுதாயத்தினர் ஒருவருக்கொருவர் பல வகைகளில் வேறுபடுகின்றனர். எடுத்துக் காட்டாக, எதிரெதிராக அமையப்பெற்ற இடையீட்டுக் கணுக்களைச் சரிவான வகையில் கீழ்நோக்கு நீட்சிகளாக அமையுமாறு குறுமப் பழங்குடியினர் வெட்டிவிடுகின்றனர்; மாறாக, ஏனைய பிற நீலமலை ஆதிக்குடிச் சமுதாயத்தினர் இவ்விரு இடையீட்டுக் கணுக்களையும் பிறை வடிவிலான வளை நீட்சிகளாக அமைத்து வெட்டுகின்றனர்; இவ்வாறாகப் பிறை வடிவில் அமைக்கப்பெற்ற வளை நீட்சிகளைப் படுகு இனக்குழுவினர் தமது தாய்த் தெய்வமாகிய ஹெத்தை அம்மனுக்குரிய புனித எறுமையின் நீண்ட கொம்புகளின் குறியீட்டமர்வாகக் கருதுகின்றனர். இப்புகிரி இசைக்கருவிக்குப் பளபளக்கும் தோற்றம் உருவாக்கிடத் தொதவப் பழங்குடியினர் வெண்ணையாலும் மற்றையோர் எண்ணெயாலும் மெருகூட்டுகின்றனர். புகிரியின் பருமனைவிடச் சற்று அகன்ற,

உள்கூடான, கூம்பு வடிவ மூங்கில் பகுதி[1] ஒன்றைப் புகிரியின் பின்புறத்தில் தொதவப் பழங்குடியினர் இணைத்துச் சிறப்பாக இசை உருவெடுக்குமாறு செய்கின்றனர். புகிரியின் ஆறு துளைகளுள் ஒன்றைப் படுகு மக்கள் நிரந்தரமாக அடைத்து விடுகின்றனர்; மாறாக, ஏனைய சமுதாயத்தினர் புகிரியை இசைக்கும்போது ஒரு துளையை விரலால் மறைத்துக்கொண்டு, எஞ்சிய ஐந்த துளைகளை மட்டுமே பயன்படுத்துகின்றனர். தொதவர், கோத்தர், குறுமர், இருளர், மலைவேடன் மற்றும் படுகர் முதலியோரிடையே இத்துளை இசைக்கருவி பயன்பாட்டில் இருப்பினும் இன்றைய நிலையில் படுகு சமுதாயத்தினரே இதைப் பெரிதும் இசைப்போராகத் திகழ்கின்றனர். புகிரி இசைத்தலில் தத், தமக்குள்ள தனித் திறன்களைத் தொதவர் தமது ஓய்வு நேரங்களின்போது போட்டி போட்டுக்கொண்டு வெளிப்படுத்துகின்றனர்; படுகரோ, இப்புகிரியைத் தமது சமுதாய - சமய ஒழுகலாறுகளினுள் பொதிந்து வைத்துள்ளனர். எடுத்துக் காட்டாக, வலியால் அரற்றும் நோயாளியை ஆற்றுவதற்கும் இறந்துபோன தமது உறவினரது வீட்டருகே வருத்தத்துடன் குழுமியுள்ள உறவின்முறையினரைத் தேற்றுவதற்கும் அழும் குழந்தை ஆழ்ந்த உறக்கத்தை அரவணைப்பதற்கும் படுகர் இப்புகிரியை இசைக்கின்றனர். மேலும், முன்னரே குறிக்கப்பட்டாற்போல, படுகு சமுதாயத்தினர் இத்துளை இசைக்கருவியைத் தமது தாய்த் தெய்வமாகிய ஹெத்தை அம்மனோடு தொடர்புடையதாகக் கருதுதலால், இதைப் போற்றிப் பாதுகாத்துவருகின்றனர்; இன்னும் கூறுவதாயின், படுகரது 'உலகியல் நோக்கில்[2] ஹெத்தை அம்மனின் குறியீடாகவே இப்புகிரி கருதப்படுகிறது எனலாம்; கருங்கக் கூறின், படுகு ஆடவர் இரவு நேரத்தின்போது மட்டுமே தமக்காகவோ, சமுதாய- சமயக் குழூமுதலுக்காகவோ வாய்ப்பாட்டின் துணை இசைப்பிற்காகவோ புகிரியை இசைக்கின்றனர் என்று கூறலாம். இத்துளை இசைக்கருவியை இசைப்பதன்வாயிலாகத் தொதவர் தமது வாழிடத்தைச் சுற்றியுள்ள தம் எருமை மந்தைகளையும் பல்வேறு காட்டு விலங்கினங்களையும் வசியப்படுத்தியதாகக் கூறப்பெறுகிறது. மேலும், இப்புகிரியினால் 50-க்கும் மேற்பட்ட பல வகை மெட்டுக்களைத் தொதவர் இசைக்கவல்லோராக விளங்கினர் எனவும் கூறப்பெறுகிறது. தற்போது, படுகரைத் தவிர பிற சமுதாயத்தினருள் வெகு சிலரே இத்துளை இசைக்கருவியை இசைக்கும் திறனுடையோராக விளங்குகின்றனர். இருளப் பழங்குடியினரிடையே இவ்விசைக்கருவியை இசைத்தல் படிப் படியாக பயிலப்பெறுகிறது; ஒப்பு நிலையில் புகிரியை விட

எளிதான நாகசொரெ[3] எனும் துளை இசைக்கருவியை இருளர் மிகச் சிறப்பாக இசைக்கப் பயின்ற பிறகே புகிரியை இசைத்தற்குப் பயில அனுமதிக்கப்படுகிறார்; ஏனெனில், புகிரியை இசைத்தற்கு 'வாயறை காற்றுத் திறனை[4] மெதுவாகவும் சீராகவும் தொடர்ச்சியாகவும் வாயறைக்குள்ளாகவே இருத்திட வேண்டியுள்ளது. இத்தகைய தடையற்ற வாயறைக் காற்றுத் திறனை வழங்கிடுதற்கு வாய்ப்பாக புகிரியை இசைப்போர் தமது வலப்பக்கக் கன்னத்தினுள் காற்றைத் திரட்டி, வாய்ப் புறத்திலிருந்து காற்று ஓட்டத்தை மெதுவாகவும் அதே நேரத்தில் சீராகவும் வெளிப்படுத்துகின்றனர்.

இ. புகிரி இசையின் தன்மை

புகிரியிலிருந்து வெளிப்படும் இசையின் தன்மை விவரிக்க இயலாத ஒன்று; இருப்பினும், தீப்பற்றி எரியும்போது ஏற்படும் ஓசையுடன் அல்லது பம்பரம் சுழலும்போது ஏற்படும் சீறல் ஓசையுடன் அல்லது தொடர்ந்து சங்கு ஊதும்போது ஏற்படும் இதமான ஓசையுடன் புகிரியிலிருந்து வெளிப்படும் இசையை ஒருவாறாக நாம் ஒப்பிடலாம். இத்தகைய வசியப்படுத்தும் புகிரி இசை நீலமலையின் ஆதிக்குடிச் சமுதாயத்தினரது செவிப் புலனுக்கு மட்டுமல்லாது, பொதுமக்களின் செவிப்புலனுக்கும் ஒரு சீரிய விருந்தாக அமைகிறது எனலாம்.

ஈ. புகிரி குறித்து இதுவரை செய்யப்பெற்றுள்ள ஆவணமாக்கலும் ஆராய்ச்சிப் பணிகளும்

நீலமலையின் முதல் ஆணையாளரான ஜே.டபிள்யூ. பிரீக்ஸ் தமது 'நீலமலையின் தொல்பழங்குடியினரும் தொன் மரபுச் சின்னங்களும்' எனும் நூலில் (1873) புகிரி குறித்து ஒரு தெளிவான விளக்கக் குறிப்பை அளித்துள்ளார்.

1960-களில் தன்னிலை மாந்தவியலாளரான ஃபிலோ இருதயநாத் படுகர் புகிரி இசைத்தலை ஒளிப்பட ஆவணமாக்கல் செய்துள்ளார்.

'தொதவப் பாடல்கள்' (1971) எனும் தமது நூலில் புகழ்பெற்ற ஒப்பியல் திராவிடவியலாளரான எம்.பி. எமனோ புகிரி பற்றிக் குறிப்பிட்டுள்ளார்.

எம்.பி.எமனோவும் டி.பர்ரோவும் 1984-இல் இணைந்து வெளியிட்ட 'திராவிடச் சொற்பிறப்பியல் அகர முதலி' (திருத்திய பதிப்பு) எனும் தமது தொகுப்புப் படைப்பில் தொதவா, கோத்தா,

குறுமா, இருளா மற்றும் படுகு முதலியவற்றில் காணலாகும் புகிரி குறித்த உறவுடைச் சொற்களைத் தவறாது பதிவுசெய்து ஆவணப்படுத்தியுள்ளனர்.

•கோயம்புத்தூரிலுள்ள 'பாரதி பழங்குடியினர் மற்றும் ஊரக முன்னேற்ற நிறுவனத்'தின் நிறுவனர் - இயக்குநரான பேரா. தேவராஜன் கோயம்புத்தூர் மாவட்ட அரசு அருங்காட்சியகத்திற்குத் தாம் கொடையாக அளித்த நீலமலைப் பழங்குடியினரது கலைப் பொருள்களுள் ஒன்றாக இருளப் பழங்குடியினரது 'புகிரி' அமைந்திட, அவ்விசைக்கருவி பின்னர் நீலமலை மாவட்ட அரசு அருங்காட்சியக இருப்பிற்கு மாற்றப்பெற்று அங்குக் காட்சிப்படுத்தப் பெற்றுள்ளது.

•பின்னர், 1996-இல் நீலமலை மாவட்ட அரசு அருங்காட்சியகத்திற்கெனப் 'படுகரது புகிரி' ஒன்று கோத்தகிரி மாவட்டம் கண்ணேரிமுக்கு படுகர் குடியிருப்பைச் சார்ந்த திருமிகு. கக்கி (என்கிற) சண்முகம் - அவர்களிடமிருந்து, மாவட்ட ஆட்சித் தலைவரது நேர்முக எழுத்தரான திருமிகு. அஜ்ஜன் - அவர்களின் சீரிய முயற்சியால், கொடையாகப் பெறப்பட்டுக், காட்சிப்படுத்தப் பெற்றது.

•1997-இன் தொடக்கத்தில், 'தொதவப் பழங்குடியினரது புகிரி' ஒன்று உதகை வானொலி நிலைய ஒலிபரப்பு வல்லுநரான திருமிகு. டி. மோகன் - அவர்களிடமிருந்து 'இடையீட்டுக் கடனாகப்' பெறப்பட்டு, நீலமலை மாவட்ட அரசு அருங்காட்சியகத்தில் காட்சிப்படுத்தப்பெற்றது.

•மார்ச்சு, 1997-இல் உதகை வானொலி நிலையம் தொதவப் பழங்குடியினரது புகிரி இசைப்பினைத் தொதவச் சமுதாயப் பணியாளர் திருமிகு. யூ. கொட்ராடக் குட்டன் - அவர்களைக் கொண்டு ஒலிப்பதிவு செய்து, பிறகு ஒலிபரப்பியது.

•மிக அண்மையில் (அதாவது. ஏப்ரல். 1997-இல்), உதகை வானொலி நிலைய ஒலிபரப்பு வல்லுநர் திருமிகு டி. மோகன் அவர்களிடமிருந்து குறும்பப் பழங்குடியினரது 'புகிரி' ஒன்று நீலமலை மாவட்ட அரசு அருங்காட்சியகத்திற்குக் கொடையாகப் பெறப்பட்டு, காட்சிப்படுத்தப்பெற்றுள்ளது.

•1996-97 காலகட்டத்தில் நீலகிரி மாவட்ட அரசு அருங்காட்சியகத்தின் காப்பாட்சியர் முனைவர். சி. மகேசுவரன் 'திங்கள் காட்சிப் பொருள்' எனும் புதுமைத் திட்டத்தின்கீழ்

இவ்வருங்காட்சியகத்தின் ‘பழங்குடியினர் காட்சிக் கூடத்தில் தொதவர், குறுமர், இருளர் மற்றும் படுகர் சமுதாயத்தினரது 'புகிரி'களைப் பொது மக்கள் பார்வைக்கெனக் காட்சிப்படுத்தியதுடன், அவற்றைப் பற்றிய விரிவான ‘விளக்கக் குறிப்புகளையும் அணியமாக்கி. ஆவணப்படுத்தியுள்ளார்.

2. சொற்பிறப்பியல் ஆராய்ச்சி வாயிலாக ‘நீலமலைப் புகிரி’ குறித்த ஊகக் கருத்துரு

திராவிடச் சொற்பிறப்பியல் அகர முதலியில் (திருத்திய பதிப்பு - 1984) தொதவா, கோத்தா, குறுமா, இருளா மற்றும் படுகு ஆகியவற்றில் காணலாகும் புகிரி பற்றிய உறவுடைச் சொற்களாகப் பின்வருவன பதிவு செய்யப்பெற்றுள்ளன:

தொதவா: புஹுரி (puxury)

கோத்தா: புகீர் (bugi.r)

பால் குறும்பா: புகிரி (bugiri)

ஆல் குறும்பா: புகுரி (buguri)

படுகு: புகுரி (bugiri)

மேலும், இவ்வுறவுடைச் சொற்கள் தமிழ், மலையாளம் ஆகியவற்றில் காணலாகும் உறவுடை சொற்களுடன் (காண்க: தமிழ்: பூரி (puri), பூரிகை (purikai); மலையாளம்: பூரிகா (purika) “எக்காளம்” தொடர்புடையனவாக இருக்கலாமோ எனும் தமது அய்யப்பாட்டையும் இவ்விருவரும் அந்த இடத்திலேயே எழுப்பியுள்ளனர். இன்னும் நுணுகி ஆராயின், தமிழில் காணலாகும். புகு(ர்)- “நுழை” எனும் வினைச் சொல்லின் அடிப்படையில் (காற்றுப் புகுந்து இசை எழுதலால்) “புகுரி” எனும் சொல் பிறப்புற்றிருக்கலாம் எனக் கருதுகோள் ஒன்று முகிழ்க்கக் காணலாம்[10].

உறவுடை திராவிட மொழிகளின் உறவுடைச் சொற்களில் ‘ஒலிப்புடை வெடிப்பொலிகளும்’ ‘ஒலிப்பிலா வெடிப்பொலிகளும்’ ஒருங்கே காணப்படின், ‘ஒலிப்பிலா வெடிப்பொலிகளே’ அடிப்படையானவை என ஒப்பியல் திராவிடத்தில் மீட்டுருவாக்கம் செய்யப்பெறுதல் வேண்டும் என நெறிமுறை ஒன்று உள்ளது. இந்த அடிப்படையில் நோக்கும்போது, தொதவ மொழியில் மட்டுமே “புகுரி” எனும் சொல்லில் மட்டுமே ஈரிதழ் ஒலிப்பிலா வெடிப்பொலி.’ காணப்படுதலால், புகிரி இசைக்கருவி

தொதவப் பழங்குடியினரிடமே முதலில் முகிழ்த்து, பின்னர் பண்பாட்டுப் பரவல்வாயிலாக ஏனைய நீலமலை ஆதிக்குடிச் சமுதாயத்தினரிடையே அவரது பண்பாட்டு எல்லைகளைக் கடந்து, பண்பாட்டு நிலைபேறு அடைந்ததுள்ளது எனக் கருதலாம். ஏனைய ஆதிக்குடிச் சமுதாயத்தினரைக் காட்டிலும் தொதவப் பழங்குயினரே 50-க்கும் மேற்பட்ட மெட்டுக்களைப் புகிரியின்வாயிலாக இசைக்க வல்லோராக விளங்கியிருந்ததும் அவற்றின்வாயிலாகத், தமது எருமை மந்தைகளையும் தமது வாழிடத்தைச் சுற்றிலுமிருந்த காட்டுவிலங்கினங்களையும் வசியம் செய்ய வல்லோராகத் திகழ்ந்திருந்ததும் இக்கருத்துக்கு வலிமை சேர்க்கக் காணலாம்.

அடிக் குறிப்புகள்

1 தொதவ மொழியில் இது ‘ஹொசார்’ எனக் குறிக்கப்பெறுகிறது.

2 இதைப் ‘பண்பாட்டு உலகியல் நோக்கு’ எனவும் சுட்டலாம்.

3 இது பாம்பாட்டியின் மகுடியை ஒத்த ஒரு துளை இசைக்கருவியாகும்.

4 ‘*Buccal Air Stream*’ எனும் ஆங்கிலக் கலைச்சொல் இக்கட்டுரை ஆசிரியரால் இவ்வாறு மொழியாக்கம் செய்யப்பெறுகிறது.

5 பின்னர் இப்பதவி ‘மாவட்ட ஆட்சித் தலைவர்’ எனும் பதவியாக ஆங்கிலேயரால் மாற்றப்பெற்றது.

6 தொதவ சமுதாயப் பணியாளரான திருமிகு. யூ. கொட்ராடக் குட்டன் - அவர்களால் இப்புகிரி கொடையாகப் பெறப்பட்டுள்ளது.

7 ‘*Temporary Loan*’ எனும் ஆங்கிலக் கலைச்சொல் இவ்வாறு இக்கட்டுரை ஆசிரியரால் இங்கு மொழியாக்கம் செய்யப்பெற்றுள்ளது.

8 இப்புகிரி ஆலு குறுமச் சமுதாயப் பணியாளர் திருமிகு. எம். அர்ச்சுனன் - அவர்களால் கொடையாக அளிக்கப்பெற்ற ஒன்றாகும்.

9 கோத்தப் பழங்குடியினரிடையே புகிரியைக் குறிக்கும் சொல் காணப்படினும் இதுவரை, கோத்தரது 'புகிரி' இக்கட்டுரை ஆசிரியருக்குக் கிடைக்கப்பெறவில்லை.

10 மேற்படிக் கருதுகோள் இக்கட்டுரை ஆசிரியருடையது.

நோக்கீட்டு ஏடுகள்

Breeks, J.W.   1873.   An Account of the Primitive Tribes and Monuments of the Nilgiris. Madras: Government Press.

Emeneau, M.B. 1972   Toda Songs. Oxford: Clarendon Press.

Emeneau, M.B. &

T. Burrow.   1984.   Dravidian Etymological Dictionary (Revised Edition). Oxford: Clarendon Press.

Venugopal, D.   1993.   The Nilgiris. Ooty: Nilgiri Documentation Centre, 1993.

***

இனக்குழுக்களின் புலப்பெயர்வும் புலம்பெயர் வரலாற்றை மீட்டுருவாக்குதலும்

1. முன்னுரை

எளிய சமூகங்களாகத் திகழும் திணைசார் குடிகளான (Indigenous Peoples) பழங்குடிக் குழுக்களும் குறிப்பிட்ட சில சாதிக் குழுக்களும் தமக்கான அடிப்படை வாழ்வியற்தேவைகளுக்கெனத் தம் மரபார்ந்த வாழ்விடங்களைவிட்டுப் புதுச் சூழல்கொண்ட இடங்களுக்குச் சில காலகட்டங்களில் புலம்பெயர்ந்திட நேர்கிறது. எழுத்தறிவிற்கு முந்தைய சமூகங்களாக (Preliterate Societies) இத்தொன்மைசான்ற பழங்குடிக் குழுக்களும் சாதிக் குழுக்களும் அமைவதால், இத்தகைய இனக்குழுக்களின் வாழ்வியற்பாங்குகளிலேயே அவற்றின் புலப் பெயர்வு (Displacement) தொடர்பான வரலாற்றுத் தடயங்கள் இலைமறை காயாக அடங்கியுள்ளமையைக் களப்பணித் தரவுகள் வெளிப்படுத்துகின்றன.

இனக்குழுக்களின் வாழ்வியற்பாங்குகளில் பொதிந்துள்ள இத்தகைய வரலாற்றுத் தடயங்களை எடுத்துக்காட்டுவதும் அவற்றிலிருந்து அந்த இனக்குழுக்களின் புலம்பெயர் வரலாற்றை (Migrational History) மீட்டுருவாக்கம் செய்வதற்கான அடிப்படையை எடுத்துரைப்பதுவுமே இக்கட்டுரைக்கான களமாகும்.

2. புலப்பெயர்வும் விளிம்புநிலையாக்கமும்

காடு, மலை, பள்ளத்தாக்கு எனப் பொதுவாக எளிதில் அணுகவியலாத இடங்களில் பன்னெடுங் காலமாக வாழ்ந்து வரும் தொன்மைசான்ற இனக்குழுக்கள் பல்வேறுபட்ட சமூகப்-பண்பாட்டு, சமூகப்பொருளியல் அழுத்தங்களால் அவற்றின் மரபார்ந்த வாழ்விடங்கள் மற்றும் பண்பாட்டுப் பகுதிகளை (Culture Areas) விட்டு இடப்பெயர்ச்சிக்கு உள்ளாக்கப்படுவது 'புலப்பெயர்ச்சி' ஆகும்.

இவ்வாறு, தொன்மைசான்ற இனக்குழுக்கள் பல்வேறு சமூகப்-பண்பாட்டு, சமூகப்-பொருளியல் அழுத்தங்களால் அவற்றின் மரபார்ந்த வாழ்விடங்கள் மற்றும் பண்பாட்டுப் பகுதிகளை

விட்டுப் புலப்பெயர்வு செய்யப்பட்டு, மேல்தட்டு மற்றும் அதிகார வர்க்கங்களால் சமூக வாழ்வியலின் விளிப்பு நிலைக்கே விரட்டியடிக்கப்படுவதை 'விளிம்புநிலையாக்கம்' என்று சமூக அறிவியலாளர்கள் குறிக்கின்றனர்.

3. புலப்பெயர்விற்கான அகக் காரணிகளும் புறக் காரணிகளும்

மேற் கூறியவற்றிலிருந்து, பல்வேறுபட்ட சமூகப்-பண்பாட்டு அழுத்தங்களும் தொல்குடிகளான இனக்குழுக்களின் புலப்பெயர்விற்கான காரணிகளாக அமைகின்றன என்பது உறுதிப் படுகிறது. இவற்றுள், வாய்மொழி வழக்காறு கள்' (Oral Narratives), 'பண்பாட்டு ஒழுகலாறுகள்' -(Cultural Codifications) உள்ளிட்டவை அகக் காரணிகளாகவும் (Internal Factors) 'வனவுயிரி உய்விடம் அமைத்தல்', 'நீர்த்தேக்கம் கட்டுதல்', 'தொழிலகம் உருவாக்குதல்' உள்ளிட்ட வளர்ச்சிப் பணிகள் (Developmental Activities) புறக் காரணிகளாகவும் (External Factors) இனங்கண்டறியப்பட்டுள்ளன.

இனி, இனக்குழுக்களின் புலப்பெயர்விற்கான காரணிகள் குறித்துத் தக்க சான்றுகளுடன் சற்றுச் சுருக்கமாகக் காண்போம்.

3.1. புலப்பெயர்விற்கான அகக் காரணிகள்

3.1.1 வாய்மொழி வழக்காறுகள்

3.1.1.1 நீலகிரி மாவட்டத்தில் வாழும் இருளர் பழங்குடியினர் தமது குலப் பிரிவுகள் 12 எனக் குறிப்பிட்டாலும் அவற்றுள் 8 குலப் பெயர்ளை மட்டுமே தமது நினைவில் கொண்டுள்ளனர்; அதாவது, நீலகிரி வாழ் இருளர் பழங்குடியினரின் சமூக அமைப்பில் 8 குலப் பிரிவுகள் மட்டும் காணப்பட, அவர்தம் வாய்மொழி வழக்காற் றிலோ குலப் பிரிவுகள் 12 என்பது மறக்காமல் குறிக்கப்படுகிறது. இந்தத் தரவிலிருந்து நீலகிரி இருளரது வாழ்வியலில் 8 குலப் பிரிவுகள் மட்டுமே நீலகிரிக்குப் புலம்பெயர்ந்திருக்க வேண்டும் என்பது புலப்படும்.

3.1.1.2 ஈரோடு மாவட்டம், சத்தியமங்கலம் வட்டம், திம்பம் பகுதியிலுள்ள மலைப் பகுதியில் வாழும் பால் குறுமர் பழங்குடிக் குழுவினரது இறந்தார் ஆவியானது நீலகிரி மலைப் பகுதியையே சென்றடையும் என்று உறுதியாக நம்புகின்றனர்; இதிலிருந்து இப்பழங்குடி மக்கள் முன்பு ஒரு காலக்கட்டத்தில் நீலகிரி மலைப் பகுதியிலிருந்து திம்பம் பகுதிக்குப் புலம் பெயர்ந்தோர் என்பது பெறப்படும். இன்னும் நீலகிரி மாவட்டம் கோத்தகிரி, குன்னூர்

உள்ளிட்ட வட்டங்களில் வாழ்ந்து வரும் பழங்குடிக் குழுக்களுள் ‘ஆலு குறுமர்’ என்கிற பழங்குடிக் குழுவும் அடங்கும் என்பது இங்கு நினைத்துப் பார்க்கத் தக்கது.

3.1.1.3 கொங்குச் சோழர் காலத்தில் தொண்டை மண்டலத்திலிருந்து செங்குந்தக் கைக்கோளர்ச் சாதிக் குழுவினர் புலம்பெயர்ந்து முதற் கட்டமாக ‘அறுபதாம் குடிச் செங்குந்தரா’கவும் அடுத்த கட்டமாகப் ‘பத்துக் குடிச் செங்குந்தரா’கவும் கொங்கு மண்டலத்தின் இரு வேறு பகுதிகளில் குடியமர்ந்தனர். இருப்பினும், கொங்கு நாட்டின் ஆட்சியாளருள் ஒருவரான கொங்குச் சோழருடன் செங்குந்தக் கைக்கோளர்களுக்குப் பகை முரண் ஏற்பட (இன்றைய கோயம்புத்தூரை அடுத்துள்ள) பேரூரைவிட்டு நீங்குமாறும். அவ்வாறு வெளியேறாமல் அங்கேயே தங்கினால் அந்த இனக்குழுவே முழுமையாக அற்றுப் போய்விடும் என்று கொங்குச் சோழ மன்னன் சாபமிட்டதாகவும் அதற்குக் கைக்கோளர் (பேரூர்) அருகே ஓடும் நொய்யலாற்றினுள் இறங்கி மூழ்கிக் கரையேற வேண்டும் எனக் கொங்குச் சோழ மன்னனுக்கு மறு சாபம் இட்டதாகவும் மேற்படி நொய்யலாற்றில் இறங்கிய கொங்குச் சோழ மன்னன் அங்கிருந்த மடுவில் மாட்டிக்கொண்டு இறந்துவிட்டதாகவும் கொங்குநாட்டுச் செங்குந்தக் கைக்கோள இனக்குழுவினரது வாய்மொழி வழக்காறுவாயிலாக அறிகிறோம்?[2]

3.1.1.4 ஈரோடு மாவட்டம், பவானியில் தற்போது ஆற்றின் ஒரு புறக்கரையில் வாழ்ந்து வரும் வன்னியச் சாதிக் குழுவினரும் புறக் கரையில் வாழ்ந்து வரும் கொங்கு ஜேடர் சாதிக் குழுவினரும் முற்காலத்தில் ஒன்றாக ஒரே இடத்தில் இணக்கமாக வாழ்ந்து வந்தனர் என்றும் வேட்டி மற்றும் சேலை நெசவில் பட்டுநூலிழைக் கோர்வை முறையை அறிமுகம் செய்த பட்டுநூல்காரரான கொங்கு ஜேடரின் கைவினைத் திறனைத் தமது ஜமக்காள நெசவில் கொங்கு வன்னியர் கையாண்டதால், இந்த இரு இனக்குழுக்கள் இடையே மனக் கசப்பு ஏற்பட்டது என்றும் அதனால், பவானி ஆற்றின் மறு கரைக்கு புலம் பெயர்ந்து குடியேறிய கொங்கு ஜேடர் அந்த இடத்தைவிட்டுத் தாங்கள் வாழும் இக்கரைக்கு எந்நாளும் மீண்டும் திரும்பி வரக்கூடாது என்று முடிவு செய்திடக், கொங்கு வன்னியர் பவானி ஆற்றிற்கு இக் கரையிலும் கொங்கு ஜேடர் அக்கரையிலுமாக தங்களுக்குள் எவ்விதத் தொடர்பும் இல்லாமல் வாழ்ந்து வருகின்றனர் என்றும் வாய்மொழி வழக்காறு வாயிலாக அறிகிறோம்.

3.1.2 பண்பாட்டு ஒழுகலாறுகள்

3.1.2.1 நீலகிரித் தொதவர் பழங்குடியினர் தங்களுடைய மரபார்ந்த எருமை மந்தைகளுக்கான மேய்ச்சல் நிலமாக அமையும் புல்வெளியை நாடிக் குறிப்பிட்டதொரு மரபார்ந்த சுற்று வட்டப் பாதையில் குறிப்பிட்ட கால இடைவெளியில் ஒரு வாழ்விடத்தை விட்டு மற்றொரு வாழ்விடத்திற்குப் புலம்பெயர்ந்து செல்வதைத் தமது பண்பாட்டு ஒழுகலாறாகக் கைக்கொண்டுள்ளனர்.[4] இவ் வகையில், குறிப்பிட்ட தொதவர் குடியிருப்பைச் சார்ந்தோர்க்கு ஒன்றுக்கு மேற்பட்ட 'மந்து' என்னும் வாழ்விடம் அமைவது வாடிக்கையாகிறது.

3.1.2.2 முன்பு ஒரு காலகட்டத்தில், காஞ்சிபுரம் மாவட்ட இருளர் பழங்குடியினர் அவர்களது எதிரிகளால் விரட்டப்பட்டுத் தமது மரபார்ந்த வாழ்விடப் பரப்பைவிட்டுப் புலம் பெயர நேர்ந்தது; அவ்வாறு இருளர் பழங்குடியினர் புலம் பெயர்ந்தபோது, வழியிலுள்ள குளம், குட்டை உள்ளிட்ட நீர்நிலைகளில் எதிரிகள் நஞ்சு கலந்ததை அறியாமல் அதைக் குடித்திடப் பெரிய அளவிற்கு உயிரிழப்பை எதிர்கொண்டனர். அதனால், இன்று வரை சமவெளிவாழ் இருளர் குளம், குட்டை உள்ளிட்ட தேங்கிய நீருள்ள நீர்நிலைகளில் உள்ள நீரைக் குடிப்பதேயில்லை.[5]

3.1.2.3 தமிழ்நாட்டுச் சமவெளிவாழ் இருளர் ஒவ்வோர் ஆண்டும் மாசி மகப் பௌர்ணமி நாளன்று தாங்கள் தற்போது வசித்து வரும் பல்வேறு மாவட்டங்களிலிருந்து மாமல்லபுரக் கடற்கரையில் ஒன்று கூடுகின்றனர். அங்கே கடற்கரை மணற்பரப்பில் மரக் கொம்புகள் நட்டு, அதன்மீது சேலைகளைப் போர்த்தி, நீள்வட்ட வடிவிலான தற்காலிகக் கூடாரங்களை அமைத்துக் குடும்பம், குடும்பமாகத் தங்கி, தம் குல தெய்வமாகிய கன்னியம்மனுக்கு அங்கேயே வழிபாடும் செய்கின்றனர். இரவு முழுவதும் விடிய, விடிய ஆடிப்பாடி மகிழ்ந்திருந்து, மறு நாள் தத், தம் சொந்த ஊர்க் குடியிருப்புகளுக்குத் திரும்பவதை வழக்கமாகக் கொண்டுள்ளனர்.

3.1.2.4 கிருஷ்ணகிரி மாவட்ட மலைப் பகுதிகளில் வாழும் இருளர் பழங்குடியினர் தங்களுடைய மரபார்ந்த வாழ்விடப் பரப்பில் கொள்ளை நோய்கள் (Epidemic Diseases) ஏற்படும்போதெல்லாம் அந்த வாழ்விடத்தை அப்படியே கைவிட்டு உடனடியாகப் புதியதோர் இடத்திற்குச் சென்று அங்கே புதிய குடியிருப்பை ஏற்படுத்தி வாழத் தொடங்கும் பண்பாட்டு ஒழுகலாறைக் கடைப்பிடிக்கின்றனர்.[8]

3.3.2.5 கொங்கு நாட்டின் மரபார்ந்த இனக் குழுக்களுள் ஒன்றான 'கொங்கு வேட்டுவர்' இனக்குழுவானது கொங்கு வேளாளர் இனக்குழுவுடன் ஏற்பட்ட பகையின் காரணமாக, கொங்கு மண்டலத்தின் பல்வேறு பகுதிகளுக்கும் புலம்பெயர்ந்து செல்ல நேரிட்டது; அவ்வாறு புலம்பெயர்வதற்கு முன்பாக, இன்றைய நாமக்கல் மாவட்ட வாழவந்தியில் ஒவ்வொரு கொங்கு வேட்டுவ குலத்தைச் சார்ந்தோரும் தம்முடைய குல தெய்வச் சிறு உருவாரத்தை (Miniature Image) பாதுகாப்பாக ஒரே தாழியினுள் இட்டுப் பிரிந்து சென்றனர். இன்றும் ஆண்டிற்கு ஒரு முறை குறிப்பிட்டதொரு நாளில் அந்தந்தக் குலத்தைச் சார்ந்த தலைக் கட்டுகள் (Heads of Households) வாழவந்தியில் ஒன்றாகக் கூடி தத் தம் குல தெய்வச் சிறுவுருவை அத்தாழியிலிருந்து எடுத்துப் பூசையிட்டுப் பின் அவற்றைத் திரும்பவும் அத்தாழியின் உள்ளேயே பாதுகாப்பாக இட்டு, அவரவர் திரும்பவும் தற்போது குடியிருக்கும் ஊர்களுக்குப் புறப்பட்டுச் செல்லும் பண்பாட்டு ஒழுகலாறைக் கொண்டுள்ளனர்.

3.2 புலப்பெயர்விற்கான புறக் காரணிகள்

3.2.1 வனவுயிரி உய்விடம் அமைத்தல்

விருதுநகர் மாவட்டம், ஸ்ரீவில்லிப்புத்தூரை அடுத்துள்ள செண்பகத்தோப்பு என்னும் வனம்சார் பகுதியைத் தமது மரபார்ந்த வாழ்விடமாகக்கொண்டு தலைமுறை, தலைமுறையாகப் பளியர் பழங்குடியினர் வாழ்ந்து வந்தனர். இவ்வனப் பகுதியிலுள்ள அரிய வகை சாம்பல் நிற அணில்களைப் (Grizzled Squirrels) பாதுகாப்பதற்கெனத் தமிழ்நாடு வனத் துறையானது ஒரு வனவுயிரி உய்விடத்தை அமைக்க முற்பட்டபோது, அங்கே காலங் காலமாக வாழ்ந்து வந்த பளியர் பழங்குடியினரை அங்கிருந்து வெளியேற்றி, மலையடிவாரப் பகுதிக்குப் புலப்பெயர்வு செய்தனர். இவ்வாறாக, வலிந்து புலப்பெயர்விற்கு ஆளான பளியர் பழங்குடியினர் காடுகள் இல்லாத புதுச் சூழலுக்குத் தங்களைப் பண்பாட்டுத் தகவமைப்பு (Cultural Adaptation) செய்துகொள்ள இன்றுவரை பெரிதும் போராடி வருகின்றனர்.

3.2.2 நீர்த்தேக்கம் கட்டுதல்

குஜராத் மாநிலத்தில் சமவெளிவாழ் நிலைக்குடிச் சமூகத்திற்காக நர்மதை ஆற்றின் குறுக்கே 'சர்தார் சாரோவர் அணையை'க் கட்டுவதற்கென்று அந்த ஆற்றின் கரையோரப் பகுதிகளில் பன்னெடுங் காலமாக வாழ்ந்து வந்த பல்லாயிரக்கணக்கிலான

பழங்குடிக் குடும்பங்களை அம் மாநில அரசானது வற்புறுத்திப் புலம்பெயரச் செய்தது.[10]

3.2.3 தொழிலகம் உருவாக்குதல்

ஒடிஸா மாநிலம், கோராபுட் மாவட்டத்திலுள்ள நீமகிரி மலைப் (*Neemagiri Hills*) பகுதியானது டொங்கிரியா கொந்தர் பழங்குடிக் குழுவின்[11] (*Dongria Kondha Tribal Group*) மரபார்ந்த வாழ்விடப் பரப்பாகும். இந்நீமகிரி மலையை டொங்கிரிய கொந்தர் தமது தெய்வமாகவே கருதுகின்றனர்.[12] 'வேதாந்தா' (*Vedanta*) என்னும் தனியார் கனிம வளக் குழுமம் இம்மலைப் பகுதியில் 'பாக்சைட்' என்கிற அலுமினிய உலோகத் தாதுவை வெட்டியெடுக்கும் சுரங்கம் அமைத்திட முடிவெடுத்து, அதற்காக அங்கே காலங் காலமாக வாழும் டொங்கிரியா கொந்தர் பழங்குடிக் குழுவை முழுதளாவிய நிலையில் அம் மாநில அரசின் துணையோடு புலம்பெயர்வு செய்திட முன்வந்தது[13].

4. புலம்பெயர் வரலாற்றை மீட்டுருவாக்குதல் : இருளர் பழங்குடி வெளிக்காட்டும் புலம்பெயர் வரலாறு மீட்டுருவாக்கத் தடயங்கள்

தமிழ்நாட்டின் பழங்குடிக் குழுக்களுள் இருளர் மட்டுமே கோயம்புத்தூர், நீலகிரி, தர்மபுரி மற்றும் கிருஷ்ணகிரி மாவட்டங்களின் மலைப் பகுதிகளில் மட்டும் அல்லாமல், சமவெளி மாவட்டங்களான சென்னை, காஞ்சிபுரம், திருவள்ளூர், வேலூர், திருவண்ணாமலை, விழுப்புரம், கடலூர், நாகப்பட்டினம், திருவாரூர், தஞ்சாவூர், புதுக்கோட்டை, திருச்சிராப்பள்ளி, கரூர், சேலம், நாமக்கல், பெரம்பலூர், அரியலூர், மதுரை, சிவகங்கை, தூத்துக்குடி, திருநெல்வேலி, கன்னியாகுமரி என 26 மாவட்டங்களில் இனங்காணப்படுகின்றனர். இவர்களுள், நீலகிரி மாவட்ட இருளர் தமது குலப் பிரிவுகள்[12] எனக் குறிப்பிட்டாலும் அவற்றுள் 8 குலப் பிரிவுகளின் பெயர்களை மட்டுமே அறிந்துள்ளனர்; மாறாக, கோயம்புத்தூர் மாவட்ட இருளர் தங்களுடைய 12 குலப் பிரிவுகளின் பெயர்களையும் அறிவர்; சமவெளிவாழ் இருளரோ, தமக்குள் குலப் பிரிவுகள் ஏதும் இல்லாதோராக விளங்குகின்றனர். இதற்குக் காரணம், இம்மூன்று இருளர் பழங்குடிக் குழுக்களின் சமூக அமைப்பிற்கு (*Social Structure*)) இடையே காணப்படும் வேறுபாடுகளே ஆகும்; அதாவது, கோவை இருளர் சமூக அமைப்பில் 12 குலப்பிரிவுகள் இடம் பெற்றுள்ளன; சமவெளி இருளரது சமூக அமைப்பில் குலப் பிரிவுகள் ஏதும் இல்லாமல் 'கால்வழிகள்' (*Lineages*) மட்டுமே இனங்காணப்படுகின்றன.

கோயம்புத்தூர் பகுதிகளிலிருந்து 8 குலப் பிரிவுகளின் பிரதிநிதித்துவத்தைக்கொண்ட குழுக்களே நீலகிரி மலைப் பகுதிகளுக்குச் சென்று, கோத்தகிரி வட்டத்தில் ஒரு பிரிவினரும் பின்னர் குன்னூர் வட்டத்தில் மற்றொரு பிரிவினரும் குடியமர்ந்துள்ளனர்; இந்த இரு இருளர் பழங்குடிக் குழுக்களின் பேசுமொழியானது தமிழின் ஒரு கிளைமொழியாகும்.[14] இந் நிலைக்கு மாறாக, சிறிது கால இடைவெளிக்குப் பிறகு, நீலகிரியை ஒட்டியுள்ள கர்நாடகப் பகுதியிலிருந்து பிறிதோர் இருளர் பழங்குடிக் குழுவானது நீலகிரியின் இன்றைய கூடலூர் வட்டப் பகுதிகளில் குடியேறியது; இக்குழுவைச் சார்ந்தோரது பேசுமொழியாகக் கன்னடத்தின் ஒரு கிளைமொழி அமைகிறது.

நீலகிரி மாவட்டம், கோத்தகிரி வட்டப் பகுதிகளில் குடியமர்ந்த இருளர் பழங்குடிக் குழுவானது 'மேல் நாட்டு இருளர்' என்று குறிக்கப்பட, குன்னூர் வட்டப் பகுதிகளில் குடியேறிய இருளர் பழங்குடிக் குழுவோ 'வெட்டக் காட்டு இருளர்' எனச் சுட்டப்படுகிறது; இந்த இரு இருளர் பழங்குடிக் குழுக்களும் அவற்றின் புலம்பெயர் கால முதுமை கருதி 'முதுமர்' (Mudumar) என்று சுட்டப்பட, கர்நாடகப் பகுதியிலிருந்து பின்னர் வந்து நீலகிரியின் சிறியூர் தொடங்கி வாழைத்தோட்டம் வரை குடியேறிய இருளர் பழங்குடிக் குழுவோ 'கசவர்' (Kasava/Kasaba) என்றே குறிக்கப்பட்டது; இவ்வாறு, 'கசவர்' எனத் தம்மை அழைப்பதை இக்குழுவைச் சார்ந்தோர் விரும்பாததுடன், தங்களையும் 'இருளர்' என்றே குறிக்க வேண்டும் என வலியுறுத்தத் தொடங்கியதால், புலம்பெயர் திசையின் அடிப்படையில் 'முதுமரைத்' 'தெற்கு இருளர்' (Southern Irular) எனவும் 'கசவரை' 'வடக்கு இருளர்' (Northern Irular) எனவும் இரு பெரும் பிரிவுகளாக உள் வகைபாடு (Sub-clasification) செய்து மானிடவியலாளர் குறிக்கத் தொடங்கினர்.[16] இதையடுத்து, பிரிக்கப்படாத சேலம் மாவட்டப் பகுதிக்கு மேலும் ஓர் இருளர் பழங்குடிக் குழுவானது கோயம்புத்தூர் பகுதியிலிருந்து புலம்பெயர்ந்து குடியேறியதாகத் தெரியவருகிறது; இக்குறிப்பிட்ட இருளர் பழங்குடிக் குழுவே இன்றைய தர்மபுரி, கிருட்டிணகிரி மாவட்டங்களில் மலைவாழ் இருளர் பழங்குடியாகவும் சேலம் மாவட்டத்தில் மட்டும் சமவெளிவாழ் இருளர் பழங்குடியாகவும் இனங்காணப்படுகிறது.[17]

ஆண்டிற்கு ஒருமுறை சித்ரா பௌர்ணமி அன்று கோயம்புத்தூர் மாவட்டம், மேட்டுப்பாளையம் அருகே கோவனூரை அடுத்துள்ள பாலமலையில் ஒன்று கூடும் அனைத்து மலைவாழ் இருளர் பழங்குடிக் குழுக்களும் மிக அண்மைக் காலம் வரை நாட்டுப்புறப் பாடல்களைப் பாடுவதன்வாயிலாகத் தமது புலம்பெயர் வரலாற்றை நினைவுகூர்ந்து வந்தனர்.[18]

சமூக அமைப்பில் மட்டும் அல்லாமல், கைக்கொள்ளும் பொருளியல் முறைகளிலும் மலைவாழ் இருளர் பழங்குடியினரிடமிருந்து சமவெளி வாழ் இருளர்[19] பழங்குடியினர் வேறுபடக் காண்கிறோம்.[20] இருப்பினும், மலை வாழ் இருளரைச் போன்றே சமவெளி வாழ் இருளரும் மருத்துவத் தாவரங்கள் பற்றிய விரிந்து பரந்த மரபார்ந்த அறிவு அமைப்பொழுங்கைக் (Traditional Knowledge Ssystem)கொண்டுள்ளனர் என்பது ஆர்வமூட்டும் செய்தியாகும்.[21] சமவெளி வாழ் இருளர் பழங்குடிக் குழுக்களும் ஆண்டுதோறும் மாசி மகப் பௌர்ணமி நாளன்று மாமல்லைக் கடற்கரையில் ஒருங்கு திரண்டு, தங்களுடைய புலம்பெயர் வரலாற்றை நினைவுகூர்வதை வழக்கமாகக் கொண்டுள்ளனர்.

கோயம்புத்தூர் மாவட்ட இருளரின் மரபார்ந்த இசைக்கருவிகளான (நெடுங்குழலை ஒத்த) 'மங்கே',[22] (முகவீணையை ஒத்த) 'கோலு',[23] (மகுடியை ஒத்த) 'நாகசொரெ',[24] (பறையை ஒத்த) 'கடிமெ', (சிறு பறையை ஒத்த) 'பெரெ' உள்ளிட்ட அனைத்தும் நீலகிரி மாவட்டத் தெற்கு இருளரிடம் காணப்படுவதால், முதுமரான இத் தெற்கு இருளர் கோயம்புத்தூர் பகுதிகளிலிருந்து புலம்பெயர்ந்தோர் என்கிற கருத்து வலுப்பெறுகிறது.[26]

5. நிறைவுரை

கிருஷ்ணகிரி மாவட்ட மலை வாழ் இருளர் பழங்குடியினர் தமது வாழ்விடப் பரப்பில் கொள்ளை நோய்கள் ஏற்படும்போதெல்லாம் (எவ்வகைச் சமூகப் பொருளியல் அழுத்தங்களும் இல்லாமலேயே) தாமாகவே தமது மரபார்ந்த குடியிருப்புப் பகுதியிலிருந்து இடம் பெயர்ந்து, சற்றுத் தள்ளிப் புதியதொரு வாழ்விடப் பரப்பில் தமக்கான குடியிருப்புகளை உருவாக்கிக் கொள்கின்றனர்; இது ஒரு வகைப் பண்பாட்டு ஒழுகலாறு என்ற அளவில் புலப்பெயர்விற்கான ஓர் அகக் காரணியாக அமைகிறது.

நீலகிரி மாவட்ட முதுமலைப் புலிகள் காப்பகத்தின் (Mudumalai Tiger Reserve) மையப் பரப்பை (Core Area) விரிவுபடுத்த

வேண்டும் என்பதற்காக அங்குப் பன்னெடுங்காலமாக வாழ்ந்து வரும் 'சோளகா' (Sholaga), 'காட்டுநாயகன்' (Kattunayakan), 'பெட்ட குறுமர்' (Betta Kurumbas) உள்ளிட்ட மரபார்ந்த பழங்குடிக் குழுக்களை அங்கிருந்து மாநில வனத் துறையானது புலப்பெயர்வு செய்திட நடவடிக்கைகள் மேற்கொண்டுவருகிறது; இது வனவுயிரி உய்விடம் அமைத்தல் என்ற அளவில் புலப்பெயர்விற்கான ஒரு புறக் காரணியாக அமைகிறது.

இவ்வாறாக, புலப்பெயர்விற்கான காரணிகளாக நின்று நிலைக்கும் 'வாய்மொழி வழக்காறு' (எடுத்துக்காட்டு: ஈரோடு மாவட்டம், சத்தியமங்கலம் வட்டம், திம்பம் பகுதியில் வாழ்ந்து வரும் பால் குறுமர் 'இறந்தோரின் ஆவியானது பூர்விக வாழ்விடப் பகுதியான நீலகிரியையே சென்றடையும் மற்றும் 'பண்பாட்டு ஒழுகலாறு' (எடுத்துக்காட்டு: புலம்பெயர்ந்த இருளர் இறந்தோரின் உடலானது அவர்தம் பூர்விகக் குடியிருப்பில்தான் அடக்கம் செய்யப்பட வேண்டும் என்பதற்காகப் புது வாழ்விடப் பகுதியிலிருந்து நீண்ட தொலைவாக இருந்தாலும் மிகுந்த இன்னல்களுக்கு இடையேயும் மேலே பிணத்தைச் சுமந்துசென்று புதைத்தல்) அமைந்திட, அவற்றை உரிய வரலாற்றுத் தடயங்களாக இனங்கொள்வதன்வாயிலாகவே தொடர்புடைய தொல்குடிகளின் புலம்பெயர் வரலாற்றை மீட்டுருவாக்கம் செய்திட இயலும்.

மேற் குறிப்பிட்டுள்ளவாறு, பல்வேறு சமூகப் - பண்பாட்டுச், சமூகப் - பொருளியல் அழுத்தங்களால் புலம் - பெயர்வு செய்யப்படும் இனக்குழுக்களுக்கு 'வாழ்விட இழப்பு' (Loss of Habitat) ஏற்பட, அதைத் தொடர்ந்து அவர்தம் பண்பாட்டுச் சூழலும் (Cultural Milieu) மாறுதலுக்கு உள்ளாகிறது; அதாவது, முதலில் இனக்குழுக்களுடைய மரபார்ந்த புழங்குபொருள்கள் மறைந்தொழிவதால் ('Tangible Cultural Heritage) மறைய நேரிட, அதனோடு தொடர்புடைய கருத்துணர் பண்பாட்டு நடத்தைகளும் மறைந்து போக நேரிடும்; இதன் விளைவாகக் கருத்துணர் பண்பாட்டு மரபுச் செல்வம் (Intangible Cultural Heritage) முற்றிலும் அற்றுப் போகும்[28]. இத்தகைய போக்கானது இனக்குழுக்களின் மரபார்ந்த பண்பாட்டு இழப்பிற்கு (Loss of Indigenous Culture) இட்டுச் சென்றுவிடும் என்பதால் தொல் இனக்குழுக்களின். புலப்பெயர்வானது உறுதியாகக் கைவிடப்பட்டாக வேண்டும்.

அடிக் குறிப்புகள்

1 பேரூர் நொய்யலாற்றில் குறிப்பிட்ட ஒரு மடுவானது 'சோழன் மடு' என்றே இன்றும் குறிப்பிடப்படுகிறது என்பது இங்குக் கருதத் தக்கது.

2 'எக்காரணம் கொண்டும் பேரூரில் இரவு தங்குவதில்லை' என்கிற கட்டுப்பாட்டோடு கொங்குச் செங்குந்தக் கைக்கோளர் இன்று வரை உறுதியாக வாழ்ந்து வருகின்றனர்.

3 ஈரோடு மாவட்டம், பவானியில் புகழ்வாய்ந்த பட்டு ஜமக்காளம் குறித்த ஆய்விற்கென இக்கட்டுரை ஆசிரியர் களப்பணியில் ஈடுபட்டிருந்தபோது இவ்வாய்மொழி வரலாற்றைப் (Oral History) பதிவு செய்யும் வாய்ப்பு ஏற்பட்டது.

4 புல்வெளிப் பரப்பானது மீண்டும் தழைத்துப் பழைய நிலையை அடைவதற்குத் தொதவர் பழங்குடியினர் மேற்கொள்ளும் இத்தகைய கால இடைவெளிகள் பெரிதும் துணை புரிகின்றன.

5 சமவெளி வாழ் இருளர் பழங்குடியினரது புலப்பெயர்வு தொடர்பான இவ்வரலாற்றுத் தடயத்தைப் (Historical Evidence) புதுச்சேரிப் பல்கலைக்கழக மானிடவியல் துறையைச் சார்ந்த பேராசிரியர் (முனைவர்) ஆ. செல்லப்பெருமாள் - அவர்கள் பதிவு செய்துள்ளார்.

6 'மாசி மகப் பௌர்ணமி' என்னும் இக் குறிப்பிட்ட காலமானது 'கடலாமைகள் வலசை போகும் காலம்' (Migratory Period of Turtles) என்பதும் மாமல்லைக் கடற்கரை வெளியில் இருளர் அமைக்கும் கூடாரங்கள் வட்ட வடிவில் இல்லாமல் நீள்வட்டமாகக் கடலாமை வடிவிலேயே அமைக்கப்படுகின்றன என்பதும் மேலாய்விற்கு உரியன.

7 பிரிக்கப்படாத தர்மபுரி மாவட்டத்தின் ஆட்சித் தலைவராகத் திருமிகு. மு. அ. சித்திக், இ.ஆ.ப., அவர்கள் பணியாற்றிய போதுதான் கிருஷ்ணகிரி வட்டார மலைப் பகுதிகளில் இருளர் பழங்குடியினர் வாழ்ந்துவருவதுகண்டு வெளிப்படுத்தப்பட்டு, அங்கேயே மாவட்ட நிர்வாகத்தால் புதுக் குடியிருப்புகள் உருவாக்கப்பட்டு அப்பழங்குடி மக்களுக்கு உதவப்பட்டது.

8 இனக்குழுவினர் தாமாகவே புலம் பெயர்ந்து செல்லும் இத்தகைய போக்கானது வேறு எங்கும் இதுவரை இனங்காணப்படவில்லை என்பது குறிக்கத் தக்கது.

9 'வேட்டுவர், மாவலியர், பூவலியர், காவலியர் என்போரே பண்டைய கொங்கு மண்டலத்தின் தொல்குடியினர்; மற்றவர்கள் எல்லாம் வேறு இடங்களிலிருந்து புலம் பெயர்ந்து இங்கு வந்து குடியமர்ந்தோரே' என்று கொங்கு வரலாற்றியலாளருள் ஒரு சாரார் கருதுகின்றனர்.

10 சர்தார் சாரோவர் நீர்த்தேக்கத் திட்டத்தால் புலப்பெயர்வு செய்யப்பட்ட குஜராத் பழங்குடிக் குடும்பங்களுக்குத் தக்க மாற்று மறுகுடியமர்விற்கான (Rehabilitation) வசதி வாய்ப்புகள் இன்னும் முழுமையாகச் செய்து முடிக்கப்படவில்லை.

11 ஒடிஸாவின் கொந்தர் பழங்குடிக் குழுவானது அதன் வாழ்விடப் பண்பாட்டுச் சூழலியலிற்கு (Cultural Ecology) ஏற்ப, 'டொங்கிரியா கொந்தர்' (Dongria Kondha) (அதாவது, "மலைவாழ் கொந்தர்"), 'குட்டியா கொந்தர்' (Kuttia Kondha) (அதாவது, "கணவாய் வாழ் கொந்தர்", "தெசியா கொந்தர்" (Desia Kondha) (அதாவது, "சமவெளிவாழ் கொந்தர்") என 3 உள் பிரிவுகளாக வகைப்படுத்தப்படுகிறது.

12 இமயமலைத் தொடரிலுள்ள 'கஞ்ஜன்ஜங்கா' மலைச் சிகரத்தை சிக்கிம் மாநிலப் பழங்குடிக் குழுக்கள் தங்களுடைய தெய்வமாகவே கருதுகின்றன என்பதை இங்கு ஒப்பு நோக்கலாம்.

13 ஒட்டுமொத்த டொங்கிரியா கொந்தர் பழங்குடிச் சமூகத்தின் தொடர் போராட்டங்களாலும் கிராம சபைகளின் ஒட்டுமொத்தத் தீர்மானங்களாலும் ஒடிஸாவின் நீமகிரி மலையில் பாக்சைட் வெட்டியெடுக்கும் சுரங்கத் தொழிலகம் அமைக்கும் குழுமத்தின் முயற்சியானது முற்றிலுமாகக் கைவிடப்பட்டது.

14 இத்தகைய 'வட்டார வழக்கை' மொழியியலாளர் 'கிளைமொழி' (Dialect) என்னும் கலைச்சொல்லால் குறிக்கின்றனர்.

15 கசவர் பழங்குடிக் குழுவானது 'பெட்ட காடு கசவர்' (Betta Kadu Kasava) (அதாவது,"மலைக்காடு வாழ் கசவர்") எனவும் 'ஊரு கசவர்' (Ooru Kasava) (அதாவது, "ஊர்வாழ் கசவர்") எனவும் மேலும் பாகுபாடு செய்யப்படுகிறது.

16 தெற்கிலிருந்து (அதாவது, கோயம்புத்தூர் பகுதிகளிலிருந்து) நீலகிரிப் பகுதிகளுக்குக் குடியேறிய முதுமரைத் 'தெற்கு இருளர்' (Southern Irular) என்றும் வடக்கிலிருந்து (அதாவது, கர்நாடகப் பகுதிகளிலிருந்து) நீலகிரிப் பகுதிகளுக்குக் குடியமர்ந்த கசவரை

'வடக்கு இருளர்' (Northern Irular) எனவும் மானிடவியலாளர் குறிப்பிடத் தொடங்கியுள்ளனர்.

17 பிற மாவட்டங்களிலுள்ள சமவெளி இருளர் போல 'எலி. மற்றும் பாம்பு பிடித்தலை: மேற்கொள்ளாமல், சேலம் மாவட்ட இருளர் 'சிறு வனவிலங்குகளை வேட்டையாடுதல்', 'தேன் அழித்தல்' உள்ளிட்ட வனம்சார் பொருளியல் செயல்பாடுகளை (Forest-based Economic Activities) இன்றும் தொடர்வதால் இக்குழுவானது மலைவாழ் இருளராகவே தொடக்க காலத்தில் இருந்திருக்க வேண்டும் என்ற முடிவிற்கு நம்மை இட்டுச் செல்கிறது.

18 நிலைக்குடிச் சமூகத்தின் ஆதிக்கத்தால் மலை வாழ் இருளருக்குக் கோயம்புத்தூர் 'பால மலையில் அமைந்துள்ள ரங்கநாதர் கோவில் (வழிபாட்டு) முதல் உரிமையானது சுருக்கப்பட்டதைத் தொடர்ந்து, 'நாட்டுப்புறப் பாடல் பாடும் மரபான'து இப்போது 'பஜனைப் பாடல் பாடுவது' என்பதாக மாற்றம் அடைந்துவிட்டது. இருப்பினும், பாலமலையின் உச்சியிலுள்ள 'ஆதி ரங்கநாதர் கோவி'லுக்குப் பூசை செய்யும் முதல் உரிமையானது இன்றும் பாலமலையில் வாழ்ந்துவரும் இருளர் பழங்குடியினருக்கு உள்ளமை கருத்தில் கொள்ளத் தக்கது.

19 'வில்லி' / 'வில்லியன்' (அதாவது, "வில்லை (முதன்மை வேட்டைக் கருவியாக)க்கொண்டோர்", 'காட்டு பூஜாரி' (அதாவது, "காட்டில் பூஜை செய்வோர்" என்கிற மாற்று (அழைப்பு)ப் பெயர்களாலேயே சமவெளிவாழ் இருளர் குறிப்பிடப்படுகின்றனர்.

20 காடுகளற்ற பண்பாட்டுச் சூழலில், வயல்வெளிகளில் காணலாகும் எலி, பாம்பு உள்ளிட்டவற்றைப் பிடித்துப் பிழைப்பு நடத்துவோராகச் சமவெளி வாழ் இருளர் பழங்குடியினர் தமது பொருளியல் செயல்பாடுகளில் மாற்றத்தைக் கொண்டுள்ளனர்; இந்நிலைக்கு முற்றிலும் மாறாக, காஞ்சிபுரம் மாவட்டம், பழவேற்காடு பகுதியிலுள்ள சமவெளி வாழ் இருளர் மட்டும் வேட்டையாடுதல் மற்றும் தேன் திரட்டுவதில் ஈடுபட்டுத் தமது மரபார்ந்த காடுசார் பொருளியல் நிலைப்பாட்டைத் தக்கவைத்துக் கொண்டுள்ளனர்.

21 பாம்புப் பண்ணை நடத்திப், 'பாம்புகள் பராமரிப்பு', 'நஞ்சு எடுத்தல்' (Venom Extraction) உள்ளிட்ட பணிகளில் சமவெளி வாழ்

இருளர் பழங்குடியினரை ஈடுபடுத்திவரும் ரோமுலஸ் விட்டேகர் (Romulus Whitekar) என்னும் மேலைநாட்டு ஊர்வனவியலாளர், (Herpetologist) தமது நிகழ்ச்சியொன்றின்போது மலை வாழ் இருளர் பழங்குடியினரும் சமவெளி வாழ் இருளர் பழங்குடியினரும் தத்,தமது மருத்துவத் தாவரங்கள் பற்றிய மரபார்ந்த அறிவை ஒருவருக்கொருவர் கலந்து பேசிப் பரிமாறிக்கொள்வதை நேரில் கண்டு வெளிப்படுத்தியுள்ளார்.

22 இது நீலகிரியின் திணைசார் குடிகளிடையே 'புகுரி' என்கிற பெயரில் வழக்கத்தில் உள்ளது.

23 'க்வாலு' என்ற பெயரில் இது நீலகிரி வாழ் இருளர் பழங்குடியினரிடையே புழக்கத்தில் காணப்படுகிறது.

24 இருளர் பழங்குடியினர் 'நாகசொரெ'யைத் தமது மூக்குத் துளையில் பொருத்தி, மூச்சுக் காற்றைக்கொண்டு இசைக்கின்றனர்; மாறாக, பாம்பாட்டிகள் (Snake Charmers) மகுடியை வாயில் வைத்து ஊதுவர் என்பது நாம் அறிந்ததே.

25 கரடியின் குரலோசை போல இதன் கருவியிசை அமைவதால், நீலகிரி வாழ் இருளர் பழங்குடியினர் 'கரடிகெ' என்னும் பெயரில் இதைக் குறிப்பிடுகின்றனர்.

26. இருப்பினும், 'புகுரி' என்கிற நெடுங்குழலானது தர்மபுரி மற்றும் கிருஷ்ணகிரி மாவட்டங்களில் வாழும் மலைவாழ் இருளர் பழங்குடியினரிடையே அறவே காணப்படாமையும் கோவை மாவட்ட மலைவாழ் இருளர் பழங்குடியினரிடையே மட்டும் 'திருளி' எனும் பெயரிலான சிறு ஊது கருவியும் நீலகிரி மாவட்ட மலைவாழ் தெற்கு இருளனிரிடையே மட்டும் சிறு புல்லாங்குழலும் உள்ளமையும் விடை காணவியலாப் புதிராகவே இன்றளவும் விளங்குகின்றன.

27. நீலகிரி மாவட்டப் பழங்குடியினர் என்னும் பட்டியலில் மீண்டும் மீண்டும் தொதவர், கோத்தர், குறுமர், இருளர், பணியன், காட்டுநாயகன் என்றே 6 பழங்குடிக் குழுக்களே குறிப்பிடப்படுகின்றன; எனவே, முதுமலை வனவுயிரி உய்விடத்தில் 'சோளகா' என்னும் பழங்குடியும் உள்ளதாகக் குறிக்கப்படுவது விரிவானதொரு தனித்த ஆய்விற்குப் பின்னரே உறுதி செய்யப்பட வேண்டும்.

28. (புழங்கு) பொருள்சார் பண்பாடு (Material Culture), '(புழங்கு) பொருள்சாராப் பண்பாடு'. (Non-Material Culture) என்று குறிக்கப்பட்ட பண்பாட்டின் இருமை நிலைகள் (Trichotomy Culture) முறையே 'தொட்டுணர் பண்பாடு' (Tangible Culture), 'கருத்துணர் பண்பாடு' (Intangible Culture) எனத் தற்போது குறிக்கப்படலாகின்றன.

நோக்கீட்டு ஏடுகள்

(ஆங்கிலத்தில்)

Maheswaran, C. 2006. "On Violation of Tribal Rights in Forest Lands and Tribal Displacement" 1-8. Souvenir of the 'UGC Sponsored State Level Seminar' on Emerging Trends in Human Rights Violation.

Gopichettipalayam : Government Arts and Science College (Autonomous).

(தமிழில்)

மகேசுவரன், சி. 2009. "விளிம்பு நிலைக்குத் தள்ளப்படும் தமிழகப் பழங்குடியினர். 36-39. புது விசை 26 (அக்டோபர் - டிசம்பர், 2009). ஓசூர்.

நன்றியுரை: பழங்குடி ஆய்வியலை (Tribal Studies) எனக்கு முதன் முதலில் அறிமுகப்படுத்திய எனது பேராசிரியப் பெருந்தகை முனைவர் சு. சக்திவேல் (மேனாள் துறைத் தலைவர், நாட்டுப்புறவியல் துறை, தமிழ்ப் பல்கலைக்கழகம், தஞ்சாவூர்) -அவர்களின் நினைவைப் போற்றி இக்கட்டுரை அவர்க்குப் படையல் செய்யப்பெறுகிறது.

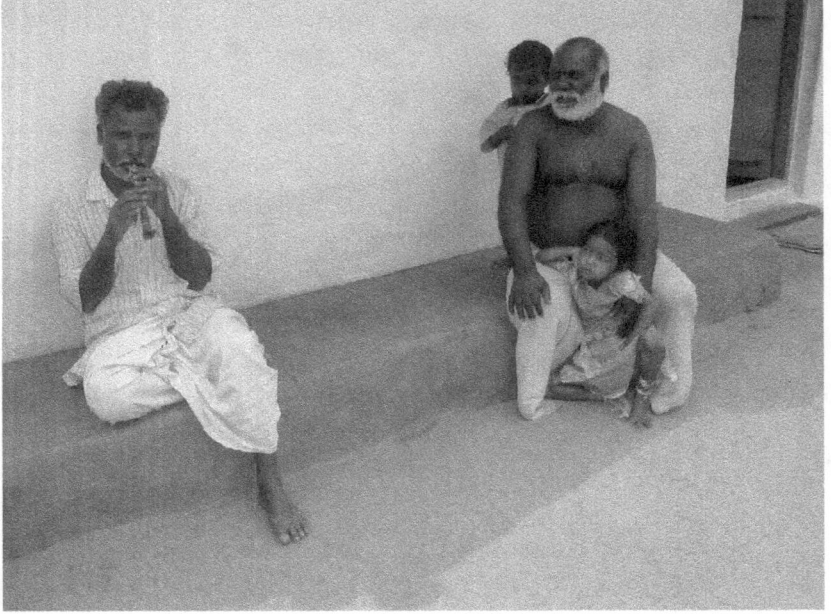

ஆலு குறுமர் சிறு குழல் இசைத்தல்

காட்டுநாயகன் பழங்குடியினர் குடில்

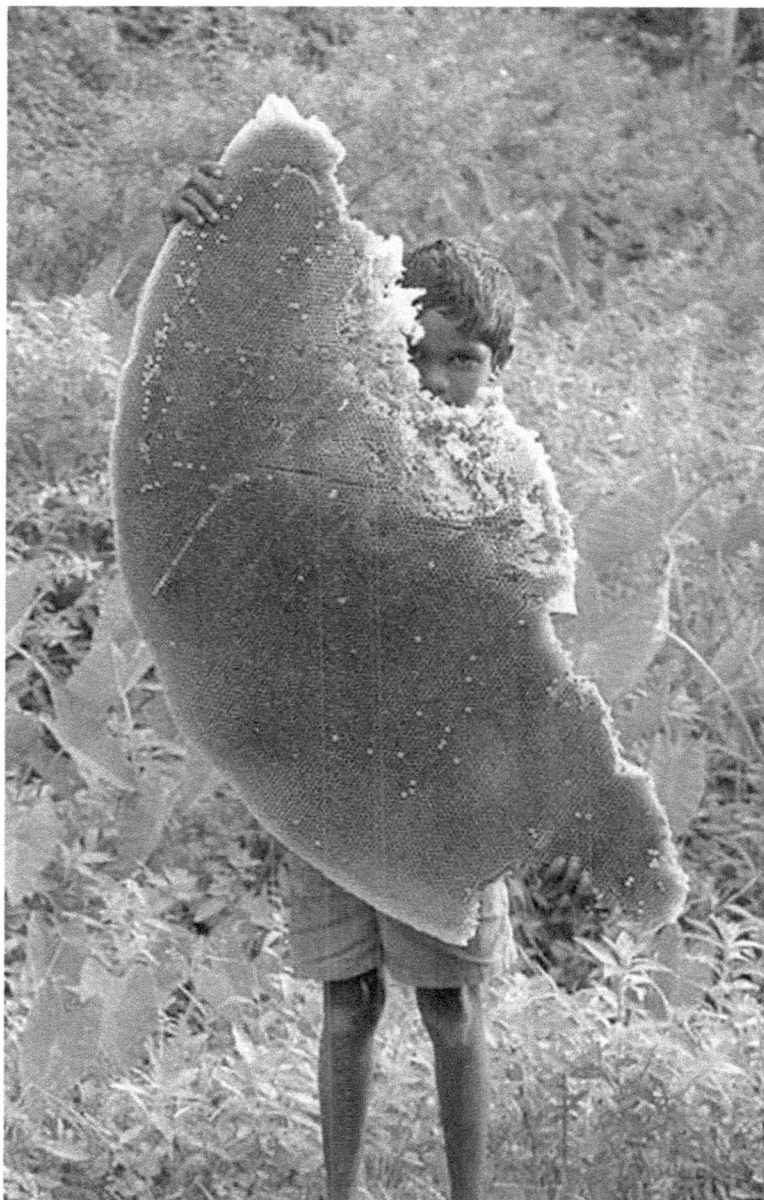

மிகப் பெரிய தேனடையுடன் காட்டுநாயகச் சிறுவன்

பிரிவு-5
நாட்டுப்புறப் பண்பாட்டு ஆய்வியல்

கோத்தர் கோலு இசைத்தல்

இருளர் சிறு குழல் இசைத்தல்

தமிழ்நாட்டின் விளிம்புநிலைச் சமூகங்கள் எதிர்கொள்ளும் சிக்கல்கள்

முன்னுரை

பழங்குடிகளும் விளிம்புநிலைச் சமூகங்களும் (Tribes and Marginalized Communites) பொதுவாகத் தாழ் பொருளியல் நிலைகளில் (Lowey Economic Strata) வாழும் சமூகங்களாக இனங்கண்டறியப்பட்டுள்ளன. தமிழ்நாட்டில், இவ்விரு சமூக வகைமைகளுள் (Types of society) பழங்குடிகளைப் பற்றி நிறைய அறிமுக ஆய்வுகளும் விரிநிலை ஆய்வுகளும் வந்தவாறு உள்ளன. இருப்பினும், விளிம்புநிலைச் சமூகங்கள் குறித்து மிகச் சில அறிமுக ஆய்வுகளே இதுவரை நிகழ்த்தப்பட்டுள்ளன.[1]

இத்தகைய பின்புலத்தில், தமிழ்நாட்டின் விளிம்புநிலைச் சமூகங்களாக விளங்கும் அலை குடிச் சமூகங்களையும் அவை எதிர்கொள்ளும் சிக்கல்களையும் அறிமுகப்படுத்துவதே இக்கட்டுரைக் களமாக அமைகிறது.

1. விளிம்புநிலைச் சமூகங்கள்– வரையறையும் பண்பாட்டுக் கூறுகளும்

பழங்குடிச் சமூகங்களும் (Mainstream Societies) பண்பாட்டினுடைய புறவெளிப் பரப்பிலேயே - அதாவது, பண்பாட்டினுடைய விளிம்புநிலையிலேயே - இருக்கும் சமூகங்களே 'விளிம்புநிலைச் சமூகங்கள்' சமூக மானிடவியலாளர் (Social Anthropologists), சமூகவியலாளர் (Soci0logists), அரசு அறிவியலாளர் Political Scientists) மற்றும் சமூகப் பணியாய்வாளரால் Social Workers) அடையாளப்படுத்தப்படுகின்றன. பெரும்பாலும், விளிம்புநிலைச் சமூகங்கள் ஊருக்குப் புறமான பகுதிகளில்-மரத்தடியிலோ திறந்த வெளியிலோ - தற்காலிகக் கூடாரங்களை அமைத்து வாழும் நிலையே நிலவுகிறது. மேலும், இச்சமூகங்கள் ஒரே வாழ்விடத்தை நிரந்தரமாகக்கொண்டிராமல் அவ்வப்போது இடம் விட்டு இடம் செல்லும் அலை குடி வாழ்க்கைப்பாங்கையே (Nomadic Lifestyle) கொள்வனவாக விளங்குகின்றன. தமது இருத்தலுக்கும் (Existence) அன்றாட வாழ்க்கைத்தேவைக்கும் (Livelihood) இச்சமூகங்கள் அருகிலுள்ள நிலைக்குடிகளைப் புரவலராக - ஏதேனும் ஒரு வகையில்- சார்ந்து வாழும் போக்கையும் கண்கூடாகக் காண்கிறோம்.

2. தமிழ்நாட்டின் விளிம்புநிலைச் சமூகங்கள் : ஒரு பருந்துப் பார்வை

சாதிப்பிள்ளை, நாழிமணிக்காரர், தாசரி, பகல் வேஷக்காரர், சாட்டையடிக்காரர், கழைக் கூத்தாடி, மோடி வித்தைக்காரர், பூம்பூம் மாட்டுக்காரர், குடுகுடுப்பைக்காரர், வீணை ஜோஸியக்காரர், கொறவர், உறிக்கார நாயக்கர், பொம்மலாட்டக்காரர், நரிக்குறவர் சமூகங்கள் தமிழ்நாட்டின் பல்வேறு பகுதிகளில் அலை குடிகளாக அடையாளம் காணப்பட்டுள்ளன. இவற்றுடன், பட்டியல் சாதியினரான ஆதி திராவிடர்க்குத் துணி வெளுத்துக் கொடுக்கும் 'புதிரை வண்ணார்' என்னும் தாழ்த்தப்பட்ட வகுப்புச் சமூகமும் விளிம்புநிலைச் சமூகமாகவே கருதப்படுகிறது.

விளிம்புநிலைச் சமூகங்கள் அவற்றின் இருத்தலுக்காகவும் வளத்திற்காகவும் (Sustenance) தம்மைத் தாங்கும் புரவலரையே (Patrons) சார்ந்துள்ளன. அவ்வகையில், புரவலர்-இரவலர் தொடர்புறவின் (Patron-Mendicant Interrelationship) அடிப்படையில் மூன்று வகையினராக விளிம்புநிலைச் சமூகங்கள் வகைபாடு செய்யப்படும். அவை பின்வருமாறு:

i) சாதிச்சார்புடைய புரவலர் ஆதரவு பெறும் விளிம்பு நிலைச் சமூகங்கள் (Marginalized Communities that are recipient of Caste-oriented Patronage).

ii) சமயச்சார்புடைய புரவலர் ஆதரவு பெறும் விளிம்புநிலைச் சமூகங்கள் (Marginalized Communities that are recipient of Religion-oriented Patronage).

iii) வரையறையற்ற புரவலர் ஆதரவு பெறும் விளிம்புநிலைச் சமூகங்கள் (Marginalized Communities that are recipient of Unrestricted Patronage).

2.1. சாதிச் சார்புடைய புரவலர் ஆதரவு பெறும் விளிம்புநிலைச் சமூகங்கள்

இவ்வகைமைக்குச் சான்றாக, தமிழ்நாட்டின் வன்னிய சாதியைச் சார்ந்து வாழும் 'சாதிப் பிள்ளை' என்னும் விளிம்புநிலைச் சமூகத்தைச் சுட்டலாம்.[2] 'வன்னிய சாதிப் பிள்ளை' எனவும் 'பள்ளிக்குப் பிள்ளை பிறந்தோர்' எனவும் இச்சமூகம் மாற்றுப் பெயர்களால் அழைக்கப்படுகிறது. இச்சமூகத்தைப் புரக்கவேண்டிய பொறுப்பில் ஒட்டுமொத்த வன்னிய சாதிக் குழுவும் உள்ளது.

2.2 சமயச் சார்புடைய புரவலர் ஆதரவு பெறும் விளிம்புநிலைச் சமூகங்கள்

தமிழ்நாட்டில், சைவ சமயச்சார்புடைய புரவலர் ஆதரவு பெறும் விளிம்புநிலைச் சமூகங்களுக்குக் 'கண்ட ஜங்கம்' (Ganta Jangam) அல்லது 'நாழிமணிக்காரர்' என்னும் சமூகத்தையும் வீரசைவ சமயச் சார்புடைய புரவலர் ஆதரவு பெறும் விளிம்புநிலைச் சமூகங்களுக்கு 'ஜங்கம பண்டாரம்' அல்லது 'பகல் வேஷக்காரர்' என்னும் சமூகத்தையும் வைணவ சமயச்சார்புடைய புரவலர் ஆதரவு பெறும் விளிம்புநிலைச் சமூகங்களுக்குத் 'தாசரி' (Dasari) அல்லது 'மன்ன தாசரி' (Manna Dasari) அல்லது 'சங்கு தாசரி' (Sangu Dasari) என்னும் சமூகத்தையும் வகைமைச் சான்றுகளாகச் சுட்டலாம்.[3]

2.3 வரையறையற்ற புரவலர் ஆதரவு பெறும் விளிம்புநிலைச் சமூகங்கள்

தெருவில் வித்தை காட்டிப் பிழைப்பு நடத்தும் 'சாட்டை யடிக்காரர்', 'கழைக் கூத்தாடி', 'மோடி வித்தைக்காரர்', 'பூம்பூம் மாட்டுக்காரர்' உள்ளிட்ட சமூகங்களும் வீடுதோறும் சென்று எதிர்கால நிகழ்வுகளை முன்கூட்டியே கணித்துக்கூறும் 'குடுகுடுப்பைக்காரர்', 'வீணை ஜோஸியக்காரர்' உள்ளிட்ட சமூகங்களும், கூடை முடைதல், குறி சொல்லுதல், விலங்குகளைப் பழக்கி வித்தை காட்டிப் பிழைத்தல் உள்ளிட்ட பல்வேறு தொழில்களில் தம்மை ஈடுபடுத்திக்கொள்ளும் 'கொறவர்', தலை முடியைத் திரித்துச் சவுரி முடி கண்திருஷ்டி நீக்கும் கம்பளிக் கயிறு முதலியவற்றைச் செய்து விற்கும் 'உறிக்கார நாயக்கர்'[5], நிகழ்த்துக் கலைகளுள் ஒன்றான தோற்பாவை நிழல்கூத்தை ஊர், ஊராகச் சென்று நிகழ்த்தும் 'பொம்மலாட்டக்காரர்[6], ஊசி, பாசிமணி மாலை விற்றுப் பிழைக்கும் 'நரிக்குறவர்'[7], ஆதிதிராவிடர்க்குத் துணி வெளுத்துக் கொடுக்கும் 'புதிரை வண்ணார்'[8] உள்ளிட்ட சமூகங்களும் வரையறையற்ற புரவலர் ஆதரவுபெறும் விளிம்புநிலைச் சமூகங்கள் எனத் தமிழ்நாட்டில் அறிந்தேற்பு செய்யப்பட்டுள்ளன.

3. தமிழ்நாட்டு விளிம்புநிலைச் சமூகங்களின் இனக்குழுவரைவியல் பதிவுகள்

இதுவரை தமிழ்நாட்டில் இனங்கண்டறியப்பட்டுள்ள மேற்குறித்த விளிம்புநிலைச் சமூகங்கள் பற்றிய இனக்குழுவரைவியல் பதிவுகளை இனிச் சற்று விரிவாகக் காணலாம்.

3.1 சாதிப்பிள்ளை

வன்னியர் எனப்படும் மிகவும் பிற்பட்ட வகுப்பைச் சார்ந்த நிலைக்குடிச் சாதிக்குழுவிடமிருந்து நெல் முதலிய தானியங்களைப் பெறுவதற்குப் பாரம்பரியமாக உரிமையுடையோர் என எழுத்துப் பொறிப்புடைய செப்புப் பட்டயத்தை ஆதரமாகக் காட்டிப் புரவலர் ஆதரவு பெற்று வாழ்ந்துவரும் விளிம்புநிலைச் சமூகமாகச் 'சாதிப் பிள்ளை' விளங்குகிறது. இச்சமூகமானது 'வன்னிய சாதிப்பிள்ளை', 'பள்ளிக்குப் பிள்ளை பிறந்தோர்' என மாற்றுப் பெயர்களாலும் அழைக்கப்படுகிறது. சிங்கக் கொடியும் குலத்தோற்ற வரலாற்றைக் குறிக்கும் கொடியும் ஏந்தியவாறு 'வாங்கா', 'வீர வெண்டையம்' என்னும் இசைக்கருவிகளை இசைத்தவாறு வாழ்த்துப்பாடல் பாடி ஊரை வலம் வருகின்றனர் இச்சமூக மக்கள்.

3.2 நாழிமணிக்காரர்

சிவன் அளித்ததாகக் கருதப்படும் மணியாகிய 'நாழி மணி' யைக் கைகளில் ஆட்டி, இசையொலி எழுப்பியவாறு வீடு, வீடாகச் சென்று சைவத் தெய்வங்களாகிய சிவன், முருகன், காமாட்சி உள்ளிட்டவற்றைப் போற்றிப் பாடியும் நெல் விதைகளைப் பற்றிய பாடல்களைப் பாடியும் சைவ சமயம் சார்ந்த நிலைக்குடிச் சமூகத்திடமிருந்து காசு, தானியம் உள்ளிட்டவற்றைப் பெற்றுப் பிழைப்பு நடத்தும் விளிம்புநிலைச் சமூகமே 'நாழிமணிக்காரர்' எனப்படுகிறது. இச்சமூகமானது 'கண்ட ஜங்கம்' எனவும் குறிக்கப்படுகிறது.

3.3 பகல் வேஷக்காரர்

பகல் பொழுதில், சமய மரபிற்கு உள்பட்ட இராமர், கிருஷ்ணர், ஆஞ்சநேயர் போன்ற வேடங்களைத் தரித்து, மிருதங்கம், கஞ்சிரா, கைத்தாளம் ஆகிய இசைக் கருவிகளை இசைத்தவாறு, வீடுதோறும் சென்று, பாடல் பாடி, இரவலராகச் செயல்படும் விளிம்புநிலைச் சமூகமே 'பகல் வேஷக்காரர்'. 'ஜங்கமப் பண்டாரம்' எனவும் இச்சமூகம் அழைக்கப்படுகிறது.

3.4 தாசரி

திருப்பதி வேங்கடாசலபதிக்கு அடிமைகளாக நேர்ந்து விடப்பட்டோர் என்றும் பழமரபுப் பின்னணியுடன், தப்பு, சேகண்டி முதலிய அடியிசைக் கருவிகளை இசைத்தும் சங்கு ஊதியும் பெருமாளைப் போற்றும் பக்திப் பாடல்களைப் பாடியும்

இரவலராகப் பிழைப்பு நடத்தும் விளிம்புநிலைச் சமூகமே 'தாசரி' ஆகும். 'மன்ன தாசரி', 'சங்கு தாசரி' எனவும் அழைக்கப்படும் இவ்விளிம்பு நிலைச் சமூகமானது தம் அழைப்புப் பெயர்களுள் ஒன்றான 'மன்ன தாசரி' என்பதன் அடிப்படையில், இச்சமூக மக்கள் தம்மை 'மன்னன்' என அழைத்துக்கொண்டு பழங்குடிச் சமூகச் சான்று கோரிப் பெற முயற்சிக்கின்றனர். 'மன்னான்' *(Mannan)* என்பதே உண்மையில் பட்டியல் பழங்குடிகளுள் ஒன்றாகத் தமிழகப் பழங்குடிப் பட்டியலில் இடம் பெற்றுள்ளமையை இங்குக் குறிப்பிட வேண்டியதாகிறது.

3.5 சாட்டையடிக்காரர்

உறுமி மேள முழக்கத்திற்கேற்ப கால்களில் கட்டிய சலங்கைகள் அசைவில் எழும் தாளத்திற்கிணங்க, மிக நீண்ட கைச் சாட்டையால் தமது உடல்மீது குருதி வெளிப்படும் அளவிற்குத் தாமே அடித்துக்கொண்டு வீதியில் ஆடும் விளிம்புநிலைச் சமூகமே 'சாட்டையடிக்காரர்' எனப்படுகிறது. இச்சமூகமானது 'உறுமிக்கார நாயக்கர்', 'சாட்டையடி நாயக்கர்' எனவும் மாற்றுப் பெயர்களால் அழைக்கப்படுகிறது. இருப்பினும், இச்சமூகம் தன்னைச் 'சோழுகர்' என்றே குறிப்பிட்டுக்கொள்வதுடன், 'சோளகா' *(sholaga)* எனப் பழங்குடிச் சமுதாயச் சான்றும் கோரி வருகிறது.

3.6 கழைக் கூத்தாடி

தெருவின் நடுவே தற்காலிகக் கம்பங்கள் நிறுத்தி, அவற்றின் இடையே கயிறு கட்டி இக்கயிற்றின் மீது நடத்தல், சிறு வளையத்திற்குள் உடலைப் புகுத்தி வெளி வருதல் உள்ளிட்ட உடலியக்கம் சார்ந்த வித்தைகளைக் காட்டிப் பொதுமக்களை மகிழ்வித்து, காசு, தானியம், உணவு, பழைய ஆடைகள் உள்ளிட்டவற்றைப் பெற்றுத் தமது வாழ்க்கைத் தேவைகளை நிறைவு செய்து, ஊரின் ஒதுக்குப்புறத்தில் இரவு நேரம் தங்கி, ஊர் ஊராகச் சுற்றித் திரிந்து, அலை குடி வாழ்க்கையை நடத்தும் விளிம்புநிலைச் சமூகமே 'கழைக் கூத்தாடி' ஆகும். இச்சமூகத்தை 'ஆரியக் கூத்தாடி' எனவும் நிலைக்குடிச் சமூகம் குறிப்பிடுகிறது. இருப்பினும், தற்போது இச்சமூகம் தன்னைக் 'கலைக் கூத்தாடி' என்றே குறிப்பிட்டுக்கொள்கிறது. 'தொம்பர்', 'தொம்பக் கூத்தாடி' என மேலும் அறியப்படும் நிலையில், இச்சமூகமானது 'தொம்பர்' என்னும் இனக்குழுப்பெயருடன் தமிழ்நாட்டுச் சாதிப்பட்டியலில் ஒரு சாதிக்குழுவாக அறிந்தேற்பு செய்யப்பட்டிருப்பினும்

'காட்டுநாயகன்' என்னும் பெயரில் தமிழ்நாட்டின் பட்டியல் பழங்குடியாகத் தன்னை அறிந்தேற்பு செய்யப்படவே விரும்புகிறது.

3.7 மோடி வித்தைக்காரர்

உள்ளங் கையினுள் அசையும் உயிரினங்களை நம் கண் முன்னே காட்டிடும் திறனுள்ள வித்தைக்காரரை 'மோடி வித்தைக்காரர்' எனக் குறிப்பிடுவர். பார்வையாளரின் கண்களைக் கட்டாமல் கட்டிவிட்டுச், சில சூட்சும உருவாரங்களை நம் கண்முன்னே கொணர்வதால் இத்தகைய வித்தையைக் 'கண்கட்டு வித்தை' எனவும் குறிப்பதுண்டு. இத்தகைய திறனுள்ளோரிடம் மந்திரத் தன்மைகள் மிகுந்திருப்பதாகக் கருதப்படுவதால், இவர்களது சமூகமும் ஒரு விளிம்புநிலைச் சமூகமாகவே ஒதுக்கிவைக்கப்பட்டுள்ளது.

3.8 பூம்பூம் மாட்டுக்காரர்

பொதுவாக, இயற்கைப் பிறழ்வுப் பிறப்புகளாக (Freaks) அமையும் இரட்டை வால் அல்லது ஐந்து கால்கள் அல்லது நான்கு கொம்புகள்கொண்ட காளை, பசு அல்லது கன்று உள்ளிட்டவற்றைக் கோவில் நேர்ச்சைகளிலிருந்தும்[10] ஊர்ப் புறங்களிலிருந்தும் தேடிப் பிடித்து, அவற்றைப் பழக்கித், தமக்கான வித்தை காட்டும், மாடுகளாக்கி, இவ்விளிம்புநிலைச் சமூகம் பயன்பெறுகிறது. தமது தோளில் தொங்கவிட்டுள்ள 'இண்ட்ரமூ'[12] எனப்படும் சிறு அடியிசைக் கருவியின் பக்கவாட்டில் சிறு குச்சிகொண்டு உரசித் தேய்த்து உருவாக்கும் இசையொலி 'பூம்பூம்' என ஒலி எழுப்பி, பல வண்ண ஒட்டுத் துணிகள் மற்றும் சோழிகளால் மேலாடை, நெற்றியாடை, கொம்புக் குப்பி உள்ளிட்டவற்றால் அலங்கரிக்கப்பட்ட காளை அல்லது கறவை மறந்த பசுவுடன் வந்து 'ராமா, கோவிந்தா' என்ற முழக்கங்களுடன் தோளில் மாட்டிய சுரைக்குடுவை[14] அல்லது பாத்திரம், தலையில் முண்டாசு, நெற்றியில் நாமத்துடன் வலம் வந்து, மாட்டை ஓட்டிச் சென்று மக்களிடையே வேடிக்கை காட்டி, அரிசி, பழைய ஆடை உள்ளிட்டவற்றைப் பெற்றுவரும் இவ்விளிம்புநிலைச் சமூகமானது தஞ்சாவூர், நாகப்பட்டினம், கடலூர் உள்ளிட்ட நடுத் தமிழக மாவட்டங்களில் 'பூம் பூம் மாட்டுக்காரர்' எனவும் மதுரை, தேனி, உள்ளிட்ட தென் தமிழக மாவட்டங்களில் 'பெருமாள் மாட்டுக்காரர்' எனவும் அழைக்கப்படுகிறது.

இவை போன்ற பல்வேறு அழைப்புப் பெயர்களுடன் தமது இனக்குழுவரலாறு (Ethnohistory) சார்ந்த தோற்றக்

கதைகளில் (Etiologigal Tales) தம்மைப் 'பூவிடையர்'[15] எனக்
குறிப்பிட்டுக்கொள்ளும் இவ்விளிம்புநிலைச் சமூகமானது தனக்கான
சமுதாயச் சான்று பெற எத்தனிக்கும்போது 'ஆதியன்' என்றே
தன்னை அடையாளப்படுத்திக்கொள்ள விழைகிறது. இதன்வாயிலாக,
'அடியன் (Adiyan) பழங்குடிக்குரிய சமுதாயச் சான்றைத் தொடர்ந்து
பெற்று வர இச்சமூகமானது முயற்சிக்கிறது.

3.9 குடுகுடுப்பைக்காரர்

'ஜக்கம்மா' என்னும் தம் இனக்குழுத் தெய்வத்தை முன்னிறுத்தி,
'குடுகுடுப்பை' என்னும் சிறு உடுக்கையின் சொடுக்கு ஒலியுடன்
நள்ளிரவைக் கடந்தோ அதிகாலையிலோ வீடு வீடாகச் சென்று, ஊர்
மக்களின் எதிர்காலம் குறித்த நல்ல செய்திகளைச் சொல்லி, இரவலர்
வாழ்க்கை நடத்தும் விளிம்புநிலைச் சமூகமே 'குடுகுடுப்பைக்காரர்'.
இச்சமூகத்தைக் 'குடுகுடுப்பை நாயக்கர்', 'குடுகுடுப்பாண்டி',
'கோடாங்கி', 'சாமக் கோடங்கி' எனப் பல அழைப்புப் பெயர்களில்
பதிவு செய்துள்ளனர்.

இச்சமூகத்தின் பேசுமொழியானது 'கணிக்கர் கோஷ்டி' (Kanikkar
Khaosti) எனப்படும் ஓர் இந்தோ-ஆரியக் கிளைமொழி ஆகும்.
இந்த அடிப்படையில், இச்சமூக மக்கள் 'கணிக்கர்' என்று தம்மைக்
கூறிக்கொள்ள விரும்புவதுடன், 'காணி/காணிக்காரர்' பழங்குடி
எனத் தங்களை அடையாளப்படுத்திக்கொண்டு, தமிழ்நாட்டின்
அத்தென்கோடிப் பழங்குயினர்க்குரிய சமுதாயச் சான்று கோரிப்
பெற்றுவர முயற்சிக்கின்றனர். இந்நிலைக்கு மாறாக, ஏனைய
தமிழ்நாட்டு மாவட்டங்களில் இச்சமூகத்தினர் தம்மைக்
'காட்டுநாயக்கர்' என்று கூறிக் கொள்வதுடன் அப்பழங்குடிக்குரிய
சமூகச் சான்று கோரிப் பெற முயற்சிக்கின்றனர்.

3.10 வீணை ஜோஸியக்காரர்

துணியால் மூடப்பட்ட மயிலிறகுக் கட்டை கக்கத்தில்
செருகியவாறு, தலையில் உருமால் கட்டுடன் கை விரலால் ஒரு
வகை நரம்பிசைக் கருவியைச் சுண்டி இசைத்து ''ஜோஸியம்
பார்க்கலையோ?'' என்ற குரலுடன் வீதிகளில் வலம்வந்து வீடு
வீடாகச் சோதிடம் பார்க்கும் மக்களைக்கொண்ட விளிம்புநிலைச்
சமூகமே 'வீணை ஜோஸியக்காரர்' எனக் குறிக்கப்படுகிறது. இச்
சமூகமானது 'மலைப் பண்டாரம்' எனவும் மாற்றுப் பெயரால்
அழைக்கப்பட்டாலும் இச்சமூகத்திற்கும் உண்மையான பழங்குடிச்

சமூகமான 'மலைப் பண்டாரம்' என்பதற்கும் எவ்விதத் தொடர்பும் இல்லை. இருப்பினும், இவ் விளிம்புநிலைச் சமூகத்தை 'மலைப் பண்டாரம்' என்று குறிப்பதன் அடிப்படையில், இச்சமூக மக்கள் 'மலைப் பண்டாரம்' எனப் பட்டியல் பழங்குடியாகத் தவறான புரிதலில் அறிந்தேற்பு செய்திடுதற்கு வாய்ப்பு உள்ளது.

3.11 கொறவர்

ஆங்கிலேய ஆட்சிக் காலத்தில் இக்கொறவர் சமூகமானது, 'குற்றவாளிப் பழங்குடி' (Criminal Tribe) எனச் சுட்டப்பட்டு, குற்றவாளிப் பழங்குடிச் சட்டத்தின் (Criminal tribes Act) கீழ் ஒடுக்கப்பட்டது.[16] தற்போது, இச்சமூகத்தினர் 'சீர்மரபினராக (Denotified Communities) அறிந்தேற்பு செய்யப்பட்டு 27 வகைகளாகக் குறிக்கப்படுகின்றனர்.[17] சான்றாகப், 'பாமு குர்ரு' எனப்படும் வகையானது 'பாம்பாட்டி/பாம்புப் பிடாரன்/ பாம்பாட்டிக் குருவன்' என்னும் மாற்றுப்பெயர்களாலும் 'கோத்தி குர்ரு' எனப்படும் வகையானது 'குரங்காட்டி/குரங்காட்டிக் குருவன்' என்னும் மாற்றுப் பெயர்களாலும் ஈச்சங் கோலால் கூடை முடையும் வகையானது 'தப்ப குர்ரு' எனவும் குறிக்கப்படுகின்றன.

இருப்பினும், பல்வேறு தொழில்களில் ஈடுபட்டதன் அடிப்படையில் அறியப்படும் இவ்விளிம்புநிலைச் சமூகமான 'கொறவர்' அதன் சமூக அமைப்பில் 'சாத்துப்பாடி', 'மானுப்பாடி', 'காவடி' மற்றும் 'மேலூத்தன்/ மேன்றுக்குத்தி' என நால்வகைக் குல பிரிவுகளாக ஒரே சீரான அமைப்பொழுங்கினைக் கொள்வதனால் ஒரே இனக்குழு என உறுதி செய்யப்பட்டுள்ளது.[18]

3.12 உறிக்கார நாயக்கர்

நாட்டுப்புறங்களில் பானைகளை ஒன்றின்மீது ஒன்றாக அடுக்கிக் கூரையின் உள்ளிருந்து தொங்கவைப்பதற்கு 'உறி' எனப்படும் கயிற்றாலான அமைப்பைப் பயன்படுத்துதல் வழக்கம். கயிறு திரித்து இத்தகைய உறிகளை உருவாக்கி விற்றுப்பிழைக்கும் விளிம்புநிலைச் சமூகமானது 'உறிக்கார நாயக்கர்' என்று அழைக்கப்படலாயிற்று. காலப்போக்கில், உறிகளின் பயன்பாடு அரிதாகிவிட்டதால் கயிறு திரிப்பதுபோல நீளமான தலை முடியைத் திரித்துச் 'சவுரி முடி' உருவாக்கி விற்று இச்சமூகம் தனது வாழ்க்கையை நடத்திவருகிறது. மிக அண்மைக் காலமாகத் தலைமுடியைத் திரித்து, அதனுடன் கண் திருஷ்டி கழிப்பதற்கான படிகாரக் கல், பேய்க் குமட்டிக்காய்,

சங்கு, திருஷ்டி முகமூடி உள்ளிட்டவற்றை இணைத்துக் 'கம்பிளிக் கயிறு' என்பதை உருவாக்கியும் விற்பனை செய்தலை வழக்கமாகக் கொண்டுள்ளது இச்சமூகம். 'நாயக்கர்' என்ற விடுதி இச்சமூகப் பெயருடன் காணப்பட்டாலும் இன்றளவும் இச்சமூகத்திற்கான அடையாளச் சிக்கல் தொடர்ந்துகொண்டே உள்ளது.

3.13 பொம்மலாட்டக்காரர்

தென் இந்தியாவில் மராத்திய மன்னராட்சிக் காலத்தின்போது, 'தோல் பாவைகளைக்' கொண்டு 'பாவைக் கூத்து' எனப்படும் 'நிழற்பாவைக் கூத்து' நிகழ்த்திப் பொம்மலாட்டக் கலையை நடத்திவந்த சமூகமானது, மராத்திய அரசாட்சி வீழ்ச்சியடைந்த பின்னர் நலிவடைந்து, மேற்படி நிகழ்த்துக் கலையை வயிற்றுப் பிழைப்பிற்காக நடத்திடும் விளிம்புநிலைச் சமூகமாக மாற்றம்பெற்றுவிட்டது காலத்தின் அலங்கோலமே. 'இராவ்ஜி' எனத் தங்களை இச்சமூக மக்கள் அழைத்துக்கொண்டாலும் இன்றுவரை இன்ன சாதிக்குழு என அறிந்தேற்பு செய்யப்படாமல், அடையாளச் சிக்கலுடன் (Identity Crisis) அற்ப, சொற்ப வருமானத்துடன் அழியும் நிலையிலுள்ள பொம்மலாட்டக் கலையையும் அழியாது காத்து வருகிறது இவ்விளிம்புநிலைச் சமூகம்.

3.14 புதிரை வண்ணார்

தாழ்த்தப்பட்ட வகுப்பினர்க்குத் துணி வெளுப்போர் என்ற நிலையில், 'புதிரை வண்ணார்' என்னும் சமூகமும் தாழ்த்தப்பட்ட வகுப்பிற்குள் ஒரு சாதிக்குழுவாகவே அறிந்தேற்பு செய்யப்பட்டுள்ளது. தமக்குரிய துணிகளைத் தாமே வெளுத்துக்கொள்ளும் போக்கு தற்போது அனைத்துச் சமூகத்தினரிடையேயும் பெருகிவிட்ட இன்றைய நிலையில், தாழ்த்தப்பட்ட வகுப்பினர்க்குத் துணி வெளுக்கும் தேவை குறைந்துவிட்டதாலும் கல்விவழியாக வேலைவாய்ப்பு பெற்று நகர்ப்புறங்களுக்குப் புதிரை வண்ணார் சமூகத்தின் இளந் தலைமுறையினர் குடிபெயர்ந்து வருவதாலும் பெரிதும் போராட்டத்தைச் சந்திக்க வேண்டியுள்ளது இச்சமூகம்.

4. தமிழ்நாட்டின் விளிம்புநிலைச் சமூகங்களுக்குரிய சமூக இடங்களை அறிந்தேற்பு செய்திடுவதற்கான தேவை

ஆங்கிலேய ஆட்சிக் காலத்தில் நிலவிய 'குற்றவாளிப் பழங்குடியினர் சட்டம்', 'மேனாள் சென்னை மாநிலத்திலிருந்து மொழிவழி மாநிலங்களைப் பிரித்தமை (Carving out of Linguistic

States from the then Madras Presidency) உள்ளிட்ட சமூகப்-பொருளியல் - அரசியல் காரணிகள் (*Socio-economic-political Factors*) தமிழ்நாட்டின் விளிம்புநிலைச் சமூகங்கள்மீது தம் அழுத்தங்களை வெளிப்படுத்தின. இதனால், இச்சமூகங்களிடையே அடையாளச் சிக்கல்கள் தோன்றுதற்கு வாய்ப்பாகி, அவை தமக்குரிய சமூக இடங்களைப்பெற்றுக் கல்வி, வேலைவாய்ப்பு உள்ளிட்டவற்றைப் பெறுதற்கு தொடர்ந்து தடைகள் ஏற்பட்டுள்ளன. இதனைத் தொடர்ந்து, நாடு விடுதலையடைந்து 75 ஆண்டுகள் கடந்த பின்னரும் மாநில அரசின் தற்போதைய பல்வேறுபட்ட சாதிப் பட்டியல்களில் ஒரு சில விளிம்புநிலைச் சமூகங்களுக்கு மட்டுமே உரிய இடங்கள் அளிக்கப்பட்டுள்ள நிலையில், எஞ்சியுள்ள பெரும்பாலான விளிம்புநிலைச் சமூகங்கள் தமக்குரிய சமூக இடங்களை இன்றுவரை பெறவியலாத சூழ்நிலையே தொடர்கிறது.[19]

தமிழ்நாட்டின் தற்போதைய பல்வேறு சாதிப் பட்டியல்களில் தமக்கான சமூக இடங்கள் கிடைக்கப்படாத நிலையில், பல்வேறு விளிம்புநிலைச் சமூகங்கள் பிற சாதிப் பட்டியல்களில் ஏதேனும் ஒன்றில் தங்களுக்கான சமூக இடங்களைப் பெறத் தொடர்ந்து முயற்சி செய்கின்றன. சான்றாக, 'பூம்பூம் மாட்டுக்காரர்' சமூகமானது 'ஆதியன்' என்கிற பெயரில் 'அடியன்' (Adiyan) பழங்குடிச் சான்றும், 'குடுகுடுப்பைக்காரர்' சமூகமானது தென் மாவட்டங்களில் 'கணிக்கர்' என்ற பெயரில் 'காணி/ காணிக்காரர்' (Kani / Kanikkarar) பழங்குடிச் சான்றும் ஏனைய மாவட்டங்களில் 'காட்டுநாயகன் (Kattunayakan) பழங்குடிச் சான்றும் 'கழைக்கூத்தாடிச்' சமூகமானது காட்டுநாயகன் பழங்குடிச் சான்றும் கோரி வருகின்றன. இவற்றிற்கு மாறாக, 'சாட்டையடிக்காரர்' சமூகமானது தன்னைச் 'சோழகா' என அழைத்துக்கொண்டு, அதன் அடிப்படையில் 'சோளகா' (Sholaga) பழங்குடிச் சான்று கோரி வர, ஆந்திரப்பிரதேச 'மொண்டி/ பண்டா' (Mondi/Banda) என அறிந்தேற்பு செய்யப்பட்டு, அதற்குத் தகுந்தவாறு 'மிகவும் பிற்பட்ட வகுப்பிற்குள் (Most Back- Ward Class) ஒரு சாதிக் குழுவாகக் கருதுமாறு பரிந்துரைக்கப்பட்டுள்ளது. விளிம்புநிலைச் சமூகங்களுள் 'நரிக்குறவர் / குருவிக்காரன்' சமூகம் மட்டுமே மாநில, ஒன்றிய அரசுகளால் பழங்குடிச் சமூக நிலைக்குப் பரிந்துரைக்கப்பட்டு, வெற்றி இலக்கை எட்டியுள்ளது.

மேற்குறித்துள்ள நிலைமைகளுக்கு மாறாக, மாநில மொழியான தமிழுடன் பல்வேறுபட்ட தாய்மொழிகளைப்

பேசிவரும் தமிழ்நாட்டின் பெரும்பான்மை விளிம்புநிலைச் சமூகங்கள் மாநிலத்தில் நடைமுறையிலுள்ள எந்தவொரு சமூகப் பட்டியல்களிலும் இடம்பெறாத நிலையே உள்ளது. இது போன்ற கவனிப்பாரற்ற சூழலில், சில விளிம்புநிலைச் சமூகங்கள் கல்வி, வேலைவாய்ப்பு உள்ளிட்டவற்றில் முன்னுரிமை பெற வேண்டும் என்ற நோக்கில் அடியன், இருளர், காட்டுநாயகன், மன்னான், சோளகா என்பன போன்ற பட்டியல் பழங்குடிகளாகத் தம்மைக் கோரி சமுதாயச் சான்று பெற முயற்சிக்கும் நிலைமைக்குத் தள்ளப்பட்டுள்ளன. இவை போன்ற நேர்வுகளில், சில பழங்குடியினருக்கு 'வரையறுக்கப்பட்ட வாழ்விடப் பகுதி இல்லை' (*Without area restriction*) என்பது வெகுவாக பயன்படுத்திக் கொள்ளப்படுகின்றன. இதனால் 'பொய்யான, /போலிப் பட்டியல் பழங்குடிக் கோரிக்கை உரிமைகள்' (*Fake/Bogus Claim of Scheduled Tribes*) மிகுதியான அளவிற்குப் பெருகும் நிலை உருவாகிவிட்டது.[20]

இவை போன்ற சூழல்களில், தமிழ்நாட்டின் பல்வேறுபட்ட விளிம்புநிலைச் சமூகங்களையும் விரிவான இனக்குழு மதிப்பீட்டாய்விற்கு (*Extensive Ethnographic Survey*) உள்படுத்தி, அவற்றிற்கான சமூக நிலையை (*Community Status*) உறுதிசெய்து, நடைமுறையிலுள்ள பல்வேறு சமூகப் பட்டியல்களுக்குள் உரிய இடங்களைப் பெற்றுத் தருதல் காலத்தின் கட்டாயம் ஆகும்.

5.முடிவுரை

இந்நேரத்தில் "நாட்டுப்புற மற்றும் வெகுமக்கள் பண்பாட்டின் பன்முகத்தன்மைக்கும் உயிர்ப்புத் தன்மைக்கும் விளிம்புநிலைச் சமூகங்கள் மிகப் பெரிய பங்களிப்பைச் செய்துள்ளன. இருப்பினும், நம் நாட்டின் ஒட்டுமொத்தப் பண்பாட்டுத் தொகுதிக்குள் இவற்றிற்கான உரிய இடம் அளிக்கப்படவில்லை. நமது நாட்டின் பண்பாட்டு வரைபடத்தில் இத்தகைய வெற்றிடம் நிரப்பப்பட வேண்டும்" என்கிற சமூகவியலாளர் எஸ்.சி.துபே - அவர்களின் கருத்து கவனத்திற்கு எடுத்துக்கொள்ளப்பட வேண்டியதாகிறது."

விளிம்புநிலைச் சமூகங்களுக்குரிய சமூக நீதியைப் பெற்று வழங்கி, அதன்வாயிலாகச் சமூகத் தளங்களான (*Social Domains*) கல்வி, வேலைவாய்ப்ப, பொருளியல் உள்ளிட்டவற்றில் அடித்தட்டு மக்களுக்கென உருவாக்கி வைக்கப்பட்டுள்ள பல்வேறு நலத் திட்டங்களும் பயன்களும் இச்சமூகங்களைச் சென்றடையும் வகையில் இவற்றிற்கான சமூக நிலைகள் அறியப்பட்டு, அறிந்தேற்பு

செய்யப்படுவதற்கு விரிநிலை ஆய்வுகள் மேற்கொள்ளப்பட மாநில அரசுக்கு ஏற்கெனவே பணிந்தளிக்கப்பட்டு நிலுவையிலுள்ள ஓர் ஆய்வுத்திட்ட முன்மொழிவை (Proposal for a Research Project) ஏற்று, உடன் நடைமுறைப்படுத்தி, உரிய முயற்சிகள் எடுப்பதன் வாயிலாகத் தமிழ்நாட்டின் விளிம்புநிலைச் சமூகங்களுக்கிடையே நம்பிக்கை ஒளியானது ஏற்றப்படும்.

அடிக் குறிப்புகள்

1 கிருஷ்ணகிரி மாவட்டப் 'பூம்பூம் மாட்டுக்காரர்' குறித்து இக்கட்டுரை ஆசிரியரால் நேரிடைக் களப்பணி ஆய்வானது கடந்த 2005-இல் நிகழ்த்தப்பட்டது.

2 சாதிசார்ந்த புரவலர் ஆதரவுபெறும் விளிம்புநிலைச் சமூகங்கள் பற்றி இன்னும் விரிவான ஆய்வுகள் நிகழ்த்தப்பட தமிழ்நாட்டில் வாய்ப்புகள் நிறைய உள்ளன.

3 'தாசரி' சமூகத்தை வைணவ சமயம் சார்ந்த புரவலர் ஆதரவு பெறும் விளிம்புநிலைச் சமூகத்திற்குச் சான்றாகக் குறிப்பிட்டாலும் சவ அடக்கம் சார்ந்த சங்கு ஊதுதல், சேகண்டி அடித்தல் உள்ளிட்ட பணிகளை மேற்கொள்ளப் பொதுவாக இந்து சமயம் சார்ந்த எல்லாச் சாதிக்குழுக்களுக்கிடையேயும் 'குடி ஊழிய முறையில்' (Jajmani System) இச்சமூக வகைமைக்குள்ளும் இது இடம் பெறக் காணலாம்.

4 பொதுவாக, 27 வகைகளாக அறியப்படும் இக்கொறவர் சமூகமானது, தான் மேற்கொண்ட பல்வேறுபட்ட தொழில்களாலும் பூர்வீக வாழிடங்களின் பெயர்களாலும் பல்வேறு அழைப்புப் பெயர்களைக்கொண்டுள்ளது. சான்றாக, 'கறிவேப்பாகு குர்ரு' (கறிவேப்பிலையைக் காட்டிலிருந்து பறித்து வந்து வணிகம் செய்தல்), 'கந்தர்வக்கோட்டைக் கொறவர்' (கந்தர்வ கோட்டையை பூர்வீக வாழிடமாகக் கொண்டிருந்தமை) என்பனவற்றைக் குறிப்பிடலாம்.

5 உறி உற்பத்தியில் ஈடுபட்டு வந்த இவ்விளிம்புநிலைச் சமூகமானது காலவோட்டத்தில் சவுரி முடி தயாரிப்பு, கண் திருஷ்டி நீக்கும் கம்பிளிக் கயிறு உருவாக்குதல் உள்ளிட்ட தொழில்களை மேற்கொண்டு, தம் வாழ்வியலுக்கான பொருளியலை ஈட்டுவோராக மாற்றம் அடைந்துள்ளமை பண்பாட்டுத் தகவமைப்பு (Cultural Adaptation) எனலாம்.

6 பொதுவாகப், 'பொம்மலாட்டக்காரர்' என இச்சமூகம் அடையாளப்படுத்தப்பட்டாலும் 'கம்பியாட்டப் பொம்மைகள்' (String Puppets), 'கையுறைப் பொம்மைகள்' (Glove Puppets) என்னும் முப்பரிமாணப் பொம்மைகளை இச்சமூகம் பயன்படுத்தாமல் இரு பரிமாணப் பொம்மைகளை மட்டுமே இன்றளவும் தொடர்ந்து பயன்படுத்துதல் ஆர்வமூட்டும் ஒரு செய்தியாகும்.

7 இந்திய வனச் சட்டத்தின் தீவிரமான நடைமுறையால் சிறு வன விலங்குகளான நரி, குருவி உள்ளிட்டவற்றை இச்சமூகம் வேட்டையாடுதல் முற்றிலுமாகத் தடை செய்யப்பட்டுள்ள இன்றைய நிலையிலும் 'நரிக்குறவன் / குருவிக்காரன்' என்கிற இனக்குழுப்பெயராலேயே இவ்விளிம்புநிலைச் சமூகம் சுட்டப்படுதல் தொடர்கிறது.

8 'ஆதி திராவிடர்க்குத் துணி வெளுப்போர்' என்று பொதுவாகக் குறிப்பிட்டாலும் 'அருந்ததியர் சமூகத்'திற்குப் 'புதிரை வண்ணார்' குடி ஊழியம் செய்தல் இதுவரை பதிவு செய்யப்படவில்லை.

9 இந்த இனக்குழுவரைவியல் பதிவுகள் பெரும்பான்மை 'முதன்நிலை ஆய்வுகள்' (Primary Sources) வாயிலாகவும் ஏனையவை 'துணைநிலை ஆய்வுகள்' (Secondary Sources) வாயிலாகவும் பெறப்பட்டுள்ளன.

10 தொடக்க காலத்தில் திருப்பதி வெங்கடாசலபதிக் கோவிலுக்கு நேர்ச்சையாக விடப்பட்ட மாடுகளைப் பெற்று வந்த இச்சமூகமானது தற்போது தமிழ்நாட்டின் கடலூர் மாவட்டத்துக் கலியபெருமாள் கோவிலுக்கு நேர்ந்துவிடப்படும் மாடுகளைப்பெற்றுத் தன் பிழைப்பைத் தொடர்கிறது.

11. ஊர்தோறும் திரிந்து அலை குடி வாழ்க்கையை மேற்கொள்ளும் இச்சமூகம் தனது இத்தகைய ஊர்ப் பயணங்களின்போது ஊரகப் பகுதிகளில் கிடைக்கும் இயற்கைப் பிறழ் படைப்புகளான மாடுகளைப் பெறுதலையும் தனது வாடிக்கையாகக் கொண்டுள்ளது.

12 'இண்ட்ரமூ' எனப்படும் இந்நாட்டுப்புற இசைக்கருவியானது சென்னை அரசு அருங்காட்சியக மானிடவியல் பிரிவின் 'இசைக்கருவிகள் காட்சிக்கூடத்'திலும் கிருஷ்ணகிரி மாவட்ட அரசு அருங்காட்சியகத்திலும் காட்சிப்படுத்தப்பட்டுள்ளது.

13 ஈ, கொசு உள்ளிட்டவற்றால் தம் மாடுகளுக்குத் தொந்தரவு ஏற்படுதலைத் தவிர்க்க, கரடி முடிக் கற்றைகளையும் அலங்கரிப்புப் பொருள்களுடன் சேர்த்துக் கட்டுதலை இம்மக்கள் தம் வழக்கமாகக் கொண்டுள்ளனர்.

14 தொட்டி எனக் குறிப்பிடப்படும் 'சுரைக் குடுவை'யைத் தம் பிச்சைப் பாத்திரமாக இச்சமூக மக்கள் கொண்டுள்ளதன் அடிப்படையில், இவர்கள் 'தொட்டிய நாயக்கர்' எனவும் அழைக்கப்படுகின்றனர்.

15 பூ விற்கும் இடையர்' என்கிற பொருளில் 'பூவிடையர்' எனத் தாங்கள் அறியப்பட்டதாகப் 'பூம் பூம் மாட்டுக்காரர்' தமது தோற்றத் தொன்மக் கதையில் குறிப்பிடுகின்றனர்.

16 உப்பு வணிகத்தை முழுவதுமாகத் தன்னிடம் வைத்துக்கொள்ள விரும்பிய ஆங்கிலேய அரசு, உப்பு வணிகராக விளங்கிய கொறவர் இனக்குழுவினரை இக்கொடிய குற்றவாளிப் பழங்குடிச் சட்டம்வழியே ஒடுக்கியது (விரிவான தகவல்களுக்கு காண்க. Radhakrishna, Meena.1999).

17 இத்தகைய 27 பிரிவுகள் தற்போது நடைமுறையில் இல்லை என்பதால் இப்பிரிவுகளைச் 'சீர் மரபினர் பட்டியலி'லிருந்து முழுதுமாக நீக்கி, முதற் கட்டமாகத் தாழ்த்தப்பட்டோர் பட்டியலிலுள்ள 'குறவன்' சாதிக் குழுவுடன் இணைத்திட வேண்டும்; 'மலக்குறவனு'க்குரிய (Malakkuravan) பழங்குடிப் பண்பாட்டுப் பண்புகள் இச்சமூகத்தினிடையே இனங்கண்டறியப்பட்டுள்ள நிலையில், இரண்டாம் கட்டமாக - இச்சமூகத்தைப் பழங்குடிப் பட்டியலிலேயே இணைக்க வேண்டும். இதுவே சரியான சமூக நீதியாக, வரலாற்றால் வஞ்சிக்கப்பட்ட இச்சமூகத்திற்கு அமைந்திடும்.

18 இதற்கான பரிந்துரை அறிக்கையானது பழங்குடி ஆய்வு மைய இயக்குநர் என்ற நிலையில், கடந்த 19-11- 2012 மற்றும் 06-08-2013 நாள்களில் இக்கட்டுரை ஆசிரியரால் மாநில அரசுக்கு ஏற்கெனவே பணிந்தளிக்கப்பட்டு நிலுவையில் உள்ளது (காண்க- Maheswaran, C. 2013).

20 தமிழ்நாடு முழுதும் நிலவிடும் 'பொய்/போலிப் பழங்குடிக் கோரிக்கை உரிமைகளு'க்குத் தக்க சான்றாக ஒன்பதுக்கும் மேற்பட்ட சாதிக் குழுக்கள் 'காட்டுநாயகன்' என உரிமை கோருதலைக் குறிப்பிடலாம்.

நோக்கீட்டு ஏடுகள்

(தமிழில்)

சேகர், சோ. 1991. பகல் வேடம்: ஒரு நடமாடும் நிகழ்கலை வடிவம். மதுரை. அரசு பதிப்பகம்.

தனஞ்செயன்.ஆ. 2003. 'பூம்பூம் மாட்டுக்காரர்' 67-87. பாரதி, பக்தவச்சல (பதி.).

தனஞ்செயன்.ஆ - 2006. விளிம்புநிலை மக்கள் வழக்காறுகள்: இனவரைவியல் ஆய்வு. இலாசுபேட்டை: வல்லினம்.

பாரதி, பக்தவச்சல (பதி.) 2003. தமிழகத்தில் நாடோடிகள்: சங்க காலம் முதல் சம காலம் வரை. இலாசுபேட்டை: வல்லினம்.

புகழேந்தி, இரத்தின - 2001. வன்னியசாதிப் பிள்ளைகள், ஈக்காட்டுத்தாங்கல்: அண்ணல் வெளியீடு.

முத்தய்யா.இ. 2003. சாட்டையடிக்காரர் 218-225. பாரதி, பக்தவச்சல (பதி).

முத்தய்யா. ஒ.2003. 'நாழிமணிக்காரர்' 112-129. பாரதி, பக்தவத்சல (பதி).

ரகுபதி.கோ. மற்றும் சி.லட்சுமணன் 2008. சாதிச் சான்றுக்குத் தகுதி- குலத்தொழிலா? செய் தொழிலா? 19-26 புதுவிசை (சூலை-செப்டம்பர் 2008).

(ஆங்கிலத்தில்)

Maheswaran, C. 2003. The Nomadic Communites of Tamil Nadu: A Plea for Inclusion Studies (Mimeo.) Paper read at the 'National Seminar on Nomadic Tribes and their Developmental Scenario at Tamil Nadu'. Coimbatore: Sri Nehru Maha Vidyalaya College of Arts and Science.

Misra, P.K. 1979. "Indian Nomads" (Mimeo.) Mysore: Anthropological Survey of India, Southern Regional Centre.

Mullaly, Fredrick,S. 1892. Notes on Criminal Classes of the Madras Presidency. Madras: Goverment Press.

Pushpa, M.N. 2012. An Ethnographic Study of the Urikara Naicken Community of Tamilnadu. Chennai: Goverment Museum.

Radhakrishna, Meena. 1999. *Dishonoured by History: Criminal Tribes, Act and British Colonial Policy*. Oriental Longman.

Rao, Aparna & Michael J. Casimir: 2003. *Nomadism in South Asia*. New Delhi: Oxford University Press.

நன்றியுரை: இக்கட்டுரை எழுதுதற்கு எனக்குத் தூண்டுகோலாக விளங்கிய தமிழ்நாடு நாடோடிப் பழங்குடியினர் கூட்டமைப்பின் இரு பெரும் தூண்களாகிய திருமதி. மகேஸ்வரி- திருமிகு.ராஜாங்கம் இணையர்க்கு.

***

தமிழ்நாட்டு அலைகுடி மக்கள்

(நிலவிடும் அடையாளச் சிக்கல்களும் பரிந்துரைக்கும் தீர்வுகளும்)

முன்னுரை

நிலைகுடிச் சமுதாயங்களின் பண்பாட்டுப் புற வெளிப் பரப்பில் இரவலர் நிலையில் மேற்படி நிலைக்குடிச் சமுதாய மக்களைப் புரவலராகக்கொண்டு, தமது இருத்தல், வாழ்வியல் தேவை மற்றும் வளமைக்கென இடம் விட்டு இடம் பெயர்ந்திடும் வாழ்வியல்பாங்கை மேற்கொண்டு வாழும் மக்கள் குழுவினரே 'அலைகுடி மக்கள்'. பொதுவாக, 'நாடோடிகள்', 'நாடோடி மக்கள்' என அறியப்படும் இம்மக்கள் நிலைக்குடியின் பண்பாட்டுத் தளத்திலிருந்து அதிகார வர்க்கத்தினரால் சமூகத்தின் விளிம்பு நிலைக்கே தள்ளப்படுவதால், 'விளிம்புநிலை மக்கள்' என்று சமூக அறிவியலாளரால் அடையாளப்படுத்தப்படுகின்றனர். தங்களை ‘நாடோடிகள்’, ‘நாடோடி மக்கள்’ என்று அழைப்பதை இழிவழக்காகவே இம்மக்கள் கருதுவதாலும் பழங்குடிகள், மூன்றாம் பாலினர் உள்ளிட்ட பல் வேறு மக்கள் குழுக்களும் பொதுவாக விளிம்புநிலை மக்கள் என அழைக்கப்படுவதாலும் ‘அலைகுடி மக்கள்’ என்னும் சொல்லாட்சியே இம்மக்களைக் குறிப்பிடப் பொருத்தமானதாக அமையும்.

அலைகுடி மக்களின் இரு வகை நிலைகள்

தம்மைத் தாமே இடப்பெயர்விற்கு உட்படுத்திக்கொள்ளும் அலைகுடி மக்களின் அலைநிலையின் அளவைப் பொறுத்து, முழுதளாவிய அலைகுடிச் சமுதாயங்கள், பகுதிநிலை அலைகுடிச் சமுதாயங்கள் என இவர்தம் சமுதாய நிலைகள் இரு வகைமைகளாக இனங்காணப்படுகின்றன. இருப்பினும், இன்றைய நிலையில் பெரும்பான்மையான அலைகுடிச் சமுதாயங்கள் பகுதிநிலை அலைகுடிச் சமுதாயங்களாகவே செயல்படுகின்றன.

அலைகுடி மக்கள் வகைப்படுத்தம்

தமது இருத்தல், வாழ்வியல்தேவை, வளமை என்பனவற்றிற்காக நிலைகுடிச் சமுதாயங்களைச்சார்ந்துள்ள இரவலர்-புரவலர் தொடர்புறவின் அடிப்படையில், கீழ்க்காணும் மூன்று வகைமையினராக அலைகுடி மக்கள் வகைப்படுத்தம் செய்யப்படுகின்றனர் :

1. சாதிச்சார்புடைய புரவலர் ஆதரவுபெறும் அலைகுடிச் சமுதாயத்தினர்.
2. சமயச்சார்புடைய புரவலர் ஆதரவுபெறும் அலைகுடிச் சமுதாயத்தினர்,
3. வரைமுறையற்ற புரவலர் ஆதரவுபெறும் அலைகுடிச் சமுதாயத்தினர்.

சாதிச்சார்புடைய புரவலர் ஆதரவுபெறும் அலைகுடிச் சமுதாயத்தினர்க்குத் தக்க எடுத்துக்காட்டாக, வன்னியர் சாதியினரைச் சார்ந்து வாழும் 'சாதிப் பிள்ளைகள்' எனும் அலைகுடி மக்களைக் குறிப்பிடலாம். வன்னிய சாதியினர்க்கு உரிய ‘வீரக் கொடி’ உள்ளிட்ட வழிபடு பொருள்களுடன் வன்னிய சாதியைச் சார்ந்தோரின் அனைத்து வீடுகளுக்கும் நேரிடையாகச் சென்று அவ்வீட்டினர் வழங்கும் அரிசி, பணம் உள்ளிட்டவற்றைப் பெறுவதன்வழியே இச்சாதிப் பிள்ளைகள் தமது வாழ்வியல்தேவையை நிறைவு செய்துகொள்கின்றனர். சைவ சமயத்தவர் வீடுகளுக்கு எல்லாம் நேரிடையாகப் போய் நாழி மணி அடித்து அரிசி உள்ளிட்ட தானிய தவசங்கள் உள்ளிட்டவற்றைப் பெற்று வாழும் 'நாழி மணிக்காரர்' என்கிற 'கண்ட்டா ஜங்கம்' என்பாரும் வைணவ சமயத்தார் வீடுகளுக்குப் பெருமாள், அனுமன் உள்ளிட்ட கடவுளர் வேடமிட்டு, அவர்கள் தரும் தானியங்கள், பணம் ஆகியவற்றைப் பெற்றுத் தமக்கான வாழ்வியல்தேவைகளைக் கவனித்துக்கொள்ளும் 'பகல் வேஷக்காரர்' என்னும் 'ஜங்கம பண்டாரம்' என்பாரும் சமயச்சார்புடைய புரவலர் ஆதரவுபெறும் அலைகுடிச் சமுதாயத்தினர்க்குத் தக்க எடுத்துக்காட்டுகள் ஆகும். சாதி, சமய வேறுபாடின்றி பொதுச் சமூகத்தைச் சார்ந்த அனைவரிடமிருந்தும் தானியம், பணம், காசு உள்ளிட்டவற்றைப் பெற்றுத், தமது வாழ்வியல்தேவையை நிறைவுசெய்யும் அலைகுடி மக்களுக்குச் 'சாட்டையடிக்காரர்', 'பூம் பூம் மாட்டுக்காரர்,' 'கழைக் கூத்தாடிகள்', 'பொம்மலாட்டக்காரர்' உள்ளிட்டோரைச் சான்றுகளாகச் சொல்லலாம்.

அலைகுடி மக்கள்மீது நிலவும் அழுத்தங்கள்

புரவலரைச்சார்ந்து விளிம்புநிலை மக்களாக இரவலர், வாழ்க்கையை மேற்கொள்ளும் அலைகுடி மக்கள்மீது 'சமூகப் பண்பாட்டு அழுத்தங்கள்', சமூகப் - பொருளியல் அழுத்தங்கள், 'சமூக - அரசியல் அழுத்தங்கள்' எனப் பல்வேறுபட்ட அழுத்தங்கள்

குரலற்ற இம்மக்களின் குரல்வளையைத் தொடர்ந்து அழுத்தி வருகின்றன. ஆங்கிலக் காலனியாதிக்க அரசு அலைகுடி மக்களைக் 'குற்றப் பழங்குடிச் சட்டம்' என்பதன்வாயிலாகப் பொதுச் சமூகத்தின் முன்னால் 'பரம்பரைக் குற்றவாளிகள்' என்று நிலைநிறுத்தியது. இந்தியா விடுதலை அடைந்தபோது, மேற்படிச் சட்டத்தை நீக்கியதுடன், குற்றப் பழங்குடிகள் என்றிருந்த இழி பெயரை மாற்றி 'சீர்மரபுப் பழங்குடிகள்' என்கிற மாற்றுச் சொல்லையும் இம்மக்களுக்கு இட்டது. இருப்பினும், 'குற்றச் செயலில் வழக்கமாக ஈடுபடுவோர்' எனக் கூடுதலான பெயரையும் இவர்களுக்கு அளித்து, அதன்வழியே சந்தேகத்தின் பேரிலான வழக்கு என்கிற பெயரில் முதலில் அலைகுடி மக்களைக் கைது செய்து, அதைத் தொடர்ந்து முடிக்கப்படாத மற்றும் முடிக்கவியலாத திருட்டு, கொள்ளை உள்ளிட்டவை தொடர்பான வழக்குகளை இம்மக்கள்மேல் பொய்யாகச் சுமத்தி வருகிறது. இதனால், அலைகுடி மக்கள்மீது காவல் துறையினர் பொய் வழக்கு போடுதல், காவல் நிலைய விசாரணை எனும் பெயரில் காவல் நிலைய மரணங்களாகவே முடிவடைதல் என அலைகுடிகள் மீதான வன்கொடுமைப் பட்டியல் நீள்கிறது. கடந்த காலக் கடலூர் மாவட்ட ராஜாக்கண்ணு (குறவர்) மரணம், அண்மைக்காலப் புதுக்கோட்டை மாவட்ட மணி(குறவர்) மரணம் என்பன மேற்கூறியவற்றிற்கு இரு அழியாச் சான்றுகள் ஆகும்.

அலைகுடி மக்கள் இடையே நிலவிடும் அடையாளச் சிக்கல்கள்

'சென்னை மாநிலம்' என்று அமைந்திருந்த மிகப் பெரிய ஆட்சிப் பரப்பானது மொழிவழி மாநிலங்களாக ஆந்திரம், கேரளம், கருநாடகம், தமிழ்நாடு எனப் பிரிந்துற்ற பிறகு, அலைகுடி மக்கள் மொழிச் சிறுபான்மையினராகத் தெலுங்கு, மலையாளம், கன்னடம், இந்தோ - ஆரியக் கிளைமொழி பேசுநராக (நரிக்குறவரது வாக்ரி போலி, குடுகுடுப்பைக்காரரது கணிக்கர் கோஷ்டி, இலம்பாடிகளின் சுவாகிலி, பொம்மலாட்டக்காரரது மராத்திக் கிளைமொழி) அறியப்பட்டாலும் வந்தேறிகளாகவே மாநிலப் பெரும்பான்மையினரான உள்ளூர் நிலைக் குடிமக்களால் கருதப்படுகின்றனர். நாடு விடுதலை அடைந்து 75 ஆண்டுகள் ஆன பின்னரும், பெரும்பாலான அலைகுடி மக்கள் தமக்கு முறையான இனக்குழு அடையாள அறிந்தேற்பு இன்மையால், இடஒதுக்கீட்டிற்கான முன்னுரிமைப் பட்டியல்களில் தங்களுக்கான இடம் இன்னது என்று அறியாத நிலையில், அடையாச் சிக்கல்களில்

சிக்கித் தவிக்கின்றனர். எடுத்துக் காட்டாக, அலைகுடி மக்களுடைய இனக்குழுப்பெயர்மையில் நிலவிடும் வேறுபட்ட புற அழை பெயர் மற்றும் அழை பெயரின் பன்மியத் தன்மையால், 'போலி'/ பொய் பட்டியல் பழங்குடி உரிமை கோரல்கள்' பெருமளவில் நிலவுகின்றன. சான்றாக, 'அடியன்' என்கிற பட்டியல் பழங்குடிக்கான உரிமை கோரலை 'ஆதியன்' என்னும் பெயரில் பூம் பூம் மாட்டுக்காரரும் 'காட்டுநாயகன்' பட்டியல் பழங்குடி உரிமை கோரலை ஒரு புறம் 'குடுகுடுப்பைக்காரரும்' மற்றொரு புறம் 'வேட்டைக்காரர்' என்னும் கொறவர் உள் பிரிவினரும்; இருளர் பட்டியல் பழங்குடி உரிமை கோரலை 'பாம்பாட்டி' என்னும் பெயரில் 'பாமு குர்ரு' என்னும் கொறவர் உள் பிரிவினரும்; சோளகர்' என்கிற பட்டியல் பழங்குடிக்கான உரிமை கோரலைச் 'சோழகர்' எனும் பெயரில் சாட்டையடிக்காரரும்; மலைப் பண்டாரம் என்னும் பட்டியல் பழங்குடிக்கான உரிமை கோரலை 'வீணை ஜோஸியக்காரரும்'; 'மன்னான்' பட்டியல் பழங்குடிக்கான உரிமை கோரலை 'மன்னன்' என்கிற பெயரில் 'மன்ன தாசரி'யும் பெற்று வருவதைக் குறிப்பிடலாம்.

அலைகுடி மக்கள் இடையே நிலவும் சிக்கல்களும் பரிந்துரைக்கும் தீர்வுகளும்

அலைகுடி மக்களுடைய சமுதாய நிலை குறித்து முழுதளாவிய, முறையான இனக்குழுவரைவியல் மதிப்பீட்டாய்வினைத் தமிழ்நாடு அரசு மேற்கொண்டு, உரிய இடஒதுக்கீடு வழங்கும் வகையில் அலைகுடி மக்கள் வகைமைகளை இனங்கண்டறிந்து, அவற்றிற்கு உரிய முன்னுரிமைப் பட்டியல்கள் எவை, எவை என்று முறையாக அறிந்தேற்புச் செய்யப்பட வேண்டும். இதற்கு முன்னதாக, அலைகுடி மக்களின் சமுதாய நிலை ஒப்புதல் அளிப்பது தொடர்பாகக் கிடப்பில் போடப்பட்டுள்ள நிலுவைப் பரிந்துரை அறிக்கைகள்மீது உடனடியாக உரிய மேல்நடவடிக்கைகளும் எடுக்கப்பட வேண்டும். எடுத்துக் காட்டாக, சீர் மரபினர் பட்டியலில் உள்ள 'கொறவர்' உள் பிரிவுகள் அனைத்தும் முதலில் நீக்கம் செய்யப்பட்டு, பின்னர் பழங்குடிப் பட்டியலில் இடம்பெறும் 'மலைக்குறவன்' என்பதன் கீழே ஓர் உள் வகைமையாக இணைக்கப்பட வேண்டும்; இது போலவே, பிற்படுத்தப்பட்ட வகுப்பினர் பட்டியலில் தற்போது உள்ள 'எருகுலா' என்பது பட்டியல் பழங்குடியாக முடிவு செய்யப்பட்டு, மலைக்குறவன் கீழாக மற்றொரு உள் வகைமையாக இணைக்கப்பட வேண்டும்.

நிறைவுரை

நாட்டுப்புறப் பண்பாடு மற்றும் வெகுமக்கள் பண்பாட்டின் பன்மியத் தன்மைக்கும் உயிர்ப்புத் தன்மைக்கும் அலைகுடிச் சமுதாயங்கள் அளப்பரிய பங்கு, பணிகளை ஆற்றியுள்ளபோதிலும் நம் நாட்டின் ஒட்டுமொத்தப் பண்பாட்டுத் தொகுப்பிற்குள் இவற்றிற்கான இடம் இதுவரை அளிக்கப்படவே இல்லை.

நமது நாட்டின் பண்பாட்டு வரைபடத்தில் இத்தகைய வெற்றிடம் நிரப்பப்பட வேண்டும் என்கிற சமூகவியலாளர் எஸ்.சி. துபே - அவர்களுடைய கருத்து கவனத்தில் எடுத்துக்கொள்ளப்பட வேண்டிய தக்க தருணமும் இதுவே.

***

இனக்குழுவரலாற்று ஆராய்ச்சிப் பார்வை மற்றும் அணுகுமுறையிலான மள்ளர் இனக்குழுவரலாற்று மீட்டுருவாக்கம்

முன்னுரை

ஒவ்வொரு நாட்டிற்கும் வரலாறு இன்றியமையாதது போன்றே, ஒவ்வோர் இனக்குழுவிற்கும் (Ethnos / Ethinic Group) வரலாறு இன்றியமையாததாக அமைகிறது. ஓர் இனக்குழுவானது, தான் கடந்து வந்த பாதையைப் பற்றி நன்கு அறிந்திருந்தால் மட்டுமே அது, தான் செல்ல வேண்டிய பாதையில் நன்கு நடைபோடவும் சென்று சேர வேண்டிய இலக்கைச் சரியாக அடையவும் இயலும். எனவே, ஒவ்வோர் இனக்குழுவும், தான் கடந்து வந்த நேற்றைய பாதையைத் தன் நினைவில் கொண்டிருந்தால் ஒழிய, இன்றைக்குத் தன்னை நிலைநிறுத்திக்கொள்ளவும் நாளைய பாதையில் நடை போடவும் இயலாமல் போய்விடும். இதற்கு உறுதுணையாவது இனக்குழுவரலாற்று மீட்டுருவாக்கம் (Reconstruction of Ethno history) ஆகும்.

கடையனார், பலகனார், குடும்பனார், பண்ணாடியார், காலாடியார், தேவேந்திரர் எனப் பல்வேறு அழைப்புப் பெயர்களுடன் தேவேந்திர குல வேளாளர் என்கிற மள்ளர் இனக்குழுவினர் அறியப்பட்டாலும் இந்த இனக்குழுவினரது வரலாறானது தமிழகச் சமூகப்- பண்பாட்டு வரலாற்றில் (Socio- cultural History) முறையாக இடம்பெறவில்லை என்னும் குறையை நீக்கிடும் நன் முயற்சியில் முகிழ்த்ததே இக் கட்டுரைக் களம்.

1. இனக்குழுவரலாற்று ஆராய்ச்சிப் பார்வையும் அணுகுமுறையும்

ஓர் இனக்குழுவின் வாழ்வியற்பாங்குகள் (Lifestyles), மரபுகள் (Traditions) உள்ளிட்டவை முழுதும் மறைந்துபோவதற்கு முன்பாக அவற்றை இயன்ற வரையில் பாதுகாத்து வைத்திடுவதற்கு மானிடவியலாளர் ஆர்வத்துடனும் ஈடுபாட்டுடனும் உழைத்திட, அதன் விளைவாக உருவானதே 'இனக்குழுவரலாற்று ஆராய்ச்சிப் பார்வை' ஆகும்.

ஓர் இனக்குழு தொடர்பான வாய்மொழி வழக்காறுகள் (*Oral Narratives*), தொல்லியல் சான்றுகள் (*Archaeological Evidences*), பண்பாட்டு மரபெச்சங்கள் (*Cultural Survivals*), மொழியியல் வெளிப்பாடுகள் (*Linguistic Expressions*), பயணக் குறிப்புகள் (*Travelogues*), பழைய மடல்கள் (*Old Letters*), பருவ இதழ்கள் (*Periodicals*), அறிக்கைகள் (*Reports*), அழைப்பிதழ்கள் (*Invitations*), நாள்குறிப்புகள் (*Diary Notings*) உள்ளிட்ட பல்வேறுபட்ட பதிவுகளையும் நுணுகி ஆராய்ந்து, அவற்றில் இழையோடும் வரலாற்றுக் குறிப்புகளை இனங்கண்டறிந்து,- 'அந்த இனக்குழுவின் ஒட்டுமொத்த வரலாற்றை மீட்டுருவாக்கம் செய்வதே' இனக்குழு வரலாற்று 'ஆராய்ச்சி அணுகுகுறை'யாக (*Ethnohistoric Research Approach*) அமைகிறது.

2. இனக்குழு வரலாற்று ஆராய்ச்சி அணுகுமுறையின் நோக்கங்கள்

தொன்மைசான்ற ஓர் இனக்குழுச் சமுதாயத்தை முறையாக ஆராய்வதன்வாயிலாகவே சமூகப் பண்பாட்டு உருவாக்கங்கள் குறித்த கோட்பாடுகளை நம்மால் முறையாக மதிப்பீட்டாய்வு செய்திட இயலும்; அத்தகைய தொன்மைச் சமுதாயம் குறித்து இன்றைக்கு கிடைத்திடும் அனைத்து வகைத் தரவுகளின் அடிப்படையிலேயே அதன் இனக்குழுவரலாற்றை நம்மால் மீட்டுருவாக்கம் செய்திடவும் இயலும்.

அமைப்பியல் நிலையிலும் (*Structural Level*) செயல்பாட்டு நிலையிலும் (*Functional Level*) ஆராய்வதுடன் நின்றுவிடாமல், வரலாற்று மரபுப் பின்னணியில் ஆராயும்போது மட்டுமே எந்தவொரு பண்பாட்டு நிகழ்வையும் நம்மால் சரிவரப் புரிந்துகொள்ள இயலும். இனக்குழுவரலாற்றை மீட்டுருவாக்கம் செய்திடும் இத்தகைய முயற்சிகளின் இன்றியமையாத நோக்கமும் இதுவே ஆகும்; ஏனெனில், பண்பாட்டின் பல கூறுகள் முதலில் அவற்றின் கடந்த காலப் பழைமையில் வேரூன்றிப் பிறகு வெளிப்படுகின்றன.

ஒரு தொன்மைச் சமுதாயத்தின் இனக்குழுவரலாற்றை மீட்டுருவாக்கம் செய்வதன்வாயிலாகவே மானிட சமுதாயத்தில் அந்தத் தொன்மைச் சமுதாயம் ஒட்டுமொத்தமாகப் பெறும் குறிப்பிடத்தக்க இடத்தை நம்மால் அறுதியிடுதற்கு இயலும்.

3. இனக்குழுவரலாற்று ஆராய்ச்சி நெறிமுறைகள்

தொன்மைசான்ற ஒரு சமுதாயத்தின் வரலாற்றை மீட்டுருவாக்கம் செய்திடுவதற்கு, 'வரலாற்று ஒப்புமை முறை' (Historical Comparative Method), 'பண்பாட்டு எச்சங்கள் முறை' (Cultural Survival Method) என்னும் இரு வேறு ஆராய்ச்சி முறையின்கீழ் இனக்குழுசார் தரவுகளை (Ethnographic Data) நாம் கூர்ந்தாய்விற்கு உள்படுத்த வேண்டியுள்ளது. இந்த இரு வேறு ஆராய்ச்சி முறைகள், வரலாற்று ஒப்புமை முறையானது காலத்தாலும் ஆராயக்கூடிய துறையாலும் கட்டுப்படுத்தப்படுவதனால், 'பண்பாட்டு எச்சமுறை'யே இனக்குழுவரலாற்றை மீட்டுருவாக்கம் செய்திடுவதற்குப் பொருத்தமான ஆராய்ச்சி முறையாக அமைகிறது எனலாம்.

இருப்பினும், இனக்குழுவரலாற்றை மீட்டுருவாக்கம் செய்வதற்கு பண்பாட்டு எச்சங்கள் முறையைச் சரிவரப் பயன்படுத்திக்கொள்ளப் பிற நிலைகளில் உறுதியாக இடம்பெற்றுள்ள அவற்றின் வேர்களை ஆராய்ந்திட வேண்டும். இனக்குழுவரைவியலில் காணலாகும் ஒப்புமைகளைப் பண்பாட்டு எச்சங்களுடன் பொருத்திப் பார்க்கும்போது தொன்மைச் சமுதாயத்தின் வரலாறு மெல்ல மெல்லப் புலப்படக் காணலாம். இது போன்றே, வாய்மொழி மரபுகளை ஆராய்வதன்வாயிலாக இனக்குழுவரைவியல்சார் ஒப்புமைகள் வரலாற்றுப் பழைமையில் வெளிப்படும்.

4. மள்ளர் இனக்குழுவரலாற்று மீட்டுருவாக்கத்திற்கான தடயங்கள்

பொதுவாக, ஓர் இனக்குழுவின் வரலாற்றை மீட்டுருவாக்கம் செய்வதற்கான தடயங்களை அந்த இனக்குழுவைச் சார்ந்த வயது முதிர்ந்தோருடனான நேர்காணலின்வழியே பெறப்பட்ட வாய்மொழி வழக்காறுகள், அந்த இனக்குழுவினர் தொடர்பான தொல்லியல் தடயங்கள், பண்பாட்டு எச்சங்கள், மொழியியல் வெளிப்பாடுகள், பயணக் குறிப்புகள், பழைய மடல்கள், பருவ இதழ்கள், அறிக்கைகள், அழைப்பிதழ்கள், நாள்குறிப்பேடுகள் உள்ளிட்டவற்றிலிருந்து பெறலாம் என முன்னரே கண்டோம்.

அந்த அடிப்படையில், மேற்குறித்துள்ள மூலங்களிலிருந்து பெறப்படும் மள்ளர் இனக்குழு தொடர்பான முதன் நிலை மற்றும் துணை நிலைச் சான்றுகளைக்கொண்டு இந்த இனக்குழுவினரது வரலாற்றை மீட்டுருவாக்கம் செய்வதை இனிக் காண்போம்.

4.1 மல்லாண்டை வழிபாடு மற்றும் அதன் படிமலர்ச்சி நிலைகள்

கொங்கு நாட்டில் அறுவடை செய்த தானிய தவசங்களைக் களத்து மேட்டில் 'மல்லாண்டெக் கல்லு' எனக் குறிப்பிடப்படும் வழவழப்பான கூம்பு வடிவக் கல்லின் முன்பாகப் படையலிட்டு வழிபட்ட பின்னரே, மேற்படி அறுவடைத் தானியங்களை வீட்டிற்கு எடுத்துச் செல்லும் மரபு கடைப்பிடிக்கப்படுகிறது.

கொங்கு நாட்டுப்புற மக்களால் மழை வருவிக்க மேற்கொள்ளப்படும் 'அறவான் பண்டிகை' என்னும் 'கூத்தாண்ட நோம்பி'யின்போது மள்ளத்தியரால் பாடப்படும் கும்மிப் பாடலில் 'கூத்தாண்டெ'க்கு இணையாக 'மல்லாண்டெ' குறிக்கப்படுவது இங்குக் கருத்தில் கொள்ளத் தக்கது. பின்வருமாறு அமையும் அந்தக் கும்மிப் பாடலைக் காண்க:

"ஆத்தியோ கூத்தாண்டெ ஆவரையோ பூமாலெ

பூமாலெக்குள்ளிருக்கும் புண்ணியனெத்தான் தொழு கொண்டாடிவர

ஊருக்கொரு கூத்தாண்டெ செய்யோணும்

களத்துக்கொரு மல்லாண்டெ செய்யோணும்

ஆணுபோன பக்கொம் அரச பட்டொம் ஆளோணும்

பொண்ணு போன பக்கொம் பெத்துப் பெருகோணும்

நாடு செழிக்கோணும் நல்ல மழை பெய்யோணும்

ஊரு செழிக்கோணும் உத்த மழை பெய்யோணும்

மூங்கி போல் கெள கெளத்து அருகு போல வேரோடி

முசியாமெ வாழோணும்"

தமிழகத்தில் வேளாண் தொழிலைப் பெருமளவிற்கு ஈடுபாட்டுடன் மேற்கொண்டுவரும் மள்ளர் இனக்குழுவினர் பயிர்த் தொழிலிலும் நல்ல விளைச்சலை 'மல்லாண்டெ' என்னும் தங்கள் தெய்வம் ஏற்படுத்துவதாக நம்பும் நிலையில், அறுவடைக்குப் பிறகு விளைச்சலை எல்லாம் களத்து மேட்டில் 'மல்லாண்டெக் கல்லு' முன்பாகப் படையலிட்டுத் தமது 'நன்றி தெரிவிக்கும் சடங்'கை (Thanks-giving Ceremony) நிறைவேற்றி, வளமை வழிபாடாக (Fertility Cult) இந்த மல்லாண்டை வழிபாட்டை நிகழ்த்தி வருகின்றனர்.

இதே செய்தியை ஜி. ஒப்பார்ட் "இந்தியாவின் தொல்குடிகள்" என்னும் தமது (ஆங்கில) ஆய்வுக் கட்டுரையில், "மல்லன் என்பது வயல் அல்லது குளக்கரைகளில் வைத்து வணங்கப்படும் நாட்டுப்புறத் தெய்வத்தின் பெயரும் ஆகும்" என்று பதிவு செய்துள்ளார். இரா. தேவ ஆசிர்வாதம் (1977: 103) 'மூவேந்தர் யார்?' எனும் தமது நூலில், "மல்லன் கோவில்கள் பெரும்பாலும் திருச்சிராப் பள்ளி மாவட்டத்தில் பள்ளர் குடியிருப்புகளிலிருந்து வழிபட்டு வரப்படுகின்றன. பிற சமுதாயத்தினர் இதை வழிபடுவதில்லை. மல்லன் கோவில்கள் மள்ளர் குடியிருப்புகளில் மட்டுமே இருந்து வருவது பண்டைக் காலத்தில் போரில் ஈடுபட்டு மடிந்த வீரர்களுக்கு எடுப்பித்த நடுகற்களை நினைவூட்டுவதாயுள்ளது" எனப் பதிவு செய்துள்ளமையும் இங்கு ஒப்புநோக்கத் தக்கது.

திருச்சிராப்பள்ளி மட்டுமல்லாமல், அதனை அடுத்துள்ள கரூரிலும் 'மல்லாண்டைக் கோவில்கள்' அதிக அளவில் அமைந்துள்ளதாகக் கோவையைச் சார்ந்த மள்ளர் சமுதாயத் தலைவர் கி.ஆ.குப்புசாமி குறிப்பிடுகிறார். "நெல் வயல்களின் எல்லை அல்லது விளிம்புகளில் அமைந்துள்ள நாட்டுப்புறக் காவல் தெய்வத்தை 'மல்லன்' எனும் தமிழ்ச் சொல் குறிக்கும்" என்று 'சேலம் சைக்ளோபீடியா' குறிப்பிடுவதிலிருந்து சேலம் மாவட்டத்திலும் மல்லாண்டை வழிபாடு நடைமுறையில் உள்ளதை அறியலாம்.

மேலும், தென் தமிழ்நாட்டில் இனங்காணலாகும் 'மள்ள அய்யனார் வழிபா'டும் 'தேவேந்திரப் பிள்ளையார் வழிபா'டும் மல்லாண்டை வழிபாட்டின் பண்பாட்டுப் படிமலர்ச்சி நிலைகளே என்பார் தே.ஞானசேகரன்.

4.2 நீலகிரி மாவட்ட இடுகட்டி பாறை ஓவிய இடத்தில் 'பண்ணன்' 'பண்ணத்தி' சொல்லாட்சிகள்

நீலகிரி மாவட்டம், கோத்தகிரி வட்டத்தில் கோத்தகிரியை அடுத்துள்ள இடுகட்டி பாறை ஓவிய இடத்தில் பண்டைய சிந்துவெளி எழுத்துகளை ஒத்த குறியீடுகள் இடமிருந்து வலமாகவும் வலமிருந்து இடமாகவும் மேலிருந்து கீழாகவும் கீழிருந்து மேலாகவும் எந்த வகையிலும் படிக்கும் வண்ணம் அமைந்துள்ளன என்றும் அவற்றுள் 'பண்ணன்', 'பண்ணத்தி' என்றும் இரு சொல்லாட்சிகளைப் படிக்க இயல்கிறது என அந்தத் தொல் மரபுச் சின்னத்தை நேரில் சென்று பார்வையிட்டு ஆராய்ந்த முனைவர் இரா. மதிவாணன் (காண்க: தினமணி நாளேடு கோவைப் பதிப்பு - சிற்பி பொ.

பாலசுப்ரமணியம் (1996: 69). "இந்த அரிய சொற்களுக்கு உரிமை கொண்டாடுகிற வகையில் மள்ளர் இன மக்கள் பண்ணாடி என்ற சொல்லால் அழைக்கப்படுவது பழைமைக்கு ஒரு சான்றாகிறது" எனப் பதிவு செய்வது மேலும் ஆய்விற்குரியது.

4.3 தூத்துக்குடி மாவட்ட வெம்பூர் பெருங்கற்காலக் கல் வட்டத்தின் நடுவே மொட்டை இருளப்பசாமி குத்துக்கல்

"தூத்துக்குடி மாவட்டம், விளாத்திகுளம் அருகே அமைந்துள்ள வெம்பூர் என்கிற சிற்றூரின் கண்மாய்க் கரையில் பெருங்கற்காலக் கல்வட்டம் ஒன்று உள்ளது. இதன் நடுவே நிலைநிறுத்தப்பட்டுள்ள குத்துக்கல்லானது 'மொட்டை இருளப்பசாமி' என்ற பெயரில் மள்ளர் இனக்குழுவினரால் வழிபடப்படுகிறது" எனவும் "சுமார் 1400 ஆண்டுகளுக்கு முன்னர் இந்தப் பகுதியானது 'வெண்டில நாடு' என அழைக்கப்பட்டது எனப் பந்தல்குடியில் உள்ள சமணச் சிற்பத்தில் பொறிக்கப்பட்டுள்ள ஒரு கல்வெட்டால் அறியலாகிறது. 'வெண்டிலம்' என்பதற்கு 'வெண்மையான ஒரு வகை மண் நிறைந்த நிலம்' என்பது பொருள். வெம்பூர் என்பது வெண்டில நாட்டின் தலைநகராக இருந்திருக்கலாம்' எனவும் கொற்கை அகழ்வைப்பிடக் காப்பாட்சியராக விளங்கிய இராமச்சந்திரன் குறிப்பிடுகிறார் (காண்க: 30-09-1996 நாளிட்ட தினமணி நாளேடு (கோவைப் பதிப்பு).

இந்தத் தகவல்களை எடுத்து வெளியிட்ட 'மள்ளர் மலர்' (2: 11, நவம்பர் 1996), கி.பி. 1528-இல் எழுதப்பட்ட பழனிச் செப்புப் பட்டயத்தில், 'வேங்கல நாட்டுப் பள்ளர், வெண்டிப் பள்ளர் என்னும் உள் பிரிவுகள் தேவேந்திர குல வேளாளர்களிடையே இருந்தமை குறிப்பிடப்பட்டுள்ளது' என்றும் 'குளங்கள், கண்மாய்கள் மருத நில மக்களான மள்ளர் என்கிற தேவேந்திர குல வேளாளர்களுக்கு உரிமையுடையதாயிருந்தன' என்றும் கூடுதல் தகவல்களையும் அளிக்கிறது. இதன்வாயிலாக, மேற்படி வெம்பூர் கண்மாய்க் கரைப் பெருங்கற்காலக் கல்வட்டத்தின் நடுவே நிறுவப்பட்டுள்ள மொட்டை இருளப்பசாமி என்கிற குத்துக்கல் மள்ளர் இனக்குழுவரலாற்றோடு கொண்டுள்ள பண்பாட்டு வரலாற்றுத் தொடர்பைப் புரிந்துகொள்ள இயலும்.

4.4 தொறு மீட்டுப் பட்ட மாணிக்கக் கடையனார் நடுகல்

தருமபுரி மாவட்டம், ஊத்தங்கரை வட்டம், பெரிய பொம்பட்டி எனும் சிற்றூரில் உள்ள பெரும் வேடியப்பன் திருக்கோவிலில் கி.பி.9-

ஆம் நூற்றாண்டைச் சார்ந்த ஒரு நடுகல் இனங்காணப்பட்டுள்ளது. பகைவரால் கவர்ந்துசெல்லப்பட்ட கால்நடைகளை மீட்க மேற்கொண்ட (கரந்தைப்) போரின்போது மாண்ட மாணிக்கக் கடையனார் நினைவாக நடப்பட்ட நடுகல் இது ஆகும்.

இந்த நடுகல்லின்மீது செதுக்கப்பட்டுள்ள இறந்த வீரனுடைய உருவமானது வலக்கையில் வாளும் இடக் கையில் வில்லும் பற்றிய நிலையில், இடது காலைச் சற்று முன்வைத்த நிலையிலும் அமைந்துள்ளது; மார்பிலும் வயிற்றிலும் அம்புகள் பாய்ந்த நிலையில் மேலும் இந்த நடுகல் வீரன் உருவம் காட்டப்பட்டுள்ளது; கழல் அணிந்த காலின் வலப் பக்கம் ஆநிரை இரண்டும் இடப் பக்கம் நாய் ஒன்றும் காணப்படுகின்றன. இந்த நடுகல்லின் மேற்புறமும் இடப்புறமும் கீழ்க்காணும் கல்வெட்டு வரிகள் இடம்பெறுகின்றன:

"வீர நுளம்பன் பிதுவி ராஜியம் செய்ய

பதின்னஞ்சாவது வருணம் தொறுக்கொள்ள தொறு

வினை மீட்டுப் பட்டான் செகத்தாருடைய

மாணிக்கக் கடையனார் கல்"

'வீர நுளம்பனின் 15-ஆம் ஆட்சி ஆண்டில், கவர்ந்து செல்லப்பட்ட ஆநிரையை மீட்கும்போது செத்துப்போன செகத்தாருடைய மாணிக்கக் கடையனார்க்கு எடுக்கப்பட்ட நடுகல்' என்பது மேற்படி நடுகல் கூறும் பொருள் ஆகும் (*காண்க: தமிழ்நாடு தொல்பொருள் ஆய்வுத் துறைக் கல்வெட்டுத் தொடர் எண் 1972/14, ஊர்க் கல்வெட்டு எண் 1, தர்மபுரி*). இந்த நடுகல் கல்வெட்டு குறித்து 'மள்ளர் மலர்' (*5:2, பிப்ரவரி 1999*) 'கடை' என்றால் 'வாயில்' என்று பொருள்படும். கடையனார் என்பது 'மள்ளர்' எனும் தேவேந்திர குலத்தின் ஓர் உள் பிரிவு ஆகும் எனவும் பதிவு செய்துள்ளது இங்குக் குறிக்கத்தக்கது.

4.5 தொறு மீட்டுப்பட்ட வண்ணக் கடையனார் நடுகல்

தொறு மீட்டுப்பட்ட மற்றொரு கடையனார் பற்றியும் செங்கம் நடுகல் ஒன்றில் கல்வெட்டுச் சான்று கிடைத்துள்ளது. அது வருமாறு:

"மறுக்கோட்டு வேட்டுவர் தாழை ஊர் தொறுக்கொண்ட

ஞான்று தாழை ஊருடைய வண்ணக் கடையனார்

தொறு மீட்டுப்பட்டார்" – (*காண்க: செங்கம் நடுகற்கள். 1972. தமிழ்நாடு தொல்பொருள் ஆய்வுத் துறை, சென்னை*).

4.6 ஏரி காத்துப்பட்ட பெரிய தேவ மள்ளன் நடுகல்

இராமநாதபுரம் மாவட்டம், முதுகுடிக்கு அருகில் 'கருங்குளம்' என்கிற பெயரில் பெரிய ஏரி ஒன்று இன்றும் உள்ளது. ஒரு முறை அந்த ஏரியின் கரையில் ஏற்பட்ட உடைப்பை அதன் 'நீராளி'யாக விளங்கிய பெரிய தேவ மள்ளன் என்பான் தக்க தருணத்தில் அதைக் கண்டு, அந்த உடைப்பைச் சரிசெய்து அடைத்துவிட, அந்த முயற்சியில் தனது இன்னுயிரையும் ஈந்தான். அந்தக் கடமை உணர்வைப் பாராட்டி, அவனது மகளின் வாழ்க்கைச் செலவிற்கென அந்த ஊரில் அரை மா நிலம் ஒதுக்கித் தந்ததுடன், அவனது நினைவைப் போற்றிடும் வகையில் நட்ட நடுகல்லில் இந்தச் செய்தியையும் கீழ்க்கண்டவாறு பொறித்து வைத்துள்ளனர்:

"குலை சேகர் தேவ
ர்க்கு யாண்ட 34 வ
துக்கருங்குளத்துக்;
கு ஒரு பழி உண்
டான படியாலே
இப் பழிக்கு இவ்வூர்
குடும்பரில் பெரிய
தேவப்பள்ளன் அணை
வெட்டிப் போகையா
லே இவன் மகளுக்கு
ஊரார்களிட்ட உதி
ரப்பட்டி குடுத்தபடி தபான
வ நிலம் அரை மா அணை
நிலம்."

-(காண்க: கொங்கு (டிசம்பர் 1973) இதழ். எடுத்தாண்டுள்ளவர்: பொறிஞர் கொடுமுடி க. சண்முகம் 1974. "நடுகல் காட்டும் சமுதாயம்", In: Nagaswamy, R. Seminar on Hero - Stones).

4. 7 சேனைக் கடையர் பெற்ற செப்புப் பட்டயம்

அரியலூர் மாவட்டம், திட்டக்குடி வட்டம், கோழியூர் திருவாலங்காமுடையார் திருக்கோவில் அர்த்த மண்டபத் தெற்குப் புறச் சுவரில் உள்ள கி.பி. 1430-ஆம் ஆண்டைச் சார்ந்த கல்வெட்டிலிருந்து, மள்ளர் குறித்துத் தெரிய வருகிறது.

'திருவாலங்காமுடையார் திருக்கோவில் அறங்காவலராக இருந்த சேனைக் கடையர் இந்தத் திருக்கோவிலின்

திருமடைவளாகத்தில் கோவிலுக்குச் சொந்தமான நிலங்களைப் பயிரிட்டுத் திருவாலங்காமுடையார் நாயனார்க்குத் தாழ்வறப் பூசனை நடத்திவரக் கொடுக்கப்பட்ட செப்புப் பட்டயமாகும் இது' என்கிறது கல்வெட்டுச் செய்தி.

கைக்கோளர், வாணியர், செட்டியார் உள்ளிட்ட பிற சாதியினரும் சேர்ந்திருந்த செய்தியானது இந்தப் பட்டயத்தில் இடம் பெறுகிறது. மேற்படிப் பட்டயத் தொடர் பின்வருமாறு:

"வீர விஜய தேவராய மஹாராயற்கு செல்லா நின்ற சகாப்தம்

1352-ன் மேல் சௌமிய வருசத்துச் செல்லும் சாதாரண

வருஷம் சித்திரை மீ. (கரைப்போக்கு) நாட்டு நாட்டன்

தந்திரிமாரோம் கோழியூர்

திருவாலங்காமுடைய நாயனார் கோவில் தானத்தாருக்கும் பட்டையம் குடுத்தபடி இந்த நாயனார்

கோவில் திருமடை வளாகம் அமைத்து திருமடை

வளாகத்தில் ஏறும் செட்டியன் கைக்கோளர் சேனைக்கடையர்.''

4. 8 அத்தி மல்லச்சியர் செய்த காணி

தர்மபுரி மாவட்டம், ஓசூரில் சந்திரசூடேசுவரர் திருக்கோவிலின் உள்ளே விளங்கும் அம்பிகைக் கோவில் கருவறை அருகே உள்ள கல்வெட்டின்வாயிலாக, இத்திருக்கோவிலில் நம்பிராட்டியாரை எழுந்தருளிவித்துப் பூசையோடு கொத்த காமிண்டன் பள்ளியையும் இறையிலியாக அத்தி மல்லச்சியர் செய்த காணி பற்றிய செய்தியானது தெரிய வருகிறது.

தொடர்புடைய கல்வெட்டுத் தொடர் பின்வருமாறு:

"ஸ்ரீ சகரை ஆண்டு ஆயிரத்து நூற்றி எண்பத்தி மூன்று

சென்ற மன்மத சம்பத்சரத்து ஆநி மாசம் திருபுவன மல்ல

பூவை ராஜிர் அத்தி ஆழ்வார் மகன்னார் தாமத் தாழ்வார்

சேவுடை நாயனார்க்கு நம்பிராட்டியாரையும் எழுந்தருளிவித்து பூஜையும் கொத்த காமிண்டன்

பள்ளியையும் குடுத்து இவர் சொற்படி

அத்தி மல்லச்சியர் செய்த காணி இக் கோயில் இவர் கி... மதிரி..?"

- (*காண்க: தமிழ்நாடு தொல்பொருள் ஆய்வுத் துறை கல்வெட்டுத் தொடர் எண். 1974 / 92. ஊர்க் கல்வெட்டு எண் 11- ஏ, தருமபுரி - ஓசூர், தொகுப்பித்தவர்: முனைவர் இரா. நாகசாமி*).

4.9 பொன்னேர் பூட்டுதலில் மள்ளர் இனக் குழுவினர் பெறும் சிறப்பிடம்

வேளாண்மை செய்வதற்கு நிலத்தில் ஒவ்வோர் ஆண்டும் ஆடி மாதத்தின்போது முதன்முதலாக ஏர் பூட்டி உழுவதைப் 'பொன்னேர் பூட்டுதல்' அல்லது 'நாளேர் பூட்டுதல்' என்பர். விருதுநகர் மாவட்டம், ராஜபாளையம் வட்டாரத்தில் இதை 'ஏர்த் திருவிழா' என்கிற பெயரில் மள்ளர் இனக்குழுவினர் கொண்டாடுகின்றனர். இதற்கு மாறாக, கொங்கு நாட்டின் பேரூரில் இது 'நாற்று நடவுத் திருவிழா' என்றும் 'இந்திர விழா' என்றும் குறிப்பிடப்படுகிறது. இந்தத் திருவிழாவின்போது பட்டீசுவரராகிய சிவன் மள்ளராகவும் பச்சைநாயகியாகிய அவரது துணைவியார் மள்ளத்தியராகவும் மாறி, நெல் வயலில் இறங்கி, உழவு மேற்கொண்டு, நாற்று நட்டதாக நம்பப்பட்டமை மீள நடத்திக் காட்டப்படுகிறது. கொங்கு மண்டலத்து தாராபுரம் வட்டத்தில் 'நாளேர் கட்டுதல் விழா' என்னும் பெயரில் மேற்கொள்ளப்படும் பொன்னேர் பூட்டும் சடங்கின்போது பாடப்படும் நாட்டுப்புறப் பாடல்கள் சிறப்பான 'ஏர் மங்கலப் பாடலா'கவும் 'உழத்தியர் பாட்டா'கவும் அமைகின்றன.

'பொன்னேரு பூட்டக் கோளாறு சொன்ன தேவேந்திரனாம் பேரு' எனத் தொடங்கும் அந்தப் பாடலில்,

'மண்வெட்டிக் கையிலெடுத்துத் தேவேந்திரன் மகனே

மடை மாரித் தண்ணி காட்டுவான் தேவேந்திரன் மகனே

சந்தனக்கலப்பெ வெட்டித் தேவேந்திரன் மகனே

கோளாறாமேழி செய்வான் தேவேந்திரன் மகனே' எனப் பொன்னேர் பூட்டுவதில் தேவேந்திரன் மகனான மள்ளர் இனக்குழுவினர்க்கு உள்ள பங்கு, பணிகள் விரிவாகப் பேசப்படுகின்றன; இதற்கு மாற்றாகப் பேரூர் திருவிழாவில் பாடப்பெறும் நாட்டுப்புறப் பாடல் வரிகளில்,

'சந்தனக் கலப்பெ கொண்டு பள்ளன் உழுவான்
இந்த சாதி லிங்க நாத்தெடுத்துப் பள்ளி நடுவாள்
குங்குமக் கலப்பெ கொண்டு பள்ளன் உழுவான்
குபேந்திரன் நாத்தெடுத்துப் பள்ளி நடுவாள்'

எனக் குறிக்கப்படுவதிலிருந்து பொன்னேர் பூட்டுவதில் மள்ளர், மள்ளத்தியருக்குரிய தொழில் பிரித்தளிப்பானது (Division of labour) பதிவு செய்யப்பட்டுள்ளமை தெரியவருகிறது.

'*திராவிட மொழி பேசுநரிடையே சிந்துவெளி எழுத்துகள்*' என்னும் தமது (ஆங்கில) நூலில் (1995: 103–105) முனைவர் இரா. மதிவாணன், சேலம் மாவட்டம், மேட்டூர் அணைக்கு அருகே கோட்டையூர் என்கிற (தமது) சிற்றூரில் மாரியம்மன் திருக்கோவில் முன்பாக மேற்கொள்ளப்படும் 'பொன்னேர் பூட்டுதல்' குறித்துப் பின்வருமாறு பதிவு செய்துள்ளார்:

'இந்தச் சடங்கு ஒவ்வோர் ஆண்டும் ஆடி (ஜூலை - ஆகஸ்டு) மாதத்தின்போது சேலம் மாவட்டம், மேட்டூர் அணையை ஒட்டியுள்ள கோட்டையூர் எனும் சிற்றூரில் மாரியம்மன் திருக்கோவிலில் மேற்கொள்ளப்படுகிறது' (மேலது: 103).

'குறிப்பிட்ட நன்னாளில் .... உழவர் ஏர் பிடிக்க, ஒரு புறம் ஒற்றைக் கொம்புத் தலைப்பாகை அணிந்த சிறுவன் ஒருவனும் மறுபுறம் இரட்டைக் கொம்புத் தலைப்பாகை அணிந்த மற்றொரு சிறுவனும் நுகத் தடியைத் தாங்குமாறு அமைய, மள்ளர் ஒருவர் இந்த மேழிச் செல்வத்தின் அருகில் வந்து நின்றுகொண்டு 'மழை', 'வேளாண்மை', 'கால்நடை', 'மன்னர்' உள்ளிட்ட பொருண்மைகள் குறித்துப் பாடத் தொடங்குவார். இந்தச் சடங்குடனும் அதைத் தொடர்ந்து திருக்கோவிலில் நடத்தப்படும் ஏனைய பிற சடங்குசார் வழிபாட்டுடனும் பொன்னேர் பூட்டும் சடங்கு நிறைவுறுகிறது (மேலது: 104). வயல் உரிமையாளர் எந்த சாதிக் குழுவைச் சார்ந்தவராக இருந்தாலும் மள்ளர் இனக்குழுவைச் சார்ந்தோரே பொன்னேர் பூட்டுவதற்கு உரிமையுள்ளோராக விளங்குவதிலிருந்து பொன்னேர் பூட்டுவதில் மள்ளர் இனக்குழுவினர்க்குரிய மரபுவழி உரிமை புலப்படும்.

மேலும், பொன்னேர் பூட்டும் சடங்கு குறித்துப் பேசும் அனைத்துப் பள்ளு இலக்கியங்களிலும் மள்ளர் இனக்குழுவினர் பெறும் சிறப்பிடம் பரக்கப் பேசப்படுகிறது. சான்றுக்குச் சில கீழே கொடுக்கப்படுகின்றன:

'உழவ மள்ளர் திரண்டு கூடிகையில்

நாளேரைப் பூட்டினரே' (திருவேட்டை நல்லூர் அய்யனார் பள்ளு: 126);

'பள்ளர்களை யழைத்து வரிசையாக

ஏர் கட்டுமென்றார்' (செங்கோட்டுப் பள்ளு: 753);

'குடும்பம் வயல் தன்னிலே சேர்ந்தா...

பள்ளர் அனைவருங் கூட்டமிட்டு...

இயலிசைசேர் குரவையுமிட் டேர் பூட்டத்

துணிந்தனர்' (வையாபுரிப் பள்ளு-156-157).

(காண்க: வேங்கடராமன், சு. 1998. பள்ளு இலக்கியங்களில் மள்ளர் மரபுகள். கோயமுத்தூர்: தேவேந்திரர் மன்றம்).

5.நிறைவுரை

மள்ளர் இனக்குழுவினரைத் தொறு மீட்டுப்பட்ட வீரராகவும் தொறு காத்துப்பட்ட வீரராகவும் காட்டும் நடுகல் கல்வெட்டுச் சான்றுகள் ஒரு புறம், மல்லாண்டை வழிபாடு, பொன்னேர் பூட்டும் சடங்கு உள்ளிட்டவற்றால் உழவராகக் காட்டும் பண்பாட்டு மரபெச்சங்கள் மறு புறம் எனப் பிற்கால நிகண்டுகளான கி.பி. 9-ஆம் நூற்றாண்டைச் சார்ந்த திவாகர நிகண்டு, 'அருள் திறல் வீரர்க்கும் பெருந்திரல் உழவர்க்கும் வருந்தகைத் தாகும் மள்ளர் பெயர்' எனவும் கி.பி.10-ஆம் நூற்றாண்டைச் சார்ந்த பிங்கல நிகண்டு, 'செருமலை வீரரும் தின்னியோரும் மருதநில மக்கள் மள்ளர் என்ப' எனவும் குறிப்பதை உறுதிப்படுத்தக் காணலாம்.

கடையன்', 'பலகான்', 'குடும்பன்', 'பண்ணாடி', 'காலாடி', 'தேவேந்திரன்' உள்ளிட்ட பல்வேறுபட்ட பெயர்களில் மள்ளர் இனக்குழுவினர் தமிழகம் எங்கும் வாழ்ந்து வருவதால், அவர்களுடைய இனக்குழுவரலாறு தொடர்பான தடயங்களும் சான்றுகளும் விரவிக் காணப்படுவதை மறுப்பதற்கு இல்லை.

நோக்கீட்டு ஏடுகள்

(தமிழில்)

சண்முகம், ச. 1974. "நடுகல் காட்டும் சமுதாயம்". In: Nagaswami R. (Ed.). Seminar on Hero- stones. Madras: Department of Archaeology, Goverment of Tamil Nadu.

சித்தர், குருசாமி 1993. தமிழ் இலக்கியத்தில் பள்ளர், (மள்ளர்) தேவேந்திர குல வேளாளர் - அடிப்படைச் சான்றுகள். கோயமுத்தூர்: தேவேந்திரர் மன்றம்.

தியாகராசன், இல. 1993. "நாட்டார் கல்வெட்டுகள்". 18-19. ஆவணம் 4.

தேவ ஆசிர்வாதம், இரா. 1977. மூவேந்தர் யார்? (திருத்திய பதிப்பு: 1992). தஞ்சாவூர்: இராமதேவன் பதிப்பகம்.

பாலசுப்ரமணியம், (சிற்பி) பொ. 1996. "தேவேந்திர குல வேளாளர் ஆய்வுக்கான சில குறிப்புகள்." 64-68. தமிழர் பண்பாட்டு வரலாறு. கோயமுத்தூர்: தமிழர் பண்பாடு சமூக ஆய்வு மையம்.

மகேசுவரன், சி. 1996. "கொங்கு நாட்டில் மல்லாண்டை ஓர் அறிமுகம்." 95-99. தமிழர் பண்பாட்டு வரலாறு. கோயமுத்தூர்: தமிழர் பண்பாடு சமூக ஆய்வு மையம்.

மகேசுவரன், சி. 1999. "பாரியூர் சூர சித்தன் (பள்ளர்) சமாதிக் கோவில்வாயிலாக அறியலாகும் மன்னர் இனக்குழுவரலாறு". 155-160. தமிழர் பண்பாட்டு வரலாறு (தொகுதி II). கோயமுத்தூர்: தமிழர் பண்பாடு சமூக ஆய்வு மையம்.

வேங்கடராமன், சு. 1998. பள்ளு இலக்கியங்களில் மள்ளர் மரபுகள். கோயமுத்தூர்: தேவேந்திரர் மன்றம்.

(ஆங்கிலத்தில்)

Mathivanwn, R., 1995. Indus Script amony Dravidian Speakers. Madras: International Society for the Investigation of Ancient Civilizations.

Rajannan, Busnagi 1992. Salem Cyclo Saedia. Salem: Institute of Kongu Studies.

நன்றியுரை: மள்ளர் இனக்குழுவரலாறு தொடர்பான வாய்மொழி வழக்காறுகள், மொழியியல் வெளிப்பாடுகள், தொல்லியல் சான்றுகள், பண்பாட்டு மரபெச்சங்கள் மற்றும் இன்ன பிற தொடர்புடைய செய்திகளை அறிந்து கொள்ளவும் அடையாளம் கண்டிடவும் உதவிட்ட மள்ளர் இனக்குழுவைச் சார்ந்த பெருமக்கள் அனைவர்க்கும் என் நெஞ்சார்ந்த நன்றியை இங்கே பதிவு செய்திட விரும்புகிறேன்.

மேற்குத் தமிழகத்தில் 'சாமி வீடு' : சடங்குசார் புழங்குபொருள்களின் மரபார்ந்த வைப்பிடம்

முன்னுரை

பண்டைய கொங்கு நாட்டின் பெரும் பரப்பினைத் தன்னுள் கொண்ட மேற்குத் தமிழகத்தினுள் கோயம்புத்தூர், திருப்பூர், ஈரோடு, சேலம், நாமக்கல், கரூர், திண்டுக்கல் உள்ளிட்ட மாவட்டங்கள் அடங்கியுள்ளன. இப்பகுதியின் நாட்டுப்புறப் பரப்புகளில் அமைந்துள்ள பெரும்பாலான கோவில் வளாகங்களின் கருவறையை ஒட்டிச் சடங்குசார் பொருள்கள் மற்றும் தொடர்புடைய பொருள்களைப் பேணிக் காத்திடுதற்கெனத் தனிப்பட்டதொரு காப்பறையை ஒதுக்கி, அதனை நிருவகித்து வருகின்றனர். இத்தகைய சடங்குசார் புழங்குபொருள்களின் மரபார்ந்த வைப்பிடமானது 'சாமி வீடு' எனக் கொங்குப் பகுதியான மேற்குத் தமிழகத்தில் நாட்டுப்புற மக்களால் அழைக்கப்பெறுகிறது.

சடங்குசார் அமைப்பொழுங்கின் 'புனித வெளி' (Sacred Space) என்னும் வகையில் சாமி வீடு ஆற்றும் பங்களிப்பினை எடுத்துரைப்பதே இக் கட்டு ரைக் களம்.

புனித வெளியும் பொது வெளியும் : ஒரு குறிப்பு

நாட்டுப்புறவியல் ஆய்வுகளில் 'வெளி' குறித்த கருத்தாக்கம் விரிவாகப் பேசப்பெறுகிறது. இங்கு மாந்தர் வாழுமிடங்கள் 'புனித வெளி', 'பொது வெளி' (Secular Space) என இரு பெரும் பிரிவுகளாகப் பகுத்துரைக்கப்பெறுகின்றன. இவற்றுள், சமயம்சார் வழிபாட்டிடங்களை ஒட்டி ஒதுக்கீடு செய்யப் பெற்றுள்ள வெளியானது 'புனித வெளி' எனவும் இதனை விடுத்து, மக்களுக்கென ஒதுக்கப்பெற்றுள்ள மீதமுள்ள வெளியானது 'பொது வெளி' எனவும் பிரித்தறியப்பெறுகின்றன.

பொது வெளியில் வாழும் மக்கள் அதற்கான தேவை ஏற்படும்போதே 'புனித வெளி'யில் நுழைவதையும் உறவாடுவதையும் வழக்கமாகக் கொண்டுள்ளனர். அதாவது, சில சிறப்பான

காலங்களில் மட்டுமே பொது வெளியில் வாழும் மக்கள் புனித வெளியை நோக்கி நடமாடுகின்றனர்.

இவ்வாறாக, வாழுமிடங்களில் புனித வெளியானது 'நுண் வெளியாகவும்' *(Micro Space)* பொது வெளியானது 'பரு வெளி'யாகவும் *(Macro Space)* அமைகின்றன. இருப்பினும், 'புனித வெளி', 'பொது வெளி' ஆகிய இவ்விரு வெளிகளுக்குள்ளும் நிலவும் தொடர்புடைய பரு வெளிகளுக்குள் நுண் வெளிகள் அடங்கியுள்ளன என்பதனை நாம் கருத்தில்கொள்ள வேண்டும்.

சாமி வீடு : புனித வெளிக்குள் அமையும் ஒரு நுண் வெளி

தொட்டுணர் பண்பாட்டு மரபுச்செல்வங்களுள் சமயம்சார் சடங்குகளோடு தொடர்புடைய கலைப் பொருள்களைச் 'சடங்குசார் புழங்குபொருள்கள்' எனக் குறிப்பர். சடங்குசார் நிகழ்த்துதல்களில் பயன்படுத்தப்பெறும் உருவாரங்கள், பாண்டங்கள், விளக்குகள், மணிகள், படைக்கலன்கள் உள்ளிட்டவையே சடங்குசார் புழங்குபொருள்களாக அமைகின்றன. இதனாலேயே இவை 'சடங்கியல் தொடர்புடைய புழங்குபொருள்கள்' *(Ritual Artefacts)* எனவும் பெயர்பெறுகின்றன. அனைத்துத் தரப்பு மக்களும் இயல்பாகத் தொட்டுப் புழங்க நேர்வதனால் அவை தீட்டாகி விடுவதைத் தவிர்க்க இனக்குழுவினர் வழக்கமாக இத்தகைய சடங்குசார் முகாமை பெற்ற தொட்டுணர் புழங்குபொருள்களைத் தனித்ததொரு இடத்தில் வைத்துப் பாதுகாத்திட விரும்புகின்றனர். மிகக் குறைவான வெளியில் வாழ நேரிடும் பழங்குடி மக்களும் தங்களுடைய சடங்குசார் புழங்குபொருள்களைப் பாதுகாப்பாகச் சேமித்திடத் தம் வாழிடங்களுக்கு அருகிலுள்ள பாறை ஒதுங்கிடங்கள் *(Rock Shelters)* அல்லது கல்திட்டைகளைப் பயன்படுத்திக்கொள்ளும் போக்கினைக் காண்கிறோம்.[2] நாட்டுப்புறத் தமிழகத்தில் பொதுவாகக் கருவறையின் (பரு வெளி) ஒரு சிறு வெளியில் (நுண் வெளி) இத்தகைய சடங்குசார் தொடர்புடைய புழங்குபொருள்களைப் பாதுகாத்திடும் வழக்கத்தினராக நாட்டுப்புற மக்கள் காணப்பெறுகின்றனர். இதுபோன்ற பொதுப் பண்பாட்டு நடைமுறைக்கு மாறாக, மேற்குத் தமிழகத்தில் சடங்குசார் புழங்குபொருள்களைக் கருவறையை ஒட்டியுள்ள ஒரு தனியறையில் வைத்துப் பாதுகாத்திடும் போக்கு நிலவிடக் காண்கிறோம். இங்கு ஆய்வுக்கு எடுத்துக்கொண்டுள்ள பண்பாட்டுப் பரப்பினுள் (அதாவது, மேற்குத் தமிழகத்தில்) சடங்குசார் புழங்குபொருள்களை

வைத்துப் பாதுகாத்திடும் இத்தகு மரபார்ந்த வைப்பிடமானது 'சாமி வீடு' என்னும் பெயரில் சுட்டப்பெறுகிறது.[3]

கோயம்புத்தூர், ஈரோடு மற்றும் சேலம் மாவட்டங்களில் காணலாகும் சாமி வீடுகள்

சாமி வீடு குறித்து நுட்பமான தரவுகள் மற்றும் செயல்பாடுகளை அறிந்துகொள்ளும் வகையில் கோயம்புத்தூர், ஈரோடு மற்றும் சேலம் மாவட்டங்களில் வாழ்ந்து வரும் கொங்கு வேட்டுவர், கொங்கு நாடார், கொங்குக் குலாலர், கொங்கு வேளாளர், கொங்குக் கைக்கோளர் உள்ளிட்ட கொங்கு வட்டார மண்ணின் மைந்தரிடையே நிலவிடும் சில ஆய்வுக் களங்கள் இங்கு எடுத்துக்காட்டப்பெறுகின்றன.

கொங்கு வேட்டுவரது (கவிந்தப்பாடி) சாமி வீடு

ஈரோடு மாவட்டம், பவானி வட்டம், கவிந்தப்பாடியில் புலியோடு போரிட்டு உயிர் துறந்த ஒரு வீரனுக்கு எடுக்கப்பெற்ற நடுகற் சிற்பமானது கொங்கு வேட்டுவரால் இன்றும் வழிபடப்பெறுகிறது.

இந்நடுகல் வீரனுக்கு எடுக்கப்பெற்ற கோவிலானது தென்னங்கீற்றுக் கட்டமைப்பில் மேற்படி நடுகற் சிலையினைப் பாதுகாக்கிறது. இருப்பினும், மேற்படி வீரனோடு தொடர்புடைய சடங்குசார் புழங்குபொருள்களான குறுவாள், இடையாடை, (திருக்காளத்திப் பாங்கினாலான) கலம்காரி துகிலோவியம் உள்ளிட்டவை இக்கோவிலை அடுத்துள்ள சாமி வீட்டிலேயே வைத்துப் பாதுகாக்கப்பெறுகின்றன.

கொங்கு நாடாரது (கோயம்புத்தூர்) சாமி வீடு

கோயம்புத்தூர் மாநகரில் நாடார் வீதிக்குத் தென் மேற்கில் நாட்டுப்புறத் தெய்வமான முனியப்பனுக்குக் கோவிலொன்று உள்ளது. இப்பகுதியில் வாழ்ந்துவரும் கொங்கு நாடார் சாதிக் குழுவினர் இக்கோவில் வளாகத்தினுள் பத்ரகாளிக்குத் தனிக் கோவிலொன்றினைக் கட்டியதுடன், அதுவரை திறந்தவெளிக் கோவிலாக விளங்கியதைச் சுற்றுச் சுவர் எழுப்பி அரண் அமைத்துள்ளனர். மேலும், பத்ரகாளிக் கோவிலை ஒட்டிய ஓர் அறையை இக் கோவில் வளாகத்தின் சடங்குசார் புழங்குபொருள்கள் பாதுகாத்திடும் சாமி வீட்டிற்கென ஒதுக்கீடும் செய்துள்ளனர்.

கொங்குக் குலாலரது (பெருந்துறை) சாமி வீடு

ஈரோடு மாவட்டம், பெருந்துறையின் சூளைப் பகுதியில் கொங்குக் குலாலர் வழிபடும் அறச்சாலை அம்மன் ஆலயம் உள்ளது. இக்கோவிலை ஒட்டிய சாமி வீட்டில் மாந்தர் வடிவ வெண்கலச் சிறுவுருக்களும் பூசைப் பொருள்களின் ஒரு தொகுப்பும் செப்புப் பட்டயமொன்றும் பாதுகாப்பாக வைக்கப்பட்டுள்ளன.[6]

கொங்கு வேளாளரது (வாழப்பாடி) சாமி வீடு

சேலம் மாவட்டம், ஆத்தூருக்கு அருகே அமைந்துள்ள வாழப்பாடி என்னும் சிற்றூரில் கொங்கு வேளாளர்க்கெனக் காரூர் அம்மன் கோவில் உள்ளது. இக்கோவிலின் கருவறையை ஒட்டித் தனித்ததொரு சாமி வீடு காணப்பெறுகிறது. இந் நுண் வெளியினுள் நேர்ச்சைப் பொருள்களாகப் படைக்கப்பெற்ற மாந்தர் வடிவ வெண்கலச் சிறுவுருக்களின் ஒரு தொகுப்பு பாதுகாத்து வரப்பெறுகிறது.

கொங்குக் கைக்கோளரது (சேவூர்) சாமி வீடு

கோயம்புத்தூர் மாவட்டம், அவிநாசிக்கு அருகிலுள்ள சேவூரில் கொங்குக் கைக்கோளர்க்குச் சொந்தமான சாவான் சமாதியை ஒட்டிச் சாமி வீடு ஒன்று அமைந்துள்ளது. இங்கு முத்துக்குமாரசாமி என்னும் நவகண்ட வீரரோடு தொடர்புடைய பூசைப் பொருள்களும் செப்புப் பட்டயமொன்றும் பாதுகாக்கப்பெறுகின்றன.[8]

நிறைவுரை

கொங்கு வட்டாரத்து மண்ணின் மைந்தர்களான கொங்கு வேட்டுவர், கொங்கு நாடார், கொங்குக் குலாலர், கொங்கு வேளாளர், கொங்குக் கைக்கோளர் உள்ளிட்டோரிடையே ‘பரு வெளி'க்குள் ‘நுண் வெளி'யாகச் ‘சாமி வீடு’ நிறுவப்பெற்றுப் பேணப்பெறும் இத்தகைய பண்பாட்டு நடைமுறையானது மரபார்ந்ததொரு கொங்குப் பண்பாட்டுக் கூறாகும்.

மேலும், நாட்டுப்புறப் பண்பாட்டு நிலையில் இடம்பெறும் சாமி வீடு குறித்த கருத்தாக்கமே காலப்போக்கில் நகர்ப்புறப் பண்பாட்டு நிலையில் திருக்கோவில்களில் அமைக்கப்பெறும் நிலவறைகளுக்கு வழிகோலியது எனக் கருதப்பெறுகிறது. மேற்குத் தமிழகத்தின் ஈரோடு மாவட்டத்தில் பெருந்துறை வட்டம், துடுப்பதியிலுள்ள

அருள்மிகு கரிவரதராசப் பெருமாள் கோவில் வளாகத்திலும்[9] பவானி வட்டம், ஆப்பக்கூடலிலுள்ள அருள்மிகு காசி விசுவநாதர் கோவில் வளாகத்திலும்[10] இது போன்ற நிலவறைகள் உள்ளன.

இத்தகைய சாமி வீடுகளில் இடப்பட்டுப் பாதுகாக்கப்பெறும் சடங்குசார் புழங்குபொருள்கள் மற்றும் பிற தொடர்புடைய பொருள்கள் மிக அரிதாகவே (அதாவது, வழக்கமாக ஆண்டிற்கு ஒரு முறை அல்லது ஒரு சில முறைகள் மட்டுமே) வெளியே கொணரப்பெற்றுப் பொதுமக்கள் பார்வைக்கு இடப்படுவதனால், இவ்வரும்பொருள்கள் பல்வேறு இயற்பியல்-வேதியியல்-உயிரியல்சார் காரணிகளால் தொடர் தாக்குதலுக்கு உள்ளாக நேர்கின்றன.[11] எனவே, இவ்வாறு சாமி வீடுகளைத் தம் பொறுப்பிலுள்ள கோவில்களில் வைத்துப் பேணிவரும் திருக்கோவில் பொறுப்பாளர்களுக்கு இவை போன்ற மரபார்ந்த வைப்பிடங்களில் நிலவிவரும் நுண் - தட்பவெப்பத்தால் ஏற்படும் விளைவுகள் குறித்து விரிவான விழிப்புணர்வு அளிக்கப்பெற வேண்டும்.

அடிக் குறிப்புகள்

1 'தொட்டுணர் பண்பாட்டு மரபுச்செல்வங்கள்,' 'கருத்துணர் பண்பாட்டு மரபுச்செல்வங்கள்' என இரு பரப்புகளாகப் பண்பாட்டு மரபுச்செல்வங்கள் பயன்படுத்தப்பெறுகின்றன. இவ்வாறாக, தொட்டுணரக் கூடிய பண்பாட்டுப் புழங்குபொருள்களை உள்ளடக்கியதாகத் தொட்டுணர் பண்பாட்டு மரபுச்செல்வங்கள் விளங்குகின்றன.

2 மேலும் தொடர்புடைய விரிவான தகவல்களுக்கு ஒப்பு நோக்குக: மகேசுவரன், சி. 2001. "நமது பண்பாட்டு மரபுச்செல்வங்களைப் பேணுதலில் பழங்குடி நீலகிரியின் பங்களிப்பு" (ஆங்கிலம்).

3 மேற்குத் தமிழகத்தில் மட்டுமே 'புனித வெளி'யின் 'பரு வெளி'க்குள் இது போன்ற 'நுண் வெளி' இயங்குதல் இனம் கண்டறியப்பெற்றுள்ளது.

4 துகில் ஓவியக் கலம்காரிக் கலை மரபுகள் 'திருக்காளத்திப் பாங்கு', 'மசூலிப்பட்டினப் பாங்கு' என இரு வகைகளாகப் பாகுபடுத்தப்பெறுகின்றன. இவற்றுள், முந்தையது வரைகோல் மற்றும் மை கொண்டு உருவாக்கப்பெறும் கலம்காரிக் கைவினை மரபினதாகும்; பிந்தையதோ, கையச்சுப் பதிப்புகளாலான கலம்காரிக் கைவினை மரபின்பாற்பட்டதாகும். வேட்டுவக்

கவுண்டர் திருக்காளத்திக் கண்ணப்பர் வழிவந்தோர் என்னும் செவிவழிச் செய்தியை உறுதிப்படுத்திடும் வகையில் வேட்டுவக் கவுண்டர் சமுதாயத்தினரின் இந்நடுகல் வழிபாட்டு மரபுகள் திருக்காளத்திப் பாங்கினாலான கலம்காரித் துகில் ஓவியம் காணப்பெறுதல் முகாமையான சான்றரணாகும்.

5 நாடார் சாதிக் குழுவினரது விருப்ப தெய்வம் பத்ரகாளியம்மன் ஆகும். இதனாலேயே, நாட்டுப்புறத் தெய்வமான முனியப்பன் திருக்கோவில் வளாகத்தினுள் பத்ரகாளிக்கென ஒரு கோவிலையும் நிறுவினர் கொங்கு நாடார் சாதிக் குழுவினர்.

6 ஈரோடு அரசு அருங்காட்சியகக் காப்பாட்சியராகப் பணியாற்றியபோது 2002-இல் கொங்குக் குலாலரது இவ்வரும் பொருள்களை ஆய்வு செய்திடும் வாய்ப்பு இக் கட்டுரை ஆசிரியர்க்குக் கிட்டியது.

7 இந்நேர்ச்சைப் பொருள்கள் தொகுப்பிலிருந்து மொத்தம் 12 உருவாரங்களை ஈரோட்டிலுள்ள அரசு அருங்காட்சியகம், வேளாளர் மகளிர் கல்லூரி வரலாற்று அருங்காட்சியகம் மற்றும் கலைமகள் கல்வி நிலையத் தொல்லியல் அருங்காட்சியகம் உள்ளிட்டவற்றிக்கு 2003-இல் மணமுவந்து வழங்கினர் காரூர் அம்மன் அறங்காவலர் குழுவினர்.

8 வேலூர் முத்துக்குமாரசாமி தொடர்புடைய பூசைப் பொருள்களும் செப்புப் பட்டயமும் ஆண்டிற்கு ஒரு முறை - ஆயுத பூசை நாளன்று - தொடர்புடைய சாமி வீட்டிலுள்ள பூசைப் பேழையிலிருந்து எடுத்து வைத்து வழிபாடு செய்யப்பெறுகின்றன.

9 இக்கோவிலின் நிலவறை தற்செயலாக வெளிப்பட, அதிலிருந்து பெறப்பட்ட பல்வேறு பூசைப் பொருள்கள் ஈரோடு அரசு அருங்காட்சியக இருப்புத் தொகுப்பில் இன்றும் பாதுகாக்கப்பெற்று வரப்பெறுகின்றன.

10 இங்குள்ள நிலவறை மற்றும் அதனுள் இட்டுப் பாதுகாக்கப்பெறும் அரும்பொருள்களானக் கொங்குப் பாங்கினாலான வெண்கலப் படிமங்களின் ஒரு தொகுப்பைக் கண்ணுறும் அரிய வாய்ப்பு 2005-இல் இக்கட்டுரை ஆசிரியர்க்குக் கிடைத்தது.

11. சாமி வீட்டினுள் காற்று புகாநிலையில்வைத்து அரும்பொருள்களைப் பாதுகாப்பதனால் அவற்றிற்கு நேரிடும் தீய விளைவுகள் குறித்து விரிவானதொரு விழிப்புணர்வினை

அந்தந்தக் கோவில் அறங்காவலர்க்கு அறிவுறுத்த வேண்டிய பொறுப்பும் கடமையும் தொல்லியல் துறை மற்றும் அருங்காட்சியகத் துறையின் சீர்வுப் பிரிவினர்க்கு உள்ளன.

நோக்கீட்டு ஏடுகள்

மகேசுவரன், சி. 2001. "நமது பண்பாட்டு மரபுச்செல்வங்களைப் பேணிக் காப்பதில் பழங்குடி நீலகிரியின் பங்களிப்புகள் (ஆங்கிலம்)". பண்பாட்டு மரபுச் செல்வங்களைப் பாதுகாத்தலில் நம் பங்கு (கருத்தரங்க மலர்).
சென்னை : அரசு அருங்காட்சியகம்.

மகேசுவரன், சி. 2005. மேற்குத் தமிழக வெண்கலப் படிமங்கள் (ஆங்கிலம்) (குறு ஆய்வுத் திட்ட ஆய்வேடு. புது தில்லி : நேரு அறக்கட்டளை.

ஹென்றி ஜூலியல், பெ. 2002 "அமைப்பு எதிர் அமைப்புக் கோட்பாடு : முகமூடி நிகழ்த்துதல் வழி", 97-121. தன்னனானே : 19 (மதுரை நாட்டுப்புறவியல்) சென்னை: தன்னனானே பதிப்பகம்.

நன்றியுரை : நாட்டுப்புறவியலில் பரக்கப் பேசப்பெறும் 'வெளி குறித்த கருத்தாக்கத்தின்' (Concept of Space) நுட்பங்களைக் கலந்துரையாடல்வாயிலாகத் தெளிவுபடுத்திய புதுவைப் பல்கலைக்கழக மானிடவியல் துறைப் பேராசிரியர் முனைவர் ஆ.செல்வபெருமாள்-அவர்களுக்கும் புதுவை மொழியியல் பண்பாட்டு ஆய்வு நிறுவன முதுநிலை விரிவுரையாளர் திருமிகு. எஸ். பிலவேந்திரன் அவர்களுக்கும் என் நெஞ்சார்ந்த நன்றி இங்குப் பதிவு செய்யப்பெறுகிறது.

***

மானுடவியல் ஆய்வுப் பதிவுகளில் இனங்காணலாகும் சில சொல்லாட்சிகளை மீளாய்வு செய்தல்

இந்தியாவை ஆங்கிலேயர் ஆட்சி செய்யத் தொடங்கியபோது, இங்கு அறிமுகப்படுத்தப்பட்ட அறிவுத் துறைகளுள் ஒன்றே 'மானுடவியல்.' உடற்தோற்றத்தாலும் மொழியாலும் பண்பாட்டாலும் வேறுபடும் பல்வேறு இந்திய இனக்குழுக்களைச் சரிவரப் புரிந்து கொள்ள விரும்பிய ஆங்கிலேய ஆட்சியாளர்களுக்கு உற்றதொரு அறிவுசார் புலமாக இம்மானுடவியல் கல்விப் புலம் பெரிதும் உதவியது. இந்திய மண்ணில் தாங்கள் அறிந்து, புரிந்துகொண்ட பல் வேறுபட்ட இனக்குழுக்கள் பற்றிய தரவுகளை எல்லாம் முறையாக ஆவணப்படுத்துவதற்கான முன்னெடுப்புப் பணிகளை ஆங்கிலேய மானுடவியலாளர்கள் மேற்கொண்டனர். இதற்குச் சரியான சான்றாக, எட்கர் தர்ஸ்டன் (Edgar Thurston) படைத்து அளித்த 'Castes and Tribes of Southern India' ("தென்னிந்தியச் சாதிகளும் பழங்குடிகளும்") நூற்தொகுதிகளைக் குறிப்பிடலாம்; இவற்றைத் தொடர்ந்து, தர்ஸ்டன் - ஆல் வெளியிடப்பட்ட 'Ethnographic Notes of Southern India' ("தென்னிந்திய இனக்குழுவரைவியல் குறிப்புகள்") மற்றுமொரு சிறந்த ஆவணமாக்கமாக அமைந்தது.

1908-09 காலகட்டங்களில் உருவாக்கப்பட்ட இவ்விரு ஆவணமாக்கப் பதிவுகளே தென்னிந்தியாவில் இன்றளவும் இனங்காணப்படும் பல்வேறு சாதிக் குழுக்களையும் பழங்குடிக் குழுக்களையும் முழுமையாக அறிந்துகொள்ள நல்ல அறிமுக ஆவண நூல்களாக ஆய்வுலகிற்கு அமைந்துள்ளன. பின்னாளில், 1980-கள் தொடங்கி இந்திய மானுடவியல் அளவீட்டாய்வுத் துறையினரால் (Anthropological Survey of India) ஆவணப்படுத்தப்பட்ட 'Peoples of India' ("இந்திய மக்கள் குழுக்கள்") நூற்தொகுதிகளுக்கும் தர்ஸ்டன் -இன் மேற்குறிப்பிட்ட நூற்தொகுதிகளே அடிப்படை ஆவணங்களாக அமைந்தன என்பதை மறுப்பதற்கு இல்லை.

இந்தியாவில் மேற்கொள்ளப்பட்ட மானுடவியல் ஆய்வுகளில் மேலை நாட்டு மானுடவியலாளர்கள் அளப்பரிய பங்களிப்புகளை வழங்கி இருந்தாலும் அங்கொன்றும் இங்கொன்றுமாக இந்தியாவின்

இனக்குழுக்கள் குறித்த தவறான புரிதல்களும் அவர்களுடைய படைப்புகளில் இடம்பெற்றுவிட்டன என்பது கசப்பான உண்மை ஆகும்; அத்தகைய தவறான பதிவுகள் இன்றளவும் சரி செய்யப்படவில்லை என்பதைச் சுட்டிக்காட்டிடும் வகையில், மானுடவியல் ஆய்வுப் பதிவுகளில் இனங்காணப்படும் சில தவறான சொல்லாட்சிகளை மீளாய்வு செய்வதே இக்கட்டுரைக் களம்.

'பேய்க்கூத்தாக' மாறிப் போன 'தெய்யம்'

மனிதர் மீது 'மீயியல் ஆற்றல்' (Supernatural Prowess) இறங்குவதால், தெய்வ நிலைக்கு மனிதர் உயர்வதாகவும் அவ்வாறு தெய்வ நிலைக்கு உயர்ந்திட்ட மனிதர், தாம் சார்ந்துள்ள சமுதாய மக்களுக்கு நேரிடும் நோய், இழப்பு உள்ளிட்டவற்றிற்கான தீர்வுகளை அருள்வாக்காகக் (Oracle) கூறுவதாகவும் அமையும் 'சாமியாடுதல்' (Divination) 'தெய்யம்' எனும் வழிபாடு சார்ந்த நிகழ்த்துக் கலையாகத் திகழ்கிறது. எட்கர் தர்ஸ்டன் தமது Castes and Tribes of Southern India நூற்தொகுதிகளில் இம் மரபைப் 'பேய்க் கூத்து' என்று பொருள்படும் வகையில் 'Devil Dancing' என்று பதிவிடப்பட்டுள்ளமை இன்றளவும் ஒரு நீங்காத வடுவாகவே அமைந்துவிட்டது.

'சிறு மரபாகிப்' போன மண்ணின் 'இயல் மரபு'

வட இந்தியாவின் நாட்டுப்புற வழிபாட்டு மரபை ஆய்வு செய்ய முற்பட்ட மில்டன் சிங்கர் (Milton Singer) எனும் மேலை நாட்டு மானுடவியலாளர் அவ்வழிபாட்டு மரபில் மண்ணிற்கு இயல்பான மரபுடன் மண்ணிற்கு அயலான மரபும் இரண்டறக் கலந்துள்ளமையை முதன்முதலில் வெளிச்சத்திற்குக் கொண்டு வந்தார்; இருப்பினும், மண்ணிற்கு இயல்பான வழிபாட்டு மரபைச் 'சிறு மரபு' எனப் பொருள்பட 'Little Tradition' எனவும் மண்ணிற்கு அயலான வைதிக வழிபாட்டு மரபைப் 'பெரு மரபு' எனப் பொருள்பட 'Great Tradition' எனவும் குறிப்பிட்டு மிகப் பெரும் பிழையைச் செய்துவிட்டார்; வரலாற்றில் இதுவொரு நீங்காத வழுவாகவும் நிலைத்துவிட்டது. உண்மையில், சொந்த மண்ணிற்கு இயல்பான மரபை 'இயல் மரபு' என்று பொருள்படும் வகையில் 'Native Tradition' எனவும் சொந்த மண்ணிற்கு அயலாக வெளியிலிருந்து வந்த மரபை 'அயல் மரபு' என்று பொருள்படும் வகையில் 'Alien Tradition' எனவுமே பதிவு செய்திருக்க வேண்டும்.

'குறுமர் தொகுதி' எனும் தவறான இனக்குழுவரைவியல் பதிவு

ஒவ்வொரு இனக்குழுவிற்கும் 'புறப் பெயர்' (Exonym), 'அகப் பெயர்' (Endonym) என்னும் இருமைப் பெயர்கள்' (Binary Nomenclatures) அடங்கியதாகவே அதன் 'இனக்குழுப்பெயர்' (Ethnonym) அமையும் என்பதே இனக்குழுப்பெயர்மையின் (Ethnonymy) இலக்கணம் ஆகும்; அதாவது, ஓர் இனக்குழுவை 'அயலவர்' (Outsiders) குறிப்பிடும் 'அழை பெயர்' (Call Name) புறப் பெயராகவும் தம்மைத் தாமே ஓர் இனக்குழு விரும்பிக் குறிப்பிட்டுக்கொள்ளும் சொந்தப் பெயரானது அகப்பெயராகவும் அமைகின்றன. சொந்தப் பெயரான அகப்பெயரானது ஒற்றைப் பெயராக அமைந்திட, அயலவரால் அழைக்கப்படும் பெயராக அமையும் புறப்பெயரானது ஒன்றுக்கு மேற்பட்டனவாகவே அமைகின்றன; இது மட்டும் அல்லாமல், புறப்பெயரான அழை பெயர்கள் சொந்த இனக்குழுவினரால் இழி பெயராகவே (Derogatory Term) கருதப்படும் போக்கே தூக்கலாக இனங்காணப்படுகிறது.

இத்தகைய குறைபாட்டை உடைய புறப்பெயரானது பெரும்பாலும் தவறாகவே அமைந்திடக் காண்கிறோம். சான்றாக, 'நீலகிரி உயிரிச்சூழல் காப்பிடத்தின்' (Nilgiri Biosphere Reserve) பல்வேறு பகுதிகளில் தொன்று தொட்டு வாழ்ந்துவரும் ஆலு குறுமர், பெட்ட குறுமர், ஜேனு குறுமர் மற்றும் முள்ளு குறுமர் என்னும் நான்கு வேறுபட்ட பழங்குடிக் குழுக்களைக் 'குறும்பாஸ்' (Kurumbas) என்கிற ஒற்றைப் பெயரால் தமிழ்நாட்டின் மாநிலப் பழங்குடிப் பட்டியலில் குறித்திடும் நிலையில், மேலை நாட்டு மானுடவியலாளரான டேவிட் ஜி.மேண்டல்பாம் (David G. Mandelbaum) இன்னும் ஒரு படி மேலே சென்று, மேற்படி நால் வகைமைப் பழங்குடிக் குழுக்களை ஒரே தொகுதியாகக் கருதிக் 'குறுமர் தொகுதி' எனும் பொருள்படுமாறு 'Kurumba Complex' என்று தவறாகப் பதிவு செய்துவிட்டார்; இவரது இத்தவறான பதிவை எவ்வித எதிர்க் கேள்வியும் கேட்காமல் சொன்னதைச் சொல்லும் கிளிப்பிள்ளைபோல எல்லா மேலை நாட்டு மானுடவியலாளரும் அதைத் தொடர்ந்து இந்திய மானுடவியலாளர் அனைவருமே 'குறுமர் தொகுதி' என்கிற வகையில் 'Kurumba Complex' என்றே தொடர்ந்து எழுதியும் பேசியும் வருகின்றனர்.

மேண்டல்பாம் குறிப்பிடும் இக்குறும்பா தொகுதி என்பதனுள் அடக்கப்படும் ஒவ்வொரு குறுமர் பழங்குடிக் குழுவும் அதன் பேசு மொழியாலும் (Native Speech) தனித்துவமான பண்பாட்டாலும்

(Distinct Culture) 'குறுமர்' என்னும் பெயருடன் குறிக்கப்படும் ஏனைய பழங்குடிக் குழுக்களுடன் முற்றிலும் மாறுபட்டதாகவே அமைகிறது என்பதை மொழியியல் தரவுகளும் மானுடவியல் தரவுகளும் தொடர்ந்து மெய்ப்பித்துவந்தாலும் மேண்டல்பாம் பதிவிட்ட 'Kurumba Complex' எனும் தவறான சொல்லாட்சியானது இன்றளவும் மானுடவியல் ஆய்வுப் பதிவில் களையப்படவில்லை என்பது வருத்தம் அளிக்கிறது.

'பால் பண்ணைக் கோவில்' எனப் பதிவிடப்பட்டுள்ள தொதவர் கோவில்

'தமிழ்நாட்டின் 'பழங்குடி மாவட்டம்' எனக் குறிப்பிடப்படும் 'நீலகிரி', எல்லா மானுடவியலாளர்களாலும் ஒருசேர முதன்மையான ஆய்வுப் பரப்பாகத் தொடர்ந்து கருதப்படலாகிறது; அதிலும் குறிப்பாக, நீலகிரியில் உள்ள தொதவப் பழங்குடியினர் வெளிநாட்டு அளவிலும் உள்நாட்டு அளவிலும் மிகுதியாக அறியப்பட்ட பழங்குடியாகப் பரந்துபட்ட நிலையில் ஆய்விற்கு உள்படுத்தப்பட்ட இனக்குழுவாகத் திகழ்கிறது என்றால் அது மிகை அல்ல; இருப்பினும், தொதவர் குறித்த மானுடவியல் ஆய்வுகளில் சில தவறான புரிதல்களும் காலங் காலமாகத் தொடரவே செய்கின்றன. எடுத்துக்காட்டாக, தொதவப் பழங்குடியினரால் பொது வெளியில் (Secular Space) பராமரிக்கப்படும் சாதாரண எருமைகளிலிருந்து (Secular Buffaloes) பெறப்படும் பால்படு பொருள்கள் பொதுப் பயன்பாட்டில் உள்ள நிலையில், தொதவப் பழங்குடிப் பூசாரியால் பராமரிக்கப்படும் புனித எருமைகளிலிருந்து (Sacred Buffaloes) பெறப்படும் பால்படு பொருள்களுக்கான மூங்கில் பாண்டம், சுடுமண் கலயம், பிரம்பு, மத்து உள்ளிட்ட புழங்குபொருள்களை வைத்துப் பாதுகாத்திடும் புனித வெளியாக (Sacred Space) விளங்கும் தொதவரது கோவிலைப் 'பால் பண்ணைக் கோவில்' எனப் பொருள்பட 'Dairy Temple' என்று மானுடவியலாளர் ஆர்.எச். ஆர். ரிவர்ஸ் - ஐத் தொடர்ந்து, ஏனைய மானுடவியலாளர்களும் குறிப்பிடுவது மிகப் பெரிய பிழை என்று அழுத்தந் திருத்தமாகக் கூறுகிறார் தொதவப் பழங்குடிச் செயல்பாட்டாளரான திருமதி. வாசமல்லி போத்திலி குட்டன்.

'போலி எருமைக் கொம்பாகி'ப் போன குறியீட்டு நிலை எருமைத் தலை

நீலகிரித் தொதவப் பழங்குடியினரது 'நம்பிக்கை அமைப்பொழுங்கில்' (Belief System) அவர்களுடைய தெய்வமானது தொதவ மக்களைப் படைப்பதற்கு முன்பாக எருமைகளையே

படைத்தமையால், எருமைகளுக்கு மட்டுமே அவை வந்த வழியான மறுவுலகு (*Other World*) இருக்கும் இடம் தெரியும் என்கிற நம்பிக்கை உள்ளது. எனவே, தொதவ ஆணோ, பெண்ணோ இறக்க நேரிடும்போது, உடனடியாக மேற்கொள்ளும் 'பச்செ சாவு' (*Green Funeral*) என்னும் ஈமச் சடங்கின்போது எருமைகளைப் பலி கொடுப்பதன்வாயிலாகப் பலியிடப்பட்ட எருமையுடைய (ஆவியின்) வாலைப் பிடித்துக்கொண்டு, அதனுடனேயே இறந்துபோன தொதவர் மறுவுலகை அடைய இயலும் என்று தொதவப் பழங்குடியினர் உறுதியாக நம்புகின்றனர். புலால் உணவை அறவே தவிர்க்கும் தொதவர், தங்களால் பலியிடப்பட்ட எருமையின் தலையைத் தமது வீட்டிற்குள் அனுமதிக்காமல், வீட்டிற்கு வெளியே, குடியிருப்புப் பகுதியின் முகப்பில் உள்ள ஏதேனும் ஒரு மரத்தின் மீது - அனைவரும் காணும் வகையில் - காட்சிப்படுத்தி வைப்பர்.

வீட்டிற்குள் அனுமதிக்க இயலாத பலியிடப்பட்ட எருமைத் தலைக்கு மாற்றாக, சில திணைசார் மரங்களிலிருந்து ஒடித்து எடுக்கப்படும் சிறு கிளையைக்கொண்டு, தாவர ஈடாகத் (*Vegetative Substitute*) தொதவர் தாங்கள் உருவாக்கிய எருமைத் தலையின் குறியீட்டுநிலை வடிவத்தை (*Symbolic Form*) நடு வீட்டின் உள்ளே மிகுந்த விழுமியத்துடன் வைத்து, அதன் முன்பாக நாள்தோறும் விளக்கு ஏற்றி வழிபாடும் மேற்கொள்கின்றனர். இத்தகைய 'குறியீட்டுநிலை எருமைத் தலை'யை (*Symbolic Buffalo Head*) மேலை நாட்டு மானுடவியலாளர் தமது ஆய்வுப் பதிவுகளில் தவறுதலாகப் 'போலி எருமைக் கொம்பு' என்று பொருள்படும் வகையில், '*Imitation Buffalo Horn*' என்றே தொடர்ந்து பதிவிட்டு வருகின்றனர்; இந்திய மானுடவியலாளர்களும் எவ்விதக் கேள்வியும் கேட்காமல் இதை ஏற்றுக்கொண்டுள்ளனர்.

இதற்கு மாறாக, இம்முகாமையான சடங்குசார் வழிபாட்டுப் பொருளை மிகச் சரியாகக் 'குறியீட்டுநிலை எருமைத் தலை' என்று குறிப்பிடுவதே பொருத்தமானதும் முறையானதுமான சொல்லாட்சியாக அமையும்.

'வில் – அம்புச் சடங்காக' மாறிப்போயுள்ள கருப்ப இணைப்புச் சடங்கு

பெண் பூப்பு அடைவதற்குமுன் மேற்கொள்ளும், பூப்பு முன்நிலைத் திருமணச் சடங்குவாயிலாக, (*Pre- Puberty Marriage Ceremony*) "இந்த ஆணுக்கு இந்தப் பெண்தான் வாழ்விணையர்"

என்று நீலகிரித் தொதவப் பழங்குடியினர் முடிவு செய்துவிடுகின்றனர்; இவ்வாறு சிறார் நிலையிலேயே தொதவரது மண உறவானது உறுதி செய்யப்பட்டாலும் பெண்ணானவள் பூப்படைந்த பின்னரே தனது வாழ்விணையர் வீட்டிற்குச் சென்று இல்லற வாழ்வைத் தொடங்குகிறார். இத்தகைய இணைசேர் வாழ்வின்போது பெண் கருவுற, கருவுற்ற அத்தொதவப் பெண்ணின் ஏழாம் மாதம் அவளது வாழ்விணையரான தொதவ ஆடவன் அப்பெண்ணின் கருப்பையில் வளர்ந்து வரும் குழந்தைக்குத் தானே தகப்பன் என்று தனது உறவினர்க்கு உணர்த்திடும் வகையில் ஒரு வகை வாழ்க்கைச் சுழற்சிச் சடங்கானது கடைப்பிடிக்கப்படுகிறது; மேற்படி வாழ்க்கைச் சுழற்சிச் சடங்கை மேற்கொள்ளும் நாளன்று அக்கருவுற்ற பெண்ணின் வாழ்விணையரான தொதவ ஆடவன் தனது நண்பர் புடை சூழ அருகில் உள்ள சோலைக் காட்டிற்குச் (Shola Forest) சென்று, அங்குப் 'புவ்' (Sophorea Cluca) எனும் திணைசார் குற்று மரத்தின் (Endemic Shrub) சிறு கிளையொன்றை வெட்டி எடுத்து, அதை அரை வட்டமாக வளைத்து, அதன் நடுவே நர்க் (Andropogan shoenanthes) எனும் 'திணைசார் புல்'லின் (Endemic Grass) ஒரேயொரு நீண்ட தனி இலையை வைத்து, ஒரு வகையான சடங்குசார் பொருளை உருவாக்குகிறார். இவ்வாறு, தான் பெரிதும் முயன்று உருவாக்கிய சடங்குசார் பொருளைத் தனது கைகளில் ஏந்தியவாறு, அருகில் உள்ள புனித நாவல் மரத்தின் அருகே குழுமியுள்ள உறவுக் கூட்டத்தினர் இடையே அமர்ந்திருக்கும் தனது வாழ்விணையரது தந்தையைப் பார்த்து, "அச்சடங்குசார் பொருளைத் தன் கருப்பிணி மனைவிக்குக் கொடுக்கட்டுமா?" என்று கேட்டு, அவரது இசைவைப் பெற்று, அத்தொதவ ஆடவன் தனது இணையர்க்கு அதை அளிக்க முற்படுகிறார்;

அப்போது, அந்நிறை சூலியான தொதவப் பெண், "நீ எந்த குலத்தைச் சார்ந்தவன்?" என்றோ "உன் குலத்தின் பெயர் என்ன?" என்றோ அவனிடம் வினவுகிறார். இதற்குத் தக்க மறுமொழியாகக் கூடியுள்ள தனது தொதவ உறவுகளுக்கும் நட்புகளுக்கும் கேட்கும் வகையில், தனது தந்தைவழிக் குலத்தின் (Patrilan) பெயரை மும்முறை அத்தொதவ ஆடவன் உரக்கக் கூறுகிறார். இதைத் தொடர்ந்து, அத்தொதவ ஆடவன் அளிக்கும் அச்சடங்குசார் பொருளைப் பெற்றுக்கொண்ட அத்தொதவப் பெண்மணி, அதைத் தனது நெற்றியில் படுமாறு வைத்துக்கொண்டே, தங்களுடைய புனித நாவல் மரத்தின் கீழ்ப்பக்கத் தண்டில் புதிதாக வெட்

டி உருவாக்கியுள்ள 'மாடம்' (*Niche*) போன்ற அமைப்பில் வைக்கப்பட்டுள்ள எரியும் விளக்கைக் கண் இமைக்காமல் பார்க்கிறாள். இதையடுத்து, இணையர் இருவரும் அங்குக் குழுமியுள்ள உறவினர் அனைவரையும் வணங்கி வாழ்த்துகள் பெறுகின்றனர். அதைத் தொடர்ந்து, தொதவர் ஆடவர் குழு, பெண்டிர் குழு இரண்டும் தனித், தனியாகத் தமது மரபார்ந்த நிகழ்த்துக் கலையைப் பாடலுடன் ஆடி மகிழ்கின்றனர். பின்னர், விருந்து உணவுடன் இக்கருப்ப இணைப்புச் சடங்கானது நிறைவு பெறுகிறது.

பெண்ணின் கருப்பையில் வளர்ந்து வரும் குழந்தைக்கு உரிய 'சமூகத்திற்கான தந்தை'யை (*Sociological Father*) அறிந்தேற்பு செய்து (குழந்தையையும் தந்தையையும்) இணைக்கும் வகையில் மேற்குறிப்பிட்ட வாழ்க்கைச் சுழற்றிச் சடங்கு அமைவதால், இதைக் 'கருப்ப இணைப்புச் சடங்கு' (*Pregnancy - binding Ceremony*) எனத் தமது ஆய்வில் மிகச் சரியாகக் குறிப்பிட்டுள்ள மானுடவியலாளர்கள், இச்சடங்கு ஆற்றுகையின்போது (*Ceremonial Observance*) தொதவ ஆடவன் அரை வட்ட வடிவ அமைப்பின் நடுவே நீட்சியாக அமையுமாறு தனது வாழ்விணையரான தொதவப் பெண்ணிற்குத் தானே உருவாக்கி அளித்திடும் சடங்குசார் தொட்டுணர் பண்பாட்டுப் பொருளைக் (*Tangible Object of Culture*), குறியீட்டுநிலை வில் - அம்பு (*Symbolic Bow & Arow*) என்று தவறாகக் கருதி, தொடர்புடைய வாழ்க்கைச் சுழற்சிச் சடங்கை ‘வில் (அம்பு) அளித்திடும் சடங்கு’ (*Bow-giving Ceremony*) என்று தவறாகப் பதிவு செய்துள்ளமை வருத்தம் மேலிடச் செய்கிறது. தொடர்ந்து, அனைத்து (வெளிநாட்டு, உள்நாட்டு) மானுடவியலாளர்களும் இவ்வாறே தவறாகப் பதிவிட்டும் வருகின்றனர். இதில் உள்ள நகை முரண் என்னவென்றால், தொதவப் பழங்குடியினரும் - மானுடவியலாளர்களைப் பின்பற்றி - இச்சடங்கை ‘வில் அம்பு சாஸ்திரம்’ எனக் குறிப்பிடத்தொடங்கிவிட்டதோடு, தற்போது இதற்கான அழைப்பிதழ்களிலும் ‘வில்-அம்பு சாஸ்த்ர அழைப்பிதழ்’ என்றே அச்சிடத் தொடங்கிவிட்டனர்; இதனால், **அரை வட்ட அமைப்பானது தொதவரது அரை பீப்பாய் வடிவக் குடிலைக் குறியீடாகச் சுட்டி நின்று, அவர்தம் தந்தைவழிக் குலத்தைக் குறிக்கிறது** என்கிற உண்மையானது கால ஓட்டத்தில் கரைந்தே போய்விட்டது.

நிறைவுரை

குற்றப் பழங்குடிகள் (*Criminal Tribes*) என்னும் தனது தவறான சொல்லாடலை மானுடவியலானது நீக்கிவிட்டு, 'சீர் மரபினர்' (*Denotified Community*) - என்கிற சொல்லாட்சியை ஏற்றுக்கொண்டுள்ள இன்றைய காலகட்டத்திலும், மனிதராகப் பிறந்து, சமூகத்தில் 'குற்றவாளிகள்' என்று கருதப்பட்டு அதனால் கொலை செய்யப்பட்டு, பின்னர் தெய்வ நிலைக்கு உயர்த்தப்பட்டுவிட்ட நிலையிலும் அத்தகைய நாட்டுப்புறத் தெய்வங்களைக் குறிக்க அக்காலத்தில் பயன்படுத்தப்பட்ட '*Criminal Gods*' அதாவது ('குற்றவாளிக் கடவுளர்') என்பது இன்னும் அப்படியே மானுடவியல் பதிவுகளில் நீங்காத கறையாக நிலைத்துவிட்டமை ஓர் அவலமே.

"எழுதியவன் ஏட்டைக் கெடுத்தான்" என்கிற வகையில், மானுடவியல் ஆய்வுப் பதிவுகளுள் தற்செயலாக நேர்ந்துவிட்ட மேற்சுட்டியுள்ள வரலாற்றுப் பிழைகளை இன்றுவரை தொடர அனுமதிப்பதும் அறிவுடைமை ஆகாது.

'மானுடவியல் புலமானது' மாந்தர் இனக்குழுக்களுக்கு இடையே உயர்வு, தாழ்வு சற்பிக்காது - வேறுபாடும் பார்க்காது', அதாவது, 'உயர் பண்பாட்டு மனப்பான்மை' (*Ethnocentrism*), 'தாழ் பண்பாட்டு மனப்பான்மை' (*Xenocentrism*) இரண்டுமே அறவே கூடாது" என அறிவுறுத்தும். எனவே, "மானுடவியல் புலத்தின் ஆய்வுப் பதிவுகளில் இத்தகைய தவறான சொல்லாட்சிகளுக்கு இனி இடம் இல்லை" என்று சொல்லும் வகையில், மானுடவியலாளர்களுடைய ஆய்வுப் பதிவுகள் இனி வருங்காலங்களில் அமைய வேண்டும்.

***

கொங்கு நாட்டுப்புறப் பண்பாட்டு வேர்கள்

தம் அன்றாட வாழ்வியல் தேவைகளுக்கென மாந்தர் படைத்துப் புழங்கும் தொட்டுணர் பண்பாட்டுப் பொருள்களான பொருள் வடிவங்களுடன்[1] வெளிப்படுத்தப்பெறும் கருத்துணர் பண்பாட்டு வடிவங்களான மனவடிவங்களையும்[2] ஒருசேரக் கொண்டிலங்குவதே 'மாந்தர் பண்பாடு'. எனவே, மாந்தர் பண்பாட்டைப் (புழங்கு) 'பொருள்சார் பண்பாடு' (புழங்கு) 'பொருள்சாராப் பண்பாடு' என இருபெரும் பிரிவுகளாகப் பகுத்துரைப்பர்.[3]

1. புழங்குபொருள்களின் தன்மையும் முகாமையும்

மாந்தர்தம் தேவைகளுக்காகப் படைக்கப்பெறும் புழங்கு பொருள்கள் அவற்றிற்கான பொருண்மையையும் பயன்பாட்டையும் நிலைக்களன்களாகக்கொண்டு அம்மாந்தர் பண்பாட்டில் நிலை பெற்றிருக்கும் சமுதாயப்-பண்பாட்டுப்-பொருளியல் அழுத்தங்களால் பண்பாட்டு மாற்றம் ஏற்பட்டு, அதன் விளைவாகச் சில குறிப்பிட்ட தேவைகள் அற்றுப்போகுமானால், அவற்றிற்குரிய புழங்குபொருள்களும் அற்றுப் போய்விடும்[4].

ஓர் இனக்குழுவினரின் பண்பாடுசார்ந்த அனைத்துப் புழங்கு பொருள்களையும்கொண்டு அவ்வினக்குழுவினரது பண்பாட்டின் ஒரு பகுதி அமையும். ஒவ்வொரு புழங்குபொருளுக்குப் பின் அதற்குரிய புழங்கு பொருள்சாராப் பண்பாடும் உடன் சார்ந்தே அமையும். ஆக, ஓர் இனக்குழுவினரிடையே புழக்கத்திலுள்ள (புழங்கு) பொருள்கள்வழி ஒரு பகுதிப் பண்பாடும் புழங்குபொருள்கள்சாரா மனவடிவங்கள்வழி மற்றொரு பகுதிப் பண்பாடும் கட்டமைக்கப்பெறுகின்றன.[5]

2. பண்பாட்டுத் தரவுகளை உள்ளுறையாகக் கொண்டிலங்கும் புழங்கு பொருள்கள்

ஒரு பண்பாட்டைச் சார்ந்த புழங்கு பொருள்கள் வெறும் பண்பாட்டுப் பொருள்களாக மட்டும் நின்றுவிடாமல், அவை பண்பாட்டுத் தரவுகளின் உள்ளுறையாகவும் நிலைத்து நிற்கின்றன. இதற்குத் தக்க சான்றாக, நீலகிரித் தொதவப் பழங்குடியினரின் பூப்பின்னலாடைப் போர்வையான 'புத்குளி'யைச் சுட்டலாம்.

தொதவர் பழங்குடியினரது பிறப்பு முதல் இறப்பு வரையிலான வாழ்க்கைச்சுழற்சிச் சடங்குகளிலும் கோவில் புத்தாக்கம் உள்ளிட்ட 'சமயம்சார் சடங்குகளி'லும் ஆண், பெண் எனும் பால் வேறுபாடின்றியும் பெரியவர், சிறியவர் எனும் அகவை வேறுபாடு இன்றியும் புத்குளிப் போர்வை அணிந்தே தொதவர் பழங்குடியினர் பங்கேற்க வேண்டும் என்கிற எழுதப்படாச் சட்டம் உள்ளது.[6]

புத்குளி (போர்வை) அணிதல் என்பது தொதவரின் இனக்குழு அடையாளமாகவும் இனங்காணப்பெறுகிறது. மேலும், தொதவப் பழங்குடியினர்தம் கருப்ப இணைப்புச் சடங்கின்போது சற்றுத் தடிமனான புத்குளியும் இறப்புச் சடங்கின்போது பாம்பின் படக் குறியீடுடைய புத்குளியும் பயன்படுத்தப்பெறுகின்றன.[7]

எனவே, புழங்கு பொருள்கள் என்பன வெறும் புழங்கு பொருள்களாக மட்டும் நின்று விடாமல், எண்ணற்ற பண்பாட்டுத் தரவுகளைத் தமக்குள் உள்ளுறையாகக்கொண்டனவாகவும் பண்பாட்டுத் தளத்தில் நிலைத்து நிற்றல் புலப்படும்.

3. பண்பாட்டுச் சூழலை விட்டு விலகும் புழங்குபொருள்களின் நிலை

எண்ணிறந்த பண்பாட்டுத் தரவுகளைத் தம்முள் கொண்டுள்ள புழங்குபொருள்கள் தாம் சார்ந்த பண்பாட்டுச் சூழலைவிட்டு விலகும்போது அவை 'பேசா மடந்தைகளாகி' விடுகின்றன. மேலும், தமக்குரிய பண்பாட்டு அசைவியக்கம் நின்றுபோன நிலையில் இத்தகு புழங்குபொருள்கள் 'பொருளற்றன'வாகவும் 'முகாமையற்றன'வாகவும் ஆகி விடுகின்றன.

இனக்குழுவினரது புழங்குபொருள்களைப் பொதுமக்கள் பார்வைக்கெனக் காட்சிக்கூடத்தில் காட்சிப்படுத்தும்போது, அருங்காட்சியகவியலாளர் செயற்கையான முறையில் பல 'காட்சிப்படுத்த உத்திகள்'வாயிலாகப் மூலப் பண்பாட்டுச் சூழலை மீட்டுருவாக்கிப் பேசாமடந்தைகளாகிப் பொருளற்றும் முகாமையற்றுமுள்ள புழங்குபொருள்களைப் பேச வல்லனவாகவும் பொருளுடையனவாகவும் முகாமையுள்ளவாகவும் ஆக்குகின்றன'.

4. கொங்கு நாட்டுப்புறவியலில் சில புழங்குபொருள்கள்

4.1. நீலகிரித் தொதவப் பழங்குடியினரது 'போலி எருமைத் தலை'[9]

நீலகிரியின் தொல்முதுகுடியினருள் ஒருவரான தொதவர் பழங்குடியினர் எருமை மந்தைகளை மேய்த்து வாழும் ஆயர்

பழங்குடியினர். பால்படு பொருள்களைத் தமது முகாமையான உணவுப் பொருள்களாகக்கொள்ளும் இப்பழங்குடியினர் புலால் உணவைக்கொள்வதில்லை. எனவே, இவர்களிடையே சாவுச் சடங்கின்போது பலியிடப்பெறும் எருமையின் தலையைக்கூட இவர்கள் தம் வீட்டிற்குள் அனுமதிப்பதில்லை. தம் குடியிருப்பான 'மந்தி'ன் நுழைவாயிலருகே மரத்தின்மீது எருமைத் தலையைக் கட்டி வைக்கின்றனர். இதற்கு மாற்றாக, பிரம்பால் வடிவமைக்கப்பெற்ற போலி எருமைத் தலையை வீட்டினுள்வைத்து அதற்கு நாள்தோறும் விளக்கேற்றி வழிபடுகின்றனர்.

விலங்குப் பொருளான 'பலியிடப்பெற்ற எருமைத் தலை'க்கு மாற்றாகப் பயிர்ப் பொருளான பிரம்பால் வடிவமைக்கப்பெற்ற 'போலி எருமைத்தலை'யானது வழிபடுபொருளாக அமையும் ஒரு புழங்கு பொருள் மட்டுமன்று தீவிரப் புலால் மறுப்பாளரான தொதவர் தம்மால் பலியிடப்பெற்ற எருமையின் தலையைக்கூட வீட்டிற்குள் அனுமதிக்கமாட்டார்கள். தங்களால் உருவாக்கப்பெற்ற புழங்கு பொருளாயினும் 'போலி எருமைத்தலை'யைப் புனிதமானதாகக் கருதி அதனை வீட்டிற்குள் வைத்துச் சிறப்பிப்பவர்-எனும் பண்பாட்டுத் தரவுகளைத் தன்னுள் உள்ளுறையாகக் கொண்டுள்ளது என்பது புலப்படும்.

4.2. நீலகிரிக் கோத்தப் பழங்குடியினரது 'மண்டூக்' கொண்டை வளை

நீலகிரித் தொதவர் தாம் பலியிடும் எருமைகளின் உடலை அப்புறப்படுத்துதற்கெனக் கருநாடகத்தின் ஹாசன் பகுதியிலிருந்து கொணர்ந்து குடியமர்த்திய குடிகளே கோத்தர் என்கிறது வாய்மொழி வரலாற்றுச் செய்தி. நீலகிரியில் 'கோக்கால்' எனும் ஏழு குடியிருப்புகளில் வாழும் கோத்தர் புலால் உணவைக்கொள்பவர். மணமான கோத்தப் பெண்டிரிடையே 'மண்டூக்' எனும் நறுமணம் மிக்க இலைகளைப் பொதிந்து உருவாக்கிய கொண்டை வளை பயன்பாட்டில் உள்ளது. அரை வட்டமாக இதனை வளைத்துத் தம் தலைமுடியில் வைத்து மணமான கோத்தப் பெண்டிர் கொண்டை போட்டுக்கொள்வர். கொண்டையைச் சரிவரப் பொருத்திட வெள்ளியாலான ஒரு கொண்டை ஊசியையும் பயன்படுத்துவர்.

இம்'மண்டூக்'க்கின் நறுமணம் பாலுணர்வைத் தூண்டக் கூடியது. எனவே, மணமான பெண்டிர் மட்டுமே இதனைப் பயன்படுத்தக் கோத்தர் பண்பாட்டில் அனுமதிக்கப்பெறுகிறது. பெண்டிர் வீட்டுவிலக்காகும் போது 'மண்டூக்' அணிதல் விலக்கப்

பெறுகிறது."[10]

இதிலிருந்து, கோத்தப் பழங்குடியினரின் பொருளார்ந்த ஒரு புழங்குபொருள் 'மண்டூக்' என்பது பெறப்படும். மண்டூக் அணிந்துள்ளமை மணமான பெண் என்பதை எடுத்துக்காட்டுவதுடன், பாலுறவுக்கு ஏற்ற நிலையில் உள்ளமையையும் இலைமறை காயாகச் சுட்டிக்காட்டுதலையும் இம் 'மண்டூக்'கினுள் உள்ளுறையாகப் பொதிந்துள்ள பண்பாட்டுத் தரவுகள் எனலாம்.

4.3. கோயம்புத்தூர் இருளப் பழங்குடியினரது 'மங்கெ' எனும் காற்றிசைக் கருவி

கோயம்புத்தூரை உருவாக்கி ஆட்சி செய்த இருளப் பழங்குடியினர் தற்போது சிறுவாணி, வாளையாறு, பாலமலை, ஆனைகட்டி உள்ளிட்ட பகுதிகளில் வாழ்ந்துவரும் மண்ணின் மைந்தராவர். இவர்களிடையே புழக்கத்தில் உள்ள இசைக்கருவிகள் தனித்தன்மையானவை. மங்கெ, திருளி எனும் துளையிசைக் கருவிகளும் 'கடிமெ', 'பொறெ' எனும் அடியிசைக் கருவிகளும் ஆகும். இவற்றுள்ளும், 'மங்கெ' சிறப்புத்தன்மை வாய்ந்தது. நீண்ட கணு இடைவெளிகளுடன் கூடிய மிக நீளமானதொரு மூங்கில் குழலின் இரு புறமும் திறப்புகளுடன் (ஊது முனையின்) பக்கத்தில் சீரான இடைவெளியில் ஆறு துளைகள் இடப்பெற்றுள்ளன. இத்துளை இசைக் கருவியில் வாயறைக் காற்றை இடப்புற உதட்டோரமாக உள்ளிழுத்தும், சிறிதாகச் செலுத்தித் தொடர்ந்து அக்காற்றை வெளியேற்றியும் இது இசைக்கப்பெறுகிறது.

நீலகிரியின் பல்வேறு மண்ணின் மைந்தரான தொதவர், இருளர், குறுமர், மலை வேடன் மற்றும் படுகர் இனக்குழுவினரிடையே இதே வகை இசைக் கருவியானது 'புகுரி' எனும் மாற்றுப் பெயரில் (சிற் சில வடிவ மாற்றங்களுடன்) புழக்கத்தில் உள்ளது.[13]

இருளர் பழங்குடியினர் கோயம்புத்தூரிலிருந்து நீலகிரிக்குக் குடி பெயர்ந்துள்ளமைக்கான புழங்குபொருள்சார் சான்றாக இம்மங்கெ இசைக்கருவி விளங்குகிறது.[14]

4.4. ஆனைமலைக் காடர் பழங்குடியினரது 'புகாரி" எனும் சிறு மூங்கில் சீப்பு

ஆனைமலைக் காடர் பழங்குடியினரும் அந்தமானின் ஓங்கிப் பழங்குடியினரும் இந்தியாவில் காணலாகும் இரு கறுப்பினம்சார் தொல்முதுபழங்குடிகள் ஆவர். இவர் போன்ற கறுப்பின மக்களின்

நீண்ட தலை முடியானது நன்கு சுருண்டு சிறுமுடிபோல அமையும்.

எனவே, இத்தகு முடிக்கற்றையை ஒழுங்குபடுத்தச் சிறப்பு வடிவத்தில் உருவாக்கப்பெற்ற மூங்கில் சீப்புகளே பயன்படுத்தப் பெறுகின்றன.[15] காடர் பழங்குடியினர் உருவாக்கிப் பயன்படுத்தும் 'புகாரி' எனும் மூங்கில் சீப்புகள் தலைமுடியை ஒழுங்குபடுத்தும் பயன்பாட்டுப் பொருளாக மட்டும் நின்றுவிடுவதில்லை. ஏனெனில், காடர் இளைஞன், தான் விரும்பும் தன் இனத்து இளம் பெண்ணுக்குத் தானே முயன்று குறியீடுகளுடன் உருவாக்கிய சிறு மூங்கில் சீப்பான புகாரியைத் தன் அன்பின் பரிசிலாக அளித்திட[16] அதனை அப்பெண், ஏற்றுக்கொண்டால் இருவரும் களவு வாழ்க்கையில் இணைவர்.

ஓர் ஆடவன் தரும் புகாரியை ஏற்கும் பெண் அதனைத் தன் தலையின் பக்கவாட்டில் செருகிக் கொள்கிறார். இதனைக் கண்ணுறும் பிற காடர் பழங்குடி ஆடவர் அப்பெண் இன்னொருவனுக்கு உரிமையானவர் என அறிந்து விலகுவர்.[17]

இவ்வாறு காடர் பழங்குடியினரிடையே காணலாகும் 'புகாரி' எனும் சிறு மூங்கில் சீப்பானது பெண்டிர் தலைமுடியை ஒழுங்குபடுத்தும் ஒரு பயன்பாட்டுப் பொருள் என்பதோடு நின்றுவிடாமல், காடர் இளைஞர் தம் காதலை வெளிப்படுத்தும் மடலாகவும், அதனை விரும்பி ஏற்றுத் தம் கூந்தலில் அணிந்து கொள்ளும் காடர் இளம் பெண்டிர் களவு வாழ்க்கையை ஏற்றுள்ளமையும் உள்ளார்ந்த பண்பாட்டுத் தரவுகளாக அமைவதும் பெறப்படுகின்றன.

4.5. கொங்குச் சாதிக் குழுவினர் சிலரிடையே காணலாகும் மாந்தர் வடிவ வெண்கலச் சிறுவுருக்கள்

கொங்கு சாதிக் குழுவினரிடையே 'கொங்கு வேட்டுவர்', 'கொங்குக் குலாலர்', மற்றும் 'கொங்கு வேளாளர்' எனும் சாதிக் குழுவினரிடம் மட்டும் மாந்தர் வடிவ வெண்கலச் சிறுவுருக்கள் வழக்கத்தில் உள்ளன. பயன்பாட்டு நிலையில் இப் புழங்குபொருள்கள் 'கொங்கு வேட்டுவர்' மற்றும் 'கொங்குக் குலாலர்' இடையே குல தெய்வக் கொங்கு உருவாரங்களாகவும் இதற்கு மாறாகக் 'கொங்கு வேளாளர்' இடையே நேர்ச்சைப் பொருள்களாகவும் அமையக் காண்கிறோம்.

நாமக்கல் மாவட்டம் வாழவந்தியில் வாழ்ந்து வந்த கொங்கு வேட்டுவர் பன்னெடுங் காலத்திற்கு முன்பு புலம்பெயர்ந்து மேற்குத் தமிழகத்தின் பிற பகுதிகளுக்கும் சென்றபோது, தத்,

தம் குல தெய்வ உருவங்களான மாந்தர் வடிவ வெண்கலச் சிறுவுருக்களை ஒரே தாழியிலிட்டு வாழவந்தியிலேயே தங்கிவிட்ட தம் உறவான கொங்கு வேட்டுவர் பொறுப்பில் கொடுத்த பின்னர் பல்வேறு ஊர்களுக்குப் பயணம் ஏகினர். ஆண்டுக்கு ஒரு முறை சித்திரை முழுநிலவு நாளன்று கொங்கு வேட்டுவர் வாழவந்திக்குத் திரும்பி வந்திருந்து தத், தம் குல தெய்வ உருவாரங்களை அத்தாழியிலிருந்து திரும்ப எடுத்துவைத்துப், படையலிட்டுப் பிறகு மீண்டும் அத்தாழியிலேயே திரும்ப இட்ட பின்னர் தத்தம் தற்போதைய குடியிருப்பு ஊர்களுக்குத் திரும்புதலை வழக்கமாகக் கொண்டுள்ளனர்.[18]

இது போலவே, கொங்கு நாட்டில் வலிந்து குடியமர்த்தப்பெற்ற கொங்குக் குலாலர் தம் குல தெய்வ உருவாரங்களான மாந்தர் வடிவ வெண்கலச் சிறுவுருக்களை தம் குலத்தவருள் ஓர் ஊரினரிடம் பொறுப்பில் விட்டுவைத்து, அவற்றைச் சுழற்சி முறையில் தத், தம் தற்போதைய குடியிருப்பு ஊர்களுக்கு எடுத்துச்சென்று வழிபட்ட பின்னர் அடுத்த ஊரினருக்கு அவற்றை வழிபாடு இயற்றுதற்கென ஒப்படைக்கும் வழக்கத்தைக் கடைப்பிடிக்கின்றனர். தத் தம் குடும்பங்களின் வாழ்வியற் சடங்குகளின்போது இக்குல தெய்வ உருவங்களைப் பயன்படுத்திக்கொள்ளும் வழக்கத்தையும் கொங்குக் குலாலர் மேற்கொள்கின்றனர்.[19]

இவற்றிற்கு மாறாக, சேலம் மாவட்ட வீரபாண்டி ஊரைச் சார்ந்த கொங்கு வேளாளர் பிரிவினரும் கரூர் மாவட்ட மேல்உறந்தை ஊரைச் சார்ந்த கொங்கு வேளாளர் பிரிவினரும் ஆண் குழந்தை பிறந்தால் வெண்கலத்தாலான ஆண் சிறுவுருவையும் பெண் குழந்தை பிறந்தால் வெண்கலத்தாலான பெண் சிறுவுருவையும் நேர்ச்சைப் பொருளாகப் பணிந்து படைத்து வழிபடுதலை வழக்கமாகக் கொண்டுள்ளனர்.[20]

இவ்வாறு, வெண்கலத்தாலான புழங்குபொருள்களாக அமையும் மாந்தர் வடிவச் சிறுவுருக்கள் கொங்கு வேட்டுவர் மற்றும் கொங்குக் குலாலர் சாதிக் குழுவினரிடையே குல தெய்வ உருவங்களாகவும் கொங்கு வேளாளர் சாதிக் குழுவினரிடையே பிள்ளைப்பேற்றிற்கான நேர்ச்சைப் பொருள்களாகவும் அமையக் காண்கிறோம்.[21]

5. நிறைவுரை

இதுகாறும் தொகுத்தும் வகுத்தும் கூறியனவற்றால் புழங்கு பொருள்கள்வாயிலாக அப்புழங்குபொருள்களைப் பயன்படுத்தும்

பல்வேறு இனக்குழுவினர் மற்றும் சாதிக் குழுவினரின் பண்பாட்டு வேர்கள் வெளிப்படக் காணலாம்.

எனவே, புழங்குபொருள்கள் என்பன மாந்தர் பண்பாட்டு நிலைக்கலன்களில் வெறும் தொட்டுணர் பண்பாட்டுப் பொருள்களாக மட்டும் அமையாமல், அந்தந்த இனக்குழுவினர் மற்றும் சாதிக் குழுவினரின் கருத்துணர் பண்பாட்டு மரபுச் செல்வங்களை வெளிக்கொணரும் மரபார்ந்த பொருள்களாகவும் அமைதல் வெளிப்படை.[22]

அகவயப் பண்பாட்டு மாற்றங்களால் அவற்றோடு நேரிடைத் தொடர்புடைய புறவயப் பண்பாட்டுப் பொருள்களான புழங்கு பொருள்களில் மாற்றம் ஏற்படுதலும் புறவயப் பண்பாட்டு மாற்றங்களால் அவற்றோடு நேரிடைத் தொடர்புடைய அகவயப் பண்பாட்டில் மாற்றம் ஏற்படுதலும் இயல்பாக நிகழ்கின்றன. புழங்குபொருள்களுக்கும் அகவயப் பண்பாட்டிற்கும் இடையேயான சார்பும் தொடர்பும் பண்பாட்டு ஆராய்ச்சிகளில் முகாமையானதொரு இடத்தை வகித்திடக் காணலாம்.[23]

அடிக் குறிப்புகள்

1 'பொருள்வடிவங்கள்' என்பனவற்றை 'Artefacts' என ஆங்கிலத்தில் குறிக்கிறோம். இவை அனைத்தும் அடங்கியதே ஓர் இனக்குழுவின் 'பொருள்சார் பண்பாடு' அல்லது 'புறப் பண்பாடு' ஆகும்.

2 'Mentifacts' எனும் உருவாக்கக் கலைச்சொல்லால் 'மனவடிவங்கள்' என்பன குறிப்பிடப்பெறுகின்றன. ஓர் இனக்குழுவின் 'பொருள்சாராப் பண்பாடு' அல்லது 'அகப் பண்பாடு' என்பது இத்தகு மனவடிவங்களின் தொகுப்பே.

3 இவ்வகைபாடே, 'வெளிப்படைப் பண்பாடு' அல்லது 'உள்ளார்ந்த பண்பாடு' எனவும் 'தொட்டுணர் பண்பாடு' அல்லது 'கருத்துணர் பண்பாடு' எனவும் மாற்றுச் சொல்லாட்சிகளாலே சுட்டப்பெறுகிறது.

4 புலப்பெயர்வுக்கு மண்ணின் மைந்தர் ஆளாக்கப்படும்போது இத்தகைய பண்பாட்டு அசைவியக்கங்கள் ஏற்படுகின்றன. காடுபடு பொருள்களைத் திரட்டிடும் பழங்குடியினரது புலப் பெயர்ச்சியினால் அவர்தம் வேட்டைத் திறன்களும் வேட்டைக் கருவிகளும் பண்பாட்டுத் தளத்திலிருந்து நீங்க நேர்தலை இதற்குச் சீரிய சான்றாகச் சுட்டலாம்.

5 இதனாலேயே, புழங்குபொருள்கள் குறித்த வெறும் ஆராய்ச்சி மட்டும் ஓர் இனக்குழுவினரது முழுதளாவிய பண்பாட்டைக் கட்டமைக்க உதவாது என்பதும் இப் புழங்குபொருள்களோடு தொடர்புடைய அகவயப் பண்பாட்டு நிகழ்வுகளும் பதிவு செய்யப்பெறும்போதே பண்பாடு முழுமையாகக் கட்டமைக்கப்பெறும் என்பதும் பண்பாட்டு ஆய்வுகளில் வலியுறுத்தப்பெறுகின்றன.

6 விரிவான தகவல்களுக்கு காண்க: மகேசுவரன், சி.2009. நீலகிரித் தொதவப் பழங்குடியினரது பூப்பின்னலாடைகள் (ஆங்கிலம்) (குறு ஆய்வுத் திட்ட ஆய்வேடு), புதுதில்லி: கைவினை அருங்காட்சியகம்.

7 காண்க: மேலது.

8 காண்க: விரிவான தகவல்களுக்கு மகேசுவரன், சி.2007. இனக்குழுவரைவியல்சார் காட்சிப்பொருள்கள் காட்சிப்படுத்தற்கான உத்திகள் (ஆங்கிலம்), உதகமண்டலம்: பழங்குடியினர் ஆராய்ச்சி நடுவம்.

9 மேலும் விரிவான தகவல்களுக்குக் காண்க: மகேசுவரன்,சி. 2005. "போலி எருமைச் கொம்பு அல்லது போலி எருமைத் தலை?" (ஆங்கிலம்) அருங்காட்சியக மலர். சென்னை: அரசு அருங்காட்சியகம்.

10 2006-ஆம் ஆண்டு நிகழ்ந்தப்பெற்ற களப்பணி ஆய்வின்போது இத்தகவலானது இக்கட்டுரை ஆசிரியரால் திரட்டப்பெற்றது.

11 'கோவன்' எனும் இருளர் பண்பாட்டுத் தலைவனால் காடு கொன்று நாடாக்கி உருவாக்கப்பெற்ற 'புதூர்' என்ற நிலையில் 'கோவன் புத்தூர்' எனப் பெயர் பெற்று, நாளடைவில் 'கோயம்புத்தூர்' என்று திரிபுற்றது என்பது செவிவழிச் செய்தி.

12 கோயம்புத்தூர் இருளப் பழங்குடியினரின் ஒரு பிரிவினரே ஒரு காலகட்டத்தில் நீலகிரியில் குடியேறி, அங்கு இன்றும் வாழ்ந்து வருகின்ற இருளர் ஆவர்.குலப் பிரிவுகள் பன்னிரண்டின் பெயர்களை மட்டுமே சொல்ல வல்லவராக நீலகிரி இருளர் நின்றுவிட, இன்றளவும் இக் குலப் பிரிவுகளைத் தம்மிடையே கோவை இருளர் தக்க வைத்துக்கொண்டுள்ளமையை இதற்குத் தக்க சான்றாகக் குறிப்பிடலாம்.

13 கோவை இருளரது 'மங்கெ' எனும் காற்றிசைக் கருவியே நீலகிரிப் 'புகிரி'யாக மாற்றம் அடைந்து புழக்கத்தில் உள்ளது. தொடர்புடைய விரிவான தகவலுக்குக் காண்க : மகேசுவரன், சி.

1997. "புகிரி: நீலமலை ஆதிக்குடிச் சமுதாயத்தினரது மரபார்ந்த துளை இசைக்கருவி". அருங்காட்சியக மலர். சென்னை: அரசு அருங்காட்சியகம்.

14 காண்க: மேலது.

16 பாப்புவா நியூகினிப் பழங்குடியினரிடையே இவை போன்ற-ஆனால், சற்றுப் பெரிய அளவிலான மூங்கில் சீப்புகள் வழக்கத்தில் உள்ளமை இங்கு ஒப்புநோக்கத் தக்க செய்தியாகும்.

16 இத்தகு மூங்கில் சீப்புகளில் தம் குருதியையும் தடவி அவற்றை ஆற்றல்மிக்கனவாக உருவாக்குகின்றனர் காடர் பழங்குடியினர் என்பார் காடர் மொழி குறித்து முனைவர் பட்டம் பெற்ற திரு. ஜே. சுரேஷ் எனும் மொழியியலாளர் (தனிப்பட்ட தகவல் தொடர்பு).

17 காடர் பெண்டிர் அணியும் கருகமணிக் கழுத்தணியே இவர்தம் தாலி என்ற தவறான தகவலானது ஆராய்ச்சியாளரிடையே நிலவுகிறது. இருப்பினும், மூங்கில் சீப்பே திருமணமான பெண் என்பதைக் குறியீட்டு நிலையில் நிறுவுகிறது என்பதே உண்மை.

18 தகவலாளர்: முனைவர் அர. பூங்குன்றன் (தமிழ்நாடு அரசு தொல்லியல் துறை மேனாள் பதிவு அலுவலர்).

19 விரிவான தகவல்களுக்குக் காண்க: மகேசுவரன், சி. 2006. மேற்குத் தமிழக நாட்டுப்புற வெண்கலப் படிமங்கள் (ஆங்கிலம்). (குறு ஆய்வுத் திட்ட ஆய்வேடு). புது தில்லி: நேரு அறக்கட்டளை.

20 காண்க: மேலது.

21 காண்க: இதுவும் மேலது.

22 ஒத்த தொடர்புடைய தகவல்களுக்குக் காண்க: மகேசுவரன், சி. 2006. "கொந்தர் பழங்குடியினரது குலக்குறி உருவாரங்கள்", புவனேசுவரம்: ஒடிஸா மாநில அருங்காட்சியகப் பயிலரங்கு.

23 இதனாலேயே, தொட்டுணர் பண்பாட்டு மரபுச்செல்வங்களுக்கு இணையாகக் கருத்துணர் பண்பாட்டு மரபுச்செல்வங்களுக்கும் முகாமையானதொரு இடத்தை அருங்காட்சியகக் காட்சிப்படுத்தத்தில் அளிக்க வேண்டுமெனப் பன்னாட்டுக் கல்வி, அறிவியல் மற்றும் பண்பாட்டு அறக்கட்டளை (யுனெஸ்கோ) கடந்த 2006 முதல் அறிவுறுத்தி வருகிறது.

www.ingramcontent.com/pod-product-compliance
Lightning Source LLC
Chambersburg PA
CBHW020450270326
41926CB00008B/553